எழில் மரம்

உலகின் பாமர மக்கள் எவ்வாறு
தாங்களாகவே கல்வி கற்றுக் கொள்கிறார்கள்
என்பதை நோக்கிய ஒரு பயணம்.

ஜேம்ஸ் டூலி

தமிழில் :
லியோ ஜோசப்

எதிர் வெளியீடு

எழில் மரம்

ஆசிரியர் : ஜேம்ஸ் டூலி

தமிழில் : லியோ ஜோசப்

முதல் பதிப்பு : டிசம்பர் 2014

எதிர் வெளியீடு
96, நியூ ஸ்கீம் ரோடு, பொள்ளாச்சி – 642 002.
தொலைபேசி : 04259 – 226012, 98650 05084.

விலை : ரூ. 360

The Beautiful Tree
Author : James Tooley

© James Tooley

First published in the United States by the Cato Institute of Washington, D.C., U.S.A. Reprinted by permission. All rights reserved.

This edition was published by arrangement with Cato Institute, USA Tamil Edition Copyright With Ethir Veliyedu

Translated by : Leo Joseph

Wrapper Design : Vijayan

First Edition : December 2014

Publised by
Ethir Veliyedu, 96, New Scheme Road, Pollachi - 2.
email : ethirveliyedu@gmail.com
www.ethirveliyedu.in

Price : Rs. 360

ஜேம்ஸ் நிக்கோலஸ் டூலி ஜூலை 1959 இல் இங்கிலாந்தில் பிறந்தார். இவர் நியூகாசில் பல்கலைக் கழகத்தில் கல்விக்கொள்கைக்கான பேராசிரியராக இருக்கிறார். கல்வியில் தேர்வு செய்தல், போட்டி, தொழில்முனைப்பு ஆகிய துறைகளுக்குத் தன்னை அர்ப்பணித்துக் கொண்டார். ஈ.ஜி.வெஸ்ட் சென்டர் அமைப்பின் இயக்குனர்.

இவர் இந்தியா, சீனா மற்றும் ஆப்பிரிக்கா நாடுகளில் வாழும் ஏழைக் குழந்தைகளின் கல்விக் கற்றலுக்காக குறைந்த கல்விக்கட்டணத்தில் செயல் படும் தனியார் கல்வி நிறுவனங்களைப் பற்றிய ஆராய்ச்சியில் ஈடுபட்டுள்ளார். குறைந்த வருவாய் உள்ள குடும்பங்களில் தனியார் பள்ளிகளால் விளையும் நன்மைகளை விளக்க விரிவான ஆய்வு செய்திருக்கிறார். தனியார் கல்வி அனைவருக்குக்கும் சென்றடையும் வழிகளை அடையாளம் காணவும், வளரும் நாடுகளில் குறிப்பாக ஏழை மக்கள் மத்தியில் அதன் பணிகளை ஊக்குவிக்கவும், அவருடைய பணியின் பெரும்பகுதி மையப்படுத்தி இருக்கிறது.

அவருடைய 25 ஆண்டு கல்வி வளர்ச்சிப் பணியில் அதிக காலம் வளரும் நாடுகளின் களப்பணியில் செலவழித்திருக்கிறார். 'எழில் மரம் : உலகின் ஏழை மக்கள் எப்படி தாங்களாகவே கல்வி கற்றுக்கொள்கிறார்கள் என்பதை நோக்கிய ஒரு பயணம்' (2009), 'பெண்களுக்கான தவறான கல்வி' (2003), 'கல்வியை மீட்டெடுத்தல்' (2000) ஆகிய நூல்களை டூலி எழுதியுள்ளார்.

டூலி தற்போது கானாவில் உள்ள Omega Schools Franchise Ltd மற்றும் இந்தியாவில் உள்ள Empathy Learning Systems Pvt Ltd ஆகிய குறைந்த செலவில் சங்கிலிகள் உருவாக்கும் கல்வி நிறுவனங்களுக்கும் தலைவராக இருக்கிறார். இப்போது இந்தியாவில் ஹைதராபாத்தில் வசிக்கும் டூலி அங்கிருந்து கொண்டு உலகின் ஏழைகளுக்குக் கல்வி அளிப்பதைத் தன் வாழ்நாள் பணியாகத் தொடர்கிறார்.

பொருளடக்கம்

நன்றி / 7

முன்னுரை / 9

மொழிபெயர்ப்பாளர் முன்னுரை / 15

இந்தியாவில் ஓர் ஆய்வு / 17

இது ஒன்றும் ஆய்வு இல்லையே / 45

கொஞ்சம் பகுப்பாய்வு, நைஜீரியா / 61

இலக்குகளின் இடமாற்றம் – கானா / 92

பகுப்பாய்விற்கு இயலாதது – சீனா / 131

கென்ய நாட்டில் உள்ள ஒரு பிரச்சினையும், அதற்கான தீர்வும் / 164

ஏதுமறியா ஏழைகள் / 198

ஓர் ஆய்வாளர் அழைக்கிறார் / 231

இருசக்கர வாகனங்களில் இளம் கன்னியர்களும் வயதான துறவியும் / 260

அருகிலிருக்கும் எதிரிகளை மகிழ்ச்சியோடு எதிர்கொள்ளல் / 286

இந்த எழில் மரத்தை வேரோடு பிடிங்கி எறிந்தவர்கள் / 319

அமரட்ச் என்னும் பெண்ணுக்கு கல்வி புகட்டுதல் / 365

பின்குறிப்பு / 410

நன்றி

பாமர மக்களுக்காக முழுமனதோடு செயல்பட்டு வரும் நான் சந்தித்த கல்வியாளர்களை முதலில் நன்றியோடு நினைவு கூற விரும்புகிறேன். என்னோடு இப்போது பணியாற்றி வரும் என் பாராட்டுதலுக்கும் போற்றுதலுக்கும் உரியவர்களான திரு. அன்வர், ரேஷ்மா லோஹியா, யாஸ்மின் ஹரூன் லோஹி, கே.சூர்யா ரெட்டி, கே. நரசிம்ம ரெட்டி, எம். வாஜித், கோஸ் எம். கான், எஸ்.எ. பஸித், எம். ஃபஹிமுதீன், ஆலிஸ் பங்க்வை, ஜியார்ஜ் மிக்வா, ஃபேனுவல் ஒக்வாரா, தியோஃபிலஸ் குவை, கென் டான்கோ, பி.எஸ்.இ. ஆயிஸ்மினிக்கன், லியூ க்வியாங் ஆகியோர் எல்லாருக்கும் என் நெஞ்சார்ந்த நன்றி. பல ஆண்டுகளாக நிதி உதவி செய்வதிலும், ஆலோசனை வழங்கு வதிலும், ஆதரவு அளிப்பதிலும் எனக்கு உறுதுணையாக இருந்த (வருட வாரியாக) நீல் மேக்இந்தோஷ்; மிக்கேல் லாதம்; டிம் எம்மெட்; அமரர் சர் ஜான் டெம்பிள்டன்; ஜாக் டெம்பிள்டன்; சார்லஸ் ஹாப்பர்; ஆர்தர் ஷ்வாட்ஸ்; செஸ்டர் ஃபின்; பீட்டர் வாய்க்; ஸ்வேர்ட்ஸ் மற்றும் ஹில்லாரி மற்றும் ஆண்ட்ரூ வில்லயம்ஸ்; தியோடர் ஆக்னியூ; ரிட்சர்ட் சாண்டலர் ஆகிய அனைவருக்கும் என் இதயப்பூர்வமாக நன்றிகளை உரிதாக்கிக் கொள்கிறேன். என்னோடு பணி யாற்றியவர்கள், என் நண்பர்கள் என் முயற்சியில் எனக்கு ஆக்கமும் ஊக்கமும் தந்தவர்களான கான் லத்தீஃப் கான், ஜாக் மாஸ், குருசரண்தாஸ், நந்தன் நிலக்கெனி, அமரர் குவாட்வோ பா விரது, ஐ.வி. சுப்பராவ், ஹெர்நாண்டோ டி சோட்டா, கிரிஸ்டோஃபர் கிரேன், பார்த் ஷா, ஜேம்ஸ் ஷிக்வட்டி,

தாம்சன் அயோடீல், லான்ரே ஓலனியன், பருன் மித்ரா, எஸ்.வி, கோமதி, பி.பவுல் சரேன், சைலஜா எட்லா, கிறிஸ், சுஸி ஜாலி, நவீன் மந்தவாபாப் லெய்டன், தீபக் ஜெயராம், லெனார்டு லிஜியோ, ஜோ குவாங், டெரன்ஸ் கீலி, லிண்டா வெட்சன், ஜான், கிறிஸ் பிலிண்டல் ஆகிய அனைவரையும் நன்றியோடு நினைவு கூறுகிறேன். இந்தியாவில், குறைந்த கட்டணப் பள்ளிக் குழுமத்தை தொடங்குவதாக எனக்கு உதவி செய்த பவுல் கபிக்கும், ஓரியண்ட் குளோபல் டீம்-க்கும் என் நன்றிகளைச் சமர்ப்பித்துக் கொள்கி றேன். கையெழுத்துப் பிரதிகள் பற்றி மேலான ஆலோசனை வழங்கிய சைமன் கார்னி அவர்களுக்கும், அதே போல், இந்த விஷயத்தில் உதவி செய்த பெயர் தெரியாத அந்த ஐந்து பேருக்கும் கோடான கோடி நன்றிகள். எல்லாச் சூழல்களிலும் என்னுடைய கனவுகளுக்கு ஆதரவாக இருந்து வந்த ஆண்ட்ரூ கோல்சன் அவர்களுக்கு நன்றி சொல்லக் கடமைப்பட்டிருக் கிறேன். இறுதியாக, என்னுடைய நண்பர்களுக்கும், என்னோடு பணியாற்றி யவர்களுக்கும், என் வாழ்க்கையிலும் பணிகளிலும் என்னோடு இரண்டறக் கலந்திருந்த நியூகேஸ்ல் பல்கலைக் கழக மாணவர்களான எலைன் ஃபிஷர், ஹாரன்ஹாட்லி, நண்டாரட் கேரன்குல், எக்டா சோதா, லியூ குவியாங் (மீண்டும்) ஜேம்ஸ் ஸ்டாண்ஃபீல்டு, சுகதா மித்ரா, ரிச்சர்டு கிரகாம் இவர் களோடு பவிலின் டிக்ஸன் ஆகிய அனைவருக்கும் என் இதயத்திலிருந்து பொங்கி எழுந்து வரும் நன்றியைத் தெரிவித்துக் கொள்வதோடு - இந்நூலை அவர்களுக்கு அர்ப்பணம் செய்கிறேன்.

முன்னுரை

2006 ஆம் ஆண்டு, உலக வங்கிக் குழுமத்திற்கான பன்னாட்டுப் பொருளாதார நிறுவனம் மற்றும் பைனான்ஸ் டைம்ஸ் ஆகிய இரண்டும் சேர்ந்து நடத்திய கட்டுரைப் போட்டிக்கான நடுவர் குழுவில் நான் இருந்தபோது, ஏழைகளுக்காகச் செயல்படும் தனியார் பள்ளிகள் என்ற தலைப்பில் ஜேம்ஸ் டூலி அவர்கள் அனைவரையும் கவரக் கூடிய வகையில் சமர்ப்பித்த ஆய்வுக் கட்டுரைக்காக அவருக்கு விருது கிடைத்தது. அப்போதுதான் நான் முதன் முதலில் அவரைச் சந்தித்தேன். எதிர்காலத் தேவைகளுக்குப் பயனுறும் வகையில் அமைந்திருந்த அந்தக் கட்டுரையை ஒழுங்குப்படுத்தி இன்னும் விரிவாக எழுதி 'எழில் மரம்' என்ற நூலாக வெளியிட்டுள்ளார்.

ஜேம்ஸ் அவர்கள் வாசித்த ஆய்வுக் கட்டுரையின் மிக முக்கியமான சான்றாதாரங்களில் ஒன்று இந்நூலின் மையக் கருத்தாக வருகிறது. அதாவது ஏழ்மை சமுதாயத்தினரின் மத்தியில் செயல்படும் கல்வி முனைவோர்கள், உலகளாவிய கல்வியைக் கொண்டு வர அவர்கள் தங்கள் பங்களிப்பைத் தீவிரமாகச் செய்ய முடியும். ஜேம்ஸ் அவர்களே குறிப்பிடுவது போல, ஆழ்ந்து சிந்தித்து எடுத்த அவரது இந்த முடிவு வியப்பூட்டும் வகையில் இல்லை. 1990களின் தொடக்கத்திலேயே ஏழைகளுக்காகச் செயல்படும் தனியார் பள்ளிகள் மிக விரைவாகச் செயல்படத் தொடங்கிவிட்டன. ஆயினும் அவைகளை இன்னும் கொஞ்சம் ஆய்வு செய்து பார்க்க வேண்டும் என்ற ஆர்வம் வரவில்லை. அரசாங்கத்திடமும், அதுபோல கல்வி மற்றும் மேம்பாட்டு வல்லுநர்களிடமும்

கல்வி மீது இருந்து வந்த சிறப்புக் கவனம், அரசாங்கக் கல்வி முறையை மேம்படுத்துவதில் இருந்தது. ஜேம்ஸ் அவர்கள் தன் ஆய்வுக் கட்டுரையைச் சமர்பித்தபோது, அரசாங்கங்களும் பல்வேறுபட்ட முகமைகளும் தனியார் பள்ளிகள் மீது கவனம் செலுத்துகின்றன என்று, கொண்டுவந்த அவரது தீர்மானங்களும் திட்டங்களும் மிகச் சிறந்த முறையில் மகிழ்ச்சியாகவும், மிக மோசமான முறையில் எதிர்ப்புகளைக் கொண்டதாகவும் இருந்தன.

அதிலிருந்து, தனியார் பள்ளி பற்றி ஜேம்ஸ் அவர்கள் மேற்கொண்ட ஆராய்ச்சிக்கும், படைப்புகளுக்கும் அவருக்கு நன்றி பாராட்டும் வகையில் ஏழைகளுக்காகச் செயல்படும் தனியார் பள்ளிகள் மீது ஓர் ஆர்வ அலை வீசத் தொடங்கியது. கல்வியாளர்கள், அரசுக்கல்வி அலுவலர்கள், நிதி உதவி செய்யும் முகமைகள் ஆகியோரிடமிருந்து இவரது கருத்துக்களுக்கு ஆரம்பத்தில் வந்த விமர்சனங்கள் ஆச்சரியமாகத்தான் இருந்தன. உலகெங்கும் குடிசைகளிலும் குக்கிராமங்களிலும் வாழ்ந்துக் கொண் டிருக்கும் குழந்தைகளின் வாழ்க்கை முறையை மாற்றி அமைக்கக் கூடிய ஓர் கருத்துக்கு ஏன் இவ்வளவு எதிர்ப்பு அலைகள் கிளம்ப வேண்டும்?

ஏழைகளை மையப்படுத்தி செய்யப்படும் தொழில் முயற்சி என்ற கருத்துக்கு எப்போதும் ஓரளவு எதிர்ப்பு உண்டு. வளர்ந்து வரும் நாடுகள் மற்றும் வளர்ந்த நாடுகள் என்ற இருவகை நாடுகளிலும், அரசாங்கத் திடமிருந்து கல்வி, இலவச மருத்துவ உதவி, குறைந்தபட்சமாக அரசு வேலைவாய்ப்பு மக்கள் நலன் போன்ற பலன்களை மிகவும் வறியவர்கள் நீண்ட காலமாக அனுபவித்து வருகிறார்கள். குடியாட்சி அரசுகள், தங்கள் நாட்டு மக்களுக்கு இது போன்ற சலுகைகளை வழங்க வேண்டுமென்பது மறுக்கமுடியாத உண்மை. ஏழை மக்களுக்கு அரசாங்கம் ஆற்றவேண்டிய பங்கு மிகவும் இன்றியமையாதவை. ஏனென்றால், குறைந்த வருமானத்தை நம்பி வாழும் ஏழை மக்களுக்கு அரசாங்கம் அல்லாது வெளிநாட்டிலிருந்து கிடைக்கும் கல்லூரிக் கல்வி, மருத்துவ உதவி போன்ற உதவிகள் நம்பிக்கை அற்றவை. அரசாங்கம்தான் ஏழை மக்களுக்கு எல்லாவற்றையும் செய்ய வேண்டுமென்ற எண்ணம் ஆழமாக பதிந்து விட்டது. உலகளாவிய உண்மை என்று ஜேம்ஸ் அவர்கள் குறிப்பிடுவது போல, தனியார் துறை ஏழைகள் மீது சரியான அக்கறை எடுத்துக்கொள்ளமுடியாது; அப்படியே எடுத்துக் கொண்டாலும் அது ஆதாயத்திற்காக அவர்களைச் சுரண்டுவதாகத்தான் ஆகும். இந்தக் கோணத்தில் பார்த்தால், எதைச் சார்ந்து வாழ்வது என்று ஏழைகளால் எளிதில் தீர்மானிக்க முடியாது. அரசாங்கம் ஒன்றுதான் அவர்களுக்கு மாற்று வழி.

வளர்ந்துவரும் நாடுகளில் வாழும் ஏழை மக்கள் இந்தச் சிந்தனை தவறு என்று நிரூபித்து இருக்கிறார்கள். ஜேம்ஸ் அவர்கள் எழுதுவது போல, ஏழை மக்கள் சுய உதவியில் தங்களை ஈடுபடுத்திக் கொள்கிறார்கள்; சுயஉதவிப்

பணத்தையும், சுய உதவி வேலைகளையும் மாற்றுவழியாகக் கொண்டு அரசாங்க உதவிகளைத் தவிர்த்து வருகிறார்கள். இந்தியாவில் தொடங்கி கிழக்கு ஆசியா, ஆப்பிரிக்கா முதலிய நாடுகளுக்கு வாசகர்களை அழைத்துச் செல்லும் ஜேம்ஸ், மிகுந்த வறுமைப்பட்ட வகுப்பினர் கல்வி பெறுவதற்கு எடுக்கும் இன்னல்களை கூர்ந்து கவனித்து வருகிறார். அங்கே இரண்டு அறைகளை மட்டுமே கொண்ட கட்டடங்களிலும், பெரிய அளவில் உள்ள முழுக் கட்டடங்களிலும் பள்ளிகளைத் தொடங்கி குடிசை வாழ் குழந்தைகளுக்கு கல்வி வழங்கி வருகிற செயல் திறன்மிக்க, அர்ப்பணமுள்ள கல்வித் தொழில் முனைவோர்களைக் காண்கிறார். இந்தப் பள்ளிகளைப் பார்வையிடும் பயணம் முழுவதும், இளம் வயது ஆர்வமிக்க ஆசிரியர்களையும் மிகுந்த ஈடுபாடு கொண்ட கல்வி முனைவோர்களையும், மாணவர்களை முழுமையாக ஈடுபடச்செய்யும் கற்றல் கற்பித்தல் மாதிரிகளையும் கண்டு கொள்கிறார். ஜேம்ஸ் பார்வையிட்டு ஆய்வு செய்த பல பள்ளிகள் அங்கீகாரம் பெறாத பள்ளிகளாக இருக்கின்றன. ஏனென்றால், அங்கீகாரம் பெறுவது கடினமான காரியம். இருப்பினும், அங்கீகாரம் பெறாத பள்ளிகள், ஆசிரியர்கள் வருகையிலும், ஆங்கில கணிதப்பாட கற்றல் கற்பித்தல் திறமையிலும் ஏனோதானோ என்று செயல்படும் அரசுப்பள்ளிகளை விஞ்சி நிற்கின்றன.

ஜேம்ஸ் அவர்களின் செயல்பாடுகளில் மிகவும் போற்றத்தக்கதாக நான் கண்டது, அவர் ஒரு மதபோதகர் அல்ல என்பதுதான். அவர் ஒரு பகுத்தறிவாளராகத்தான் தனது பணியைத் தொடங்குகிறார். தனியார் பள்ளிகளைத் தொடங்கி நடத்துபவர்களை ஆய்வு செய்யுமுன்பு, கல்விக்கு அரசாங்கம் ஒன்றே முழுமையான தீர்வு என்று அவர் ஆழமாக நம்பினார். ஆனால் கல்வியில் அரசாங்கத்தின் பங்கு தவிர்க்க முடியாததாக இருக்கிறபோது, கல்வியில் அரசாங்கத்தின் கொள்கை இரண்டாம் பட்சம்தான். உதாரணத்திற்கு வரலாற்று ரீதியில், உலகளாவிய கல்வி பெற இந்திய பட்ஜெட் திட்டத்தில் கல்விக்கான முயற்சி ஓரம்கட்டப் பட்டுள்ளது. அத்துடன் மத்திய அரசுக்கும் மாநில அரசுக்கும் இடையே நடைபெறும் இழுபறி யுத்தத்தில் பள்ளிக் கொள்கைகள் அல்லாடிக் கொண்டிருக்கின்றன. ஆங்கிலம் முக்கிய வர்த்தக மொழியாகச் செயல்பட்டு வரும் ஒரு நாட்டில், அரசுப்பள்ளிகளில் ஆங்கில போதனை, மாநில அரசுக் கொள்கைக்கு பலியாகி விடுகின்றது. சில மாநில அரசுப் பள்ளிகளில் ஆங்கிலம் கற்றுக் கொடுப்பது தடை செய்யப்பட்டுள்ளது. இது மாணவரின் எதிர்கால வாய்ப்புகளை ஒரு வரம்புக்குள் கொண்டு வந்து விடும்.

அரசியல்களாலும் தவறான கொள்கைகளாலும் அரசுக் கல்வி திணறிக் கொண்டிருக்கும்போது, நடுத்தர மக்களுக்கும், மேட்டுக்குடி யினருக்கும் பயனளிக்கக் கூடிய வகையில் தனியார் பள்ளிகள் திடீரெனத் தோன்றிப்

பெருகி வளர்ந்து வந்ததை நாம் பார்த்திருக்கிறோம். உதாரணமாக, மேற்கு வங்கம், குஜராத் போன்ற மாநில அரசுப் பள்ளிகள் ஆங்கிலம் போதிப்பதை தடை செய்த போது நடுத்தர மக்கள் அரசுப் பள்ளிகளை ஒட்டு மொத்தமாகப் புறக்கணித்து விட்டு, தங்கள் குழந்தைகளை தனியார் பள்ளிகளுக்கு மாற்றி விட்டனர். அக்குழந்தைகள் இன்றும் அங்கு ஆங்கிலம் கற்று வருகிறார்கள்.

ஏழை மக்கள், இது போன்ற மாற்று வசதிகளைத் தெரிந்து கொண்டு செயல்படுவது ஒன்றும் அதிசயம் அல்ல என்பது உண்மை. சமத்துவத்தின் மீது அக்கறை கொண்ட அரசு மேம்பாட்டு வல்லுநர்களுக்கு இது ஒரு வரவேற்கத்தக்க மாற்றாக அமைய வேண்டும். அரசாங்கம் செய்து கொடுக்க வேண்டிய பணிகளில் ஊழல் இடம்பெறுகிறபோது, ஏழை மக்கள் அதற்கு மிக எளிதில் பலியாகி விடுகிறார்கள். அதனால் ஏழை மக்கள் மின் வசதி பெற்றுக் கொள்ளவோ, அல்லது தண்ணீர் வசதி பெற்றுக் கொள்ளவோ வேறு வழியின்றி அவர்கள் அடிக்கடி லஞ்சம் கொடுக்க வேண்டியுள்ளது. கல்வி, வீட்டு வசதி, இன்னும் பல வாழ்வியல் வழங்கீடுகளுக்காக ஏழை மக்கள் வேறு வழியின்றி தனியார் சேவைகளை நாடிச் செல்வது மாற்று வழிகள் மட்டுமல்ல; அது ஒரு மாபெரும் சக்தியாக ஆகிவிடுகிறது. குடிசை வாழ் மக்களைக் கவனமாகக் கவனித்து வருகிற போது, குடியிருக்க வீடுகளுக்கு மாற்றுவழி செய்து கொள்ள இயலாது இருந்த அவர்கள் இப்போது வளர்ந்து வரும் நாடுகளில் உள்ள நகரங்களைச் சுற்றிலும் வீடுகளைக் கட்டிக் கொள்ளும் அவர்களைத் துடிப்புள்ளவர்களாகவும் சுயதேவைகளைப் பூர்த்தி செய்து கொள்ளும் மக்களாகவும் காண்கிறார். இந்தக் குடிசைவாழ் மக்கள் ஒன்றாகச் சேர்ந்து சிறு சிறு தொழிற்சாலைகளை நிறுவிக்கொள்கிறார்கள். அது போல இதே சமூகத்தில் உள்ள தொழில் முனைவோர்கள், தம் சக ஏழை மக்களுக்கு மின்சாரம், தண்ணீர் வசதி, ஒப்பனை நிலையங்கள் போன்ற வசதிகளைச் செய்து கொடுத்ததோடு, ஜேம்ஸ் அவர்கள் கவனித்து வந்த பள்ளிகளையும் இவர்கள்தாம் உருவாக்கிக் கொடுத்தவர்கள்.

ஏழை மக்கள் தாங்களாகவே சொந்தமாக உருவாக்கிக் கொண்ட அனைத்து வசதிகளிலிருந்தும் அவர்களை விடுவிக்க அரசாங்கம் எடுத்துக்கொண்ட அனைத்து முயற்சிகளும் அதே பழைய பிரச்சினைக்கு பலியாகி, அரசாங்கம் தரும் அனைத்து உதவிகளையும் ஏழை மக்கள் ஏற்றுக் கொள்ளாமல் அவர்களை மாற்றிக்கொள்ள வைத்தன. உதாரணமாக மும்பை போன்ற பெருநகரங்களில் அரசாங்கம், பாமர மக்கள் வாழ்ந்த குடிசைகளை இடித்துத் தள்ளிவிட்டு, அரசாங்கம் கட்டிக்கொடுத்த வீடுகளில் அவர்களைத் தங்க வைத்தது கடந்த காலங்களில் பெரும் தோல்வியைச் சந்தித்தது. மார்க் ஜேக்கப்சன் என்னும் எழுத்தாளர் தாராவி என்ற இடத்து குடிசை வாழ் மக்களைப் பற்றி குறிப்பிடுகிற போது-அரசாங்கம் கட்டிக் கொடுத்த

வீடுகளில் வசிப்பதற்காக, அவர்களின் சொந்த வீடுகளை விட்டு வெளியேறி வந்து, அரைகுறையாக கட்டப்பட்ட அரசாங்க வீடுகளில் தங்கி வாழ்ந்து, எட்டு ஆண்டுகள் கழித்து, மின் வசதி கிடைக்காமல், தண்ணீர் வசதி கிடைக்காமல், ரௌடிகளால் பயமுறுத்தப்பட்டுக் கொண்டு ....என்று எழுதுகிறார்.

இது போன்ற நாடுகளில் ஏழை மக்களுக்கு அரசாங்கம் செய்து கொடுக்கும் சலுகைகளைவிட, அவர்களே தங்களுக்காகச் செய்து கொள்ளும் மாற்று வழிகள் மேம்பட்டு இருக்கின்றன. ஏழை மக்களின் இது போன்ற யுக்திகளும் தொழில் முயற்சிகளும் இந்த நாடுகளில் உள்ள நிதி வளர்ச்சி முகமை மற்றும் நிறுவனங்களைவிடச் சிறப்பாகப் பேணி வளர்க்கப்பட வேண்டும்

அரசாங்கங்கள் தனியார்துறையை தங்கள் கல்விச் செயல்பாடுகளோடு இணைத்துக் கொள்ளாவிட்டால், 2015க்குள் உலகளாவிய கல்வியைப் பெறுதல் என்பது நடைமுறைக்கு ஒத்துவராததாகிவிடும் என்று ஜேம்ஸ் குறிப்பிடுகிறார். இம்முயற்சி வளர்ந்து வரும் நாடுகளுக்கு உட்பட்டதல்ல. வளர்ந்த நாடுகள் பாமர மக்களுக்கு பயனுள்ள கல்வியை வழங்குவது பற்றித் திணறிக் கொண்டிருக்கின்றன. உலகின் பொருளாதார உச்சத்தில் இருந்துவரும் அமெரிக்க, அய்ரோப்பிய நாடுகளின் மத்திய நகரங்களில் அமைந்துள்ள பள்ளிகளின் அறைகூவல்கள் இப்போதிருந்துவரும் கொள்கை எப்போதும் வேண்டும் என கருத்துக் கூறுகின்றன. ஒவ்வொரு நாடும், ஆளும் அதிகாரவர்க்கம் கல்வியின் மீது செலுத்தும் ஆதிக்கத்தை கொஞ்சம் குறைப்பது நல்லது. அதனால் கல்வித்துறைகளிடையே போட்டி மனப் பான்மை வளரும். அதனால், அதில் அதிகமான முதலீட்டாளர்களை ஈடு படுத்திக் கொள்ளமுடியும் என்று ஜேம்ஸ் விடை கூறுகிறார். பள்ளி தொடங்கி நடத்துபவர்களுக்கும் முதலீட்டாளர்களுக்கும் சிறு தொகையை கடனாகக் கொடுத்து உதவுவது மூலமும், பள்ளி ரசீதுகளால் ஒவ்வொரு மாணவனுக்கும் நேரடியாகக் கல்வித் தொகை அளித்து உதவுவதன் மூலமாகவும் அரசாங்கங்கள் தங்கள் முயற்சிகளை ஊக்கப்படுத்த வேண்டும் என்று ஜேம்ஸ் எழுதுகிறார்.

எழில் மரம் என்னும் இந்நூல் அன்புக்கான ஓர் உழைப்பு. உலகின் மூலை முடுக்கில் உள்ள அனைவரும் கல்வி கற்றுக் கொள்ள வேண்டும் என்பதுதான் ஜேம்ஸ் அவர்களின் கட்டுக்கடங்காத ஆவல். பல ஆண்டு களாக இத்துறையில் அவர் கடினமாக உழைத்திருக்கிறார். கல்விக்காகச் செய்யப்பட்ட அநேகத் திட்டங்களும், செயல் முறைகளும் கடைசியில் பலனின்றிப் போனதை அவர் சந்தேகத்திற்கிடமின்றி கண்கூடாகக் கண்டிருக்கிறார். என் மனைவி சமூகத்துறையில் பணியாற்றி வருகிறார். பணவசதி இல்லாமலும், வாய்ப்புகள் இல்லாமலும் அறிவிற்சிறந்த பல

குழந்தைகளின் திறமை வீணாய்ப் போகிற வேதனையான விஷயங்களை என் மனைவி மூலம் அறிந்திருக்கிறேன். வறுமையைக் களைவதற்கும், நீண்ட நெடுங்காலமாக இருந்து வரும் வருமான ஏற்றத்தாழ்வுகளைக் களைவதற்கும் கல்வி ஒரு முக்கியமான அங்கமாக இருந்து வருகிறது. ஜேம்ஸ் டூலியின் இந்த அற்புதமான புத்தகம் பள்ளிகளின் நடைமுறையை உலகளாவியதாக ஆக்கவும் உபயோகமுள்ளதாக ஆக்கவும் உள்ள எண்ணங்களில் நம்மை முன்னோக்கிச் செல்ல அழைக்கிறது. கல்வி அதிகாரிகள், இவர் சந்தித்த பாமரமக்கள், சமுதாயத் தொண்டர்கள் ஆகியோர்களது மனப்போக்கை இப்புத்தகத்தின் மூலம் டூலி வெளிப் படுத்துகிறார்; அதுமட்டுமல்லாது, கல்விசார்ந்த ஒரு சிக்கலுக்கு தீர்வுகாண நேரிடுகிறபோது, ஓர் ஆக்கப்பூர்வமான, அறிவார்ந்த கருத்தைக் கொண்டிருக்கிறார். இந்த இரண்டு சிறப்பம்சங்களும் இந்நூலை வாசிக்கத் தகுந்த சிறந்த நூலாக ஆக்கியிருக்கின்றன.

ஜேம்ஸ் டூலியின் இந்நூல் சரியான நேரத்தில் வெளிவந்திருக்கும் ஒரு நூல் ஆகும். அடுத்த சில ஆண்டுகளில் கல்வியை அனைவருக்கும் கொண்டு சேர்க்கும் இலக்கு, 20 ஆண்டுகளுக்கும் மேலாக நாங்கள் மேற்கொண்ட குறிப்பிட்ட வளர்ச்சியின் அடிப்படையில் வாய்பில்லாதது போல் தெரிகிறது. இது இன்னும் செயல்படுத்தப்பட வேண்டும் என்ற உண்மைக்கு உறுதிச் சான்று அளிப்பது போல வந்துள்ள நூல்தான் “எழில் மரம்” என்னும் இந்நூல். உலகளாவிய கல்வி என்பது மேல்மட்டத் திலிருந்தோ அல்லது அரசு நிதி உதவித் திட்டத்திலிருந்தோ எய்து கொள்ள இயலாதது; மாறாக, சுய முயற்சி மூலமாகவும், தற்போது ஹைதராபாத் திலிருந்து தனியார் பள்ளிக் குழுமங்களை நிறுவிக்கொண்டு வரும் ஜேம்ஸ் என்ற மனிதரைப் போன்ற, குடிசைப் பகுதி கல்வி முனைவோர்கள் மூலமாகவே எய்த முடியும்.

நந்தன் நிலக்கெனி

பெங்களூர்

ஜூன்- 2009

மொழிபெயர்ப்பாளர் முன்னுரை

உலக நாடுகளில் உள்ள பாமர மக்கள் கல்வி கற்றுக் கொள்ளும் முறையை மையப்பொருளாகக் கொண்டுள்ள இந்நூலை மொழிபெயர்ப்புக்கு எடுத்துக் கொண்ட காரணம் நானும் ஓர் ஆசிரியர் என்பதால்தான். ஜேம்ஸ் டூலி அவர்கள் எழில் மரம் என்ற தலைப்பை இந்நூலுக்குச் சூட்டிய இன்னொரு காரணமும் என்னை ஈர்த்தது. ஏனென்றால் எழில் மரம் என்ற இத்தலைப்பு, மகாத்மா காந்திக்கு புகழாரமாக தரம்பால் அவர்கள் எழுதிய நூலுக்கு கொடுத்த அதே தலைப்புதான்.

இந்நூலின் 11 ஆம் அத்தியாயத்தில் பிரிட்டிஷ் ஆட்சிக் காலத்தில் இந்தியாவில் இருந்துவந்த இந்தியப் பாரம்பரிய கல்வியை படம்பிடித்துக் காட்டியுள்ளர். இதில் கண்டுள்ள மதராஸ் போதனாமுறை என்ற முறையை அருட்தந்தை முனைவர் ஆண்ட்ரூ பெல் அவர்கள் நேரில் பார்வையிட்டு, அதைப் பாராட்டி, 1823-ல் அம்முறையை புத்தகமாக எழுதி வெளியிட்டு ஐரோப்பிய நாடுகள் முழுவதும் இம்முறையைப் பயன்படுத்தச்செய்து, பின் அங்கிருந்து இம்முறையை உலகநாடுகள் முழுவதும் பரவச்செய்தது உண்மையில் ஒவ்வொரு இந்தியனுக்கும் பெருமையளிக்கக்கூடிய விஷயம்.

இந்நூலில் முழுவதும் டூலி அவர்கள் பல உலகநாடுகளில் நிலவும் தனியார் கல்வியை அரசுக்கல்வியோடு ஒப்பிட்டுப் பார்த்து, தனியார் கல்வி மேம்பட்டிருப்பதாக சான்றுகளுடன் கூறுகிறார். இது கொஞ்சம் யோசித்துப் பார்க்கவேண்டிய

விஷயம். முறையான கல்வித்தகுதி பெற்று அரசுப் பள்ளிகளில் பணியாற்றும் ஆசிரியர்கள் தங்கள் குழந்தைகளை ஏன் தனியார் பள்ளிகளைத் தேடித் தேர்ந்தெடுத்து அதில் சேர்த்துவிடவேண்டும்? அரசுப்பள்ளிகளின் கல்வித்தரத்தில் அதில் பணியாற்றும் ஆசிரியர்களுக்கே நம்பிக்கை இல்லை என்பதுதான் இதன் பொருளாகிறது. ஆசிரியர்கள் மட்டும்தான் இப்படியென்று சொல்லிவிடமுடியாது. வசதிபடைத்த எல்லாருமே தனியார் கல்விதான் சிறந்தது என்று அதைத் தேடி ஓடுகிறார்கள்.

தனியார் கல்விமீது தான் கொண்டிருந்த உயர்ந்த கருத்துகளுக்கு இப்படைப்பின் மூலம் தனக்கு பரிசு கிடைத்துள்ள செய்தி கேட்டு, தான் தனித்து நிற்கவில்லை, தன் கருத்துகளுக்கு அங்கீகாரம் கிடைத்துவிட்டது என்று டூலி ஆனந்தப்பட்டது சற்று நெகிழ்ச்சியாக இருந்தது.

இந்நூலுக்கு எல்லா வகைகளிலும் உதவிய அனைத்து நல்ல உள்ளங்களுக்கும் என் நெஞ்சார்ந்த நன்றிகள். அழகான முறையில் இந்நூலை வெளியிட்டுள்ள எதிர் வெளியீடு பதிப்பகத்தாருக்கும் என் நன்றி.

எஸ். லியோ ஜோசப்
30.12.2014

1

இந்தியாவில் ஓர் ஆய்வு ...

அனைவரும் அறிந்த செய்திகள்

ஆப்பிரிக்க நாட்டில் நான் முதலில் மேற்கொண்ட பணி, கணிதப் பாட ஆசிரியர் பணிதான். கல்லூரிப் படிப்பை முடித்தவுடனேயே 1980-ல் வெள்ளையர் ஆதிக்கத்திலிருந்து ஜிம்பாப்வே சுதந்திரம் பெற்ற இரண்டு ஆண்டுகள் கழித்து, புதிய சமதர்ம சமுதாயத்தைக் கட்டி எழுப்பும் பணியில் ஈடுபட்டிருந்த தோழர் இராபர்ட் முகாபெய் என்பவருக்கு உதவிகரமாக இருக்க வேண்டுமென்று ஜிம்பாப்வே சென்றேன். கல்வியின் மூலம் உதவுவதைவிட வேறு எந்த வழியில் நான் அவருக்குச் சிறப்பாக உதவிட முடியும்? லண்டன் தூதரகத்தில், ஜிம்பாப்வே நாட்டு கல்வி அமைச்சரோடு நடந்த பேட்டியில், ஏழை மாணவர்களுக்காக நான் உண்மையாகவே உதவ வேண்டும் என்பதற்காக என்னைக் கிராமப்புற பள்ளிகளில் பயன்படுத்திக் கொள்ளுமாறு கேட்டுக்கொண்டேன். என் எண்ணத்தைச் சரியாகப் புரிந்து கொண்டு அவர் புன்னகைத்தார் என்று தெரிந்தது. தலைநகரான ஹராரேயின் மையப்பகுதியில் அமைந்துள்ள, பெண்கள் மட்டுமே பயிலக் கூடிய குயின் எலிசபெத் உயர்நிலைப்பள்ளியில் நான் பணியமர்த்தப்பட்டது கண்டு அதிருப்தியுற்றேன். குயின் எலிசபெத் உயர்நிலைப்பள்ளி தொடக்கத்தில் வெள்ளைய மேட்டுக்குடியினருக்கு மட்டுமான ஒரு நிறுவனமாகவே விளங்கியது. எனினும் நான் அப்பள்ளியில் பணியேற்றபோது அது ஆப்பிரிக்கர்கள், ஆசியர்கள், ஐரோப்பியர்கள் என

வகைப்படுத்தப்பட்டிருந்தும், எல்லா இனத்தவரும் கலந்து பயிலும் பள்ளியாக விளங்கி வந்தது.

நான் பணியேற்ற அன்று, அந்த வெள்ளைக்காரத் தலைமை ஆசிரியை என்னைப் பார்த்து சிரித்துக் கொண்டே, அரசு உங்கள் திறமைகளை கிராமப்புறங்களில் வீணடித்து விடக்கூடாது என்று நான் கணிதப்பட்டம் பெற்றிருந்ததைப் போற்றும் வகையில் பாராட்டிச் சொன்னார். ஆளுங்கட்சியான ஜனு - பி.எஃப் என்ற அரசியல் கட்சிப் பிரமுகர்களின் பெண்களே அப்பள்ளியில் அதிகமாக சேர்ந்திருக்கிறார்கள் என்றும், அவர்கள் முதல் வேலையாக தாங்களாகவே அக்கறை எடுத்து படித்துக் கொள்வார்கள் என்ற தகவல்களையும் விபரமாகச் சொன்னார். இது இனவேறுபாட்டுச் சிந்தனை போல் தெரிந்தாலும், நான் மேற்கொண்ட பணிக்கு இது பொருத்தமற்றதாகப்பட்டதாலும், அந்த அம்மையாரின் இந்த குற்றச்சாட்டை நான் பொருட்படுத்தவில்லை. மேலும் அந்தப் பணி எனக்கு உகந்த பணிதான் என்றும் உணர்ந்து கொண்டேன். எல்லாக் குழந்தைகளும் என்மீது நம்பிக்கை கொண்டிருந்ததுபோலத் தெரிந்தது. அதனால் அவர்களின் தோழமை உறவால் அவர்களுக்கு என்னால் உதவ முடிந்தது. அப்பகுதிகளுக்கு வசதியான வாழ்வு வாழ்ந்த நகர்ப்புற மாணவர்களை அழைத்து செல்வதன் மூலம், அவர்கள் 'போவோ' எனப்படும் சாதாரண மக்களுக்காக முகாபெய் செய்து கொண்டிருக்கும் பணிகளை பாராட்டச் செய்தேன். இயன்ற அளவுக்கு எனது ஓய்வு நேரங்களில் கிராமப்புற இன வட்டாரங்களுக்குச் சென்று அங்குள்ள வாழ்க்கையின் எதார்த்த நிலைகளை அனுபவித்தேன். இச்செயல்முறையின் மூலமாக ஏழ்மையுற்ற கிராமப்புற பொதுப்பள்ளிக்கும், நான் பணி புரிந்த பள்ளிக்கும் இடையே நல்ல தொடர்புகளை வளர்த்துக்கொண்டேன்.

இரண்டு ஆண்டுகளுக்குப் பிறகு ஈஸ்டர்ன் ஹைலேண்டில் உள்ள ஓர் அரசுப் பள்ளிக்காக ஒரு பணியைத் திட்டமிட்டுச் செய்து முடித்தேன். நான் தங்கியிருந்து பணியாற்றிய இடம் ஒரு சின்னஞ்சிறிய பள்ளி. அந்தப்பள்ளி பேரழகு வாய்ந்த மான்யு மலைச்சிகர அடிவாரத்தின் மேட்டுப்பகுதியில் அமைந்திருந்தது. அந்திம நேரம் தொடங்கியதும் ஆப்பிரிக்க குரங்குகளின் அலறல் அந்த மலை முழுவதும் எதிரொலிக்கும். ஆற்றிலிருந்து பெண்கள் குடங்களில் தண்ணீர் மொண்டு தலைகளில் சுமந்து வருவார்கள். சிறுத்தைகள் கரடுமுரடான அந்த மலைச் சரிவுகளில் இன்றைக்கும் இரவு நேரங்களில் வேட்டையாடி வருமாம். சுதந்திரத்திற்கு முன்பு மறுக்கப்பட்ட கல்வி, அவர்களுக்குப் பயன் தரும் வகையில் இப்போது அளிக்கப்பட்டு வருகிறதே என்று முகாபெய் ஆட்சி முறைக்கு சாதகமாக எதிர்க்கட்சி விமர்சனத்திற்குப் பதில் அளித்துப் பேசுவேன். நீண்ட நாட்களுக்கு முன்பு, நகர்ப்புறத்து மேட்டுக்குடி மக்கள் அனைத்து வரிகளையும் அரசுக்கு

முறையாக செலுத்தி இருந்ததாலும், பன்னாட்டுச் சமூகம் கணிசமான தொகையை வழங்கி வந்ததாலும், இலவசக்கல்வி அனைவருக்கும் வழங்க முடிந்தது. உண்மையாக இதுவே போற்றுவதற்குரிய காரணமாக இருந்திருக்கவேண்டும்.

இறுதியாக, ஒவ்வொரு குழந்தையும் கல்வி பெற வேண்டும் என்றால், உலகில் உள்ள ஒவ்வொரு ஏழைக்கும் உதவி என்பது கட்டாயத் தேவையாகிவிட்டது என்று அனைவரும் தெரிந்து கொண்டனர். உதவி என்பது அம்மக்களின் அரசாங்கத்திடம் இருந்து வரவேண்டும். இலட்சக்கணக்கான பணம் பள்ளிக்கட்டடங்களுக்காகவும், அரசுப் பள்ளிகள் மேம்பாட்டிற்காகவும் அரசாங்கத்தால் செலவு செய்யப்பட வேண்டும்; மேலும் பயிற்சி அளிப்பதற்காகவும், அரசுப்பள்ளி ஆசிரியர்களின் தரத்தை மேம்படுத்துவதற்காகவும் பயன்படுத்தப் படவேண்டும்; அப்போதுதான் எல்லாக்குழந்தைகளும் இலவச ஆரம்பக் கல்வி பெறமுடியும். ஆனால் வளர்ந்துவரும் நாடுகளின் அரசாங்கம் தாமாகவே வெற்றி பெற்றுவிட முடியாது. இதுபோன்ற அரசுக்கு உதவி தேவை என்பது அனைவரும் அறிந்ததே. வளர்ந்த மேலைநாட்டு அரசுகள், கல்விக்காக ஏராளமாக உதவித்தொகையாகச் செலவிடும் போதுதான் ஒவ்வொரு குழந்தையும் அறியாமையிலிருந்தும், கல்லாமையிலிருந்தும் காப்பாற்றப்படும். இந்தச் செய்தியைத்தான், நாம் பன்னாட்டு உதவி முகமையிலிருந்தும், நம் அரசாங்கத்திடமிருந்தும், பாப் பாடகர், மற்றும் முக்கிய பிரமுகர்களிடமிருந்தும் சொல்லக் கேட்டுக்கொண்டிருக்கிறோம்.

ஓர் இளைஞனாக நான் இந்த உலகளாவிய உண்மையை நம்பினேன். ஆனால் கடந்த சில ஆண்டுகளுக்கு முன்பு நான் தொடங்கிய பயணமே, இந்த உண்மையை பற்றிய எல்லாவற்றையும் சந்தேகிக்க வைத்தது. அந்தப் பயணம்தான் இந்தியாவில் உள்ள ஹைதராபாத் குடிசைப் பகுதிகளில் நான் தொடங்கிய ஒரு பயணம். பிறகு அந்தப் பயணம் யுத்த காயம் அடைந்திருந்த சோமாலியா நாட்டின் நகர்ப்பகுதிகளுக்கும், நைஜீரிய நாட்டின் லாகோஸ் மாநில உப்பங்கழியின் மேற்பரப்பில் கம்புகளை மட்டுமே நட்டு கட்டப்பட்ட கீற்றுக் கொட்டகைப் பகுதிகளுக்கும், மீண்டும் இந்தியா முழுவதும் உள்ள, கிராமங்களுக்கும் குடிசைகளுக்கும், கானா நாட்டு நீண்ட அலைவாய்க்கரையில் மீன்பிடித்து வாழும் கிராமங ்களுக்கும், ஆப்பிரிக்காவில் உள்ள கென்யா நாட்டில் தகரங்களாலும் அட்டைகளாலும் பெருமளவில் கட்டப்பட்ட குடிசைப் பகுதிகளுக்கும், சீனாவின் வடமேற்கில் உள்ள மிகவும் பின்தங்கிய மாகாணங்களின் கடைக்கோடிக் கிராமப்பகுதிகளுக்கும், மிக விரைவில் இடித்துத் தரைமட்டமாக்கப்படவிருந்த பாமர மக்கள் வாழும் புறநகர் குடிசைப் பகுதிகள் கொண்ட ஜிம்பாப்வே நாட்டிற்கும் மீண்டும் என்னை இட்டுச்

சென்றது. நான் மேற்கொண்ட அந்தப் பயணமே என் அகக் கண்களைத் திறக்க வைத்தது.

முன்னேற்றம் சார்ந்த இலக்கியங்களை வாசியுங்கள்; எங்கள் அரசியல் வாதிகளின் உரை வீச்சுகளைக் கேளுங்கள். எங்கள் (நாட்டு) திரைப்பட நடிகர்கள், மற்றும் பாப் இசைப்பாடகர்கள் சொல்வதைக் கேளுங்கள். இவை எல்லாவற்றையும் விட, ஆதரவற்று வருகின்ற ஏழைகள் என்ன சொல்கிறார்கள் என்று கேளுங்கள். நிராயுதபாணியாக, பொறுமையாக, ஒரு சீரான கல்வியை இந்த ஏழைகளுக்காக அரசாங்கங்களும், பன்னாட்டு முகமைகளும் வழங்கவேண்டுமென்று காத்திருக்க வேண்டியுள்ளது. எனவே நாம் அதிகமாகக் கொடுக்க வேண்டும். இது மிக அவசரம்! செயல்பாடுகளே தேவை; வீண் பேச்சுக்கள் தேவை அல்ல. ஜிம்பாப்வே நாட்டில் ஆரம்ப கால கட்டங்களில் நான் நம்பிக்கை கொண்டிருந்தது இதுதான். ஆனால் என் பயணம், இந்நம்பிக்கையை சந்தேகிக்கச் செய்தது. ஆர்வத்துடனும் கவனத்துடனும் உதவி பற்றி பேசிய போதிலும், இன்றியமையாத ஏதோ ஒன்றைத் தவற விட்டு விட்டோமோ என்று சந்தேகப்பட வைத்தது. இந்தப் பயணம்தான் என் வாழ்க்கையை மாற்றியமைத்தது. 'ஏழைகள் கல்வி கற்கப் பிறர் உதவி அவசியம்' என்ற உலகளாவிய உண்மை புரிந்து கொள்ளத் தவறிவிட்டது. இந்தப் பயணம் என் வாழ்க்கையை மாற்றியமைத்தது. வளர்ந்து வரும் உலக நாடுகளில் முற்றிலும் குறிப்பிடத்தக்க ஒன்று இன்று நிகழ்ந்து வருகிறது. அது, உலகளாவிய உண்மையை தலைகீழாகப் புரட்டிப் போடுகிறது. ஜனவரி 2000 - ல் இதை நானாகவே முதன் முதலில் கண்டு கொண்டேன்.

ஹைதராபாத் குடிசைப் பகுதிகளில் ஓர் ஆய்வு :

தென் ஆப்பிரிக்காவில் உள்ள வெஸ்டர்ன் கேப் பல்கலைக்கழகத்தில் ஒரு குறிப்பிட்ட கால அளவு, கல்வி இயல் தத்துவம் போதித்து முடித்த பின், முனைவர் பட்டம் முடிப்பதற்காக இங்கிலாந்து திரும்பினேன். அதன் பிறகு கல்வி இயல் பேராசிரியர் ஆனேன். ஆப்பிரிக்க நாட்டின் சஹாரா பாலைவனத்தின் தென்பகுதியில் எனக்குக் கிட்டிய அனுபவங்களின் காரணமாகவும், நான் ஆற்றிய எளிய, ஆனால் மதிக்கத்தக்கக் கல்விப் பணிகளின் காரணமாகவும் உலக வங்கியின் பன்னாட்டுப் பொருளாதார நிறுவனம் சுமார் ஒரு டஜன் வளர்ந்து வரும் உலக நாடுகளில் தனியார் பள்ளிகளை ஆய்வு செய்யும் பணியை எனக்கு வழங்கியது.

தொலைதூரத்து இடங்கள், அடக்கமுடியாத ஆவலாக என்னை ஈர்த்தன. ஆனால் இந்த தனியார் பள்ளி ஆய்வு என்னும் செயல் திட்டமே அதற்கு இடையூறாக இருந்தது. வளர்ந்து வரும் உலக நாடுகளில் உள்ள

தனியார் பள்ளிகளின் செயல்பாடுகளை நான் ஆராய்ச்சி செய்ய வேண்டியிருந்தாலும், அப்பள்ளிகள் நடுத்தர வர்க்கத்திற்கும் மேட்டுக் குடியினருக்குமே சேவை செய்துகொண்டிருந்தன. ஏழைகளுக்காகவே பணி செய்ய வேண்டும் என்பது என் தணியாக் (நிரந்தர) கனவாக இருந்தபோதும், எப்படியோ மேட்டுக் குடியினருக்காகச் செயல்படும் பள்ளிகள் பற்றி ஆய்வு நடத்தவேண்டிய நிர்பந்தம் ஆகிவிட்டது.

என் நீண்ட பயணத்தின் முதல் அடி 2000 ஆம் ஆண்டு ஜனவரி மாதம் எடுத்து வைத்து தொடங்கப்பட்டது. நான் மேற்கொள்ளும் இத்திட்டம் ஏழைகளுக்கு எதுவும் செய்யாது என்ற அவநம்பிக்கையை உச்சப்படுத்துவது போல, அளவுக்கதிகமான ஆடம்பரம் நிறைந்த கன்கார்டு விமானத்தில் முதல் வகுப்பில் லண்டன் பறந்து சென்றேன். நாற்பது நிமிட விமானப் பயணம்; ஒலியை விட இரண்டு மடங்கு வேகம்; விமானத் தட வழக்கத்தை மீறி இரண்டு மைல் உயரம்; நேர்த்தியான மீன் முட்டைகளும், விலை உயர்ந்த திராட்சை ரச மதுவகைகளும் வழங்கப்பட்டன. (பயணம் முழுவதும் தலையில் துண்டை சுற்றிக் கொண்டு முன் வரிசையில் இருந்த) பிரபல குத்துச் சண்டை வீரர் மைக்டைசன், புகழ்பெற்ற பாடகர் ஜியார்ஜ் மைக்கில் ஆகிய இருவரும் அந்த விமானத்தில் பயணித்தனர். நான் என்னையே இழந்து அமர்ந்திருந்தேன்.

லண்டனில் இருந்து நேராக டெல்லிக்கும், பிறகு சென்னைக்கும், மும்பைக்கும் பயணம்; பகல் முழுவதும் சிறப்புச் சலுகை பெற்ற மாணவர்களுக்கு உரித்தான ஐந்து நட்சத்திர அந்தஸ்து பெற்ற கல்லூரிகளையும், பள்ளிகளையும் மதிப்பீடு செய்தேன். இரவில் சிறந்த முறையில் கவனிக்கப்படும் அற்புதமான காற்றோட்ட வசதி உள்ள ஐந்து நட்சத்திர விடுதிகளில் தங்க வைக்கப்பட்டேன். ஆனால் மாலை நேரங் களில், இதுபோன்று விடுதிகளுக்கு வெளியே வீதிகளில் காணப்படும் குழந்தைகளோடு உட்கார்ந்து அளவளாவுகின்றபோது, என்னைச் சுற்றி அமர்ந்திருந்த, 'அரசு உதவி' என்பது கட்டாயமாகத் தேவைப்பட்ட, அந்த ஏழைக் குழந்தைகளுக்காக நான் மேற்கொள்ளும் செயல், என்ன மாற்றத்தை ஏற்படுத்தும் என்று நினைத்துப்பார்த்தேன். என் வேலை, என் உரிமையைப் பாதுகாப்பதாக இருப்பதை நான் விரும்பவில்லை. நடுத்தர இந்தியர்கள் நல்ல வசதி வாய்ப்பு உள்ளவர்களாகவே எனக்குப்பட்டது. எனக்கென்னவோ இது மோசடி வேலை போலவே தெரிந்தது. ஏனென்றால் அவர்கள் ஓர் ஏழை நாட்டில் வாழ்கிறார்கள். அவர்களுக்கு தனிப்பட்ட முறையில் அவசரத் தேவை என்று ஏதும் இல்லையென்றாலும், இந்த பன்னாட்டு ஆதரவு நடவடிக்கைகளில் அதிக நாட்டம் கொண்டுள்ளனர். எனக்கு இது பிடிக்கவில்லை. என் அறைக்கு திரும்பி வந்து, அங்கு போடப்பட்டிருந்த எகிப்து நாட்டு உயர்ரக பருத்தி விரிப்பில் படுத்தேன்.

இத்திட்டத்தோடு எனக்கு ஏற்பட்டிருந்த மனக்கசப்பும், என்னைப் பற்றி நான் கொண்டிருந்த அபிப்ராய உணர்வுகளும், ஒன்றோடு ஒன்று போட்டியிட்டுக் கொண்டன.

பிறகு ஒரு நாள் எல்லாம் மாறியது. இந்திய தொழில் நுட்பப் புரட்சியின் முன்னணியில், எல்லா வசதிகளோடும், புதிதாகத் திறக்கப் பட்டிருந்த கல்லூரியை மதிப்பீடு செய்ய ஹைதராபாத் அடைந்தபோது, ஜனவரி 26 ஆம் தேதி தேசிய விடுமுறை நாளான இந்திய குடியரசு தினம் என்று தெரிந்து கொண்டேன். இந்தியாவில் எங்கும் பரவலாக காணப்படுகிற மூன்று சக்கர வாடகை வண்டியான ஆட்டோரிக்ஷாவை அமர்த்திக்கொண்டு, நான் தங்கியிருந்த பஞ்ஜாரா மலைகளின் ஆடம்பரமான விடுதியிலிருந்து, 1951 ஆம் ஆண்டு முகம்மது அலிஷா நகரின் மையத்தில் கட்டி எழுப்பப்பட்டிருந்த வெற்றிச் சின்ன வளைவான சார்மினாருக்குப் போகத்திட்டமிட்டேன். நான் வைத்திருந்த அந்தச் சுமாரான வழிகாட்டிப் புத்தகம், சார்மினார் அனைவரும் காணவேண்டிய ஒரு இடம் என்று வர்ணித்தது. அதுமட்டுமல்லாது நகரின் நெரிசல் மிகுந்த குடிசைப்பகுதியின் மத்தியில் அந்த இடம் அமைந்துள்ளது என்றும் என்னை எச்சரித்தது. ஆனால் அந்த இடம் என்னை ஈர்த்தது. அந்தக் குடிசைப் பகுதிகளை அவசியம் காண வேண்டுமென்று விரும்பினேன்.

நடுத்தரமான புறநகர்ப்பகுதிகள் வழியாக நான் பயணம் செய்தபோது பெருவாரியாகக் காணப்பட்ட தனியார் பள்ளிகளைக் கண்டு நான் அதிர்ந்து போனேன். அப்பள்ளிக்களுக்கான விளம்பரப் பலகைகள் ஒவ்வொரு மூலை முடுக்குகளிலும் காணப்பட்டன. சில, சிறப்பாகக் கட்டப்பட்டிருந்த பள்ளிக்கட்டிடங்கள் மீதும், வேறு சில, கடைகள் மீதும் அலுவலகங்கள் மீதும் தூக்கி நிறுத்தப்பட்டிருந்தன. நடுத்தர வர்க்கத்தினர் கூட தங்கள் குழந்தைகளைத் தனியார் பள்ளிகளுக்கு அனுப்பிக்கொண்டிருக்கின்றனர் என்ற பொதுவான உண்மையை இந்தியாவில் நடத்திய கூட்டத்தில், மூத்த அரசு அலுவலர்கள் வெட்ட வெளிச்சமாகச் சொன்னது ஏற்கனவே என் மனதில் ஆழமாகப் பதிந்திருந்ததால், இது ஒன்றும் எனக்கு அவ்வளவு புதிதாகப்படவில்லை. பெற்றோர்கள் தாங்களாகவே தனியார் பள்ளிகளைத் தேடுகின்றனர். இவ்வளவு அதிகமானோர், இவ்வாறு செய்கிறார்களே என்பதுதான் எனக்கு அதிர்ச்சியாக இருந்தது.

நாற்றமெடுத்துக்கொண்டிருந்த ஒரு சாக்கடையைக் கடந்து சென்றோம். ஒரு காலத்தில் மிகவும் பெருமை மிக்கதான மியூசி ஆறுதான் அந்தச் சாக்கடை. இங்கு கண்ணுக்கெட்டிய தூரமெல்லாம் ஆட்டோ ரிக்ஷாக்களும், ராட்சத வைக்கோற் கட்டுகளை சுமந்து ஆடி அசைந்து செல்லும் மாட்டு வண்டிகளும், எலும்பும் தோலுமான மனிதர்கள் உயிரைக் கொடுத்து மிதித்து ஓட்டிச்செல்லும் ரிக்ஷாக்களும் காணப்பட்டன.

மிகக்குறைவான எண்ணிக்கையில் காணப்பட்ட கார்கள்; ஆனால் இருசக்கர வாகனங்களான பைக் மற்றும் ஸ்கூட்டர் ஏராளமாகத் திரிந்தன. சிலர் அதில் ஒரு குடும்பத்தையே ஏற்றிச் சென்றனர். (பெரிய குழந்தை முன்னால் நின்று கொண்டிருக்கும். தந்தை நடுவில் அமர்ந்து ஓட்டுவார். மனைவி கருப்பு புர்க்காவோ அல்லது வண்ணப்புடவையோ அணிந்து கையில் குழந்தையோடு ஒரு பக்கமாக திரும்பி அமர்ந்து வருவாள். அத்தோடு இவர்களுக்கு மத்தியில் இன்னொரு குழந்தையைத் திணித்து வைத்திருப் பார்கள்). அழகான நிறங்களில் பளிச்சென்று வர்ணம் பூசப்பட்ட பயங்கர லாரிகள் காணப்பட்டன. இனிமேல் பயன்படுத்த முடியாத அளவு பழையதாய் போன பேருந்துகள்; மிதிவண்டிக்காரர்கள்; அதைவிட, உயிரைப் பற்றிக் கவலைப்படாத எங்கள் முன்னால் கடந்து சென்ற, போக்குவரத்து விதிகளைப் பற்றி அலட்சிய மனப்பான்மை கொண்டுள்ள பாதசாரிகள் என்னைப் பதற்றமடையச் செய்தனர். ஒவ்வொரு வாகனத்தி லிருந்தும் சத்தம் கிழித்துக்கொண்டு வந்தது. வாகனத்தின் வலப்புறமும் இடப்புறமும் கண்ணாடிகள் இருந்தும், அதை அலட்சியம் செய்யும் ஓட்டுநர்கள்; பின்னால் வருகின்ற வாகனம்தான் தனக்கு முன்னால் செல்லும் வாகனத்திற்கு, தன் வருகையை ஒலி எழுப்பி உணர்த்த வேண்டிய ஒரு முக்கிய பொறுப்பு போலக் காணப்பட்டது. இந்தப் பயங்கர சத்தம் லாரி, பேருந்து, ஆட்டோரிக்ஷாக்களின் பின்புறம் எழுதப்பட்டிருந்த பழங் கதையிலிருந்து வந்தது. அந்தப் பழங்கதைத்தான் "தயவு செய்து ஒலி எழுப்புக" என்பது. அந்தச் சத்தம் செவிப்பறையைக் கிழிக்கக் கூடிய சத்தம். பயங்கரமான, அலறுகின்ற, காதுகளை செவிடாக்கி விடக்கூடியஅந்தச் சத்தம் - லாரி, பேருந்து, ஆட்டோரிக்ஷா ஆகியவைகளிலிருந்து வெளி வரும் சத்தம்; என்னைப் பொறுத்தவரை எனக்கு எப்போதும் இந்தியாவின் குறியீடே இந்த அபாரமான அலறல் சத்தம் தான்.

தெருக்கள் முழுவதும் பெட்டிக்கடைகள்; தற்காலிகமான கட்டிடங்களில் அமைக்கப்பட்டுள்ள பணி மனைகள்; சீப்பு, சோப்பு, கண்ணாடி கடைகளிலிருந்து ஆட்டோரிக்ஷா பழுதுநீக்கும் வேலை பார்க்கும் கடை வரை தற்காலிக அமைப்புதான். பேக்கரி கடைக்கு அருகில் பெண்கள் துணி துவைத்துக் கொண்டிருந்தார்கள்; சந்தை வியாபாரிகளின் கடைகளுக்கருகில் ஆண்கள் கட்டிட வேலை செய்து கொண்டிருந்தனர். மருந்துக்கடைக்கருகில் தையல்காரர்கள், அருகருகே கசாப்பு கடைக் காரர்களும், ரொட்டி கடைக்காரர்களும், இவை எல்லாம் ஒட்டடை நிறைந்த வீடு போன்ற ஒரு கடைக்குள் இருந்து வந்தன. வெளிச்சம் இல்லாத தூசு தும்பட்டை நிறைந்த கடைக்காரர்களைக் கொண்ட ஒரு நாடு இந்தியா. இவை எல்லாவற்றையும் தாண்டி, உயர்ந்து எழுந்து நிற்கிறது 400 ஆண்டுகள் பழமை நிறைந்த சார்மினார்.

என்னுடைய வாகன ஓட்டுநர் என்னை இறக்கிவிட்டு விட்டு, ஒரு மணிநேரம் ஆட்டோ ரிக்ஷாவில் காத்திருப்பேன் என்று சொன்னார். அதற்குள் அந்த ஓட்டுநர், நான் சார்மினாரை நோக்கிப் போகாமல், அதற்கு பின்புறம் உள்ள தெருப்பக்கம் போவதைப் பார்த்து அலறும் குரலில் என்னை அழைத்தார். இல்லை நான் சரியாக, பழம்பெரும் நகரான ஹைதராபாத் குடிசைப்பகுதிகளுக்குதான் போய்க்கொண்டிருக்கிறேன் என்று அவரிடம் கூறினேன். அப்பயணத்தில் கண்ட அதிர்ச்சியான தகவல் என்னவென்றால், நகரின் பெருந்தனக்காரர்கள் வாழும் பகுதிகளிலிருந்து குடிசைப் பகுதி வரை பார்த்ததில், எங்குமே தனியார் பள்ளி குறைந்த எண்ணிக்கையில் காணப்படவே இல்லை. எங்குமே பெட்டிக்கடை-களுக்கும், பணிமனைகளுக்கும் இடையே சிறு சிறு தனியார் பள்ளிகள் இருந்தன. கடைக்கோடி குடிசைப்பகுதியிலிருந்தும்கூட கையால் எழுதப்பட்ட விளம்பரப் பலகைகளானது, தனியார் பள்ளிகளுக்கு வழிகாட்டிக் கொண்டிருந்தன. ஆச்சரியப்பட்டேன்; அதைவிடக் குழம்பிப் போனேன். இந்தியாவில் என்னுடன் பணியாற்றிய யாருமே, ஏன் இவைகள் பற்றி என்னிடம் சொல்லவே இல்லை?

குறுகலான சந்து ஒன்றில் திரும்பி அல் ஹஸ்நாத் பெண்கள் பள்ளி என்று காட்டிய விளம்பரத் தட்டியின் அடியில் நான் வந்து நின்றபோது வழிப் போக்கர்கள் என்னை ஏற இறங்கப் பார்த்தனர். அந்தப்பள்ளிக்குச் செல்லும் குறுக்குச் சந்தை ஒட்டியிருந்த காய்கறிக்கடையில் சில இளைஞர்கள் வியாபாரம் செய்து கொண்டிருந்தனர். நான் அவர்களிடம் இப்போது அப்பள்ளியில் யாராவது இருப்பார்களா என்று கேட்டேன். இன்று தேசிய தின விடுமுறை நாளாகையால் யாரும் இருக்க மாட்டார்கள் என்று நான் எதிர்பார்த்தது போலவே சொன்னார்கள். அதற்கு நேர் எதிரே உள்ள குறுக்குச் சந்தில், மூன்று மாடிகள் கொண்ட கட்டடத்தின் முதல் மாடியில், எப்போது கீழே விழுமோ என்று தொங்கிக் கொண்டிருந்த "மாணவர்கள் சர்க்கிள் உயர்நிலைப்பள்ளி நிறுவனம்; ஆந்திர அரசாங்கப் பதிவு பெற்றது" என்ற கையால் எழுதப்பட்ட விளம்பரப் பலகையை சுட்டிக்காட்டினர். இன்று யாரேனும் அங்கு இருக்கலாம் என்று நம்பிக்கை யோடு தெரிவித்தனர்.

அந்தக் கட்டடத்தின் பின்பக்கமாக வெளிச்சமின்றி குறுகலாக இருந்த படிக்கட்டுகள் வழியாக ஏறி அங்கிருந்த காவலாளைச் சந்தித்தேன். அவர், தான் கற்று வைத்திருந்த அரைகுறை ஆங்கிலத்தில் நாளைக்கு வரச் சொன்னார். நான் வெளியே வந்தபோது, காய்கறிக் கடையில் பணி செய்த அந்த இளைஞர்கள் என்னை அழைத்து, அருகில் உள்ள 'ராயல் இலக்கணப் பள்ளியில்' நிச்சயம் யாராவது இருப்பார்கள் என்றும், அது மிகச்சிறந்த பள்ளி என்றும், நான் அதை அவசியம் பார்க்க வேண்டும் என்றும் சொன்னார்கள்.

அவர்கள் அப்பள்ளிக்கு வழிகாட்டிய பின் அவர்களிடமிருந்து விடை பெற்றேன். அந்தச் சந்து குறுக்கும் நெடுக்குமாகப் போய் என்னைக் குழப்பியதால், அங்கே காசாப்பு கடைக்கருகில் அமர்ந்திருந்த இரண்டு கனமான மனிதர்களிடம் வழி கேட்டேன்.

அந்த கசாப்புக்கடை நான் பார்த்ததிலேயே அருவருப்பான கடை. அந்த நாற்றமெடுத்த மேஜை மீது ஆட்டுக்குடலும் சின்னச்சின்ன கறித்துண்டுகளும் கண்டபடி சிதறிக்கிடந்தன. ஆயிரக்கணக்கான ஈக்கள் அவற்றை மொய்த்தன என்று சொன்னால் அது மிகையாகாது. அந்த முடை நாற்றம் குடலைப்பிடுங்கிக் கொண்டு வந்தது. அதைப்பற்றி யாருமே கடுகளவாவது கவலைப்பட்டதாகத் தெரியவில்லை. அவர்கள் நான் போகவேண்டிய இடத்தை சட்டென்று புரிந்துகொண்டு, எதிரே வந்து கொண்டிருந்த ஒரு பையனைக் கூப்பிட்டு, என்னை அங்கு கூட்டிக் கொண்டு போகச் சொன்னார்கள். அவன் மறுப்பின்றி ஒத்துக்கொண்டான். அவனுக்கு ஆங்கிலம் பேச வராததால் நாங்கள் இருவரும் ஒரு வார்த்தைகூட பேசாமல் வேகமாக நடந்தோம். அடுத்த தெருவில் சிறுவர்கள், கற்களை விக்கெட்டாகப் பயன்படுத்தி பிளாஸ்டிக் பந்துகளை வைத்து கிரிக்கெட் விளையாடிக் கொண்டிருந்தனர். அதில் ஒரு சிறுவன் என்னைக் கூப்பிட்டுக் கை குலுக்கினான்.

அடுத்து ஒரு குறுக்குச் சந்தில் திரும்பினோம். (அங்கு பல சிறுவர்கள் இரண்டு வீடுகளுக்கிடையே கிரிக்கெட் விளையாடிக் கொண்டிருந்தனர். ஓரத்தில் ஆண்கள் குளித்துக் கொண்டும், பெண்கள் துவைத்துக் கொண்டும் இருந்தனர்) ஒரு வழியாக அந்த ராயல் இலக்கணப்பள்ளியை அடைந்தோம். கம்பீரமாக நின்ற அந்த விளம்பரம், "ஆங்கில வழிக்கல்வி - ஆந்திர அரசு அங்கீகாரம் பெற்றது", என்று காட்டியது. அந்த "உரிமையாளரோ" அல்லது "தாளாளரோ" ஒரு சிறிய அறையில் இருந்தார். அவரை நான் ஹைதராபாத்தில் சந்தித்தது சட்டென்று நினைவுக்கு வந்தது. என்னை உற்சாகமாக வரவேற்றார். இந்தச் சந்திப்பின் மூலம் இதமான, அன்பான, வசீகரமான திரு ஃபசலூர் ரஹ்மான் குர்ரம் என்ற சிறந்த மனிதரையும், அந்தப் பாரம்பரிய நகரின் குறைந்த வருவாய் கொண்ட குடிசைப்பகுதியில் இருந்த தனியார் பள்ளிகளை ஒருங்கிணைத்து செயலாற்றும் பரந்த குழுமத்தையும் அறிமுகம் செய்து கொண்டேன். நான் எவ்வளவு தூரம் அவரோடு பேசினேனோ, அவ்வளவு தூரம் நான் தனியார் கல்வியில் பெற்ற நிபுணத்துவத்தைக் கொண்டு, ஏழைமக்கள் மீது எனக்கிருந்த அன்பையும் அக்கறையையும் கொண்டுசேர்க்க வேண்டும் என்று உணர்ந்தேன்.

ஏழை மாணவர்களுக்கு சேவை செய்யும் தனியார் பள்ளிகளை ஊக்குவிக்க ஏற்படுத்தப்பட்டுள்ள ஓர் இயக்கத்தின் தலைவர்தான் குர்ரம்

என்பவர். ‘தனியார் பள்ளிகள் பெரும் மன்றத்தின் மேலாண்மைமைக் குழு’, வசதிக் குறைவானவர்களுக்குச் சேவை செய்யும் பொருட்டு 500 க்கும் மேற்பட்ட தனியார் பள்ளிகளை நடத்தி வருகிறது என்ற பெருமை யுடையது. வெளிநாட்டு பார்வையாளர் ஒருவர் தனியார் பள்ளிகளைப் பார்வையிடும் ஆர்வம் கொண்டுள்ளார் என்ற தகவல், அப்போது அங்கு எங்கும் பரவி விட்டது. என்னைத் தங்கள் பள்ளிக்கு அழைத்து வருமாறு குர்ரமுக்கு ஏகப்பட்டோர் வேண்டுகோள் விடுத்தனர். பன்னாட்டுப் பொருளாதார நிறுவனம் எனக்கிட்ட வேலையை, அந்தப் புதிய நகரத்தில் செய்வதற்கு இடையில், சுமார் 10 நாட்களுக்கு மேலாக எவ்வளவு நேரம் முடியுமோ அவ்வளவு நேரம் குர்ரமுடன் அந்த பழம்பெரும் நகர் முழுவதும் பயணம் செய்து கழித்தேன். அந்நகரின் பரம ஏழைகள் வசிக்கும் பகுதியில் உள்ள சுமார் 50 தனியார் பள்ளிகளைப் பார்வையிட்டேன். ஓய்வில்லாமல் சந்து பொந்து வழியாகவெல்லாம் பயணம் செய்து, பல பள்ளிகளையும் பார்வையிட்டேன். அப்பள்ளிகளின் உரிமையாளர்கள் என்னை ஆர்வமுடன் வரவேற்றனர். (எங்கள் வாடகைக் கார் ஒரு பெரிய வெள்ளை அம்பாசிடர் கார். பழைய பிரிட்டிஷ் மோரிஸ் மைனர் கம்பெனி பாணியில் வடிவமைக்கப்பட்ட அந்தக் கார் பெருமையுடன் அரசு அதிகாரிகளால் பயன்படுத்தப்பட்டு வந்தது. காரில் பறக்கும் கொடி, அதை உபயோகிப் பவரின் முக்கியத்துவத்தைப் பறைசாற்றும். வாகனத்திலிருந்து வந்து கொண்டிருக்கும் எச்சரிக்கை ஒலி, தொடர்ந்து ஒலித்துக் கொண்டே இருக்கும். குழந்தைகளையும், கால்நடைகளையும் பாதையை விட்டு ஒதுங்கி நிற்கச் செய்யும்.) நகரின் வசதிமிக்கோர் வசிக்கும் இடங்களைப் போன்று, அங்கு ஒவ்வொரு மூலை முடுக்கிலும் ஒரு தனியார் பள்ளி இருந்தது. பல்வேறு பள்ளிகளைப் பார்வையிட்டேன். பள்ளிகளின் குறுகலான நுழைவாயில் வழியாக மாணவர்கள் என்னை அன்புடன் வரவேற்றனர். மூத்த மாணவர்களால் முரசு அடித்து கொண்டு அழைத்து வரப்பட்ட நான் அந்த சிறிய விளையாட்டு மைதானத்தில் போடப் பட்டிருந்த ஆசனத்தில் ஆடம்பரத்துடன் அழைத்து வந்து அமர்த்தப் பட்டேன். பள்ளித் தாளாளர்கள் மலர் மாலை அணிவித்தனர். அந்தக் கொளுத்தும் வெயிலில் கழுத்தைச் சுற்றிக் கிடந்த கனமான மாலை குத்தியதை வெளிகாட்டிக் கொள்ளாமல் வகுப்பறைகளைச் சுற்றிப் பார்வை யிட்டேன்.

பல தனியார் பள்ளிகள்; அவைகளுக்கு அழகான பெயர்கள்; ‘லிட்டில் நைட்டிங்கேல் உயர்நிலைப்பள்ளி’ என்பது போல பல அழகான பெயர்கள். 1940-களில் சிறந்து விளங்கிய ‘சுதந்திரப் பெண் போராளி’ சரோஜினி நாயுடு; இவரின் மென்மையான ஆங்கிலப் பாடல்களைப் பாராட்டி நேரு அவர்களால் லிட்டில் நைட்டிங்கேல் என்று பாராட்டப்பட்ட சரோஜினி

நாயுடுவின் பெயரால் அந்தப் பள்ளிக்கு அப்பெயர். 'ஃபிர்தௌஸ் ஃப்ளவர்ஸ் கான்வென்ட் ஸ்கூல்' என்ற இன்னொரு பள்ளியின் பெயர்; 'சொர்க்கத்தின் பூக்கள்' என்பது இதன் அர்த்தம் ஆகும். பெயர்களின் ஒரு பகுதியான 'கான்வென்ட்' என்ற வார்த்தைதான் என்னைத் திடுக்கிட வைத்தது. அநேகப் பெயர்கள் புனித மரியா கான்வென்ட், புனித ஜான்ஸ் கான்வென்ட் என்று இருந்ததன் காரணமாக நான் குழம்பிப் போனேன். உண்மையில் இப்பள்ளிகள் சந்தேகத்திற்கிடமின்றி இஸ்லாமியர்களால் நடத்தப்பட்ட பள்ளிகள் என்பதால் எனக்கு இது புதுமையாகப்பட்டது. இந்தப் புனிதர்களும், கன்னியர்களும், இஸ்லாமியப் பாரம்பரியத்திலும் வந்திருக்கக்கூடுமோ என்ற ஊகத்தை ஆரம்பத்தில் கொண்டிருந்தேன். ஆனால் அது அப்படி இல்லை. தங்களது பள்ளிகள் சிறப்புமிக்கவை என்று பெற்றோர்களுக்குக் காண்பிக்கும் பொருட்டு தேர்ந்தெடுக்கப்பட்ட பெயர்கள் அவை. பழைய கத்தோலிக்க மற்றும் ஆங்கிலிக்கன் பள்ளிகள் இன்றைக்கும் நகரின் புகழ் பெற்ற பள்ளிகளாக விளங்கி வந்தன. எனவே பெற்றோர்களுக்கு பள்ளிகளின் தரத்தை மேம்படுத்திக் காட்ட கிறிஸ்தவ மதப் பெயர்களைச் சூட்டியிருக்கிறார்கள். ஆனால் அப்படி வைக்கப்பட்ட பெயர்களால் தரமான கல்வி கொடுக்கப்படுகிறதா? அதை நான் ஆய்ந்து கண்டறிய வேண்டும்.

குர்ரம் அவர்கள் என்னை முதல் முதலாக அழைத்துச் சென்ற பள்ளி 'சமாதான உயர்நிலைப்பள்ளி'. இதை நடத்தியவர் இருபத்தி ஏழே வயதான முகம்மது வாஜித் என்பவர் ஆவார். நான் பார்வையிட்ட பல பள்ளிகளைப் போல இது, பள்ளியாக மாற்றியமைக்கப்பட்டிருந்த வீடு. சார்மினாருக்குப் பின்னால் நீண்டு கிடந்த சந்தடி மிகுந்த சாலையான 'எடி' பஜாருக்கு எதிரில் இருந்தது. மிகப்பெரிய விளம்பரப் பலகை, இப்பள்ளியின் பெயரைப் பறை சாட்டியது. ஒரு குறுகலான இரும்பு கேட் வழியாக விளையாட்டு மைதானத்திற்குள் நுழைந்தோம். வாஜித், குழந்தைகளுக்கு விளையாடுவதற்குச் சறுக்கு மரம் மற்றும் ஊஞ்சல் ஆகியவற்றை அமைத்துக் கொடுத்திருந்தார். தள்ளியிருந்த சுவருக்கருகில் குழி முயல்களுக்கான மரக்கூண்டு இருந்தது. அந்த முயல்களை குழந்தைகள் கவனித்துக் கொள்வார்கள். அந்த வீட்டின் ஒரு பக்கம் வாஜித்தின் அலுவலகமும், இன்னொரு பக்கம் அந்த வீட்டின் குடும்பமும் இருந்தன. ஒரு குறுகலான இருட்டுப்பகுதியில் அழுக்குப்பிடித்திருந்த மாடிப்படிகளில் ஏறி வகுப்பறைகளை அடைந்தோம். வகுப்பறைகளும் இருட்டாக, கதவுகள் இன்றி இருந்தன. கம்பிகள் இருந்தும் கண்ணாடிகள் இல்லாத ஜன்னல் வழியாக தெருச்சத்தம் கேட்டபடியே இருந்தது. அக்குழந்தைகள் வெளிநாட்டுப் பார்வையாளரைப் பார்த்து மட்டற்ற மகிழ்ச்சியடைந் திருந்தது போலக் காணப்பட்டனர். எனக்கு உற்சாகமான வரவேற்பு அளிக்க

நின்று கொண்டிருந்தனர். சுவர்கள் வெள்ளையடிக்கப்பட்டிருந்தன. இருப்பினும் தூசுகளாலும், வெப்பத்தாலும், குழந்தைகள் சாய்வதாலும் சுவர்கள் நிறம் மங்கிக் காணப்பட்டன. அக்கட்டிடத்தின் மொட்டை மாடியிலிருந்து மற்ற ஐந்து தனியார் பள்ளிகளின் அமைவிடத்தைச் சுட்டிக் காட்டினார் வாஜித். அனைத்துப் பள்ளிகளும், அந்த சுற்றுவட்டாரத்தில் உள்ள அனைத்து மாணவர்களுக்கும் பணியாற்றுவதற்கென்றே ஆவலோடு தொடங்கப்பட்ட பள்ளிகள்.

வாஜித் அவர்கள் கொஞ்சம் கூடப் பந்தா இல்லாத, குழந்தைகள் மீது ஆர்வமும் அர்ப்பணிப்பும் கொண்ட மனிதர். தன் தாயார் 1973 ஆம் ஆண்டு குழந்தைகளுக்காக குடிசைகள் மத்தியில் அமைந்த அமைதியான பாலைவனச்சோலையாக சமாதான உயர்நிலைப்பள்ளியைத் தொடங்கிய தாக அவர் கூறினார். அந்தத் தாயாரின் கடைசி மகனான வாஜித் 1988 ஆம் ஆண்டு அப்பள்ளியில் ஆசிரியப் பணியைத் தொடங்கி இருக்கிறார். அதே சமயம் அவர் அருகில் உள்ள வேறு ஒரு பள்ளியில் பத்தாம் வகுப்பு படிக்கும் மாணவனாகவே இருந்திருக்கிறார். உள்ளூரில் உள்ள பல்கலைகழகக் கல்லூரியில் வணிகவியல் பட்டம் பெற்றபின், ஒரு கணக்காய்வாளருக்கான பயிற்சியை மேற்கொண்டார். அவரது தாயார் 1998 ஆம் ஆண்டு தன் நிறைவான பணியிலிருந்து ஓய்வு எடுக்க வேண்டிய நேரம் வந்து விட்டதாக உணர்ந்து பள்ளிப் பொறுப்புகளை மகனிடம் ஒப்படைத்தார். இஸ்லாமிய கொள்கைகளுக்கேற்றாற்போல, குடிசைவாழ் மக்களில் பாவப்பட்டவர் களைக் கவனிக்கவேண்டும் என்றும், அவர்களுக்கு உதவுவதே அவரின் உயர்ந்த நோக்கமாக இருக்க வேண்டும் என்றும் அத்தாயார் மகனைக் கேட்டுக்கொண்டார். இது வாஜித்தின் எதிர்பார்ப்புகளுக்குக் கிடைத்த ஏமாற்றமாகத் தெரிந்தது. அவரின் அண்ணன்மார்கள் எல்லாரும் அவரவர் பிழைப்பைத் தேடிச் சென்றுவிட்டனர். அவர்களில் சிலர் இப்போது கடல் கடந்து துபாய், லண்டன், பாரிஸ் போன்ற நகரங்களில் நகை வியாபாரம் செய்து கொண்டிருக்கின்றனர். ஆனால் வாஜித், அம்மாவின் விருப்பங்களை நிறைவேற்றுவதற்காக அந்தப் பள்ளியை நிர்வகிக்க முடிவெடுத்தார். பள்ளியை மேம்படுத்த விரும்பியதால் அவர் இன்னும் திருமணம் செய்து கொள்ளாமலே இருப்பதாகச் சொன்னார். தன்னுடைய பொருளாதார நிலை வளர்ந்தால்தான் அவர் திருமணம் செய்து கொள்வார்.

மற்ற பள்ளிகளின் பெயர்களைப்போல இதுவும் உயர்நிலைப்பள்ளி என்று அழைக்கப்பட்டாலும், இதில் பாலர் பள்ளியிலிருந்து 10 ஆம் வகுப்புவரை இருந்தன. நான் அவரை முதன் முதலில் சந்தித்த போது, அப்பள்ளியில் 285 குழந்தைகளும் 13 ஆசிரியர்களும் இருந்தனர். அவரும் மேல் வகுப்பு மாணவர்களுக்கு கணிதம் கற்றுக் கொடுத்து வந்தார். அவர் வசூலித்த கட்டணத் தொகை மாதம் 60 ரூபாயிலிருந்து 100 ரூபாய் வரை

(அப்போதைய நாணய மாற்றுப்படி 1.33 டாலரிலிருந்து 2.22 டாலர் வரை) குழந்தைகள் படிக்கும் வகுப்புகளைப் பொறுத்து, மிகக் குறைவான தொகை மழலையருக்கும், மேல் வகுப்புகளுக்கு ஏற்றவாறு கூட்டியும் நிர்ணயிக்கப்பட்டது. இத்தொகை பெற்றோர்களால் கொடுக்க முடிந்த தொகை என்று சொன்னார். பெற்றோர்கள் பெரும்பாலும் கூலிகளாகவும், ரிக்ஷா இழுப்பவர்களாகவும், சந்தை வியாபாரிகளாவும், மெக்கானிக்கு களாகவும் - தினமும் ஒரு டாலர் அளவு சம்பாதிக்க கூடியவர்களாக இருந்தனர். பெற்றோர்கள் தங்கள் குழந்தைகளின் கல்வியை பெரிதும் மதிக்கிறார்கள் என்றும், தங்கள் குழந்தைகளுக்குத் தாங்கள் சிறந்த கல்வியை தரவேண்டும் என உறுதி செய்யும் பொருட்டுச் செலவை குறைத்துக் கொண்டு சேமித்துக் கொள்கிறார்கள் என்றும் என்னிடம் கூறப்பட்டது.

என் இரண்டாம் வருகையாக, 8.50 காலை வழிபாட்டிற்கே வாஜித்தின் பள்ளியை அடைந்தேன். காலை வழிபாடு என்பது முற்றிலும் குழந்தை களைக் கொண்டே, அதிலும் மூத்த பெண்களைக் கொண்டு நடத்தப் படுகிறது. பொறுப்புணர்வு, அதே போல அமைப்பை உருவாக்கும் திறன், தகவல் தொடர்புத் திறன் போன்ற திறமைகளை மிகச் சிறு வயதிலேயே கற்றுக் கொண்டார்கள் என்பதை உறுதி செய்யும் அனுபவம் தான் முக்கியமானது என்று வாஜித் கூறினார். மூத்த மாணவர்கள் முரசு அடிக்க, அதன் தாளத்திற்கேற்ப சுமார் 15 நிமிடங்கள் நடைபெற்ற உடற்பயிற்சி யுடன் காலை வழிபாடு தொடங்கியது. பிறகு அறிவிப்புகளும், அதனை தொடர்ந்து செய்தித்தாள்களிலிருந்து செய்திகளும் வாசிக்கப்பட்டன. மேல்வகுப்பு மாணவர்கள் இந்த செய்திகளைத் தேர்வு செய்திருந்தனர். தமது வகுப்புத் தோழர்களின் ரசனைகளைப் பிரதிபலிக்கும் வகையில் இச் செய்திகள் தேர்வு செய்யப்பட்டிருந்தன.

ஒரு பிரார்த்தனையோடு, பல பாடல்கள் (சமய பாடல்களும், தேசப்பக்தி பாடல்களும்) தேர்ந்தெடுக்கப்பட்ட மாணவர்களால் மட்டுமே பாடப்பட்டன. சில பாடல்கள், அனைத்து மாணவர்களாலும் சேர்ந்து பாடப்பட்டன. அந்த வாரம் முழுவதும் அவர்கள் கற்றதை அங்கு கூறும்படி ஒவ்வொரு வகுப்பிலிருந்தும் மூன்று குழந்தைகள் எந்தத் தகுதியடிப் படையிலுமல்லாமல் அங்கொருவர் இங்கொருவர் எனத் தேர்ந்தெடுக்கப் பட்டனர். அவர்கள் பேசுவதற்கு ஒலி வாங்கியைப் பயன்படுத்தினர். அவர்கள் சின்னஞ்சிறிய வயதினராக இருந்தாலும், கை தேர்ந்த மேடை பேச்சாளர்கள் போலத் தெரிந்தனர். இறுதியாக ஒரு பாடலோடும் ஒரு பிரார்த்தனையோடும் வழிபாடு முடிந்தது. பிறகு மூத்த மாணவர்களால் எல்லாக் குழந்தைகளின் சீருடைகளும், கை கால் சுகாதாரமும் சோதனை யிடப்பட்டபின், அனைத்து மாணவர்களும் அவர்களைக் கடந்து அணி வகுத்து வகுப்புகளுக்குச் சென்றனர்.

சமுதாயத்தில் உள்ள ஏழைகள் மீது ஏற்பட்ட பாசத்தினால், அவர்களுக்குச் சேவை செய்வதற்கென்றே அவரது தாயார் இப்பள்ளியைத் தொடங்கினார். நான் முதன் முதல் தனியார் பள்ளிகளை பார்வையிடத் தொடங்கியபோது எல்லாரும் புண்ணியத்திற்காகவே பள்ளிகளை நடத்தி வருகிறார்கள் என்று தான் எண்ணினேன். ஏனென்றால், இவ்வாறு குறைந்த கட்டணம் வசூலிக்கும் பள்ளிகள் எப்படி நிலைத்திருக்க முடியும்? நான் எண்ணியது மிகச் சரியானதே. ஏனென்றால் அந்தக் காலகட்டத்தில் ஏழை மாணவர் எவ்வாறு தனியார் பள்ளிகளில் பணம் செலுத்திப் படிக்க முடியும் என்ற எனது புரிதலுக்கு பொருத்தமாயும் இந்தப் புண்ணியச் செயல் இருந்தது. ஆனால் எதார்த்தம் முற்றிலும் வேடிக்கையாக மாறி இருந்தது. பல்வேறு பள்ளிகளுக்கு பயணம் செய்து, பள்ளிகளில் வசூலிக்கப்படும் கட்டணம், ஆசிரியர்களின் எண்ணிக்கை, அவர்களுக்கு வழங்கப்படும் ஊதியம் ஆகிய விபரங்களை என் பயணக் குறிப்புப் பதிவேட்டில் குறித்து வைத்தேன். விடுதிக்குத் திரும்பி வந்து வேகமாகக் கணக்குப் போட்டுப் பார்த்த பிறகுதான், இந்தப் பள்ளிகளை நடத்துவது உண்மையிலே லாப நோக்கத்திற்காக - சமயங்களில் கொள்ளை லாபத்திற்காக என்று எனக்கு வெளிச்சமாக தெரிந்தது. ஆனால் சில சந்தர்ப்பங்களில் மட்டுமே லாபமின்றியும், நஷ்டமின்றியும் இயங்கியது. இந்த விபரத்தை குர்ரமிடம் தெரிவித்தேன். லாப நோக்கம் என்பது தங்களது பெரும் குறிக்கோள்கள் அல்ல என்றும், ஆனால் தங்களை அவர்கள் வியாபாரிகளாகக் கருதிக் கொள்வதுண்டு என்றும், அதேபோல ஏழைகளுக்கு தொண்டு புரியவும் செய்கிறோம் என்றும் அவர் கூறினார். ஏன் ஏராளமான தனியார் பள்ளிகள் எங்கும் இருக்கின்றன என்பதை இது நன்கு விளக்கிவிடும். ஏனெனில், ஏழைகளுக்கு உதவுதல் என்பதைவிட வியாபாரத்திற்கு முதலீட்டைக் கவருவது என்பது எளிது.

மனதில் வியாபார நோக்கம் மட்டுமே கொண்டு தொடங்கப்பட்ட பள்ளிகளில் ஒன்றுதான், மாநில சிறைச்சாலைக்கு அருகில் அமைந்துள்ள 'புனித மாஸ் உயர்நிலைப்பள்ளி' (ஒரு நாள் அந்த வழியாகச் சென்றபோது சிறைக்காவலர் என்னைச் சிறைக்கு உள்ளே அழைத்துச் சென்று காட்டினார். நான் போகுமிடமெங்கும் வந்த தனியார் பள்ளி உரிமையாளர்களும் அப்போது என்னோடு வந்தனர். நாங்கள் உள்ளே நுழைந்தபோது அந்த சிறைக்காவலர் எங்கள் தலைகளை எண்ணி அனுப்பவில்லை. உள்ளே சென்ற நாங்கள் மட்டுமே திரும்பி வந்தோம் என்று அவருக்கு எப்படி தெரியும் என்று எனக்கு தெரியவில்லை.) புனித மாஸ் உயர்நிலைப்பள்ளி, எல்லாராலும் சாஜித் சார் என்று செல்லமாக அழைக்கப்பட்ட திருவாளர் சாஜித் என்பவரால் நடத்தப்பட்டது. சாஜித் சார் நாற்பதைந்து வயது மதிக்கத்தக்கவராக இருந்தார். அவர் ஆசிரியர் பணியில் அளவு கடந்த

ஈடுபாடு கொண்டிருந்து, அனைவராலும் ஈர்க்கப்பட்டார். கற்பித்தல் என்னும் நிகழ்வு அவரை சுறுசுறுப்பாகவே வைத்திருந்தது என்றும், கற்பித்தல் அவரது மிகுந்த ஈடுபாடுடைய செயல் என்றும், அது அவரது ஜீவன் என்றும் சொன்னார். அவரைப் பொறுத்தவரை கற்பித்தல் என்பது நடிப்புக் கலைபோன்றது. அவர் போதிக்கின்ற பாடமான கணக்குப் பாடத்தின் மீது ஆர்வத்தை விதைப்பதே அவரது குறிக்கோளாக இருந்தது.

அவரது பெரும்பான்மையான உரையாடல்களில், கணக்குப் பாடத்தில் வரும் சூத்திரங்கள், புதிர்கள் போன்றவற்றைப் பொழிந்து தள்ளுவார். என் வருகைக்காக ஏற்பாடு செய்யப்பட்ட விழாவில் குழந்தைகள் மற்றும் பெற்றோர்களோடு உருது மொழியில் உரையாடும்போது, அவர் ஒவ்வொரு வார்த்தையாலும் அங்கிருந்தோரை சிரிப்பொலியால் அதிர வைத்தார். அங்கே கூடியிருந்த கூட்டத்தைப் பார்த்து, "ஒரு முக்கோணத்திற்கு மூன்று பக்கங்கள் உண்டு. பெற்றோர்கள், ஆசிரியர்கள், குழந்தைகள் ஆகியோர்களே முக்கோணம் ஆகும். இந்த முக்கோணம் அசம பக்க முக்கோணமாக இருந்து விடக்கூடாது. சமபக்க முக்கோணமாக இருக்க வேண்டும். நான் சொல்வது சரியா?" என்று கேட்டார். நாங்கள் "சரி" என்று ஏற்றுக்கொண்டோம். "நிச்சயமாக." என்றார்.

தன் இருபது வயதுகளின் தொடக்கத்திலேயே சாஜித் சார் கற்பிக்கத் தொடங்கிவிட்டார் என்றும், மிதிவண்டி இயங்கும் தத்துவங்களைக் கொண்டு இயந்திரங்களின் அடிப்படை விஷயங்களை தன்னுடைய தம்பிக்குச் சொல்லிக் கொடுத்தார் என்றும் கூறினார். (அதனால் இவர் தம்பி இப்போது ஒரு மெக்கானிக்கல் இன்ஜினியர் ஆகியுள்ளார்). ஆரம்பத்தில் "வீடு வீடாக செல்லும் ஆசிரிய வியாபாரியாகத்" தொடங்கி, மிதிவண்டியில் வீடு வீடாக சென்று ஆறு கட்டாயப் பாடங்களை குழந்தைகளுக்குப் போதித்தார். ஏதோ பெயருக்குக் கொடுத்த சம்பளத்தை வாங்கிக் கொண்டார். மூன்று ஆண்டுகள் கழித்து 1982-ல் ஒரு வாடகை வீட்டில், ஒரு சின்னஞ்சிறிய அறையில் 15 மாணவர்களை மட்டுமே கொண்ட ஒரு சிறிய பள்ளியைத் தொடங்கி, அதிலிருந்தே வளர்ச்சி யடைந்து, அடுத்த 19 ஆண்டுகளில் கிட்டத்தட்ட 1000 மாணவர்கள் அவர் பள்ளியில் சேர்க்கப்பட்டிருந்தனர். மூன்று வாடகை கட்டிடங்கள் - ஒன்று மழலையர் மற்றும் தொடக்கப்பள்ளி பிரிவினருக்கு, மற்ற ஒவ்வொரு கட்டிடமும் தனித்தனியே மூத்த மாணவ, மாணவியர் பிரிவினருக்காக ஒதுக்கப்பட்டிருந்தன. ஒரு கல்யாண மண்டபத்தின் ஓரத்தில் உள்ள ஒரு சுகாதாரமில்லாத நெருக்கடியான ஒரு கட்டிடத்தில் மாணவர்கள் தங்க வைக்கப்பட்டிருந்தனர். (அந்த பயன்படுத்தப் படாதபோது விழா கொண்டாடப்படும் அறை, காலை, மாலை வழிபாடு மற்றும் வேறு நிகழ்ச்சிகளுக்குப் பயன்படுத்தப்பட்டது). இடநெருக்கடி இருந்த

போதிலும் அரை கிலோமீட்டர் தொலைவில் அமைந்த மூன்று மாடிக் கட்டிடத்தில் பெண்கள் தங்கியிருந்தனர். அந்த கட்டிடம் பார்ப்பதற்கு அழகாக இருந்தது. அவரிடம் குவிந்த உபரிப் பணத்தைக் கொண்டு, ஒருங்கிணைந்த பள்ளியாக உருவாக்கும் பொருட்டு, அருகிலிருந்த புதிய இடத்தையும் வாங்கிப் போட்டதாக சாஜித் சார் பெருமையுடன் சொல்லிக் கொண்டார். அடுத்த சில ஆண்டுகளாக இதுதான் நடந்தது; வசதிகளை பெருக்கிக் கொண்டார்.

சாஜித் சார் பள்ளியின் சில ஆசிரியர்கள் அரசு ஆசிரியப் பயிற்சிப் பள்ளிச் சான்றிதழ்கள் பெற்றவர்கள். நான் வருகை புரிந்த, பாமர மக்கள் வாழும் பகுதியில் உள்ள பல பள்ளிகளில் காணப்பட்ட உண்மை நிலவரம் இதுதான். அரசுப் பள்ளியை விட தனியார் பள்ளிகளில் ஊதியம் குறைவாக இருந்தும், அதாவது அரசுப் பள்ளி ஆசிரியர் வாங்குவதில் 20 அல்லது 25 விகிதமே இவர்கள் வாங்கினாலும், ஏன் ஆசிரியர்கள் தனியார் பள்ளிகளில் பணிபுரிய விரும்புகிறார்கள் என்பது உண்மையில் முதலில் எனக்குப் புரியாத புதிராகவே இருந்தது. எனவே மற்ற பள்ளிகளில் அதிக சம்பளம் பெறுவதை விடுத்து, ஏன் ஆசிரியர்கள் தனியார் பள்ளிகளை தேர்ந்தெடுக்க வேண்டும்? இதற்கான பதில் எளிது; அரசு பள்ளிகளில் வேலை பெறுவது மிகவும் கடினம். சில சமயங்களில் வேலை வாய்ப்பு என்பது அரசியல் வாதிகளின் தயவு இருந்தால் மட்டுமே முடியும் என்று எனக்குச் சொன்னார்கள். சாதாரண ஏழை எளிய மக்கள் அரசுப் பள்ளிகளில் வேலை பெற முடியாததால் தனியார் பள்ளிகளை நாடி அங்கே கல்வி கற்பித்தனர். ஆனால், பல தனியார் பள்ளிகளில் ஆசிரியப் பணியில் சேர்வதற்கான முக்கியக் காரணம், அவர்கள் அரசின் ஆசிரியத் தகுதிச் சான்றிதழ்கள் பெறவில்லை என்பதே. தனியார் பள்ளிகளில் பணியாற்றிய பல ஆசிரியர்கள் பட்டப்படிப்பு சான்றிதழ்கள் பெற்றிருந்தனர். சிலர் கணிதம் மற்றும் அறிவியல் பாடங்களில் பட்டமேற்படிப்பு சான்றிதழ்கள் கூடப் பெற்றிருந்தனர். ஆனால் இந்த பட்டப்படிப்புச் சான்றிதழ்கள் மட்டும் அரசு பள்ளிகளில் பணிபுரிய தகுதியில்லாததாக இருந்தன. இதற்கு, அரசு ஆசிரியர் 'பயிற்சிச் சான்றிதழ்' தேவையாக இருந்தது. தனியார் பள்ளி உரிமையாளர்கள் இதை அலட்சியமாகக் கருதினார்கள். குர்ரம் என்னிடம், "அரசாங்க ஆசிரியப் பயிற்சி என்பது நீச்சல் குளத்துக்கு போகாமலே நீச்சல் கற்றுக்கொள்வது போல.. ஆசிரியர் பயிற்சி பெறாத எங்கள் தனியார் பள்ளி ஆசிரியர்கள் கிணற்றில் நீந்தக் கற்றுக்கொள்வது போல திறமையாகக் கற்றுக் கொடுக்கக் கற்றுக் கொள்கிறார்கள்" என்றார்.

சாஜித், கிணற்றில் கற்றுக் கொள்ளுதல் என்று கூறும்போது, தமது ஆசிரியர்களுக்குப் பயிற்சி வழங்குவதைப் பற்றிக் கூறுகிறார். பள்ளிக்கு வரும் புதிய ஆசிரியர்களுக்கு என்ன போதிக்கிறார் என்று அவரது

அலுவலகத்தில் கேட்ட போக்குவரத்துச் சத்தத்தில் அவர் கூறியதை முதலில் நான் 'பியட்' *(Beard)* போதனா முறை என்று நினைத்தேன். பிறகுதான் அது இளங்கலை ஆசிரியர் பயிற்சியான 'பி.எட்.,' *(B.Ed.,)* எனப் புரிந்து கொண்டேன். ஒரு பாடம் ஐந்து பகுதிகளாக அமைய வேண்டுமென்று அவர் சொன்னார். ஓர் அறிமுகம்; (இதுவரை மாணவர்கள் பெற்றிருக்கும் அறிவுச்சூழலுக்கு ஏற்ப, எடுத்துக் கொண்டத் தலைப்பை விரிவாக விவரித்தல்.) தலைப்பை அறிவித்தல்; பாடம் நடத்துதல்; தலைப்பைத் தொகுத்துக் கூறுதல்; மதீப்பிடு செய்தல் (இது வழக்கமாக வீட்டுப் பாடங்கள் மூலமாக). ஒரு புதிய ஆசிரியரை அவர் பள்ளியில் போதிக்க அனுமதிக்கும் முன்பு அந்த ஆசிரியர் சாஜித்தின் போதனா முறையைக் கவனிக்க வேண்டும் என்பார். பிறகு சாஜித் ஆசிரியர்களின் முதல் சில வகுப்புகளைக் கவனிப்பார். அதிலிருந்து குறிப்பெடுத்துக் கொள்வார். ஒரு சில குறிப்பிட்ட கருத்துகளை போதிக்கும் போது தலைப்புகளில் அவர்களுக்குச் சவால் விட்டுச் சொல்லிக் கொடுப்பார்.

அவரால் பயிற்றுவிக்கப்பட்ட ஆசிரியர்கள் நடத்திய பாடங்களை நான் கவனித்தேன். முக்காடு அணியாமல் வெளிர் நிறத்தில் புர்க்கா அணிந்திருந்த கனிம வேதியியலில் முதுகலைப் பட்டதாரியான ஓர் இளம்பெண் ஹைட்ரோ குளோரிக் அமிலத்திலிருந்து உப்பையும் தண்ணீரையும் பிரித்தெடுப்பது பற்றி பாடம் நடத்தினார். நான் படித்த காலத்தில் வேதியியல் எனக்குப் பிடிக்கவே பிடிக்காது. இந்தப் பெண் மட்டும் எனக்கு பாடம் நடத்தியிருந்தால் வேதியியல் பாடம் எனக்கு மிகவும் பிடித்துப் போயிருக்கும். மிகத் தெளிவாக, அழகாக, உயிரோட்டமாக அந்த வகுப்பை இறுதிவரை தன் போதனையால் கட்டிப் போட்டிருந்தார் அப்பெண். அப்பெண்ணின் போதனா அணுகு முறையில் எந்தவிதமான கடின உழைப்பும் இருந்ததாகத் தெரியவில்லை. பாடம் முழுவதும் மிக எளிதாக நடந்தது. அவர் கையில் எந்தக் குறிப்பையும் வைத்துக்கொள்ளவில்லை. பாடப்பொருள் விரல் நுனியில் இருந்தது போலத் தெரிந்தது. இறுதியில் இதுவரை சொல்லிய பாடங்களைத் தொகுத்துக் கூறினார். அனைத்து மாணவர்களும் அப்படியே புரிந்துகொள்ளும் அளவுக்கு வகுப்பைத் திறம்படக் கையாண்டார். பிறகு வீட்டுப் பாடங்களை மூன்று பகுதியாகப் பிரித்துக் கொடுத்தார். சாஜித் எழுந்து நின்று, முக்காடு இட்டு மூடப் பட்டிருந்த, குனிந்து நின்ற அவள் தலையைத் தொட்டு "நன்றியம்மா, அபாரம்" என்று அவர் கூறியபோது அவரது கண்கள் கலங்கின.

எல்லா ஆசிரியர்களும் இளம் வயதினர் என்று சொல்ல முடியாது. வயதானவர்களும், சில சமயம் மிக வயதானவர்களுமாக அப்பள்ளி ஆசிரியர்கள் காணப்பட்டனர். ஜார்ஜ் அந்தோணி என்ற ஒருவர் குர்ரம் அவர்களின் டான் உயர்நிலைப்பள்ளியில் ஆங்கிலம் போதித்து வந்தார். 91

வயது நிறைந்த அந்த இந்தியப் பண்பாளர் கருகருவென்று கருப்பாக மை பூசப்பட்ட முடி, மை பூசப்பட்ட மெல்லிய கோடு போன்ற புருவங்கள், மீசை, கிருதாவோடு அற்புதமாக துறுதுறுவென்று நாகரிகமாகக் காணப் பட்டார். பல ஆண்டுகளுக்கு முன்பே அரசுப் பணியிலிருந்து நிறைவு பெற்றவர். ஆனாலும் தான் கற்றவைகளிலிருந்து நல்ல விஷயங்களை இளைய தலைமுறையினருக்கு சென்றடைய வேண்டுமென்ற எண்ணத்தில் மென்மேலும் கற்றுக்கொள்வதில் தன்னை அர்ப்பணித்துக் கொண்டதாக அவர் சொன்னார்.அதனால்தான் அவர் பணி நிறைவை இக்கல்விப்பணியில் நிறைவு செய்துகொள்கிறார். பகுத்தறிவு, முன்னேற்றம் இவைகளில் அடங்காத ஆவல் கொண்டிருந்தாலும் மரபுகளின் மீதும் மரியாதை கொண்டிருந்தார். (பழங்காலத்தவர் பழைய பெயர்களுக்கே முன்னுரிமை கொடுத்து வந்ததாகச் சொல்லி பம்பாயை மும்பை என்றும், மெட்ராஸ் என்பதை சென்னை என்றும் நகர்களின் பெயர் மாற்றத்தைச் சுட்டிக் காட்டினார்).

டான் உயர்நிலைப்பள்ளிக்கு பயணம் மேற்கொண்டபோது முதன் முதலில் ஜார்ஜ் ஆண்டனி அவர்களை அங்குதான் சந்தித்தேன். அப்போது அவர் பெர்ட்ரான்ட் ரஸ்ஸல் எழுதிய ‘அறிவும், ஞானமும்’ என்ற பாடத்தை உயர் வகுப்பு மாணவர்களுக்கு நடத்திக் கொண்டிருந்தார். பிறகு என்னை வரவேற்கும் நிகழ்ச்சிக்காக அனைத்து மூத்த மாணவர்களும் அழைக்கப் பட்டனர். அதில், ஒழுக்கத்தின் மேன்மை பற்றியும், சுய முன்னேற்றம் பற்றியும் அவர் ஆற்றிய உணர்ச்சி மிகுந்த உரை அனைவருக்கும் எழுச்சி யூட்டக் கூடியதாக இருந்தது. காலம் தவறாமையின் கட்டாயம் பற்றியும், அடுத்தவர்களுக்கு ஆற்ற வேண்டிய கடமையே உங்களது சுயதேவைப் பூர்த்தி என்றும் சொல்லி, இவ்வாறாக உங்களால் இந்தியாவை சிறந்த நாடாக உருவாக்க முடியும் என்று அவர்களுக்கு சொன்னார்.

மீண்டும் குர்ரம் அலுவலகம் வந்து அமர்ந்து கொஞ்சம் தேனீர் அருந்திக் கொண்டிருக்கிறபோது, அந்தப் பழம்பெரும் நகரின் மின்சாரம் நின்றுவிட்டது. அந்த மங்கிய மாலை நேர வெளிச்சத்தில் குர்ரம் அவர்கள், ஜார்ஜ் அவர்களுக்கு, “எல்லாவற்றையும் பற்றி நீங்கள் எல்லாம் தெரிந்திருக்கவேண்டும்” போன்ற தலைப்புகளைக் கொண்ட ரீடர்ஸ் டைஜஸ்ட் என்ற பத்திரிக்கையின் வெளியீட்டைக் காட்டினார். “இந்த புத்தகத்தை அவர்கள் வெளிக்கொண்டு வந்திருக்கிறார்கள்.” என்றார் குர்ரம். “ஓ!” அப்புத்தகத்தின் பக்கங்களை வேகமாக புரட்டிக்கொண்டே “இப்படி ஒரு அற்புதமான புத்தகத்தை வெளியிட்டிருக்கிறார்களே...” என்று நெகிழ்ந்து போனார் ஜார்ஜ். அதன் அட்டை இருந்த நிலை என்னை ஐய்யப்பட வைத்தது. அதன் உள்பக்கத்தைப் பார்த்தேன். அது 1986-ல் வெளியிடப்பட்டிருந்தது. ஆ! அது ஒரு இனிமையான தருணம்.

இன்னொரு முதிர்ந்த ஆசிரியர் 'ஸ்காலர்ஸ் மாதிரிப் பள்ளியை' நடத்திய திருவாளர் முஷ்டக் ஆவார். அரசு ஆண்கள் தொடக்கப் பள்ளிக்கும், அரசு ஆண்கள் உயர்நிலைப்பள்ளிக்கும் எதிரில் ஒரு மிகக் குறுகலான சந்தில் ஸ்காலர்ஸ் பள்ளி அமைந்திருந்தது. அதே தெருவில் மூன்று தனியார் பள்ளிகளைக் கண்டேன். எனவே அரசுப் பள்ளி எப்படி இருக்கிறது என்று அப்பாவித் தனமாக அவரிடம் கேட்டேன். திரு முஷ்டக் அவர்கள் சிரித்தார்கள். "அது ஓர் அரசுப்பள்ளி" என்று மொட்டையாக, வேறு எந்தவிதமான விளக்கமோ, விபரமோ தேவையில்லை என்பது போலச் சொன்னார். இவர் **66** வயது நிறைந்த நேர்த்தியான, இன்னொரு கல்வியறிவு நிறைந்த பண்பாளர். ஆங்கில இலக்கியத்தில் இவருக்கிருந்த மோகத்தை அடங்காத ஆவலோடு பேசினார். **36** ஆண்டுகளாகக் கல்லூரியில் கல்விப்பணி ஆற்றியிருக்கிறார் என்றும், "என் மனதை என்றும் சுறுசுறுப்பாக வைத்துக் கொள்ளவும், என் மக்களுக்கான என் சேவையைத் தொடரவும், இப்போது மேல்வகுப்புகளில் பாடம் எடுத்துக் கொண்டிருக்கிறேன்", என்றும் கூறினார். ஷேக்ஸ்பியர், மில்ட்டனிலிருந்து, சார்லஸ் டிக்கன்ஸ் மற்றும் இவரைக் கவர்ந்த இராபர்ட் ஃப்ராஸ்ட் வரையுள்ள இலக்கிய கர்த்தாக்களை போதிப்பதை மிகவும் நேசிப்பதாக என்னிடம் கூறினார்.

"ஜே.எப் கென்னடி குடியரசு தலைவராக இருந்தபோது இராபர்ட் ஃப்ராஸ்ட்தான் அரசுக் கவிஞராக இருந்தார் தெரியுமா?" என்று என்னைக் கேட்டார். அந்த விபரம் எனக்குத் தெரியாது. "நான் ஒரு ஆசிரியன் அல்ல, ஆனால் நான் விழித்தெழச் செய்பவன்" என்று இராபர்ட் ஃப்ராஸ்ட் தன்னைப் பற்றிச் சொல்லிக் கொண்டார் என்றும் தொடர்ந்து சொன்னார். "இலக்கியத்திற்கான நேசத்தை மாணவர்களுக்குள் தட்டி எழுப்ப என்னால் முடிந்தால், இதைவிட வேறு எதை நான் சாதிக்க வேண்டும்?" என்றார். அவர் மிக நேசித்த ஃப்ராஸ்ட் எழுதிய "பனி பொழியும் மாலை வேளையில் வனத்தில் நிற்றல்" என்ற முழுப்பாடலையும் அமைதியான, ஆனால் கம்பீரமான குரலில் பாடிக் காட்டினார்.

இந்த வனம் யாருக்குச் சொந்தமென்று நான் சிந்திக்கிறேன்.
இதன் உரிமையாளர் இல்லம் ஊரகத்தில் இருக்கிறது என அறிவேன்
பனி சூழ்ந்த இந்த வனத்தை ரசிக்க
நான் இங்கே நின்றிருப்பதை அவர் அறியார்.
இந்த ஆண்டின் மிக இருண்ட மாலையில்
பண்ணை வீடுகளே இல்லாத இங்கு, இந்த வனத்திற்கும், பனியால்
உறைந்திருக்கும் ஏரிக்குமிடையில், இந்த அந்திம நேரத்தில் ஏன்
நான் நிற்கவேண்டும் என்று என் குதிரை குழம்புகிறது.
ஏதேனும் சிக்கலா எனக் கேட்கும் வண்ணம்

சேனத்து மணியை என் சின்னக் குதிரை அசைக்கிறது
இந்த மணியொலியைத் தவிர, காற்றின் மெல்லிரைச்சலும்,
மென்மையான பனிப் பொழிவின் சத்தமுமே அங்கு எங்கும் கேட்டன.
அழகும், அடர்த்தியும், மர்மமும் கொண்ட இந்த வனத்தை ரசிக்க இங்கேயே
நான் இருந்துவிட வேண்டும். ஆனால் நான் ஆற்ற வேண்டிய கடமை
என்னை அழைக்கிறது.
உறங்குமுன் நான் நெடுந்தூரம் போகவேண்டும்
உறங்குமுன் நான் நெடுந்தூரம் போகவேண்டும்

அவர் அதை பாடி முடித்தபோது பழம்பெரும் நகரின் குடிசைகள் நிறைந்த உயிர்த்துடிப்புள்ள இதயம் போன்ற மையப்பகுதியில் அமைந்த நெருக்கமான, புழுக்கமான, இரைச்சலான அலுவலகத்திலிருந்து அவர் இந்தக் கவிதையைச் சொல்லி முடித்தபோது திரு முஸ்டக் அவர்கள், இந்தக் கவிதையில் வரும் உறக்கம் என்பது மரணத்தைக் குறிக்கிறது என்றும், வெளிப்படையாக அன்றி, ஊகித்து உணரும்படி கூறப்பட்ட பாத்திரம் சவ ஊர்தி என்றும், "இவன் சேனத்து மணியில் அசைவை உண்டாக்கினான்" என்பது குறித்தும் அவர் இக்கவிதையில் பொதிந்திருக்கும் உருவகங்களை விளக்கிச் சொன்னார்.

அவர்கள் எல்லாருமே சிறந்த ஆசிரியர்களாக எனக்குப் பட்டனர். ஆனால் பயிற்சி பெறாத குறைந்த ஊதியமே பெறும், அதிக எண்ணிக் கையில் உள்ள இவ்வாசிரியர்களை, பயிற்சி பெற்ற அதிக ஊதியம் பெறும் அரசுத்துறை ஆசிரியர்களோடு எவ்வாறு ஒப்பிட முடியும்? அவர்களிடம் பயிலும் மாணவர்கள் எப்படிச் சாதிக்க முடியும்? பள்ளிகளுக்கு பயணம் செய்து நான் கண்டுபிடிக்க வேண்டிய ஒன்று இதுதான் என்பதை நன்கு உணர்ந்து கொண்டேன். எத்தனை மாணவர்களை இவர்கள் உருவாக்கி யிருப்பார்கள் என்று என்னையே நான் கேட்டுக்கொண்டது உண்டு. அந் நகரின் எத்தனை வறுமைப்பட்ட ஏழைக் குடும்பங்கள் தனியார் கல்வியால் பயன்பெற்றிருப்பார்கள்? அரசின் பார்வையில் விழாத, அங்கீகாரம் பெறாத பள்ளிகளில் அதிகமான மாணவர்கள் பயில்வதால் அலுவலகம் கொடுக்கும் புள்ளி விபரங்களால் இங்கு எந்தப் பயனும் இல்லை. பல பகுதிகளில் 80 சதவிகித அளவுக்கும் அதிக எண்ணிக்கையில் ஏழை மாணவர்கள் இருப்ப தாகவே குர்ரம் எண்ணுகிறார். மீண்டும் நான் இதை கண்டுபிடிக்க வேண்டும்.

சாஜித் மற்றும் அவரைப் போன்ற பல பள்ளி உரிமையாளர்கள் அனைவரும் வர்த்தகர்களாகவே இருந்தனர் என்பது தெளிவாகத் தெரிந்தது. நான் மீண்டும் டெல்லிக்கு திரும்பி வந்து, என் ஆய்வு பற்றி உலக வங்கியில் பணியாற்றும் ஒரு அம்மையாரிடம் குறிப்பிட்டதுபோது"தனியார் பள்ளி மேலாளர்கள், அதிக லாபம் வைத்து ஏழைகளை கொள்ளையடித்து வாழும்

வியாபாரிகளைப் போல" என்று அந்த அம்மையார் குற்றம் சாட்டியதில் கடுகளவுகூட உண்மை இல்லை. நான் சந்தித்த பள்ளி உரிமையாளர்களை இவ்வாறு கருதுவது நியாயமானதே அல்ல. பள்ளி உரிமையாளர்கள் மீது சுமத்தப்பட்ட குற்றச்சாட்டுகளுக்கு மாறாக, அவர்கள், மாணவர்களின் நலன்களுக்காகத் தங்களை அர்ப்பணித்துக் கொண்டவர்களாகவும், பள்ளியைத் தவிர வேறு வழிகளிலும் மாணவர்கள் கல்வி முன்னேற்றத் திற்காக உழைத்து வருபவர்களாகவும் காணப்பட்டனர். சாஜித்துடன் ஏற்பட்ட முதல் சந்திப்பில், அவர் என்னையும் இன்னும் பல தனியார் பள்ளி மேலாளர்களையும் தன் அலுவலகத்திற்கு அழைத்து, அவர் அதிக செலவு செய்து சமீபத்தில் வாங்கிப் போட்டிருந்த பல விளையாட்டுக் கருவி களையும் சோதனைக் கருவிகளையும் பார்வையிடச் செய்தார். மற்ற தனியார் பள்ளி உரிமையாளர்கள் இந்த விளையாட்டுக் கருவிகள் எவ்வாறு குழந்தை படிப்பதற்கு உதவி செய்யும் என்று மெல்லப் பேசிக் கொண்டார்கள். நான் பயணம் செய்த முதல் வார இறுதி நாட்களில், கிசான்பக் என்ற இடத்தின் பெரிய தெருவுக்குப் பின்னால் உள்ள குடிசைப் பகுதிகளில் இருந்த எம்.ஏ.ஐடியல் உயர்நிலைப்பள்ளியில் நடைபெற்ற இரண்டு நாள் அறிவியல் கண்காட்சியை திறந்து வைக்கும் சிறப்பு அழைப்பாளராக என்னை அழைத்தனர்.

எம்.ஏ.ஐடியல் பள்ளி அதன் நிறுவனர் முகம்மது அன்வர் பெயரில் 1987 ஆம் ஆண்டு, அவர் 23 வயது இளைஞராக இருந்தபோது தொடங்கப் பட்டது. மாதம் பத்து ரூபாய் (அன்றைய நாணய மதிப்பு ஏறக்குறைய 60 சென்ட்) வாடகையில், இரண்டு அறைகளில் பாய்மீது மாணவர்களை அமர்த்தி 40 குழந்தைகளுக்கு போதித்து வந்தார். நான் பார்வையிட்டபோது அவரது சொந்தக் கட்டிடத்தில் சுமார் 400 மாணவர்கள் (பாதிக்குமேல் பெண்கள்) கல்வி பயின்றனர். அறிவியல் கண்காட்சிக்காக அந்தப் பள்ளியானது, ஒரு கடைத்தெருவைப்போல மாற்றப்பட்டிருந்தது. எல்லா மாணவர்களும், தனித்தனியாகவோ அல்லது சேர்ந்தோ, அவர்களே உருவாக்கிய, தேவை ஏற்பட்டபோது ஆசிரியர்களின் உதவியை நாடி உருவாக்கிய சாதனங்களைக் கொண்டு அறிவியல் செய்திகளை செய்து காட்டிக் கொண்டிருந்தனர். அந்த அறிவியல் கண்காட்சியில் (முதலில் நான் திகைத்து போகும் அளவு உயிரான) தவளையின் உடற்கூறுகளை அறுத்துக் காட்டும் காட்சியும் இடம் பெற்றிருந்தது. ஆந்திர மாநிலத்தின் மிகப்பெரிய புனல் மின்சார அணைக்கட்டின் மாதிரியும் இடம் பெற்றிருந்தது; பல வேறுப்பட்ட அளவுகள் கொண்ட கண்ணாடிக் குடுவைகளில் மெழுகு திரிகள் எரியும்போது ஏன் பல்வேறு அளவுகளில் எரிகின்றன என்ற செயல் விளக்கம் காட்டப்பட்டது. மெழுகுத் திரிகள் எரியும் போது, ஏன் கண்ணாடி ஜாடிகளில் உள்ள தண்ணீர் உறிஞ்சப்

படுகிறது என்ற காட்சியும் வைக்கட்டிருந்தது. மற்றொரு பரிசோதனையில் தண்ணீரின் கொதிநிலை வெப்பம் விளக்கப்பட்டது. மக்னீசியம் எரிகிற போது என்ன நிகழ்கிறது என்று காட்டும் இன்னொரு சோதனையும் இடம் பெற்றிருந்தது (வேதியியல் மாற்ற சூத்திரத்துடன்). சிறு குழந்தைகள் தாவரங்கள், பழவகைகள் ஆகியவைகளின் பல்வேறு வகைப்பாடுகளைக் காட்சியில் வைத்திருந்தனர். கிராம நகர வாழ்க்கைகளுக்கு இடையேயான சிறு சிறு வேறுபாடுகள் பற்றி எளிமையாக விளக்கம் கூறினர். நுரையீரல்கள் மற்றும் நரம்பு மண்டலங்களின் பிளாஸ்டிக் பொருள்களால் செய்யப்பட்ட மாதிரிகளைக் காட்சிப்படுத்தினர். வார விடுமுறை நாட்களில் அருகாமை யிலிருந்து பலரும், தனியார் பள்ளிகள் நிறுவன அமைப்பிலிருந்த உறுப் பினர்கள் அனைவரும் கண்காட்சியை நேரில் கண்டு மாணவர்களிடம் கேள்விகளும் கேட்டனர்.

அதைத் தொடர்ந்து வந்த வார இறுதி நாட்களில் பள்ளிகளுக்கிடையே நடைபெற்ற இரண்டு நாள் விளையாட்டுப் போட்டிகளில் தனியார் பள்ளிக் கூட்டமைப்பிலிருந்து 12 பள்ளிகளுக்கு மேல் கலந்து கொண்டன. முதல் நாள், விளையாட்டுப் போட்டிகள் நடைபெற்றன. அந்தக் கரடு முரடான பள்ளி விளையாட்டு மைதானத்தில் மாணவிகள், அமைதியான விளையாட்டான கோ-கோ விளையாடினர். வெளியே தெருவில் மாணவி களுக்கான கயிறு தாண்டும் போட்டி நடைபெற்றது. மாணவர்கள் முரட்டுத்தனமான விளையாட்டான கபடி விளையாடினர். இந்த ஆட்டத்தின் விதி, எதிராளியைக் கோட்டுக்குள்ளேயே இழுத்துப் போட வேண்டும். அவன் மூச்சை அடக்கி கபடி, கபடி, கபடி என்று பாட வேண்டும். விளையாடுபவன் மூச்சு விடாமல் ‘கபடி, கபடி, கபடி’ என்று பாடி மூச்சு விடவில்லை என்பதை நிரூபிக்கவேண்டும். அப்படி மூச்சை விட்டுவிட்டால் விளையாட்டிலிருந்து வெளியேறி விடவேண்டும். தலைகளில் முக்காடிட்டுக்கொண்டிருந்த சின்னஞ்சிறு முகம்மதியப் பெண்கள், மாணவர்களின் ஆட்டத்தைக் கண்டுகளித்து தங்களுக்குப் பிடித்த விளையாட்டு வீரர்களை நோக்கி ஆரவாரம் செய்தனர். அடுத்து, நீண்ட ஓட்டப்பந்தயம். சிறப்பு விருந்தினராக அழைக்கப்பட்டிருந்த காவல் ஆய்வாளர் விசில் ஊதித் தொடங்கி வைக்க, மாணவர்கள் வெறுங் கால்களோடு புழுதிபடிந்த தெருவில் ஓடினர். பள்ளிகளுக்கிடையேயான போட்டிகளின் இரண்டாவது நாள் நிகழ்ச்சியில் பாட்டுப்போட்டி, ஓவியப் போட்டி, கட்டுரைப்போட்டி, பொது அறிவுப்போட்டி போன்ற நிகழ்ச்சிகள் சிறப்பு நிகழ்வுகளாக இடம்பெற்றிருந்தன. சாஜித் பாட்டுப் போட்டிக்கான நடுவர்களில் ஒருவராக இருந்தார். பல்வேறு உருதுப் பாடல்களையும் குறிப்பாக “நாம் ஜெயிப்போம்” என்ற எழுச்சியூட்டும் பொருள் பொதிந்த ஆங்கிலப் பாடலையும் சாஜித் பாடி எல்லா

மாணவர்களின் போற்றுதலுக்கும் உரியவர் ஆனார்.

பள்ளி உரிமையாளர்கள் தங்கள் வாரவிடுமுறை நாட்களைத் தியாகம் செய்துவிட்டு தங்கள் கண்காணிப்பில் உள்ள குழந்தைகளுக்காக அங்கு வந்திருப்பது ஓர் அர்ப்பணிப்பின் அடையாளம் அல்லவா? இன்னொரு சிறப்பையும் அங்கு கண்டேன். புதிய புனித மரியா உயர்நிலைப்பள்ளியில், அதன் அற்புதமான தாளாளர் மரியாவை அங்கு சந்தித்தேன். அவரின் இரட்டைச் சகோதரியும் அருகில் ஒரு பள்ளியை நடத்துவது தெரியவந்தது. இந்தப் பள்ளி ஒரு 'சோகத்தின்' மீது தான் கட்டப்பட்டுள்ளது என்று சொல்லிவிட்டு, அவரது மேசைக்கு மேல் இரண்டு வயதே நிரம்பிய பெண் குழந்தையின் படம் தொங்கிக் கொண்டிருந்ததைச் சுட்டிக் காண்பித்தார். 'என் குழந்தை இறந்து விட்டாள்' என்று சொல்லிவிட்டு, "எனக்கு ஓர் அறுவைச் சிகிச்சை செய்தார்கள். அதன் விளைவாக எனக்கு குழந்தைச்செல்வம் இல்லாத நிலை ஆகிவிட்டது. அதனால் ஒரு பள்ளி தொடங்கி எங்கும் உள்ள குழந்தைகளுக்குக் கல்வி கொடுக்கத் தீர்மானித்தேன்" என்று சொன்னார். "இப்போது உங்கள் பள்ளியில் 700 குழந்தைகள் இருக்கின்றனர்" என்றேன். "ஆமாம், 700 குழந்தைகள், அதில் 130 குழந்தைகளுக்கு என் மகளின் பெயரால் கல்வி உதவித்தொகை வழங்கி வருகிறேன். ஒவ்வொரு ஆண்டும் அவளது பிறந்த நாளன்று இந்த கல்வி உதவித்தொகையை வழங்கி வருகிறேன்" என்றார் அந்த அம்மையார்.

பரம ஏழைகளுக்கு உதவுவது மரியாவுக்கு புதுமையானதல்ல. அனாதையாக்கப்பட்ட குழந்தைகளுக்கும், பெரிய குடும்பங்களிலிருந்து வந்த குழந்தைகளுக்கும், இலவசமாகவோ அல்லது சலுகைக் கட்டணத் திலோ மரியாவின் கல்வி வழங்கப்பட்டது. எந்த மாதிரிக் குழந்தைகளுக்கு உதவிகள் வழங்கப்பட்டன? அந்நகரின் தனியார் பள்ளிகளைப் பார்வை யிட்ட போது அவர்களுக்கு நேர்ந்த கதைகளையும் கேட்டறிய முடிந்தது.

ஒன்பது வயது 'சப - தபசும்', மற்றும் அவளது இரண்டு சகோதரிகளும் 'மாஸ்டர் மைன்ட்' தனியார் பள்ளியில் இலவசக் கல்வி பெற்று வந்தனர். தொடக்ககல்வி மட்டுமே பயின்ற அவர்களது தந்தை, வேலை செய்யு மிடத்தில் நடந்த விபத்தில், படுத்த படுக்கையாகிப் போனார். படிப்பு அறிவு ஏதுமில்லா அவர்களது தாய், அண்டை வீடுகளில் பத்துப் பாத்திரம் தேய்த்து குடும்பத்தை ஓட்டி வந்தார். அம்மா வாரத்திற்கு ஒரு முறை கொண்டு வரும் சுமார் 200 ரூபாயை வைத்து (4.44 டாலர்) மூன்று குழந்தைகளும் அவர்களது தந்தையும் வயிற்றைக் கழுவி வந்தனர். இந்தப் பணத்தைக் கொண்டு, வீட்டுச் செலவுகளையும், மூன்று மகள்களது படிப்பையும், கணவரின் மருந்துச் செலவையும் கவனித்து வந்தாள். சப தபசும் படிப்பில் கெட்டிக்காரி. அப்பள்ளியிலேயே அவள் சிறந்த மாணவி யாக விளங்கி வந்தாள். அவள் ஒரு ஆசிரியையாக ஆசைப்பட்டாள்.

சமாதான உயர்நிலைப்பள்ளி 5 வயது குழந்தையான ஷகேரா கான் என்பவளுக்கும் அவளது மூன்று சகோதரிகளுக்கும் கல்விக் கட்டணத்தில் நாற்பது சதவிகித சலுகை அளித்து வந்தது. அவர்களது படிப்பறிவில்லாத தந்தை ஒரு செருப்புக்கடையில் தினக்கூலியாக வேலை செய்து 100 ரூபாய் (2.22 டாலர்) பெற்று வந்தார். இருந்தும், செருப்பு ஏதும் விற்பனை ஆகவில்லையென்றால் அவர் வெறும் கையோடுதான் அன்று வீடு திரும்ப வேண்டியிருக்கும். பள்ளிக்கூடத்திற்கே போகாத அவர்களது அம்மாவும் தினக்கூலி மூலம் நாளொன்றுக்கு கிடைத்த 25 ரூபாயிலிருந்து 30 ரூபாய் வரை (56 சென்ட்லிருந்து 66 சென்ட் வரை) கிடைத்ததைக் கொண்டு குடும்பத்தை இழுத்து வந்தார்கள்.

பத்து வயது நிறைந்த ஃபரத் சுல்த்தானாவும் சமாதான உயர்நிலைப் பள்ளிக்கு சென்று வந்தாள். அவளது தந்தை பள்ளிவாசலை பெருக்கிச் சுத்தம் செய்யும் வேலையில் மாதம் ரூபாய் 700 வீதம் (15.55 டாலர்) வாங்கி வந்தார். அது அவர்களது குடும்பத்திற்கான சாப்பாட்டுக்குக்கூடப் போத வில்லை. இந்தக் குடும்பம் அவர்கள் சொந்தக்காரர்களோடு இலவசமாகத் தங்கிவந்தது. அந்தச் சொந்தக்காரர்களே இவர்களுக்கு உணவளித்து வந்தனர். அக்குழந்தைகளின் தாய் தந்தை இருவருமே கல்வியறிவில்லா தவர்கள். அப்படியிருந்தும் அவர்களது குழந்தைகளைப் படிக்க வைக்க விரும்பினர். சமாதான உயர்நிலைப்பள்ளி ஃபரத்துக்கும் அவளது 6 வயதுத் தம்பிக்கும், அக்குடும்பத்தின் வறுமையைக் கருத்தில் கொண்டு, இலவசக் கல்வி அளித்து வந்தது.

வியாபாரமாக நடத்தி வந்த இந்தத் தனியார் பள்ளிகளும் மனிதாபிமான நோக்கில் அவர்களது சொந்த சமுதாயத்தில் உள்ள நலிந்தோருக்கு கை கொடுத்து வந்தன. பள்ளி உரிமையாளர்கள் இதை வெளிப்படையாகவே சொல்லிக் கொண்டார்கள்! அவர்கள் வியாபாரிகள் என்பது உண்மைதான். இருப்பினும் அவர்கள் தங்கள் சமூகத்திற்கே செய்வதன் மூலம் சமூக சேவகர்களாகக் காட்டிக் கொள்ள விரும்பினர். அவர்கள் வாழ்க்கையில் முன்னேற்றம் அடைந்து விட்டதைப்போல எல்லாரும் தம்மை மதிக்க வேண்டும் என்று விரும்பினர். ஒரு முக்கிய நோக்கம் - அனைத்து பள்ளி முதலாளிகளுக்கும் ஒரே மாதிரி எண்ணம் - அதுவே சமுதாய அந்தஸ்து. குர்ரம் என்னிடம் சொன்னதாவது, "எனக்கு ஒரு பள்ளியை நடத்த வேண்டும் என்ற இலட்சியம் இருக்கிறது. அதன் மூலம் நல்ல அறிவைக் கொடுப்பது, நல்ல பண்புகளை வளர்ப்பது, நல்ல குடிமக்களை, சிறந்த மனிதர்களை உருவாக்குவதே என் இலட்சியம். பள்ளிப் பாதுகாவலர்கள் போல நாங்கள் ஒரு அந்தஸ்த்தை தேடிக்கொண்டோம். மக்கள் எங்களை மதிக்கிறார்கள். நாங்களும் எங்களை மதித்து வருகிறோம்" என்றார்.

ஆனால் ஏன் பெற்றோர்கள் தங்கள் குழந்தைகளை இதுபோன்ற

பள்ளிகளுக்கெல்லாம் அனுப்பு றோர்கள் என்ற பொதுவான ஐயப்பாடு எங்களுக்கு இருந்தது. தனியார் பள்ளிகளில் கட்டணம் குறைவாக இருந்தாலும் அரசுப்பள்ளிகளில் இலவசம் தானே. அரசு பள்ளிகளில் இலவசச் சீருடை கிடைக்கிறது; பகலில் மதிய உணவு கிடைக்கிறது; இலவசப் புத்தகங்கள் கிடைக்கின்றன. தனியார் பள்ளிகளைப் பார்வை யிடுவதிலும், பள்ளி மேலாளர்களின் தியாக மனபாங்கைக் காண்பதிலும் நான் எவ்வளவுதான் ஆர்வம் காட்டினாலும், அந்தப் பள்ளிக் கட்டடங்களின் நிலைமை எனக்கு கவலையையே அளித்தது. அந்த பள்ளிக் கட்டடங்கள் நெரிசலாக, அழுக்குப் பிடித்ததாக, அடிக்கடி துர்நாற்றம் வீசக்கூடியதாக, பொதுவாகப் போதிய வெளிச்சம் இல்லாததாக, அத்துடன் தற்காலிக ஏற்பாடு செய்யப்பட்டதாகவே இருந்து வந்தன. நகரத்தின் உட்பகுதியில் மாற்றியமைக்கப்பட்ட கோழிப்பண்ணைகூட ஒரு பள்ளியாக இயங்கி வந்தது. எனவே, பெற்றோர்கள் தங்கள் குழந்தைகளை அனுப்ப இதுபோன்ற பள்ளிகளை ஏன் தேர்ந்தெடுக்க வேண்டும்? அரசுப்பள்ளிகளில் மாணவர்களுக்கு ஒரு கோடுகூட போட்டுக் காட்டுவதில்லை என்று தனியார் பள்ளி உரிமையாளர்கள் சொல்லுகிறார்கள். ஆசிரியர்கள் நேரத்திற்கு வருவதில்லை. அப்படியே வந்துவிட்டாலும் பாடம் நடத்துவதே இல்லை. எல்லா அரசுப்பள்ளிகளிலும் மாணவர்களின் வருகை குறைந்து வருகிறது என்று அம்மாநகரில் உள்ள அரசுப்பள்ளிகளைப் பற்றி நான் கேள்விப்பட்டேன். அப்படி இருந்தும் ஆசிரியர் அதிக ஊதியம் கேட்டுப் போராடி வருகிறார்களாம். அருகில் உள்ள ஓர் அரசுப் பள்ளியில் 37 ஆசிரியர்கள் பணியாற்றி வருகிறார்கள். ஆனால், பரிதாபம் 36 மாணவர்களே படிக்கிறார்கள். மற்ற சில பள்ளிகளில் அதிக மாணவர்கள் வருகின்றனர். ஆனால் பழைய கதைதான்; அங்கும் மாணவர்களுக்கு சொல்லிக் கொடுப்பதில்லை என்ற குறைபாடுதான் நிலவி வருகிறது.

ஆனால், நிச்சயம் தனியார் பள்ளி உரிமையாளர்கள் ஒரு பக்கம் சார்ந்துதான் பேசக்கூடும். பெற்றோர்கள் என்ன நினைக்கிறார்கள் என்று தெரிந்துகொள்ள விரும்பினேன். கீழே ஒரு பெரிய அறையும், மாடியில் மூன்று வகுப்பு அறைகளும் கொண்ட ஒரு குறுகிய இரண்டு மாடிக் கட்டடத்தால் ஆன 'புதிய நம்பிக்கைப் பள்ளியில்' கருப்பு புர்க்கா அணிந்திருந்த ஒன்பது தாய்மார்களிடம் பேசினேன். மூன்று தந்தைமார் களும் வந்திருந்தனர். அவர்கள் இந்தத் தாய்மார்களை விட்டு தள்ளி அறையின் அடுத்த பக்கம் அமர்ந்திருந்தனர். அரசுப்பள்ளிகளைப் பற்றி அவர்களிடம் விசாரித்தேன். அரசுப்பள்ளிகள் எதற்கும் லாயக்கில்லை என்று அப்பட்டமாக கூறினர். ஆசிரியர்கள் அரசுப்பள்ளிகளில் சண்டை போட்டுக் கொண்டு தனித்தனிக் கட்சியாக பிரிந்திருக்கின்றனர். ஆறு பாடப்பிரிவுகளில் ஒருவேளை பாடம் மட்டுமே நடத்துவர்; குழந்தைகளை

அநாதைப் பிள்ளைகள் போல் நடத்துவர் என்றும் சொன்னார்கள். குழந்தைகள் பள்ளியை விட்டுப் போக விரும்பினால் அவர்களுக்கு எந்த கவலையும் இருக்காது என்றார்கள்.

சமாதான உயர்நிலைப்பள்ளியின் பள்ளி இறுதி நாளன்று வாஜித் வழங்கிய வண்ண வண்ண நிறத்தாலான தார்ப்பாயின் நிழலில் குழுமியிருந்த பெற்றோர்கள் என்னிடம் வந்து பேசினர். தாய்மார்கள், முக்கியமாக முகம்மதிய பெண்கள், கருப்பு உடைகளில் சிலர் முக்காடு அணிந்தும், சிலர் அரைகுறையாக முக்காடு அணிந்தும், சிலர் முக்காடு ஏதும் அணியாமலும், இடையிடையே வண்ண வண்ணப் புடவை களிலும், இன்னும் இந்து தாய்மார்களும் கிறிஸ்தவத் தாய்மார்களும் காணப் பட்டனர். தாய்மார்கள் தயக்கமின்றித் தகவல் சொல்ல முன் வந்தனர். அரசுப்பள்ளிகளுக்கு தங்கள் குழந்தைகளை அனுப்பப் போவதில்லை என்று ஒரு பெண்மணி சொன்னார். "ஆனால் அரசுப் பள்ளி ஆசிரியர்கள் முறையாக பயிற்சி பெற்றவர்கள் அல்லவா?" என்று நான் கேட்டேன். "ஆமாம், அந்த ஆசிரியர்கள் படிப்பால் சிறந்தவர்கள்; ஆனால் கற்பித்தலில் சிறந்தவர்கள் என்று சொல்லமுடியாது. குழந்தைகளைப் படுமோசமாக அடிக்கிறார்கள். அடிமைகளைப் போல நடத்துகிறார்கள்" என்று இன்னொரு அம்மா சொன்னார்.

இவ்வகைப் பெற்றோர்கள் ஒரு பக்கம் சார்புடையவர்களாக இருக்கலாம். தங்கள் குழந்தைகளைத் தனியார் பள்ளிகளுக்கு அனுப்ப பொருளாதார ரீதியாக தயாரானவர்கள் அவர்கள். எனவே அந்த முடிவை ஆதரித்து பேச வேண்டும் என்று அவர்கள் உணரக்கூடும். நானே ஓர் அரசுப்பள்ளியை நேரில் பார்வையிட்டால்தான் ஒரு முடிவுக்கு வரமுடியும். என்னை அரசுப்பள்ளிகளுக்கு அழைத்துச் செல்லுமாறு கேட்டவுடனே குர்ரம் சம்மதித்தார். எங்களோடு வந்த துணை மாவட்டக்கல்வி அதிகாரியோடு குர்ரம் நல்ல நட்போடு இருந்தார். வெளித் தோற்றத்தி லேயே அரசுப் பள்ளிக் கட்டடம் நன்றாக தெரிந்தது. தனியார் பள்ளிகளில் பார்த்த நெரிசல் மிகுந்த கட்டடங்களை விட மிக மிகச் சிறப்பாக இருந்தது. போதுமான அளவு வகுப்பறைகள் பிரிக்கப்பட்டிருந்த மூன்று மாடி கட்டடம்; பரந்த விளையாட்டு மைதானம்; நல்ல பெயர்ப் பலகை, பள்ளி முதல்வரின் வசதியான பெரிய அறை; மாடியில் நாங்கள் பார்வையிட்ட முதல் வகுப்பே 130 மாணவர்களை கொண்டிருந்தது. மாணவர்கள் நெருக்கியடித்துக்கொண்டு தரையில் அமர்ந்திருந்தனர். இப்பள்ளியில் நாற்காலிகளோ, மேசைகளோ ஏதும் இல்லை. சில ஆசிரியர்கள் இன்று வரவில்லை என்று தலைமை ஆசிரியர் எந்தவித வருத்தமும் இன்றித் தெரிவித்தார். எனவே எல்லாரையும் வைத்து நாங்கள் பாடம் நடத்துகிறோம் என்றார். "தினமும் இப்படித்தான் இவர்கள் வர

மாட்டார்கள்." என்று மாவட்டத் துணைக்கல்வி அதிகாரி சொன்னார். அரசு அலுவலர்களுடைய பல விமர்சனங்களின் முதல் விமர்சனமாக இது என் மனதில் பதிந்தது. அது சரியான தகவலாக இருந்தால் - அதாவது மனதில் தோன்றியதை அப்படியே சொன்ன அந்த தகவல் உண்மையாக இருந்தால், அவர்கள் பேசுகிற அரசுப்பள்ளிகளின் தோல்விகளுக்கு அவர்களே பொறுப்பு ஆவார்கள். இதே அளவு குழந்தைகளின் எண்ணிக்கை கொண்ட இன்னும் இரண்டு வகுப்புகள் இருந்தன. மற்ற வகுப்பறைகள் எல்லாம் மாணவர்களின்றி காலியாக இருந்தன. அநேகமாக இந்த நெருக்கடி நிறைந்த வகுப்பறைகள்தான், பெற்றோர் தனியார் பள்ளிகளை விரும்புவதன் காரணமாக இருக்குமோ? அவைகள் உண்மையிலே சிறந்த பள்ளிகளா, அல்லது பெற்றோர்கள்தான் தவறாகப் புரிந்து கொண்டிருக் கிறார்களா என்று யோசித்தேன்.

இறுதியாக அரசாங்க விதிகளோடு தனியார் பள்ளி உரிமை யாளர்களுக்கு ஏற்பட்ட விரக்திகளை நான் தெரிந்து கொண்டேன். ஆரம்பத்தில் எத்தனை முறை அரசு ஆய்வாளர் பள்ளியின் தரத்தையும், முன்னேற்றத்தையும் சோதனையிட திடீர் வருகை செய்திருக்கிறார்கள் - (அநேகமாக ஆண்டிற்கு மூன்றிலிருந்து ஐந்து முறை - ஆச்சரியப்படத்தக்க வகையில், ஆய்வாளர்கள் தங்களை தியாகம் செய்துகொண்டு கல்வித் தரத்தின் வளர்ச்சியையும் பார்வையிடுகிறார்கள் என்று நினைத்தேன்) பிறகு குர்ரம் என்னைத் தனியாக ஒரு பக்கம் அழைத்துச் சென்று, அவர்கள் பள்ளி களைப் பார்வையிடுவதற்காக வரவில்லை. மாறாக, 'நாங்கள் அவர்களை சிறப்பாகக் கவனிக்க வேண்டும்' என்று எதிர்பார்த்து வருகிறார்கள். மற்ற ஆசிரியர்களும் அதே கதையைச் சொல்லி என்னை நம்பவைக்கும் வரை, நான் போதிய விவரமின்றி இருந்தது எனக்கு அதிர்ச்சி அளித்தது. அரசு அலுவலர்களுக்கு லஞ்சம் கொடுப்பது அவலமான நிலை என்றும், ஆனால் அவர்கள் சமுதாயத்தில், அவர்கள் வாழ்க்கை முறையில் அது ஓர் அவசியமாகப்பட்டது என்றும் உணர்ந்து கொண்டேன். லஞ்சம் என்பது - சாஜித் சார் அவர்கள் குறிப்பிடுவதுபோல - அன்பளிப்பு என்பது அங்கு எப்போதுமே இருந்து வருவது எனக்குப் பார்த்து பழகிப் போனதால், அது சட்டென்று எனக்கு எந்த தாக்கத்தையும் ஏற்படுத்தவில்லை. தனியார் பள்ளிகளில் சமாளிக்க முடியாத சட்டத்திட்டங்கள் நிறைய இருந்தன. 1000 சதுர மீட்டர் பரப்பளவுள்ள விளையாட்டு மைதானத்திற்கு நான் எங்கே போவது? அவருடைய சமாதான உயர்நிலைப்பள்ளி அமைந்துள்ள நெருக்கடி நிறைந்த தெருவை சுட்டிக்காட்டிச் சொன்னார்.

அரசு ஆய்வாளர்களோடு அவருக்குள்ள சிக்கல்களையும், அரசு அங்கீகாரம் பெறுவதற்காக அவர் விலாவாரியாகச் சொன்ன சில விஷயங் களையும் என்னால் என்றும் மறக்கவே முடியாது. 'சில சமயங்களில்

அரசாங்கமே மக்களுக்கு முட்டுக்கட்டையாக இருக்கிறது.' எனவேதான் தங்கள் பள்ளிகளின் பதிவைப் பாதுகாத்துக் கொள்ள, அல்லது அவற்றை இந்த ஆய்வாளர் இழுத்து மூடிவிடாமல் தவிர்க்க லஞ்சத்தை நாட வேண்டியிருக்கிறது. பன்னாட்டு நிதி நிறுவனத்திற்காக நான் ஒரே கால கட்டத்தில் ஆய்வு செய்த, மேட்டுக்குடியினர் படிக்கும் செல்வம் மிகுந்த கல்வி நிறுவனங்களின் மேலாளர்கள் மேற்கொள்ளும் வழிமுறைகள் முற்றிலும் வேறுபட்டதாக இருந்தது. அரசு விதிகளில் உள்ள சிரமங்களைப் பற்றியும், ஆய்வாளர்களைப் பற்றியும் நான் அந்த மேட்டுக்குடி கல்வி நிறுவன மேலாளர்களைக் கேட்டபோது, அரசு விதிகளைக் குறித்து அலட்சியமாகப் பேசினார்கள். "அரசு விதிமுறைகளா?" "ஓ! அப்படி யாரேனும் எங்கள் வழியில் குறுக்கிட்டால் நாங்கள் மு.அ.வுக்கு போன் பண்ணுவோம்; அதாவது முதல் அமைச்சரைத் தொடர்பு கொள்வோம்" என்றார்.

ஹைதராபாத் நகரின் பின்புற வீதிகளில் முற்றிலும் குறிப்பிடத்தக்க ஏதோ ஒன்று நடந்துகொண்டிருக்கிறது என்று என்னால் புரிந்து கொள்ள முடிந்தது. தனியார் பள்ளிகளில் எனக்கு கிடைத்த அனுபவத்தைக் கொண்டு, ஏழை மாணவர்களுக்கு ஏதாவது உதவ வேண்டுமென்ற எனது உந்துதலில் சில முக்கியமான பயனுள்ள விளைவுகளை ஏற்படுத்தலாம் என எனக்கு தோன்றியது. வளர்முக நாடுகளின் கல்வி குறித்து நாம் கருதும் முறைகளில் அங்கு நிகழ்ந்து வந்தவை தாக்கங்களை ஏற்படுத்தும் என்பது தெளிவு. அரசுப்பள்ளிகள் மிக மோசமானவை எனக் கருதுவதன் காரணமாக பெரும்பான்மையான பெற்றோர்கள் தங்கள் குழந்தைகள் கல்விக்காக தனியார் பள்ளிகளைத் தேர்வு செய்கின்றனர் என்றால், இந்த ஆழமான ஆய்வு அரசு மேம்பாட்டு வல்லுநர்களின் ஆர்வத்தைத் தூண்டும் அல்லவா? இந்த அதிர்ச்சியான விழித்தலே நான் வேண்டுவது.

2

இது ஒன்றும் ஆய்வு இல்லையே

500 பவுண்ட் கொரில்லா

சில வேளைகளில் என்னுடைய ஆய்வு ஓர் ஆய்வாகவே இல்லை; அல்லது ஒரு சிலருக்காகவாவது அது ஓர் ஆய்வாக இல்லாமல் இருக்கலாம். பல்வேறு நாடுகளில் தொடர்ந்து என் களப்பயணத்தை மேற்கொள்வதற்காகப் புறப்படுமுன், உலக வங்கி அலுவலர்களை மீண்டும் பார்ப்பதற்காக ஹைதராபாத்தை விட்டு டெல்லிக்குத் திரும்பினேன். பழம்பெரும் நகரான ஹைதராபாத் வீதிகளில் நான் மேற்கொண்ட ஆய்வுப் பணிகளை அவர்களிடம் பகிர்ந்து கொள்ளவும், அத்துடன் அவர்களது ஆழ்ந்த கருத்தைத் தெரிந்து கொள்ளவும் ஆர்வமாக இருந்தேன்.

அவர்கள் அவ்வளவு அக்கறை எடுத்துக்கொண்டதாகவே தெரியவில்லை. ஒரு பணியாளர்கள் குழுவை அவர்களது அலுவலகங்களில் சந்தித்தேன். அந்த அலுவலகங்கள் முழுவதும் தொட்டிகளில் வளர்க்கப்படும் பெரணிச் செடிகளும், சமர்த்துக் குழந்தைகள் வடிவமைத்துச் செய்த விளம்பரப் படங்களுமாகக் காணப்பட்டன. ஏழைக் குழந்தை களுக்குச் சேவை செய்கிற தனியார் பள்ளிகளை உண்மையில் அவர்கள் ஒருபோதும் கேள்விப்பட்டதில்லை என்றார்கள். மேலும் ஆண்டுக்கு 10 டாலர் மட்டுமே வசூலித்து வரும் அப்பள்ளிகள் எப்படி எப்போதும் நிலைத்திருக்க முடியும் என்றும், அதுவும், அறக்கட்டளைகளின் உதவி இல்லாமல் எப்படிச் சாத்தியம் என்றும் ஆச்சரியப்பட்டுப் போனார்கள். குடிசைப் பகுதிகளில் ஒரு சில பள்ளிகளைத் திறந்து

வைத்துள்ள அரசாங்கம் அல்லாத அமைப்புகளை மட்டுமே நான் கண்டறிந்து வந்ததாகவும், வேறு ஒன்றுமில்லை என்றும் அவர்கள் என்னிடம் சொன்னார்கள். அது அப்படி அல்ல என்று நான் திரும்பத் திரும்பச் சொல்லியும், நான் தவறாக வழிகாட்டப்பட்டதாக அவர்கள் என்னிடம் சொன்னார்கள். இருந்தும், அந்தக் குழுவில் ஒருவரான சஜிதா பஷீர் என்பவர், இதுபோன்ற சில தனியார் பள்ளிகளை தமிழ்நாட்டில் அவரே பார்த்ததாகவும், ஆனால், அவர் இப்போது ஆய்வு செய்து கொண்டிருக்கும் கர்நாடக மாநிலத்தில் இதுபோன்ற பள்ளிகள் எதுவும் இல்லை என்றும், இது உலகில் எப்போதும் எங்கும் நடக்கிற நிகழ்வு இல்லை என்றும் கூறினார். சஜிதா அம்மையார் அப்பள்ளிகளுக்கு எதிரான ஒரு குற்றச்சாட்டை அக்குழுவினருக்கு வெளிப்படுத்தினார். எதற்கும் யாருக்கும் கிஞ்சித்தும் கவலைப்படாத, இலாப நோக்கம் ஒன்றையே மனதில் கொண்டுள்ள, பழிபாவத்துக்கு அஞ்சாத இதுபோன்ற தனியார் பள்ளியினர், ஏழைப் பெற்றோர்களிடமிருந்து பணத்தை கறந்து வருகிறார்கள் என்ற குற்றங்களை அம்மையார் அடுக்கினார். நான் ஹைதராபாத்தில் கண்ட தனியார் பள்ளி உரிமையாளர்கள் இவர்கள் சொல்வது போல் நிச்சயமாக இல்லை. பணம் ஒன்றே இவர்களது இறுதி நோக்கமாக இருந்தால், எப்படி வார விடுமுறை நாட்களைத் தியாகம் செய்து அறிவியல் கண்காட்சிகளையும் பள்ளிகளுக்கிடையே விளையாட்டுப் போட்டிகளையும் நடத்துவார்கள்? நான் இதை ஏற்றுக்கொள்ளவே இல்லை. அங்கு நான் நேரில் கண்ட விவரங்களை மெல்ல மெல்ல அவர்களிடம் எடுத்துக் கூறினேன். அவர்கள் யாருமே அதை அவ்வளவு முக்கியமாக எடுத்துக் கொள்ளவில்லை. இப்பள்ளிகளைப்பற்றிக் கேள்விப்படாத இவர்கள் அதைக் கண்டு கொள்ளவுமில்லை. அந்தக் கூட்டமும் அப்படியே கலைந்தும் விட்டது.

பிறகு சஜிதா தேநீருக்காக என்னைக் கீழே அழைத்து வந்தார். என் கருத்துகளில் உள்ள தவறுகளைக் களையும் பொருட்டு எனக்கு உதவி செய்ய முயற்சி எடுத்துக் கொண்டார். "அங்கு தனியார் பள்ளிகள் இருக்கலாம்; சில தனியார் பள்ளிகள் அரசுப் பள்ளிகளை விடச் சிறப்பாகவும் இருக்கலாம்; அவ்வாறு இருப்பதால்தான் அந்த ஒரு சில தனியார் பள்ளிகள், பெற்றோர்கள் தேடிச் செல்லும் பள்ளிகளாக அமைந்து விடுகின்றன. தரமான கல்வி தராத அரசுப் பள்ளிகளைத் தவிர்த்து விட்டு தனியார் பள்ளிகளுள் சிறந்த தனியார் பள்ளிகளை தேர்வு செய்கிறார்கள்" என்று சொன்னார். (ஆனால், ஒரு நாளைக்கு ஒன்று அல்லது இரண்டு டாலர்கள் சம்பாதிக்கும் ஏழைப் பெற்றோர்களைப்பற்றி பேசிக்கொண்டிருக்கிறோம் என்பதை அவருக்கு நினைவூட்டப் போராட வேண்டியிருந்தது) அதே விஷயத்தை தொடர்ந்து, "ஒரு சில தனியார் பள்ளிகள் மட்டுமே நேர்மையான பள்ளிகளாகவும், பல பள்ளிகள் அதிர்ச்சியூட்டக்

கூடியதாகவும், பணியாற்ற உள்ளே வந்து, வெளியேறும் ஆசிரியர்களின் எண்ணிக்கையும் அதிர்ச்சியூட்டக் கூடியதாகவும் இருக்கும் என்றும், அவர்கள் முறையாக பயிற்சி பெற்றவர்கள் அல்ல, நல்ல ஈடுபாடுகள் உடையவர்கள் அல்ல என்றும், பணியேற்க விரும்பும் ஆசிரியர்கள் வெளியில் காத்துக்கொண்டிருப்பதால் பள்ளி உரிமையாளர்கள், தங்களுக்கு எப்போது வேண்டுமானாலும் ஆசிரியர்கள் கிடைப்பார்கள் என்பதை நன்கு அறிந்தவர்கள்" என்றும் சொன்னார் அந்த அம்மையார். தேநீரை கொஞ்சம் உறிஞ்சிவிட்டு, "கல்வியாளர்கள் அனைவருமே, ஏழைகளுக்காகச் செயல் படும் தனியார் பள்ளிகள், நவீனக் கல்விக் கோட்பாட்டுச் செயல்முறைகளில் நிலைத்திருக்க வாய்ப்பில்லை என்று நூறு சதவிகிதம் நம்புகிறார்கள். பொருள் புரியாத மனப்பாடம், தேர்வுக்கான அவசரப் படிப்பு, போன்ற அவசரங்களை குழந்தைகளிடம் திணிப்பதுபோல, அவசரமாக ஏழைகளிட மிருந்து பணத்தைக் கறந்து விடுகிறார்கள்" என்று சொன்னார்.

அந்த அம்மையாரின் பெரிய பிரச்சினையே தனது சொந்த அனுபவமான ஏற்றத்தாழ்வு பற்றிய பிரச்சினைதான். ஏழ்மையின் தரித்திரத்தில் இருக்கிற சில குழந்தைகளை, வீழ்ந்து கொண்டிருக்கிற அரசுப் பள்ளிகளில் விட்டு விடுகிறார்கள்; ஏனென்றால் தனியார் பள்ளிகள், சூழ்நிலைகளை செம்மைப்படுத்தாமல், இருக்கின்ற ஏற்றத் தாழ்வுகளை இன்னும் மோசமாக்கி விடுகின்றன என்று அம்மையார் குறிப்பிட்டார். இந்தக் காரணத்திற்காகவே, சில தனியார் பள்ளிகளில் நடக்கும் தவறு களுக்கு ஒத்துப்போய் விடாமல், நம் உழைப்பெல்லாம் அரசுப் பள்ளிகளை செம்மைப்படுத்துவதாகவே இருக்க வேண்டும் என்ற இந்தக் கருத்தில் சஜிதா அம்மையார் தெளிவாக இருந்தார். பல பெற்றோர்கள், அல்லது ஒரு சில பெற்றோர்களாவது, தங்கள் குழந்தைகளுக்கான உயர்ந்த கனவுகளோடு, அவர்களைத் தனியார் பள்ளிகளுக்கு அனுப்ப விரும்பினால், அவர்களை அவ்வாறு செய்ய நாம் அனுமதிக்கக் கூடாது. ஏனெனில், இது அநீதியான காரியம் என்றார் அந்த அம்மையார்.

இது ஏன் அநீதி என்றால், அரசுப்பள்ளிகளை விடுத்து, தனியார் பள்ளிகளில் சேர்க்கும் பாவப்பட்ட பாமரக்குழந்தைகளின் நிலைமையை இன்னும் மோசமாக்கி விடுகின்றன. இதுதான் என்னைத் திகைக்க வைத்தது. நாங்கள் - அதாவது சஜிதாவும் நானும், அந்தக் குடிசைகளில் பாமர மக்களாகப் பிறந்து, எங்களுக்கு கிடைக்கும் அந்த சொற்ப வருமானத்தைக் கொண்டு எங்கள் குழந்தைகளை மேம்படுத்த முடியாமல் போகிறதென்று வைத்துக் கொள்வோம்; அப்போது நாங்கள் எப்படி மகிழ்ச்சியாக இருக்க முடியும்? நான் ஒன்றும் பேசவில்லை. அம்மையார் அன்போடு என்னிட மிருந்து விடைபெற்றபோது, ஏழைக்குழந்தைகளுக்காகச் செயல்படுகின்ற தனியார் பள்ளிகள் மிகக் குறைந்த அளவு மட்டுமே கல்வி மேம்பாடு

அடைந்திருக்கின்றன என்றும், அதனால், இன்று செய்தது போல அளவுக் கதிகமாக ஆய்வுப்பணியைத் தொடர வேண்டாம் என்றும், அப்படிச் செய்தால் அது கேலிக் கூத்தாகிப் போய்விடும் என்றும் சொன்னார். தேடிப் படித்துத் தெரிந்து கொள்ள வேண்டுமென தகவல்கள் அடங்கிய குறிப்புகள் இரண்டை எனக்குக் கொடுத்து விட்டுப்போனார்.

அந்த அம்மையார் சொன்னது சரிதான். அவர் தந்த தகவல் குறிப்புகளை ஏன் என் புலனாய்வு வேலையில் முன்பே சுட்டிக்காட்டாமல் விட்டு விட்டேன் என்று ஆச்சரியப்பட்டேன். என்ன நடந்தது என்பதைத் தெரிந்து கொள்ளமால் போனது என் தவறுதான்; ஏனொன்றால் அம்மையார் கொடுத்த குறிப்புகளில் ஏழைகளுக்காகச் செயல்படும் தனியார் பள்ளிகள் பற்றிய விவாதங்கள் மூடி மறைக்கப்பட்டிருந்தன, அல்லது அரைகுறையாக தெரியப்படுத்தப்பட்டிருந்தன; போகப் போக தனியார் பள்ளிகள் பற்றிய விபரங்கள் அப்படியே புறக்கணிக்கப்பட்டிருந்தது தெரியவந்தது. இந்த விஷயங்களை அந்த அம்மையார் எனக்கு குறிப்பிட்டுச் சொன்னார். நானும் போகப் போக அதை ஆராய்ந்து அறிந்து கண்டுகொண்டேன். நம்மில் பலர், புதுமைக் கருத்துகளை ஏற்றுக்கொள்கிற எந்த முடிவு எடுக்கும்போதும் அல்லது கொள்கை முடிவு எடுக்கும்போதும் அம்மையார் குறிப்பிட்ட தனியார் பள்ளிகள் பற்றிய இந்த விஷயத்தை முக்கியச் செய்தியாகக் குறிப்பிடப்படவில்லை. ஏழைகளுக்காகச் செயல்படுவதாகச் சொல்லப் படுகிற தனியார் பள்ளிகள் பற்றி எழுதும்போதும் தொடர்புடைய எழுத்தாளர்கள் பலர், அதிக அளவு குழம்புவது போலவும் தர்மசங்கடத்திற்கு ஆளாவது போலவும் ஆகிவிட்டனர். இந்த எழுத்தாளர்கள் தனியார் பள்ளிகளைப் பற்றிய விஷயங்களை ஏதோ ஓர் அவசரத்தில் எழுதி விடுகிறார்கள். அதனால் அந்தத் தனியார் பள்ளிகளில் காணப்படும் சிறப்பியல்புகளைக் கவனிக்கத் தவறிவிடுகிறார்கள். அவ்வாறு எழுதிய வர்கள், தங்கள் கொள்கைகள் மற்றும் கருத்துகள் எதிர்காலத்தில் விவாதத்திற்கு வந்தால், அதற்கு எந்தப் பாதிப்பும் ஏற்படாதவாறு பார்த்துக் கொள்கிறார்கள். ஏழைகளுக்காகச் செயல்படும் தனியார் பள்ளிகள் இருக் கின்றன என்பதை மறுக்காதவர்கள்கூட, அப்பள்ளிகளின் செயல்பாட்டு முக்கியத்துவத்தையும் சிறப்பியல்புகளையும் ஒட்டுமொத்தமாக மறுக்கிறார்கள்.

எவ்வளவு அதிகமாக அந்த அம்மையார் கொடுத்த அந்தத் தகவல் குறிப்புகளை ஆராய்ந்தேனோ, அவ்வளவு அதிகமாகக் குழம்பிப் போனேன். ஏழைகளுக்காகச் சேவை செய்து கொண்டிருக்கும் தனியார் பள்ளிகளின் சிறப்புகளை ஒருவர் முற்றிலும் புரிந்து கொள்ளாமலிருந்தால், பன்னாட்டு நிதி நிறுவனத்தால் நிதி உதவி செய்யப்படுகின்ற அரசாங்க கல்வித்துறை மூலமாக மட்டுமே 'அனைவருக்கும் கல்வி' என்ற இலக்கை அடைய

முடியும் என்பது விவாதத்திற்குரிய ஒரு விஷயமாகும். பல ஏழைப் பெற்றோர்கள் தங்கள் குழந்தைகளை அரசாங்க பள்ளிகளிலிருந்து விலக்கி தனியார் பள்ளிகளில் சேர்க்கிறார்கள் என்று தெரிந்து கொண்ட உடனே, அனைவருக்கும் கல்வி இயக்கம் விமர்சனத்துக்குட்படுத்தப்பட்டு விவாதிக்கப்பட வேண்டும் என்று உங்கள் ராடார் கருவியில் பதிவு செய்ய வேண்டாமா?

சஜிதா பஷீர் கொடுத்த ஆலோசனையின்படி 1998 - ல் பொருளாதாரத்தில் நோபல் பரிசு பெற்ற அமர்த்தியா சென்னுடைய படைப்பை வேகமாக ஆராயத் தொடங்கினேன். அவரின் மிகப் பெரிய தொகுப்பான 'இந்தியா, வளர்ச்சியும் பங்களிப்பும்' என்ற அவரது நூல், ஏழைகளையும் கல்வியையும் பற்றிய தடுமாற்றமான பார்வையையே கொடுத்தது. ஆனால், அவரின் முடிவுரையில் இது எல்லாவற்றையும் அப்படியே நிராகரித்துவிட்டார். அவரது 'கல்வி' என்ற தலைப்பின் முடிவுரையை வாசித்தேன். எல்லோருக்கும் தெரிந்ததை தலைகீழாகப் புரட்டிப் போடும் அளவு அவர் சொல்லிவிடவில்லை. உலகளாவிய தொடக்கக்கல்வி என்பதுதான் உண்மையான குறிக்கோளாகும் என்று எழுதி இருக்கிறார். "அதிகப்படியாக செலவு செய்கிற அரசாங்கமே தேவை என்றும், அதிக அளவு பள்ளிக்கூடங்களைத் திறக்கிற, உள்கட்டமைப்புகளை மேம்படுத்துகிற, அதிகமான ஆசிரியர்களை பணியமர்த்துகிற, பாடத் திட்டங்களை எளிமைப்படுத்துகிற, மாணவர் சேர்க்கையை அதிகப் படுத்துகிற, இலவசப் பாட நூல்கள் வழங்குகிற", இன்னும் பல செய்கிற செயல்பாடுகள் மிக்க அரசாங்கம் தேவை என்றும் அவர் எழுதியிருந்ததை வாசித்தேன். 'முன்னுரிமையளிக்கப்பட்ட வகுப்புகள்' தான் "சுய நிதித் தனியார் பள்ளிகளுக்கான முக்கிய வாடிக்கையாளர்கள்" என்கிற தனியார் பள்ளிகளுக்கான நிரந்தர நெறிமுறையைக் கொண்டு வந்தார். நிலையான கல்விக் கட்டணங்களை உடைய எல்லாத் தனியார் கல்வியும் மேட்டுக் குடியினருக்குத் தொடர்புடையதே தவிர, உலகளாவியத் தொடக்க க்கல்விக்கு எந்தத் தொடர்பும் இல்லை என்பதுதான் அரசாங்கம் மற்றும் அரசியலின் அடிப்படை வாதம். இதில் குளறுபடிக்கு ஒன்றுமில்லை.

அரசுக் கல்வியின் அடிப்படைத் தோல்விக்கான விநோதமான விளக்கத்தை மட்டும் கண்டு பிடிக்கவில்லை; கீழ்த்தட்டு மக்களையும் கொண்ட பொதுமக்கள்கூட தனியார் பள்ளிகளையே நாடுவதில் கவனமாக இருக்கிறார்கள் என்பதையும் கண்டு கொண்டேன்! 1994 ஆம் ஆண்டுக் குள்ளாகவே கிராமப் பகுதிகளில், அதாவது பெரும்பான்மையான இந்திய ஏழைகள் வாழும் பகுதிகளில் தனியார் தொடக்கப்பள்ளிகளில் பதிவாகிய எண்ணிக்கை 30 சதவிகிதம் என்று அமர்த்தியா சென் புள்ளிவிபரம் கூறுகிறது. 1990-களின் பிற்பகுதியில் இந்த எண்ணிக்கை மேலும்

கூடியிருந்திருக்கிறது. குறிப்பாக அரசுக் கல்வி நிறுவனங்கள் தரம் குறைந் திருந்த பகுதிகளில் தனியார் பள்ளிகளில் மாணவர் சேர்க்கை கூடியிருந்தது - என்று அமர்த்தியா சென் எழுதியிருந்ததை வாசித்துப் பார்த்தேன்.

நகர்ப் பகுதிகளில் தனியார் பள்ளிகள் வளர்ச்சி 80 சதவிகிதமோ அல்லது அதற்கும் கூடவோ என்று மதிப்பிட்டது இன்னும் வளர்ச்சியளிக்கக் கூடியதாக இருந்தது. நான் இதை வாசித்த போது, இதில் உள்ள விஷயங்களும், தனியார் பள்ளிகளுக்கு அதிகமாக ஆதரவு அளிப்பது மேட்டுக்குடியினரே; ஏனென்றால், நகர்ப்பகுதிகளில் வாழும் நலிவடைந் தோரில் 80 சதவிகித்தினருக்கு மேலும், கிராமப் பகுதிகளில் 30 சதவிகிதத்தினருக்கு மேலும் தனியார் பள்ளிகளில் பதிவு செய்ய வேண்டும் என்ற முனைப்புடன் இருந்தது என்ற கருத்தையும் ஒத்துப்போக வைப்பது மிகவும் கடினமாகத் தெரிந்தது.

முனைவர் சென் அவர்கள், தனியார் பள்ளிகளைத் தேர்வு செய்யும் ஏழைப் பெற்றோர்களை கண்டனம் செய்கிறார். உத்திரப் பிரதேச மாநிலத்தில் ஏழைப் பெற்றோர் தங்கள் ஆண் குழந்தைகளைத் தனியார் பள்ளிகளுக்கு அனுப்புவதனால், அரசுப் பள்ளிகளைச் செயல் இழக்க வைக்கிறார்கள் என்று சென் எழுதுகிறார். தங்கள் பெண் குழந்தைகளைப் படிக்க வைக்காமல் ஆண் குழந்தைகளைப் படிக்க வைக்கும் பெற்றோர் களின் தவறான முடிவை கண்டிக்கும் பொருட்டு இவ்வாறு கூறுகிறார். ஆனால் ஒரு முக்கியமான விஷயத்தை அவர் தவறவிட்டு விட்டாரோ என்று நான் வாசித்தலிருந்து முடிவெடுக்கத் தோன்றுகிறது. ஏதோ ஒரு சிந்தனையில்தான், தனியார் பள்ளிகளைப் பயன்படுத்திக் கொள்ளும் ஏழைப் பெற்றோர்களை குறை கூறியிருக்கிறார். இறுதியில் வரும் விவாதத்தில் ஏழைப் பெற்றோர்களின் தேர்வை ஏற்றுக் கொண்டிருக்கிறார். வினோதமாக இல்லையா?

தொடர்ந்து வந்த அவரது எல்லா விமர்சனங்களும் மற்றும் முடிவுகளும் இந்த ஆதாரத்தின் முக்கியத்துத்துவை இழந்து விட்டன. அந்நூலின் சில பக்கங்கள் கடந்த பிறகுதான், பெருகிக் கொண்டு வரும் தனியார் கல்வி முறை, படிப்பறிவு உள்ளவர்களையும், கோரிக்கைகளை எழுப்பிக் கொண்டிருக்கும் நடுத்தர வகுப்பினரையும் தனியார் கல்வியின் பால் மாற்றியமைத்து விட்டபடியால், அரசுப் பள்ளிகள் சிதறுண்டு போய்க் கொண்டிருக்கின்றன என்று கூறிய சிறந்த கல்வியாளர்களின் எச்சரிக்கையின் படி, கல்வியில் வளர்ந்து வரும் ஏற்றத் தாழ்வுகள் பற்றிய கவலையை வெளிப்படுத்தியுள்ளார். மீண்டும், நிச்சயமாக படிப்பறிவு உள்ளவர்களும் கோரிக்கைகளை எழுப்பும் நடுத்தர வகுப்பினரும் மட்டும் 'பிரச்சினை' இல்லை; நான் ஏற்கெனவே கொடுத்துள்ள ஆதாரத்தின் படி, படிப்பறிவு இல்லாதவர்களும், வாய் பேசாது மௌனிகளாக இருக்கும் அடித்தட்டு

மக்களும்தான் 'பிரச்சினை'. இது எப்படி இருக்கிறதென்றால் 500 பவுண்ட் எடையுள்ள ஆப்பிரிக்கக் கருங்குரங்கை நடு வீட்டில் வைத்திருப்பது போல இருக்கிறது. ஆனால் இதைச் சொல்லி யாரையும் காயப்படுத்த அவர் விரும்பவில்லை. அவரே கொடுத்துள்ள அவரது சொந்த ஆதாரங்களின் முக்கியத்துவத்தை அவர் ஏன் தெரிந்து கொள்ளவில்லை? அல்லது நான்தான் இந்தச் சாதாரணக் குறிப்புகளை விழுந்து விழுந்து வாசித்துக் கொண்டிருக்கிறேனா?

முனைவர் சென் அவர்களின் சான்றுகளில் மிக முக்கியமான ஓர் ஆதாரம் "அடிப்படைக் கல்வியின் அரசாங்க அறிக்கை". அதாவது, நான்கு வட இந்திய மாநிலங்களில் வழங்கப்படும் கல்வி சார்ந்த ஓர் ஆழமான ஆய்வு. உலக வங்கியில் பணியாற்றும் சஜிதா பஜீர் என்பவர் கூட அந்த அறிக்கையின் நகல் ஒன்றினை எனக்குக் கொடுத்தார். மிகுந்த ஆவலுடன் அதை வாசித்தேன். வறிய குடும்பத்தினரும், நலிவடைந்த இனத்தினர் இடையே உள்ள பெற்றோர்களும் தங்களின் ஓரிரு குழந்தைகளையுமோ, அல்லது அத்தனை குழந்தைகளையுமோ, தனியார் பள்ளிகளுக்கு அனுப்பத் தங்களையே தியாகம் செய்கிறார்கள். அரசுப் பள்ளிகளின் மீது விரக்தியடைந்ததால் இவ்வாறு செய்கிறார்கள் என்று அந்த அறிக்கை தெளிவாகக் கூறுகிறது. ஏழைகளுக்காகச் செயல்படும் தனியார் பள்ளிகளைப் பற்றிய ஆதாரங்கள் கூறும் ஒரு உண்மை இது. இதை ஏன் அவர்கள் சரிவரப் புரிந்து கொள்ளவில்லை? அடிப்படைக் கல்வியின் அரசாங்க அறிக்கையின் ஆய்வுக் குழு, அரசுப் பள்ளிகளின் தரம் பற்றி திடுக்கிடும் தகவல்களை வெளியிட்டது. இந்த ஆய்வுக்குழு, முன்னறிவிப்பின்றி, அங்கொன்றும் இங்கொன்றுமாக பல அரசுப் பள்ளிகளை நேரில் சென்று பார்வையிட்டதில், 'பாதி அளவே' கற்றல் செயல்பாடுகள் அரசுப்பள்ளிகளில் இடம் பெற்றன என்று கூறியது. இக்குழு பார்வையிட்ட மொத்த அரசுப் பள்ளிகளில் 'மூன்றில் ஒரு' தலைமை ஆசிரியர் பள்ளிக்கு வரவில்லை. விருப்பமின்றித் தங்கள் குழந்தைகளை அரசுப் பள்ளிகளில் விட்டு விட்டு, அங்கு எதுவுமே கற்றுக் கொள்ளாது வந்த குழந்தைகளுடைய பெற்றோர்களின் வேதனை நிறைந்த உதாரணங்களை அந்த அறிக்கை வெளியிட்டது. மாணவர்களின் கற்றல் கற்பித்தல் செயல்பாடுகள் இயன்ற அளவு சோதனையிடப்பட்டது. "பல பொறுப்பில்லாத அரசுப் பள்ளி ஆசிரியர்களால், பள்ளிகள் திறக்கப்படாமல் மூடிக்கிடந்தன; தொடர்ந்து மாதக் கணக்கில் பள்ளிகள் மூடிக் கிடந்தன. ஒரு பள்ளியில் ஆசிரியர் குடித்து விட்டு வந்திருந்தார். இன்னொரு பள்ளித் தலைமை ஆசிரியர், அவரது வீட்டு வேலைகளை பள்ளிக் குழந்தைகளை விட்டு செய்யச் சொல்லி இருந்தார். அதில், அவரது குழந்தையைத் தூக்கி வைத்துக் கொள்வதும் மாணவர்களின் ஒரு வேலை; பல ஆசிரியர்களுக்குப் பள்ளியில் தூங்குவது

வழக்கம்; அதில் ஓர் தலைமை ஆசிரியர் வாரத்திற்கு ஒரு முறைதான் பள்ளிக்குச் வருவது வழக்கம்". இப்படித்தான் அந்த அறிக்கையில் வரிக்கு வரி குறிப்பிடப்பட்டிருந்தது. அரசுப் பள்ளிகளில் கற்பித்தல் செயல்பாடுகள் ஏதுமின்றி இருந்தன. இந்த ஒழுங்கீனமான செயல்பாடுகள் சில ஆசிரியர்களிடம் மட்டும் காணப்படவில்லை; ஆசிரியர்ப் பணிக்கே அது பொதுவாகப் போய்விட்டது. ஆனால் இது போன்ற பிரச்சினைகளை, ஏழைகளுக்காகச் செயல்படும் தனியார் பள்ளிகளில் அந்த ஆய்வுக்குழு கண்டு பிடிக்கவில்லை. இந்த ஆய்வுக் குழுவினர் முன்னறிவிப்பின்றி, கிராமங்களில் உள்ள சுய நிதித் தனியார் பள்ளிகளின், சில மாதிரிப் பள்ளிகளைப் பார்வையிட்ட போது "கற்றல் கற்பித்தல் செயல்பாடுகளில் சுறு சுறுப்பாக எப்போதும் இயங்கிக்" கொண்டிருந்ததைப் பார்த்தனர்.

ஆகவே, ஏழைகளுக்காகச் செயல்படும் தனியார் பள்ளிகளுடைய வெற்றியின் இரகசியம் என்ன? அறிக்கை இதை மிகத் தெளிவாகக் கூறுகிறது; "ஒரு தனியார் பள்ளியை எடுத்துக் கொண்டால், அப்பள்ளியில் பணியாற்றும் ஆசிரியர்கள், அப்பள்ளி மேலாளருக்கு 'பதில் சொல்ல வேண்டிய பொறுப்புள்ளவர்கள்' (பொறுப்பில்லாத ஆசிரியர்களை மேலாளர் வேலையை விட்டு நிறுத்தக் கூடியவர்). பள்ளி மேலாளர்கள், பெற்றோர்களுக்குப் 'பதில் சொல்ல வேண்டிய பொறுப்புள்ளவர்கள்' (பொறுப்புள்ள பள்ளி இல்லையென்றால், பெற்றோர்கள் குழந்தைகளை நிறுத்தி விடுவார்கள்) ஆனால், ஓர் அரசுப் பள்ளியில், யாரும் யாருக்கும் பதில் சொல்ல வேண்டிய பொறுப்பு அவ்வளவாக இல்லை. ஏனென்றால், அரசுப் பள்ளி ஆசிரியர்களுக்கு நிரந்தர உத்தியோகம்; நிலையான ஊதியம்; சரியாகப் பணியாற்றுகிறார்களோ என்னவோ, பதவி உயர்வு நிச்சயம் உண்டு. அரசுப் பள்ளிகளில் உள்ள இந்த முரண்பாடுகள் பற்றி பெற்றோர்களுக்குத் தெள்ளத் தெளிவாகத் தெரியும். அமர்த்தியா சென் அவர்கள் அடிக் கோடிட்டுக் காட்டிய மிக முக்கியமான சிறப்புதான் 'பதில் சொல்ல வேண்டிய பொறுப்பு'. பள்ளி நடை முறைகளில், மோசமான பாட போதனை, பலவீனமான அதாவது, பதில் சொல்ல முடியாத பொறுப்பில் முடிகிறது.

எனக்குக் குறிப்பிட்டுச் சொன்ன இதர புத்தகங்களும் இதே கருத்தைத்தான் விளக்கிக் கூறின. மேம்பாட்டுக் கல்வியாளருக்கான பாடப் புத்தகமாக விளங்குகிற 'ஆக்ஸ்பார்ம் கல்வி' அறிக்கையை ஆரம்பத் திலிருந்து கடைசிப் பக்கம்வரை வாசித்தபோது, அனைத்து நாட்டு அரசாங் கங்களும், பன்னாட்டு முகமைகளும் ஏழை மக்களுக்கான கல்வித் தேவை களைச் செய்து கொடுக்க வேண்டும் என்ற உலகளாவிய உண்மை வலி யுறுத்திக் கூறப்பட்டிருப்பதை அதிலிருந்து தெரிந்து கொண்டேன். அந்த அறிக்கையின் முன்னுரை, "கல்வி பாதிப்புக்குள்ளாகிக் கொண்டிருக்கிறது;

ஏனென்றால், அனைத்து நாட்டு அரசாங்கங்களும் பன்னாட்டு முகமைகளும் 'இலவசக் கட்டாயக் கல்வி வழங்க வேண்டும்' என்ற உறுதி மொழியைக் காற்றில் பறக்க விட்டு விட்டன" என்று கூறியது. அறிக்கையின் இறுதிப் பக்கங்களை வாசிக்கின்ற போது நம்பிக்கை தெரிகிறது. அது ஏழை நாடோ, அல்லது பணக்கார நாடோ 'இலவசக் கட்டாயக் கல்வி' என்ற ஒப்பந்தத்தை புதுப்பித்துக் கொள்ள வேண்டும். தேசிய அரசாங்கங்கள் கல்விக்காகத் தாரளமாகச் செலவு செய்கிற போதும், பணக்கார நாடுகள் ஆண்டுக்கு பில்லியன் கணக்காகச் செலவு செய்கிறபோதும், 2015 ஆம் ஆண்டுக்குள் உலகளாவிய இலவசத் தொடக்கக் கல்வியை எய்து விடலாம். இதில் விதி விலக்கு ஏதுமில்லை என்று வாசித்தேன்.

"அடிப்படைக் கல்விக்கான தேசியத் தடைகள்" என்ற தலைப்பில் எழுதப்பட்டுள்ளவை அற்புதமான ஆய்வு; "வசதி படைத்த ஒரு சிறிய சிறுபான்மைப் பெற்றோர்களின் தேவைகளை நிறைவேற்றுவதற்காகச் செயல்படுகின்றவைதான் தனியார் பள்ளிகள் என்ற கருத்து பொருத்த மற்றது. வறுமைப்பட்ட குடும்பத்தினரின் தேவைகளை நிறைவேற்று வதற்காகத் தோன்றியதுதான் தனியார் கல்வி என்பது குறிப்பிடத்தக்கது". வறுமைப்பட்ட குடும்பத்தினர் மத்தியில் தனியார் கல்விக்கான சந்தை பெருமளவில் வளர்ச்சி பெற்று வருகிறது.

அந்த ஆக்ஸ்பார்ம் அறிக்கையின் ஆசிரியர் கெவின் வாட்கின்ஸ், ஏழைக் குழந்தைகளில் பெரும் பகுதியினர் தனியார் பள்ளிகளில் பதிவாகி யுள்ளதைச் சுட்டிக் காட்டி, தனியார் கல்வியானது எல்லோராலும் ஏற்றுக் கொள்ளப்பட்ட ஒன்று என்பதை விட, எல்லோர் வாழ்விலும் இரண்டறக் கலந்துள்ளது என்ற உண்மையை இதுபோன்ற ஆய்வு குறிப்பிட்டுச் சொல்வதாக கருத்துக் கூறுகிறார். இதை வாசித்த பின், அந்தப் புத்தகத்தை மூடி வைத்து விட்டு, எவ்வளவு எதிர்பாராத உண்மை என்று வியந்தேன். ஆய்வின் இறுதிப் பகுதியில் ஏராளமான ஏழை மக்கள் தனியார் பள்ளிகளைப் பயன்படுத்தி வருகிறார்கள் என்ற தகவல் உண்மையில் பாராட்டப்படத் தகுதியானது, இல்லையா? இல்லை. கொஞ்சம்கூட பாராட்டத் தகுதி யானது இல்லை. ஏழை மக்கள், இதே வழியில் தங்களுக்குத் தாங்களே உதவிக் கொள்கிறார்கள் என்ற உண்மையை ஆக்ஸ்ஃபாம் அறிக்கையின் முன்னுரையிலோ அல்லது, முடிவுரையிலோ எழுதுவதற்கு தகுதியற்ற ஒன்றாகக் கருதப்பட்டுவிட்டது. ஆக்ஸ்ஃபாம் கல்வி அறிக்கையைப் பொருத்தவரை இந்த ஏழைமக்களின் இந்த முடிவு அவர்களுக்கு ஒரு விஷயமே அல்ல.

ஹைதராபாத் நகருக்கு நான் முதன் முதலில் வருகை புரிந்த பிறகு குறிப்பிடதக்க இந்த நிகழ்வில் ஏற்பட்டுள்ள கருத்தொற்றுமை, இந்த நிகழ்வில் எந்த விதமான முக்கியத்துவமும் இல்லை என்ற கருத்

தொற்றுமையோடு ஒன்றினைந்தபோது செய்வதறியாது குழம்பிப் போனேன். இந்த மண்ணின் மிக மிக ஆதரவற்ற இடங்களில் இருக்கும் ஏழைப் பெற்றோர்கள் தங்கள் குழந்தைகளின் கல்விக்காகத் தனியார் பள்ளிகளைத் தேடி ஓடுகிறார்கள்; ஏனென்றால், அரசுப் பள்ளிகள் இலாயக்கத்றவை, யாருக்கும் எந்தப் பதிலும் சொல்ல வேண்டிய கட்டாயத்தில் இல்லாதவை என்ற காரணங்களை அரசு மேம்பாட்டு வல்லுநர்கள் மறைக்க முயற்சிக்காதது மாபெரும் விஷயம் என்று எனக்குப்பட்டது. எவ்வளவு அதிகமாக அந்தச் சான்றாதாரங்களை வாசித்தேனோ, அவ்வளவு அதிகமாக அரசு மேம்பாட்டு வல்லுநர்கள் மிகத் தெளிவான ஒரு தீர்வை தவற விட்டு வருகிறார்கள் என்று தெரிந்தது. அரசாங்கத்தாலும், அரசு சாரா நிறுவனங்களாலும் 2000 - ல் உடன்பட்டுக் கொண்டது போல், 2015 - க்குள் "அனைவருக்கும் தரமான உலகளாவிய தொடக்கக் கல்வி" என்ற இலக்கை அடைய விரும்பினால், தனியார் துறை அந்த இலக்கைச் சரியாக செய்து கொடுக்கும் என்று நாம் எதிர்பார்த் திருப்போம். ஏற்கனவே அந்த இலக்கை அது சரியாக செய்திருக்கிறது, இல்லையா? பெற்றோர்கள் முன்பு எடுத்த முடிவைத் தவிர்த்து விட்டு, இப்போது அவர்கள் எடுத்திருக்கும் முடிவை நாம் பெருமையாகப் பறைசாற்றிக் கொண்டிருக்க வேண்டாமா?

என்னைப் பொறுத்தவரையாவது அரசு மேம்பாட்டு வல்லுநர்கள் எய்த விரும்பிய முடிவு இதுவல்ல. 'ஆக்ஸ்பாம் கல்வி அறிக்கை' ஒரு மாதிரிப்பட்டது. அதை நான் மீண்டும் திருப்பிச் சொல்கிறேன். ஏழைகளுக்காகச் செயல்படும் தனியார் பள்ளிகள் ஏராளமாக எங்கும் தோன்றியிருக்கின்றன; அரசுப் பள்ளிகளைவிட அந்தத் தனியார் பள்ளிகள் பெற்றோர்களுக்கு பதில் சொல்ல வேண்டிய பொறுப்பில் உள்ளன. அரசுப் பள்ளிக்கு 'வேறு மாற்று வழி இல்லை' என்றால் கூட, அனைவருக்கும் கல்வி என்ற இலக்கை, மாணவர்களுக்குப் பாதிப்பை உண்டாக்கக்கூடிய அரசுப் பள்ளியால் ஒரு போதும் அடைய முடியாது.

தனியார் பள்ளிகள் இருந்து வந்தன; அவைகள் அரசுப் பள்ளிகளை விடச் சிறப்பாகச் செயல்பட்டு வந்தன என்று கூறிய 'அடிப்படைக் கல்வியின் அரசாங்க அறிக்கை', தொடக்கக் கல்வி பெறுவதற்கு தனியார் பள்ளிகளை நம்பிச் சென்றுவிடவேண்டாம் என்று சொல்லி அறிவுறுத்து கிறது. "தனியார் பள்ளி வகுப்பறைச் செயல்பாடுகள் மிகச் சிறப்பாக விளங்குகின்றன; உபகரணங்கள் சிறப்பாகப் பயன்படுத்தப்பட்டு வரு கின்றன; மாணவர்கள் மீது மிகுந்த கவனம் செலுத்தப்பட்டு வருகிறது; பெற்றோர்கள் சொல்லும் குறைபாடுகள் ஆசிரியர்களால் கவனமாகக் களையப்பட்டு வருகின்றன"; என்றெல்லாம் தனியார் கல்வி பற்றி நம்பிக்கையூட்டும் விதத்தில் சிறப்பாக அந்த அறிக்கை ஒத்துக்கொண்

டிருந்தாலும், அனைவருக்கும் கல்வி கிடைக்கச் செய்ய வேண்டும் என்ற பிரச்சினைக்கு, நிச்சயமாக தனியார் கல்வி ஒரு தீர்வாக அமையாது என்று அந்த அறிக்கை முடித்து வைக்கிறது.

தெரிவு செய்வது எளிது அல்ல

ஏன் தெரிவு செய்வது எளிது அல்ல? ஏழைப் பெற்றோர்கள் தாங்களாகவே செய்து கொள்கிற இந்தச் சிக்கலைக் கண்டுபிடிக்க நான் என்னையே அர்ப்பணித்துக் கொண்டது, அரசுத்துறை சார்ந்த அதிகாரிகளாலும், அரசு மேம்பாட்டு வல்லுநர்களாலும் திட்டமிட்டுப் புறக்கணிக்கப்பட்டது. ஹைதராபாத் மாநகரில் ஏழைகளுக்காகச் செயல் படும் தனியார் பள்ளியை முதன் முதலாகப் பார்வையிட்டதால் தூண்டப் பட்ட நான், ஏழைப் பெற்றோர்கள் தங்களுக்குள்ளாகவே செய்து கொள்ளும் தங்கள் குழந்தைகளின் கல்வி சார்ந்த செயல்கள், அரசு மேம்பாட்டு வல்லுநர்கள் வரைகிற கேலிச்சித்திரம் போல் கேவலமாக இல்லை என்னும் என் பகுத்தறிவு பற்றி எனக்கு நானே ஆய்வு செய்து கொள்ள வேண்டும் என்று உணர்ந்தேன். இங்கிலாந்துக் கல்வி நிறுவனமான சி.எஃப்.பி.டி என்னும் நிறுவனத்திடமிருந்து, ஹைதராபாத் நகரில் உள்ள 15 பள்ளிகளின் கல்வி மற்றும் அவைகளுடைய செயல்பாடுகளின் எடுத்துக்காட்டுக்களை ஆய்வு செய்து கண்டறியும் பொருட்டு ஒரு சிறிய தொகையை மானியமாகப் பெற்றேன். அந்த ஆய்வு வேலை ஏதோ சிலவற்றை புலப்படுத்துவதுபோல அமைந்திருந்ததேயொழிய, அறை கூவல் விடுக்கின்ற எந்தக் கேள்விக்கும் பதில் கண்டுபிடிப்பதாக அமையவில்லை. அத்துடன் ஒரு சிலரை, அதாவது உலக வங்கியில் பணிபுரியும் சஜிதா பஷீர் போன்றவர்களைச் சமாதானப் படுத்தவும் முடியவில்லை. அதிர்ஷ்டவசமாக, பன்னாட்டு நிதி நிறுவனப் பணியாளரான ஜேக் மாஸ் என்பவர், வளரும் நாடுகள் அளவிலான ஓர் ஆலோசனையை வழங்கினார். அதன் பிறகு ஒரு நாட்டிற்கு நான் பார்வையிடப் போகிறபோது, மேட்டுக் குடியினருக்கென்று உள்ள பள்ளிகளையும் கல்லூரிகளையும் மதிப்பீடு செய்யும் நேரத்தில், கொஞ்ச நேரத்தை ஒதுக்கிக் கொண்டு, ஹைதராபாத் நகரில் நான் கண்டறிந்த விஷயங்களை, அந்த நாட்டின் ஏழை மக்கள் வசிக்கும் பகுதியிலும் காண முடியுமா என்றும் பார்த்துக்கொண்டேன்.

கானா நாட்டில், "எவ்வளவு மேன்மை உடையவராக நீர் இருக்கிறீர்?" என்ற ஓர் இனிய பாடலுடன் அன்றைய தின வேலையைத் தொடங்கிய 'டி யங்ஸ்டர் பன்னாட்டுப் பள்ளி'யின் குழந்தைகளை பெருமையோடு பார்த்துக் கொண்டிருந்த திரு.எ.கே.டி யங்ஸ்டர் என்னும் துடிப்பு மிக்க ஒரு முதியவரைச் சந்தித்தேன்.

அந்தப் பள்ளி 1980 - ன் தொடக்கத்திலேயே ஆரம்பிக்கப்பட்டது. அவரது வீட்டின் கீழ்த்தளத்தில் வகுப்பறைகளைக் கொண்டிருந்த அப்பள்ளியில் அப்போது 36 குழந்தைகள் இருந்தனர். அப்போதைய அரசுப் பள்ளிகள், மாணவர்களுக்கு திறமையாகப் பயிற்றுவிக்காததால், ஏமாற்ற மடைந்த நகர் வாழ் பெற்றோர்கள் விடுத்த வேண்டுகோளுக்கிணங்க, யங்ஸ்டர் அந்தப் பள்ளியைத் தொடங்கினார். 22 ஆண்டுகள் கழித்து மீண்டும் நான் அவரைச் சந்தித்தபோது, இன்னும் இதர நான்கு பள்ளிகளும் இருந்தன. 3400 குழந்தைகள் பயின்று வந்தனர். பெற்றோர்களுக்கு கல்விக் கட்டணம் செலுத்தக்கூடிய அளவில், பருவத்திற்கு 50 டாலர் வீதம் வசூலிக்கப்பட்டது. கல்விக் கட்டணம் செலுத்த இயலாத ஏழை மக்களுக்கு இலவசக் கல்வி அளிக்கப்பட்டது. கடகடவென்ற சத்தத்துடன் சுற்றிக் கொண்டிருந்த மின் விசிறிக்கடியில் அவரது அலுவலகத்தில் அவர் அமர்ந்திருந்தார். நெற்றியில் வியர்வை வழிந்தபடி இருந்தது. அவருக்கு ஏழு வயதாக இருந்தபோது, மேற்குக் கானாவின் குடியரசு தலைவரான ஐஸன்ஹோவர் என்பவருக்கு, அவருடைய கிராமத்திலிருந்து, இவரது படிப்புக்கு உதவி செய்யக்கோரி கடிதம் எழுதிய நிகழ்ச்சியை என்னிடம் சொல்லிச் சிரித்தார். “அமெரிக்கர்கள் எனக்கு உதவி செய்ய மாட்டார்கள்; எனவே நானே எல்லாவற்றையும் செய்து கொள்ளக் கற்றுக்கொண்டேன்” என்று சொல்லிப் புன்னகைத்தார்.

வடமேற்கு சோமாலியாவின் ஒரு சிறு பகுதியாக இருந்து இப்போது சுதந்திரமடைந்த, ஆனால் எந்தப் பன்னாட்டு முகமையாலும் அங்கீகரிக்கப் படாத சோமலிலாண்ட் என்னும் இடத்திற்குப் பறந்து சென்றேன். நான் இந்தியாவிற்கு முதன் முதலாக மேற்கொண்ட விமானப் பயணத்திற்கு முற்றிலும் மாறான, ஒரு பயணத்தை மேற்கொண்டேன். 1950 ஆம் ஆண்டு வடிவமைக்கப்பட்ட, மிகவும் பழையதாய்ப் போன, ஆடன் நாட்டில் எரிபொருள் நிரப்புவதற்காக இறங்கி ஏறும் ஒரு ரஷ்ய நாட்டு சப்பை மூக்கு விமானத்தில் துபாய் நாட்டிலிருந்து பயணம் செய்தேன். சோமாலிலாண்ட் என்னும் இடத்தின் முதல் தனியார் பல்கலைக்கழகமான “அமௌட்” பல்கலைக்கழகத்தின் துணைவேந்தரான பேராசிரியர் சுலைமான் அவர்களை, யுத்தத்தால் பாதிக்கப்பட்ட “பரோமா” என்ற இடத்தில் சந்தித்தேன். பரோமாவில் தண்ணீர் வசதி இல்லை; (கழுதை வண்டிகளில் பெரிய டின்கள் மூலம் தண்ணீர் கொண்டு வந்து வழங்கப்பட்டது) சரியான போக்குவரத்துச் சாலைகள் இல்லை; தெருவிளக்குகள் இல்லை; அங்கு சமீபத்தில் நடந்த உள்நாட்டுப் போரில் எரிக்கப்பட்ட பொருட்களை கொண்டு போய் கொட்டுவதற்கு வழியில்லை; ஆனால் அங்கு தனியார் பள்ளிகள் இருந்தன. முறையே, ஓர் அரசுப் பள்ளிக்கு இரண்டு தனியார் பள்ளிகள் வீதம் இருந்தன.

பேராசிரியர் சுலைமான் பாறை உச்சியிலிருந்து கீழேயுள்ள நகரத்தில் தனியார் பள்ளி அமைந்திருந்த இடத்தைச் சுட்டிக் காட்டினார். "நீங்கள் ஏன் உங்கள் சக்தியையெல்லாம் பள்ளிக் கூடங்கள் கட்டுவதிலேயே வீணடித்துக் கொண்டிருக்கிறீர்கள்? அவைகளை கல்வி அமைச்சரகத்திற்கு ஒப்படைத்து விடுங்கள்" என்று ஆளுநர் என்னைக் கேட்டார். "ஆனால் அரசாங்கம் நமக்கு பள்ளிக்கூடம் கட்டித் தரும் என்று காத்திருந்தால் அதற்கு 20 ஆண்டுகள் ஆகும். இப்போது நமக்கு பள்ளிக்கூடம் அவசியம் வேண்டுமே?" என்று சுலைமான் என்னிடம் கூறினார்.

"எப்படியோ, அரசுப் பள்ளிகளில் ஆசிரியர்கள் பள்ளிக்கு மட்டம் போடுவது சர்வ சாதாரணம் ஆகிவிட்டது. ஆனால் தனியார் பள்ளிகளில் எங்களுக்கென்று ஒரு தனி ஈடுபாடு உள்ளது" என்று தொடர்ந்து கூறினார். மலையடிவாரத்தில் உள்ள 'உபயா-பினு-கலாப் பள்ளி' என்ற பெயருடைய ஒரு தனியார் பள்ளியைப் பார்வையிட்டோம். அப்பள்ளியில் 1,060 மாணவர்கள் பயின்று வந்தனர். கல்விக்கட்டணமாக மாதந்தோறும் 12,000 சோமாலிலேண்ட் ஷில்லிங் - அதாவது சுமார் 5 டாலர் வீதம் வசூலிக்கப்பட்டு வந்தது. 165 மாணவர்கள் இலவசமாகப் பயின்று வந்தனர் என்றும், அதிலும் பரம ஏழைக் குழந்தைகளுக்கு மானியம் அளிக்கப்பட்டு வருகிறது என்றும் அப்பள்ளி உரிமையாளர் கூறினார்.

உலகைச் சுற்றி நடக்கும் விசித்திரமான விஷயங்களை அறிந்து கொள்ளும் அறிவுத் திறனுக்கு இது உபயோகமுள்ளதாக இருக்கும். ஆனாலும் எனக்கு இன்னும் நிறையச் சான்றாதாரங்கள் தேவைப்படுகின்றன. ஏழைகளுக்காகச் செயல்படும் தனியார் பள்ளிகளின் இயற்கைத் தன்மை பற்றியும், அவை எவ்வளவு தூரம் பரவியுள்ளன என்பது பற்றியும் கண்டறிய ஓர் ஆழமான, உலகளாவிய ஆய்வு எனக்குத் தேவைப்பட்டது. இந்தப் பணியைச் செய்து முடிக்க யாருக்கு நிதி உதவி செய்யும் ஆர்வம் வரும்? என்னுடைய செயல்திட்ட முன்வடிவ அறிக்கையை பன்னாட்டு நிதி உதவி முகமைக்குச் சமர்ப்பித்தேன். ஆனால், அவர்கள் என் அறிக்கையை நிராகரித்துவிட்டார்கள். பிறகு எனக்கு ஓர் அதிர்ஷ்டம் அடித்தது. இந்தியாவில் உள்ள கோவாவில், ஒரு கருத்தரங்கில், ஹைதராபாத் நகரில் சிறிய அளவில் நான் மேற்கொண்ட ஆய்வு முடிவுகளை வாசித்தளிக்க எனக்கு வாய்ப்பு ஒன்று வந்தது. ஆன்மீகம் மற்றும் அறிவியல் ஆகிய துறைகளில் ஆய்வு மேற்கொள்ளத் தாராளமாகப் பண உதவி செய்து வரும், 'ஜான் டெம்பிள்டன் ஃபவுண்டேஷன்' என்னும் உதவிக்கரம் நீட்டும் இயக்கத்தின் துணைத் தலைவரான 'சார்லஸ் (சக்) ஹாப்பர்' என்பவர் அந்நிகழ்ச்சிக்கு வரவிருந்தார். இந்த இயக்கம் "ஏழ்மைக்கு இலவசச் சந்தை தீர்வுகள்" என்னும் பொருளில் ஆய்வு மேற்கொள்வதில் ஆர்வமாக இருந்தது. இதில் சோகமான செய்தி என்னவென்றால், நான் உரையாற்றும்

முன்னரே 'சக்' வெளியூர் கிளம்புவதாகத் தகவல் வந்தது. ஆகவே, பிறகு ஒரு நல்ல நாளில் முயற்சி செய்து அவரைச் சந்தித்து விட்டேன். ஹைதராபாத் நகரின் குடிசைப் பகுதிகளில் நான் மேற்கொண்ட ஆய்வு பற்றி எவ்வளவு சொல்ல முடியுமோ அவ்வளவையும், மற்றும் பல இடங்களில் செய்ய விரும்புகிற ஆய்வு பற்றியும் அவரிடம் எடுத்துச் சொன்னேன். நான் செய்யவிருக்கின்ற பிடித்தமான விஷயங்களையும் அவரிடம் சொன்னேன். "கோவாவில் ஏழை மக்கள் வாழும் பகுதியை நாம் சென்று பார்க்க வேண்டும்; நீங்களே நேரில் சென்று பார்க்க வேண்டும்"என்று சொன்னேன். அது, துணிச்சலாகச் செய்ய வேண்டிய வேலை; கோவாவில் ஏழை மக்கள் வசிக்கும் குடிசைப் பகுதிகளுக்கு நான் சென்றதில்லை. நான் ஹைதராபாத் நகரில் கண்டறிந்த விஷயங்கள் ஒரு வேளை இந்தியாவில் வேறு எங்கும் இல்லாமலிருக்குமோ? ஏழைகளுக்காகச் செயல்படும் தனியார் பள்ளிகள் இந்தியாவிற்கு மட்டும்தான் உரித்தானது என்று உலக வங்கி சஜிதா பஷீர் சொன்னது ஒரு வேளை சரியாக இருக்குமோ? அன்றைய தினம் காலையில் நான் ஆற்ற வேண்டிய உரையை தவிர்த்து விட்டு, ஒரு வாடகை வாகனத்தை அமர்த்திக் கொண்டு புறப்பட்டோம்.

கந்தலான ஆடைகளை அணிந்து கொண்டு சாலைப் பணியில் ஈடுபட்டிருந்த மெலிந்த தேகங்களோடு காணப்பட்ட ஒரு பெண்கள் கூட்டத்தைக் கண்டோம். "எந்தப் பள்ளிக்கு உங்கள் குழந்தைகளை அனுப்புகிறீர்கள்?" என்று அவர்களிடம் கேட்டோம். நாங்கள் கேட்டதில் ஒரு வார்த்தையைக்கூட அவர்கள் புரிந்து கொள்ளவில்லை. பிறகு சாலையை விட்டுக் கீழே இறங்கி ஒரு சிறிய கிராமத்திற்குள் நுழைந்தோம். நாங்கள் கவலைப்படத் தேவையில்லாமல் ஆகிவிட்டது. நான் விவரித்த அதே மாதிரியான ஒரு தனியார் பள்ளி எங்கள் முன்னே இருந்தது. பிறகு நாங்கள் அடுத்த ஒரு பள்ளியையும், அதற்கடுத்து ஒரு பள்ளியையும் பார்த்தோம். அது முடிந்து ஓர் ஆடம்பரமான விடுதிக்குத் திரும்பி வந்தோம். என்னுடைய செயல் திட்ட அறிக்கையை நிறுவனத்திற்கு சமர்ப்பிக்க வேண்டும் என்றும், நிறுவனம் அதைக் கருணையோடு பரிசீலிக்கும் என்றும் சக் சொன்னார்.

ஓர் ஆண்டு கழித்து 2003-ஆம் ஆண்டு ஏப்ரல் மாதம், இந்தியாவில் ஏழைகளுக்காகச் செயல்படும் தனியார் பள்ளிகளின் நடப்பு முறைகள் பற்றியும், ஆப்பிரிக்க நாடுகளில் சில இடங்களிலும், சீன நாட்டில் சில இடங்களிலும் ஆழமான ஆய்வைத் தொடங்கத் தயாரானேன். 'ஜான் டெம்பிள்டன் ஃபவுன்டேஷன்' ஓர் துணிச்சலான விஷயத்தை எடுத்துக் கொண்டது; 'அதாவது, என்னால் எதையுமே தேடிக் கண்டுபிடிக்க இயலாது; என் பயணத்தில் அங்கொன்றும் இங்கொன்றுமாகப் பார்வையிட முடிந்த பள்ளிகள்தாம், என்னால் பார்வையிட முடிந்த பள்ளிகளாக

இருக்கும்' என்றது அந்த ஃபவுண்டேஷன். நான் செய்ய வேண்டிய கடினமான வேலையின் ஒரு சிறு பகுதி அல்ல அது. ஆனால் நான் கண்டறிய வேண்டிய மொத்தப் பகுதி அது. அதை அவர்களுக்குச் சொன்ன கல்விப் பரிந்துரையாளர்கள் ஒரு சிலர் மீது நான் சந்தேகப்படுகிறேன். ஆனால் அவர்கள் எனக்கு நிதி உதவி அளித்திருக்கிறார்கள். என்னைத் தவிர, முனைவர் பவுலின் டிக்ஸன் அவர்களும் என்னோடு இருந்திருக்கிறார்கள். இப்பெண்மணி பல ஆண்டுகள் ஜாஸ் இசையில் பியானோ இசைக் கலைஞராக இருந்து விட்டு, அதன்பிறகு நியூகேஸ்ல் பல்கலைக்கழகத்தில் பணியாற்ற வந்த இவர், ஊக்கமும் உற்சாகமும் நிறைந்த பெண்மணி மட்டுமல்ல, பல்கலைக் கழகத்தில் ஆர்வம் மிக்க ஒரு பொருளாதார மேதை. இவர் இல்லாமல் எதுவும் இயலாது என்னும் அளவுக்கு, ஆய்வாளர்களுக்கு இவர் கொடுத்த பயிற்சி, புள்ளி விபரங்களோடு சேகரித்துக் கொடுத்த தகவல்கள், இறுதி முடிவுகள் தயாரித்து எழுதியது ஆகிய அனைத்திலும் என்னோடு உறுதுணையாக இருந்தவர்.

நான் முதல் ஆய்வு தொடங்கி மேற்கொண்டதே அந்தப் புராதன ஹைதராபாத் நகரில் தான். ஒரு சிறிய அரசு சாரா நிறுவன நபர்களைக் கொண்டு ஓர் ஆய்வுக் குழுவை உருவாக்கினோம். ஹைதராபாத் நகரில், அவர்களுக்கு எவ்வாறு தகவல்களையும் புள்ளி விபரங்களையும் சேகரிப்பது என்பது பற்றிப் பயிற்சி அளித்தோம். பிறகு மூன்று பகுதிகளைத் தேர்வு செய்தோம் (35 பகுதிகளில்). பந்தலகுடா, பதுர்ப்புரா, சார்மினார், ஆகிய இந்த மூன்று பகுதிகளும் மிகுந்த பரம ஏழைகள் வாழும் பகுதிகளாக கல்வித் துறைச் செயலாளரான முனைவர் ஐ.வி.சுப்பராவ் எனக்கு வழிகாட்டினார். இந்த மூன்று பகுதிகளும் 8,00,000 மக்களையும் 19 சதுர மைல் பரப்பளவையும் கொண்டிருந்தன. கடைசியாக எடுக்கப்பட்ட மக்கள் தொகைக் கணக்கின்படியும், நகராட்சி ஆவணங்களின்படியும், அடுத்து எந்த பகுதியெல்லாம் சுகாதார வசதி, குடிநீர் வசதி, போதுமான போக்குவரத்து சாலைகள் வசதி, மின் வசதி போன்றவை இல்லையோ, அந்தப் பகுதியான - "அரசாங்கம் அதிகாரப்பூர்வமாக அறிவித்த குடிசைப் பகுதி"களுக்குச் சென்று, அந்தப் பகுதிகளில் மட்டும் காணப்படுகிற பள்ளி களைக் கருத்திற்கொண்டு பார்வையிட வேண்டுமென்று அறிவுறுத்தினேன்.

நகரச் சூழல் நிறைந்த ஹைதராபாத் நகரைப் பார்வையிட்டதோடு, இந்தியாவின் ஊரகப் பகுதிகளிலும் நடப்பவைகளைப் பார்த்து அறிந்து கொள்ள வேண்டும் என்று ஆசைப்பட்டேன். இங்கேயும் கல்வித்துறைச் செயலாளர் சொன்னது போல, என்னுடைய ஆய்வுக் குழுவை ஆந்திரப் பிரதேசத்தில் உள்ள 23 மாவட்டங்களில், இரண்டு மிக மிகப் பின் தங்கிய மாவட்டங்களில் ஒன்றான மெகபூப் நகர் மாவட்டத்திற்குச் சென்று, அங்கு நிலவும் எழுதப் படிக்கத் தெரிந்தோர்களின் விகிதாச்சாரம், பள்ளியில்

பயிலும் மாணவர்களின் எண்ணிக்கை அளவு, பள்ளியில் சேர்ந்த மாணவர்களின் மொத்த எண்ணிக்கையில் தொடர்ந்து பயிலும் மாணவர்கள் எண்ணிக்கை சதவிகிதம் ஆகிய விபரங்களைக் கண்டறியும் பொருட்டு என் ஆய்வுக் குழுவை மெகபூப் நகர் என்ற இடத்திற்கு அனுப்பினேன். மெகபூப் நகர் மாவட்டத்தில் உள்ள ஐந்து இணை மாவட்டங்களை எங்கள் குழுவினர் தேர்ந்தெடுத்துக் கொண்டனர். அவைகளின் மூன்று இணை மாவட்டங்கள் முற்றிலும் கிராமப்பகுதிகள். மற்ற இரண்டு துணை மாவட்டங்கள் சிறு சிறு நகர்ப் பகுதிகளாகப் காணப்பட்டன. இங்கேயும் பாமரமக்கள் வாழும் குடிசைப் பகுதிகள் மீது கவனம் செலுத்தி, இந்தியக் கிராமப்புறப் பகுதியையும் ‘சிறிய நகர்ப்புறப்’ பகுதியையும், இந்திய மாநகரங்களோடு ஒப்பீடு செய்து பார்க்கும் உபயோகமுள்ள ஆய்வு கண்டறியப்பட்டது. மேலும் இந்திய நாட்டில், இந்தியாவின் தலைநகரான டெல்லியின் கிழக்குப் பகுதியில் உள்ள வடக்கு ‘ஷாஹ்தரா’ என்ற மிகவும் ஏழை மக்கள் வசிக்கும் பகுதியாகச் சொல்லப்பட்ட அந்த இடத்தில் ஆய்வுப் பணியை மேற்கொண்டேன்.

இந்தியாவில் ஆய்வு வேலைகள் துரிதமாகச் செயல்பட்டன. ஒவ்வொரு தெருக்களிலும் இறங்கி, சந்து பொந்துகள் எல்லாம் நுழைந்து, கண்ணில் பட்ட பள்ளிகளையெல்லாம் முன்னறிவிப்பின்றிப் பார்வையிட்டு, அங்குள்ள தகவல்களைச் சேகரித்ததோடு, வகுப்பறைகளில் கற்றல் கற்பித்தல் நிகழ்வுகளையும் பார்வையிட்டனர். அவர்கள் எதையெல்லாம் பார்வையிடுகிறார்கள் என்று பார்க்க, ஆவலை அடக்கிக் கொண்டு என்னால் பொறுத்திருக்க முடியவில்லை.

ஆனால் ஆப்பிரிக்காவின் நிலை என்ன? அங்கேயும் இது போன்று காண முடியுமா? ஆய்வுப் பணிக்காக முதன் முதலில் பார்வையிட்ட நாடுகளில் நைஜீரியாவும் ஒன்று. என்னுடைய ஆய்வுப் பணியில் எனக்கு உதவிகரமாக இருக்க ஒரு தொழிற் கூட்டாளியைத் தேடித் தருவதற்காக, ஆப்பிரிக்க நாட்டு சகாராப் பாலைவனத் தென்பகுதி முழுவதும் உள்ள பல்கலைக்கழக மேதைகளையும், மற்றும் ஆலோசனை வழங்கும் வல்லுநர்களையும் சென்று பார்த்தேன். ‘இபதான்’ பல்கலைக்கழகம், நைஜீரியாவின் ‘பிரிமியர்’ பல்கலைக்கழகம், லாகோஸ் தொடர்புடைய ஆலோசனை வழங்கும் வல்லுநர்கள், அரசுக்கொள்கை ஆய்வு நிறுவனம் ஆகியவைகளிடமிருந்து எனக்கு இது தொடர்பாக வந்த செய்திகள் மிகவும் குறிப்பிடத்தக்க அளவு சுவாரஸ்யம் நிறைந்தவை. அந்த தேசத்திலும் ஏழைகளுக்காகச் செயல்படும் தனியார் பள்ளிகள் இருக்குமா என்று அங்கு சென்று பார்க்கும் வரை என்னால் பொறுமையாக இருக்க முடியவில்லை.

3

கொஞ்சம் பகுப்பாய்வு, நைஜீரியா

நைஜீரிய நாட்டு முன்னாள் முதன்மைக்கல்வி ஆய்வாளர்

ஜூலை 2003 -ல் லண்டன் நகரில் நடந்த கல்வி மற்றும் மேம்பாட்டுக் கருத்தரங்கில்தான் முதன் முதலில் டென்னிஸ் ஒக்கோரோவைச் சந்தித்தேன். நைஜீரிய நாட்டு கூட்டாட்சி அரசின் கல்வித்துறை தலைமை ஆய்வாளராக இருந்த டென்னிஸ், சமீபத்தில்தான் பணிநிறைவு பெற்றார். எல்லோரையும் கவர்ந்திழுக்கக் கூடிய கனிவும், மென்மையும், இனிமையுடன் கூடிய குரலும், பளிச்சென்று தெரிகின்ற வழுக்கைத்தலையும் கொண்ட இவர் 67 வயதைவிடக் குறைவாகவே மதிக்கத்தக்க மனிதராகக் காணப்பட்டார். ஒரு மது விருந்தில், லாகோஸ் நாட்டுப் பாமர மக்கள் வாழும் பகுதியில் உள்ள தனியார் பள்ளிகளை ஆய்வு செய்ய விரும்புகிறேன் என்று அவரிடம் சொன்னேன். அவர் என் விருப்பத்தை நேரிடையாகவே நிராகரித்து விட்டார்; "ஏழைகளுக்கென்று எந்தத் தனியார் பள்ளிகளும் இங்கு இல்லை. நைஜீரியாவில் தனியார் பள்ளிகள் என்பது மேட்டுக் குடியினருக்காகவே உள்ளன" என்று சொல்லிவிட்டார். இதில் உள்ள பிரச்சினை என்னவென்றால், ஒரு மாதத்திற்கு முன்புதான் 'இபதான்' பல்கலைக்கழகக் குழுவைச் சந்திப்பதற்காக நைஜீரியாவுக்கு சென்றோம். அங்கு லாகோஸ் பகுதியில் உள்ள குடிசை வாழ் மக்களின் இடங்களுக்குச் சென்றோம்; அங்கு இந்தியாவில் கண்டது போல, பல தனியார் பள்ளிகளைக் கண்டோம். (உண்மையில் என்னுடைய ஆய்வு

என்னையே ஆச்சரியத்தில் ஆழ்த்தியது. இது, 'இபதான்' பல்கலைக்கழகக் குழுவையும் திகைக்க வைத்தது. நான் இந்தியாவில் கண்டதுபோல் தனியார் பள்ளிகள் இங்கு இருக்க வாய்ப்பில்லை என்று முதலில் பல்கலைக்கழகக் குழுவினர் கருதினர். ஆனால் அப்போது இன்னும் பல அதுபோன்ற பள்ளிகள் இருக்கலாம் என்று, அவைகளை ஆய்வு செய்ய அவர்கள் உடனடியாக ஒத்துக்கொண்டனர். எங்களது முதல் வருகைக்குப் பிறகு, அவர்களோடு ஓர் ஒப்பந்தம் கையெழுத்தாகி, அவர்கள் ஓர் விரிவான ஆய்வை மேற்கொள்ளத் தயாராகிவிட்டனர்). கையாள்வதற்கான கடினமான சூழலில் நான் அவரோடு பேச வேண்டிருந்தது. வயதுக்கு மதிப்பளிக்க வேண்டுமென்று அவர்கள் ஒவ்வொருவரும் விரும்புகின்றனர். எல்லாவற்றிருக்கும் மேலாக, பிறரைவிடத் தன்னை மேலானவராகக் கருதும் எவரையும் அவர்கள் விரும்புவதில்லை. “நான் ஒரே ஒரு முறைதான் இங்கு வந்திருந்தாலும், நீங்கள் பத்து ஆண்டுகளாக முதன்மைக்கல்வி ஆய்வாளராக பணியாற்றி இருந்தாலும், கல்வி ரீதியில், நீங்கள் தெரிந்து கொண்டிருப்பதைவிட, உங்கள் தேசத்தை நான் அதிகம் தெரிந்து கொண்டிருக்கிறேன் என்று சொல்கிறேன்” என்றேன்.

“ஹைதராபாத் நகரின் குடிசைப் பகுதிகளில் தனியார் பள்ளிகள் பலவற்றைக் கண்டேன்; ஏன் லாகோஸ் பகுதிகளிலும் அதுபோன்ற பள்ளிகள் இருக்கக் கூடாதா?” என்று அவரிடம் கேட்டேன். ஆனால் டென்னிஸ் தன் கருத்திலேயே விடாப் பிடியாக இருந்தார். “உதவிக்கரம் நீட்டும் அறக்கட்டளைகளை வேண்டுமானால் நீங்கள் பார்த்திருப்பீர்கள். ஆனால் தனியார் பள்ளிகளைப் பார்க்க முடியாது. ஏழைகளுக்கென்று உள்ளது அரசுப்பள்ளிகளே” என்றார். என் ஏமாற்றத்தை உணர்ந்து கொண்ட அவர், ஒரு தீர்வும் சொன்னார். “இது வரையறுத்துப் பார்ப்பதில் உண்டாகும் பிரச்சினை. உங்கள் நாட்டில், மேட்டுக்குடியினருக்கான தனியார் பள்ளிகளை பொதுத்துறைப் பள்ளிகள் என்று சொல்கிறீர்கள். ஆனால் எங்கள் நாட்டுப் பொதுத்துறைப் பள்ளிகள், அரசுப்பள்ளிகளே ஆகும். வார்த்தைகள் வேண்டுமானால் வேறுபடலாம். தனியார் பள்ளிகள் என்று இங்கு இல்லை. ஆனால் குடிசைப் பகுதிகளில் அரசுப்பள்ளிகள் உள்ளன” என்றார். திரு. ஒகோரோவை குழம்பச் செய்த, ஏழைகளுக்காகச் செயல்படும் தனியார் பள்ளிகள் என்ற முரண்தொடர் தர்க்கரீதியாக பகுப்பாய்வு செய்யும்போது காணாமல் போனது.

குடிசைப் பகுதிகளில் நான் பார்வையிட்ட பள்ளிகள் அனைத்தும் 'அரசுத்துறைக் கல்வி நிறுவனங்கள்' என்றும், அவைகளை தனியார் நிறுவனங்கள் என்று நான் அர்த்தம் எடுத்துக்கொண்டதாகவும் எனக்கு எடுத்துச் சொன்னார்கள். இதுதான் அடிப்படையானது.

அவரை இணங்க வைக்க ஏதும் இருப்பதாக எனக்குத் தெரியவில்லை.

அவருடைய நாட்டிலும், இன்னும் பல இடங்களிலும் தனியார் பள்ளிகள் சில இருப்பதாக நானே பார்த்துத் தெரிந்து கொண்டேன். அங்கு அவ்வாறு இல்லையென்றும், நைஜீரியாவில் நிச்சயமாக இல்லையென்றும், வேறு எந்த ஒரு நாட்டிலும் இல்லை என்றும் சொன்னார். எனவே இந்த விஷயத்தை அப்படியே விட்டு விட்டு, மற்ற விஷயங்களிலும், இன்னும் கொஞ்சம் பீர் குடிப்பதிலும் தொடர்ந்து கவனத்தைத் திருப்பினோம்.

மெக்கோகோ

டென்னிஸ் ஒகோரோவோடு உரையாடிய ஒரு வாரம் கழித்து, லாகோஸ் தீவிற்கும், பிறகு அங்கிருந்து விக்டோரியா தீவிற்கும், வளைந்து நெளிந்து செல்லும் நெடுஞ்சாலை வழியாக இரைச்சல் மிக்க ஒரு வாடகைக் காரில் பயணம் செய்தேன். அது மெதுவாக பள்ளத்தாக்கு மேம்பாலம் வழியாகச் சென்றது. எல்லா சுற்றுலாப் பயணிகளைப் போலவும் நானும் ஜன்னல் வழியாக, கீழே தண்ணீருக்கருகில் பரந்து விரிந்து கிடக்கும், ஏழைகள் வாழும் குடிசைகள் நிறைந்த புறநகர்ப்பகுதியைக் கூர்ந்து பார்த்துக் கொண்டே வந்தேன். மரத்தாலான வீடுகள், உப்பங்கழி முழுவதும் மின் கம்பிக் கோபுரங்கள் வரை பரவியிருந்தன. மின் கம்பிக் கோபுரங்களுக்கு அப்பால் குடிசைகள் ஏதும் இல்லை. நீண்ட துடுப்புகளைக் கொண்டு இளைஞர்கள் சிறிய படகுகளை அசாதாரணமாக வலித்துச் சென்றனர். நீருக்கு மேல் அமைக்கப்பட்டுள்ள வீடுகளுக்கு மத்தியில் உள்ள குறுகலான நீர்த் தடத்தில் பெண்கள் சிரமப்பட்டு படகு வலித்துச் சென்றனர். விடலைப்பருவ இளைஞர்கள் தண்ணீருக்குமேல் தெரிந்த பாறைகளில் நின்று கொண்டு வலைகளை விரித்தனர். விசைப்படகுகள், ஆண்களை நெடுஞ்சாலைக்கும், அதற்கு அப்பாலும் ஏற்றிச் சென்றன. குடிசைகள் நிறைந்த புறநகர்ப் பகுதியின் மேல்பகுதி முழுவதும் பரவியிருந்த பனிப் புகை மூட்டம் கற்பனை உகை அருவருப்பூட்டும் வெனிஸ் நகர வெளித் தோற்றம்போல் காணப்பட்டது. லாகோஸ் மாநில 'அரசுக்கொள்கை ஆய்வு நிறுவனத்தின்' இயக்குனராக இருந்தார் தாம்சன் அயோடெல். ஓர் ஆய்வு நடத்த இவரை நான் அழைத்தபோது, என் அழைப்பை ஏற்று வந்து இபதான் பல்கலைக்கழகக் குழுவை ஒருங்கிணைத்து விட்டு, என்னிடம் சொன்னார், "இதுதான் மெக்கோகோ" என்று. தனியார் பள்ளிகளை நான் பார்வையிட உகந்த இடம் இதுபோன்ற இடம்தான். "அங்கும் நீங்கள் தனியார் பள்ளிகளைக் காணமுடியாது" என்று சொல்லி விட்டுச் சிரித்தார். எனது கருத்து குறித்த கோபம் அவரது சிரிப்பில் வெளிப்பட்டது. உண்மையில் அவர் எங்கும் போனதில்லை. ஆனாலும், "வெளியிருந்து வரும் நபர்கள் இதுபோன்ற காரியங்களில் துணிந்து இறங்குவது அவ்வளவு பாதுகாப்பு இல்லை. அங்கு காவல் துறையினர் இல்லை எதுவும் நடக்கலாம்" என்று

அதற்கு முற்றுப்புள்ளி வைப்பது போலச் சொன்னார்.

ஒரு சுமாரான விடுதியிலிருந்து - ஓடி ஓடித் தேய்ந்து போன ஒரு பழைய கறுப்பு நிற மெர்சிடஸ் வாடகை வண்டி - மூன்றாவது மெய்ன்லேண்ட் பாலத்தின் வழியாக, போக்குவரத்து நெரிசல் நிறைந்த ஹெர்பார்ட் மெக்காலே தெருவுக்கு ஊர்ந்து சென்று, சரியாக மெக்கோகோ தெருவுக்குத் திரும்பியது. அன்று 2003 - ஆம் ஆண்டு அக்டோபர் மாதம் முதல் தேதி, தேசிய விடுமுறை தினம். நைஜீரியா அதன் 43 ஆவது சுதந்திர தினத்தைக் கொண்டாடிக் கொண்டிருந்தது. விடுதியில் படித்த தேசியச் செய்தித்தாள்களில், நாடெங்கும் பரவிக் கிடக்கும் ஊழலைப் பற்றி இதயத்தை உலுக்கும் கருத்துத் தெளிப்புகள் இடம் பெற்றிருந்ததைப் படித்தபோதுதான் அன்று அங்கு சுதந்திர தினம் என்று அறிந்து கொண்டேன். அரசுப்பள்ளிகளிலும், தனியார் பள்ளிகளிலும் பயிலும் மாணவர்களின் விகிதாச்சாரம் பற்றிய புள்ளி விபரங்களைச் சேகரிக்க இபதான் பல்கலைகழகக் குழுவிற்குப் பயிற்சி அளிக்கவும், குறைந்த கட்டணத் தனியார் பள்ளிகளின் தன்மையைப் பற்றி கூடுமானவரை அறிந்து கொள்ளவும், அரசுப்பள்ளிகளோடு அவர்கள் எங்ஙனம் தங்களை ஒப்பிட்டுக் கொள்கிறார்கள் என்பதை அறிந்து கொள்ளவும் நான் லாகோஸில் தங்கி இருந்தேன். தாம்சனும் அவருடைய குழுவும், நாங்கள் லாகோஸ் மாநிலத்தை மட்டுமே மையப்படுத்த வேண்டும் என்று தீர்மானித்தார்கள். அதற்குமேல் ஆய்வை விரிவுப்படுத்துவது பிரச்சினையாக முடியும் என்று கருதினார்கள். 15 மில்லியன் மக்களைக் கொண்ட உலகின் ஆறாவது பெரிய நகரான லாகோஸ், மக்கள் தொகையில் பாதிக்குமேல் வறுமையில் வாடுகின்ற "பயங்கரமான கண்டத்தை" எதிர் நோக்கியுள்ளது என்று அலுவலகத் தகவல் வெளியானது. ஆய்வு செய்வதற்காக பணியாளர்கள் மூன்று உள்ளாட்சிப் பகுதிகளை தேர்வு செய்து கொண்டனர். ஒவ்வொரு உள்ளாட்சிப் பகுதியும் அங்கொன்றும் இங்கொன்றுமாக மூன்று 'ஆட்சி மன்ற மாவட்டங்களிலிருந்து' ஒன்று வீதம் லாகோஸ் மாநிலம் முழுவதும் தேர்வு செய்யப்பட்டன. மக்கள் நெருக்கியடித்துக் கொண்டு வாழ வேண்டிய இடவசதிக் குறைவான வீடுகள், மோசமான சாக்கடை நாற்றம், சுகாதாரமற்ற சூழல், குடிநீர் வசதியின்மை, வெள்ள அபாயத்திற்கான வாய்ப்பு ஆகியவற்றின் அடிப்படையில், "ஏழைகள் மற்றும் ஏழைகள் அல்லாதோர்" என இரண்டு பிரிவுகளாக - கிடைத்த அரசாங்கப் புள்ளி விபரங்களை அவர்கள் பகுத்துக் கொண்டனர். இந்த ஏழை வட்டாரங்களில் என்ன நடந்துகொண்டிருந்தது என்று கண்டறிவதிலேயே நான் ஈடுபாடுக் காட்டினேன். என்னுடைய 'இபதான்' பல்கலைக்கழகக் குழுவைத் தலைமை தாங்கி நடத்திய முனைவர் ஓலன்ரியான் ஓலனியான், (லாண்ரே என்று அனைவராலும் அறியப்பட்டார்) என்பவர், ஒரு மென்மையான,

விளம்பரம் விரும்பாத, இனிமையும் அன்பும் நிறைந்த, ஒரு கைதேர்ந்த பொருளாதார மேதை. அவர் பல்கலைக்கழகத்தில் உள்ள கல்வி மற்றும் பொருளாதாரத்துறையிலிருந்து 40 பட்டதாரி மாணவர்களை சோதனை செய்து இப்பணிக்காக நியமித்திருந்தார். இந்தியாவில் மேற்கொண்டிருந்த வழிமுறைகள் மூலம், தேர்வு செய்யப்பட்ட பகுதிகளுக்குச் சென்று அங்குள்ள தொடக்க, உயர்நிலைப் பள்ளிகளை ஆய்வு செய்ய இவர்களுக்கு நன்கு பயிற்சி அளித்தோம். லாண்ரே, அங்கீகாரம் உள்ள தனியார் பள்ளிகள் மற்றும் அரசுப்பள்ளிகள் பற்றி அரசு வெளியிட்டுள்ள பட்டியலைத் தெரிந்து வைத்திருந்தார். ஆனால் அங்கீகாரம் பெறாத தனியார் பள்ளிகளைப் பொறுத்தவரை, அவர்களே அவற்றைத் தேடிக் கண்டு கொள்ள வேண்டும் என்று ஆய்வுப் பணியாளர்களிடம் கூறினோம். நகரின் ஒவ்வொரு மூலை முடுக்குகளிலும் அலசிப் பார்க்கச் சொன்னோம்.

அனைத்துக் கிராமங்களுக்கும், ஊரகப் பகுதிகளைச் சுற்றி காணப்படும் குடியிருப்பு பகுதிகளுக்கும், மற்றும் சமுதாயப் பணியாற்றுவோர் மத்தியிலும் சென்று, அங்கு தனியார் பள்ளிகள் உள்ளனவா எனத் தேடிக் கண்டுபிடிக்கச் சொன்னோம். அப்பள்ளிகள் இருப்பது பற்றி விளம்பரப் பலகைகளை வைத்திருக்கமாட்டார்கள் என்றும் அவர்களை எச்சரிக்கைப் படுத்தினோம். கவனமாக செயல்படுமாறு, ஆய்வுப் பணியாளர்களைக் கேட்டுக்கொண்டோம். நைஜீரியா நாட்டில் விளம்பரப் பலகைகளுக்கு அநியாயமாக வரி விதிக்கப்படுவதுண்டு. ஆகவே, பள்ளி உரிமையாளர்கள் விளம்பரப் பலகை இல்லாமலே பள்ளிகளை நடத்திச் செல்கின்றனர். எனவே ஆய்வுப் பணியாளர்கள் தங்கள் தனித்திறமையைப் பயன்படுத்திக் களப்பணி செய்ய வேண்டியிருந்தது.

ஆய்வுப் பணியாளர்களை முன் அறிவிப்பின்றி பள்ளிகளுக்குச் சென்று, பள்ளி மேலாளரையோ அல்லது பள்ளி முதல்வரையோ சுருக்கமாக பேட்டி காணவேண்டுமென்று அறிவுறுத்தினோம். அதன்பிறகு, வகுப்பறையில் என்ன நடக்கிறதென்றும், பள்ளியின் அடிப்படை வசதிகள் எப்படி இருக்கின்றனவென்றும் பார்க்க, இயலுமெனில் முன் அறிவிப்பின்றி, சுருக்கமான முறையில் பார்வையிடலாம் என்றும் அறிவுறுத்தினோம். எப்படி பள்ளிகளுக்குள் சென்று மேலாளர்களை அணுகி, ஆய்வுப் பணியாளர்களோடு மேலாளர்கள் சிறிது நேரம் செலவிடுவது அவர்களுக்கு மிகவும் பலன்தரத்தக்கது என்று, அவர்களை ஏற்றுக் கொள்ள வைப்பது பற்றி அவர்களுக்கு ஒரு செய்முறை விளக்கம் அளித்திருந்தோம். ஏற்கனவே நாங்கள் சென்று ஆய்வு நடத்திய சில பின்தங்கிய மாவட்டங்களுக்கு - நாங்கள் கண்டுகொண்ட பள்ளிகளை அவர்களும் கண்டுபிடிப்பார்களா என்று பார்க்கவும், அவர்கள் மேற்கொண்ட ஆய்வும், நடத்திய பேட்டியும், நாங்கள் ஏற்கனவே மேற்கொண்ட பணிகளோடு ஒத்திருக்கின்றனவா என்று

உறுதிசெய்து கொள்ளவும் ஆய்வுப் பணியாளர்களை அதே பகுதிக்கு அழைத்துச் சென்றோம்.

இறுதியாக நாங்கள் புறப்படத் தயாரானோம். ஆனால் அங்கே தேசிய விடுமுறை நாள் வந்துவிட்டது. ஆனாலும் நானே நேரில் சென்று பார்க்க விரும்பிய ஒரே ஒரு இடம் இருந்தது. அதுதான் 'மெக்கோகோ'. என் வாடகை வாகனம் விரைந்து, கண் அயர்ந்து கொண்டிருந்த வாசல் காவலாளிகளைக் கடந்து, புறநகர்ப்பகுதியின் தட்டையான கற்கள் பாவிய சாலை வழியாகச் சென்றது. அதில் ஓர் இரும்பாலான வெளிக்கதவருகில் ஒரு தண்ணீர்க்குழாய் இருந்தது. அதைச் சுற்றி பத்துப்பதினைந்து சிறுமிகளும், பெண்களும் பல விதமான பிளாஸ்டிக் வாளிகளையும், உலோகப் பாத்திரங்களையும் கையில் வைத்துக் கொண்டு, தங்களின் முறைக்காகக் காத்துக் கொண்டிருந்தனர். இன்னும் கொஞ்சம் முன்னால் சென்றபோது, பெண்கள் கூடைகளில் தக்காளி, மிளகு, கருணைக்கிழங்கு, பச்சை மிளகாய் முதலியவற்றை வியாபாரத்திற்காக வைத்துக்கொண்டு தெருவை அடைத்தபடி அமர்ந்திருந்தனர். மெக்கோகோ வீதி, அப்பல்லோ வீதியைப் போன்று, கூச்சலும் குழப்பமும் நிறைந்த கடைவீதியாக, ஒரு கார் மட்டும் செல்லும் அளவுக்குக் கொஞ்சம் இடம் விட்டுவைக்கப் பட்டிருந்தது. நாங்கள் மெல்ல மெல்ல முன்னோக்கி நகர்ந்தபோது, தொடர்ந்து முன்னேறிச் செல்ல முடியாதவாறு ஜனங்கள் வாகனத்தைச் சூழ்ந்துகொண்டனர். வீட்டு வாசற் படிகளில் அமர்ந்துகொண்டிருந்த ஆண்கள் "ஓயின்போ" (வெள்ளைக்காரன்) என்று கூச்சல் போடத் தொடங்கினர். சிறுவர்களும் சேர்ந்துகொண்டு ஒரே குரலில் "ஓயின்போ, ஓயின்போ, ஓயின்போ" என்று கத்தினர்.

ஆடம்பரமின்றித் தோன்றிய, இரண்டு இணையான நான்கு மாடிக் கான்கிரீட் கட்டடங்களுக்கிடையே இருந்த இரும்புக் கதவின் வழியாக, என்னுடைய ஓட்டுநர் கடந்து உள்ளே சென்றார். அங்கே ஓர் அரசு ஆரம்பப்பள்ளி இருந்தது என்றும், இன்னும் சொல்லப்போனால், அதே இடத்தில் மூன்று அரசுப்பள்ளிகள் இருந்தன என்றும், அங்கிருந்த அடையாளங்கள் மூலம் தெரியவந்தது. ஓட்டுநர் அங்கே நிறுத்தலாமா என்று கேட்டபோது, வேண்டாம், மேலே போ என்று சொன்னேன். அவர் ஏதோ ஒரு ஐயத்துடன் குழம்பியவாறு "பள்ளிக்கூடங்களைத்தானே பார்வையிட வருகிறோம்?" - என்று கேட்டார். ஆனால் அவர் கௌரவத்தை காப்பாற்றிக்கொள்ளும் பொருட்டு மேற்கொண்டு ஒன்றும் பேசாமல் வாகனத்தை ஓட்டினார். நூற்றுக்கணக்கான படகுகள் கட்டிக் கிடந்த கால்வாயின் மறுபக்கமுள்ள, சந்தைக்கடை வியாபாரிகளால் குறுகலாக்கப்பட்ட தெருவில், கூட்டத்தை விலக்கிக் கொண்டு கொஞ்சம் கொஞ்சமாக முன்னேறிச் சென்றோம். சிறுவர்கள் 'ஓயின்போ, ஓயின்போ'

என்று கூச்சல் போட்டனர். வயதானவர்களும் ‘ஒயின்போ’ என்று கத்தினர். சோப்புத் தண்ணீரால் குழந்தையைக் குளிக்கவைத்துக் கொண்டிருந்த இளம் பெண் ஒருத்தி, “திருவாளர், வெள்ளையர் அவர்களே!” என்று சத்தமாகக் கூப்பிட்டாள்.

தட்டையான கற்கள் பாவிய அந்தச் சாலை திடீரெனத் தோன்றிய ஒரு மேட்டுப்பகுதியுடன் முடிவடைந்தது. அதற்கு அப்பால், வாகனங்கள் செல்ல முடியாத அளவு சேறும் சகதியுமாக இருந்தது. ஓட்டுநரும் நானும், வண்டியை நிறுத்தியபோது மேட்டிலிருந்து இறங்கி வந்த சில அன்பான இளைஞர்களின் பாதுகாப்பில் வாகனத்தை விட்டுச் சென்றோம். (பிறகு அவர்கள், நிறையப் பணம் கேட்டு, கடுமையான பேச்சு வார்த்தைக்குப் பிறகு, கொஞ்சம் நைரா - அதாவது அந்த நாட்டுப்பணம் கூலியாகப் பெற்றுக்கொண்டனர்). நாங்கள் கவனமாகப் பாதையைப் பார்த்து நடந்தோம். தெருவெல்லாம் முதல் நாள் இரவு பெய்த மழையால் நனைந்திருந்தது. பாதையின் இருமருங்கிலும் திறந்திருந்த சாக்கடைக் குழாயிலிருந்து கசிந்து வந்த கழிவுநீர் சாலையில் ஓடிக் கொண்டிருந்தது. என் ஓட்டுநரைப் பின்பற்றி, தெருவின் ஒரு பக்கத்திலிருந்து அடுத்த பக்கத்திற்கு, அங்கு அருவருப்பாகக் கிடந்த சேறு, சகதியைத் தாண்டி, மனிதக் கழிவு, குப்பை கூளங்களிலிருந்து ஒதுங்கி, கவனமாகத் தாண்டிச் சென்றேன். ஆனால் அங்கு போவதற்கு இந்த அசுத்தங்களே இல்லாத வேறு வழி என்பதே இல்லை. நான் சென்ற வழியில், ஒரு சிறுவன், அவன் வீட்டு வாசல் முன்பு, பழைய செய்தித்தாளை விரித்து அதில் மலம் கழித்துக் கொண்டிருந்தான். மலம் கழித்து முடிந்ததும், அவன் அம்மா அந்த செய்தித்தாளை அப்படியே சுருட்டி எடுத்து, அருகில் ஓடிக் கொண்டிருந்த சாக்கடையில் வீசி எறிந்தாள்.

அங்கு ஒரு மளிகைக் கடை முன்னால் உள்ள கட்டைச் சுவரில் அமர்ந்திருந்த சில இளைஞர்களிடம் அங்கு ஏதாவது தனியார் பள்ளிகள் இருக்கின்றனவா, தெரியுமா என்று கேட்டேன். அவர்கள் தெரியும் என்று சொன்னார்கள் (நான் கேட்டதைச் சரியாகப் புரிந்துக் கொண்டார்கள் என்று ஓட்டுநர் மொழி பெயர்த்துக் கொடுத்தார்). பிறகு அவர்கள் எனக்கு வழிகாட்டி வந்தார்கள். சாக்கடையின் குறுக்கே அமைந்திருந்த மரப் பலகையின் மீது அந்த இளைஞர்கள் அனாயசமாக நடந்து சென்றார்கள். நாங்கள் அவர்களைப் பின்தொடர்ந்து சென்றோம். நான் கவனமாக அடி எடுத்து வைத்து நடந்தேன். ஒரு சிறிய சந்து வழியாக கவிச்சை நாற்றம் அடிக்கும் மீன் கடைகளைக் கடந்து சென்றோம். அங்கு வேலை செய்து கொண்டிருந்த பெண்கள், கடைசியாக வந்த மீன்களின் குடல்களை வெளியே எடுத்து சுத்தம் செய்துகொண்டிருந்தனர். நான் நெடுஞ் சாலையிலிருந்து பார்த்த மரவீடுகள் அங்கே காணப்பட்டன. தட்டையான

பெரிய மரத்துண்டுகளைக் கொண்டு கட்டப்பட்டிருந்த அவ்வீடுகளின் அடிப்பகுதிகள் நீரில் மூழ்கியவாறு இருந்தன. மரவீடுகளுக்கப்பால், அந்தக் குறுகிய நீர் வழியின் நெடுகிலும், நடந்தால் வளைந்து கொடுக்கிற மரப் பாலங்கள் நீரின் மீது அமைக்கப்பட்டிருந்தன. அந்தச் சிறுவர்கள் அதன்மீது வெகு சுலபமாக நடந்து சென்றனர். நான் மெல்ல மெல்ல ஒவ்வொரு மரப்பலகையிலும் அடி எடுத்து வைக்கும்போது என் எடையை நினைத்துப் பார்த்துகொண்டே நகர்ந்து சென்றேன். ஆங்காங்கே வேகமாகச் சுழன்று சுழன்று சென்று கொண்டிருந்த அந்தக் கறுப்பு நிற சாக்கடை நீரின் அடியில் இனந்தெரியாத பூச்சி புழுக்கள் குமிழிட்டுக் கொண்டு திரிந்தன. நாங்கள் கடந்து செல்வதை, சாக்கடை நீரில் உழன்று கொண்டிருந்த ஒரு பன்றி அசட்டையாக மேலே நிமிர்ந்து பார்த்தது. ஒரு சிறுவர் கூட்டம் எங்களோடு சேர்ந்து வந்து, விளையாட்டாக என்னைத் தொட்டு 'ஒயின்போ' என்று கூச்சல் போட்டது.

அந்தக் கருமையான கால்வாயின் குறுகிய பாலத்தருகில் எங்களை வழிகாட்டி அழைத்துச் சென்றவர்கள் ஒரு படகிலிருந்த இளைஞனோடு பேச்சு வார்த்தை நடத்தினார்கள். பின்பு கவனமாக ஒரு படகில் ஏறி அமர்ந்தோம். அருகில் வந்து பார்க்கும்போது தண்ணீரும் அருவருப்பாகத் தோன்றியது.

ஒரு சிறுவன் மிக இயல்பாகத் துடுப்பு வலித்து படகைச் செலுத்தி வந்தான். அந்தப்படகு, ஏனோதானோவென்று கட்டப்பட்ட மரவீடு களுக்கும், ஒரு பரந்த நீர் வெளிக்கும் இடைப்பட்ட குறுகிய கால்வாய் வழியாக நீரின் மேல் ஊர்ந்து சென்றது. அகலமான கால்வாயில் பெண்கள், தங்கள் முழு முயற்சியையும் கொண்டு துடுப்பால் படகை இயக்கிக் கொண்டிருந்தனர். தக்காளி, இன்னும் சில காய் வகைகள், கருவாடுகள், பெரிய வகை மீன்கள் ஆகியவவை படகில் காணப்பட்டன. ஒரு படகில் குடிநீர் மட்டும் இருந்தது. இன்னொரு படகில் ரொட்டி வகைகளும், குளிர்பானங்களும் இருந்தன. அசுத்தமான அந்த நீரில் இரை தேடிய ஒரு மீன் கொத்திப்பறவை ஒரு கம்பத்தின் மீது அமர்ந்து ஓய்வெடுத்தது. கம்பு களை ஊன்றி, தண்ணீர் மட்டத்திற்கு மேல் எழுப்பப்பட்ட தேவாலயங்கள், கடைகள், 'மதுக்கூடமும் உணவகமும்' எனப் பெருமையோடு விளம்பரப்படுத்தப்பட்ட, கீற்று வேய்ந்த கட்டிடங்கள் ஆகியவற்றைக் கடந்துச் சென்றோம். ஆனால் பள்ளிக்கூடங்களைத்தான் காண முடிய வில்லை. இறுதியாக, இன்னொரு குறுகிய கால்வாய்க்கு மிகச்சாமர்த்தியமாக இடம் மாறினோம். இந்தச் சிறுவர்கள் என்னை எங்கே அழைத்துச் செல்கிறார்கள்? கொஞ்சம் குழம்பித்தான் போனேன். கால்சட்டைப் பையில் வைத்திருந்த பணத்தை பத்திரமாக இருக்கிறதா என்று தொட்டுப் பார்த்துக் கொண்டேன். லாகோஸ் மாநிலத்தில் ஏ.டி.எம். வசதி இல்லாததால் ஒரு

மாதத்திற்குத் தேவையான அளவு எடுத்துக் கொண்ட பணம், கால்சட்டைப் பையை முட்டிக் கொண்டிருந்தது. (எப்படியோ, பாதுகாப்பு குறைவான விடுதியில் பணத்தை வைத்துவிட்டு வருவதைவிட என்னிடமே இருப்பது பாதுகாப்பானது) எதற்கும் நான் கொஞ்சம் எச்சரிக்கையாக இருக்கவேண்டும். வெகு ஜாக்கிரதையாக படகிலிருந்து இறங்கி, மரத்தால் போடப்பட்டிருந்த நடைமேடையை அடைந்தோம். அங்கே உட்கார்ந் திருந்த பத்துப் பதினைந்து சிறுவர்கள் என்னைப் பார்த்து அவர்களுக்குள்ளே ஒரு மாதிரியாகச் சிரித்துக் கொண்டனர். ஒரு சிறிய கால்சட்டையைத் தவிர உடம்பில் வேறு ஏதும் அணிந்திராத ஒரு வயோதிகர், பிரம்பால் அவர்களை அடித்துவிரட்டினார். அவர்கள் வலியாலும் மகிழ்ச்சியாலும் கத்திக் கொண்டு ஆளுக்கொரு பக்கமாக ஓடி மறைந்தனர். ஆனால் அடுத்த நொடியே மீண்டும் ஓடிவந்து என்னைச் சூழ்ந்துகொண்டனர். அவர் களுடைய பெயர்களைக் கேட்டேன். திரும்பத் திரும்ப கேட்டபிறகு, பளிச்சென்று ஆடை அணிந்திருந்த ஒரு சின்னஞ்சிறிய சிறுமி - இந்த அசுத்தம் நிறைந்த சூழ்நிலையிலும் எப்படி அந்தப் பெண்ணால் பளிச்சென்று ஆடை அணிய முடிகிறது என்று ஆச்சரியத்தில் மூழ்கி இருந்தபோது, தன் பெயர் சேன்ட்ரா என்று சொன்னாள். அழகாகச் சிரித்தபடி என்னை அப்படியே பிடித்துக்கொண்டாள். "நீ எந்தப் பள்ளிக்கூடத்திற்கு போகிறாய்?" "கே.பி.எஸ்" என்றாள். மற்றவர்களும் "கே.பி.எஸ்" என்றார்கள். அதற்கென்ன பொருள்? "கென்னடி தனியார் பள்ளி" என்று கத்திச் சொன்னாளா அல்லது என் காதில் விழுந்தது அதுதானா என்று தெரியவில்லை. மரவீடுகளில் வாழும் ஏழை மக்களைக் கொண்ட மெக்கோகோ என்ற நகரில் நான் முதல் தனியார் பள்ளியைக் கண்டுபிடித்துவிட்டேன். அந்த இளைஞர்கள் என்னை எங்கே அழைத்துச் செல்ல வேண்டும் என சரியாகத்தான் தெரிந்து கொண்டிந்தார்கள் என்று எனக்கு அப்போதுதான் தெளிவாகியது. சேன்ட்ரா படிக்கும் பள்ளியை எனக்கு காட்டுவாளா?

மீண்டும் தரைக்கும், படகுக்கும் இடையே போடப்பட்டிருந்த அதே மரப்பலகை. இப்போது மிகுந்த நம்பிக்கையோடு, நான் அதன்மீது நடந்தேன். இனம் தெரியாத சாக்கடை ஜீவராசிகள் உழலும் அந்த அசுத்த நீருக்குமேல், அதே மரப்பலகையில், என் கைகளைப் பற்றிக் கொண்ட சிறுவர்கள் புடை சூழ நான் நடந்து சென்றேன். காலாவதியாகிக் கொண்டிருந்த, அல்லது இடையிடையே பலகைகள் விழுந்திருந்த மரப்பலகை மீது என்னைக் கவனமாக வரச்சொல்லி எச்சரித்தப்படி வந்தனர். இளம் செஞ்சாந்து பூசப்பட்ட, குழந்தைகளின் விளையாட்டுப் பொம்மை மற்றும் விலங்குளின் படங்கள் மங்கியபடி காணப்பட்ட, ஒரு பள்ளிக் கட்டடம் தெரிந்தது. அந்தப் பள்ளிக்கூடத்தின் பெயர் "கென்னடி" அல்ல;

"கென் அடி" *(Ken Ade)* தனியார் பள்ளி என்று சுவர் உச்சியில் பெயர்ப் பலகை வைக்கப்பட்டிருந்தது.

தேசிய விடுமுறைக்காக பள்ளி மூடப்பட்டிருந்தது. பள்ளி உரிமையாளர் சற்றுத் தொலைவில் விழா ஒன்றை நடத்திக் கொண்டிருந்தார். ஆனால் அவர் இல்லை என்ற விஷயம் என் ஆவலைப் பாதிக்கவில்லை. என்னோடு வந்த மீனவர் ஒருவர், அப்பள்ளி உரிமையாளரின் அலைபேசி எண் வைத்திருந்தார். ஆனால் அந்த இடத்தில் அலைபேசித் தொடர்பு கிடைக்கவில்லை. ஆனால் அவரோடு பேசுவதற்கு வசதியாக அவரது தொடர்பு எண் கிடைத்தது. அவர்கள் என்னிடம் மிகுந்த நட்போடுதான் பழகினார்கள். எனினும் இன்னும் அந்தப் பள்ளியைப் பற்றி நன்கு அறிந்து கொள்ளாமல் அங்கிருந்து திரும்புவதில் எனக்கு விருப்பம் இல்லை. ஆயினும், நான் அவர்களை பின்தொடர்ந்து அப்பல்லோ வீதி வழியாக நடந்தேன். ஆனால் மெக்கோகோ நகரில் ஒரு தனியார் பள்ளியைக் கண்டு பிடித்துவிட்ட திருப்தியுடன் அவர்களை பின்தொடர்ந்து சென்றேன்.

"கென் அடி" தனியார் பள்ளியின் உரிமையாளர் திரு. பாவோ சாபோ எளியு ஐயீஸ்மினிக்கன் *(Bawo Sabo Elieu Ayeseminikan)* (ஒரு வழியாக அலைபேசியில் தொடர்பு கொண்டு பேசியபோது "என்னை பி.எஸ்.இ. என்று கூப்பிடுங்கள்." என்றார். அது எளிதாக நினைவில் வைத்துக்கொள்ள முடிந்தது.) சில நாட்கள் கழித்து அங்கே நான் திரும்பிச் சென்றபோது, தட்டையான கற்கள் பாவிய சாலை முடிகின்ற மேடான இடத்தில் என்னைச் சந்தித்தார். இந்தத் தடவை பள்ளி விடுமுறை தினம் அல்ல. ஆனால் நாடு தழுவிய போராட்டம் - எரிபொருள் விலை உயர்வைக் கண்டித்து நாடு தழுவிய போராட்டம். தங்கியிருந்த விடுதியில் காலைச் சிற்றுண்டி சாப்பிடும் சூழல், கோடை கால முகாம்போல இருந்தது. போராட்ட விளைவினால் ஏற்பட்ட பயத்தால் பணியாளர்கள் எல்லாம் வெளியிலே, அங்கங்கே தங்கி விட்டனர். ஒரு புத்திசாலி மேலாளர் பாலும் முட்டையும் கலந்து, அதை வேகவைத்துக் கொடுத்தார். மேலும் எங்களுக்குத் தேவையான பானங்களை நாங்களே தயாரித்துக் கொள்ளும் வகையில் அங்கே உடனடி காப்பி, அவசரத் தேநீர் தேயிலைப்பை (அதாவது தேநீர் தயாரிக்கப் பயன்படுத்தப்படும் தேயிலைகள் அடங்கிய காகிதப்பை), வெண்ணீர் சூடு ஆறாமல் வைத்திருக்ககூடிய கெண்டி என்னும் பாத்திரம், ஆகிய அனைத்தும் அங்கிருந்தன. விடுதி நிர்வாகத்தோடு நான் கொண்டிருந்த நட்பைப் பகிர்ந்து கொள்ளும் பொருட்டு நாங்களே தேவையானவைகளைத் தயாரித்துக் கொள்கிறோம் என்று கூறினேன். யாரும் விடுதியை விட்டு வெளியே போகவேண்டாம் என்று எச்சரித்தார்கள். நகரம் ஒரே பதட்டமாக இருக்கும்போலத் தெரிந்தது.

ஆனால் நான் திரும்பவும் மெக்கோகோவிற்கு போகவேண்டும் என

ஆவலாக இருந்தேன். 'பி.எஸ்.இ.' அவர்கள் அலைபேசியில், மெக்கோகோவில் எந்த அசம்பாவிதமும் அன்று நடக்காது என்று அடித்துக் கூறினார். அதோடு எனக்கு ஏற்பட்ட பயத்தைப் போக்கி, எனக்கு தைரியத்தையும், நம்பிக்கையையும் ஊட்டினார். என்னை அங்கு ஏற்றிச்செல்வதற்கு ஒரு வாகனம் கிடைப்பது ஒரு பக்கம் இருந்தாலும், அதை ஓட்டிச் செல்ல ஒரு ஓட்டுநர் கிடைப்பாரா? ஒரு வழியாக ஒரு ஓட்டுநர் வரச் சம்மதம் தெரிவித்தார். வழக்கத்திற்கு மாறாக ஆள் அரவமற்றுக் காணப்பட்ட அந்த வீதிகள் வழியாகக் கனவில் சென்றது போலப் பறந்து சென்றது அந்த வாகனம். அவர் என்னை ஒரு அரசுப் பள்ளியில் இறக்கி விடத்தான் விரும்பினார். ஆனால் அன்று வேலை நிறுத்த நாள் ஆகையால், அப்பள்ளியின் கதவுகள் இழுத்து மூடப்பட்டிருந்தன. பிறகு மெக்கோகோவின் புறநகர்ப்பகுதியை அடைந்தபோதுதான் நான் எங்கே செல்ல விரும்புகிறேன் என்று அந்த ஓட்டுநருக்குத் தெளிவாகத் தெரியத் தொடங்கியது.

பி.எஸ்.இ. அவர்களைப் பின்தொடர்ந்து பள்ளிக்குச் சென்றேன். அந்த இளஞ்சிவப்பு நிறப் பள்ளிக்கட்டிடத்தின் உள்ளே இருட்டாகவும், வெப்பமாகவும் இருந்தது. வெளிச்சமில்லாமலும், காற்றோட்ட மில்லாமலும் இருந்தது. வகுப்பறைகள் மரத்தட்டிகளால் தடுக்கப் பட்டிருந்தன. நான்காம் வகுப்பு மட்டும், பின்புறம் தனியாக இருந்தது. சிறுவர்கள் பலகைகளில் அமர்ந்திருந்தனர். ஆசிரியர்கள் உற்சாகமாகப் பாடம் நடத்திக் கொண்டிருந்தனர். மெக்கோகோவில் இங்கோ, அல்லது வேறு சில தனியார் பள்ளிகளிலோ போராட்டம் நடைபெறவில்லை. நாங்கள் அவரின் அந்தச் சிறிய அலுவலகத்தில் அமர்ந்தோம். யாரோ ஒருவர் ஒரு ஜெனரேட்டர் எந்திரத்தை ஏதோ செய்து கொண்டிருந்தார். மின்விசிறி "விர்" என்று சப்தம் போட்டது. இந்த வெப்பத்தில் நான் புழுங்கிப் போவேனோ அல்லது இந்தச் சப்தத்தில் என் காதுகள் செவிடாகிப் போய்விடுமோ என்று என்னால் எண்ணிப் பார்க்க முடியவில்லை. சிறுவர்கள் கூட்டம் அந்த அலுவலகத்தைச் சூழ்ந்து கொண்டது. "இந்த வெள்ளைக்காரரை நீங்கள் பார்க்க வேண்டுமா?" என்று கிண்டலாகக் கேட்டார் பி.எஸ்.இ. கொஞ்சம் துடுக்கான சிறுவர்கள் என் தலைமுடியைத் தொட்டுப் பார்த்தனர். சிலர் என்னுடன் கைக்குலுக்கினர். ஒரு வகுப்பில் இருந்த சேன்ட்ராவை பி.எஸ்.இ. சுட்டிக் காட்டினார். இந்தப் பள்ளியை அடையாளம் காட்டியவள் அவளல்லவோ? ஆனால் அவளோ, நான் பாராட்டியபோது வெட்கப்பட்டுத் தலை குனிந்து புன்னகைத்துக் கொண்டிருந்தாள்.

பி.எஸ்.இ. அவர்கள் 'கென் அடி' தனியார் பள்ளிக்காக வேறு மூன்று இடங்கள் வைத்திருந்தார். போக்குவரத்துச் சாலைக்கு அப்பால் சுமார் நூறு

அடி தொலையில் இருந்த தேவாலயத்தின் ஒரு பகுதியில் மிகவும் சின்னஞ்சிறிய குழந்தைகளை வைத்து அப்பள்ளியை நடத்தி வந்தார். அவர்கள் கரும்பலகைக்கு முன்னால் போடப்பட்டிருந்த மரப்பலகை மீது சாய்ந்து அமர்ந்து கொண்டிருந்தனர். நடுத்தர வயதுச் சிறுவர்கள் இளஞ்சிவப்பு நிறக் கட்டடத்தில் அமர்ந்திருந்தனர். அதாவது இந்த இளஞ்சிவப்பு நிறக் கட்டடம்தான் மெக்கோகோ நகரிலேயே சிறந்த கட்டடம். அருகில் உள்ள, மரப்பலகைகள் தாங்கிய தகரக் கூரையால் ஆன கட்டடத்தில் மூத்த மாணவர்கள் இருந்தனர். (பிறகு ஒரு சமயம், 2004 ஆம் ஆண்டு டிசம்பர் 6 ஆம் நாள் மெக்கோகோ நகரில் ஏற்பட்ட பெரும் நெருப்பில் அந்த கட்டடம் எரிந்து சாம்பலானது. அதிலிருந்து நீங்கள் சந்திக்கும் அனைவரும் உண்மையில் மிக முக்கியமான நிகழ்ச்சிகளுக்கு, தேதியை மட்டும் மிகக் கவனமாகத் தேர்ந்தெடுத்துக் கொடுப்பார்கள்.)

பள்ளிக்கென அவர் வாங்கிப் போட்டிருந்த நிலத்தைப் பார்ப்பதற்கு பி.எஸ்.இ. என்னை அழைத்துச் சென்றார். தொடர்ந்து நிலப்பிரபுவாக இருப்பது என்னும் வலையில் சிக்கிக் கொள்ளமால், ஒரு பள்ளியில் முதலீடு செய்வதே தனக்கு உகந்தது எனவும், அது அவருக்கொரு சொத்தாக அமையும் எனவும் அவர் அறிந்திருந்தார். மூன்று பள்ளிகளில் ஒன்றை இந்த இடத்திற்கு மாற்ற விரும்பினார். மேலும் அந்த இடத்தில் ஒரு ஜூனியர் நடுநிலைப்பள்ளியையும் நிறுவ விரும்பினார். நாங்கள் அங்கு நடந்தே சென்றோம். சேறும் சகதியும் நிறைந்து நாற்றமெடுத்த சிறிய சந்து வழியாக, ஆங்காங்கே வைக்கப்பட்டிருந்த கற்கள், மற்றும் நசித்துப் போயிருந்த மணல் மூட்டைகளின் மீது கவனமாக அடியெடுத்து வைத்து நடந்து சென்றோம். திறந்திருந்த சாக்கடைக்குழாயில் மீன் குஞ்சுகள் நீந்தித் திரிந்தன. அந்த இடத்தின் ஒரு சிறிய பகுதியில் தண்ணீர் சூழ்ந்திருந்தது. ஒரு பக்கம் அவர்கள் கனவுப் பள்ளிக்கு நன்கு போதுமான இடம். நடுப்புறத்தில் இற்றுப்போன ஒரு தகர வீடு (ஆச்சரியம் என்னவென்றால் அங்கு ஒரு குடித்தனமும் இருந்தது). இன்னொரு பக்கம் சகதியில் ஊதா நிறப் பூக்கள் செழித்து வளர்ந்து கொண்டிருந்தன. ஒரு மெல்லிய வலைச்சட்டி நிரம்பக் கூனிப்பொடிகளைக் கொட்டி அதை அடுப்பில் வைத்து, அதிக அளவு சுவாலை வராத சிறு நெருப்பில் வறுத்துக் கொண்டிருந்த பெண்களைக் கடந்து சென்றோம். அதில் ஒரு பெண் ஒரு கை அளவு வறுத்த கூனிப்பொடிகளை அள்ளிக்கொண்டு வந்து என்னைத் தின்று பார்க்கச் சொன்னார். எனக்கு தெரியும் - உடல் நலத்தைப் பொறுத்தவரை - அதைச் சாப்பிடக்கூடாது என்று தெரியும்; ஆனால் அவர்கள் மத்தியில், அவர்கள் மனம் நோகக்கூடாது என்ற நாகரிகத்திற்கு சாப்பிடத்தான் வேண்டும். ஏதோ பெயருக்கு ஒன்றை எடுத்து பட்டும் படாமலும் வாயில் போட்டுக் கொண்டேன். என்ன ஆச்சரியம். மிகவும் தித்திப்பாக இருந்தது. மீதமிருந்த

கூனிப்பொடிகளை ஒரு பிளாஸ்டிக் பை நிறைய அடைத்து நான் தின்ன வேண்டுமென்று என் கையில் கொடுத்து விட்டார் அந்தப் பெண்.

பி.எஸ்.இ. 1990 ஆம் ஆண்டு ஏப்ரல் மாதம் 16 ஆம் தேதிதான் அப்பள்ளியை நிறுவினார். ஒரு சிலரைப் போல இவரும் மிகச் சாதாரணமாக, குறைந்த அளவிலான குழந்தைகளைக் கொண்டுதான் தொடங்கினார். பெற்றோர்கள், அவர்களால் இயன்றதை பள்ளிக் கட்டணமாக அன்றாடம் செலுத்தி வந்தனர். ஆனால் இப்போது மழலையர் வகுப்பிலிருந்து ஆறாம் வகுப்புவரை 200 மாணவர்கள் படிக்கின்றார்கள். கட்டணமும் ஒரு பருவத்திற்கு 2200 "நைரா" தான் (17 டாலர்) அல்லது மாதத்திற்கு 4 டாலர் தான். அதோடு 25 மாணவர்கள் இலவசமாகப் படிக்கிறார்கள். "ஒரு குழந்தை அனாதைக் குழந்தையாக இருந்துவிட்டால், நான் என்ன செய்ய முடியும்? அந்தக் குழந்தையை திருப்பி அனுப்ப முடியாது அல்லவா?" என்றார். இந்தப் பள்ளியைத் தொடங்குவதற்கான அவரின் நோக்கங்கள் - "பெருந்தன்மை அத்துடன் வருமானம்" - ஆம், இரண்டும் சேர்ந்த நோக்கம்தான். பெற்றோர்களைப் பொருத்தவரை அரசுப்பள்ளிகளை நம்பி ஏமாந்து போய் தனியார் பள்ளிகளை நாடி வருவதைப் பார்த்தேன். அதனால் அவர் கடுமையாக உழைக்க வேண்டியிருந்தது. ஆனால் அவரின் இதயம், அவர் சார்ந்த சமுதாயக்குழந்தைகளையும், அவர் சார்ந்த தேவாலயத்துக் குழந்தைகளையும் நாடிச் சென்றது. வேறு எந்த வகையில் அவர்களுக்கு அவர் உதவ முடியும்? அந்த சாலையின் முடிவில் மூன்று அரசுப்பள்ளிகள் இருந்தன. அவை அதே பகுதியில்தான் இருந்தன. இது பற்றி நாங்கள் இருவரும் மனதுக்குள் சிரித்துக்கொண்டோம். ஒரு அரசு அதிகாரியை தவிர வேறு யார் அந்த அரசுப் பள்ளியை நினைத்துப் பார்ப்பார்கள்!

அப்பள்ளிகள் அப்படி ஒன்றும் வெகு தொலைவில் இல்லை. இவர் தொடங்கிய இடத்திலிருந்து ஒரு கிலோமீட்டருக்குள்தான் இருக்கும். அப்படி இருந்தும், தூரம் ஒருசில பெற்றோர்களுக்கு பிரச்சினையாகவே இருந்திருக்கிறது. குறிப்பாக அந்தக் கூட்டம் நிறைந்த சாலை வழியாக பெற்றோர்கள் தங்கள் பெண் பிள்ளைகளை அப்பள்ளிகளுக்கு அனுப்ப விரும்பவில்லை. அங்கே பெண்களை கடத்துபவர்கள் பதுங்கி இருப்பார்கள் என்ற பயம் பெற்றோர்களுக்கு உண்டு. அரசுப்பள்ளிகளில் காணப்பட்ட கல்வித்தரம் ஒன்றே பெற்றோர்களை வேறு வழிகளை தேடிச் செல்லச் செய்தது. 15 ஆண்டுகளுக்கு முன்பு பெற்றோர்கள் பி.எஸ்.இ. அவர்களை பள்ளிக்கூடம் தொடங்கச் சொல்லி உற்சாகப்படுத்தினார்கள். நியாயப்படி ஆசிரியர்களுக்கு முறையாக வழங்க வேண்டிய மாத ஊதியம் வழங்காததைக் கண்டித்து, ஆசிரியர்கள் அடிக்கடி பேராட்டங்களில் இறங்கி விடுகின்றனர் என்று பெற்றோர்கள் அப்போது அறிந்திருந்தனர்.

யாரேனும் ஒரு சில பெற்றோர்களைச் சந்திக்க முடியுமா என்றும்,

அதுவும் தண்ணீரின் மீது கட்டப்பட்டுள்ள அவர்களின் வீடுகளைச் சென்று பார்த்து வர முடியுமா என்றும் அவரைக் கேட்டேன். அந்தச் சமூகத்தில் உள்ள பெற்றோர்கள் மிகவும் ஏழைகள். ஆண்கள் வழக்கமாக மீன் பிடிப்பார்கள். பெண்கள் அந்த மீன்களையோ அல்லது வேறு சில பொருட்களையோ வீதிகளில் சென்று விற்று வருவார்கள். அவர்களின் அதிக பட்ச மாத வருமானம் சுமார் 50 டாலர். ஆனால் அதிகமானோர் மிகக் குறைந்த வருமானத்தில்தான் வாழ்கின்றனர். இங்கு குடும்ப உறவுகள் சிக்கலானவை ; சேன்ட்ரா, அவள் அம்மாவோடுதான் இருக்கிறாள். அவள் அம்மா, இன்னொரு மீனவனின் இரண்டாவது மனைவி. அந்த மீனவனின் முதல் மனைவியின் மகன் இங்குதான் படிக்கிறான். அவன் பெயர் காட்வின். இதற்கிடையில் அவனுடைய அம்மா, அவள் மகன் ஜேம்ஸ் என்பவனோடு இங்குதான் சில வீடுகள் தள்ளி இருக்கிறாள். அவர்கள் வீட்டில், சேன்ட்ராவுக்கு படிப்பு என்பது மிகவும் பிடித்த விஷயம். வீட்டில் எத்தனை புத்தகம் வைத்திருக்கிறாள் என்று, நிறையப் பொருட்கள் இடத்தை அடைத்துக் கொண்டிருந்த நடு அறையைச் சுற்றி ஒரு பார்வை பார்த்தபடி கேட்டேன். ஓர் ஆங்கிலப் புத்தகம் வைத்திருப்பதாகச் சொன்னாள். பிறகு உரையாடலில் குறுக்கிட்டு; "சொல்ல மறந்துவிட்டேன். ஒரு வேளாண் அறிவியல் புத்தகமும் வைத்திருக்கிறேன்" என்றாள். ஜேம்ஸ் 'நான்கு புத்தகங்களாவது வீட்டில் வைத்திருக்கிறேன்' என்றான்.

எங்களுக்குச் செலவு செய்ய முடிகிறபோது நாங்கள் எங்கள் குழந்தைகளை எந்த பள்ளிக்கு அனுப்புகிறோம் என்ற கேள்விக்கு இடமில்லை. தனியார் பள்ளிகளுக்குத்தான் என்று பெற்றோர்கள் சொன்னார்கள். அதில் சில பெற்றோர்கள் தங்களின் ஒன்றிரண்டு குழந்தைகளை தனியார் பள்ளிக்கும், ஒன்றிரண்டு குழந்தைகளை அரசுப் பள்ளிகளுக்கும் அனுப்புகிறார்கள். ஒவ்வொரு பள்ளியிலும் எப்படி, குழந்தைகள் வித்தியாசமாக நடத்தப்படுகிறார்கள் என்பதெல்லாம் எங்களுக்கு நன்கு தெரியும் என்றார்கள். ஒரு பெண்மணி "அரசுப் பள்ளிகளில் படிக்கும் குழந்தைகள் தங்கள் புத்தகங்களைத் தொட்டுக்கூடப் பார்க்காததை நாங்கள் பார்த்திருக்கிறோம்" என்றார். தண்ணீருக்குமேல் கட்டப்பட்ட வீட்டில் ஷேக்ஸ்பியரை வாசித்துக்கொண்டிருந்த ஓர் அழகான இளம் தந்தையை நாங்கள் அணுகியபோது, "தனியார் பள்ளி ஆசிரியர்கள் எங்கள் நம்பிக்கைக்கு உரியவர்கள்" என்றார். இன்னொரு மனிதர் துணிந்து சொன்னார். "நாங்கள் அரசுப் பள்ளிகள் வழியாகத்தான் அடிக்கடி போகவர இருக்கிறோம். அப்பள்ளியில் சிறுவர்கள் எப்போதும் வகுப்பறைகளுக்கு வெளியே எதுவும் செய்யாமல் வீணாகத்தான் நின்று கொண்டிருக்கிறார்கள். ஆனால் தனியார் பள்ளிகளிலே எப்போதும் மாணவர்கள் கஷ்டப்பட்டுப் படிப்பதை பார்க்கிறோம்" என்றார்.

பி.எஸ்.இ. அவர்களின் பள்ளியில் உள்ள வகுப்புகளை நீண்ட நேரம் கவனித்தேன். அதே போல் முன்னறிவிப்பின்றி நான் பார்வையிட்ட ஒவ்வொரு தனியார் பள்ளிகளையும் கவனித்தேன். நான் பார்வையிட்ட போதெல்லாம் ஒன்றிரண்டு ஆசிரியர்களைத் தவிர, பெரும்பாலான ஆசிரியர்கள் வகுப்பு எடுத்துக்கொண்டேதான் இருந்தார்கள். அபூர்வமாக ஓர் ஆசிரியர் மருத்துவ விடுப்பில் இருக்கும்போது, பள்ளி முதல்வர் மாணவர்களுக்கு ஏதாவது வேலை கொடுத்துக் கொண்டு, அவர்கள் தங்களுக்கு வழங்கப்பட்ட வேலையில் எப்படி மும்முரமாய் ஈடுபடு கிறார்கள் என்பதில் கவனமாக இருந்தார். லக்கி என்னும் ஆசிரியர் கொஞ்சம் வித்தியாசமானவர். 23 வயதான அவர், அப்போதுதான் அவரது உயர்நிலைப்பள்ளிப் படிப்பை முடித்திருந்தார். கல்லூரிக்கு சென்று பொருளாதாரம் எடுத்து படிக்க விரும்பினார். அவரால் அதை சமாளிக்க முடியவில்லை. அதனால் அவர் பிறந்து வளர்ந்த இடமான மெக்கோகோ நகரிலேயே இருந்து கற்பித்தல் தொழிலை மேற்கொண்டார். அவர் ஆசிரியராக இருப்பதற்காகப் பெருமைப்படுவதாக என்னிடம் கூறினார். "நான் கற்றுக்கொடுக்கிறபோது நானும் கற்றுக்கொள்கிறேன். செங்கோண முக்கோணத்தின் எதிர்பக்கத்தில் உள்ள சதுரம் அதன் மற்ற இரண்டு பக்கங்களிலும் உள்ள சதுரங்களின் கூடுதலுக்குச் சமம் என்று நான் குழந்தை களுக்கு கற்பிக்கும்போது, நான் ஆழமாக சிந்திக்க வேண்டியிருக்கிறது. ஏன் அது அவ்வாறு இருக்கிறது? எல்லாவிதமான புதுத் தகவல்களையும் நானாகவே கற்றுக் கொள்கிறேன்" என்றார். கற்பிப்பதில் ஆர்வம் உடையவராகத் தெரிந்தார். எல்லா மாணவர்களையும் கற்றலில் ஈடுபாடு கொள்ளச் செய்தார். அவரிடம் அமைந்திருந்த அர்ப்பணிப்பு மனப் பான்மையும் கற்பிக்கும் ஆர்வமும், எப்படிப்பட்ட ஆசிரியர் உங்களுக்கோ அல்லது உங்கள் குழந்தைகளுக்கோ அமையவேண்டும் என நீங்கள் விரும்புகிறீர்களோ, அப்படிப்பட்ட ஆசிரியராக அவரை ஆக்கியிருந்தன. மேலும் இன்னொரு துணிச்சலும் துடிப்பும் மிகுந்த ரெமி என்ற இளம் பெண், குழந்தைகளின் கவனத்தை எல்லாம் கவர்ந்தார். தனியார் பள்ளி களில் கற்பிப்பது தனக்கு மிகவும் பிடித்திருப்பதாகக் கூறினார். மாணவர்கள் எண்ணிக்கை அளவோடு இருப்பதால் ஒவ்வொரு குழந்தைக்கும் 'தனி (ஆள்) கவனம்' செலுத்த முடியும் என்றார். குழந்தைகளோடு இருப்பதை தான் மிகவும் நேசிப்பதாக அவர் கூறினார்.

'மாபெரும் கல்வி வளர்ச்சி இயக்கம்' என்ற மெக்கோகோவில் உள்ள கூட்டமைப்பில் பதிவு செய்து கொண்டுள்ள 26 தனியார் பள்ளிகளில் 'கென் அடி' தனியார் பள்ளியும் ஒன்று என்றார். பி.எஸ்.இ. அவர்கள்தான் மெக்கோகோ பகுதிக்கு இந்த அமைப்பின் ஒருங்கிணைப்பாளர். ஆனால் பதிவு செய்து கொள்ளப்படாத பள்ளிகள் நிறைய உண்டு. அதாவது,

அமைப்பில் பதிவு செய்து கொள்ளாத பள்ளிகள்; அரசுப் பதிவு என்பது பொருட்படுத்தப்படவேண்டிய விஷயமே இல்லை. இந்த அமைப்பு இப்போது லாகோஸ் மாநிலத்தில் செயல்பட்டு வந்தாலும், இதை தேசிய அளவிலான இயக்கமாக உருவாக்க வேண்டும் என்று அவர்கள் விரும்பியதாக அவர் கூறினார். மெக்கோகோவில் உள்ளது போன்ற, லாகோஸ் மாநிலம் முழுவதும் - கிராமப்பகுதிகள் உட்பட - காணப்படும் குறைந்தக் கட்டணத் தனியார் பள்ளிகளுக்கான அமைப்பாக இதை உருவாக்க வேண்டும் என்றும் அவர் கூறினார். இது ஏன் உருவாக்கப் பட்டது? அவருடைய பள்ளியைப் போன்ற தனியார் பள்ளிகளை மூடச் செய்ய இருமுனைத் தாக்குதல்கள் 2000- ல் நடைபெற்றன என்றார் அவர். தனியார் பள்ளி உரிமையாளர்கள் கழகம் என்ற மேட்டுக்குடி தனியார் பள்ளி அமைப்பு ஒரு முனையில் தாக்குதல் நடத்தியது. அவரது பள்ளிக் கட்டணத்தைவிட 10 முதல் 100 மடங்கு வரை கட்டணம் வசூலிக்கும் பள்ளிகளின் அமைப்பு இன்னொரு முனைத் தாக்குதல் நடத்தியது.

பி.எஸ்.இ. அவர்களின் பள்ளியைப் போன்ற தரக்குறைவான, குறைந்த கட்டணப் பள்ளிகளை இழுத்து மூட வேண்டுமென்று அரசாங்கத்திடம் தனியார் பள்ளி உரிமையாளர் கழகம் (த.ப.உ.க) முறையிட்டது. "அந்த யுத்தத்தை நாங்கள் இன்னும் நடத்திக் கொண்டிருக்கிறோம்" என்றார். "வசதிக் குறைவான மக்களுக்கு தரமான கல்வியை வழங்க நாங்கள் பாடுபட்டு வருகிறோம்" என்றார். இந்த கழகத்தைக் கொண்டு எங்கள் பள்ளிகளை நிரந்தரமாக மூடிவிட வேண்டுமென்று அவர்கள் போராடினர். அரசாங்க மாற்றத்திற்கு பின் சிறிது காலத்திற்கு இந்த இயக்கம் கண்டு கொள்ளப்படவில்லை. இருந்த போதிலும் சில மாதங்களுக்கு முன்னதாக லாகோஸ் அரசாங்கம், இது போன்ற பள்ளிகளை மூடிவிட வேண்டுமென்று மீண்டும் ஓர் ஆணை பிறப்பித்தது. இவர்கள் அதை எதிர்த்துப் போராடி, ஓர் ஆறு மாதக்காலத்திற்கான இடைக்காலத் தடை பெற்றனர். இதற்கிடையில் கழகம், 'அரசு நடவடிக்கை எடுத்தால் 6,00,000 குழந்தைகள் பள்ளிலிருந்து வெளியேற்றப்படுவார்கள்; ஆயிரக்கணக்கான ஆசிரியர்கள் வேலை இழப்பார்கள்' என்று அரசாங்க அச்சுறுத்தல்களைச் சுட்டிக்காட்டி, எல்லா ஜாம்பவான்களுக்கும் (உள்ளூர் பெரும்புள்ளிகள் அப்படிதான் அழைக்கப்படுகிறார்கள்) கடிதம் எழுதியது. "உங்களுக்கு தலைவலி வந்தால், தலையை துண்டித்து விடுவது ஒரு தீர்வு அல்ல. எங்களுக்கும் அரசுக்கும் ஒரு பிரச்சினை ஏற்பட்டு விட்டால், எங்களை நாங்கள் காப்பாற்றிக் கொள்ள, அரசாங்கத்தோடு இணைந்து செயல்பட வேண்டுமே தவிர, முற்றிலும் அதிலிருந்து நாங்கள் விலகிவிடக் கூடாது" என்கிறார் பி.எஸ்.இ. "அவர்கள் எங்களுக்கு இடும் விதிமுறைகளை சரிசெய்வது எங்களுக்கு அவ்வளவு சாத்தியமாக படவில்லை; எங்களால் அது இயலாது"

என்றார். நாங்கள் நகரைச் சுற்றி நடந்து போனபோது, தனியார் பள்ளிகளுக்கு இதுபோன்ற தொல்லை கொடுப்பதற்கு பதிலாக அரசாங்கம் ஏன் எங்களுக்கு கடன் கொடுத்து உதவிடக்கூடாது என்று லாகோஸ் கல்வித்துறைக்கு கடிதம் எழுதியதாக எனக்கு விளக்கிச் சொன்னார். ஆனால் அவருக்கு எந்த பதிலும் அரசிடமிருந்து வரவில்லையாம்.

அடுத்து வந்த சில நாட்களில் அந்தக் கழகப் பள்ளிகளில் பல பள்ளிகளைப் பார்வையிட்டேன். பிரான்ஸ் மொழி பயிற்று மொழியாக இருந்த பள்ளி ஒன்று அதில் இருந்தது. சுற்றிலும் பிரான்ஸ் மொழி பேசும் நாடுகளிலிருந்து, உயர்நிலைப்பள்ளிப் படிப்பை முன்னிட்டு இங்கு புலம் பெயர்ந்த வந்த குழந்தைகளுக்காக, பெனின் என்ற இடத்திலிருந்து அங்கு வந்து பணியாற்றுகிறவர்தான் அப்பள்ளி முதல்வர். 400 குழந்தைகளுக்கும் மேல் படிக்கும் மாபெரும் பள்ளி அது. அது ஒரு, மரத்தாலான இரண்டு அடுக்கு கட்டிடம். (அது நைஜீரியாவிலும் மேற்கு ஆப்பிரிக்காவில் பல்வேறு இடங்களிலும்) தண்ணீருக்குமேல் கம்புகள் தாங்கி நிற்கக் கட்டப்பட்ட கட்டிடம் அது. 1985 ஆம் ஆண்டு தொடங்கப்பட்ட மிகப் பழமையான பள்ளியான 'லெகசி' கூட அடுக்கு கட்டிடம்தான். பலகைகளால் ஆன அதன் மேற்பகுதி, நாங்கள் நடந்தபோது அசைந்து ஆட்டம் கண்டது. அதன் மேலிருந்து கீழே நடக்கும் வகுப்புகளைப் பார்க்கலாம். நாங்கள் மாலை 5.00 மணிக்கு அப்பள்ளிகளை பார்வை யிட்டபோது மூத்த மாணவர்களைத் தேர்வுக்குத் தாயாரிப்பதற்காக, ஆசிரியர் தானாகவே முன்வந்து மாடிப்படிகளில் வைத்து பயிற்சி கொடுத்துக் கொண்டிருந்தார். அப்பள்ளியின் உரிமையாளர் வீடு வீடாகச் சென்று, இப்பள்ளிக்கே தங்கள் குழந்தைகளை அனுப்பவேண்டுமென்று பெற்றோர்களுக்கு ஆர்வம் ஊட்டி இப்பள்ளியைத் தொடங்கினார். அப்போது போக்குவரத்து வசதியுள்ள அப்பகுதியில் அரசுப்பள்ளி இல்லாததால், தன் இனத்து மக்களுக்குப் படிப்பறிவு ஊட்ட விரும்பி இப்பள்ளியைத் தொடங்கினார். தினந்தோறும் 10 கோபோ (அதாவது ஒரு நைராவில் நூறில் பத்து) வசூலிக்கத் தொடங்கினார்.

தன் பிறகு பெற்றோர்களை வாரா வாரம் கட்டணம் செலுத்துமாறு சொன்னார். மாணவர்கள் எண்ணிக்கை அதிகரிக்க அதிகரிக்க அந்த பள்ளியை நிர்வாகம் செய்யப் பெற்றோர்களால் எவ்வளவு கொடுக்க முடியுமோ, அதைக் கொடுத்து உதவுமாறு கேட்டுக்கொண்டார். பிறகு அவரது பள்ளி அங்கீகாரம் பெற்றவுடன் மாதக் கட்டணமாகவும், பிறகு பருவக் கட்டணமாகவும் வசூலித்துக் கொண்டார். அவருக்கும், மற்ற பள்ளி உரிமையாளர்களை போல, பெற்றோர்களிடமிருந்து பள்ளிக் கட்டணம் வசூலிப்பதில் சிரமம் ஏற்பட்டது. ஒரு சில பள்ளி உரிமையாளர்களைப் போல இவரும் பல மாணவர்களுக்கு இலவசக்கல்வி அளித்தார்.

அவருடைய பள்ளி ஆசிரியர்கள் சரியான கல்வித் தகுதி உடையவர்களாக இருக்கிறார்களா என்று கேட்டேன். அவரே, அவருடைய ஆசிரியர்களுக்குப் பயிற்சி அளித்ததாகச் சொல்லத் தொடங்கினார். ஒவ்வொரு பருவ முடிவிலும் கல்வித் தரத்தை மேம்படுத்துவதற்காக பயிலரங்குகள் நடத்தி இருக்கிறார். அது மிகச் சிறப்பாக அமைந்தது என்று தொடர்ந்து சொன்னார். "நாங்கள் கல்வித்தகுதியை வளர்ப்பதில்லை; கல்வியால் விளையும் பயன்களை வளர்க்கிறோம். அதுதான் முக்கியம். கல்வித் தகுதியோ சான்றிதலோ முக்கியமல்ல!" என்றார். "பெருமைக்குரிய கணக்குப் பட்டப்படிப்புடன்" வேலைக்கு வந்த ஒருவரைப் பற்றிய கதை ஒன்றைச் சொன்னார் அவர். "சரி, என் தாத்தாவிற்கு 80 வயதாகிறது. இன்னும் 8 ஆண்டுக்காலத்தில் உங்கள் வயதைப் போல 8 மடங்கு கூடுதல் வயதாகி விடுவார். எனில், இப்போது உங்கள் வயது என்ன?" என்று அந்தக் கணிதப் பட்டதாரியைக் கேட்டாராம். உடனே நான், என்னுடைய அல்ஜீப்ரா அறிவைக் காட்டிக் கொள்ளும் பொருட்டு, வேகமாகக் குறுக்கிட்டு சரியான விடை இதுவாகத்தான் இருக்குமென்று **'11'** என்று கூறினேன். துரதிர்ஷ்டவசமாக, அவர் விரித்த வலையில் நேரடியாக வீழ்ந்துவிட்டேன். "அவரும் அதைத்தான் சொன்னார். ஆனால் அதற்கு, *'3'* தான் சரியான விடை. எப்படி என்றால் - கேள்வி - உனக்கு இப்போது வயது என்ன என்பது தான்" இந்தக் கதை, பொது அறிவை வளர்ப்பதற்காக சொல்லப்பட்டதுதான். பிரச்சினைகளுக்கு தீர்வு காண்பதற்கும் கல்வித்தகுதிக்கும் எந்தத் தொடர்புமில்லை. நானும் "பெருமைக்குரிய கணக்குப் பட்டபடிப்பு" வைத்திருக்கிறேனே என்று நினைத்துக் கொண்டேன். கல்வித்தகுதி மட்டும் எல்லாம் ஆகி விடமுடியாது என்ற மையக்கருத்து இந்த கதையில் நன்கு எடுத்து சொல்லப்பட்டிருந்தது.

ஆசிரியர்கள் அனைவரும் ஆசிரிய இயக்கத்தில் இணைந்திருக் கிறார்களா என்று கேட்டேன். "இங்கு அப்படி இயக்கம் என்று ஏதும் இல்லையே" என்று சொல்லிச் சிரித்தார். "இயக்கம் இல்லை; ஆனால் நாங்கள் அனைவரும் ஓர் அணியில் நின்று செயல்படுகிறோம். ஒருமைப் பாட்டை வளர்க்கிறோம். இறுதிப் பருவ முடிவில் விருந்து கொடுக்கிறோம். எல்லாம் சேர்ந்து - ஆட்டம், பாட்டம், மது - எல்லாம் இருக்கும்" என்றார். அங்கு அதிகமாக பெண் ஆசிரியர்களாகவே இருப்பதைக் கண்டு அது பற்றிக் கேட்டேன். "ஏன்? ஏன் அப்படிக் கேட்கிறீர்கள்? ஏனென்றால் இங்கு கொடுக்கப்படும் ஊதியத்திற்கு ஆண்கள் அதிகமாக முன் வருவதில்லை. ஆண்களுக்கான ஊதியம் இங்கு அதிகம். மேலும் ஆண்கள் ஆசிரியர் தொழிலை விரும்புவதில்லை. இங்கேயும் ஆண்கள் தலைவராக, அரசியல்வாதியாக, பெரும்புள்ளியாக, வக்கீல்களாகத்தான் ஆக விரும்பு கிறார்கள்" என்றார். "அவர்கள் ஆசிரியர் தொழிலை ஏற்க விரும்புவ

தில்லை. இந்த நாட்டின் நிலைப்பாடு அப்படி" என்றார்.

குடிசைப்பகுதி முழுவதும், ஒன்று விடாமல் நான் பயணம் செய்து விட்டேன். ஒன்று மட்டும் நிச்சயம்; அந்தப்பகுதியின் பள்ளிக்கட்டடங்கள் எல்லாம் முறையான தரத்தோடு கட்டப்படாதவையாக இருந்தன. நான் மீண்டும் இங்கிலாந்து வந்து அரசு மேம்பாட்டு வல்லுநர்களோடு கலந்தாலோசிக்கிறபோது அவர்கள் அடிக்கடி என்னிடம் கூறும் விமர்சனம் ஏற்றுக்கொள்ளத்தக்கதாகவே இருந்தது. ஆனால் பள்ளிக்கட்டிடங்கள், அந்த மக்கள் வாழ்ந்து வந்த வீட்டுக் கட்டிடங்களைவிட மோசமானதாக இல்லை. நான் அங்கு கண்ட உண்மை, பொதுவாக அவர்களுக்கு பள்ளி களில் கழிப்பிடங்களே இல்லை. வீடுகளிலும் அவ்வாறே கழிப்பிடங்கள் இல்லை. குழந்தைகள் அந்த விஷயத்தைப் பொறுத்தவரை மிக இயல்பாகவே இருந்தனர் - ஆசிரியர்களும் அந்த இனத்திலிருந்துதான் பணிக்குத் தேர்வு செய்து அழைத்து வரப்பட்டிருக்கின்றனர். அவர்கள் அங்கு தோன்றுகின்ற பிரச்சினைகளை மட்டுமல்லாது, அதன் தாக்கத்தையும் அறிந்திருக்கிறார்கள். நான் எந்த அளவு அதிகமாக அவ்வகைப் பள்ளிகளைப் பார்வையிட்டேனோ, அந்த அளவு உயிர் துடிப்புடனும், இன உணர்வுடனும் அரசுப்பள்ளிகளை விட அற்புதமான செயல் திறமையுடனும் அவைகள் காணப்பட்டன என உணர்ந்து கொண்டேன்.

ஒரு நாள் மாலை பி.எஸ்.இ. அவர்களும் நானும் ஓர் அரசுப்பள்ளியைப் பார்வையிட்டோம். அப்போது மணி பிற்பகல் 1.40. தனியார் பள்ளிகள் பிற்பகல் 4.00 மணி வரை நன்கு இயங்கிக்கொண்டிருக்கும். ஆனால் இந்த அரசுப்பள்ளி மூடிக்கிடந்தது. குழந்தைகள் கட்டிடங்களுக்கு இடையில் கிடந்த சகதியில் ஆட்டம் போட்டுக்கொண்டிருந்தனர். ஒரு சில மாணவர்கள் அங்கு ஓர் மூலையில் நின்று கொண்டு சிறுநீர் கழிப்பதையும் கவனித்தேன். கழிப்பிடத்தில் ஒதுங்கும் பழக்கம் அவர்களுக்கு இருப்பதாகத் தெரியவில்லை. அந்த மூன்று பள்ளிகளில், ஒரு பள்ளித் தலைமை ஆசிரியை தோழமையுடன் என்னை வரவேற்றார். ஆயினும் மறுநாளும் வருமாறு அழைப்பு விடுத்தார்.

அடுத்த நாள் காலை மணி 9.20-க்கு மீண்டும் அங்கு வந்தேன். அதாவது, சொன்ன நேரத்தைவிட கொஞ்சம் தாமதமாகிவிட்டது. "அடிகின்ல் ஆங்கிலிகன்" ஆரம்பப்பள்ளிதான், அந்த மூன்று ஆரம்பப் பள்ளிகளிலும் பெரிய பள்ளி. அது, அணிவகுப்பு மைதானத்தின் இரு பக்கத்தையும் அடைத்து கொண்டு, இப்பொழுதே இடிந்து விழுந்து விடுவோம் என்று அச்சுறுத்தியபடி நின்றுகொண்டிருந்த கட்டடங்களுக்கு அருகில், போக்குவரத்துச் சாலையை ஓட்டி அமைந்திருந்தது. (பாதிரியார்கள் நடத்திய பள்ளிகள் அனைத்தும் 1970-80களில் நாட்டுடமை

எழில் மரம் | 79

யாக்கப்பட்டு விட்டன. அதனால்தான் ஆங்கிலிகன் என்ற பெயர் வந்தது. அப்பள்ளிகள் அரசுப்பள்ளிகள் எனப்பட்டன. ஆயினும் 100 சதவிகிதம் அரசிடமிருந்து அப்பள்ளிகள் நிதி உதவி பெற்றன. எனினும் அவற்றில் தேவாலயங்கள் மூலம் தனியாரால் நிர்வகிக்கப்பட்டதற்கான அடையாளங்கள் இன்னும் இருந்தன.) குள்ளமாகவும் கனமாகவும் இருந்த அப்பள்ளித் தலைமை ஆசிரியை, 8.00 மணிக்கு பள்ளி தொடங்கி இருந்தும், வெளியில் நின்ற மாணவர்களை வகுப்பறைக்குள் விரட்டிக் கொண்டிருந்தார். அப்படியிருந்தும் பல மாணவர்கள் பள்ளிக்கு வெளியே வெட்டியாகச் சுற்றித் திரிந்தனர். ஒரு வேளை அந்த நேரம் இடைவேளையாகக்கூட இருந்திருக்கலாம். எனக்கு முன்னாலே, கொஞ்சம் கூட, மறைப்பதற்கு எந்த முயற்சியும் எடுக்காமல் ஒரு மாணவியை விரட்டிப் பிடித்து கையில் வைத்திருந்த பிரம்பால் கண்டபடி அடித்தார். அந்த மாணவி வலி பொறுக்க முடியாமல் கீழே விழுந்து விட்டாள்.

அவள் நொண்டிக்கொண்டே எழுந்தாள். அந்த ஆசிரியை மீண்டும் அந்த மாணவியைப் பிடித்து வைத்து அடித்தார். கடைசியாக அந்த மாணவி ஆசிரியரது பிடியிலிருந்து தப்பித்து, அலறி உயிரைப்பிடித்துக் கொண்டு வகுப்பறைக்குள் ஓடி உட்கார்ந்து கொண்டாள். இதுபோன்ற கொடுமையான நிகழ்ச்சியை எந்தத் தனியார் பள்ளியிலும் பார்த்ததில்லை. ஆமாம், அங்குள்ள ஆசிரியர்களும் சில சமயங்களில் கைகளில் பிரம்பு வைத்துக் கொள்வார்கள். நானும் இதுபற்றி அடிக்கடி வருத்தப்பட்டிருக்கிறேன். ஆனால் அவர்கள் அதை பெயருக்குத்தான் வைத்திருப்பார்கள். அதிக பட்சமாக அந்தப் பிரம்பைக் கொண்டு, மாணவர்களின் கவனத்தைப் பெற மேசையின் மீது தட்டுவார்கள் என்று சொல்லப்பட்டது.

சில வகுப்புகளைப் பார்வையிட்டேன். அந்தப் பெண்மணி கையில் பிரம்போடுதான் வந்தார். அவர் அழுத்தம் கொடுத்து பேசும் ஒவ்வொரு வார்த்தையையும் பிரம்பை ஆட்டிக் கொண்டுதான் பேசுவார். அந்த அம்மையார் இம்மாதிரி செய்கைகளால் குழந்தைகளைப் பயமுறுத்தி வைத்திருந்தார். சில ஆசிரியர்கள் மட்டும் நல்ல ஈடுபாட்டுடனும், மகிழ்ச்சியுடனும் பாடம் நடத்திக் கொண்டிருக்கக் கண்டேன். ஆனால் பல வகுப்புகளில் குழந்தைகள் எந்த வேலையும் செய்வதாக தெரியவில்லை. ஏன் இவ்வாறு நடக்கிறதென்றால், பாடம் நடத்தி முடித்த ஆசிரியர், எளிமையான சிலவற்றை கரும்பலகையில் எழுதிப் போட, மாணவர்கள் அதைப் பார்த்து எழுதிக் கொண்டவுடன் வகுப்பு முடிந்துவிட்டது. பிறகு ஆசிரியர்கள் நாற்காலியில் அமர்ந்தவுடன், குழந்தைகளும் அமைதியாக உட்கார்ந்து கொண்டார்கள். ஆசிரியை உட்கார்ந்து கொண்டு செய்தித் தாள்கள் வாசித்துக்கொண்டோ, அல்லது அடுத்த வகுப்பாசிரியரோடு அரட்டை அடித்துக் கொண்டோ நேரத்தைப் போக்கினார். முதல் வகுப்பு

95 மாணவர்களைக் கொண்ட வகுப்பறையாக இருந்தது. மூன்று வகுப்புகளும் ஓரே வகுப்பறையில் வைத்து நடத்தபபட்டன. ஓர் ஆசிரியை உடல் நலக் குறைவால் விடுப்பில் இருந்தார். இன்னொருவரும் அலுவலக பணியாகவோ, மேற்படிப்பிற்காகவோ விடுப்பில் இருந்தார். இது எப்படி அடிக்கடி நடக்கும் என்று ஆச்சரியப்பட்டேன். அல்லது இன்று ஏதேனும் விதிவிலக்கா? வகுப்பறையில் மாணவர்கள் எதுவும் செய்யாமல் இருந்தனர்; சில மாணவர்கள் தூங்கிக்கொண்டும் இருந்தனர். ஒரு மாணவி ஜன்னல்களைத் துடைத்துக் கொண்டிருந்தாள். அந்த ஒரு ஆசிரியரும் வகுப்பறையின் வாசல் கதவிற்கு அருகிலேயே ஆடாது அசையாது நின்று கொண்டிருந்தார். நிச்சயமாக, தலைமை ஆசிரியரைத் தவிர, யாருமே தங்களின் தவறுகளுக்காக கொஞ்சம்கூடக் கவலைப்பட்டதாகத் தெரிய வில்லை. நான் மாணவர்களை இப்பொழுது என்ன பாடம் என்று கேட்டேன். எந்த மாணவனும் எந்தப் பதிலும் சொல்லாததால், தலைமை ஆசிரியை கடுங்கோபங்கொண்டு குழந்தைகள் மீது சீறி விழுந்தார். இப்பொழுது கணக்குப்பாடம் என்று குழைந்துகொண்டு சொன்னார். எந்த ஒரு குழந்தை கையிலும் எந்த ஒரு புத்தகமும் இல்லை.

இந்த மூன்று பள்ளிகளிலும் இந்தப் பள்ளியில் மட்டுமே சுமார் 1500 மாணவர்களை உள்ளடக்க முடியும். சில ஆண்டுகளுக்கு முன்பு, ஆசிரியர்கள் மேற்கொண்ட போராட்டத்தின் காரணமாக பெற்றோர் ஒட்டுமொத்தமாக தங்கள் குழந்தைகளை இப்பள்ளியை விட்டு அழைத்துச் சென்று விட்டனர். ஆனால் இப்பொழுது நிலைமை நன்றாக இருந்தது. மீண்டும் குழந்தைகள் வந்து விட்டனர். ஏற்கனவே இருந்த மாணவர் எண்ணிக்கையைவிட இப்போது பரவாயில்லை. 500 மாணவர்கள் பதிவில் இருந்தனர். ஆனாலும் பதிவில் இருக்க வேண்டிய வளர்ச்சி மந்தமாகவே இருந்தது. இப்பொழுது ஆசிரியர்கள், போராட்டம் என்றால் பயப்படு கிறார்கள். ஏனென்றால், பெற்றோர்கள் தனியார் பள்ளி என்ற வேறு வழியைத் தேடிக்கொள்கிறார்கள் என்று ஆசிரியர்களுக்கு நன்கு தெரிகிறது.

ஆனால் உண்மையான நிலைமை மேலும் அதிர்ச்சி தரக்கூடியது. இங்கு உள்ள யாருக்குமே வேறு வழி இருப்பது தெரியவில்லை என்றே தோன்றியது. இந்தப் பெரிய கட்டடத்தின் மேல் தளத்தில், எல்லா வசதிகளோடும் கூடிய ஆறு வகுப்பறைகள், குழந்தைகள் மீண்டும் இங்கு வரவேண்டும் என்ற நோக்கத்தில் காலியாக வைக்கப்பட்டிருக்கின்றன. ஏன் பெற்றோர்கள் தங்கள் குழந்தைகளை இங்கு அனுப்பவில்லை? ஒன்றும் தெரியாததுபோல் தலைமை ஆசிரியையைக் கேட்டேன். அவர்களின் பதில் மிகச் சாதாரண மாக இருந்தது. "இங்குள்ள குடிசை வாழ் பெற்றோர்களுக்கு கல்வியின் மதிப்பு தெரியாது. அவர்கள் படிப்பறிவில்லாத சாமானியர்கள்; அவர்களுக்கு இலவசக்கல்வி இருக்கிறது என்பதுகூடத் தெரியாது. அநேகர்

தங்கள் குழந்தைகள் பள்ளிக்கூடம் போகாதது பற்றி கவலைப்பட மாட்டார்கள்." இங்கு வருவதற்குப் பதிலாக அவர்கள் தனியார் பள்ளிக்குப் போகிறார்களோ என்று கேட்டேன். என் அறியாமை கண்டு அந்தப் பெண்மணி சிரித்தார். "இல்லை, இல்லை. இவர்கள் ஏழை ஜனங்கள், தனியார் பள்ளிகளுக்கெல்லாம் அவர்களால் பணம் கட்ட முடியாது!"

ஆசிரியர்கள் எல்லாம் எங்கே குடியிருக்கின்றார்கள் என்று ஆசிரியர்களை பொதுவாகக் கேட்டேன். "பல ஆசிரியர்கள் மணிக்கணக்காகப் பயணம் செய்து பள்ளிக்கு வருகிறார்கள். தலைமை ஆசிரியையும் ஒரு கணிசமான தூரத்திலிருந்துதான் பள்ளிக்கு வருகிறார். இரண்டு ஆசிரியர்கள் லாகோஸ் மாநிலத்திற்கு வெளியே தங்கியிருக்கிறார்கள். அதில் ஒரு ஆசிரியரின் தாய்மொழியே நாங்கள் பேசும் யோருபா அல்ல. ஏறக்குறைய எல்லாருமே பேசும் மொழி யோருபாதான். ஆங்கிலமே பயிற்று மொழியாக இருப்பதால் இது ஒன்றும் பெரிய விஷயம் இல்லை" என்றார். தனியார் பள்ளி எவ்வளவு வேறுப்பட்டிருக்கிறது என்று எனக்குள்ளேயே ஆழ்ந்து யோசித்தேன். அதே இனத்திலிருந்து ஆசிரியர்கள் வருவதால், குழந்தைகளின் பிரச்சினைகளை அவர்கள் நன்கு அறிவார்கள். ஏனென்றால், ஒவ்வொரு நாளும் அவர்களும் அதே சிக்கல்களை அனுப்பவிக்கிறார்கள். அரசுப்பள்ளி ஆசிரியர்கள்போல் அல்லாமல் அவர்கள் தங்கள் தாய்மொழியிலேயே தேவை ஏற்படும்பொழுது விஷயங்களை விளக்கிச் சொல்ல முடியும்.

அதே பகுதியில் அமைந்துள்ள இன்னும் இரண்டு அரசுப்பள்ளிகளை, தொடர்ந்து பார்வையிட்டேன். அய்டோரா ஆப்பிரிக்க திருச்சபை ஆரம்பப் பள்ளி. இரண்டாவதான ஆரம்பப் பள்ளியில், சில வகுப்புகளில் 12, அல்லது 15 குழந்தைகள்தான் இருந்தனர். ஆனால் மேஜையிலிருந்த மாணவர் வருகைப்பதிவேடு, 30லிருந்து 35 வரை காட்டியது. "ஏன் இவ்வளவு வருகைக் குறைவு?" தலைமை ஆசிரியர் சொன்னார்; "ஐயா, இது ஆறுகள் நிறைந்த பகுதி. இதுபோல மழை பெய்கிறபோது குழந்தைகள் வீட்டிலே தங்கி தண்ணீர் சூழ்ந்த வீடுகளைச் சுத்தம் செய்ய வேண்டியுள்ளது. அதனால்தான் இன்றைக்கு வருகைக்குறைவு அதிகமாக உள்ளது." பின் ஒரு கட்டத்தில் இந்த விஷயத்தை பி.எஸ்.இ. அவர்களிடம் சொன்னபோது, "இந்தத் தனியார் பள்ளியில் இன்று வருகை குறையாமல் அப்படியே உள்ளதே?" என்றார். அவர் சொல்லாமலே நானே அந்த வேறுபாட்டைப் பார்த்துத் தெரிந்து கொண்டேன்.

கடைசிப் பள்ளியான மெக்கோகோ ஆங்கிலிகன் அரசு ஆரம்பப் பள்ளியின் தலைமை ஆசிரியை அன்பும் அர்ப்பணமும் நிறைந்த பெண்மணி. அவர்மீது எனக்கு ஆழ்ந்த அக்கறையும் அன்பும் ஏற்பட்டது. அந்த அம்மையார் என்னை வகுப்பறைக்குள் அழைத்துச் சென்றதும்,

மெக்கோகோவில் பெற்றோர்கள் என்னிடம் கூறியதை மனதில் வைத்துக் கொண்டு, குழந்தைகளைப் பார்த்து உங்கள் சகோதர சகோதரிகள் யாரேனும் தனியார் பள்ளிகளில் படிக்கிறார்களா என்று கேட்டேன்.

தலைமை ஆசிரியை குறுக்கிட்டு "இல்லை, இல்லை, இவர்கள் எல்லாம் ஏழைக்குழந்தைகள். தனியார் பள்ளிக் கட்டணங்கள் இவர்களுக்கு கட்டுபடியாகாது" என்றார். நானும் விடாது தொடர்ந்து கேட்டேன். குழந்தைகள், "ஆமா, ஆமா, எங்கள் சகோதர, சகோதரிகள் அங்கு படிக்கிறார்கள்" என்றார்கள். அவர்கள் அப்பள்ளிகளின் பெயர்ப் பட்டியலையும் கொடுத்தார்கள். கே.பி.எஸ்., புனித வில்லியம்ஸ், லெகசி போன்ற பள்ளிகள் அவை. இவைகள் எனக்குத் தெரிந்த பள்ளிகள்தாம். தலைமை ஆசிரியை, தான் மெக்கோகோ நகருக்குக்கூடப் போனதில்லை யென்றும், தங்கள் பள்ளிக் குழந்தைகள் எல்லாம் எங்கிருந்து வருகிறார்கள் என்பதுகூடத் தனக்குத் தெரியாது என்றும் ஒத்துக் கொண்டார். இன்னும் கொஞ்சம் அழுத்திக் கேட்டபோது, அங்கு தனியார் பள்ளி இருக்கின்றனவா என்று தனக்குத் தெரியாது என்றார். ஆனால் நிச்சயமாக அங்கு தனியார் பள்ளிகள் இல்லை என்றார். மேலும் குழந்தைகள் வெளிநாட்டு விருந்தாளி களைக் கேலி செய்வதற்காக இவ்வாறு சொல்கிறார்கள் என்றும் தலைமை ஆசிரியை சொன்னார்.

அப்பள்ளியின் இரண்டாம் தளத்தில், இரண்டு வகுப்பறைகள் காலியாகக் கிடந்தன. மூன்றாம் தளத்தில், நடுத்தரவயது பெண் ஆசிரியர்கள் இரண்டு பேர் கதவுகளுக்கு அருகில் நாற்காலிகளை இழுத்துப் போட்டுக் கொண்டு அமர்ந்திருந்தனர். அவர்கள் என்னோடு மகிழ்ச்சியாக உரையாடினார்கள். இங்கு மூன்றாம் வகுப்பு மாணவர்களையும், நான்காம் வகுப்பு மாணவர்களையும் ஒரே வகுப்பில் அடைத்து வைத்திருந்தனர். அதில் 60 மாணவர்கள் இருந்தனர். "ஏன் இவர்கள் ஒரே இடத்தில் அடைக்கப்பட்டிருக்கிறார்கள்?" என்று கேட்டேன். "ஏனென்றால் அவர்களுக்குத் தனித்தனியாக போதுமான அளவு இருக்கைகள் இல்லை. எனவே அவர்கள் ஒரே வகுப்பில் அடைக்கப்பட்டிருக்கின்றனர்" என்றார். மூன்றாம் தளத்தில் மூன்று வகுப்பறைகள் காலியாக இருந்தன. நான்காம் தளத்தில் மூன்று வகுப்புகள் ஒன்றாகச் சேர்த்து வைக்கப்பட்டிருந்தன. அதில் 90 குழந்தைகள் பதிவில் இருந்தாலும் 75 பேர்தான் பள்ளிக்கு வந்திருந்தனர். இங்கும் மூன்று ஆசிரியர்கள் ஜன்னலை ஒட்டி வரிசையாகப் போடப் பட்டிருந்த நாற்காலியில் வசதியாக உட்கார்ந்திருந்தனர். மாணவர்களும் எந்த வேலையும் செய்யாமலும் ஆசிரியர்களும் எந்த வேலையும் செய்யாமலும் அருகருகே அமர்ந்திருந்தனர். இங்கேயும் சொல்லப்பட்ட காரணம், அவர்களுக்குப் போதுமான இருக்கைகள், மற்றும் வசதிகள் இல்லை என்பதுதான். இங்கிருந்து சுமார் 10 அடி தூரத்தில் உள்ள முதல்

ஆரம்பப்பள்ளியில் காலியாக இருந்த ஆறு வகுப்பறைகளில் பயன்படுத்தப்படாத,“தேவைக்கதிகமான இருக்கைகள் அடுக்கி வைக்கப்பட்டிருக்கின்றனவே?” என்று தலைமைஆசிரியைக்கு சுட்டிக் காட்டினேன். தனக்கு அது பற்றி எதுவும் தெரியாது என்று தலைமை ஆசிரியை சொன்னார்.“அந்த இருக்கைகளை ஏன் இங்கு கொண்டு வந்திருக்கக்கூடாது?” என்று கேட்டேன். “மற்ற அரசுப்பள்ளிகளில் என்ன என்ன நடக்கிறது என்பதைத் தெரிந்துகொள்வது என் வேலை அல்ல” என்று கழன்று கொண்டார்.

கோடா

‘அனைவருக்கும் கல்வி’ என்ற இலக்கை எய்துவதில் தனியார் பள்ளிகளின் பங்களிப்பைப் பற்றி அறிவதற்காகக் கல்வித்துறை ஆணையரோடு ஒரு பேட்டி எடுக்கும் பொருட்டு, லாகோஸ் மாநிலத்தின் ஆடம்பரம் மிக்க தலைமைச் செயலகக் கட்டிடத்தைச் சென்று அடைந்தேன். முதலில் மேற்கொண்ட மெக்கோகோ வருகைக்குப் பிறகு சுமார் இரண்டு ஆண்டுகள் கழித்து இது அடுத்த வருகை. இடைக்காலத்தில் என்னுடைய ஆய்வு அறிக்கைகளைப் பெற்றுக் கொண்டேன். அவைகள் அதிர்ச்சியளிக்கக் கூடியவையாக இருந்தன. ஏழைகள் வாழும் குடிசைகள் நிறைந்த புறநகரான மெக்கோகோவில் மட்டும் 32 தனியார் பள்ளிகள் இருந்தன. அவைகளில் எவையும் அரசு அங்கீகாரம் பெற்றவை அல்ல. மெக்கோகோ நகரில் உள்ள பள்ளிவயதுக்குழந்தைகளில் சுமார் 75 சதவிகிதம் தனியார் பள்ளிகளுக்கே செல்கின்றனர். லாகோஸ் மாநிலத்தின் வறுமைப் பட்ட மக்கள் வாழும் பகுதிகளில் கூட 75 சதவிகிதப் பள்ளிவயதுக் குழந்தைகள் தனியார் பள்ளிகளுக்குப் போவதாக உத்தேச மதிப்பீடு கூறுகிறது. அதிலும் ஒரு சில பள்ளிகளே அரசு அங்கீகாரம் பெற்ற பள்ளிகள். அரசாங்கத்தில் பதிவு பெற்றுள்ள பள்ளிகளை விட பதிவு பெறாத பள்ளிகளிலேயே அதிக மாணவர்கள் பயின்று கொண்டிருக்கிறார்கள். இந்த ஆய்வுகளின் அடிப்படையிலும், பி.எஸ்.இ. அவர்கள் மற்றும் அவரது பள்ளியிலிருந்து பெற்ற புகைப்படம் மற்றும் ஒளிப்பேழை ஆகியவற்றை டிக் பவர் என்பவருக்குப் போட்டுக் காட்டியும், தொலைக்காட்சி தயாரிப்பாளரான அவரிடம் இது சுவாரஸ்யமான பணி என்று கூறியும் தொலைக்காட்சி நிகழ்ச்சி தயாரிக்க அவரை இனங்க வைத்தேன். அவரும் ஒளிபரப்பு நிறுவனத்திடமிருந்து ஊதியம் பெற்றுக் கொண்டு, மெக்கோகோவில் எழுந்து வரும் பொதுவான விஷயங்களைக் கருப் பொருளாகக் கொண்டு ஆவணப் படம் தயாரிக்க பிரிட்டிஷ் ஒளிபரப்பு (உலகம்) நிறுவனத்தால் அவர் பணிக்கப்பட்டார். மேலும் பிரிட்டிஷ் ஒளிபரப்பு நிறுவனம் **2**-ன் பிரதான செய்தி நிகழ்ச்சியான ‘நியூஸ் நைட்’ -

டில் ஒளிபரப்புவதற்காக ஆவணப்படம் தயாரிக்கும்படியும் அவர் பணிக்கப்பட்டார்.

மெக்கோகோவில் இரண்டு வாரக் காலத்தில் டிக் அவர்களின் நிலை மாற்றத்தை பார்க்க வேண்டுமே. மிக அற்புதம். இயலாத காரியம் எனக் கருதப்பட்டதற்கு மாறாக, பள்ளிகளைத் தொடங்கிய ஈடுபாடு மிக்க இரண்டொரு மனிதர்களைப் பற்றிய நிகழ்ச்சியாகவும், கென்- அடி தனியார் பள்ளிக்கு என்னை அழைத்துச் சென்றாளே, அந்தச் சேன்ட்ரா போன்ற இரண்டொரு சமர்த்துக் குழந்தைகளின் கதைகளைச் சொல்கிற நிகழ்ச்சியாகவும் அந்த ஆவணப்படத்தை உருவாக்க வேண்டுமென அவர் இங்கு வருவதற்கு முன்பே முடிவெடுத்திருந்தார். ஏராளமான தனியார் பள்ளிகள் அங்கு இருக்கின்றன என்று டிக் நம்புவார் என்றும், மேலும் அப்பள்ளிகளை தொடங்கியவர்கள் சமூக சேவகர்கள் என்பதை விட, தொழில் முனைவோர்கள் என்று சொல்லப்படுவதை நம்புவார் என்றும், நான் ஒருபோதும் எண்ணவில்லை. ஆனாலும், நாங்கள் மெக்கோகோ நகர் முழுவதும் சுற்றிப் பார்த்தபோது, தடுக்கி விழும் இடமெல்லாம் தனியார் பள்ளிகள் இருந்ததால், டிக், தொடக்கத்தில் நினைத்துப் பார்த்ததை விட இப்போது நிறையவே சொல்லவேண்டியுள்ளது என உணர்ந்திருந்தார் என்று நான் தெரிந்து கொண்டேன். லாகோஸ் மாநில கல்வித்துறை ஆணையரைப் பேட்டி எடுத்து, அவர் அனுமதியோடு அரசுப் பள்ளிகளையும் படம் பிடித்துக் கண்டுகொண்ட நிகழ்வுதான் உண்மையாகவே அவர் கண்களைத் திறந்தது. சில ஏழைகளின் குதூகலம் அளிக்கும் வினோதங்கள் பற்றிய ஆவணப்படம் தயாரிப்பது என்ற நிலைக்கு அப்பால், ஏழைகள் மத்தியில் குறிப்பிடத்தக்க சில மாற்றங்கள் நிகழ்ந்து வருகின்றன என்பதை ஏற்க மறுக்கும் அதிகார வர்க்கத்தைத் தாக்கும் ஒரு அரசியல் விஷயத்தைக் கையாள வேண்டியுள்ளது என அவர் உணர்ந்தார். அதிகாரத்தில் உள்ள சிலரை நாங்கள் பேட்டி கண்டபோது அவர் கேள்விப்பட்ட சிலவற்றை பின்னொரு சமயத்தில் கூறுவேன். கல்வித்துறை ஆணையரை பேட்டி எடுக்கக் காத்துக்கொண்டிருந்த நேரத்தில் விசித்திரமான ஒன்று நடந்தது.

"அரசு கல்வித்துறை உடமைகள்" என்று எழுதப்பட்டு, துருப்பிடித்து உபயோகமற்றுக் கிடந்த குளிர்சாதனப் பெட்டி, மற்றும் சிதலமடைந்து கிடந்த கட்டுமானப் பொருட்களுக்கு மத்தியில் அமைந்திருந்த குறுகலான, ஆணையரின் அறையில் வித்தியாசமாகக் காணப்பட்ட, துடிப்புமிக்க, ஒரு வயதான மனிதர் ஆணையரின் பேட்டிக்காகக் காத்துக்கொண்டிருந்தார். சிறிது நேரத்தில் நானும் அந்த மனிதரும் பேசிக் கொள்ள தொடங்கினோம். 'உலகளாவிய அடிப்படைக்கல்விப் பணி' பொறுப்பின் செயல் திட்டத்தை நிறைவேற்றுவதற்காக, பன்னாட்டு வளர்ச்சித் துறையின் பிரிட்டிஷ் பொருளாதார உதவித்துறையில் பணியாற்றுவதாகச் சொன்னார். அவரின்

பணிபற்றி மிக நுட்பமாக எனக்கு விளக்கிச் சொன்னார். இந்தத் திட்டத்திற்காக உலகவங்கி குறைந்த வட்டியில் 101 மில்லியன் டாலரும், பன்னாட்டு வளர்ச்சித் துறை 20 மில்லியன் டாலரும் கடனாகக் கொடுத்து உதவி இருக்கிறது. இத்திட்டத்தின் ஒருங்கமைப்பு முறையை கீழ்க்கண்டவாறு கூறினார்; ஏழை எளியோர்களின் தேவை என்ன என்பதைக் கூர்ந்து கவனித்து வருகிறோம். ஏழைகள் தங்களுக்கு எவை தேவை என்று சொல்கிறார்கள் என்பதை நாம் காது கொடுத்துக் கேட்கவேண்டியுள்ளது. இதுபோல் கேட்பது முன்னெப்போதும் நடந்திராத ஒன்று. ஏகப்பட்ட உதவி நிறுவனங்கள் திமுதிமுவென்று களத்தில் இறங்கி ஏழைகளுக்கு எவை தேவை என்று அவர்களே ஏழைகளிடம் கூறினார்கள். நாங்கள் வேறுபட்டவர். நாங்கள் முதலில் அவர்களின் தேவையை அவர்களே சொல்ல வேண்டும் என்று கவனித்து வருகிறோம். அப்படிச் செய்தால்தான் நாம் நிரந்தரத் தீர்வுகளை உருவாக்க முடியும். ஏழை எளிய மக்களின் கல்வித் தேவைகளைப் பற்றி விவாதிக்க தங்களின் முழுக்கவனத்தையும் செலுத்துகிற குழுக்களை ஏற்பாடு செய்கிறோம் என்று சொன்னார். “பள்ளிகளில் குழந்தைகளுக்கு என்னென்ன தேவை என்று அவர்களைக் கொண்டே படங்களை வரைந்து காட்டச் சொல்கிறோம்” என்றார். பல குழந்தைகள் ரங்கராட்டினத்தை படங்களாக வரைந்து காண்பித்தார்கள்; சில குழந்தைகள் விளையாட்டுப் பொருட்களை வரைந்து காண்பித்தார்கள். “அவை தனியார் பள்ளிகளில் உள்ளதைப் போன்று இருந்தன; தங்கள் பள்ளிகளும் தனியார் பள்ளிகளைபோல ஆகவேண்டும் என்று அவர்கள் விரும்புவதாகவும்” சொல்லிவிட்டு அவர் சிரித்தார். அதாவது அனைத்து வசதிகளையும் கொண்ட தனியார் பள்ளிகளையே இவர் குறிப்பிட்டார் என்பது தெளிவு. இவை அனைத்தையும் கவனத்தில் எடுத்து கொண்டவுடன் “தங்களது தேவைகள் பற்றி அவர்கள் எங்களிடம் சொன்னதை அறிக்கையாக்கி குழுவிற்குச் சமர்ப்பிக்கிறோம்” என்றார். பிறகு, இவை எல்லாமே “நிரந்தரத் தீர்வுகளாக மாற்றி அமைக்கப்பட்டன” என்று என்னிடம் கூறினார்.

என்னுடைய குழுக்கள் ஆய்வு நடத்திக் கொண்டிருந்த இடத்தில் இருந்த ஏழை எளியோர்களை இவர் கவனித்திருப்பாரேயானால், எங்களது கண்டறிதல்கள் இவருக்குத் தெரியவரக் கூடும் என்று எண்ணினேன். அதனால் ஏழை எளியோர்களுக்காகச் செயல்படும் தனியார் பள்ளிகளை ஆய்வு செய்யும் என் ஆர்வத்தை இவரிடம் சொன்னேன். “அப்படியா, இங்கே ஒரு குழப்பம் இருக்கிறதே; இங்கிலாந்தில் மேட்டுக் குடியினருக் காக இயங்கும் தனியார் பள்ளிகளை ‘பொதுப்பள்ளி’ என்று சொல்லு கின்றீர்கள்; ஆனால் இங்கு மத்திய அரசோ, மாநில அரசுகளோ நடத்தும் பள்ளிகளைப் பொதுப்பள்ளிகள் என்று குறிப்பிடுகிறோம். எனவே எங்கள்

நாட்டில் தனியார் பள்ளிகள் என்பது வசதி படைத்தவர்களுக்காகவும் நடுத்தர மக்களுக்காகவும் உள்ள பள்ளிகள்; பொதுப்பள்ளி நிறுவனங்கள் என்பது ஏழைகளுக்காக உள்ள பள்ளிகள்; மொழிப்பிரச்சனையால் இந்தக் குழப்பம் உங்களுக்கு வந்திருக்க வேண்டுமென்று நினைக்கிறேன்." என்றார். ஒரு நொடிப் பொழுது யோசித்துப் பார்த்தேன்; என்ன ஒற்றுமை; மூத்த இரண்டு நைஜீரிய நாட்டு நபர்கள், ஏழைக்களுக்காகச் செயல்படும் தனியார் பள்ளிகள் என்பது பற்றிய எனது தவறான புரிதலுக்கு மொழியே காரணம் என்பது அவர்களது கருத்து. இப்போது புரிந்துகொள்ள முடிந்தது. இவர் இன்னொரு மூத்த நைஜீரிய நபர் அல்ல; முன்னாள் முதன்மை ஆய்வாளரான அதே டென்னிஸ் ஓகோரோதான்.

இதற்கு முன்பே நாங்கள் சந்தித்திருக்கிறோம்; ஒன்றாக பீர் அருந்தி இருக்கிறோம்; எங்கள் நினைவாற்றல் எவ்வளவு மோசமாக உள்ளது என்று சிரித்துக்கொண்டோம். நாற்பது வயதுக்காரனுக்கு வரும் ஞாபக மறதியைவிட எழுபது வயதுக்காரனுக்கு வரும் ஞாபக மறதி எவ்வளவேமேல் என்று வாதிட்டேன். அவர் பெருந்தன்மையாக ஏற்றுக்கொண்டார். 'உங்கள் பயணத்தில் நீங்கள் நிறைய மனிதர்களைச் சந்தித்திருக்கக் கூடும் ஆகவே என்னை மறந்திருக்கலாம் என்று கூறி பெருந்தன்மையோடு என்னையும் மன்னித்தார். லாகோஸ் மாநிலத்தைச் சுற்றியுள்ள மெக்கோகோ, படக்ரி, மற்றும் பல இடங்களில் உள்ள ஏழைகளுக்காகச் செயல்படும் தனியார் பள்ளிகளில் இரண்டு ஆண்டுகள் பணியாற்றி இருக்கிறேன் என்று சொன்னேன்." இதற்கு முன்பு இல்லாவிட்டாலும், பன்னாட்டு வளர்ச்சித்துறையோடு அவர் பணியாற்றிய போது அதுபோன்ற தனியார் பள்ளிகளை நிறையப் பார்த்திருக்க வேண்டும்; நான் பொய் சொல்வதாக அவர் சொல்லவில்லை; இருந்தாலும் அவர் அதே பல்லவியை மறுபடியும் பாடி மென்மையாக மறுத்தார். "இல்லை, தனியார் பள்ளிகள் என்பது வசதி நிறைந்தவர்களுக்கேதானே தவிர ஏழைகளுக்காக அல்ல" என்றார்.

கல்வித்துறை ஆணையர் பேட்டிக்குப் பிறகு, ஏன் எதற்கு என்ற காரணம் ஏதும் டென்னிஸ் அவர்களிடம் சொல்லாமல், திடீரென பி.பி.சி. நிகழ்ச்சித் தயாரிப்பாளரான டிக் பவர் மனதில் (நீங்கள் எங்களோடு மெக்கோகோ வரத் தயாரா என்று கேட்க வேண்டுமென்று) ஓர் எண்ணம் உதித்திருக்கிறது. அப்படியே கேட்டுவிட்டார். டென்னிஸ் ஆர்வமுடன் ஒத்துக்கொண்டார். அன்று சனிக்கிழமை மாலை மட்டுமே அவருக்கு வர வாய்ப்பிருந்தது. அன்று குழந்தைகள் பள்ளியில் இருக்க மாட்டார்கள். ஆனால் ஞாயிற்றுக்கிழமை நைஜிரியாவின் தலைநகரான அபுஜாவில் அவர் இருக்க வேண்டும். காலை நேரம் முழுவதும் நான் பி.எஸ்.இ. அவர்களோடு வேலையாக இருந்தபோது, டென்னில் மற்றும் பிரிட்டிஷ் ஒளிபரப்பு

நிறுவனத்தின் படப்பிடிப்புக் குழுவினர், அருகில் குடியிருக்கும் பி.எஸ்.இ. அவர்களின் உறவினர் ஒருவரிடமிருந்து வாடகைக்கு எடுத்துக்கொண்ட வால்வோ - வாகனத்தில் கென் அடி தனியார் பள்ளிக்கு வெளியே ஒன்று சேர்ந்தனர். பி.எஸ்.இ.- அவர்களும் நானும் அவரை வரவேற்பதற்காக அங்கு நடந்து சென்றோம். நாங்கள் அந்தப் பள்ளிக்கு முன்னால் நின்று கொண்டிருந்தபோது, "இதோ ஏழைகளுக்காகச் செயல்படும் தனியார் பள்ளி இங்கே இருக்கிறதே. தனியார் பள்ளிதானே இது?" என்றேன்.

டென்னிஸ் அவர்கள் வாயடைத்துப் போய் நிற்பதைக் கண்டேன். ஆனாலும் சில நொடிகளில் தன் உணர்வுகளை கட்டுபடுத்திக்கொண்டு தன்னை சமரசம் ஆக்கிக் கொண்டார். டென்னிஸ் நேரிடையாகவே பி.எஸ்.இ. அவர்களிடம் சவால் விட்டார். "ஏன் இதை நீங்கள் ஒரு தனியார்பள்ளி என்று சொல்கிறீர்கள்? இங்கு குழந்தைகள் பணம் கட்டிப் படிக்கிறார்களா?" "ஆம்". பி.எஸ்.இ. உறுதிபடச் சொன்னார். "ஓ, அப்படியானால், இது ஏழை எளியோர்களுக்கான தனியார் பள்ளி இல்லை." அவர்களின் உரையாடல் அங்கும் இங்கும் சென்று வந்தாலும் அவர்கள் விவாதத்தின் சுருக்கம் இதுதான்: ஏழைகள் என்றால், தனியார் பள்ளிகளுக்கு கட்டணம் செலுத்த முடியாதவர்கள் தான் ஏழைகள். எனவே, இது கட்டணம் வசூலிக்கும் தனியார் பள்ளி என்றால், இது ஏழைகளுக்கான தனியார் பள்ளியாக இருக்க முடியாது. அரசுப் பள்ளிகள் நூற்றுக்கு நூறு இலவசப் பள்ளிகள். ஏனென்றால், ஏழை மக்கள் பள்ளிக்கட்டணம் செலுத்த முடியாது; பள்ளிக்கட்டணம் செலுத்தக் கூடிய பெற்றோர்கள் நிச்சயமாக ஏழைகளாக இருக்க முடியாது.

எங்களை சுற்றி வந்து நின்றுகொண்டிருந்த குழந்தைகளிடம் விசாரித்து தெரிந்து கொள்ளுமாறு அவரைக் கேட்டேன். அந்தக் குழந்தைகள் தாங்கள் மீனவர்கள், மற்றும் சிறு சிறு - வியாபாரிகளின் குழந்தைகள்தாம் என்று உறுதிப்படக் கூறினர். இந்தச் சுற்று வட்டாரத்தில் உள்ள எல்லாருமே ஓரளவு ஏழைகள்தாம் என்பதை டென்னிஸ் ஏற்றுக்கொண்டார். வறுமை நிறைந்த சூழலிருந்துதான் வருகிறார்கள் என்பதையும் ஏற்றுக்கொண்டார். ஆனாலும் தொடர்ந்து வேறொரு உத்தியைக் கையாண்டார். அவரின் விவாதம் இப்படிதான் இருந்தது; வறுமைப்பட்ட மக்கள் வாழும் பகுதியில் இந்த தனியார் பள்ளிகள் இருக்கலாம். இதில் போதுமான அளவு குழந்தைகளும் வந்து படிக்கலாம். ஆனால் இது ஏழைகளுக்காகவே உள்ள தனியார் பள்ளி அல்ல. ஏனென்றால், இது ஏழைகள் நலனுக்காக உள்ள தனியார் பள்ளி அல்ல. இது ஏழைகளின் ஆதரவு பள்ளி இல்லை என்ற பதத்தை முதல் தடவையாக அவரிமிருந்து கேட்டேன். ஆனால் இப்போது அரசு மேம்பாட்டு வல்லுநர்களால் பரவலாக இந்தப் பதம் பயன்படுத்தப் படுகிறது. ஏழைகளுக்காகவே ஒரு தனியார் பள்ளி இருக்கிறது என்று

சொல்லப்படுமேயானால், அது மாதிரி ஒரு பள்ளி இருக்க முடியாது. ஏனென்றால், ஏழை மக்களால் பள்ளிக்கட்டணம் செலுத்த முடியாது. ஆகையால் அது ஒரு தனியார் பள்ளியாக இருக்கலாம், ஆனால் அதன் நோக்கம் பணம் சம்பாதிப்பது தான்; அவ்வளவுதான்; ஏழைகளுக்காகவே என்பது இல்லை - என்று கூறினார். பிறகு டென்னிஸ், "இங்கே பாருங்கள், ஏழைகளுக்காகவே தனியார் பள்ளிகள் இருக்கலாம் என்பதற்கும் ஒரு வழி இருக்கிறது" என்று சொன்னார். எவ்வாறு நைஜிரியாவில் அடிப்படை கல்வியை மேம்படுத்த பிரிட்டிஷ் வான்வெளி நிறுவனம் உதவி செய்ய விரும்பியது என்ற உதாரணத்தை சொல்லிக் காண்பித்தார். அந்த நிறுவனம் மிகவும் நலிவடைந்து போயிருந்த ஓர் அரசுப் பள்ளியை கண்டு பிடித்து, அதை நன்கு சீரமைத்து, அதற்குப் புத்துணர்ச்சி கொடுத்துப் புதுப்பித்தது. இப்போது அது சகல வசதிகளும் கொண்ட பிரமிக்கத் தக்க கட்டிடமாக விளங்கி வருகிறது. அது இன்னும் இலவசப் பள்ளியாகத்தான் இருக்கிறது. உண்மையாகவே, அதுதான் ஏழைகளுக்கான பள்ளி. ஆனால் தனியார் துறையை ஈடுபடுத்தியுள்ளது.

பேராசிரியர் டூலி அவர்கள் உங்கள் பள்ளிக்கு நிதியளித்தால், குழந்தைகளுக்கு பள்ளியில் இலவசமாக இடம் கிடைத்து விடும். பிறகு இது உண்மையாகவே ஏழைகளுக்கான தனியார் பள்ளி ஆகிவிடும், என்று டென்னிஸ் பி.எஸ்.இ. அவர்களிடம் சொன்னார். பிறகு உண்மையாகவே இது, "ஏழைகளுக்கான" தனியார் பள்ளியாக இருக்கும். ஏன், ஏற்கனவே கென் அடி தனியார் பள்ளி இலவசக் கல்வியும், சலுகைக் கட்டணமும், அதிகமான ஏழை மாணவர்களுக்கு வழங்கி வந்து கொண்டிருக்கிறதே என்று சொல்லாமென்று யோசித்தேன். ஆனால் டென்னிஸ் பேச்சுக்கு நான் மறுபேச்சுப் பேசவில்லை.

நாங்கள், அதாவது, பிரிட்டிஷ் ஒளிபரப்பு நிறுவனப் பணியாளர்கள், டென்னிஸ் மற்றும் நான், அனைவரும் அந்தச் சுகாதாரமற்ற பகுதியை விட்டு, நகரின் கடைசியில் அமைந்துள்ள எங்கள் மெயின்லேண்ட் விடுதிக்கு சென்றோம். எங்களுக்கு பிடித்தமானவற்றை கேட்டு வாங்கி உண்டு குடித்தோம். எல்லாரும் மகிழ்ச்சியில் திளைத்திருந்தோம். டென்னிஸ் ஒரு தோழமை உணர்வு மிகுந்த மனிதர். பள்ளிச் சூழல், எங்களுக்கிடையே ஏற்பட்ட அன்பையும் நட்பையும் எந்த விதத்திலும் மாற்றிவிடவில்லை. எல்லாத்துறை சார்ந்த விஷயங்களையும் பேசிக் கொண்டோம். உணவு நேரம் முடியும் தருவாயில், அவர் சம்பிரதாயப்படி நன்றி கூறி ஒரு சிறிய உரையாற்ற விரும்பினார். அன்று அவர் நிறையக் கற்றுக் கொண்டதாகச் சொன்னார். இதற்கு முன்னால் அவர் மெக்கோகோ வந்ததில்லை என்று வெளிப்படையாக ஒத்துக் கொண்டார். அந்த நகரின் பெயரைக் கேட்டதுமே உண்மையில் வேறு எங்கோ இருக்கிறது என்று

எண்ணினாராம். குடிசைகள் நகரமான மெக்கோகோவின் எல்லையை விட்டு எந்த அரசுப் பள்ளிக்கப்பாலும், எந்த அரசாங்க கல்வித் துறையினரும் சென்றதே இல்லை என்று கூறி வருத்தப்பட்டார். எனவே தனியார் பள்ளிகள் இருக்கின்றன என்பதை யாருமே உணர்ந்து கொள்ள முடியவில்லை. பிறகு எங்களுக்கு சிறு கதை ஒன்றைச் சொன்னார் : "ஒரு கிராமத்தில் இருந்த சில வயதானவர்கள், அந்தக் கிராமத் தலைவர் வீட்டைச் சுற்றியுள்ள செடி செக்குகளை வெட்டிச் சுத்தம் செய்ய வேண்டும்; அங்கு நிறையப் பாம்புகள் இருக்கின்றன; தலைவரும் ஜாக்கிரதையாக இருக்க வேண்டும் என்று எச்சரித்தனர். ஆனால், அந்தத் தலைவர் எந்தப் பாம்பையும் கண்ணால் பார்த்ததில்லை. எனவே பாம்புகள் அங்கு இருக்கின்றன என்பதை அவர் நம்பவில்லை. ஆனால் ஒரு நாள், தலைவர் வீட்டுத் தண்ணீர் வெளியேறும் பொந்தில், தவளைக்காகக் காத்துக் கொண்டிருந்த பாம்பை ஒருவர் பிடித்து விட்டார். லாவகமாகப் பிடித்த அந்தப் பாம்பை தலைவரிடம் கொண்டு வந்து காண்பித்து விட்டார். தலைவர், 'என் கண்களால் பாம்பைக் கண்டேன். என் கைகளால் அதைத் தொட்டுப் பார்த்தேன். இப்போது நான் நம்புகிறேன்.' என்றாராம்" என்று கூறி டென்னிஸ் அந்த கதையை அவ்வாறு முடித்தார். "தனியார் பள்ளியைக் கண்களால் கண்டு தொட்டு உணர்ந்தேன். நல்லதாய்ப் போய்விட்டது. இருக்கிறதாவென்று தெரியாத ஒன்றைத் தெரிந்து கொள்வது எப்போதும் நல்லது. இந்த நிமிடத்திலிருந்து நான் சந்திக்கிற ஒவ்வொருவரிடமும் இதுபற்றி சொல்வேன்" என்றார். அவரைக் கட்டி அணைத்துக் கொள்ள வேண்டும் போல இருந்தது!

முற்றிலும் புரிந்துக்கொள்ளப்படாத நகர்ப்புற நிகழ்வு :

ஏழையர்க்கான தனியார் பள்ளிகள் இருப்பதை டென்னிஸ் ஒக்கோரோ ஒருவர் மட்டுமல்ல, இன்னும் பலர் - ஏற்க மறுப்பதில் ஒரு தர்க்கநியாயம் இருக்கவே செய்கிறது. தனியார் பள்ளிகள் வசதிபடைத்தோர்க்கு மட்டுமே. ஏனென்று விவரமாகப் பார்த்தால், ஏழைப் பெற்றோர்கள் தனியார் கல்வி நிறுவனங்களுக்கு கட்டணம் செலுத்துவது கடினமான காரியம் ஆகும். ஆகவே ஏழைகளுக்கான தனியார் பள்ளிகள் என்பது இருப்பதற்கு எந்த வாய்ப்பும் இல்லை என்ற முடிவுக்குத்தான் வரவேண்டும். ஆனால், அவரின் மறுதலிப்பிற்கு எதார்த்தமான பரிமாணம் ஒன்றும் இருக்கிறது. தனியார் பள்ளிகள் அவ்வளவு எளிதில் எங்குமே காணக்கிடைக்காது. காண்பது மிகக் கடினம். மெக்கோகோ நகரின் புறநகர்ப் பகுதியில் காணும் அரசுப் பள்ளிகளைத் தாண்டி, தட்டையான கற்கள் பாவிய சாலை முடிவுற்ற இடத்தில், முன்பின் தெரியாத, நடமாட்டம் குறைவான பகுதிக்குச் செல்லவேண்டும். அது அபாயகரமான பகுதி என்று சொல்லும் போதும்,

அங்கெல்லாம் பள்ளிகள் கிடையாது என்று சொல்லும் போதும், ஏன் அங்கு போய் கஷ்டப்பட்டு யார் பள்ளிகளைத் தேடுவார்கள்? தனியார் பள்ளிகளைத் தேடிக் கண்டுபிடிக்கச் செருப்புத் தேய நடக்கவேண்டும். இதற்கு யாரும் தயாராக இல்லை.

மெக்கோகோ ஒரு பாமர மக்கள் வாழும் குடிசைகள் நிறைந்த நகரம். இதுவே குறிப்பிடத்தக்கதாக டென்னிஸ் அவர்களுக்குப்படுகிறது. சரி, பாமர மக்கள் வாழக் கூடிய குடிசைகள் நிறைந்த நகரத்தில் இவ்வகைப் பள்ளிகள் இருக்கின்றன. "ஆனால் கிராமப்புறப் பகுதிகளில் இப்பள்ளிகளைக் காண முடியாது" என்று டென்னிஸ் கூறினார். அரசு மேம்பாட்டு வல்லுநர்கள் கவனிக்க வேண்டிய முக்கியமான விபரம் இது. ஏழைகளுக்காகச் செயல்படும் தனியார் பள்ளிகள் என்பது முழுக்க முழுக்க ஒரு நகர்ப்புற நிகழ்வு என்றால், ஏழைகளின் கல்வித் தேவைகளை நிறைவேற்ற தனியார் பள்ளிகளால் பெரிதாக எதையும் சாதித்துவிட முடியாது. ஏனெனில், கிராமங்களில்தான் வறுமை மிக அதிகம். நகரத்து ஏழை மக்கள் வாழக்கூடிய குடிசைப்பகுதிகளில் ஒரு சில தனியார் பள்ளிகளை நீங்கள் காணமுடியும். ஆனால் இந்தப் பள்ளிகள் கிராமப்புற ஏழைகளைச் சென்றடையவில்லை என்பதினால், குறிப்பிட்டுச் சொல்லும் வகையில் முன்னேற்றத்திற்கு இந்தப் பள்ளிகள் எதையும் செய்து விடவில்லை.

கிராமப்பகுதிகளிலும் தேடிக் கொண்டிருந்தேன். கானாவில் என் முழு ஈடுபாடும் இது பற்றித்தான். டென்னிஸ் அவர்கள் தனியார் பள்ளி பற்றி அவர் கொண்டிருக்கும் நம்பிக்கைக்கு சவால் விடும் கோணத்தில் அங்கு ஏதாவது கிட்டுமா?

4

இலக்குகளின் இடமாற்றம் - கானா

மாண்புமிகு மந்திரி

இனிமையான சூழல்கள் என்னுடைய ஆய்வுப் பணிக்காக கானா நாட்டை தேர்வு செய்து, என்னை அங்கு அழைத்துச் சென்றன. ஏனென்றால், லண்டன் மாநகரில் ஒரு கருத்தரங்கில் டென்னிஸ் ஒக்கோரோவைச் சந்தித்த அதே நேரத்தில்தான், மிலன் மாநகரில் ஓர் கருத்தரங்கில் உரையாற்றிக் கொண்டிருந்தேன். இந்த கருத்தரங்கம் (மிலன் நாட்டில்) இத்தாலிய விடுதலைக் கட்சியால் 'கல்வி மற்றும் வளர்ச்சி' என்ற தலைப்பில் ஒருங்கிணைத்து நடத்தப்பட்டது. இந்த நிகழ்ச்சியில்தான் கானா நாட்டு கல்வி அமைச்சரான (இளைஞர் நலம் மற்றும் விளையாட்டுத்துறை கூடுதல் பொறுப்பு) மாண்புமிகு குவாட்வோ பா - வைர்டு அவர்களைச் சந்தித்தேன். அவர், தன் 50 ஆவது வயதிலும் அவரின் உயரமும் கம்பீரமும் 'ஷாப்ட்' படத்தில் வருகின்ற கதாநாயகன் ரிச்சர்ட் ரவுண்ட்ரீ - யின் அச்சும் அசலுமாகக் காணப்பட்டார். அந்தக் கருத்தரங்கம் விடுதலைக் கட்சியின் தலைமை இடமான அழகும் பசுமையும் சூழ்ந்த, ஒரு பெரிய பண்ணை மாளிகையில் நடத்தப்பட்டது. என் உரை நண்பகலுக்கு ஒதுக்கப்பட்டிருந்தது. மதியவேளையில், அந்த குளு குளு அரங்கம், எழில்மிகு இளம்பெண்களால் நிறைந்திருந்தது. இத்தாலிய விடுதலைக் கட்சியினர் ரசிக்கக் கூடிய அந்தக் கூட்டத்தினரைக் கண்டு நான் மனநிறைவடைந்ததோடு, இந்தியாவில் ஏழைகளுக்கான

தனியார் பள்ளிகள் பற்றி நான் மேற்கொண்ட ஆய்வு, அதேபோல நைஜீரிய நாட்டில் நான் கண்ட பள்ளிளைப் பற்றிய சுருக்கமான குறிப்புகள் மீது நான் ஆற்றிய உரை, அவர்களைப் பாதிக்கலாம் என்று அதற்கேற்றாற்போல் என்னை ஆயத்தப்படுத்திக் கொண்டேன்.

ஆனால் நல்ல வேளை, அப்படி ஏதும் நடந்துவிடவில்லை. நிகழ்ச்சியின் நடுவில் இன்னொரு இடைச் செருகலும் இருந்தது. அதாவது, ஆப்பிரிக்க நாட்டிலுள்ள ஒரு கல்வித்திட்டத்திற்கு எவ்வாறு தன் விளையாட்டு அணி பண உதவி செய்து வருகிறது என்று பேசுவதற்காக, ஐரோப்பாவின் தலைசிறந்த கால்பந்தாட்ட அணிகளில் ஒன்றான ஏ.சி.மிலன் என்ற அணியின் நட்சத்திர ஆட்டக்காரரான லியோனார்டு என்பவர் அழைக்கப்பட்டிருந்தார். மிகக்குறுகிய நேரத்தில் தன் பரிசளிப்பு நிகழ்ச்சியை முடித்துக்கொண்டு அரங்கத்தை விட்டு அவர் வெளியேறிய போது, அரங்கமே காலியாகிவிட்டது. அவரின் இரசிகர்களான இளம் பெண்கள் வெளியில் அவரைச் சூழ்ந்து கொண்டனர். அரங்கில் மீதமிருந்தவர்களான மாண்புமிகு அமைச்சர், அமைச்சரின் நம்பிக்கைக் குரியவர்களான ஓரிருவர், கேட்டோ நிறுவன சுதந்திரக் கல்வி மையத்தின் தற்போதைய இயக்குநரான ஆண்ட்ரூ கவுல்சன் ஆகியோருக்காக மட்டும் உரையாற்றினேன்.

நானும் மாண்புமிகு அமைச்சரும் சாப்பாட்டு நேரத்தில் பேசிக் கொண்டிருந்தபோது நெருங்கிய நண்பர்கள் ஆகிவிட்டோம். அவருக்கு ஏற்பட்ட இன்னல்கள், சென்ற ஆண்டு நடந்த இளம் வயதில் ஏற்பட்ட மரணங்கள், ஆகிய விபரங்கள்வரை என்னோடு கலந்து பேசியதில் எனக்கு மிகவும் மகிழ்ச்சி ஏற்பட்டது. அத்தோடு ஆய்வுப்பணிக்காக என்னைக் கானாவுக்கு அழைத்தார். இது ஓர் அரிய வாய்ப்பு. அரசு ஆதரவு தரும் ஓர் இடத்தில் நான் ஆய்வு மேற்கொள்ள அழைக்கப்படுவது வழக்கத்திற்கு மாறானது.

அவரைச் சந்தித்த சில நாட்களிலேயே நான் கானா நாட்டிற்குச் சென்று விட்டேன். அங்கு கல்வி அமைச்சரகத்திலிருந்துதான் எனக்கு முதல் அழைப்பு வந்தது. என் ஆய்வுப் பணிக்கு உதவியாக இருக்கக்கூடிய தனியார் பள்ளி, மற்றும் அரசுப்பள்ளிகளின் பதிவு பற்றிய சமீபத்திய புள்ளி விவரங்களை அங்கு பெற்றுக்கொள்ளுமாறு மாண்புமிகு அமைச்சர் அவர்கள் எனக்குச் சொல்லி இருந்தார்கள். புள்ளியியல் துறை இயக்குநர் எல்லா வகையான புள்ளி விபரங்களையும் தயாராக வைத்திருப்பதாக எனக்கு உறுதி கொடுத்திருந்தார். நான் சென்றிருந்தபோது அவர் நகரில் எங்கோ ஓரிடத்தில் நடைபெற்ற கூட்டத்தில் கலந்து கொண்டிருந்தார். எனவே அங்கு வந்த பெண் சாயல் கொண்ட வழுக்கைத் தலை உதவியாளர் ஒருவர் கேட்டுக் கொண்டபடி அந்த அலுவலகத்தில் காத்துக்கொண்டிருந்தேன்.

ஓர் அலுவலகப் பணிப்பெண் ஒரு கணினியில், தொடு முறையில் கணினித் திரையைப் பார்க்காமலேயே ஓர் அறிக்கையை மெதுவாகத் தட்டச்சு செய்து கொண்டிருந்தார். சிறிது நேரம் கழித்து, ஒரு பத்தியைத் தட்டச்சு செய்து முடித்து விட்டுக் கணினித் திரையை நிமிர்ந்து பார்த்தார். அந்தப்பெண் அறிக்கை முழுவதையும் முகட்டெழுத்துகளால் (Capitals) தட்டச்சு செய்து விட்டார். எல்லாவற்றையும் கவனமாக அழித்து விட்டு, மீண்டும் அவற்றை மெதுவாகத் தட்டச்சு செய்தார். ஆனால் இப்போதும் அந்தப் பெண், தான் தட்டச்சு செய்வதைச் சரிபார்க்கவில்லை. அந்தப் பெண்ணின் கண்கள் தட்டச்சு செய்வதிலேயே கவனமாக பதிந்து இருந்தன. கடைசி வரை கணினித் திரையைப் பார்க்காமல், முழுவதும் அடித்து முடித்து விட்டுத்தான் நிமிர்ந்து பார்த்தார்.

அந்தக் கல்வி அமைச்சரகம் முழுவதிலும் அந்தப் பெண் ஒருவர் மட்டும்தான் ஒரு வேலையைச் செய்து கொண்டிருந்தார். அந்தக் கல்வி அமைச்சரக அலுவலகம் முழுவதும் இடைவேளை விட்ட பள்ளிக்கூடம் போலக் காணப்பட்டது. பல ஆண்கள், ஆப்பிரிக்கர்கள் செய்வது போல கைகோர்த்துக் கொண்டு மாடிவெளியில் உலாத்திக் கொண்டிருந்தனர். வெட்டிப் பேச்சு பேசிக்கொண்டும், கூத்தடித்துக் கொண்டும், சிலர் (ஏதோ ஒன்றை) குடித்துக் கொண்டும், ஏதோ ஒன்றைக் கொரித்துக் கொண்டும், இன்னும் சிலர் தூங்கிக் கொண்டும் நேரத்தைக் கழித்துக் கொண்டிருந்தனர். ஆனால் அவர்களுக்கு இது இடைவேளை நேரம் அல்ல. அப்போது பிற்பகல் மணி 3.00.

ஒரு வழியாக புள்ளியியல் துறை இயக்குநர் வந்தார். அவர் முன்பு சொன்னதுபோல எனக்காக எதையுமே தயார் செய்து வைத்திருக்கவில்லை. வந்தவுடன் தொலைபேசியை எடுத்து, சுமார் 20 நிமிடங்களாவது, 'ஆப்பிரிக்கக் கணினி' என்ற இதழுக்கு தான் எழுதிக் கொண்டிருக்கும் கட்டுரை தயாராகி விட்டதா? என்று அந்த இதழின் ஆசிரியர் தன்னை அவசரப்படுத்திக் கேட்டது தவறு என்று திட்டிக் கொண்டிருந்தார். "ஏன், வியாழக்கிழமை வாங்கிக் கொள்ளக்கூடாதா? வெள்ளிக்கிழமை வாங்கிக் கொண்டால் என்ன? ஏன் இன்றைக்கே வேண்டும்? இன்றைக்கு - இன்றைக்கு - எப்போதுமே இன்றைக்குத்தானா?", என்று இந்தக் கதையை என்னிடம் சொல்லிய பிறகு, நான் கேட்ட புள்ளி விபரத்திற்காகக் கணினியைப் பார்த்தார். 15 நிமிடங்கள் அந்தப் புள்ளி விபரங்களைத் தேடிக்கொண்டிருந்தார். நான் அமைதியாகப் பார்த்துக் கொண்டிருந்தேன். சரியான புள்ளி விபரங்கள் கொண்ட கோப்பு, உதவியாளரிடம் தான் இருக்கின்றது என்று கடைசியாகத் தெரிந்து கொண்டார். அந்தக் கணினியிலிருந்து மற்ற கணினிகளுக்கு இணைப்புக் கொடுத்தார். 1994 ஆம் ஆண்டு வரையிலான கணக்கு மட்டுமே கிடைத்தது. கிட்டத்தட்ட ஒரு

பத்து ஆண்டுகளுக்கு முன்பு உள்ள விபரங்கள், சமீபத்திய கணக்குகள் எங்கே? "ஓ! இன்னும் நாங்கள் அந்தத் தகவல்களைத் திரட்டி ஒழுங்கு படுத்தவில்லை. தகவல்கள் இருக்கின்றன; ஆனால் இன்னும் ஒழுங்கு படுத்தவில்லை" என்றார். அமர்ந்திருந்தபடியே அந்த அறையைச் சுற்றிலும் நோட்டம் விட்டேன். அறையெங்கும் தாறுமாறாகப் போடப்பட்டுக் கிடந்த கோப்புகள்; மேசையிலும், அலமாரியிலும், தரையிலும் சில கோப்புகள்; சுருட்டி கசக்கிப் போடப்பட்டிருந்த உறைகள்; அழுக்கடைந்த மேசைகள்; உபயோகமற்ற கணினிகள்; இந்த மாதிரிக் கோப்புகளைத் தவிர வேறு புத்தகங்கள் ஏதும் காணப்படவில்லை.

இந்த அறையிலிருந்து, மாண்புமிகு அமைச்சர் அவர்களின் செயலர் அறைக்குச் சென்றேன். அந்தப் பெண்மணி அன்பாகவும் கலகலப்பாகவும் காணப்பட்டார். நான் மந்திரியிடம் காட்டுவதற்காக தயாரித்து வைத்திருந்த தகவல் குறிப்புகளை அந்தப் பெண்மணி வைத்திருந்தார். அதில் இந்தியாவில் ஏழைகளுக்காகச் செயல்படும் தனியார் பள்ளி பற்றிய ஆயத்த ஆய்வுப் பணிகள் அடங்கிய சுருக்கமான விபரங்கள் இருந்தன. இந்தத் தனியார் பள்ளி விவரங்கள் கானாவிலும் அதுபோல இருக்குமா என்று அந்தப் பெண் கேட்டாள். "எங்கள் நாட்டில் தனியார் பள்ளி என்பது வசதி படைத்தவர்களுக்காகவே உள்ள பள்ளி", என்று சொல்லி இந்த வெள்ளைக்கார மனிதனின் முட்டாள்தனமான வருகையால் குழம்பிப் போய் சிரித்தாள்.

மீண்டும் மீண்டும் அதே பல்லவிதான். என் ஆய்வுக்காக ஒரு கூட்டாளியைத் தேடித்திரிந்தபோது, அதே பல்லவியைத்தான் எல்லாரும் மீண்டும் மீண்டும் பாடக் கேட்டேன். வேலை தொடக்கத்திற்கு அது மட்டும் முட்டுக்கட்டை அல்ல. எனக்கு ஒத்துழைப்பு நல்கக்கூடிய ஆய்வுக்குழுவைத் தேடி, கல்வி அமைச்சரகத்திற்குச் சற்று அப்பால், வறுமை ஒழிப்புக்காக வாரி வழங்குவதாகச் சொல்லப்படும், குளு குளு அறையில் உள்ள மிக உயர்ந்த பதவியான பன்னாட்டு வளர்ச்சித் துறையின் பிரிட்டிஷ் பொருளாதார உதவி முகமைக்கு சென்றேன்.

அதன் கல்வி ஆலோசகர், இங்கிலாந்தில் உள்ள நியூகேஸ்ல் என்ற இடத்தவரான சார்லஸ் கிர்கோல்டி, பழகுவதற்கு இனிமையான மனிதர். என்னைக் கண்டதும் எந்தத் தூதுக்குழுவையும் சாராத மனிதர் நான் என்று எண்ணிக் கொண்டார். "பல தடவை கிராமப்புறங்களுக்குச் சென்று பார்வையிட்டிருக்கிறேன். சுமார் 9.30 மணிக்கெல்லாம் அரசுப்பள்ளிகளைக் கடந்து செல்வேன். அப்போது அங்கே மாணவர்கள் வீணாகப் பள்ளிக் கட்டடத்தைச் சுற்றித்திரிவார்கள். ஆசிரியர்கள் மரத்தடியில் அமர்ந்து கொண்டு பின்னல் வேலை செய்து கொண்டிருப்பார்கள்" என்றார். ஏழைகள் வாழும் பகுதிகளில் தனியார் பள்ளிகளைத் தேடும் எனக்குள்ள

ஆர்வத்தை குறைக்க முயற்சி எடுத்தார். "தனியார் பள்ளிகளுக்கு பள்ளிக்கட்டணம் செலுத்த கிராமங்களில் வசதி படைத்தவர்கள் இல்லை" என்றார்.

மேலும் அவர் கூறியது: பன்னாட்டு வளர்ச்சித்துறை கல்வி வளர்ச்சிக்காக அதிகமாக ஒன்றும் செலவு செய்வதில்லை. கடந்த 5 ஆண்டுகளில் 80 மில்லியன் டாலர் அளவு செலவு செய்திருக்கிறது. தொடக்கக்கல்வியை மேம்படுத்துவதற்கு அத்தொகையின் அதிக அளவு அரசாங்கத்திற்கு வழங்கப்பட்டுவிட்டது. அதிலும் தொடக்கக்கல்விக் கட்டடங்களுக்கேதான் அதிகம் செலவு செய்திருக்கிறது. (பிறகு நான் பல இடங்களுக்கு பயணம் செய்தபோது, பன்னாட்டு வளர்ச்சித்துறையின் சின்னத்தைத் தாங்கி நிற்கும், சகல வசதிகளையும் கொண்ட பள்ளிக் கட்டடங்களை நேரில் பார்த்தேன். அதுமட்டுமல்லாது ஐரோப்பிய நாடுகளின் கூட்டமைப்புச் சின்னம், மற்றும் பல ஐரோப்பிய அரசின் பொருளாதார உதவி முகமைகளின் சின்னங்கள் ஆகியவைகளையும் பார்த்தேன்). ஆனால் அவர், பன்னாட்டு வளர்ச்சித்துறை எவ்வாறு செலவு செய்கிறது என்ற சரியான வரவு செலவு தனக்குக் கிடைக்கவில்லை என்று வெளிப்படையாகவே தனது வருத்தத்தைத் தெரிவித்தார். நாங்கள், அமைச்சரகத்தில் நீண்ட காலம் நிலைத்திருக்கக்கூடிய பெரிய அளவிலான பள்ளிக் கட்டடங்கள் கட்டுவதில் அதிக அளவு செலவு செய்து வருகிறோம் என்றார். ஆனால் கானா நாட்டுக் கல்விப்பணி என்பது ஒரு, "அதிகார ராட்சதன் என்றும், அரசாங்கக் காசு எல்லாம் கரியாகிவிட்டது என்றும் சொன்னார். இது எந்த வகையிலாவது குழந்தையின் படிப்புக்கு பயன்தருமா?" என்று கேட்டேன். அவர் ஒரு நீண்ட பெருமூச்சு விட்டு "சந்தேகம்தான்" என்றார்.

கல்விக் கட்டணத்தில் சலுகை அளிக்கக்கூடிய தனியார் பள்ளிகளை நான் தேடிக் கண்டுபிடிப்பது ஒரு வீண் வேலை என்று அவர் எண்ணிக் கொண்டாலும், கானாவின் மிக உயர்ந்த பல்கலைக்கழகங்களில் கிடைக்கக்கூடிய சில ஆய்வுக்குழு அடங்கிய பெயர் பட்டியலை எனக்குக் கொடுத்தார். சில நாட்களாக அந்த ஆய்வு குழுவினரோடு பேச்சு வார்த்தை நடத்தி, அவர்களின் தினச் சம்பளத்தை 500 டாலராகவோ அல்லது அதற்கு கொஞ்சம் கூடுதலாகவோ குறிப்பிடுமாறு கேட்டுக்கொண்டேன். ஆண்டுக்கு 1000 டாலர் வழங்கும் பல்கலைக்கழக ஊதியத்தோடு ஒப்பிடும்போது இது சற்று அதிகமாகவே தெரிந்தது. சுவைமிகு விருந்தோடு, மதுபான வகைகளும் வழங்கி, ஆடம்பரமான 'கோல்டன் டியூலிப்' விடுதியில் தங்கவைக்க வேண்டுமென்று கேட்டனர்.

அங்குதான் பன்னாட்டு வளர்ச்சித்துறை, தனது பொருளாதார உதவி ஆலோசகர்களை ஓர் இரவுக்கு 200 டாலர் செலவில் தங்க வைக்கும்.

பன்னாட்டு பொருளாதார உதவி முகமை, ஆய்வுப்பணி ஆலோசகர் களுக்கான ஊதியத்தை வானளாவ உயர்த்திவிட்டது போலத் தெரிந்தது. எந்த வகையில் பார்த்தாலும், என்னுடைய நியாயமான மதிப்பீட்டு தொகையை விட இது மிக அதிகம்.

'கல்வி ஆராய்ச்சி மற்றும் மதிப்பீட்டு மையம்' பற்றிக் கேட்டுத் தெரிந்து கொண்ட நான், நியாயமான விலையில் ஆய்வுப்பணி உதவி கிடைக்கும் என்ற நம்பிக்கையை இழந்து, இது நடக்கக்கூடிய ஆய்வு அல்ல என்ற வேதனையோடு இந்த முடிவைக் கைவிட்டு, நாட்டை விட்டுக் கிளம்ப முடிவெடுத்து விட்டேன். 'பன்னாட்டு வளர்ச்சிக்கான அமெரிக்க ஐக்கிய நாட்டு அரசுத்துறை'க்காக வேலை பார்த்து வந்த இந்த மையம், இதன் ஆய்வுப்பணிக்காக மிகவும் நியாயமான தொகையை மட்டுமே வசூலிக்கும் அபூர்வமான மையம் என்று சிபாரிசு செய்யப்பட்டு வந்தது. அக்ராவில் லெகான் என்ற இடத்தின் புறநகர்ப்பகுதியில் அமைந்துள்ள அலுவலகத்தில் அதன் உதவி இயக்குனர் எம்மா கியாமரா என்ற பெண்மணியைச் சந்தித்தேன். எப்போதுமே சிரிக்கத் தயாராக இருக்கும் புன்னகையோடு கூடிய, கலகலப்பு நிறைந்த ஓர் அற்புதமான பெண்மணி அவர். அந்தப் பெண்மணியின் அலுவலகத்தில் அமர்ந்து, நான் இந்தியாவில் கண்டதையும், அங்கு கண்டதுபோல் நைஜீரியாவில் அது அப்படியே உண்மையாக இருக்குமென்றும், அதையேதான் கானாவிலும் தேடிக்கொண்டிருக்கிறேன் என்றும் அப்பெண்மணியிடம் சொன்னேன். அப்பெண்மணியின் முகம் இரத்தமாகச் சிவந்துவிட்டது. சிரித்துவிட்டு தர்ம சங்கடத்தோடு சொன்னார்: "எங்கள் நாட்டில் அது முற்றிலும் மாறுபட்டது. தனியார் கல்வி என்பது பணக்காரர்களுக்கு மட்டுமே உரியது. நீங்கள் அந்த நாடுகளில் கண்டதெல்லாம் இங்கு நடக்காது."

ஆனாலும் நான் பொறுமை இழக்கவில்லை. நான் ஏற்கனவே இங்கு வருகை புரிந்தபோது நியாயமான பள்ளிக் கட்டணம் மட்டும் வசூல் செய்த 'டி யங்க்டர்ஸ் பன்னாட்டுப் பள்ளியை' ஓரிடத்தில் கடைசியாகக் கண்டேன். அதுபோல இன்னும் சில பள்ளிகள் இருக்குமென நம்பிக்கை கொண்டேன். மாண்புமிகு அமைச்சர் அவர்களும் இதுபோன்று இன்னும் கண்டுபிடிக்கலாம் என்று எண்ணினார். ஓர் ஓட்டுநரையும், வாகனத்தையும் வாடகைக்கு அமர்த்திக்கொண்டு புறப்பட்டேன். முதன் முதலில், விமானத்தளத்திற்கு வடக்கில் உள்ள, எங்கும் வறுமை தவழும் ஒரு துணை நகரமான மதினா என்ற இடத்திற்குச் சென்றேன். அந்த இடத்தில் எல்லாருமே முகம்மதியர்களாக இருப்பதால் சௌதி அரேபிய நாட்டில் உள்ள மதினாவின் பெயரையே இந்த ஊருக்கும் வைத்திருப்பார்கள் என்று ஓட்டுநர் ரிச்சர்ட் சொன்னார். விடுதியிலிருந்து நாங்கள் புறப்பட்டு வந்த வழியில் ரிச்சர்ட் பெருமையாகச் சொன்ன மேற்கு ஆப்பிரிக்காவிலேயே

மிகவும் சுற்றி வளைந்து போகும் இடத்தை சுற்றிக்கொண்டு வந்தோம். திரும்பிப் போகும் வழியிலும் ரிச்சர்ட் இதையே சொன்னார்.

குண்டும் குழியும் நிறைந்த, திடீரெனத் தோன்றும் பெரிய பள்ளங்களை கடந்து, திறந்த பாதாளச் சாக்கடைகளைத் தாண்டிக் கவனமாக வண்டியைச் செலுத்தினார். சென்று கொண்டிருந்த பொழுதே திடீரென்று சாலையைக் காணோம். முன்னே எதுவும் தெரியாத அளவு கழிவு நீர்க்குழாய் உடைந்து சாக்கடை ஓடிக்கொண்டிருந்தது. எனவே அங்கேயே வாகனத்தை நிறுத்தி விட்டோம். அப்படியே அங்கு ஓர் 'ஜினா இன்டர்நேஷனல் பள்ளியைப்' பார்த்தோம். அப்பள்ளி உரிமையாளர் ஜினா அவர்களுக்கு நாங்கள் அறிமுகம் செய்து வைக்கப்பட்டோம். அதிகமான வியர்வையால் அவர் அவஸ்தைப் பட்டுக் கொண்டிருந்தார். அது உண்மையில் ஈரப்பதம் நிறைந்த வெப்பக் காற்று; மிகக் கடினமாக இருந்தது. ஆனால் அந்தப் பெண்மணியின் முகத்திலிருந்து வியர்வை அருவி போல வழிந்து கொண்டிருந்தது. கைக்குட்டையால் தனது முகத்தை அப்பெண்மணி அவ்வப்போது துடைத்துக் கொள்ள வேண்டியிருந்தது. அந்தப் பள்ளி எட்டு ஆண்டுகளுக்கு முன்னால் தொடங்கப்பட்டது. பாலர் பள்ளி வகுப்புகளைக் கொண்டுதான் முதலில் தொடங்கினோம் என்றார். இப்போது 5 வகுப்புகள்வரை இருக்கின்றன. 300 மாணவர்கள் படிக்கின்றனர். பள்ளிக்கட்டணம் மாதம் வெறும் 5 டாலர் மட்டும். 14 ஆசிரியர்கள் மொத்தம். அதில் 8 ஆண் ஆசிரியர்கள். முகம்மதியர்கள் அதிகமாக உள்ள இடமாக இருந்தாலும் இது ஒரு மதச்சார்பற்ற பள்ளி. அந்தக் குழந்தைகள் பயமின்றியும், துடுக்குத் தனமுள்ளவர்களாகவும் காணப்பட்டனர். ஒரு வகுப்புக்குச் சென்று, "வணக்கம், நலமாக இருக்கின்றீர்களா?" என்று கேட்ட போது, ஒரு மாணவன், தன் வகுப்புத் தோழர்களின் பாராட்டைப் பெரும்பொருட்டு என்னுடைய தொனியிலேயே பேசினான்.

தொடர்ந்து நடந்தோம். வாகன ஓட்டுநர் ரிச்சர்ட் தன் குழந்தையை தனியார் பள்ளிக்கே அனுப்புவதாகச் சொன்னார். நான் ஏன் அப்படிச் செய்கிறாய் என்று கேட்டேன். "ஏனென்றால், தனியார் பள்ளி ஆசிரியர்களே நம்பகத்தன்மை வாய்ந்தவர்கள். அரசுப் பள்ளி ஆசிரியர்கள் ஒரு நாளைக்கு வருவார்கள், ஒன்பது நாட்களுக்கு படுத்துக்கொள்வார்கள்" என்றார். அடுத்து நாங்கள் சென்ற பள்ளி "எலிம் கிளஸ்டர் ஆஃப் ஸ்கூல்ஸ்" என்ற பெயர்ப் பலகை தாங்கியிருந்தது. கிறித்தவ வேதநூலில் உள்ள, "விடுதலைப் பயணம் 15:27" என்பதற்கு அடியில் பள்ளியின் பெயர் எழுதப்பட்டிருந்தது. ஆரம்பத்தில் இது பாதிரியார்கள் நடத்தும் பள்ளியாக இருக்குமோ என்றுதான் எண்ணினேன். ஆனால் மமா ஜெனட் எல்.எ.நுகர் என்ற பெண்மணி, என் எண்ணம் தவறு என்று தெரிவித்து விட்டார். 50 வயதைத் தாண்டிய, பார்க்கப் பயங்கரமாகத் தோற்றமளிக்கும்

பெண்மணிதான் ஜெனட். அவரது வயதில் ஆப்பிரிக்கப் பெண்கள் அனைவரும் தலையில் அணியும் சுருள் சுருளாகத் தொங்கக்கூடிய கடினமான ஒரு வகைப் புனை முடி அணிந்திருந்தார். தங்க நிறத்தில் அந்த அம்மையார் அணிந்திருந்த கண்ணாடி அவரது தோற்றத்தை இன்னும் பயங்கரமாகக் காட்டியது. ஆனால் அப்பெண்மணி தோழமை உணர்வுடன் நடந்து கொண்டார்.

என் துணிமணிகள் அடங்கிய பை இன்னும் வந்து சேராததால்தான் என்னால் சரியான ஆடை அணிந்து வரமுடியவில்லை என்று அவரிடம் சொன்னேன். ஐரோப்பாவிலிருந்து வரவேண்டிய கே.எல்.எம். நிறுவன ஊர்தியைக் கூட குறைசொல்லாமல், "ஐயோ, கானா" என்று தன் நாட்டின் மீதே குறைபட்டுக் கொண்டார்.

'எலிம்' என்ற வார்த்தை பைபிளிலிருந்து எடுக்கப்பட்டிருந்த வார்த்தைதான். அதை ஏற்றுக் கொண்ட அந்தப் பெண், 'பெண் உரிமையாளர்' என்று அச்சிடப்பட்டிருந்த தன் அடையாள அட்டையைக் காட்டினார். பைபிள் வசனங்கள்பால் அவர் ஈர்க்கப்பட்டிருந்தாலும், பள்ளிக்கும் அதற்கும் எந்தத் தொடர்பும் இல்லை என்றும் மிகச் 'சரியான முறையில், வியாபார ரீதியில்' நடத்தப்படுகிறது என்று பெருமையுடன் சொல்லிக்கொண்டார். கானா நாட்டில் உள்ள ஒவ்வொருவரும் சில பைபில் வசனங்களுக்கு பிறகுதான் அவர்களின் வர்த்தகப் பெயர்களையே சொல்லவோ எழுதவோ விரும்புவதாகக் கூறினார். அதுவும் உண்மைதான். அவரிடம் விடைபெற்று வந்தபிறகு, அதே வீதியில் 'டிரை ஜீசஸ் கார்பெண்ட்டரி ஸ்டோர்' என்று பார்த்தேன். 'டூ கிரேட் ஃபார் காட் ஃபேஷன் சென்டர்', மற்றும் 'காட் இஸ் கிரேட் பியூட்டி பார்லர்' போன்றவை பள்ளிக்கூடப் பெயர்கள் இல்லை என்பது தெளிவாகியது. இவை எல்லாவற்றையும் கிறித்தவ மையங்களாக ஊகித்துப் பார்க்க முடியவில்லை. ஆனால் எப்படியோ இவை அனைத்தும் பள்ளிக் கூடங்கள் சார்ந்த பெயர்கள் என்பதை ஊகித்துக் கொண்டேன். நான் எதை வைத்து உணர்ந்து கொண்டேன் என்றால், எங்கும் பரவலாகக் காணப்படும் ஏழைகளுக்காக செயல்படும் தனியார் பள்ளிகள் மக்கள் கண்ணில் படாமல் இருந்தன. அவர்கள் திரும்ப திரும்ப கிறித்தவப் பெயர்கள் கொண்ட பள்ளிகளாகவே கேள்விப்பட்டுக் கொண்டிருந்தால், அது தேவாலயப் பள்ளிக்கூடங்களாகத்தான் இருக்கும் என்று கருதுவார்கள்.

அந்த அம்மையாருடைய பள்ளிகளின் 'தொகுப்பு' என்பது பகல் நேரப் பராமரிப்புப் பள்ளி, பாலர் பள்ளி, தொடக்கப்பள்ளி, நடுநிலைப்பள்ளி, உயர்நிலைப்பள்ளி ஆகிய பள்ளிகளின் உள்ளடக்கம். அத்துடன் இரண்டு கணினிப் பயிற்சி மையங்களையும் நடத்தினார். இத்தொடர் பள்ளிகளை பன்னிரெண்டு ஆண்டுகளுக்கு முன்பு பகல் நேரப் பராமரிப்புப் பள்ளியோடு

தொடங்கினார். அப்பள்ளித் தலைமை ஆசிரியரைப் போல, அந்த அம்மையாரே பயிற்சி பெற்ற ஓர் அரசாங்க ஆசிரியைதான். பிறகு அவர் அப்பணியைத் துறந்து விட்டு கானா அரசின் சிறைச்சாலை சேவையில் பணியேற்றார். குறுகிய காலத்திலேயே அங்கிருந்து பணி நிறைவு பெற்றுக் கொண்டு, பிறகு பள்ளிக்கூடம் தொடங்க முடிவெடுத்தார். மொத்தத்தில் 704 குழந்தைகள் அங்கு பயின்றனர். ஒரு குறிப்பிட்ட அளவு மாணவர்கள் இலவசக் கல்வி பெற்றனர். அந்த அம்மையாருக்கு ஒவ்வொருவரையும் நன்றாக, பெயர் உள்பட தனித்தனியாகத் தெரியும். ஆனால் "நான் ஒரு வியாபாரிதான். என்னால் எல்லாருக்கும் இலவசக் கல்வி கொடுக்க முடியாது" என்றார்.

இந்த அம்மையாரின் பள்ளியை, பெற்றோர்கள் எவ்வாறு அரசுப் பள்ளியோடு ஒப்பிட்டுப் பார்த்தார்கள் என்று கேட்டேன். நன்று. அதை நீங்கள் பெற்றோர்களிடம்தான் கேட்க வேண்டும் என்றார் அம்மையார். "அவர்கள் குழந்தைகளை எந்தப் பள்ளியில் படிக்க வைக்க விரும்புகிறார்களோ, அந்தப் பள்ளியைத்தான் மற்ற பள்ளிகளோடு ஒப்பிட்டுப் பார்க்கிறார்கள். அவர்கள், எங்கள் பள்ளித் 'தேர்வு' முடிவுகளைப் பார்க்கிறார்கள். சிறப்பான தேர்வு முடிவுகள் என்று தெரிந்து கொள் கிறார்கள். எனவே இன்னும் அதிக கட்டணம் செலுத்தலாம் என்று உணர்ந்து கொள்கிறார்கள்" என்றார். மேலும் அம்மையார் சொன்னதாவது; "ஒரு பள்ளி தனியார் பள்ளி என்றால் ஆசிரியர்களின் கண்காணிப்பு சிறப்பாக இருக்கும் என்று பெற்றோர்களுக்குத் தெரியும். ஓர் அரசுப் பள்ளியில், ஆசிரியர்களின் கண்காணிப்பு எவ்வாறு இருக்கும் பெற்றோர் களுக்குத் தெரியாது."

அன்றைய தினம் மிகவும் தாமதமாகி, நானும் ஓட்டுநரும் கடற்கரைச் சாலை வழியாக நான்கைந்து மணிநேரம் பயணம் செய்து 'கேப் கோஸ்ட்' என்ற இடத்தைக் கடந்து 'எல்மினா' என்ற இடத்தை அடைந்தோம். போர்ச்சுக்கிசியர், பிறகு டச்சுக்காரர், பிறகு பிரிட்டிஷ்காரர் ஆகியோரின் கொடுமையான வரலாறுகளில், இந்த இடம் ஓர் அடிமைத்தளமாக இருந்து வந்திருக்கிறது. ஒரு வசதியான விடுதியில் இரவு தங்கிவிட்டு, காலையில் புறப்படத் தயாரானோம். கடைக்கோடியில் உள்ள 'மேற்கு அகந்தா' மாவட்டத்திலிருந்து பல மைல்கள் தொலைவிற்கு அப்பால், குண்டும் குழியுமான பாதையைச் சுற்றிப் பன்றிப் பண்ணைக்குக் காட்டப்பட்டிருந்த பாதை வழியாகச் செல்ல வேண்டுமென்று ஓட்டுநருக்கு சொன்னேன். குன்றுகளின் அடிவாரத்தில் வளைந்து, வளைந்து செல்லும் சாலை வழியாக பயணத்தைத் தொடர்ந்தோம். பிறகு ஒரு சின்னஞ்சிறிய கிராமத்தைச் சென்று அடைந்தோம். அந்தக்கிராமம் ஒரு தேவாலயத்தைச் சுற்றி அமையப் பெற்றிருந்தது. சரக்கு கொண்டு செல்லப் பயன்படுத்தும் ஒரு

வகை உலோகப்பெட்டியைக் கொண்டு வடிவமைக்கப்பட்ட சிறிய கடைகள் அங்கு பரவலாகக் காணப்படும். அந்தக் கடை ஒன்றில் அமர்ந்திருந்த ஒரு இளம் பெண்ணிடம் அங்கு ஏதாவது தனியார் பள்ளிகள் இருக்கின்றனவா என்று கேட்டேன். அவள் அப்படி ஏதும் அங்கு இல்லை என்றாள். அங்கு தேவலாயத்திற்கருகில் ஓர் அரசுப்பள்ளி இருந்தது. நாங்கள் அதைக் காரிலிருந்தவாறு பார்த்தோம். அந்தப் பள்ளிக்கு அற்புதமான பெரிய விளையாட்டு மைதானம் இருந்தது. நன்கு அமையப் பெற்ற கட்டிடங்களும் இருந்தன (பொதுமக்களிடமிருந்தும், பில் மற்றும் மெலின்டா கேட்ஸ் ஃபவுண்டேஷன் அமைப்பிலிருந்தும் கட்டித் தரப்பட்டன என்பதைப் பிறகு தெரிந்துகொண்டேன்). அந்தப் பெண்ணின் அருகில் சென்று அவளிடம் மெதுவாக விசாரித்துப் பார்த்தேன்; "இங்கெல்லாம் தனியார் பள்ளிகள் இல்லை என்பது உங்களுக்கு நிச்சயமாக தெரியுமா, பெண்ணே?" அவள் துணிந்து சொன்னாள். அங்கே ஒன்று இருக்கிறது. ஒரு சிறிய பாலர் பள்ளி அவ்வளவுதான். இந்திய நாட்டு அனுபவம் என்னவென்றால், ஒரு பாலர் பள்ளி இருக்கிறதென்றால், அத்தோடு தொடக்கப்பள்ளியும் இருக்கும். குழந்தைகள் வளர வளர பெற்றோர்கள், பள்ளி உரிமையாளர்களை அடுத்த படிப்புக்கு ஏற்பாடு செய்யக் கேட்பார்கள். எனவே, அப்பள்ளிக்கு போகவேண்டுமென்று அந்தப் பெண்ணை வழி கேட்டேன். அங்கே அருகில் நின்று கொண்டிருந்த இளைஞர், தான் அப்பள்ளியில் படிக்கும் குழந்தையின் பெற்றோர் என்று சொல்லி என்னை அப்பள்ளிக்கு அழைத்துச் சென்றார். ஆனால் ஆச்சரியம், அந்தக் கிராமத்தில் அது சிறிய பாலர் பள்ளி அல்ல; 6 ஆம் வகுப்பு வரை இருந்தது. ஆனால் பாலர் பள்ளி வகுப்புகள் இல்லை. 'கிறிஸ்ட்டியன் ஹில்' என்ற அப்பள்ளி, தற்காலிகமாக அமைக்கப் பட்டிருந்த ஒரு கட்டிடத்தில், 100 மாணவர்களுக்கு மேல் இருந்தனர். 'ஆங்கிலம் பேசு' என்ற வாசகத்தை தாங்கிய தட்டிகள் பள்ளியைச் சுற்றிக் காணப்பட்டன. ஒரு வெளிநாட்டுப் பயணி ஒருவரைக் கண்டதும், எல்லாக் குழந்தைகளும் என்னைச் சூழ்ந்து கொண்டனர். என் டிஜிட்டல் கேமராவில் அவர்களைப் படம் பிடித்துக் காட்டியபோது சிரித்து மகிழ்ந்து போயினர்.

அந்தப் பள்ளி மைதானம் வழியே, அடுத்ததாக, கடற்கரையில் அமைந்துள்ள கிராமத்தை இலக்காக வைத்து ஓட்டுனர் என்னை அழைத்துச் சென்றார். மோட்டார் வாகனங்கள் செல்லாத வளைந்து நெளிந்து செல்லும் அந்தச் சாலை, ஓர் உயரமான கடற்கரையை அடைந்தது. கடலுக்குள் செல்லும் நீண்ட பாறை கொண்ட கடற்கரை அது. அங்கு மீன்பிடி படகுகள் கட்டிப் போட்டு நிறுத்தி வைக்கப்பட்டிருந்தன. மீனவ ஆண்கள் வலைகளைச் சரி செய்து கொண்டிருந்தனர். அழகும் ரம்மியமும் நிறைந்த சூழல் அது. அங்கு ஏதேனும் தனியார் பள்ளி இருக்கின்றதா என்று

கேட்டேன். 'இல்லை' என்றார்கள். கொஞ்ச தூரம் தள்ளி ஓர் ஆர்.சி. பள்ளிக்கூடம் இருக்கிறது. "நீங்கள் அதைக் கடந்துதானே வந்திருக்க வேண்டும்" என்றார்கள்? "இல்லை" என்றேன். நான், "தனியார் பள்ளிகளைத் தேடிக்கொண்டிருக்கிறேன். இங்கு அப்படி ஏதும் இல்லையா? ஒரு மிகச் சிறிய பள்ளியாவது இருக்கிறதா? ஓ, ஆமா, ஒன்று இருக்கிறது. அங்கு சற்றுத் தள்ளி. அடுத்த வாரம் நடைபெறவிருக்கும் கால்பந்தாட்டப் போட்டித் தகவல் பலகையைத் தாண்டி, கால்பந்தாட்ட மைதானத்தைத் தாண்டி, இரண்டு சிறிய அறைகளைக் கொண்ட தொகுப்புக் கட்டடம்; கட்டடத்திற்கு அப்பால் மைதானத்தில் குழந்தைகள் விளையாட மணற்பரப்பு; கட்டி முடிக்கப்படாத இன்னும் இரண்டு அறைகள் இருந்தன. 80 மாணவர்களைக் கொண்ட, இரண்டு வகுப்புகள் வரையுள்ள இன்னொரு தனியார் பள்ளி இது. ஆனால் மாணவர்கள் வகுப்பு முடிக்க முடிக்க அடுத்த வகுப்புக்கான விரிவாக்கம் ஆகிக்கொண்டிருக்கும் பள்ளி. அந்தப்பள்ளிக்குப் பெயர் இல்லை. "ஏனென்றால் அது இன்னும் முடிக்கப் படவில்லை" என்று ஐசக் என்ற ஒரு கிராமத்து ஆள் சொன்னார். அவர் ஆங்கிலம் அழகாகப் பேசினார். சொல்லப்போனால் அங்குள்ள எல்லாருமே அழகாக ஆங்கிலம் பேசினார்கள். ஆனால் என்னுடைய அடையாள அட்டையை அவர்களிடம் நீட்டியபோது அதை வாங்கி அப்படியும் இப்படியும் புரட்டிப் பார்த்தார்களே தவிர ஒருவரும் அதை வாசிக்க வில்லை. பிறகுதான் தெரிந்தது ஆங்கிலம் பேசத் தெரியுமே தவிர, வாசிக்க தெரியாது என்று.

ஆங்காங்கே இரண்டு கிராமங்களைப் பார்த்து தனியார் பள்ளிகளைக் கண்டுபிடிப்பதில் நூறு சதவிகிதம் வெற்றி. எனவே 'அக்ரா' விற்குத் திரும்பிவிட்டேன். அங்கிருந்து 'கல்வி ஆராய்ச்சி மற்றும் மதிப்பீட்டு மையம்' வந்து, 'எம்மா' வைச்சந்தித்து, இந்தச் செயல் திட்டத்தை தொடர்ந்து செய்வது எனக்கு மகிழ்ச்சி அளிக்கிறது; தொடர்ந்து செய்து பார்ப்போம் என்றேன். நாங்கள் ஓர் ஒப்பந்தம் செய்து கொண்டு, அதில் கையொப்பமிட்டு ஆய்வுப்பணி தொடங்கியது. அதன்பிறகு அந்த ஆய்வுப்பணி அவ்வளவு எளிதானதாகத் தெரியவில்லை. பெரிய சிக்கல் என்னவென்றால், ஆய்வுப்பணியாளர்களைச் சமாதானப்படுத்த வேண்டி யிருந்தது. எல்லாரும் கேப் கோஸ்ட் பல்கலைக்கழகத்திலிருந்து தேர்வு செய்யப்பட்ட பட்டதாரி மாணவர்கள். எனக்கு உண்மையில், சிறியதும், கட்டாயம் பழுது பார்க்கவேண்டிய நிலையில் உள்ள கட்டடங்களைக் கொண்ட தனியார் பள்ளிகளைத்தான் பார்க்க வேண்டும் என்பது என் ஆவல். பாதுகாப்பில்லாத கட்டடங்களைக் கொண்ட (தனியார்) பள்ளிகளையே பார்வையிட வேண்டுமென்ற என் தீவிரமான ஆவலை அவர்கள் சரியாக புரிந்து கொள்ளாததும், கிராமத்து நபர்கள் நம்பியது

போல தரமான அரசாங்கக் கட்டடங்களையும், எல்லா வசதிகளையும் கொண்ட தனியார் பள்ளிகளைப் பார்வையிடுவதில் நான் ஆர்வம் காட்ட வேண்டும் என்று அவர்கள் எதிர்பார்த்ததும் பயங்கரச் சிக்கலாக இருந்தது. குறைந்த செலவினம் கொண்ட தனியார் பள்ளிகள், தரம் குறைந்த பள்ளிகள் என்று எல்லாரும் திடமாக எண்ணிக் கொண்டிருப் பதுபோலத் தெரிந்தால், உண்மையில் அந்தத் தனியார் பள்ளிகள் இருப்பது வெளி ஆட்களுக்கு தெரியமாலே போய்விடும். ஆய்வுப் பணியாளர்களோடு களத்திற்குச் சென்று, விடுபட்டுப்போன ஐந்து ஆறு தனியார் பள்ளிகளைக் கண்டு பிடிக்க வேண்டும் என்பதில் நான் பிடிவாதமாக இருந்தேன்.

அக்ராவைச் சுற்றி அமைந்துள்ள, கிராமங்கள் நிறைந்த மாவட்டமான 'கா' என்ற இடத்தில் ஒரு நுட்பமான, ஆழ்ந்த ஆய்வை மேற்கொண்டோம். ஆரம்பத்தில் 'கா'-வை 'கிரேட்டர் அக்ரா'-வின் சுருக்கெழுத்து (GA) என்றுதான் எண்ணினேன். ஆனால் அது அந்த மக்களின் வாழ்விடம் என்று பிறகு தெரிந்தது. அந்த மாவட்டம் 'கானா புள்ளியியல் துறையால்' பொருளாதாரத்தில் பின்தங்கிய மாவட்டம், அதாவது, தலைநகரைச் சுற்றி அமைந்துள்ள கிராமப்புறப் பகுதி என்று வகைப்படுத்தப்பட்டிருந்தது. தலைநகருக்கு அருகில் இருந்தாலும், கானா நாட்டின் மிகவும் பின்தங்கிய மாவட்டங்களில் இதுவும் ஒன்று. 5,00,000 மக்கள் தொகையில் 70% பேர் வறுமைக்கோட்டிற்குக் கீழே உள்ளவர்கள்தான். கடற்கரையோரங்களில் மீன் பிடித்து உயிர் வாழும் ஏழைக் கிராம மக்கள்; அதோடு கடற்கரையின் உட்பகுதியில் அமைந்திருந்த ஜீவாதாரத்திற்கான சில பண்ணைகள்; அக்ரா மாவட்டத்தில் தொழிற்சாலை, வர்த்தகம் போன்ற இடங்களில் வேலை செய்யும் ஆட்கள் தங்குவதற்கான பெரிய விடுதி அமைந்த நகரம் ஆகியவைதான் 'கா' வில் உள்ளடங்கி இருந்தன; சுத்தமான குடிநீர், கழிவு நீர்த்திட்டம், மின்சாரம், சாலை வசதி போன்ற சமுதாய அடிப்படைப் பயன்பாட்டு வசதிகள் பல மாவட்டங்களில் இல்லை.

போர்ட்டியனோர் என்னும் மீன்பிடி கிராமத்தில் கடற்கரையோரமுள்ள ஓர் அழகான தென்னந்தோப்பில் ஒரு குறிப்பிட்ட இனத்தவர் வாழ்ந்து வந்தனர். என் ஆய்வுப்பணியின்போது சில நாட்கள் அங்கு தங்க வேண்டிய வாய்ப்புக் கிடைத்தது. இந்த இடம், பணத்தை தண்ணீர் மாதிரி செலவு செய்யக்கூடிய பன்னாட்டு வளர்ச்சித்துறை மற்றும் இரு பக்கங்களிலும் எங்கு வேண்டுமானாலும் கார் நிறுத்தக்கூடிய நான்கு வழிச்சாலை கொண்ட கல்வி அமைச்சகம் ஆகிய இரண்டும் அமைந்துள்ள போர்ட்டியனோர் என்ற இடம் 'அக்ரா' என்ற இடத்திலிருந்து சில மணி நேரப்பயணம்தான். ஆனால் இவ்வளவு அருகில் அந்த இடத்தில் நடக்கும் நிகழ்வுகளைத் தெரிந்து கொள்ள வேண்டுமானால் ஒரு மில்லியன் மைல் தூரம் பயணம் செய்து தெரிந்துகொள்ள வேண்டும்போல் இருந்தது.

வாழ்வில் ஒரு நாள்

பத்து வயதுச் சிறுமி மேரி டெட்டி என்பவள் பள்ளிக்குப் புறப்படத் தயாராகிக் கொண்டிருக்கிறாள். காலை மணி 6.00. தகதகவென்று சூரியன் ஆரஞ்சு நிறத்தில் கீழ்வானில் தோன்றுகிறது. பரவலான உப்பங்கழிகளுக்குப் பின்னால் தங்கத்தைப் போல ஜொலிக்கும் கடற்கரை மணற் குவியலில் செருகி வைக்கப்பட்டது போல அமைந்திருந்த, ஒரு 300அடி அகலம் கூட இல்லாத 'ஃபானா' என்ற அழகான சின்னஞ்சிறிய கிராமத்தில் அவள் வசித்து வந்தாள். மரத்தாலான சுற்றுச்சுவர், கீற்றுகளால் ஆன வீட்டுச்சுவர், கீற்றுகளால் ஆன கூரை, இதுதான் அவள் வீடு. வாத்துகள் சமையற் பாத்திரங்களைச் சுற்றி வந்து கலைத்துப் போட்டுக்கொண்டிருந்ததால், அம்மா அவைகளைத் துரத்திவிட்டாள். அந்த வாத்துகள் கடற்கரையை நோக்கி, அங்கே கவிழ்ந்து கிடக்கும் படகு நிழலில் பதுங்கிக் கொள் வதற்காக அழகாக அசைந்தாடி ஓடின. மேரி புத்தக நோட்டுகள் கொண்ட தன் பையையும், மதிய உணவுக்காக காகிதத்தில் சுற்றிக் கட்டிக் கொடுக்கப்பட்ட கருவாட்டையும் எடுத்துக்கொண்டாள். கடல் மகிழ்ச்சியாக ஓய்வெடுத்துக்கொண்டிருக்கும் செவ்வாய்க்கிழமைகள் தவிர, மற்ற ஒவ்வொரு நாளும், அதிகாலை 3.00 மணிக்கே அப்பா கடலுக்குக் கிளம்பிவிடுவார். வலப்பக்கம் ஒரு எந்திரம் இணைக்கப்பட்ட, இடப்பக்கம் பைபிள் (திருப்பாடல் 91.1-2) வசனமான 'இறைவன் மிகப் பெரியவன்' என்ற வசனம் பொறிக்கப்பட்ட அந்த 30 அடி நீளம் கொண்ட சிறிய மரப்படகை அலைகளைக் கிழித்துக் கொண்டு ஓட்டுவார். காலை 9.30-க்கெல்லாம் அப்பா கடலிலிருந்து திரும்பிவிடுவார். வார இறுதி நாட்களில் மேரி, அம்மாவுடன் கடற்கரையில் நின்று, அலை நுரைகளுக்கிடையே பாய்ந்து வரும் படகுகளைப் பார்த்துக் கொண்டு நிற்பாள். பிறகு அவர்கள் அந்தச் சின்னஞ்சிறிய மீன்களை ஒரு கூடையில் சேகரித்து, நெருப்புப் புகை மீது அவைகளைக் காட்டி, வாட்டிப் பதப்படுத்தும் இடத்திற்கு கொண்டு செல்வார்கள். அதே நேரம் அந்த கிராமத்து இளைஞர்கள் பாட்டுப்பாடிக் கொண்டு, அந்த அகன்ற வலைகளை இழுத்துக் கரையில் போடுவார்கள்.

ஆனால் இன்று பள்ளி வேலை நாள். பெண்கள் பாத்திரம் கழுவிக் கொண்டிருந்த அந்த உப்பங்கழியை ஒட்டியிருந்த கடற்கரையில், மேரியும் மற்ற ஒரு பன்னிரண்டு குழந்தைகளும் சேர்ந்து போர்டியனோர் செல்லும் அந்தப் படகில் ஏறினர். துடுப்புக் கம்பைவிட உயரமாக இருந்த அந்தப்பள்ளிச் சிறுவன்தான் துடுப்பு வலித்துப் படகோட்டினான். கரையை விட்டு நீரினுள் சறுக்கிச் சென்ற அந்தப்படகு கோரைகளுக்கும் லில்லிப் பூச்செடிகளுக்குமிடையே நிதானமாக முன்னேறிச் சென்றது. நீர்ப்பறவைக் கூட்டம் நீரில் மீன்களைத் தேடி அலசிக்கொண்டிருந்தது.

உப்பங்கழியின் தலைமையிடத்திற்குச் செல்வதற்கு 20 நிமிடங்கள் ஆகியது. அங்கு பல படகுகள் வெறுமனே கட்டிக்கிடந்தன. மேலே கழுகுகள் வட்டமிட்ட வண்ணமிருந்தன. இன்னும் சிறிது நேரத்தில், படகுகளோடு மீன்பிடித்துத் திரும்பி வரும் தங்கள் வீட்டு ஆண்களை வரவேற்பதற்காக பெண்கள் அங்கே கூடிவிடுவார்கள். அந்தக் குழந்தைகள் படகிலிருந்து இறங்கினர். தரையிறங்கியதும் மேரி தன் காலணிகளை மாட்டிக்கொண்டு, தென்னங்கீற்றுகளால் சுற்றுச்சுவர் போல அமைக்கப் பட்டிருந்த, மண்சுவர் கொண்ட கீற்றுக்கொட்டகை வீடுகளின் மத்தியில் சேறும் சகதியும் நிறைந்த பாதை வழியே ஊருக்குள் சென்றாள். அவ்வாறு மேரி நடந்து போகையில், எதிர்காலத்தில் எந்த மாதிரி வேலையை தேர்ந்தெடுக்க வேண்டுமென்று எண்ணிக்கொண்டே சென்றாள். அவள் ஒரு செவிலியாக வரவேண்டுமென்று விரும்பினாள். ஏனென்றால் அவளுக்கு நோயுற்றோரைக் கவனிப்பதில் ஆர்வம் மிகுதி. பள்ளியில் அவளுக்கு மிகவும் பிடித்த பாடம் ஒருங்கிணைந்த அறிவியல் பாடம். அவளுக்கு எதிர்காலத்தில் இந்தப் பாடம் கைகொடுக்கும் என்று எண்ணி, பாடங்களை மிகவும் சிரமத்துடன் முன் கூட்டியே செய்து முடித்துவிடுவாள். உப்பங்கழிகளைக் கடந்து தூரப் போகப்போக, அத்திமரம் மற்றும் மாமரங்களுக்கிடையே மண் சுவரைக் கொண்டு, மரப்பலகையாலும் மூங்கில் மரங்களாலும் கட்டப்பட்ட கீற்றுக் குடிசைகள் காண்பதற்கு கம்பீரமாகக் காட்சியளித்தன. அவள் நடந்து வந்த பாதையில், ஒரு சேவல் கூவியது; கோழிக் குஞ்சுகள் அங்குமிங்கும் சிதறி ஓடின.

மேரி அந்த ஊரின் மையப் பகுதிக்கு வந்துவிட்டாள். அங்கிருந்த ஓர் அறிவிப்புப் பலகை அரசுப்பள்ளி வலது பக்கம் இருப்பதாகக் காட்டியது. ஒரு குழந்தைகூட அந்த நேரம் பள்ளிக்கு வந்திருக்கவில்லை. பெரிய விளையாட்டு மைதானத்திற்கு முன்பு ஒரு கவர்ந்திழுக்கும் கட்டிடத் தொகுப்பு அவள் கண்ணுக்குத் தெரிந்தது. ஆனால் அவள் அந்தப்பக்கம் திரும்பவில்லை. அந்த அறிவிப்பு பலகையைத் தாண்டி இடதுபக்கம் திரும்பி, அறிவிப்பு பலகை இல்லாத ஒரு சந்தில் நுழைந்து, உறுதி இல்லாத ஒரு மரக்கட்டிடம் இருந்த சுற்றுச் சுவருக்குள் நுழைந்தாள். அந்த கிராமத்தில் இருந்த ஆறு பள்ளிகளில் அந்தப் பள்ளிதான் 'சுப்ரீம் அக்காடமி' என்ற பள்ளி. அதில்தான் அவள் படிக்கிறாள். அப்போது காலை 6.30. முதன் முதலில் பள்ளிக்கு வரும் குழந்தைகளில் அவளும் ஒருத்தி. ஒரே ஒரு ஆசிரியர் மட்டும் ஏற்கனவே வந்து இருந்தார்.

அந்த ஆசிரியர் 21 வயது நிரம்பிய எர்ஸ்கின் ஃபெருட்டா. கடற்கரையை ஒட்டி கொஞ்ச தூரம் தள்ளியுள்ள ஒரு பெரிய கிராமத்தில் தன் பெற்றோர்களோடு வசித்து வருகிறார். தினமும், தன் பெற்றோர்கள் வேலை செய்யும் கம்பெனிப் பேருந்தில் வந்து இவர் இங்கு இறங்கிக்

கொள்வார். அந்தப் பேருந்து அக்ரா நகரின் கடைசியில் உள்ள தொழிற்சாலைக்கு அவர்களை கொண்டு செல்லும். அந்தப் பேருந்து இவர்களை காலை 6.00 மணிக்கு ஏற்றிச் செல்லும். 15 நிமிடப் பயணம் கழித்து சாலையில் உள்ள ஒரு தச்சுப் பட்டறையைக் கடந்து இறக்கி விடும். அந்தத் தச்சுப் பட்டறை உரிமையாளர் இந்த ஆசிரியரது பால்ய நண்பர். சவப்பெட்டி செய்து கொடுப்பது அவர் வேலை. எந்த வடிவத்தில் கேட்கிறார்களோ, அப்படியே செய்து கொடுப்பார். மீன்பிடி படகு, ராட்சத மீன், கட்டில், ஏன், ரொட்டி வடிவில் கூட செய்து கொடுப்பார். மீன்பிடி படகு, ராட்சத மீன், கட்டில், ஏன் ரொட்டி வடிவில்கூட செய்து கொடுப்பார்கள்.

எர்ஸ்கின், மேரியை வரவேற்று, இருவரும் சேர்ந்து பள்ளி வளாகத்தைக் கூட்டித் துப்புரவு செய்து, பள்ளி வேலைகளுக்கு எல்லாவற்றையும் தயார்படுத்தினார்கள். அப்பள்ளி ஆசிரியர்களில் எர்ஸ்கின் ஒருவரே கிராமத்தில் தங்காத ஆசிரியர். சென்ற ஆண்டுதான் சீனியர் பள்ளியில் பட்டம் பயின்று முடித்தார். 'குமாசி' யில் உள்ள, 'குவாமே குரூமா' அறிவியல் மற்றும் தொழில் நுட்பக் கல்லூரியில் சேர்ந்து தொடர்ந்து படிக்க விரும்பினார். பொருளாதாரக் காரணங்களால் மேல்படிப்பு முடியாமல் போய்விட்டது. பொருள் ஈட்டும் பொருட்டு, உள்ளூரிலோ அல்லது அருகாமையில் உள்ள கிராமத்திலோ ஒரு வேலை தேடினார். 'சுப்ரீம் அக்காடமிப்' பள்ளியில் ஆசிரியப் பணியிடம் ஒன்று காலியாக இருப்பதாக தெரிந்தது. அவருக்கு ஆசிரியப் பணி மிகவும் பிடித்திருந்தது. குழந்தைகள் மகிழ்ச்சியோடு அவரைச் சுற்றி வந்து நிற்பது அவருக்கு மிகவும் பிடிக்கும். அவரிடம் ஒப்படைக்கப்பட்டுள்ள குழந்தைகளுக்கு புதிதாக ஏதோ ஒன்றைச் சொல்லிக் கொடுப்பது அவருக்கு பெருமையாக இருக்கும். அவருடைய பள்ளி நாட்களின் இனிய நினைவுகளைப் பகிர்ந்து கொண்டார். அவர் இப்போது மாணவ நிலையிலிருந்து ஆசிரியராக மாறிய சாதனையால் அனைவரையும் ஆச்சரியத்தில் ஆழ்த்துகிறார். அவருடைய வகுப்புக்கு மட்டுமே பாடம் நடத்த முடியும் என்றில்லாமல் பள்ளியில் உள்ள அனைத்து வகுப்புகளுக்கும் கணினி பாடம் சொல்லி கொடுத்து வருகிறார். பள்ளி உரிமையாளர் அலுவலகத்தைப்போல, இன்னொரு மடங்கே பெரிதாக உள்ள ஒரு சிறிய அறையில் அனைவரையும் அடைத்து வைத்து, கணினியில் எப்படி ஒரு குறுந்தகட்டைப் போட்டு பார்ப்பது, ஒரு கணினியின் திரை எப்படி இருக்கிறது, கானா நாட்டு தேசிய பாடத் திட்டத்தின் கணினியைக் கையாளும் அடிப்படைத் திறமைகள் ஆகியவை பற்றிய விபரங்களைச் சொல்லிக் கொடுக்கிறார். ஒரே ஒரு கம்ப்யூட்டர் மட்டும் இருப்பதால் பல குழந்தைகள் ஒரு வகுப்பறையில் முண்டியடித்துக் கொண்டு வந்து அமர்ந்திருப்பதை எண்ணி வருத்தப்படுகிறார். அவருக்கு

திருப்தியான ஊதியம் அங்கே கிடைக்கவில்லை. மாதம் 2,00,000 செடிஸ் அதாவது 20 டாலர் - அவருடைய கனவான மேற்படிப்புக்கு அவரால் சேமிக்க முடிந்த தொகை.

காலை 7.30 க்குள் மற்ற குழந்தைகள் ஒவ்வொருவராகப் பள்ளிக்கு வந்து சேர்கின்றனர். பிறகு பள்ளிக்கூடம் பரபரப்பு ஆகிவிடும். எல்லாருக்கும் கடைசியாக வரும் குழந்தைகளில் ஒன்றுதான் விக்டோரியா என்னும் 11 வயது குழந்தை. வயதுக்கு மீறிய வளர்ச்சி. எழிலும் வனப்பும் பொங்கி வழியும் குழந்தை. விக்டோரியாவின் குடும்பம் அருகில் தான் இருக்கிறது. பெரிய வீடு. அந்த வீட்டை மூன்று குடும்பங்கள் பகிர்ந்து கொண்டு வாழ்கின்றன. விக்டோரியாவின் தந்தை ஒரு மீனவர். தாய் ஒரு மீன் வியாபாரி. தந்தை பிடித்து வரும் மீன்களை விறகு அடுப்பிலிருந்து எழும் புகையில் வாட்டி, பதப்படுத்தி வியாபாரம் செய்து வருகிறாள். ஒரு சிறிய கடையும் நடத்தி வருகிறாள். பாதுகாக்கப்பட்ட உணவுப் பொருட்கள், உலர்ந்த பால் முதலியவைகளை வியாபாரம் செய்து வருகிறாள். விக்டோரியாவின் வீடு கிட்டத்தட்ட அரசுப் பள்ளியின் சுற்றுச்சுவரை ஒட்டி அமைந்துள்ளது. விக்டோரியாவின் பெற்றோர்கள் அருகில் உள்ள தனியார் பள்ளியான 'சுப்ரீம் அக்காடமி' ல் பாலர் வகுப்பிலேயே அவளைச் சேர்த்து விட்டனர். அதன் பிறகு அவர்களுக்கு கெட்டகாலம் தொடங்கி விட்டது. இக்குழந்தையின் தந்தைக்கு வேலை கொடுத்து வந்த படகு உரிமையாளர் நொடித்துப் போனதால், இவருக்கு வேலை இல்லாமல் போய்விட்டது. எனவே விக்டோரியாவிற்கான பள்ளிக்கட்டணம் செலுத்த இயலவில்லை. எனவே ஒரு வருடமாக விக்டோரியா அரசுப் பள்ளிக்குத் தான் சென்றாள். பெற்றோர்கள் குழந்தையின் கல்வி வளர்ச்சி குறித்து வேதனைப்பட்டனர். இதற்கு முன்பு விக்டோரியா படிப்பில் கெட்டிக்காரி. ஆர்வத்துடன் கற்றுக் கொள்வாள்.

இப்போதெல்லாம் அவள் சோர்வுற்று மந்தமாகக் காணப்பட்டாள். பள்ளியில் நடப்பவற்றை அவள் பெற்றோரிடம் சொல்வதில்லை. அப்படி சொல்வதற்கும் உரிய தருணமும் இதுவல்ல. பல நாட்கள் ஆசிரியர் வகுப்பில் எதுவும் சொல்லிக் கொடுப்பதில்லை. காலையில் பள்ளிக்கு தாமதமாகத்தான் ஆசிரியர் வருவார். ஏதோ ஓர் எளிய பயிற்சியைக் கரும்பலகையில் எழுதிப் போட்டுவிட்டு, போய்த் தூங்கிவிடுவார்; அல்லது செய்தித்தாள் வாசிப்பார். குழந்தைகளை கண்டுக் கொள்ள மாட்டார். சில சமயங்களில் பள்ளிக்கு வரவே மாட்டார். எப்போதும் கற்றுக் கொள்ள ஆர்வமாகவும் எதையேனும் செய்யத் துடிப்பாகவும் விக்டோரியா வகுப்பறையில் அமர்ந்திருப்பாள். ஆனால் எல்லாம் ஏமாற்றமாகப் போய் விடும். மற்ற குழந்தைகள் இவளைச் சுற்றி வந்து ரகளை பண்ணியதால், படிக்கிற ஆர்வத்தை நிறுத்திக் கொண்டாள்.

எழில் மரம் | 107

அதிர்ஷ்டவசமாக, இவளின் தந்தை ஜோசுவா, தன் 30-வது வயதுகளின் பிற்பகுதியில் இன்னொரு மீன்பிடி படகில் பணியாற்ற அழைக்கப்பட்டார். இப்போதைய வருமானம் உறுதியாகிவிட்டதால் மீண்டும் விக்டோரியாவை தனியார் பள்ளிக்கு அனுப்பினார். கடும் உழைப்பால் கடந்த இரண்டு ஆண்டுகளாகச் சேமித்த தொகையைக் கொண்டு, அவரே ஒரு மீன்பிடி படகைக் குத்தகைக்கு எடுத்துக்கொண்டு, அதைக் கொண்டு அங்குள்ள ஐந்து பேருக்கு வேலை கொடுத்தார். அரசுப்பள்ளிகளில் ஏற்படும் அவலங்களை மிகத் தெளிவாக அவரால் கண்டு கொள்ள முடிந்தது. அரசுப் பள்ளியின் அருகாமையில் இவர் வீடு இருந்ததால், அரசுப் பள்ளிகளின் அவலங்களை விக்டோரியா சொல்லித்தான் தெரிந்து கொள்ள வேண்டும் என்ற அவசியம் இவருக்கு இல்லை. மேரியின் தந்தையைப் போல இவரும் அதிகாலை 3.30 மணிக்கெல்லாம் கடலுக்குக் கிளம்பி விடுவார். காலை 10.00 மணிக்கு வீடு திரும்புவார். அப்போது அவர் சூட்டடுப்பில் மண் சட்டியை வைத்து நெருப்பு மூட்டி, அன்றைக்கு பிடிபட்ட மீன்களைப் பதப்படுத்தத் தயாராவார். ஆனால் மீன்பிடித்து விட்டு திரும்பி வரும்போதெல்லாம் அரசுப் பள்ளி வளாகத்தில் குழந்தைகள் விளையாடிக் கொண்டிருப்பதைப் பார்ப்பார். அரசுப்பள்ளி தொடங்கும் நேரம் காலை 8.00 மணியாக இருந்தும், குழந்தைகள் விளையாடிக் கொண்டிருப்பார்கள். இன்னும் சில சமயங்களில், தன் மனைவிக்கு உதவியாக ஈ மொய்த்துக் கொண்டிருக்கும் மீன்களை சுமந்துக்கொண்டு செல்லும்பொழுது, சில ஆசிரியர்கள் சாவகாசமாக நடந்து போய்க்கொண்டிருப்பார்கள். அதற்குப் பிறகு சில மணி நேரங்களில் மதியத்திற்குள் வேலைகளை முடித்துக் கொண்டு, பையைத் தோளில் போட்டுக் கொண்டு வீட்டிற்குக் கிளம்பி விடுவார்கள். அக்ரா செல்லும் பேருந்தை பிடிப்பதற்கு முன், அங்கு மூலையில் இருக்கும் கடையில் பீர் அருந்தி விட்டு வந்து விடுவார்கள். எனக்கு இந்த வேலை கிடைத்தால், அருமையான வேலை என்று தனக்குள் எண்ணிக் கொண்டார். ஜோசுவா இப்போது ஒரு வியாபாரி; ஒரு முதலாளி. இந்த அனுபவங்களிலிருந்து தனியார் பள்ளி என்பது வித்தியாசமானது என்று தெரிந்து கொண்டார். பள்ளி உரிமையாளர், இவரைப் போன்ற பள்ளிக் கட்டணம் செலுத்துபவர்களையே நம்பி இருப்பவர்.

இவருடைய குழந்தையை இவர் நிறுத்தி விட்டால், பள்ளி உரிமையாளருக்கு இவரது வருமானம் நின்றுவிடும். அவருடைய பள்ளி ஆசிரியர்களுக்கு மாத ஊதியம் வழங்கவும், அதைக்கொண்டு இவர் இலாபம் பெறவும், இதுபோன்ற பெற்றோர்களின் பள்ளிக் கட்டணம், அவர் விரும்புகிற கடைசி இலக்காகும். ஒழுங்காக வேலைக்கு வராத ஒருவரை ஜோசுவா எவ்வாறு வேலையை விட்டு நீக்கி விடுவாரோ அதுபோவே பள்ளி உரிமையாளரும் தன் பள்ளியில் பணியாற்றும் ஆசிரியர்களை கூர்ந்து

கவனித்து வந்து, கடமையை சரிவரச் செய்யாத ஆசிரியரை பள்ளியை விட்டு வெளியேற்ற வேண்டியுள்ளது. இது உண்மையில் மிகச் சாதாரண விஷயம் தான். இதே வழியில்தான் ஜோசுவாவின் வியாபாரம் செயல்பட்டு வருகிறது; அவருடைய மனைவியும் அப்படித்தான். மீன்களை அவள் சரியான முறையில் பதப்படுத்தவில்லையென்றால், வாடிக்கையாளர் இவள் கொடுப்பதை விரும்பமாட்டார்கள்; திரும்ப வரவும் மாட்டார்கள். இதில் எந்தக் குழப்பமும் இல்லை. அரசுப் பள்ளிகளில் அவர் காண்கின்ற வேறுபாடும் இதுதான். ஆசிரியர்களைக் கட்டுப்படுத்துவது எவ்வளவு கடினம் என்று நன்கு தெரிந்து கொண்டு 'அரசாங்க வேலை' என்று தனக்குள்ளே முணுமுணுத்துக் கொண்டே நடந்து சென்றார்.

ஜோசுவா தன் மகளை மீண்டும் தனியார் பள்ளியில் சேர்த்து விட்டதால், எல்லாவற்றையும் இப்போது நன்றாகச் செய்கிறாள் என்று பெருமைப்பட்டார். பழைய உற்சாகத்தையும் உத்வேகத்தையும் மீண்டும் குழந்தை கிரகித்துக் கொண்டாள். அவர் மகளை மிகவும் நேசிக்கிறார். அவர் மனைவிக்குப் பிறந்த ஒரே மகள். வேறு ஒரு திருமணத்தின் மூலம் ஐந்து குழந்தைகள் பிறந்திருந்தாலும், இந்த மகளை இவருக்கு மிகவும் பிடிக்கும். அழகும் அறிவும் நிறைந்த இந்த மகளைத் தன் இதயத்தில் வைத்துப் பாதுகாத்து வருகிறார். தொலைதூரம் வரை சென்று படிப்பாள் என்று அவருக்குத் தெரியும். ஒரு நாள் ஒரு பெரிய டாக்டராகவோ அல்லது வக்கீலாகவோ வருவாள். ஓர் எளிய மீனவனாகிய இவருக்கு இப்படி ஒரு அற்புதமான மகளா என்று எண்ணுகிறபோது மிகவும் பெருமை அளித்தது. இந்த காலத்தில் பெண் கல்வி என்பது, ஆண்களுக்கு எவ்வளவு முக்கியமோ அவ்வளவு முக்கியம் என்று சொல்லி அவரது மனைவி மார்க்கரேட், அவரை மிக இலகுவாக மகளைப் படிக்க வைக்க இணங்க வைத்துவிட்டார்.

ஆண் சாதிக்கின்ற ஒரு சாதனையை ஒரு பெண்ணும் சாதிக்கிறாள் - ஏன் ஆணைவிடச் சிறப்பாகச் சாதிக்கிறாள் என்று கூடச் சொல்லலாம் என்று அவள் சொன்னபோது அவரும் அதை ஏற்றுக்கொள்ள வேண்டியிருந்தது. இவர் வெளியில் மீன் பிடிக்கச் சென்று விடும்போது இவர் மனைவியும், மற்ற இவ்வூர்ப் பெண்களும், எல்லா தனியார் பள்ளிகளின் தகுதிகளையும் ஒப்பிட்டுப் பேசுவார்கள் என்று இவருக்கு தெரியும். ஆசிரியர்கள், குழந்தைகள் மீது அக்கறை கொண்டு சிறப்பாகச் சொல்லிக் கொடுப்பதால் 'சுப்ரீம் அக்காடமி' பள்ளிக்கு இணை எதுவுமில்லை என்று முன்னர் பெற்ற அனுபவங்களிலிருந்து அவர்கள் தெரிந்து கொண்டார்கள். மார்க்கரேட் தனது சகோதரியை, அவள் குழந்தைகளின் படிப்பு முடியும்வரை இப் பள்ளியிலேயே விடுமாறு வற்புறுத்திக் கேட்டுக்கொண்டாள்.

விக்டோரியாவின் அம்மா மார்க்கரேட், கூடையை எடுத்துக் கொண்டு உப்பங்கழிக்குச் சென்று மீன்களை எடுத்து வரவும், பிடிபட்ட மீன்களை

பதப்படுத்துவதற்குத் தேவையான விறகுகளைப் பொறுக்குவதற்கும் சரிசெய்வதற்கும் தயாரானாள். அவள் விறகு பொறுக்கும் இடத்தில் இருந்து பார்த்தால் புதிதாகப் புதுப்பிக்கப்பட்ட அரசுப்பள்ளிக்கூடம் நன்கு தெரியும்.

பெரிய மனம் கொண்டு உதவிய அமெரிக்க நன்கொடையாளர்களுக்கு நன்றி. 'கற்றல் கற்பித்தல் நன்கு நடைபெறவில்லையென்றால் இதுபோன்ற சிறந்த கட்டடங்களால் என்ன பயன்?' என்று தனக்கு தானே சொல்லிக் கொண்டாள். எப்படியாவது 'சுப்ரீம் அக்காடமி'க்கும் நல்ல பள்ளி கட்டடங்கள் கிடைத்தால் நன்றாக இருக்கும். ஒரு வேளை அரசுப்பள்ளி திறம்படச் செயல்பட்டால் அடுத்த குழந்தையை அங்குதான் அனுப்ப வேண்டும் என்று மனதில் வைத்துக் கொண்டார்.

'சுப்ரீம் அக்காடமி'யின் உரிமையாளர் தியோஃபிலஸ் குவெய் காலை 7.00 மணியிலிருந்து வேலை செய்கிறார். ஒரு வகுப்பறையையும் ஒரு கணினி அறையையும் போல, இன்னொரு மடங்கு அவர் அலுவலகம் பெரியதாக இருந்தது. 32 வயதான அவர் ஆறு வருட காலமாக இந்த நிறுவனத்தை கட்டி எழுப்பி வந்த பெருமைக்குரியவர். ஏழு ஆண்டுகளுக்கு முன்பு வேலை ஏதுமின்றி, அடுத்து என்ன செய்வது என்று குழப்பிப் போய் சுற்றித்திரிந்தவர், பக்கத்து கிராமத்தில் ஒரு தனியார் பள்ளியில் ஆசிரியராக வேலைக்குச் சேர்ந்தார். சில நாட்கள் அவர் பள்ளிக்கு வரவில்லை. பள்ளி உரிமையாளர் உடனடியாக இவரை வேலையில் இருந்து நிறுத்தி விட்டார். இனிமேல் இப்படியெல்லாம் செய்யமாட்டேன் என்று எவ்வளவோ கெஞ்சிப்பார்த்தார். பயனில்லை. இவர் வேலையில்லாமல் ஊர்சுற்றிக் கொண்டு திரிவதையே பார்த்து பார்த்து அலுத்துப்போன இவர் நண்பரான கிறித்தவ மத ஊழியர் ஒருவர், தொடக்கக் கல்விக்கான ஒரு அடிப்படைப் பயிற்சிப் படிப்பைப் படிக்குமாறு வற்புறுத்தினார். பிறகு இவர், இவருடைய நண்பரான எட்வின் என்பவருக்கு அந்த ஊரில் ஒரு தனியார் கல்வி தொடங்க உதவி செய்தார். இவர் அம்மாவின் வீட்டிலிருந்து சாலையைக் கடந்து செல்லுமிடத்தில் 'பிரைட்டஸ்ட் அக்காடமி' என்ற பள்ளியை தொடங்கினார் இவர் நண்பர். எட்வின் தொடங்கிய பள்ளியின் வெற்றியைக் கண்டும், இவரது புதிய மனைவி கொடுத்த தூண்டுதலைக் கண்டும் தியோஃபிலஸ் தானே சொந்தமாக ஒரு பள்ளியைத் தொடங்க முடிவு செய்தார். பல நூற்றுக்கணக்கான குழந்தைகள் அந்த ஊரில் இன்னும் பள்ளிக்குச் செல்லாமல் சுற்றித்திரிவதைக் கண்டார். இவர் எட்வினோடு பேசிக் கொண்டிருக்கையில் குழந்தைகள் பள்ளிக்கு போகாமல் இருப்பது பெற்றோர்களின் கவனக்குறைவு காரணம் அல்ல, அரசுப்பள்ளிகள் குழந்தைகளின் நேரத்தை பாழாக்குகிறார்கள் என்பதே காரணம் என்று உணர்ந்தார். தனியார் பள்ளி இருந்திருந்தால் தங்கள் குழந்தைகளை அங்கே

சேர்த்திருப்பார்கள்.

அவர்கள் வீட்டு வராந்தாவிலேயே வகுப்பை தொடங்கலாமா என்று தியோஃபிலஸ் அம்மாவைக் கேட்டார். 14 குழந்தைகளை கொண்டே முதலில் தொடங்கினார். ஆரம்பத்தில் அவர் பணம் எதுவும் வசூலிக்க வில்லை. போகப் போக ஒரு சிறிய தொகையை வசூலிக்கலாமா என்று பெற்றோர்களைக் கேட்க தைரியத்தை வரவழைத்துக் கொண்டார். சிலர் வேண்டாமே என்று சொன்னதால், அடுத்த நொடியே அந்த எண்ணத்தை கைவிட்டார். ஆனால் பல பெற்றோர்கள் ஒவ்வொரு நாளும் பணம் செலுத்திவிடுகிறோம் என்று ஒத்துக்கொண்டனர்.

மாணவர்கள் வருகை கொஞ்சம் கொஞ்சமாக வளர்ந்தது. அம்மாவின் வீட்டு மனைக்கு அருகில் உள்ள 70 க்கு 100 காலிமனையிடத்தில் ஒரு மரக்கட்டடம் எழுப்ப அந்த ஊரில் சிலரிடம் பணம் கடனாக வாங்கினார். அந்த முடிவுக்காக பிறகு வேதனைப்பட்டார். எது தனக்கு இயலும் எனப்பட்டதோ அந்த முடிவைத்தான் எடுத்தார். (கடன் தொல்லையை அவர் விரும்பவில்லை.) கான்கிரீட் கட்டடம் எவ்வளவு செலவு வைக்குமோ அந்தச் செலவை மரக்கட்டடமும் வைத்துவிட்டது. ஆரம்பத்திலேயே கான்கிரீட் கட்டடம் கட்ட முடிவெடுத்திருந்தால், அடுக்கு மாடிக் கட்டடம் கட்டியிருக்கலாம். ஊரின் வளரும் தேவைகேற்ப கட்டடத் தையும் விரிவாக்கிக் கொள்ளலாம். ஒரு நாளைக்கு கட்டடத்தை இடித்து விட்டு புதிதாகத் தொடங்கலாம். இதுவரை செலுத்தப்படாத கடன் தொகை 10 மில்லியன் செடிஸ் (சுமார் 1,100 டாலர்). அத்தொகையை இந்த ஆண்டுக்குள் செலுத்திவிடாலம். அதன்பிறகு அவரது விரிவாக்கத் திட்டங்களைத் தொடங்கலாம். எப்படியோ மரக்கட்டடத்தைப் பற்றிக் கவலைப்படாமல், பெற்றோர்கள் தங்கள் குழந்தைகளைப் பள்ளிக்கு அனுப்பிக் கொண்டிருக்கிறார்கள். இந்த உப்புக் காற்றில் அப்படி ஒன்றும் அந்தக் கட்டடம் பழுதாகிவிடவில்லை. ஆனாலும் ஆசிரியர்கள் குழந்தை களை அக்கறையோடு பார்த்துக் கொள்வார்கள். இதனால் ஆசிரியர்களின் செயல்பாடுகளை பாராட்டிப் பெருமைப்பட்டுக் கொள்வார்.

சென்ற ஆண்டு பதிவான 311 லிருந்து, இந்த ஆண்டு தியோஃபிலஸ் 367 குழந்தைகளையும் பதிவாகப் பெற்றுள்ளார். இவ்வாண்டு எண்ணிக்கை அதிகமானது குறித்து அவர் ஆச்சரியப்படவில்லை; இதுவரை ஆண்டுக்கு 30,000 செடிஸ் (சுமார் 3.30 டாலர்) வாங்கி வந்த அரசுப் பள்ளி, இதன்பிறகு இலவசக்கல்வி வழங்கத் தொடங்கியது. அதனால் அதன்பிறகு அரசுப்பள்ளியில் குழந்தைகள் வருகை இருமடங்கு அதிகம் ஆகிவிட்டது. அரசுப்பள்ளியின் அதிக வருகையினால் ஏமாற்றமடைந்த பெற்றோர்கள் தங்கள் குழந்தைகளை 'சுப்ரீம் அக்காடமி' க்கு மாற்றிவிட்டார்கள். பணத்தை மிச்சப்படுத்துவதற்காக இவரது 'சுப்ரீம் அக்காடமி' பள்ளியில்

பயின்று வந்த குழந்தைகளை சில பெற்றோர்கள் அரசுப்பள்ளியில் சேர்த்து விட்டனர். 'சுப்ரீம் அக்காடமி'யில் மாதம் 30,000 செடிஸ் வீதமும் ஆண்டுக்கு 27,000 செடிஸ் (29.70 டாலர்) வீதமும் கட்டணம் செலுத்துகிறார்கள். ஆனால் இன்னும் சில பெற்றோர்கள் தினந்தோறும் 1500 செடிஸ் (17 சென்ட்) வீதம் செலுத்துகிறார்கள். ஆனாலும் தியோஃபிலஸ் மாதக்கட்டணமாகச் செலுத்தச் சொல்லியும், வாய்ப்பிருந்தால் பருவக்கட்டணமாகச் செலுத்தச் சொல்லியும் கேட்டு வந்தார். இருபது குழந்தைகள் மட்டும் இலவசக்கல்வி பெற்றனர். அவர்களின் பெற்றோர்கள் குறிப்பாக இறந்து போயிருப்பர், அல்லது வீட்டை விட்டு வெளியேறியிருப்பர்; தாய்மார்களால் கல்விக் கட்டணம் செலுத்த முடியாமல் இருக்கும். மாணவர் வருகை கூடிக்கொண்டே போவதால், இந்த ஆண்டு பக்கத்தில் உள்ள தொகுப்பு கட்டிடத்திலிருந்து இரண்டு அறைகள் சேர்த்திருக்கிறார். அதை அடுத்த குடியிருப்பிலிருந்து வாடகைக்கு எடுத்திருக்கிறார். அதற்காக அவர் தரும் மாத வாடகை ஓர் அறைக்கு 1,00,000 செடிஸ் (11.00 டாலர்) ஆகும்.

தனது வெற்றிக்காக தியோஃபிலஸ் பெருமைப்பட்டுக்கொள்கிறார். அவர் ஊருக்குள் நடந்து செல்கிறபோது, அவர் ஒரு மரியாதைக்குரிய மனிதர் என்று எல்லாரும் மதித்துப் போற்றுகிறார்கள். சென்ற ஆண்டு அக்டோபர் 12- லிருந்து அவர் பள்ளி அரசாங்கப்பதிவு பெற்று விட்டதில் அவருக்கு மகிழ்ச்சியே. பள்ளியை இழுத்து மூடப்போகிறோம் என்று மிரட்டிய பள்ளி ஆய்வாளரைச் சமாளித்தது உண்மையில் பெரிய போராட்டம். ஆனால் அவரால் அரசு அங்கீகாரம் பெற முடியவில்லை. ஏனென்றால் அங்கீகாரம் பெறவேண்டிய பள்ளிக்கட்டிடமும் பள்ளி முதல்வரின் வீடும் ஒன்றாக அமைக்கப்பட்டிருக்கக் கூடாது. ஆனால் இவரின் பள்ளிக்கூடமும் வீடும் ஒன்றாக அமைக்கப்பட்டிருந்தது தெரிய வந்தது. விற்பனைக்கு வந்த பக்கத்து இடத்தை வாங்கலாமென்று வங்கிக் கடன் வாங்க முயற்சி எடுத்தார். ஆனால் முன்னால் போனால் கடிக்கும், பின்னால் வந்தால் உதைக்கும் என்று சொல்வார்களே, அந்த கதை ஆகிவிட்டது. அதாவது உங்கள் பள்ளி அங்கீகாரம் பெறாத பள்ளியாக இருக்கும் பட்சத்தில் வங்கிக் கடன் கொடுக்கமுடியாது என்று வங்கியில் சொல்லிவிட்டனர். ஒருவாறாக பள்ளி ஆய்வாளரோடு பேச்சு வார்த்தை நடத்தி குறைபாடுகள் நிவர்த்தி செய்யப்பட்டன. (பேச்சு வார்த்தை, 4 மில்லியன் செடிஸ் (440 டாலர்) ஒரே நேரத்தில் செலுத்தி முடிக்கப்பட்டது) இப்போது 3 ஆண்டுக்கான தற்காலிக அங்கீகாரம் பெற்ற பள்ளியின் பெருமைக்குரிய உரிமையாளர் இவர்.

சரியாக காலை 7.45க்கெல்லாம் தியோஃபிலஸ் பள்ளிவளாகத்தினுள் நுழைந்துவிடுவார். பெரிய மாணவர்களில் யாரேனும் ஒருவர் மணி

அடித்ததும் காலை வழிபாடு நடக்கும். கொடியேற்றப்படும்போது மாணவர்கள் அணிவகுத்து நிற்பர். அப்போது தேசிய கீதம் பாடப்படும். அதனைத் தொடர்ந்து 'அளப்பரிய கருணை' என்ற ஆங்கில கிறித்தவப் பாடல் பாடப்படும்.

வழக்கம்போல 11 ஆசிரியர்களும் வருகை புரிந்திருப்பார்கள். கடந்த காலத்தில், அவர் செய்ததுபோல தாமதமாக வரும் தவறு யாரும் செய்வதில்லை. அப்படிச் செய்தால் என்ன நடக்கும் என்று எல்லா ஆசிரியர்களுக்கும் சொல்லி அறிவுறுத்தியிருக்கிறார். எர்ஸ்கின்னைத் தவிர எல்லாரும் உள்ளூரிலேயே இருப்பதால், நீண்ட தூரம் அவர்கள் பயணம் செய்ய வேண்டியதில்லை. மூன்றாம் வகுப்பு ஆசிரியர், 24 வயதான கையிமேக்லஃப் ஓலடபோ என்பவர் மூன்று ஆண்டுகளாக அப்பள்ளியில் பணியாற்றி வருகிறார். அக்ராவில் உள்ள மேல்நிலைப்பள்ளியில் அவர் எந்திர வாகனப் பொறி இயற்படிப்பு படித்தார். அப்படிப்பை தொடர்ந்து படித்து முடித்து கப்பற் பொறியாளராக வரவேண்டுமென்ற அவரது கனவை நிறைவேற்றிக்கொள்ள விரும்பினார். அவருக்குக் கிடைக்கும் மாத ஊதியமான 2,00,000 செடிஸ் (22 டாலர்) மிகக் குறைவான ஊதியம்; அதிலும் மிகவும் சிரமப்பட்டுக் கொஞ்சப் பணத்தைச் சேமித்து வைக்கிறார். அவர் மேற்படிப்புக்குத் தேவையான பணத்தைச் சேமிக்க முடியவில்லை யென்றால் அவர் எப்போதும் ஓர் ஆசிரியராகவே இருந்துவிடுவார்.

பொருளாதாரக் கண்ணோட்டத்தைத் தவிர்த்துப் பார்த்தால், அது அவருக்கு மிகவும் பிடித்தமான பணி. ஊர் மக்களும் மாணவர்களும் அவருக்குக் கொடுக்கும் மரியாதையை அவர் விரும்புகிறார். அவர் பிறந்த கிராமத்து மக்களே அவரை மரியாதை செய்கிறார்கள். அவர் அம்மா அக்ராவில் வியாபாரம் செய்துகொண்டு அங்கேயே இருக்கிறார். 15 ஆண்டுகளுக்கு முன்னால் காணாமற்போனவர் அவரின் தந்தை. அவரைப்பற்றி இதுவரை எந்தத் தகவலும் தெரியவில்லை. இந்த ஊரில் ஒரு நிறுவனத்தில் வாகன ஓட்டுநராக வேலை பார்த்து வந்தவர்.

இன்னொரு ஆசிரியர் 21 வயது நிரம்பிய ஜூலியஸ் என்பவர். அதே ஊரைச் சேர்ந்தவர். மேல்நிலைப்பள்ளிப் படிப்பை முடித்துவிட்டு, இப்பள்ளியில் இவரும் மூன்று ஆண்டுகளாகப் பணியாற்றி வருகிறார். தந்தை ஒரு மீனவர். தாய் ஒரு மீன் வியாபாரி. 'வின்னேபா' கல்வி இயல் பல்கலைக்கழகத்திலிருந்து ஆசிரியர் பயிற்சிச் சான்று பெற்று, ஒரு முழு நேர ஆசிரியராகப் பணியாற்ற விரும்புகிறார். பல்கலைக்கழத்திலிருந்து, அரசுப்பள்ளியில் இரண்டு ஆண்டுகள் ஒப்பந்தப்படி பணியாற்ற வேண்டும். இருந்த போதிலும் இவர் ஒரு தனியார் பள்ளியில் பணியாற்ற விரும்பினார். 26 வயது நிறைந்த டேனியல், இவர் வயதைவிட சின்னப் பையனாகவும் இளையவராகவும் காணப்பட்டார். ஜூலியசைப் போல இவரும், அதே

ஊரில் ஜூனியர் அரசுமேல்நிலைப்பள்ளியில் இரண்டு ஆண்டுகளுக்கு முன்பு தனது அடிப்படைக் கல்வியை முடித்தார். இவர் மிகவும் தாமதமாகப் பள்ளியைத் தொடங்கினார். ஏனென்றால் மீனவர்களான இவரது பெற்றோர்களுக்கு இவரது உதவி தேவைப்பட்டது. அவர் பட்டம் பெற்றபின் பள்ளியில் வேலை கிடைத்ததில் அவருக்கு மகிழ்ச்சி.

எபிநேசர் 30 வயது நிரம்பியவர். 'சுப்ரீம் அக்காடமி' யில் நான்கு ஆண்டுகளாகப் பணிபுரிந்து வருகிறார். அவர் இரண்டாம் வகுப்பு ஆசிரியர். அக்ராவில் உள்ள தொழில் நுட்பப் பயிற்சிக் கல்லூரியில் உள்ள சீனியர் மேல்நிலைப்பள்ளியில் இவரும் எந்திர வாகனப் பொறிஇயல் படிப்பு முடித்தவர். போர்ட்டியனார் அரசுப்பள்ளியில் இவர் ஜூனியர் மேல்நிலைக் கல்விச் சான்றிதழ் படிப்பு படித்தபோது, 200 குழந்தைகள் பயின்ற ஒரு பெரிய பள்ளியில் 3 ஆசிரியர் மட்டுமே எப்போதும் வருவார்கள். ஒரு நல்ல ஆசிரியர் பயிற்சி இவர் முடித்திருந்தால், தனக்கு என்ன நிகழ்ந்திருக்கும் என்று எண்ணி ஆச்சரியப்படுவார். உண்மையாகச் சொல்லப்போனால், வேறு நல்ல வேலையை இவரால் தேடிப் பெற்றிருக்க முடியாது. அதனால்தான் ஓர் ஆசிரியரானர். இதில் ஆச்சரியம் என்ன வென்றால், கற்பித்தல் இவருக்கு மிகவும் பிடித்த வேலையாகப் போய்விட்டது. இது 'கொடுத்து மகிழும் ஒரு பணி', குழந்தைகளுக்காக உன்னையே அர்ப்பணிக்கக் கூடிய ஒரு பணி என்று எண்ணிக் கொள்வார். இவர் விடுப்பு எடுத்தால் குழந்தைகள் ஏமாந்து போய்விடுவார்கள். மாதம் 3,00,000 செடிஸ் (சுமார் 33 டாலர்) பெறுகிறார். அடுத்தவர்களோடு ஒப்பிடுகிறபோது இது அதிகம்தான். இருந்தாலும் இவருக்கு இது குறைவான ஊதியம்தான். ஒரு மனைவி மற்றும் இரண்டு குழந்தைகளை வளர்க்க வேண்டிய பொறுப்பு. 9 வயது நிரம்பிய ஜாய்ஸ் என்ற குழந்தையையும் 18 மாத ஜானத்தன் என்ற குழந்தையையும் பாதுகாக்க வேண்டும். ஜாய்ஸ், சுப்ரீம் பள்ளியில் இரண்டாம் வகுப்பில் படிக்கிறாள். அதுவும் நன்றாகப் படிக்கிறாள் என்பதில் இவருக்கு மகிழ்ச்சி. இவருக்கு உள்ள வேலைகள் மத்தியில் தன் மகள்மீது ஒரு கண் வைத்துக்கொள்ள முடிந்தது ஒரு சிறப்பு.

அன்றைய தினம் ஆற்ற வேண்டிய நீண்ட பணியைத் தொடர ஆசிரியர்கள், மாணவர்களோடு வகுப்பறைக்குள் நுழைக்கின்றனர். தினம்தோறும் கட்டணம் செலுத்தும் மாணவர்களிடமிருந்து ஆசிரியர்கள் வசூல் செய்கின்றனர். பணம் செலுத்தாத மாணவர்களை வீட்டிற்கு அனுப்புவது எப்போதாவதுதான் நிகழும். அப்படிச் சென்ற மாணவர்கள் மீண்டும் வரமாட்டார்கள். கற்றல் கற்பித்தல், பள்ளி முழுவதும் சத்தமாகக் கேட்கும். எர்ஸ்கின் முதல் வகுப்பு மாணவர்களுக்கு எழுத்துக் கூட்டிச் சொல்லிக் கொடுப்பார். 'வாழைப்பழம் வா... ழை...ப்... ப...ழ...ம்,

வாழைப்பழம்', 'கடிகாரம் க...டி...கா...ர...ம், கடிகாரம்' இதையே பல தடவை ஓதுவார்.

நண்பகல் 1.00 மணிக்கு பள்ளியின் மதிய உணவு இடைவேளை. மதிய உணவு கொண்டுவராத குழந்தைகள் திண்பண்டங்கள், பானங்கள் போன்றவைகளை வாங்கிச் சாப்பிட, சில தாய்மார்கள் மரத்தடியில் கடைகள் வைத்து நடத்துகிறார்கள். விளையாட்டு மைதானத்தில் சில சிறுவர்கள் அந்த உச்சி வெயிலில், பலங்கொண்ட மட்டும் கால்பந்தை உதைத்து விளையாடுவார்கள். பெண்கள் எல்லாம் மரத்து நிழலில் ஒன்றுகூடி கயிறு தாண்டி விளையாடுவார்கள். 'ஞாயிறு, திங்கள், செவ்வாய் .....' என்று கிழமைகளை வரிசையாக ஆங்கிலத்தில் சொல்லுவார்கள். அநேகமாக எல்லா வயது குழந்தைகளும் விளையாடுவார்கள். பெண்கள் கயிறு தாண்டும் விளையாட்டில், ஒற்றைக் காலால் குதித்தும், இரண்டு கால்களால் குதித்தும், பிறகு எம்பிக் குதித்தும் விளையாடுவார்கள். இரண்டு பெண்கள் தனியாக, கயிற்றின் ஒரு நுனியை மரத்தில் கட்டி, குதித்து விளையாடுவதை விரும்பி விளையாடுவார்கள்.

இன்னொரு பள்ளி

ஒரு நூறு அடி தூரம் தள்ளி, ஒரு பள்ளி வளாகத்தில் வரையறுக்கப் பட்ட விளையாட்டு மைதானம். அங்கும் குழந்தைகள் விளையாடிக் கொண்டுதான் இருந்தார்கள். ஊஞ்சல், ரங்கராட்டினம் போன்ற விளை யாட்டுகளை விளையாடினர். ஆனால் இங்கு இப்போது மதிய உணவு இடைவேளை நேரம் அல்ல. அந்த அரசுப்பள்ளி சுழற்சி முறையில் இயங்கு கிறது. காலை 7.00 மணி முதல் நண்பகல் வரை. அடுத்த சுற்று, நண் பகலிலிருந்து மாலை 4.30 வரை. நண்பகல் சுற்று நேரம் பள்ளி களை கட்டி யிருக்கும். மாறாக, வெளிநாட்டு விருந்தினர் வருகைக்காக மாணவர்கள் வெளியே விளையாடிக்கொண்டிருக்கிறார்கள்.

பள்ளியின் துணை முதல்வர் 'ஆஞ்சி' என்னை வரவேற்று, அந்த மரநாற்காலியில் உட்காரச் சொல்லி பக்கத்து வகுப்பு மாணவனுக்கு சைகை காட்டியபோது அவன் துள்ளிக்குதித்து ஓடி வந்தான். புதிதாக புதுப்பிக்கப் பட்டிருந்த அந்த கான்கிரீட் கட்டடத்தின் நீண்ட வராந்தாவில் இருவரும் அமர்ந்தோம். அந்தக் கட்டடம் ஆறு அறைகளும் ஒரு அலுவலகமும் கொண்ட, தகரக் கூரை போடப்பட்ட கட்டடமாக இருந்தது. 'வருக, வருக' என்று என்னை அந்த அம்மையார் வரவேற்றார். சிறிது நேரம் பேசிக் கொண்டிருந்த பிறகு, "சரி, எங்களுக்கு என்ன கொண்டு வந்திருக்கிறீர்கள்?" என்று கேட்டார். நான் தர்ம சங்கடத்துடன் சிரித்துவிட்டு, "பள்ளியை பார்வையிட வந்திருக்கிறேன்." என்றேன். அந்தப் பெண்மணி எதையும்

காட்டிக் கொள்ளவில்லை. "குழந்தைகளிடம் செல்வோம்- என்ற ஓர் அமெரிக்க அரசு சாரா நிறுவனம், எங்கள் பள்ளிக்கு மிகவும் உதவிகரமாக இருந்திருக்கிறது" என்று சொன்னார். சென்ற ஆண்டு அந்த நிறுவனம் விளையாட்டுப் பொருட்களை வழங்கியது. (குழந்தைகள் ஆட்டம் போட்டுக்கொண்டிருந்த இடத்தைக் சுட்டிக் காட்டினார்.) ஒரு புதிய கட்டடம் கட்டுவதற்கான தொகையை நன்கொடையாக வழங்கினார்கள். (நாங்கள் அமர்ந்திருந்த இடத்திற்குமேல் பாதி கட்டப்பட்ட நிலையில் இருந்த கட்டடத்தைச் சுட்டிக் காண்பித்தார்).

இப்போது இருப்பதைப் போல பாதி அளவு கான்கிரீட் கட்டடத்திற்கான அழமான அஸ்திவாரம் போடப்பட்டிருந்தது. மரச்சன்னல்கள் பொருத்தப்பட்டு உயரமான சுவர் எழுப்பட்டிருந்தது. கட்டி முடிக்கப்பட்ட சுவருக்கருகில் சிமெண்ட் மூட்டைகள் அடுக்கி வைக்கப்பட்டிருக்கின்றன. "எங்கள் பள்ளியில் அவர்கள் பாடம் சொல்லிக் கொடுப்பது மட்டுமல்ல, தங்கள் உடல் உழைப்பையும் கொடுத்தார்கள்" என்றார். "பல இளைய தன்னார்வத் தொண்டர்கள் வந்து கட்டடம் கட்டுகிறார்கள். அவர்கள் மீண்டும் வந்து விரைவில் இதை முடித்துத் தருவார்கள் என்று நம்புகிறேன். ஆகவே நீங்கள் எங்களுக்கு என்ன தரப் போகிறீர்கள்?" என்று கேட்டார்.

நான் யோசித்துப் பார்த்தேன். இந்த அமெரிக்க இளைஞர்கள் ஒரு காரியத்தைச் செய்து முடிக்க ஊர்மக்கள் உழைப்போடு தங்கள் உடல் உழைப்பையும் கொடுத்தார்கள் என்பது ஆச்சரியமாக இருந்தது. எப்படியோ, இந்த விஷயத்தில் நான் எதையும் சொல்லிக் கொள்ளவில்லை. மாறாக, சுழற்சி முறை எப்படி உங்கள் பள்ளியில் செயல்படுகிறது என்று கேட்டேன். "இந்தப் பகுதியில் தங்கள் குழந்தைகளின் கல்வியைப் பற்றி பெற்றோர்கள் அவ்வளவாக அக்கறை எடுத்துக் கொள்வதில்லை. நண்பகல் சுற்று வேளையில் குழந்தைகளை தவறாமல் அனுப்பி வைப்பதுமில்லை. அதனால் இங்கு இன்று அதிகக் குழந்தைகள் இல்லை" என்றார்.

உண்மையில் அன்று நிறையக் குழந்தைகள் வருகை தந்திருந்ததைப் போலத் தெரிந்தது. மேலும் பக்கத்து பள்ளியைப் பொறுத்தவரை மாணவர்கள் வருகை பற்றி எந்த பிரச்சினையும் இல்லை. எனவேதான் அவர்கள் சொன்ன பதில் திருப்திகரமாக இல்லை. எப்படி இருந்தாலும், என்னுடைய நோக்கமான அக்கேள்வியைக் கேட்டேன்; "ஏன் இங்கே அநேக... எப்படிக் கேட்பது? என்னை எது ஆச்சரியத்தில் ஆழ்த்துகிறது என்றால், அரசாங்க இலவசப் பள்ளி இருக்கிறபோது இந்த ஊரில் ஏன் அநேக தனியார் பள்ளிகள் இருக்கின்றன? ஏன் நீங்கள் இலவசச் சீருடை, இலவச புத்தகங்கள் வழங்குகிறீர்கள்?" என்று கேட்டேன். அந்த அம்மையார் சிரித்தார். அப்போது அங்கு வந்து சேர்ந்த எரிக் என்ற

ஆசிரியரும் அவரோடு சேர்ந்து சிரித்தார். "இந்த மாதிரிக் கேள்விக் கெல்லாம் நான் பதில் சொல்ல முடியாது. இதை நீங்கள் மாவட்ட சர்க்யூட் அலுவலகத்தில்தான் கேட்க வேண்டும்" என்றார் அந்த அம்மையார்.

இந்த நேரத்தில் முதல்வர் லீதியா, அங்கு வருகிறார். என்னைக் கண்டதும் விளையாடிக்கொண்டிருந்த குழந்தைகளை வரிசைப்படுத்தி வகுப்புகளுக்கு அனுப்பி வைக்கிறார். பிறகு அந்த அம்மையார் என்னை அன்புடன் வரவேற்று, அவருக்குப் பதிலாக என்னை வரவேற்க வந்த, 'ஆஞ்சி' யை அனுப்பி வைத்தார். லீதியா ஒரு அன்பான பெண்மணி; நல்ல நட்போடு இனிமையாகப் பேசக்கூடியவர். நான் கேட்ட எல்லாவற்றிற்கும் வியப்பூட்டும் வகையில், வெளிப்படையாகப் பதில் சொன்னார். அவர் பள்ளி எதிர்கொண்டிருக்கும் சில சிக்கல்களைப் பற்றி என்னிடம் பேசினார். நாடு முழுவதும் இலவசத் தொடக்கக்கல்வி மெல்ல மெல்ல அறிமுகப் படுத்தப்பட்டு வந்துக்கொண்டிருக்கிறது. அதில் இப்பள்ளி முன்னணியில் இருக்கிறது. மாணவர்கள் இனிமேல் பள்ளிக்கட்டணம் செலுத்த வேண்டியதில்லை ஆகையால் மாணவர் எண்ணிக்கை இருமடங்காகி 506 வரை ஆகிவிட்டது.

எனவே இப்பள்ளிக்கு சுழற்சி முறையை கொண்டு வரவேண்டியதாகி விட்டது. ஜூனியர் மேல்நிலை வகுப்புகள் நாள் முழுவதும் நடைபெற வேண்டியிருக்கிறது. (பின்னால் உள்ள வகுப்பில் எந்த ஆசிரியரும் இல்லை. 12 குழந்தைகள் மட்டும் மனசாட்சிப்படி அவர்களாகவே ஏதோ செய்து கொண்டிருந்தார்கள்.) ஆனால் தொடக்கப்பள்ளி வகுப்புகள் மட்டும் இரண்டு சுற்றுகளில் வர வேண்டும். நடுநிலைப் பள்ளி வகுப்புகள் (4-6) காலையில் வரும். முதல் மூன்று வகுப்புகள் மாலை நேரச் சுற்றில் வரும். வாரவாரியாக சுழற்சி முறை மாறிமாறியும் வரும். ஆனால் இது பெரிய பிரச்சினை ஆகிவிட்டது என்றார். "இப்போது பெற்றோர்கள் பள்ளிக்கட்டணம் செலுத்திவதில்லை. ஆகவே குழந்தைகள் பள்ளிக்கு வந்தாலும் வராவிட்டாலும் பெற்றோர்கள் அதைப் பற்றிக் கவலைப் படுவதே இல்லை. அவர்கள் பள்ளிக் கட்டணம் செலுத்தியபோது தங்கள் குழந்தைகள்மீது அவர்களுக்குக் கொஞ்சம் அக்கறை இருந்தது" என்றார்.

பெற்றோர்கள் ஏற்கனவே செலுத்தி வந்த சிறு கட்டணத்திற்குப் பதிலாக இப்போது, 'முதலீட்டு மானியம்' என்று ஒன்று வந்திருப்பதாகக் கேள்விப்பட்டேனே, அது செயல்படுகிறதா என்று கேட்டேன். அவர் இல்லை என்று தலையாட்டினார். எல்லாச் செலவுகளையும் சரிக்கட்ட அந்தத் தொகை போதவில்லை. நாங்கள் அமர்ந்திருந்த அந்த கான்கிரீட் அஸ்திவாரத்தைக் காண்பித்தார். நான் அதைப் பார்த்தபோது பெரிய வெடிப்பு ஏற்பட்டு விழுந்து உடைந்து கிடந்தது. "அதைச் சரிசெய்ய எங்களுக்குப் பணம் இல்லை" என்றார்.

அரசுப்பள்ளிகள் இலவசக்கல்வி அளித்து வந்தபோதும், இதே ஊரில் ஆறு தனியார் பள்ளிகள் இருக்கும் ஆச்சரியத்தை அந்த அம்மையாரிடம் தெரிவித்தேன். ஏன் இப்படி என்று கேட்டேன். அதற்கு இரண்டு காரணங்கள் உண்டு. ஒன்று "என் பள்ளி நிரம்பிவிட்டது. முதல் தொடக்கப் பள்ளியில் 72 குழந்தைகளும், இரண்டாவது தொடக்கப்பள்ளியில் 65 குழந்தைகளும் இருக்கிறார்கள். இதற்கு மேல் குழந்தைகளுக்கு இடமில்லை. பெற்றோர்கள் என் பள்ளிக்குத்தான் குழந்தைகளை அனுப்ப விரும்பு கிறார்கள். நான் இடமில்லை என்று சொல்லி விடுகிறேன். எனவேதான் வேறு ஏதேனும் ஒரு தனியார் பள்ளிக்குத் தங்கள் குழந்தைகளை அனுப்புகிறார்கள்" என்றார். நான்,சரியென்று தலையாட்டினேன். சில பெற்றோர்களுக்கு அநேகமாக தனியார் பள்ளி என்பது இரண்டாம் பட்சம்தான். எல்லா வசதிகளையும் கொண்ட தரமான கட்டடங்களையும், அதாவது வராந்தாவின் கடைசி ஒரத்தில் மட்டும் உடைந்து போயிருக்கிற ஒரு சிறு குறையுள்ள இந்தக் கட்டடத்தையும், எப்போது வேண்டு மானாலும் கீழே விழக்கூடிய 'சுப்ரீம் அக்காடமி' பள்ளிக் கட்டடத்தையும் ஒப்பிட்டுப் பார்க்கும்போது, பெற்றோர்கள் எடுக்கும் இந்த முடிவுக்கு இதுவே சரியான காரணம் என்று எண்ணினேன். எங்கள் உரையாடல் அப்படியே இன்னொரு விஷயத்திற்குப் போய்விட்டது. அவர் அக்ராவில் தங்கியிருப்பதாகவும் அங்கிருந்து தினமும் பள்ளிக்கு வாகனத்தில் வருவதாகவும் சொன்னார். இன்னொரு உண்மையும் சொன்னார். இங்கு பணியாற்றும் 18 ஆசிரியர்களில் இரு ஆசிரியர்களைத் தவிர மற்ற எல்லாரும் அக்ராவிலிருந்துதான் வருகின்றனர். அவர்கள் அனைவரும் அரசுப் பேருந்துகளில்தான் வருகிறார்கள் என்றார்.

"ஐயோ கொடுமை", என்று இரக்கப்பட்டேன். ஏ.சி. கூட இல்லாத ஒரு பழைய ஓட்டை வாகனத்தில், அந்த நகரத்திலிருந்து பயணம் செய்து வந்திருக்கிறேன். அதிக பட்ச பகல் நேர வெப்பத்தில் அக்ரா கேப்கோஸ்ட் நெடுஞ்சாலையில் அலறும் போக்குவரத்துவரத்து நெரிசலில் மணிக் கணக்காக மாட்டிக் கொள்வது எவ்வளவு எரிச்சலாக இருக்கும் என்று எனக்குத் தெரியும். அதுவும், அது என் சொந்த வாகனத்தில். கூட்ட நெரிசல் நிறைந்த ஒரு ஓட்டைச் சிற்றுந்தில், போக இரண்டு மணி நேரம், வர இரண்டு மணிநேரம், அப்புறம் நான்கு மணி நேரம் வகுப்பறையில் - இந்த அன்றாட வாழ்க்கையை கற்பனை செய்து பாருங்கள்! இந்த வேதனையைப் பார்த்து இருவரும் சிரித்துக் கொண்டோம். "இந்தப் போக்குவரத்து நெரிசலால்தான் சில ஆசிரியர்களுக்கு நேரத்தோடு பள்ளிக்கு வரமுடிவதில்லை" என்றார். "சீக்கிரம் புறப்பட்டு வரச் சொல்லி முயற்சி செய்கிறேன். அவரவர் குடும்பத்துக் குழந்தைகளைப் பள்ளிக்கு புறப்பட ஆயத்தம் செய்யவேண்டியுள்ளதால், அவர்களால் நேரத்திற்கு புறப்பட்டு

வர முடிகிறதில்லை” என்றார்.

ஏன் பெற்றோர்கள் தங்கள் குழந்தைகளை தனியார் பள்ளிகளுக்கு அனுப்புகிறார்கள் என்பதற்கு இரண்டு காரணங்கள் சொல்லியிருக்கிறீர்கள் என்று நினைவுபடுத்தினேன். இரண்டாவது காரணம் என்ன? “ஆமாம்” என்று ஞாபகப்படுத்திக் கொண்டார். அந்த அம்மையாரின் கள்ளங் கபடமில்லாத பேச்சால் ஆச்சரியப்பட்ட நான் நாற்காலியிலிருந்து விழுந்து விட்டேன் என்று தான் சொல்ல வேண்டும். “அது தான் சீரிய கண்காணிப்பு. பள்ளி உரிமையாளர்கள் மிகவும் கண்டிப்பானவர்கள். ஆசிரியர்கள் நேரத்திற்கு பள்ளிக்கு வந்து சரியாக பாடம் சொல்லிக் கொடுக்கவில்லை என்றால், பெற்றோர்கள் இதற்கேற்றாற்போல் நடவடிக்கை எடுக்கிறார்கள். தனியார் பள்ளிகள் இலாபம் பார்க்கின்றன. அந்த இலாபத்தைக் கொண்டு ஆசிரியர்களுக்கு ஊதியம் வழங்குகிறார்கள். அதனால் மாணவர் வருகையை அதிகரிக்க விரும்புகிறார்கள். அதனால்தான் அவர்கள் ஆசிரியர்களிடம் கண்டிப்புடன் நடந்து கொள்கிறார்கள்; அதிக அளவு கண்காணிக்கிறார்கள். என்னுடைய ஆசிரியர்களைப் பொறுத்த வரை கண்டிப்பாக நடந்து கொள்ள முடிகிறதில்லை. என்னால் அவர்கள் வேலையை விட்டு போகச் சொல்ல முடியாது. அவர்கள் தாமதமாக வந்தாலோ அல்லது பள்ளிக்கு வராமலே இருந்தலோ, சம்பளப் பட்டியலில் இருந்து கூட அவர்கள் பெயர்களை எடுக்க முடியாது. மாவட்ட அலுவலகம் மட்டும் தான் நடவடிக்கை எடுக்க முடியும். அதுவும் ஒரு ஆசிரியரை வீட்டுக்கு அனுப்புவது மிகவும் அரியதொரு காரியம் ஆகும். எனவே பெற்றோர்கள் குழந்தைகளைத் தனியார் பள்ளிக்கு அனுப்புவதற்கான இரண்டாவது காரணம் சீரிய கண்காணிப்பு.” இயன்றவரை எல்லாவற்றையும் சொல்லி விட்டதாக அந்த அம்மையார் நினைத்தார். “ஆனால் உண்மையிலே என் ஆசிரியர்கள் மிகவும் நல்லவர்கள். அவர்களால் எனக்கு எந்தவிதமான தொந்தரவுமில்லை”, என்று தொடர்ந்து சொன்னார். என்னுடைய நியாயத்தில் இதெல்லாம் எனக்கு உண்மையாகப்படவில்லை. ஆனால் நான் அதை வெளிப்படுத்தவில்லை.

பள்ளியைச் சுற்றி நாங்கள் இருவரும் நடந்து சென்று பார்த்தோம். முதலாம் வகுப்பிற்குள் நுழைந்தேன். குழந்தைகள் கூட்டம் நிரம்பி வழிந்தது. தலைகளை எண்ணிப் பார்க்கவில்லை. பதிவில் உள்ள 72 குழந்தைகளும் வருகை புரிந்திருப்பது போலத் தெரிந்தது. ஒரு பெஞ்சுக்கு மூன்று மாணவர்கள். ஏதோ ஒன்றுக்காக காத்துக்கொண்டிருப்பது போலவும், அல்லது இந்த வெளிநாட்டு விருந்தாளிக்கு விடைகொடுத்து அனுப்புவதுபோலவும், அதன்பிறகு தங்கள் விளையாட்டை தொடரலாம் என்பது போலவும் காணப்பட்டார்கள். என் முன்னால் இருந்த சில குழந்தைகளிடம் உங்கள் ஆசிரியை எங்கே என்று கேட்டேன். நான்

கேட்டதை ஒரு சிறுமி புரிந்துகொண்டதுபோல் தெரிந்தது. “அப்போதே போய்விட்டார்களே” என்றாள் அந்தச் சிறுமி.

அன்றைய தினத்தின் எஞ்சிய பகுதி

‘சுப்ரீம் அக்காடமி’க்கு திரும்பிய சிறிது நேரத்தில் வானம் திறந்துகொண்டது. கிழக்கு திசை முழுவதும் கருமேகம் சூழ்ந்துகொண்டு அடைமழை ஊற்றியது. சுற்றுச் சுவரை ஒட்டிய ஒரு பகுதியில் ஓர் ஆசிரியர், பள்ளி விழாவிற்காக சில குழந்தைகளுக்கு கலாச்சார நடனப் பயிற்சி கொடுத்து கொண்டிருந்தார்; ஓர் ஆசிரியர் வகுப்பைத் தொடர்வதற்காக ஒரு வகுப்பறையை சரிசெய்து கொண்டிருந்தார் ; மற்ற ஆசிரியர்கள் மழைச்சூழலைப் பொறுத்துக் கொண்டு பணியை தொடர்ந்து செய்தார்கள்; ஆனால் மழை அடித்துக்கொண்டு ஊற்றியது. முதலில் சுற்றுச் சுவரை தண்ணீர் சூழந்துவிட்டது. தொடர்ந்து தண்ணீர் மடை திறந்துவிட்டது போல கதவு வழியாக வகுப்புக்குள் நுழைந்தது. அந்த வகுப்பறைகள் உயர்த்திக் கட்டப்படாததால் தண்ணீர் நுழைவதைத் தவிர்க்க முடியவில்லை. கதவு இல்லாத ஜன்னல் வழியாகவும், நெளி நெளியாக அமைக்கப்பட்டிருந்த இரும்புக் கூரையில் உள்ள இடைவெளி வழியாகவும் மழை கொட்டியது. பள்ளியின் எல்லா இடங்களிலும் தண்ணீர். அதேபோல எல்லோரும் நனைந்துவிட்டனர்.

தியோஃபிலசும் நானும் அந்தக் கட்டிடத்தின் ஒரு வராந்தாவில் நனையாத இடத்தில் இருந்தோம். அந்த இடமே வீடு, வகுப்பறை, கணினி அறை, அலுவலகம் ஆகிய எல்லா நோக்கங்களுக்கும் பயன்படுத்தப்பட்ட ஒன்று. மழையின் காரணமாக நாங்கள் நெருக்கியடித்து நின்று கொண்டிருந்த அதே இடத்திற்கு ஐந்தாம் வகுப்பு மற்றும் ஆறாம் வகுப்பு பெரிய மாணவர்கள் ஓடி வந்து எங்களோடு சேர்ந்து நின்று கொண்டனர். மற்ற வகுப்பிலிருந்து வந்த சத்தம் காதைப் பிளந்தது. தியோஃபிலஸ் காரணத்தை என்னிடம் தெரிவித்தார். ஆசிரியர்கள் குளிரை தவிர்க்க குழந்தைகளை உடற்பயிற்சி செய்யவும், பாடச் சொல்லவும் செய்வதால் உண்டாகும் சத்தம் என்றார். நான் இதுவரை பார்த்திராத அளவு மழையின் வேகம் அதிகரித்துக் கொண்டே போனதால், தியோஃபிலஸ் குழந்தைகளை கலைந்து வீட்டிற்குச் செல்லுமாறு சைகை மூலம் சொன்னார். “சின்னக் குழந்தைகளுக்கு குளிர் எடுக்க ஆரம்பித்துவிட்டது” என்றார்.

பல பெரிய மாணவர்கள் மழைக்கு அஞ்சாமல் பாலர் மற்றும் இளநிலை வகுப்புகளைக் கடந்து வேகமாக ஓடினர். அந்த மாணவர்கள், அவர்கள் ஆசிரியர்களோடு திரும்பி வரும்போது, இரண்டொரு சமயங்களில், மூன்று குழந்தைகளை அவர்களது தோளில் தூக்கி வந்து, நாங்கள் நின்று

கொண்டிருந்த பாதுகாப்பான இடத்தில் கொண்டு வந்து சேர்த்தனர். சில சின்னக் குழந்தைகள் என்னைப் பார்த்து அழுது கத்தி விட்டனர். ஒரு நாள் குளிர், புயல், மழை இவைகளை பொறுத்துக் கொள்வதோடு, ஒரு வெள்ளைக்கார மனிதரைப் பார்ப்பதும் மாபெரும் சாதனை.

சில பெரிய பெண்கள் சின்னக் குழந்தைகளைப் பார்த்துக் கேலியும் கிண்டலும் செய்தனர். என் கையைத் தொட்டுப் பார்த்தார்கள். என் மஞ்சள் நிறத்தோலைப் பார்த்து நகைத்தார்கள். இதையெல்லாம் தியோஃபிலஸ் எனக்கு மொழி பெயர்த்துச் சொன்னார். அவர்கள் போட்ட சத்தம் காதைப் பிளந்தது. என்னால் நினைத்துப் பார்க்க முடியவில்லை. சிலர் வளர்த்து வரும் வெள்ளாடுகளும் மழையினால் எங்களோடு வந்து சேர்ந்து கொண்டன.

மழை கொஞ்சம் விட்டது; முற்றிலும் விடவில்லை என்றாலும், நானும் தியோஃபிலசும் சேறும் சகதியும் நிறைந்த அந்த ஊரின் ஊடே, உப்பங்கழியின் ஓரத்தில் இருக்கும் ஒரு கீற்றுக் கொட்டகை போட்ட, புயலால் சாய்ந்து கிடந்த ஓர் அசைவ உணவு விடுதிக்கு நடந்து சென்றோம். என் வருகைக்காகச் சிறப்பாக தயாரிக்கப்பட்ட கோழிக்கறிச் சாப்பாட்டை சற்று தாமதமாகச் சாப்பிட வேண்டியதாகிவிட்டது. வானிலையின் தயவால் வாழவேண்டியிருக்கிறதே என்று தியோஃபிலஸ் வெறுத்துப்போய்ப் பேசினார். இதுபோல மதியவேளை வகுப்புகள் எல்லாம் வீணாய் போகின்றனவே என்றும் நொந்து போனார். கட்டிட வளர்ச்சிக்கான சிமெண்ட் வாங்குவதற்காக கொஞ்சம் சேமித்துக் கொண்டிருப்பதாகச் சொன்னார். அவருடைய பள்ளி இப்போது அங்கீகாரம் பெற்றுள்ள பள்ளி. அங்கீகாரம் பெற்றிருப்பதால் பிரச்சினைகள் ஏதும் வந்துவிடாது. இன்னும் கட்டிடங்களை மேம்படுத்த கடன் வாங்க முடியவில்லை என்றார். நகரில் உள்ள வங்கிகளில் அவர் ஒரு வித்தியாசமான வாடிக்கையாளர். மாதம் 8 சதவிகிதம் மட்டுமே வங்கிக் கடன் அவருக்கு வழங்குகிறார்கள். நிலைமை இன்னும் மோசமாகிறது. அது இவருக்கு மிகவும் கஷ்டம். இவரது பள்ளிகள் போன்ற தனியார் பள்ளிகளுக்கு அரசு வங்கிகள் வழங்கும் கடன் உதவி எங்களால் புரிந்து கொள்ள முடியாத விஷயமாக இருந்தது. அரசுப்பள்ளிக் கட்டிட வளர்ச்சிக்கு நிதி உதவி அளித்துக்கொண்டு இருக்கும் அமெரிக்க நாட்டு அரசு சாரா நிறுவனம் பற்றி அவரிடம் சொன்னேன். "அவர்கள் தனியார் பள்ளிகளை ஊக்குவிக்க முன்வருவதில்லையே" என்ற உண்மையைச் சொன்னார்.

மாலை 4.00 மணி ஆகிவிட்டது. தண்ணீரைக் கடந்து பார்க்கிறபோது குழந்தைகள் எல்லாம் 'சுப்ரீம் அக்காடமி'யின் சீருடையில் உப்பங்கழியின் ஓரத்தில் உள்ள படகில் கூட்டமாக முண்டியடித்துக்கொண்டு ஏறி அமர்ந்திருந்தனர். துடுப்பைவிட உயரமான ஒரு பள்ளிச்சிறுவன், மிகச் சிரமப்பட்டு, திடகாத்திரத்துடன் உப்பங்கழிக்குள் படகைத் தள்ளி

எழில் மரம் | 121

விடுகிறான். கடற்கரையில், தொலைவில் உள்ள மீன்பிடி கிராமமான ஃபானா என்ற இடத்திற்கு இக்குழந்தைகளை அழைத்துச் செல்ல வேண்டும்.

இலட்சக்கணக்கான மைல்களுக்கு அப்பால்

கானா நாட்டு கல்வி அமைச்சகத்தோடு இணைந்து செயல்படும் ஓர் ஆய்வரங்கில், ஏழைகளுக்காகச் செயல்படும் தனியார் பள்ளிகளின் தன்மை, அதன் எண்ணிக்கை பற்றிய என்னுடைய ஆரம்ப ஆய்வறிக்கையைச் சமர்ப்பித்த பிறகு, மீண்டும் பன்னாட்டு வளர்ச்சித்துறையின் அந்த அழகான அலுவலகத்திற்கு வந்தேன். நைஜீரியா, ஹைதராபாத் ஆகிய இடங்களில் என்னுடைய குழு தேடிக் கண்டதைப் போன்ற ஓர் அமைப்பை, கல்வி ஆராய்ச்சி மற்றும் மதிப்பீட்டு மையத்திலிருந்து எம்மா அவர்களின் குழுவும் கண்டது.

சுவாரசியமான புள்ளி விபரங்களும் டெல்லி மற்று மஹபூப் நகரிலிருந்து (இந்தியா) வந்து கொண்டிருந்தன. அந்தப் புள்ளி விபரங்கள் ஒரு நாட்டின் பல பகுதிகளிலிருந்து, அதாவது முரண்பாடுகள் உள்ள இடங் களில் உள்ள முரண்பாடுகள் அற்ற அமைப்புகளிலிருந்து வந்திருந்ததால், நானும் பவுலின் டிக்ஸனும் சேர்ந்து அதைப்படிக்க பல மாதங்கள் ஆகின. இந்த நான்கு ஆய்வுகளின் முக்கிய விளைவுகளை காண் ஒளிக் காட்சி மூலம் முன் வைத்தேன்.

அட்டணை 1 மற்றும் 2 ஐப் பார்க்கவும்.

கிராமப்புற ஏழைமக்கள் வாழும் குடிசைப்பகுதிகளிலோ அல்லது குடிசைகள் நிறைந்த புறநகர்ப் பகுதிகளிலோ, அல்லது மாநகரங்களை ஒட்டி அமைந்துள்ள ஊரகப் பகுதிகளிலோ, எல்லா வகையிலும், எல்லா வசதிகளும் கொண்ட ஏழைகளுக்கான தனியார் பள்ளிகளை, அரசுப் பள்ளிகளை விட அதிக அளவில் கண்டோம் என்ற வியத்தகு உண்மையை எங்கள் ஆய்வில் குறிப்பிட்டோம். எங்களின் ஒரு சில ஆய்வுகளைத் தவிர (கிழக்கு டெல்லி) மற்ற எல்லா ஆய்வுகளிலும் பள்ளிவயதுக் குழந்தைகளின் அதிக அளவிலான பதிவு எண்ணிக்கை தனியார் பள்ளிகளிலே காணப் படுகின்றன. அதாவது மூன்றில் இரண்டு பகுதியிலிருந்து நான்கில் மூன்று பகுதி வரை பதிவு காணப்பட்டுள்ளது. நைஜீரியாவிலும், ஹைதராபாத்திலும் கண்டுள்ள நிலவரம் அப்படியே கானாவிலும் பிரதிபலிக்கிறது. டெல்லி ஆய்வு மட்டும் கொஞ்சம் வழக்கத்திற்கு மாறாக இருக்கும். ஆனால் சுவாரசியமாக இருக்கும். நாங்கள் கண்ட ஆய்வில் 65 விழுக்காடு பள்ளிகள் தனியார் சுயநிதிப் பள்ளிகளாக இருந்தும், அங்கீகாரம் பெறாத தனியார் பள்ளிகள் அரசுப் பள்ளிகளைவிட அதிக அளவில் (27 விழுக்காடுகளை ஒப்பிடும்போது 28 விழுக்காடு) இருந்தன. இந்த எண்ணிக்கை, தனியார்

சுயநிதிப் பள்ளிகளின் பதிவுகளில் பெருமளவில் காணப்படவில்லை. இதற்கான சாதாரணக் காரணம் என்னவென்றால், அரசுப்பள்ளிகளை விட தனியார் பள்ளிகள் மிக மிகச் சிறியவை என்பதுதான். விஷயம் என்னவென்றால், பதிவான மாணவர்களை எண்ணிப்பார்க்க முடியாததால் அரசுப் பள்ளிகளில் எண்ணிக்கை மிகைப்படுத்திச் சொல்லப்படுகிறது.

இந்தியாவில் ஆந்திர மாநிலத்தில் உள்ள கிராமப்புற மஹபூப் மாவட்டத்தில், சுமார் ஐந்தில் மூன்று பகுதிப் பள்ளிகள் அரசாங்கத்தால் நடத்தப்படும் பள்ளிகள். மிகச் சிறிய அளவே உதவி பெறும் தனியார் பள்ளிகள்; மூன்றில் ஒரு பகுதிக்குமேல் தனியார் சுய உதவிப் பள்ளிகள் என்று எங்கள் குழு கண்டறிந்தது. சின்னஞ்சிறிய நகரங்கள், முக்கிய கிராமப்பகுதி ஆகியவைகளின் மொத்த பள்ளிகளின் எண்ணிக்கையைவிட, சிறிய நகரமான ஆந்திராவின் பள்ளிகள் எண்ணிக்கை அதிகமாக இருந்தது. இந்த எண்ணிக்கை மாநகரப் பள்ளிகளின் எண்ணிக்கைக்கு இணையாக இருப்பதைக் கண்டேன். ஹைதராபாத் நகர்ப்பகுதியில் இருப்பதைப் போல, பாதிக்குமேல் உள்ள பள்ளிகள், அதாவது மூன்றில் இரண்டு பகுதி தனியார் சுய நிதிப்பள்ளிகள் சிறிய நகரமான மஹபூப் நகரில் உள்ளன. முக்கியமான கிராமப்பகுதிகளில் அதிக அளவில், அதாவது ஐந்தில் நான்கு பகுதி அரசுப்பள்ளிகள் இருந்தாலும், சுய நிதித் தனியார் பள்ளிகள் மீதமுள்ள ஐந்தாவது பகுதியைப் பூர்த்தி செய்கிறது. அரசுப்பள்ளிகள் அறுதிப் பெரும்பான்மையாக இருந்தாலும், சுயநிதித் தனியார் பள்ளிகளில், கொஞ்சம் தூக்கலான அளவு மாணவர்கள் பதிவு இருக்கிறது.

ஆப்பிரிக்க நாட்டில் அங்கீகாரம் பெற்ற தனியார் பள்ளிகளிலும் அங்கீகாரம் பெறாத தனியார் பள்ளிகளிலும் பெண்களின் பதிவு எண்ணிக்கை சரி பாதியாக இருந்தது. இவ்வாறு பெண்கள் வருகை சரிபாதியாக இருப்பதில் அங்குள்ள தனியார் பள்ளிகளுக்கு பெண்களின் பாதி அளவு வருகையின் நிமித்தம் எந்தவிதமான விருப்பு வெறுப்பும் இல்லை. அதேபோல ஏழைப் பெற்றோர்கள் தங்கள் பையன்களை மட்டும் தனியார் பள்ளிகளைத் தேர்வு செய்து அனுப்புவதாகவும் தெரியவில்லை. ஆண், பெண் பதிவுகளைப் பொறுத்தவரை, தனியார் பள்ளிகள், அங்கீகாரம் பெற்றதோ அல்லது பெறாததோ, அரசுப்பள்ளிகளிலிருந்து மாறுபட வில்லை. இந்தியாவில் கொஞ்சம் முரண்பட்டிருக்கும். சான்றாக, ஹைதராபாத் நகரில் அங்கீகாரம் பெற்ற தனியார் பள்ளிகளிலும் அங்கீகாரம் பெறாத தனியார் பள்ளிகளிலும் ஆண்கள், பெண்கள் பதிவு எண்ணிக்கை கிட்டத்தட்ட சமமாகவே இருக்கும். இது மீண்டும் ஆண், பெண் பதிவு, சமன்பாட்டில் இருப்பதைக் காட்டுகிறது. இருப்பினும் அரசுப்பள்ளிகளில் ஆண்கள் எண்ணிக்கையை விட பெண்கள் எண்ணிக்கை அதிகமாக இருக்கும். (43 விழுக்காட்டை ஒப்பிடும்போது 57 விழுக்காடு). ஆகவே

ஒட்டுமொத்தமாகப் பார்க்கும்போது பள்ளியில் ஆண்கள் எண்ணிக்கையை விடப் பெண்கள் எண்ணிக்கையே அதிகம். அதாவது, தனியார் பள்ளிகள் ஆண், பெண் சமத்துவத்தைக் கடைப்பிடித்தாலும், பள்ளியில் நீ ஒரு ஆண் மாணவனாக இருந்தால், நீ அரசுப்பள்ளிக்குச் செல்வதைவிட, தனியார் பள்ளிக்கு செல்வதாகவே கருதப்படுகிறது. அதாவது பள்ளிகளில் ஆண்களை விட பெண்கள் அதிகமாக இருப்பதாகவே தெரிகிறது.

நிச்சயமாக, விமர்சகர்கள் குறிப்பிடுவதுபோல தனியார் பள்ளிகள், 'நேர்மையற்ற முறையில் விரைவாகப் பொருளீட்டும்' நிறுவனங்களோ, ஏழைகளிடம் கொள்ளையடித்துப் பணம் பறிக்கும் வியாபாரிகளோ அல்ல. கானா நாட்டில் உள்ள, 'கா' என்ற இடத்தில் அங்கீகாரம் பெறாத தனியார் பள்ளி பொதுவாக 1998 -ல் தான் தொடங்கப்பட்டிருப்பதாகக் கண்டோம். கணக்கெடுப்பு நடந்தபோது ஆறு ஆண்டுகள் ஆகி இருந்தன. அங்கீகாரம் பெற்ற தனியார் பள்ளிகள் பொதுவாக 1995 -ல் தொடங்கப் பட்டிருக்கின்றன. ஹைதராபாத் நகரில் அங்கீகாரம் பெறாத சுய நிதித் தனியார் பள்ளிகள் தொடங்கப்பட்ட ஆண்டு 1996 (2003 சர்வே எடுத்தபோது 7 ஆண்டுக் காலம் ஆகி இருந்தன). ஆனால் அங்கீகாரம் பெற்ற பள்ளிகள் பொதுவாக 10 ஆண்டுகள் முன்னதாக அதாவது 1986 - ல் தொடங்கப்பட்டிருக்கின்றன. லாகோஸ் மாவட்டத்தில், முறையே 1997 மற்றும் 1991 ஆம் ஆண்டுகளில் சமமான அளவு எண்ணிக்கையில் காணப்பட்டது.

அறுதிப் பெரும்பான்மையான தனியார் பள்ளிகள் வர்த்தகம்போல் நடத்தப்பட்டதாகவே எங்கள் குழு கண்டறிந்தது. 'கா' வில் 82 விழுக்காடு அங்கீகாரம் பெற்ற பள்ளிகளும், 93 விழுக்காடு அங்கீகாரம் பெறாத பள்ளிகளும் ஒருவரோ அல்லது ஒன்றுக்கு மேற்பட்டவர்களோ உரிமை யாளராக இருந்து நிர்வகிக்கப்பட்டு வந்தன. நைஜீரியாவில் நடத்தப்பட்ட ஆய்வின் படி, 92 விழுக்காடு அங்கீகாரம் பெற்ற தனியார் பள்ளிகளும் 87 விழுக்காடு அங்கீகாரம் பெறாத தனியார் பள்ளிகளும் இருந்தன. எஞ்சியுள்ள சிறுபான்மையினர் பள்ளி தொண்டு நிறுவனங்களாலும் மதம் சார்ந்தவர் களாலும் (பாதிரிமார்கள், பள்ளிவாசல்கள்) நடத்தப்பட்டன.

ஹைதராபாத் நகரில் இந்த எண்ணிக்கை கிட்டத்தட்ட ஒரே மாதிரி இருந்தது. 82 விழுக்காடு அங்கீகாரம் பெற்ற, 91 விழுக்காடு அங்கீகாரம் பெறாத தனியார் சுயநிதிப் பள்ளிகள், வெளியிலிருந்து எந்த நிதி உதவியும் பெறாமல் மாணவர்களின் பள்ளிக் கட்டணத்தை மட்டுமே வருமானமாகக் கொண்டு நடத்தப்பட்டன.

மொத்தத்தில், பள்ளிகள் எல்லாம் ஏழைப் பெற்றோர்களுக்கும் கட்டுபடியானதாகவே இருந்தன. அப்பட்டமாகச் சொல்லப்போனால், பள்ளிக்கட்டணம் மிகக் குறைவானதாகவே இருந்தது. ஆப்பிரிக்கா

நாடுகளில், பொதுவாகப் பருவ முறைகளில், அதாவது ஆண்டுக்கு மூன்று முறை கட்டணம் வசூலிக்கப்படுகிறது. சராசரி நான்காம் நிலைத் தொடக்கக்கல்விக் கட்டணத்தை சமமான, மாதத் தவணைக் கட்டணமாக மாற்றிப் பார்க்கிறபோது, 'கா' வில் உள்ள அங்கீகாரம் பெறாத பள்ளியின் கட்டணம் 3.30 டாலரிலிருந்து லாகோஸ் மாநிலத்தில் உள்ள அங்கீகாரம் பெற்ற பள்ளிகளில் தோராயக்கட்டணம் 7.00 டாலர் வரை வேறுபட்டு காணப்பட்டது. முக்கியமான விஷயம் என்னவென்றால், இந்த பள்ளிக் கட்டணங்கள் ஏழைப் பெற்றோர்களுக்கும் ஏற்புடையதே. இந்தியாவில் உள்ள ஹைதராபாத் நகரில், தொடக்கக்கல்வி நான்காம் வகுப்புக்கான சராசரி கல்விக் கட்டணம் இன்னும் குறைவு; அதாவது அங்கீகாரம் பெறாத தனியார் பள்ளிக் கல்விக் கட்டணம் மாதம் சுமார் 1.63 டாலர் வீதமும், அங்கீகாரம் பெற்ற தனியார் பள்ளிக் கல்விக் கட்டணம் மாதம் 2.15 டாலர் வீதமும் ஆகும். அதாவது அங்கீகாரம் பெறாத நான்காம் வகுப்பு தனியார் பள்ளி கல்விக் கட்டணம் குறைந்த பட்சமாக 4 விழுக்காடிலிருந்து 6 விழுக்காடு வரை வேறுபட்டு இருந்தது. அங்கீகாரம் பெற்ற பள்ளிகளில் 6 விழுக்காடிலிருந்து 11 விழுக்காடு வரை குறைந்த பட்ச வேறுபாடு இருந்தது. அதுவே, ஆப்பிரிக்காவில் கொஞ்சம் போலக் கூடுதலாக இருந்தது. அதாவது 12 விழுக்காட்டிலிருந்து 20 விழுக்காடு வரை குறைந்த பட்சக் கட்டண வேறுபாடு இருந்தது. ஆனால் இந்த எண்ணிக்கை கொஞ்சம் தவறாகத் தரப்பட்டுள்ளது. இந்த எண்ணிக்கை அதிகமாகத் தெரிகிறது. ஏனென்றால், மொத்தத்தில், கானாவிலும், நைஜீரியாவிலும் நிலவும் குறைந்தபட்ச கல்விக் கட்டணத் தொகையைப் பயன்படுத்த வேண்டி யிருந்தது. ஆனால் பெருநகரங்களின் நகர் பகுதிகளிலும், நகரின் சுற்றுப்புறப் பகுதிகளிலும் நிலவும் கல்விக் கட்டணத் தொகை கொஞ்சம் அதிகம். நாங்கள் ஆய்வுப்பணி மேற்கொண்ட இடங்களில் நிலவி வந்த குறைந்த பட்சக் கல்விக் கட்டணத்தை பார்க்கின்றபோது, ஒரு குடும்பத்தலைவன் மாதம் சம்பாதிக்கிற தொகையில் 5 லிருந்து 10 விழுக்காடு வரை பள்ளிக் கட்டணமாக செலுத்தவேண்டியிருந்தது.

மூன்று ஆய்வுகளில் கண்ட உண்மைகளையும், புள்ளி விபரங்களையும் அக்ரா ஆய்வரங்கில் சமர்ப்பித்தேன். இந்த எளிய புள்ளி விவரங்களில் மனிதர்களை முன்னிறுத்தும் பொருட்டு, கானாவில் ஏழை மக்களுக்காகச் சேவையாற்றுகிற தனியார் பள்ளி உரிமையாளர்கள் பலரை அழைத்து வந்திருந்தேன். அதில் ஒருவர் போர்ட்டியனாரில் உள்ள 'சுப்ரீம் அக்காடமி' பள்ளி உரிமையாளரான தியோஃபிலஸ். அவர் அங்கு அவரது பள்ளிகள் பற்றியும் அவை தொடங்கப்பட்டத்தின் நோக்கம் பற்றியும், பள்ளிகளின் வெற்றி மற்றும் அவர் சந்தித்த இடையூறுகள் பற்றியும் விரிவாகப் பேசினார்.

மாண்புமிகு அமைச்சர் குவாடோ பா - வயர்டு அவர்கள் அதற்குள்

கல்வித் துறையிலிருந்து, அரசாங்கத்தின் இரண்டாம் இடமான நிதி அமைச்சராக மாற்றப்பட்டார். ஊழல் தடுப்பு முயற்சியில் முழு மூச்சுடன் ஈடுபட்டுள்ளார். அவரைச் காணச் செல்லும் போதெல்லாம் 'டெய்லி கிராபிக்' என்னும் ஊடகத்தின் தலைப்பு செய்தியாக இவர் பெயரே வந்து கொண்டிருந்தது. இவர் இடத்திற்கு வந்த கல்வித்துறை அமைச்சரான மாண்புமிகு யா ஓசபோ-மாஃபோ அவர்கள், எங்கள் பணியில் மிகுந்த ஆர்வம் காட்டினார். கருத்தரங்கிற்கு அவரால் வரமுடியவில்லை. எனவே வர இயலாமைக்கான வருத்தத்தையும், அத்துடன் ஓர் உயர்ந்த ஆக்கப்பூர்வமான உரையையும், அவரின் உதவியாளர் ஒருவர் மூலம் அரங்கில் சமர்ப்பிக்க அனுப்பி இருந்தார். அவர் ஆற்றிய உரையில் முன்னிலைப்படுத்தப்பட்ட பொருள், ஏழைகளுக்கான தனியார் பள்ளி இருப்பது பற்றியும், எல்லா ஏழைமக்களின் வாழ்விலும் கல்வியின் பங்கு முக்கியமானது என்பது பற்றியும் அமைந்திருந்தது. உணவு இடை வேளையின் போது அமைச்சரின் உதவியாளர் என்னிடம் பேசுகையில், "அமைச்சரின் உரையாடலை அரங்கில் சமர்ப்பிக்க நான் பணிக்கப் பட்டபோது, அதில் அடங்கியுள்ள பொருளை என்னால் ஜீரணிக்கவே முடியவில்லை, ஏனென்றால் 'தனியார் பள்ளி' என்ற பதமும், 'ஏழைகள்' என்ற பதமும் ஒரு வாக்கியத்தில் இருவேறு முரண்பட்ட பதங்கள் என்றும், என் கண்கள் திறக்கப்பட்டன" என்றும் அமைச்சரின் உதவியாளர் சொன்னார்.

பன்னாட்டு வளர்ச்சித் துறையின் தற்போதைய கல்விப் பொறுப் பாளரான டான் டெய்லர் என்பவர் இங்கிலாந்தில் முன்பு என்னோடு பணியாற்றியவர். மான்செஸ்டர் பல்கலைக் கழகத்தில் நான் அவரோடு பணியாற்றினேன். அங்கிருந்து அவர் விருப்ப ஓய்வு பெற்று, பன்னாட்டு வளர்ச்சித் துறையின் கல்வித்துறைக்கான ஆலோசகர் பொறுப்பேற்றார். முதலில் அபுஜா மற்றும் நைஜிரியாவிலும், இப்போது கானாவில் உள்ள அக்ராவிலும் கல்வி ஆலோசகராகப் பணியாற்றி வருகிறார். டான் இந்தக் கருத்தரங்கில் கலந்து கொண்டு அறிக்கை சமர்ப்பித்தார். தனியார் பள்ளிகளின் 'அனைவருக்கும் கல்வி' என்ற பங்கெடுப்பில் அவருக்கு எந்த ஆட்சேபனையும் இல்லை. (அக்ராவின் நாகரீகம் மிக்க இடமான ரோமன் ரிட்ஜ் என்ற இடத்தில் உள்ள தனியார் பள்ளிக் கல்விக்கு இயக்குநராக இவரது மனைவி பணியாற்றி வருகிறார் என்ற தகவல் உண்மையில் தெரிய வந்தது). ஆனால் தனியார் கல்வியை நாடுவது நடுத்தர மக்களுக்கு சாலச் சிறந்தது என்று இவர் கருதுகிறார். அதனால் அரசாங்கமும், நிதி உதவிகளும் பணக்காரர்களிடமிருந்து ஏழைகளுக்கு ஏதோ ஒரு வழியில் வந்தடையும். எனவே அரசுப்பள்ளிகளில் மாணவர்களைச் சேர்ப்பது ஏழைகளுக்கு பயன் தரும் என்று கருதினார்.

அடுத்த நாள் அந்த ஆடம்பரமான பன்னாட்டு வளர்ச்சித்துறை அலுவலகத்திலிருந்து அந்நிறுவனத்தின் புத்தம் புதிய, குளிரூட்டப்பட்ட டயோட்டா சீருந்தில் என்னை மதிய உணவு அருந்த ஐவி விடுதிக்கு அழைத்துச் சென்றார். அது எப்போதும் ஜில்லென்றிருக்கும் விலையுயர்ந்த நவ நாகரிகமான சாப்பிடும் விடுதி. அங்கு அதிகமாக ஐரோப்பியர்கள், அதிலும் பன்னாட்டு உறவு - உதவி பணியாளர்கள், அல்லது அவர்களைப் போன்றோர் மட்டுமே அங்கு அடிக்கடி வருவர்.

அங்கு வரும் ஒவ்வொருவருக்கும் அது ஒரு மேற்கு ஆப்பிரிக்காவைச் சார்ந்த ஓர் இடம் என்று நினைத்துப் பார்க்கவே முடியாது. அவர் பாலாடைக்கட்டி மற்றும் தக்காளி உள்ளடங்கிய ரொட்டித் துண்டு களையும் சாப்பிட்டார். நான் சோறும் கோழிக் கறியும் சாப்பிட்டேன். இதில் ஆச்சரியம் என்னவென்றால் 'கானா' போன்ற நாடுகளில் அரசாங்கப் பொருளாதார உதவித்திட்டத்தை நிறைவேற்ற வரும் பிரதிநிதிகளைச் சந்திப்பது விசித்திரமான ஒன்றாக இருக்கும். அவர்கள், 'அரசு விருந்தினர்கள் எதற்கும் இலாக்கற்றவர்கள் என்றும், உதவாக்கரைகள்', என்றும் அப்பட்டமாக விமர்சனம் செய்வதற்கு அஞ்சுவதே இல்லை. உண்மையாகச் சொல்லப்போனால், அவர்களோடு கலந்தாலோசிக்க முக்கியமான எந்த விஷயமும் இல்லை என்பது போலத் தெரியும். இதற்கிடையில் நீங்கள் வேறு ஒரு மாற்று விஷயத்தை வலியுறுத்திப் பேசினால், அவர்கள் பேசுவது ஒன்றுகொன்று தொடர்பு இல்லாததுபோல் தெரியும். அரசு செய்வதற்கு மாற்று விஷயம் என்பது எதுவுமில்லை என்று வாதிடுவார்கள். வேண்டு மென்றால் இன்னும் கொஞ்சம் செலவு செய்து அதை இன்னும் சிறப்பாக செய்யலாம் என்பார்கள். டான் அவர்கள் இதற்கு விதிவிலக்கு இல்லை என்பது தெரியும்.

பன்னாட்டு வளர்ச்சித்துறை கானா நாட்டிற்கு ஆண்டுதோறும் £15 மில்லியன் (சுமார் 28.5 மில்லியன் டாலர்) கல்விக்கான உதவித்தொகையாக வழங்கி வருகிறது என்று டான் கூறினார். இதில் டான் அவர்களின் மாத ஊதியம், அலுவலக செலவினங்கள், இவையெல்லாம் இதில் வராதவை. இவை பொது நிர்வாகச் செலவுத்திட்டத்தின் கீழ்வரும் என்றார். ஆசிரியர் தேர்வு தொடர்பான ஒரு பெரிய பிரச்சினையைச் சொன்னார். ஓர் ஆசிரியர் 'வின்னெபா கல்வியியல் பல்கலைக்கழகத்தில்' சேர்ந்து அரசாங்கச் செலவிலேயே படித்து, ஆசிரியர் பயிற்சி சான்றிதழ் பெறவேண்டும். அதைக் கொண்டு அவர்கள் பள்ளியில் இரண்டு ஆண்டுகளுக்குத்தான் பணியாற்ற வேண்டும். அடுத்த மூன்று ஆண்டுகளுக்கு, அரசாங்க செலவிலேயே, ஆசிரியர்கள், கானா பல்கலைக்கழகம், லாகான் பல்கலைக் கழகம், அல்லது வேறு ஏதேனும் பல்கலைக்கழகத்தின் பட்டப்படிப்பு படித்து முடிக்கவேண்டும். இதுபோன்ற பட்டப்படிப்புச் சான்றிதழ் பெற்ற

ஆசிரியர்கள் அப்படியே கல்வித்துறைக்கு முழுக்குப் போட்டுவிடுகிறார்கள். அல்லது வேறு எங்கேனும் வேலை தேடி, நாட்டைவிட்டே போய் விடுகிறார்கள். இந்த பெரிய பிரச்சினைதான் ஆசிரியர் பற்றாக்குறைக்கு வழி வகுக்கிறது. இதெல்லாம், பரந்த மனம் கொண்ட நிதி உதவி நிறுவனமும், அரசாங்கமும் இணைந்து உருவாக்கும் சிக்கல்கள் என்று டான் கூறினார்.

இலவசத் தொடக்கக்கல்விக்கான புதிய நிதி உதவித் திட்டம் ஒன்றை நாடு முழுவதும் மெல்ல மெல்ல அறிமுகப்படுத்துவதாக டான் கூறினார். அரசுப் பள்ளிகளுக்கு பெற்றோர்கள் கட்டணம் செலுத்தி வந்த திட்டம் போன்று, ஒரு குழந்தைக்கு ஓர் ஆண்டிற்கு 30,000 செடிஸ் (3.30 டாலர்) செலுத்தும் ஒரு புதிய திட்டம் உருவாக்கப்பட்டது. இதன்படி எந்தப் பள்ளிக்கும் பெற்றோர்களிடமிருந்து எதையும் வசூலிக்க அனுமதி கிடையாது. கல்விக்கட்டணம், புத்தகங்கள், தேர்வுத் தாள்கள் அனைத்தும் பெற்றோர் ஆசிரியர் கழகம் மூலம், விரைவில் இலவசமாக வழங்கப்படும். "எனவே இனிமேல் இலவச தொடக்கக் கல்வித் திட்டம் கொண்டு வரப்போகிறோம்." என்று பெருமையுடன் சொல்லிக்கொண்டார். ஏன், ஏழைமக்களுக்கு வழங்குவது போல பணக்காரர்களுக்கும் வழங்கவேண்டும் என்று நான் கிண்டிக் கிளறிக் கேட்கவில்லை. ஆனால் டான் எந்த விஷயத்திலும் முன்னோடியான, சில இடங்களில் சரிவர செயல்படாத திட்டங்களைத் தானே முன்வந்து அதன் காரண காரியங்களை ஆய்ந்து நோக்குவார். அநேக அரசுப்பள்ளிகள் இப்போது பணப் பற்றாக்குறையில் இருந்தன. ஏனென்றால் உண்மையில், அரசுப் பள்ளியின் கல்விக்கட்டணம் வழக்கமாக ஆண்டுக்கு 30,000 செடிஸ் (3.30 டாலர்) என்பதைவிட கூடுதலாகவே இருந்தன. எனவே, ஏற்கனவே பெற்றோர்கள், ஒரு மாணவனுக்கு இவ்வளவு என்று செலுத்தி வந்த கட்டணத்தை முற்றிலும் அகற்றிவிடவில்லை. சில அரசுப்பள்ளிகள் 'நாங்கள் தனியார் பள்ளிகளாக மாற விரும்புகிறோம். அதனால் நாங்கள் மீண்டும் பணம் வசூலித்துக் கொள்ளலாம்' என்கிற அளவு பேசிக் கொள்கிறார்கள் என்று டான் சிரித்துக் கொண்டே சொன்னார்.

கானா நாட்டுக் கல்வித் துறையில் பணியாற்றி வந்த அரசுப் பணியாளர்களில் மூன்றில் இரண்டு பகுதியினரான 2,30,000 பேர்களும் மாபெரும் உதாவக்கரைச் செயல்களையே வெளிப்படுத்தி வந்தனர். மேலும் கல்வியில் சமநிலை இல்லை; பணக்காரர்கள் பக்கமும் உயர்கல்வி பக்கமுமே சாய்ந்துள்ளது, ஏழைகள்பால் இல்லை என்ற சிக்கலும் நிலவி வருகிறது என்று கூறினார்.

சிக்கல், சிக்கல், சிக்கல் எப்போதும் அரசுக் கல்வியோடு சிக்கல். கானா நாடு முழுவதும் அதிக அளவில் காணப்படும் ஏழைகளுக்கான தனியார் பள்ளிகள் பற்றியும், ஏழைகளுக்கு உதவுவதில் அவைகளின் முக்கியமான

பங்கு பற்றியும் கருத்தரங்கில் அவர், முன்பு சமர்ப்பித்த விஷயத்தை கவனமாக வலியுறுத்திச் சொன்னேன். பன்னாட்டு வளர்ச்சித்துறை அதன் மாபெரும் நிதி உதவித்திட்டத்தை ஏன் ஏழைகளுக்காகச் செயல்படும் தனியார் பள்ளிகள் பக்கம் திருப்பி விடக்கூடாது என்று கேட்டேன். அநேகமாக பன்னாட்டு வளர்ச்சித்துறை, சுழற்சி முறையில் தனியார் பள்ளிகளுக்கு, சுப்ரீம் அகாடமி போன்ற தனியார் பள்ளிகளுக்கு (அப்பள்ளியின் மேல்தளம் சரிசெய்ய) கடன் கொடுத்து உதவலாம். அவர் கவனமாக வார்த்தைகளைத் தேர்ந்தெடுத்துப் பேசுகிறார். ஆமாம். தனியார் பள்ளிகள் இருப்பதையே உணர்ந்து கொள்ள முடியாத அவருக்கு, தனியார் பள்ளிகள் இருப்பது பற்றி என் ஆற்றலைக் கொண்டு அவரை நம்ப வைக்க முயற்சித்தேன். ஆமாம் தனியார் பள்ளிகள் ஊரகப் பகுதிகளிலும் அதே போல நகர்ப் பகுதிகளிலும் இருக்கின்றன. ஆம், அவைகள் மிகச் சிறப்பாகச் செயல்பட்டு வருகின்றன. ஆனால் அவைகளுக்கென்று நிதி உதவி என்ற பேச்சுக்கே இடமில்லை. ஏனென்றால் அவைகள் தனியார்களால் நிர்வகிக்கப்படுகின்றன.

“இலாபகரமாகச் செயல்பட்டு வரும் வர்த்தகத்திற்கு நாங்கள் பொருளாதார உதவி செய்ய முடியாது.” அவரைப் பொருத்தவரை அத்துடன் அந்த விஷயத்தை முடித்துக் கொண்டார்.

முதன் முதலில் கானாவுக்கு ஆய்வுப் பணிக்காகச் சென்றதிலிருந்து எனக்கேற்பட்ட மறுப்புகளை அசைபோட்டுப் பார்த்தேன். இலக்கு மாறிவிட்டது. இப்போது ஏற்பட்டுள்ள மறுப்பு, ஏழைகளுக்காகச் செயல் படும் தனியார் பள்ளிகள் உண்மையில் இருக்கின்றனவா என்பது பற்றி அல்ல. போதிய ஆதாரங்கள் என்னால் கொடுக்கப்பட்டதால் அதிலிருந்து உங்களால் தப்ப முடியாது. இப்போதுள்ள மறுப்பு தனியார் பள்ளிகளின் ‘முக்கியத்துவம்’ பற்றியதும் அவைகளின் ‘செயல்பாடுகள்’ பற்றியதும் தான். “அனைவருக்கும் கல்வி” என்னும் செயல் திட்டத்தின் ஒரு பகுதியாக தனியார் பள்ளிகள் இருக்க முடியாது; ஏனென்றால், அவைகள் இலாப நோக்கமுடையவை. அரசுக் கல்வியால் மட்டுமே பன்னாட்டு உதவி பெறும் வாகனமாக இருக்க முடியும் என்பதுதான் இப்போதுள்ள மறுப்பு.

ஒரே இரவில் கானாவை விட்டுப் பறந்து சென்றேன். நியூகேஸ்ல் செல்லும் விமானத்தைப் பிடிப்பதற்காக வழியில் ஆர்ம்ஸ்டார்டாமில் இறங்கிக் காத்திருந்தபோது, போர்ட்டியனாரில் இன்னொரு பள்ளி ஆண்டு விழா தொடக்கம் எனக்கு நினைவுக்கு வந்தது. மேரி, விக்டோரியா, மற்றும் நூற்றுக்கணக்கான தனியார் பள்ளிக் குழந்தைகள் பள்ளி வேலைகளில் மும்மரமாக ஈடுபட்டு இருப்பார்கள். ஆசிரியர்கள் ஒவ்வொரு குழந்தைகள் மீதும் கவனம் செலுத்தும் அளவு கையடக்கமான வகுப்புகள்; ஏனென்றால், ஆசிரியர்கள், அந்த கிராமத்திலும் அதன் சுற்றுப்புற பகுதிகளிலும் வசித்து

வருவதால் மாணவர்களின் குறை நிறைகளை நன்கு அறிவார்கள். ஒரு நாளைக்கு ஒரு தடவையோ அல்லது இரண்டு தடவையோ மழை பெய்தால், வெள்ளம் வகுப்புக்குள் வந்துவிடும். எந்த நிதி உதவியும் கடனாகக் கூடக் கிட்டவில்லை. ஏனென்றால், பள்ளி உரிமையாளர்கள் இலாப நோக்கமே இலக்காக உள்ளவர்கள்; இலாபம் என்பது விக்டோரியாவின் தந்தை போன்றவர்களுக்கு எல்லா விதத்திலும் பயன் தரக் கூடியதாக இருப்பதால், பள்ளி உரிமையாளர்கள் தங்கள் ஆசிரியர்கள் மீது ஒரு கண் வைத்திருப்பார்கள். இதற்கிடையில் அரசுப் பள்ளியில் பயிலும் மாணவர்கள், அக்ராவின் புத்தம் புதிய புறநகர்ப் பகுதியிலிருந்து புறப்பட்டு வரும் ஆசிரியர்கள், கேப் கோஸ் நெடுஞ்சாலைப் போக்குவரத்து நெரிசலைக் கடந்து வரவேண்டும் என்று காத்துக் கொண்டிப்பார்கள் என்று நினைத்தேன். அதனால் ஒன்றுமில்லை. நல்ல உள்ளங்கொண்ட அமெரிக்க நன்கொடையாளர்களால் வழங்கப்பட்டுள்ள ஊஞ்சல்களிலும், ரங்க ராட்டினங்களிலும் குழந்தைகள் விளையாடிக் கொண்டு ஆசிரியர்களுக்காக பொறுமையாகக் காத்திருப்பார்கள்.

5

பகுப்பாய்விற்கு இயலாதது - சீனா

செங்கொடி

ஏழைகளுக்காகச் செயல்படும் தனியார் பள்ளிகள் சீனாவில் இருப்பது பற்றி மிகத் தெளிவாக மறுக்கப்பட்ட ஒரு நிகழ்வை, அதாவது, இதுதான் என்னுடைய கடைசி ஆட்டமாக இருக்குமோ என்று எண்ணக்கூடிய அளவு ஓர் ஆணித்தரமான மறுப்பைச் சந்தித்தேன். 2004 ஆம் ஆண்டு ஏப்ரல் மாதம் 'பெய்ஜிங் நார்மல் பல்கலைக்கழகத்தில்', ஒரு பன்னாட்டுக் கருத்தரங்கில் 'உலகமயமாக்கலும் தனியார் கல்வியும்' என்ற தலைப்பில் உரையாற்ற அழைக்கப் பட்டேன். இந்தியா, நைஜீரியா, கானா போன்ற ஏழை நாடுகளில் ஏழைகளுக்காகவே இயங்குகிற ஏகப்பட்ட தனியார் பள்ளிகளைப் பற்றி நான் மேற்கொண்ட ஆய்வுகளை அங்கு எடுத்துப் பேசினேன். இங்கே, சீனாவில் அதுபோன்ற பள்ளிகள் ஏதேனும் இருக்குமா என்று தெரிந்துக்கொள்ள ஆர்வம் அதிகரித்தது. என்னை அழைத்தவர்கள் சிறந்த பண்பாளர்கள். நான் அவமானப்படவோ அல்லது தர்ம சங்கடத்துக்கு ஆளாக்கவோ அவர்கள் விரும்பமாட்டார்கள். மற்ற ஏழை நாடுகளில் தனியார் கல்வி தொடர்பாக உள்ள நடை முறைகளைத் தெரிந்து கொள்ள அவர்கள் ஆர்வமாக இருந்தனர். அவர்கள் ஏன் தனியார் கல்வியில் ஆர்வமாக இருந்தனர் என்றால், தனியார் கல்வி வசதி படைத்தவர் களுக்காகச் செயல்பட்டு வந்தது. அத்துடன், சீனாவில் இது தொழில்நுட்ப, பொருளாதார வளர்ச்சிக்கு உதவக்கூடும்

என்பதால் அதில் அதிகமாக ஆர்வம் காட்டினர். ஏழைகளுக்காகச் செயல்படும் தனியார் பள்ளிகளில் ஆர்வமின்றி இருந்தனர் என்பது மட்டுமல்ல, இது போன்ற தனியார் பள்ளி சீனாவிலேயே இல்லை என்பதிலும் பிடிவாதமாக இருந்தனர். உண்மை யிலேயே ஏழை நாடுகளோடு சீனாவை நான் ஒப்பிட்டுப் பார்ப்பது அவமானகரமாகப் பட்டதாக என்னை அழைத்தவர்கள் கருதினார்கள். பெருகி வரும் வானளாவிய கட்டடங்களையும், பல்வழிச் சாலைகளையும் பெய்சிங் முழுவதும் பார்க்கிற பொழுது, லண்டன் மாநகரை விட இது பணக்கார நாடாகத் தெரிகிறது. ஆகவே இந்தப் பணக்கார நாடு, இந்நாட்டு ஏழை மக்களுக்குக் கல்வி வசதி வழங்க முடியவில்லை என்று எவ்வாறு நான் துணிந்து சொல்வது?

“இங்கு, சீனாவில் கன்ஃபூசிய நன்னெறிக் கோட்பாடு ஒன்று இருக்கிறது. அதன்படி அரசுப்பள்ளி ஆசிரியர்கள் மற்ற ஏழை நாட்டு ஆசிரியர்களைவிட அதிகமாக உழைக்கிறார்கள். நீங்கள் மற்ற நாடுகளில் கண்ட, மாணவர்கள் பள்ளிக்கு வராத பிரச்சினை, இந்த நாட்டில் இல்லை” என்று ஹாங்காங் பல்கலைக்கழக ஆய்வாளர் முனைவர் ஃபிலிப் ஹியூ அவர்கள் ஒரு நாள் மாலை, ஒரு பீர் விருந்தில் என்னிடம் கூறினார். சிறிது நேர ஓய்வுக்குப் பிறகு தொடர்ந்து கூறினார், “அது தவிர, சீனாவில் கம்யூனிசம் ஒரு பெரிய மாறுதலை ஏற்படுத்தியுள்ளது. பள்ளிகள், குறிப்பாக தொடக்கப்பள்ளிகள் மாநில ஆட்சியின் அங்கங்கள். ஆகையால் அவைகளை மாநில அரசு கைவிடாது.” இந்நிலையில், ஏழைகளுக்காகச் செயல்படும் தனியார் பள்ளி என்பது சீனாவில் இருக்க சாதகமான சூழல் இல்லை. நான் ஏற்றுக்கொண்டேன். ஒரு பலம் பொருந்திய, மையப் படுத்தப்பட்ட ஒரு ஆட்சியில், என் முயற்சி இனி வேலைக்கு ஆகாது என்று இறுதியாக இணங்க வைக்கப்பட்டேன்.

கிட்டத்தட்ட இணங்க வைக்கப்பட்டுவிட்டேன். ஆனால், நான் முற்றிலும் ஏற்றுக்கொள்ளவில்லை என்பதை அவர் கண்டுகொண்டார். சீனாவின் வடமேற்கில் உள்ள, பின் தங்கிய மாகாணங்களில் ஒன்றான கன்சூ மாகாணத்தில் உள்ள பன்னாட்டு வளர்ச்சித் துறையின் பிரிட்டிஷ் பொருளாதார முகமைக்காகப் பணியாற்றிய அவரது நண்பர் லியூ பின்வென் என்பவரைப் பற்றி இறுதியாக என்னிடம் சொன்னார்: “அடிமட்ட அளவில் நடக்கும் எல்லாம் அவருக்குத் தெரியும். அவர் எல்லாவற்றையும் உங்களுக்குச் சொல்லுவார்.” எல்லாவற்றையும் எனக்குச் சொல்வார் என்பதை வேறு மாதிரிச் சொல்லப்போனால், மற்ற நாடுகளில் நான் மேற்கொண்டிருந்த ஆய்வு இங்கு இல்லை. லியூவின் தொடர்பு எண்களைப் பெற்றுக் கொண்டு, அடுத்த நாள் அவரை சந்திக்க ஏற்பாடு செய்தேன். நாங்கள் ஏற்கனவே சந்தித்திருப்பது அடுத்த நாள் தெரியவந்தது. 2000-ஆம்

ஆண்டு பன்னாட்டு நிதி நிறுவனத்தின் திட்ட ஆலோசனைக்குழுவில் இருவரும் பணியாற்றினோம். அந்த ஆலோசனைக் குழுவில் 'தென் பெருங்கடல் பள்ளிகள்' என்று சொல்லப்பட்ட நடுத்தர வர்க்கத்தினருக்கான தொடர்ச்சியாகப் பல தனியார் பள்ளிகளை மதிப்பீடு செய்து கொண்டிருந்தேன். அப்போது சீன அரசாங்கம் எனக்கு உதவுவதற்காக தற்காலிகமாக அவரை ஏற்பாடு செய்திருந்தது.

லியூ, சின்னப் பையன் மாதிரி, அவர் முகத்தில் எப்போதும் சிரிப்பு வெடித்துக் கொண்டே இருக்கும். வேடிக்கையான மனிதர். முன்பு பணியாற்றிய போதும் அவருடன் நல்ல தோழமையுடன் இருந்தேன். இப்போதும் நல்ல தோழமையுடன் தொடர்ந்து கொண்டிருந்தோம். நாங்கள் தங்கி இருந்த விடுதியில் இப்போது சந்தித்துக் கொண்டோம். கன்சூ மாநிலத்தில் 'பள்ளி வளர்ச்சித்திட்டம்' என்னும் செயல் திட்டத்தின் கீழ் 11 மில்லியன் பவுண்டுகள் பன்னாட்டு வளர்ச்சித் துறை செலவு செய்திருக்கிறது. இந்த இடத்தில் நான் சிந்தித்து செயல்பட வேண்டியிருந்தது. இங்கிலாந்தைப் பொறுத்தவரை, பள்ளிகளின் பாடத்திட்டம், இலக்கு, குறிக்கோள், தொழில் நுட்பத் தகவலுக்கான அடிப்படைத் தேவைகள், மேலும் இது போன்றவைகள் அனைத்தையும், 'பள்ளி வளர்ச்சித்திட்டம்' ஒரே ஆவணத்தில் வரிசைப்படுத்திக் கொள்ளும். ஆனால் பள்ளி வளர்ச்சித் திட்டத்திற்காக, (அவர் அதை ப.வ.தி என்று குறிப்பிடுகிறார்) மில்லியன் கணக்காகச் செலவு செய்வது, சீனாவின் மிகவும் பின் தங்கிய பகுதிகளுக்கு கொடுக்கப்படும் வினோதமான முன்னுரிமை போலத் தெரிகிறது. ஆனால் அவரைப் பற்றித் தவறாக ஒன்றும் கேள்விப்படவில்லை. ஆனால், இந்தத்திட்டம் எவ்வளவு முக்கியம் என்று சொல்லும் போது அவரின் வேதனை வெளிப்படுகிறது. என்ன இருந்தாலும் இங்கிலாந்தின் வளர்ச்சிக்கான சாவியே பள்ளி வளர்ச்சித் திட்டங்கள்தான். சீனாவுக்கும் இதுவே வளர்ச்சிக்கான வழியாக இருக்க வேண்டும். இதெல்லாம் எனக்கு நம்பிக்கை அளிக்கவில்லை. அவர் அரசுப்பள்ளிகளுக்கான வசதிகளை மேம்படுத்த, பன்னாட்டு வளர்ச்சித் துறையும், பள்ளி வசதித் திட்டங்களும் பணத்தைக் கொட்டிச் செலவு செய்து கொண்டிருக்கின்றன என்று வலியுறுத்திச் சொன்னார். (இங்கே என் உற்சாகம் ஊற்றெடுக்கத் தொடங்கியது) ஏனென்றால், அநேக அரசுப்பள்ளிகளில், குறிப்பாக ஊரகப் பள்ளிகளில் வசதிகள் நிறைவானதாக இல்லை.

இதற்கு முன்பு அரசுப் பள்ளிகளில் நிதி நிலை திருப்திகரமாக இல்லை என்ற குறிப்பு எனக்கு மிகுந்த ஆர்வத்தைத் தூண்டியது. (பன்னாட்டு வளர்ச்சித் துறையின் தாராள மனம் இன்னும் பல இடங்களில் காட்டப்படவில்லை). இதர நாடுகளில் நான் கண்ட சாத்தியக் கூறு (பற்றாக்

குறையுள்ள அரசுப் பள்ளிகள் பெற்றோர்களை தனியார் துறைக்கு இட்டுச் செல்லும்) சீனாவிலும் இருக்க வேண்டும். சீனாவின் ஊரகப் பகுதிகளில் உள்ள பெற்றோர்களும், அரசுப் பள்ளிகள் நிறைவளிக்காத சூழலில், ஏன் அவர்கள் சிறந்த பள்ளிகளை நாடிச் செல்லக் கூடாது?

கன்சூவில் உள்ள அரசுப்பள்ளிகளின் தரம் எவ்வாறு உள்ளது என்று வினவினேன். அவர், "மிக உயர்ந்த அரசுப்பள்ளிகள் இருக்கின்றன - பன்னாட்டு வளர்ச்சித்துறை திட்டத்தின் ஆதரவின் கீழ் லின்க்ஸியா நகரில் உள்ள பள்ளிபோல எல்லா நகரங்களிலும் இருக்கின்றன" என்றார். "எல்லாராலும் அந்த மாதிரி நகரங்களில் உள்ள பள்ளிகளுக்கு சென்று படிக்க முடியாதே" என்று கேட்டேன். அவர் ஒத்துக்கொண்டார். கிராமப்புறங்களின் கடைக்கோடிப் பகுதிகளில் சில மோசமான அரசுப்பள்ளிகள் இருக்கின்றன. அவ்வகைப் பள்ளிகளுக்கு கண்டிப்பாக பன்னாட்டு வளர்ச்சித்துறையின் திட்டங்கள் தேவைப்படும். விடாமல் தொடர்ந்து, எங்கே ஓர் ஆர்வமிக்க குடியானவன் , "நான் குடியானவன்" என்று சொன்னதைத் திருத்தி, "விவசாயி!" என்று சொன்னார். - "ஓர் ஆர்வம் மிக்க விவசாயி தன் குழந்தையை எங்கே அனுப்புகிறார்?" என்று கேட்டேன். "தரம் உயர்த்தப்பட்ட அரசுப்பள்ளிக்கு" என்று லியூ கூறினார். "அப்பள்ளிகள் தரம் உயர்த்தப்படும் முன் குழந்தைகளை எங்கே அனுப்பினார்கள்? தனியார் பள்ளிகளுக்கு அனுப்பினார்களா?" இதை அவர் சாத்தியமாக இருக்குமென்று நினைக்கவில்லை. "இல்லை, கிராமப் புறங்களில் தனியார் பள்ளிகள் இல்லை" என்றார்.

இன்னும் கொஞ்சம் பீர் கொண்டுவரச் சொல்லிக் குடித்தோம். நாங்கள் பேசிக்கொண்டிருந்தவாறே, அந்த இடத்தின் முகப்பில் இரண்டு பெரிய மீன் தொட்டிகள் வைத்திருப்பதைக் கண்டேன். ஒவ்வொரு தொட்டியிலும் ஆறு, ஏழு அழகான பெரிய வண்ண வண்ண மீன்களும், சின்னஞ்சிறிய மீன்கள் கூட்டமும் இருந்தன. தொட்டியிலுள்ள அந்த பெரிய மீன், ஒரு சிறிய மீனை அப்படியே பிடித்து விழுங்குவதற்கு துரத்திக்கொண்டிருந்தது. பெரிய மீன்கள் சிறிய மீன்களை துரத்திப்பிடித்து விழுங்குவது அங்கு ஒரு தொடர் கதையாக இருக்கிறது என்று உணர்ந்தேன். எனக்கு எல்லாம் விளங்கத் தொடங்கியது. சிறிய மீன்கள்தாம் பெரிய மீன்களுக்கு இரை. எனக்குள்ளே சிரித்துக்கொண்டேன். இதுதான் சீனா. ஒரு எதார்த்தமான நாடு. ஒரு சமயம் பன்னாட்டு நிதி நிறுவன செயல்த்திட்டங்களுக்காக லியூ அவர்களைச் சந்தித்ததும், பெய்ஜிங்கின் அழகான புறநகர்ப் பகுதியில் அமைந்திருந்த ஓர் அற்புதமான தனியார் பள்ளிக்கு நான் அழைத்துச் செல்லப்பட்டதும், அந்தப் பள்ளி வளாகத்தில் அமைக்கப்பட்டிருந்த ஒரு குட்டையில் வாத்துகள் நீந்திக் கொண்டிருந்ததும் எனக்கு இப்போது நினைவுக்கு வந்தன. எங்களை அழைத்தவர்கள் பெருமையாக இதைக்

காட்டிக் கொண்டார்கள். ஒரு பத்து வயது மாணவன் ஒருவன் எங்களிடம் வந்து இரகசியமாக, "இந்த வாத்துகள் எல்லாம் நீங்கள் பார்க்கவேண்டும் என்பதற்காக விடப்பட்டிருக்கின்றன. நீங்கள் சென்றபின், நாங்கள் அடித்துச் சாப்பிட்டு விடுவோம்" என்று சொன்னான். இதுதான் சீனா என்று எண்ணினேன். மிகவும் எதார்த்தமான ஒரு நாடு. சீனா இப்படித்தான் இருக்கிறது. இப்போது தெளிவாகப் புரிந்துகொண்டேன். ஏழைகளுக்கான தனியார் பள்ளிகளைத் தேடிச் செல்லும் என்னுடைய பாதை இதோ இங்கு முடிகிறது.

லியூ பின்வென் பீர் சாப்பிட்டு இளைப்பாறிக் கொண்டார். மற்ற நாடுகளில் தனியார் பள்ளிகள் பற்றி நான் கண்டவற்றை அவரிடம் கூறினேன். இது அவரது ஆவலைத் தூண்டியது. என் பக்கம் திரும்பி காதுகளுக்குள் முணுமுணுத்து, உண்மையில் 15 ஆண்டுகளுக்கு முன்னால் கல்வி அமைச்சரகத்தில் நான் பணியாற்றியபோது இதே போன்ற ஒரு வேலையில்தான் ஈடுபட்டிருந்தேன். அந்த காலக்கட்டத்தில் தனியார் கல்வி என்பது சட்ட விரோதம். அப்படி இருந்தும் அறிவு ஜீவிகளின் இல்லங்களில் தனியார் பள்ளிகள் இயங்கின. ஸி ஷு அவர்களின் இந்த அசாதாரனமான நிகழ்வு கல்வி அமைச்சரகத்திற்கு பெரிய தலைவலியைக் கொடுத்தது என்று சொன்னார். இதனால் அவரது சொந்த மாகாணமான ஹியூபெய்யில் ஓர் இரகசிய ஆய்வு மேற்கொள்ள லியூவைக் கேட்டுக்கொண்டார்கள்.

நாங்கள் ஆப்பிரிக்காவிலும் இந்தியாவிலும் மேற்கொண்ட ஆய்வைப் போல, லியூவும் அவரது குழுவும், கிராமம் கிராமாகத் தேடிச் சென்று, அம்மக்களின் நம்பிக்கையைப் பெற்று, நாங்கள் செய்தது போல, கிராமத்திற்கு குறைந்த பட்சம் ஒரு தனியார் பள்ளியையாவதுக் கண்டு கொண்டது. மேலும் அவர்கள் கண்ட உண்மை, குழந்தைகள் இவ்வகைப் பள்ளிகளுக்குத்தான் சென்றார்கள். ஏனென்றால் அரசுப்பள்ளிக்கு அவர்களால் கல்விக் கட்டணம் செலுத்த முடியவில்லை. காரணம் தனியார் பள்ளிகளை விட அரசுக் கல்விக் கட்டணம் அப்போது அதிகமாக இருந்தது. அவரது இரகசிய ஆய்வறிக்கை உயர்மட்ட அதிகாரிகளுக்கு அளிக்கப் பட்டது. இதைக்கண்டு அவர்கள் ஆத்திரமடைந்தனர். இதற்கான அவர்களது நடவடிக்கை கண்டு நாங்கள் சிரித்தோம். அந்த அறிக்கைக்கு என்ன நடவடிக்கை எடுக்கப்பட்டது என்று தெரிந்து ஆச்சரியப்பட்டார். எனக்கு அதன் நகல் ஒன்றைக் கொடுக்க முடியுமா என்றும் பார்த்தார். சட்டவிரோதமாக இருந்தும், உண்மையிலே நூற்றுக்கணக்கான சின்னச் சின்ன தனியார் பள்ளிகளில், ஆயிரக்கணக்கான குழந்தைகள் பதிவில் இருந்தனர் என்று சொல்லிச் சிரித்தார்.

எனவே, இன்றைக்கு அது போன்ற தனியார் பள்ளிகள் நிச்சயமாக இருக்கின்றனவா என்று கேட்டேன். இப்போது அவர் அவ்வளவு

பிடிவாதமாக இல்லை. இருக்குமோ என்று சந்தேகப்பட்டார். உண்மையைச் சொல்லப்போனால், தனியார் பள்ளி பற்றி அவர் எதையும், யாரிடமும் கேட்கவில்லை. எதையும் தேடிப் பார்க்கவும் இல்லை. அரசுப் பள்ளிகள் இப்போது எல்லா வகையிலும் குறைந்த கட்டணச் செலவுகள் உள்ளவை (இலவசம் இல்லாவிட்டாலும்). ஆகவே முக்கியமான காரணம் நீக்கப்பட்டுவிட்டது. அவர் தன் அலைபேசியை எடுத்து கன்சூவில் உள்ள பலரைத் தொடர்பு கொண்டார். அவர்கள் சொன்ன விஷயங்கள் அதே பல்லவிதான். நிறையப் பாலர் பள்ளிகள் இருக்கின்றன. ஆனால் தனியார் பள்ளிகள் என்று எதுவும் இல்லை. "மன்னிக்கவும் ஜேம்ஸ், அப்படி எதுவும் இல்லை" என்றார். இருந்தும் எனக்கு இன்னும் நம்பிக்கை இருந்தது. ஏனெனில், உலகின் பல்வேறு இடங்களில் எத்தனை தனியார் பள்ளிகள் தொடங்கப்பட்டன என்று துல்லியமாகக் கண்டுள்ளேன். ஒரு தொழில் முனைவர், அதிலும் ஒரு பெண், ஒரு பாலர் பள்ளியைத் தொடங்குகிறார். பிறகு குழந்தைகளின் பெற்றோர்களிடமிருந்து கோரிக்கை எழுகின்றது. "என் குழந்தை இங்கு படித்து முடித்தவுடன் அவளை நான் எங்கே அனுப்புவது? உங்கள் பள்ளியில் எங்கள் குழந்தை மிகுந்த உற்சாகத்துடன் இருக்கின்றாள். நீங்களும் நன்றாகக் கற்பித்திருக்கிறீர்கள். என் குழந்தைக் காகவாவது நீங்கள் முதல் வகுப்பைத் தொடங்கக் கூடாதா?" என்று கேட்கிறார்கள். அதன் பிறகு "ஏன் இரண்டாம் வகுப்பு தொடங்கக் கூடாது?" என்றும் கேட்கிறார்கள். இவ்வாறு ஒரு தொடக்கப்பள்ளி உருவாகிறது. பெரிய திட்டம் எதுவும் இல்லை. இது ஆப்பிரிக்காவிலும் இந்தியாவிலும் நடக்கிறது என்று சொன்னேன். இல்லை, அது இங்கு நடக்காது. ஏனென்றால், இங்கு ஒரு பாலர் பள்ளி தொடங்குவது மிகவும் எளிதான ஒன்று. ஆனால் ஒரு தொடக்கப்பள்ளி தொடங்குவது என்பது அவ்வளவு எளிதான காரியமே அல்ல. ஆயிரக்கணக்கான தனியார் பாலர் பள்ளி தொடங்க அரசு அங்கீகரித்துள்ளது.

ஆனால் தொடக்கப்பள்ளி தொடங்க மிகவும் பிடிவாதமாக இருக்கிறது. இந்தப் பகுதிகளில் தனியார் தொடக்கப்பள்ளிகள் எதுவும் இல்லை. சில தனியார் பள்ளிகள் நகரங்களில் இருக்கின்றன. ஆனால் அவைகள் பணக்காரர்களுக்கு மட்டுமே. நான், "நாங்கள் வேறு எங்கும் எங்கள் தனியார் பள்ளிகளை கண்டுபிடிக்கப் போவதில்லை, பாலர் பள்ளியின் பின்புறத்திலேயே அவைகள் இருக்கின்றன"என்றேன். அது உண்மையாக இருக்கவே இருக்காது என்றார்.

எப்படியோ என் தேடுதல் வேட்டையில் எனக்கு உதவுவதாக ஒத்துக் கொண்டார். அவர் உண்மையில் ஆர்வமடைந்து விட்டார். ஏற்கனவே ஒத்துக் கொண்டபடி கொஞ்சத் தொகையை நான் அவருக்கு வழங்கினால், அடுத்த முறை அவர் கன்சூ வரும்போது சிலவற்றை எனக்குத் தேடித் கண்டு

பிடித்துக் கொடுப்பார். அதுவும் அடுத்த வாரமே கன்சூ வருகிறார். எதையும் கண்டுபிடித்துக் கொடுப்பதாக வாக்குறுதி வழங்கவில்லை. ஆனால் எனக்காக நிச்சயம் தேடும் முயற்சியில் இறங்குவார். அடுத்த நாள் சந்தித்து பணம் ஏற்பாடும் செய்யும் விஷயத்தை முடிவு செய்யலாம் என்று பேசி முடித்துக் கொண்டோம்.

அடுத்த நாள் நான் விடுதியில் இருந்த போது என்னோடு அலைபேசியில் பேசினார். நான் கற்பனையில், மகிழ்ச்சியோடு அலைபேசியை எடுத்தேன். பன்னாட்டு வளர்ச்சித் துறையில் பணியாற்றும் அவரது மேலதிகாரியான அந்த வெள்ளைக்காரர் என்னுடைய திட்டத்திற்கான எந்த உதவியையும் செய்ய வேண்டாமென்று சொல்லி விட்டாராம். அப்படிச் செய்தால் அது பன்னாட்டு வளர்ச்சித் துறையைக் குளறுபடி செய்து விடுமாம். இது அப்படியே அவர் சொன்ன வார்த்தைகள். இதையே, லியூ மீண்டும் ஒருமுறை வலியுறுத்திச் சொன்னார். கன்சூ மாநிலத்தில் எந்தத் தனியார் பள்ளியும் இல்லை. ஒருவரை மட்டும் அல்ல, பலரையும் அவர் விசாரித்ததாகச் சொன்னார். ஆனால் எல்லோரும் அங்கு தனியார் பள்ளி இல்லை என்றே கூறியிருக்கிறார்கள். பன்னாட்டு வளர்ச்சி நிறுவனம், அரசுப்பள்ளிகளின் வளர்ச்சிக்கு உதவுவதற்காக உழைத்து வருகிறது. அங்கு எந்தத் தனியார் பள்ளிகளும் இல்லை என்று திரும்பவும் சொன்னார். இதைப் பற்றி நாங்கள் மீண்டும் சந்தித்துப் பேச முடியுமா? அவர் முடிவை மாற்றிக் கொள்ளுமாறு பேசிப் பார்த்தேன். துரதிருஷ்டவசமாக, மாற்றிக் கொள்ளவில்லை. மீண்டும் கன்சூவுக்கு வருவதாகவும் இல்லை. அன்று மதியமே அதைவிட்டு அவர் புறப்பட வேண்டியதாகி விட்டது. எனவே எனக்கு வேறு வழி தெரியவில்லை. அலைபேசியை வைத்து விட்டு ஒரு பெருமூச்சு விட்டுக் கொண்டேன்.

லியூ பன்னாட்டு வளர்ச்சித் துறையைப் பற்றி சொன்ன முறை கொஞ்சம் கோபப்பட வைப்பதாகத் தெரிந்தது. சில வாரங்களுக்கு முன்பு, நான் இந்திய நாட்டில் ஹைதராபாத்தில் இருந்தபோது, ஆந்திரப் பிரதேச அரசின் கல்விச் செயலாளரோடு மிக நெருக்கமாகப் பணியாற்றிக் கொண்டிருந்தேன். டெல்லியில் உள்ள பன்னாட்டு வளர்ச்சித் துறை அவருக்கு எழுதிய ஒரு கடிதத்தைப் பற்றி இரகசியமாக என்னிடம் சொன்னார். அக்கடிதத்தின் சுருக்கம்; அவரோடு நான் பணியாற்றிக் கொண்டிருப்பதைக் கேள்விப் பட்டு, என் விஷயத்தில் அவரை ஜாக்கிரதையாக இருக்கச் சொல்லி எச்சரித்திருக்கிறது. என்ன? நான் நிலைகுலைந்து போனேன். அவர்கள் என்னதான் நினைக்கிறார்கள்? அவர் இதைப் பெரிதுபடுத்தத் தேவை யில்லை என்று சிரித்தார்.

“யாருடைய உத்திரவையும் நான் ஏற்பதில்லை, நான் எப்போதும் ஜாக்கிரதையாகவே இருக்கிறேன்” என்றார். யார், எந்தப் பக்கம் சாய்

வார்கள் என்று தெரிந்து விட்டது. பன்னாட்டு நிதி நிறுவனம், கன்சூவில் நிலைமையை குளறுபடி செய்துவிடுவேன் என்று என்னை நுழைய விட விரும்பவில்லையென்றால், நிச்சியமாக நான் கன்சூவில் நுழைய வேண்டும்.

கன்சூ

கருத்தரங்கு முடிந்த கையோடு இங்கிலாந்துக்கு உடனே திரும்ப வேண்டியிருந்தது. ஆனால் என்னால் உடனடியாகப் போக முடியவில்லை. திரும்புகிற போது இனிய சூழ்வினை அதன் வேலையைச் செய்தது. பன்னாட்டுப் பட்டதாரி மாணவர்களுக்கு நியூகேஸ்ல் பல்கலைக் கழகத்தில் தனியார் கல்வி பற்றி ஓர் உரை நிகழ்த்தினேன். அதில் பல மாணவர்கள் சீனாவிலிருந்து வந்திருந்தனர். ஏழைகளுக்காகச் செயல்படும் தனியார் கல்வி பற்றி சமீபத்தில் நான் மேற்கொண்டிருந்த ஆய்வு பற்றிச் சுருக்கமாகத் தொட்டுப் பேசினேன். லூ ஸியாங் என்ற ஒரு சீன நாட்டு மாணவர் பிறகு என்னைத் தேடி வந்தார். அவருடைய முனைவர் படிப்பிற்காக என்னை மேற்பார்வையாளராக இருக்க முடியுமா என்று அந்த மாணவர் கேட்டார். அற்புதம். “சீனாவில் ஏழைகளுக்காகச் செயல்படும் தனியார் பள்ளிகள் பற்றி ஓர் ஆய்வுப்பணி மேற்கொள்ள விரும்புகிறேன்” என்று அவரிடம் சொன்னேன். உண்மையாகவா? தனியார் பள்ளிகள் சீனாவில் இருக்கின்றன என்று நினைத்துப் பார்க்கிறாரா? ஆம், நிச்சயமாகச் சொன்னார். அவர் ஒரு பள்ளி பற்றிக் கேள்விப்பட்டிருக்கிறார். இன்னும் சில பள்ளிகள் இருக்கும் என்று எண்ணுகிறார். அவர் எங்கிருந்து வருகிறார்? அவர் லான்சூவிலிருந்து வருகிறார். அதுதான் கன்சூ மாநிலத்தின் தலைநகரம்.

கன்சூவைப் பற்றிய விவரக் குறிப்புகளை தயாரிக்கத் தொடங்கினேன். சீனாவின் ஐந்து வடமேற்கு மாநிலங்களில் ஒன்றான கன்சூ மாநிலமும், நாட்டின் பின் தங்கிய மாநிலங்களில் ஒன்று. இம்மாநிலத்தின் மக்கள் தொகையான 25.6 மில்லியன் மக்கள், டெக்ஸாஸ் மாநிலத்தைப் போன்ற பரப்பளவில் உள்ள ஒரு பகுதியில் வசிக்கின்றனர். சீனாவில் மொத்தமுள்ள 31 மாநிலங்களில் இது 30 ஆவது இடத்தில் இருந்தது. தனி நபர் மாநில மொத்த உற்பத்தியில் சுயாட்சி பெற்றது. ஊரக சராசரி தனி நபர் வருமானம் 1500 யான் (186.57 டாலர்) மட்டுமே. 31 மாநிலங்களில் ஏழ்மையில் 28 ஆம் இடம் வகித்த மிகவும் பின்தங்கிய மாநிலம் இது. இது ஒரு சுயாட்சி பெற்ற மாநிலம். கன்சூ மாநில ஊரக மக்கள் தொகையில் பாதி வறுமைக் கோட்டிற்குக் கீழே, அதாவது ஆண்டுக்கு 1000 யான் (124.38 டாலர்) வருமானத்தைக் கொண்டு வாழ்ந்து வந்தனர். தேசிய அளவில் ஒப்பிடும் போதும் 3 சதவீதம் தான். கிட்டத்தட்ட 2 மில்லியன் மக்கள் அப்பட்டமான

வறுமைக் கோட்டிற்குக் கீழே, அதாவது ஆண்டுக்கு 637 யான் (79.23 டாலர்) வருமானத்தைக் கொண்டு வாழ்ந்தனர். இந்த இடமே, சரியான என் ஆய்வுக் களமாக எனக்குத் தோன்றியது.

2004 ஆம் ஆண்டு செப்டம்பர் 18 ஆம் தேதி பெய்ஜிங் வழியாக லான்சூவிற்கு விமானத்தில் சென்றேன். லு ஸியாங் என்ற அந்த மாணவன், ஆய்வுப் பணிகளை தொடங்குவதற்கான பணிக் குழுவைத் தயார் செய்வது போன்ற ஆயத்த வேலைகளைச் செய்வதற்காக ஏற்கனவே அங்கு போய் விட்டார். அங்கு நாங்கள் முதன் முதலாகச் சந்தித்த மனிதர் திரு. வாங் என்பவர் ஆகும்.

லிங்ஸியா என்ற இடத்திலிருந்து வருகின்ற ஒரு மூத்த கல்வி அதிகாரி இவர். லிங்ஸியாவில்தான் பன்னாட்டு வளர்ச்சித்துறை இருந்து செயல் பட்டு வருகிறது. திரு. வாங் அவர்கள் நகரங்களில் உள்ள எல்லா இடங் களுக்கும் சுற்றுப் பயணம் செய்திருக்கிறார். அவரோடு நடந்த அந்தச் சந்திப்பு கொஞ்சம் ஏமாற்றத்தை அளித்தது. ஏனென்றால் அவர், அந்தப் பகுதியிலேயே மூன்றே மூன்று தனியார் பள்ளிகள்தான் இருக்கின்றன; அதோடு நிச்சயமாக அவைகளில் ஏழைகளுக்கு உதவும் தனியார் பள்ளிகள் என்று எதுவும் இல்லை என்று சொல்லிவிட்டார். உலகம் முழுவதும் உள்ள கல்வி அதிகாரிகள் பல தடவை சொல்லக் கேட்ட அதே வார்த்தையை திரு. வாங் சொன்னார். “எங்கள் சிறு பான்மையினர் (அவரின் வட்டாரத்தில் 18 வகை சிறுபான்மையினர் இருந்தனர் என்று ஸியாங் என்னிடம் கூறினார்) கல்விக்கு முக்கியத்துவம் கொடுப்பதில்லை. அதாவது, அவர்கள் தங்கள் குழந்தைகள் மீது அக்கறை எடுத்துக் கொள்ளவில்லை” என்றார். ஆனால் இந்த முறை அது உண்மையாக இருக்கக்கூடுமென்று என்னை நான் தயார் படுத்திக் கொண்டேன். அநேகமாக தன்னுடைய பேராசிரியரை மகிழ்ச்சிப்படுத்தும் பொருட்டு லூ ஸியாங் இப்படிச் சொல்லியிருக்கலாம். அதுதான் சீனர்கள் என்று எண்ணிக் கொண்டேன். ஏழைகளுக்காகச் செயல்படும் தனியார் பள்ளிகள் சீனாவின் ஊரகப் பகுதிகளில் உண்மையில் உள்ளன என்ற அந்நாட்டுக் கருத்துக்கு மாறாகச் சொல்வதற்கு நான் யார்?

பிறகு ஒரு சிறந்த அழகான பெரிய விடுதியில், ஒரு தனி அறையில் மதிய உணவுக்கு ஒரு மாபெரும் விருந்து ஏற்பாடு செய்யப்பட்டிருந்தது. இந்த வெளிநாட்டு விருந்தினரை வேடிக்கை பார்க்க ஏகப்பட்ட பேர் கூடியிருந்தனர். நான் சீனாவில் சாதிப்பதற்கு தேவையான கருப்பொருள் எனக்கு கிடைத்துவிட்டது. மிகுந்த கவனத்துடன் எனக்காகத் தயாரிக்கப் பட்ட நிகழ்ச்சியில் நாண் சாங் சாலையில் ஆட்டிறைச்சியை கைகளால் உண்பது என்று ஒன்று, உணவு வகையில் வரிசைப் படுத்தப்பட்டிருந்தது. கன்சூ மாநில செம்மறி ஆட்டுக் குட்டி இறைச்சியை, குச்சிகளைப் பயன்படுத்தாமல் புதுமையாக, விரல்களால் சாப்பிடுவது. வீட்டில்

விரும்பப்படாத ஒரு உணவு வகை ஒன்று இருக்கிறதென்றால், அது, ஆட்டு இரத்தத்தில் சமைக்கப்பட்ட சைவ உணவே ஆகும். அந்த வட்ட வடிவ சாப்பாட்டு மேசையில் திரு. வாங், ரொட்டித் துண்டுகளை, மெல்லிய கண்ணாடிக் குவளைகளில் ஊற்றப்பட்ட காட்டமான சீன நாட்டு மதுபானத்தோடு அறிமுகப்படுத்தினார். நான் ஒரு விருந்தினர். ஆகையால் ஒவ்வொருவராக எனக்கு அந்த மது விருந்தில் 'சியர்ஸ்' கூறினார்கள். நாங்கள் இருவரும் எழுந்து நின்றோம். "கேங் பெய்" என்றோம். இதன் பொருள் குவளைகளைத் தலைகீழாககத் கவிழ்த்து வையுங்கள், அதவாது அருந்தி முடியுங்கள் என்று அர்த்தம் ஆகும். தேவையான அளவு அருந்தி விட்டோம் என்று காண்பிப்பதற்காக, எங்கள் காலிக் குவளைகளை மேசையைச் சுற்றி அமர்ந்திருப்போருக்குக் காண்பித்தோம். சாப்பாட்டோடு தாராளமாக வழங்கப்பட்டிருந்த சூடான தேநீரை அளவுக்கதிமாக அருந்தினால் மதுவை கொஞ்சமாகத்தான் குடிக்க முடியும். இந்த மதுபான நிகழ்ச்சி ஒருவருக் கொருவர் வாழ்த்திக்கொள்வதாகவும், அன்பைப் பொழியும் நிகழ்ச்சி யாகவும் அமைந்திருந்தது. பிறகு திரு.வாங், லிங்ஸியா பகுதியின் சிறுபான்மை இனத்தவர்களின் ஓர் அற்புதமான பாடலை, ஒரு விசித்திர மான உச்சக் குரலில் பாடினார். "எங்கள் நாட்டு மரங்களும் நதிகளும் பேராசிரியர் ஜேம்ஸ் டூலி ஆகிய உங்களை வரவேற்கின்றன. நீங்கள் இங்கு எல்லா வளமும் பெறுவீர்கள் என்று நம்புகிறோம்" சந்தேகத்திற்கிடமின்றி போதையின் ஆளுமையில், நான் பெய்ஜிங்கில் இருந்த போது அக்கார்டியன் இசைக் கருவியில் வாசிக்கக் கேட்ட டோ எ டியர் என்ற பாடலை அவர்களுக்காகப் பாடினேன். பிறகு நாங்கள் அனைவரும் படம் எடுத்துக் கொண்டோம். திரு. வாங் என்னிடம் சீன மொழியில் "கி - ஜி" என்ற உச்சரிப்பைக் கொண்ட வார்த்தையை "சீ - ஜீ" என்று உச்சரிப்போம் என்று சொன்னார். அதற்கு சீன மொழியில் கத்தரிக்காய் என்று அர்த்தம். "ஏனென்றால் அந்த வார்த்தை உங்கள் முகத்தில் ஒரு மலர்ந்த புன்னகையைக் காட்டியது"என்றார். நான் அதே புன்னகையைத் தோற்றுவிப்பதற்காக 'சீஸ்' என்று சொன்னதாக அவரிடம் சொன்னேன்.

அடுத்த நாள் காலை ஸியாங் ஒரு புத்தம் புதிய கார் ஒன்றைக் கொண்டு வந்து நிறுத்தினார். அதன் ஓட்டுநர் பெயரும் திரு. வாங் தான். அந்த ஓட்டுநரும் வாகனமும் சியாங் அம்மாவின் செல்வாக்கால் ஏற்பாடு செய்யப் பட்டது. கன்சூ மாநிலத்தின் மிகவும் பின் தங்கிய ஏழை மக்களைக் கொண்ட இடமான ஷாங் கவுண்டி என்னும் இடத்திற்கு நாங்கள் புறப்பட்டோம். ஸியாங் இங்குதான் கிராமப்புற தனியார் பள்ளி ஒன்று இருப்பதாகக் கேள்விப்பட்டாராம். லான்சூவிலிருந்து சியான் வரை செல்லும் அந்த அழகான புதிய சுங்கச்சாவடிச் சாலை, ஆங்கிலத்திலும், சீன மொழியிலும் எழுதப்பட்ட அறிவிப்புப் பலகைகளையும், மலையைக் குடைந்து போடப்

பட்ட நீண்ட நெடிய சுரங்கப் பாதையையும் கொண்டிருந்தது. இரண்டு மணிநேரப் பயணத்திற்குப்பின், ஓர் ஆங்கிலப்பாடல் வரியைப்போல் சீனாவின் உருளைக்கிழங்கு நகரான டிங் ஸி என்ற இடத்தை சுட்டிக் காட்டிய பெயர்ப்பலகை கண்டு அங்கு இறங்கினோம். அதைத் தொடர்ந்து அமைந்திருந்த சாலை படுமோசமாக இருந்தது. தெரு மிகுந்த அகலமாக இருந்தது. தார்ப்பாய் விரிப்பின் கீழ், நெருக்கியடித்துக் கொண்டு அமர்ந்திருந்த உருளைக்கிழங்கு வியாபாரிகள் நீண்ட தூரம் அணி வகுத்து அமர்ந்திருந்தனர். நகரை விட்டு வெளியே வந்தவுடனே, அந்தச் சாலை குண்டும் குழியும் கொண்ட புழுதிச் சாலையாக, குறுகிக் கொண்டே சென்றது. அதனைத் தொடர்ந்து மஞ்சள் நதியின் உபநதிகள் உருவாக்கிய செழிப்பான, பச்சைப் பசேலென்ற அற்புதமான பள்ளத்தாக்குகள்; கொண்டை ஊசி வளைவுகளைக் கடந்து வறண்டு போயிருந்த மலை உச்சியை அடைந்தோம். அங்கே உருளைக்கிழங்கு, பீன்ஸ், முட்டைக்கோசு, காலி பிளவர் ஆகிய தாவரங்கள் வளருவதற்கு வசதியாக, மனிதனால் மலைகள் செதுக்கி விடப்பட்டிருந்தன. சாலை ஓரங்களில் ஏகப்பட்ட கூடாரங்கள். கூடாரங்களைக் கடந்து அற்புதமான தேன் கூடுகள். நகரங்களில் விற்பனை செய்வதற்காக தேன் எடுக்கும் நாடோடிகள்.

மூன்று மணிநேர நீண்ட பயணத்திற்குப்பின் ஷாங் கவுண்டி என்னும் மாவட்ட நகருக்கு அப்பால் உள்ள ஒரு கிராமத்தை அடைந்தோம்.ஷாங் கவுண்டி என்பது மிகவும் பின்தங்கிய மாநிலத்தில் உள்ள மிகவும் பின்தங்கிய மாவட்டம். இந்த மாவட்டத்தில்தான் ஏழைகளுக்காகச் செயல்படும் தனியார் பள்ளி இருப்பதாக ஸியாங் கேள்விப்பட்டாராம்.

அங்கே ஏதேனும் தனியார் பள்ளி இருக்கிறதா என்று சாலையோரம் உள்ள நபர்களை கேட்கலாமென்று அங்கு வண்டியை நிறுத்தினோம். அவர்கள் ஒரு தனியார் பாலர் பள்ளியைப் பற்றிச் சொன்னார்கள். நாங்கள் அங்கு சென்று பார்த்தபோது, அப்படியே அது ஒரு பாலர் பள்ளியாகத்தான் இருந்தது. தொடக்கப்பள்ளியாகத்தான் இருக்க வேண்டுமென்று என்று நான் ஊகித்தது மாதிரி இல்லை. அப்பள்ளி உரிமையாளர், அம்மாதிரி தனியார் பள்ளி எதுவும் அங்கு இல்லை என்றும், வேறு எந்த கிராமங்களிலும் இல்லை என்றும், ஏன் ஷாங் கவுண்டி நகரில் கூட இல்லை என்றும் சொன்னார். அடுத்த நகரை அடைந்தபோது அதே பல்லவிதான் எங்களை வரவேற்றது. சில பார்வையாளர்கள் சொன்ன அந்த இடத்திலும் அதே பழங்கதைதான். அநேகமாக லியூ பின்வென் சொன்னது தான் உண்மையாக இருக்குமோ என்று நான் குழம்பிப் போய் நின்றேன். ஏன் பாலர் பள்ளிகள் தொடக்கப்பள்ளிகளாக தரம் உயர்ந்திருக்கக்கூடாது? இப் (பாலர்) பள்ளிகளை யார் நடத்துகிறார்கள் என ஸியாங்கைக் கேட்கச் சொன்னேன். “அரசாங்கம் தொடக்கப் பள்ளிகளை நடத்துகிறது, நாங்கள் அனுமதிக்கப்

படுவதில்லை" என்று அவரிடம் சொன்னார்கள். "மக்களிடம் போதுமான அளவு பண வசதி இல்லை, தனியார் பள்ளிகளுக்கு செலவு செய்வதற்கு அவர்கள் மிகவும் ஏழைகள்." உள்ளூர் அரசு அதிகாரிகளால் நடத்தப்படும் ஸ்பார்ட்டன் அரசு விடுதிக்கு படுக்கச் செல்லும் முன்பே நான் மிகவும் சோர்ந்து போனேன்.சீனாவின் மிகவும் பிற்பட்ட மாநிலங்களில் ஒன்றாக உள்ள, மாநிலத்தின் மிகவும் பிற்பட்ட மாவட்டங்களில் ஒன்றாக உள்ள மாவட்டத்தில், தனியார் பள்ளி இருக்குமென்று எப்படி நான் ஊகித்தேன்? அந்த இரவு எனக்கு நல்ல தூக்கம் இல்லை.

அடுத்த நாள் காலை, நான் காலைச் சிற்றுண்டியின் போது தான் ஸியாங்கைச் சந்தித்தாலும், அவர் நல்ல செய்தியைக் கொண்டு வந்திருந்தார். விடியும் முன்பே அவர் எழுந்து, எங்கள் விடுதிக்கு எதிரே உள்ள சந்தை நடக்கும் இடத்திற்குச் சென்றிருக்கிறார். அந்த மாவட்டத்தின் கடைக் கோடிக் கிராமத்தில் உள்ளவர்கள் கூட அங்கு தான் தங்கள் உற்பத்திப் பொருட்களை வர்த்தகம் செய்ய வருவார்கள். அங்குள்ள அக்கம் பக்கத்தோர்களை விசாரித்து, கடைசியாக கிராமங்களில் உள்ள நான்கு தனியார் பள்ளிகளின் பெயர்களை கண்டு தெரிந்து கொண்டார். தேடுதல் வேட்டை மீண்டும் தொடர்ந்தது.

ஸியாங்கிடம் தனியார் பள்ளிகள் இருப்பதாக சொன்ன சூவான் ஜியா என்ற முதல் கிராமத்தை கண்டுப்பிடிக்க மாவட்ட நகரை விட்டு, அந்த இலையுதிர் கால இதமான வெயிலில் புறப்பட்டோம். சரியான வழி சொல்லப்படாவிட்டாலும், தட்டையான கற்கள் பதிக்கப்பட்டிருந்த அந்த சாலை வழியாக அங்குமிங்கும் சென்று கண்ணில் பட்ட விவசாயிகளை வழி கேட்க முயற்சித்தோம். விவசாயிகள் கழுதைகளை கொண்டு உழுது வயலைச் சமப்படுத்தி கொண்டிருந்தார்கள். பெண்கள் தண்ணீர் சுமந்து நடந்து வந்து கொண்டிருந்தனர். அவர்களிடம் அந்தத் தனியார் பள்ளி எங்கே உள்ளது என விசாரித்தோம். கடல் மட்டத்திலிருந்து 10,000 அடிக்கும் உயரத்தில் இருந்ததால் காற்று குறைவாக இருந்தது. எனக்கு மூச்சு திணறல் வந்தது. ஸியாங்குக்கு தலைவலி வந்துவிட்டது. அந்த மக்கள் பேசிய மொழியின் வட்டார வழக்கு ஸியாங்கினால் புரிந்துக் கொள்வது கடினமாக இருந்தது. நாங்கள் செல்லவிருக்கும் சந்தையிலும் மொழி புரியாத இந்தப் பிரச்சினை வருமோ என்று பயப்படத் தொடங்கினேன்.

ஒரு வேளை நாங்கள் இவ்வளவு தூரம் வந்தது அவர்கள் பேசிய மொழியை சரியாகப் புரிந்து கொள்ள முடியாததாலோ? (டென்னிஸ் ஒக்கோரோ நைஜிரியாவில் சொன்னது இப்போது என் மூளையில் எதிரொலிக்கிறது) பெரும்பாலும் பெரிய கிராமங்களில் எல்லாம் அரசு பள்ளிகள் இருக்கின்றன. நாங்கள் அரசு பள்ளிகள் எல்லாவற்றிலும் கேட்டுப் பார்த்தோம். ஆனால் சூவான் ஜியா என்ற கிராமம் எங்கே இருக்கிறது என்று

யாருக்கும் தெரிந்ததாகத் தெரியவில்லை. அந்த கிராமம் மட்டுமல்ல, ஒரு தனியார் பள்ளி இருப்பதாக யாருக்கும் தெரிந்ததாகவும் தெரியவில்லை. ஒவ்வொரு அரசுப் பள்ளி நுழைவாசலிலும், 'வெளிநாட்டு நிதியுதவி பெறும் பள்ளி' என்று பெருமையுடன் பொறிக்கப்பட்டிருந்தது. ஊதா நிறப் பின்னணியில் தங்க நட்சத்திரங்கள் கொண்ட ஐரோப்பிய யூனியன் கொடி எங்கும் பறக்கக் கண்டோம். ஜப்பானிய அரசும் அதில் பிரதிநிதித்துவம் பெற்றுள்ளது. எங்களை அன்புடன் இனிய முகத்தோடு வரவேற்ற அரசுப்பள்ளி ஆசிரியர்கள், அங்கும் தனியார் பள்ளிகள் எதுவும் கிடையாது என்றும், தலைநகர் லான்ஷூவில் முயற்சி செய்து பார்க்கலாமே என்றும் கூறினார்கள். கடைசியாக, இந்த முயற்சியைக் கைவிட்டு விடலாம் என்று எண்ணிக்கொண்டே, மடிக்கப்பட்ட மனிதர்போல் குனிந்து நின்று வயலில் களை எடுத்துக்கொண்டிருந்த ஒரு பெண்ணுக்கு அந்த கிராமம் தெரியும்போல இருந்ததால், அந்த பெண்ணிடம் கேட்டோம். (நாங்கள் கேட்டதை அந்தப் பெண் புரிந்துகொள்ள சிரமப்பட்டதால், ஸியாங் ஏமாற்றத்தில் சிரித்தார். நாங்கள் கேட்ட விபரங்களை அவள் உண்மையில் புரிந்து கொண்டாளா என்று குழப்பமடைந்தேன்.) எப்படியோ, இந்தப் பிரதான சாலையிலிருந்து அந்தக்கிராமத்திற்கு எந்த இடத்தில் சாலை பிரிகிறது என்றாவது சொல்லுவாள் என்று தெரிந்தது.

சிவந்த கன்னங்களைக் கொண்ட அந்தப் பெண் எங்களுக்கு வழி காட்ட வருமுன் தன் பையனைத் தூக்கி வரச்சென்றாள். அவள் வந்தவுடன் அவளையும் காரில் அழைத்துச் சென்றோம். பிரதான சாலையிலிருந்து விலகிப்போகும் இடத்தைக் காட்டினாள். ஓட்டுநர் வாங் மிகவும் சாதுரியமாக அந்தப் புழுதி நிறைந்த சாலைக்கு வண்டியை ஓட்டினார். அங்கிருந்து நேராக அகன்ற ஆற்றுப்படுகைக்கு ஓட்டிச் சென்றார். அது ஆற்றில் நீரோட்டம் குறைவாக இருந்த நேரம். அதற்குமேல் வண்டி கொஞ்சம் கூட நகர முடியவில்லை. ஓட்டுநர் விடாப்பிடியாக முயற்சியைக் கைவிடவில்லை. ஆனால் அந்தப் பெண் மாட்டிக் கொண்டு நின்ற எங்களுக்கு உதவி செய்ய யாரேனும் வருவார்களா என்று பார்க்க நீண்ட தூரம் சென்றாள். நாங்கள் காத்துக்கொண்டு நின்றோம். ஒரு மணி நேரம் கழித்து அவள் தன் கணவனை அழைத்துக்கொண்டு ஒரு மூன்று சக்கர வாகனத்தில் வந்தாள். அது ஒரு இரு சக்கர எந்திர வாகனத்திலிருந்து வடிவமைக்கப்பட்டதுபோல் தெரிந்தது. இந்த வாகனம் சீனாவின் ஊரகப் பகுதிகளில் பரவலாகக் காணப்பட்டது.

அந்த வாகனத்தில் அந்த ஓட்டுநருக்கருகில் இருந்த இடத்தில் என்னை அமர்ந்து வரச்சொன்னார்கள். அது அளவுக்கதிகமான சத்தம் போடுமெனப் பயந்து, ஸியாங் வந்த திறந்த டிரக் வண்டியில் ஏறிக்கொள்ள முடிவு செய்தேன். ஆற்றுப்படுகையை கடந்ததும் மூன்று சக்கர வாகனம் மட்டுமே

செல்லக்கூடிய அளவு அகலம் கொண்ட அந்தப் பாதையில் அந்த மூன்று சக்கர வாகனம் மலைமேல் ஏறத் தொடங்கியது. அந்த வாகனத்தில் ஏற்பட்ட வெறுக்கத்தக்கச் சத்தத்தினால் அதில் பயந்துதான் உட்கார்ந் தோம். அந்த மலையின் சுற்றுப்புறக்காட்சிகள் கண்ணைக் கவரும் வண்ணம் இருந்ததால், கொண்டை ஊசி வளைவுகளை மெதுவாகக் கடந்து சென்றோம். இருமருங்கிலும் படிப்படியாக அமைக்கப்பட்டிருந்த உருளைக்கிழங்கு சாகுபடி வழியாக, ஏறி இறங்கி உயரே செல்ல செல்ல மிகவும் ஆனந்தமாக இருந்தது.

சிலசமயங்களில் முன்னெச்சரிக்கையாக, சற்று உயரமான சாலையோரப் பகுதிகளில் வண்டியை நிறுத்தி எதிரே வரும் ஊர்திகளுக்கு வழி விட்டோம். 90 நிமிடங்கள் கழித்து ஒரு வழியாக சுவான் ஜியாவை அடைந்தோம். அந்தக் கிராமம், அழகான செங்கல்களாலும், செந்நிற ஓடுகளாலும் அமைக்கப்பட்ட வீடுகளைக் கொண்டு, மலையை ஒட்டி அமைந்திருந்தது. கடைசியாக அந்த மூன்று சக்கர வாகனம் மட்டுமே செல்லக்கூடிய சாலையில், ஊருக்கு நடுவில் அமைந்திருந்த அந்தத் தனியார் பள்ளியை அடைந்தோம். அதைக்கண்டதும் எல்லையற்ற மகிழ்ச்சி அடைந்தேன்.

சுவான் ஜியா தனியார் தொடக்கப்பள்ளி, அதன் உரிமையாளரின் வீட்டுப் பகுதியிலேயே அமைக்கப்பட்டிருந்தது. குடியிருப்பைப்போல இருமடங்கு அவரது அலுவலகம் அமைக்கப்பட்டிருந்தது. வகுப்பறைகள் வீட்டிலிருந்து செல்வதுபோல அமைக்கப்பட்டிருந்தது. உரிமையாளரும் பள்ளி முதல்வருமான திரு. சிங் மிங் சின் அவர்கள் பார்வையாளராகிய எங்களைப் பார்த்ததும் அப்படியே மலைத்துப் போனார். இவ்வளவு தூரம் அவரைப் பார்க்க வந்திருப்பதை அவரால் நம்பமுடியவில்லை. இங்குள்ள வழக்கப்படி (நேற்றைய தினம் பள்ளத்தாக்கில் கண்ட அரசுப்பள்ளியில் நாங்கள் இதை அனுபவித்தோம்.) மேசையிலும் அலமாரியிலும் எதையோ அவசர அவசரமாகத் தேடினார். மற்ற இடங்களிலும் தேடினார். கடைசியாக லான்ஷீ கம்பெனி சிகரெட் பாக்கெட் ஒன்றைக் கண்டு பிடித்து எடுத்தார். இதுபோன்ற சந்தர்ப்பங்களில் வருபவருக்காக வாங்கி வைக்கப்பட்டுள்ளது. அந்தப் பாக்கெட்டைத் திறந்து என்னிடம் நீட்டினார். (ஆனால் அவர் புகைபிடிப்பதில்லை. ஷாங் கவுண்டியில் நேற்று நான் வாங்கி வைத்திருந்த என்னுடைய சிகரெட் பாக்கெட்டை, நேற்றைய தினம் கண்டுகொண்ட வழக்கப்படி, அவரிடம் நீட்டினேன்.) அவர் சொன்னது போல எங்கள் காலணிகளைக் கழற்றி வைத்துவிட்டு உயரமாக இருந்த இடத்தில் வசதியாக அமர்ந்துகொண்டோம். அந்த உயரமான இடம் அவர்களது குடும்பப் படுக்கை அறை. அந்த ஜமுக்காளம், சொகுசான தலையணை முதலியவை களோடு வசதியாக அமர்ந்துகொண்டேன். குளிர்காய அடியில் நெருப்பு மூட்டப்பட்டிருந்ததுபோல் இதமாக இருந்தது. எப்போதுமே அனல் வீசும்

வெப்ப மண்டலப் பகுதியில் பேட்டி நடத்தியதைப்போல் இல்லாமல், இந்த இடம் நினைத்துப் பார்க்க முடியாத அளவு ரம்மியமாக இருந்தது.

நான் இதுவரை பார்த்த பள்ளிகளில் மிகவும் கடைக்கோடிப் பள்ளியான இப்பள்ளியின் முதல்வரை இவ்வாறு பேட்டி எடுத்தேன். ஸியாங் என் கேள்விகள் அனைத்தையும் ஒரு குறிப்பேட்டில் எழுதிக்கொண்டு அவைகளை சீன மொழியில் மொழி பெயர்த்துக் கொண்டார். அவர் ஆங்கிலத்தில் எழுதிக் கொண்ட கேள்வியை வாசிப்பதில் அவருக்குச் சிக்கல் ஏற்படும்போது, அவரது குறிப்பேட்டில் சீன எழுத்துகளால் எழுதிக்கொண்டார். அதன் பொருள் தொடர்பாக அவர்களில் இருவர் விவாதித்துக் கொண்டனர். அப்பள்ளியில் 86 மாணவர்கள் பயின்றனர். அவர்களில் சரியாக 43 மாணவர்களும் 43 மாணவிகளும் அடங்குவர். ஏன் அப்பள்ளியைத் தொடங்கினார்? ஏனென்றால், அரசுப் பள்ளித் தேர்வுகளில் மாணவர் வாங்கும் மதிப்பெண்கள் மிகவும் குறைவாக வருகின்றன என்று எனக்கு நன்றாகத் தெரியும். ஊர் மக்கள் எல்லாரும் தங்கள் குழந்தைகளைப் படிப்பறிவில்லாதவர்களாக ஆக்கிவிட விரும்பவில்லை. எனவே கல்வித் தரத்தை மேம்படுத்த உதவி செய்யுமாறு என்னைக் கேட்டுக்கொண்டார்கள். இந்த ஊரில் அதிகமாகப் படித்துள்ள ஒரே ஆள் நான்தான். எனவேதான் ஒரு பள்ளியைத்தொடங்க எல்லாரும் என்னை வற்புறுத்தினார்கள் என்றார் அப்பள்ளி முதல்வர். கடைசியாக அப்பள்ளியை அவர் 1996 ஆம் ஆண்டு தொடங்கினார். அன்றிலிருந்து அரசுப்பள்ளிகளை விட மேலான கல்வித் தரத்தை வழங்கி வருகிறார். அவர் ஏன் இதைச் சொன்னார்? அவருக்கு மக்கள் மத்தியில் இருக்கும் மரியாதையைக் காப்பாற்றிக்கொள்ளும் பொருட்டு, அவரும் அவரது மனைவியும் கடுமையாகவும் நேர்மையாகவும் உழைத்தார்கள். அவரும் அவரது மனைவியும் அப்பள்ளிக் குழந்தைகளுக்கு உண்ண உணவும் குடிக்கத் தண்ணீரும் கொடுக்க, உத்திரவாதம் எடுத்துக்கொண்டனர். ஆனால் அரசுப்பள்ளிகளில் இந்த உத்திரவாதம் இல்லை. மாணவர்கள் ஐந்தாம் வகுப்பில்தான் பொதுத்தேர்வு எழுது கிறார்கள். இதுவரை மாணவர்கள் ஐந்து தேர்வுகள் எழுதி முடித்து விடைத் தாள்கள் திருத்தப்பட்டிருக்கின்றன. அரசுப் பள்ளிகளைவிட இப்பள்ளி மாணவர்களின் மதிப்பெண்கள் எப்போதும் அதிகமாகவே இருக்கும். பிறகு அம்மாணவர்கள் மாவட்ட அளவில் இத்தேர்வுகளை எழுதச் செல்கிறார்கள்.

இந்தக் காரணத்தினால்தான் அரசுப் பள்ளிகளைத் தவிர்த்து குழந்தைகளை உங்கள் பள்ளிக்கு அனுப்பினார்களா? இதுவும் ஒரு காரணம் தான் என்றார். ஆனால் இன்னும் இரண்டு காரணங்கள் இருக்கின்றன. அருகில் உள்ள அரசுப்பள்ளி ஒருமணி நேரப்பயண தூரத்தில் உள்ளது. இந்தக் காலத்தில் அவ்வளவு தூரம் நடந்துபோக வேண்டியுள்ளது. ஆனால்

மழை பெய்தாலோ அல்லது பனி பெய்தாலோ அந்த பாதையில் நடந்து செல்வது இயலாத காரியம். ஓர் ஆண்டின் பல நாட்களுக்கு, அரசுப் பள்ளிகளுக்குப் போய்வருவது இயலாததாக இருக்கும் என்றார். ஏன் அரசுப்பள்ளிகளுக்குப் போகாமல் இந்தப் பள்ளிக்கு வருகின்றீர்கள் என்று மாணவர்களையே கேட்டதற்கு, எல்லா மாணவர்களும் போக்குவரத்து சிரமத்தையே குறிப்பிட்டுச் சொன்னார்கள்.

ஆனால், இரண்டாவது காரணம் செலவினமே. இவரது பள்ளியில் பருவத்திற்கு 60 யான் (சுமார் 7.50 டாலர்) மட்டுமே. அதிகபட்சமாக பாடப்புத்தகங்களுக்கும் பயிற்சி ஏடுகளுக்கும் ஒரு பருவத்திற்கு 25 யான் (3.13 டாலர்). மிக அண்மையில் உள்ள ஒரு அரசுப்பள்ளியில் ஒரு பருவத்திற்கு 75 யான் (9.38 டாலர்) வசூலிக்கிறார்கள். அத்துடன் தோராயமாகப் பாடப்புத்தகங்களுக்கும் பயிற்சி ஏடுகளுக்கும் அதே தொகை வாங்கப்படுகிறது. அரசுப்பள்ளிக்கு அரசாங்கம் வழங்கும் தொகையைப் போல் இவருக்கு எந்தத் தொகையும் அரசிடமிருந்து கிடைக்கப் பெறாமல் இருந்தும், இவரது பள்ளியின் செலவினமே மிகவும் குறைவு.

இவர்கள் எல்லாம் ஒரு கடைக்கோடியில் வாழும் உழவடை விவசாயிகள். இவர்களிடம் கல்விக்கட்டணம் பெறுவது ஒரு பெரிய போராட்டமாக இருக்கும். அவருக்கு இருக்கும் பிரச்சினைகளில் பெரிய பிரச்சினை, யாரேனும் ஒரு திறமையான, பள்ளியில் போதிக்க மனமுள்ள ஒருவரை தேடிக்கண்டு பிடிப்பதுதான். ஏனென்றால், கல்வித்தகுதிச் சான்றிதழ் படிப்பு முடித்த ஒருவர், கிராமத்தில் உள்ள, இதுபோன்ற பள்ளிக்கு பணியாற்ற முன்வருவதில்லை. கல்விச் சான்றிதழ் படிப்பு முடித்த இளைஞர்கள் கூட, கிராமத்துப் பக்கம் திரும்பிப் பார்ப்பதில்லை. எனவே இந்த ஆண்டு, ஆசிரியர் பற்றாக் குறையினால் 4 மற்றும் 5 ஆம் வகுப்புகளை எடுத்துவிடலாம் என்று பார்க்கிறார். இருக்கிற இரண்டொரு ஆசிரியர் களைக் கொண்டு முதல் மூன்று வகுப்புகளைப் பார்த்துக்கொண்டால் போதும் என்கிறார். அவர்கள் இருவருமே கல்விச்சான்றிதழ் பெற்ற ஆண் ஆசிரியர்கள். அவர்கள் மாதம் 200 யான் (சுமார் 25டாலர்) வழங்கப்படுகிறார்கள். இதை நான் என்னுடைய குறிப்பேட்டில் கணக்குப் போட்டு பார்த்துக்கொண்டிருக்கும்போது, 86 மாணவர்களும் பருவத்துக்கு 75 யான் (38 டாலர்) வீதம் செலுத்திவருகிறார்களா? அப்படியானால் உரிமையாளர் வருமானம் பருவத்திற்கு 6450 யான் (806.25 டாலர்) ஆகும்; அல்லது மாதத்திற்கு 1075 யான் (134.25 டாலர்) ஆகுமே போன்ற என் கேள்விகளைச் சீன மொழியில் ஸியாங் கேட்டுக்கொண்டிருந்தார். ஊதிய வகையில் பார்க்கும்போது, உதவி ஆசிரியர்களைவிட இவர் கூடுதலாகவே பெறுகிறார். கூடுதலான ஊதியத்தை பள்ளி வசதிக்களுக்காகவும், சுண்ணக்கட்டி, புத்தகம், உணவு, தண்ணீர் வகைகள் ஆகியவைகளுக்காக

செலவழிக்கிறார். அளவுக்கதிகமான வருமானம் இல்லை. இருப்பினும் யாரேனும் ஒரு சில ஆசிரியர்கள் கிடைத்தால் மட்டுமே எல்லாவற்றையும் ஓரளவு இழுத்துக் கொண்டு வரலாம்.

பள்ளி முதல்வர் ஆவதற்கு முன்பு என்ன செய்து கொண்டிருந்தீர்கள் என்ற கேள்விக்கு அவர் கிராமத்தில் உழவுத் தொழில் செய்து கொண்டு இருந்ததாக ஸியாங் மொழிபெயர்த்துச் சொன்னார். இப்போது அவர் பள்ளிக்கூடத்தைக் கவனித்துக் கொண்டிருக்கிறபோது, அவர் மனைவி வயல் வேலைகளை கவனித்துக்கொண்டிருக்கிறார். அவர்கள் பன்றிகள், கழிப்பிடம் போன்ற திறந்த ஓட்டையை உடைய ஒரே கொட்டிலில் இருந்தன. (பிறகு அவைகளைப் பார்த்தேன்.) தேனீக்கள், மக்காச்சோளம், உருளைக்கிழங்கு, பசலைக்கீரை, பீன்ஸ் போன்றவைகளை வளர்த்து வந்தார்கள். அவர்கள் கோழி வளர்க்காதது கண்டு நான் ஆச்சரியப்பட்டேன்.

உங்கள் பள்ளியைப்போன்று வேறு ஏதேனும் தனியார் பள்ளிகள் உண்டா என்று கேட்டேன். அவருக்குத் தெரியவில்லை. ஊரை விட்டு வெளியே சென்றுவந்த ஒரே மனிதர் அங்கு அவர்தான். இப்போது ஏதோ ஓரிருவர் இருக்கலாம். நிச்சயம் அதற்கு மேல் இல்லை. "அவரவர்களுக்கு வித்தியாசமான விருப்பங்கள் உண்டு. பள்ளியை நிர்வகிப்பது என்னுடைய விருப்பம். வேறு எந்தக் காரணத்திற்காகவும் இந்தத் தொழிலை என்னால் கைவிட முடியாது" என்றார்.

பேட்டி முடிந்தபின் பள்ளியைப் பார்வையிட்டோம். மிகவும் வெட்கத்துடன் உணர்ச்சி வசப்பட்டிருந்த பள்ளிக் குழந்தைகளிடம் பேசினோம். ஆரோக்கியமான சிவந்த கன்னங்களை உடைய அக்குழந்தைகள் வண்ண வண்ண ஆடை அணிந்திருந்தனர். அவர்கள் சீருடை அணிந்திருக்கவில்லை. அற்புதமான அந்தக் கிராமப்புற விருந்தோம்பல் எப்போதும் என் நினைவில் இருக்கக்கூடியதாக ஆகி விட்டது. இன்னும் எங்களால் இந்த இடத்தை விட்டுக் கிளம்ப முடிய வில்லை. திரும்பவும் எங்கள் கூட்டத்தை அப்படியே அவரது அன்புக் கூட்டுக்கு அழைத்து வந்தார். எங்கள் காலணிகளை மீண்டும் கழற்றி வைத்தோம். அவரது மனைவி வெட்கம் கலந்து, உணர்ச்சி வசப்பட்டு சினையாப்பம் என்று சொல்லக்கூடிய 'பை' என்ற உணவு, 'யு பின்' எனப்படும் எண்ணெய் கொண்டு தயாரிக்கப்பட்ட ஒருவகை கேக் ஆகியவைகளை எங்களுக்குப் படைத்தார். இவை இங்கு விருந்தோம்பலுக்கு உரிய சிறப்பு விருந்து என்று ஸியாங் என்னிடம் கூறினார். அதில் ஒன்று அதிகக் கசப்பாக, சாப்பிட முடியாத அளவுக்குக் கசப்பாக இருந்தது. பிறகு ஒரு ஜாடி நிறைய தேன் கொண்டு வந்தார். ஒரு பெரிய தேக்கரண்டியில் தேனை எடுத்து அந்த கேக் மீது தாராளமாகப் பரவ ஊற்றினார். இது மிகுந்த சுவையுடையது என்று ஸியாங் கூறினார். இது அவர்களுக்கு ஒரு

மாதத்திற்கான வருமானம் என்று ஸியாங் கூறியபோது எனக்கு மிகவும் வேதனையாகப் போய்விட்டது. இருப்பினும் இந்த விருந்தோம்பல் இத்துடன் நின்றபாடில்லை. தேன் கொண்டு தயாரிக்கப்பட்ட தேநீரை வழங்கினார். ஒரு பழைய அலுமினியப் பாத்திரத்தில் தேயிலை இலைகளைத் தண்ணீரில் கொதிக்க வைத்தார். பிறகு தேக்கரண்டியில் தாராளமாக தேன் எடுத்து அதில் ஊற்றித் தயாரித்தார். ஊர்க்காரர்களும், உறவுக்காரர்களும் வந்து கேலியும் கிண்டலுமாகச் சிகரெட்டுகளையும் பரிமாறிக் கொண்டார்கள். ஜன்னல்களை விலக்கிக்கொண்டு குழந்தைகள் வேடிக்கை பார்த்தார்கள்.

அடுத்த மூன்று நாட்களுக்கு, இதுபோன்று மொத்தத்தில் 5 தனியார் பள்ளிகளைக் கண்டு பிடித்துப் பார்வையிட்டோம். ஒரே ஒரு பள்ளி மட்டும் அவ்வளவு கடைக்கோடித் தொலைவில் இல்லை. அதாவது காரில் பயணம் செய்யும் தூரமாக இருந்தாலும், அந்தக் கல் பாவிய சாலையில் ஒரு மணி நேரக் கார் பயணம் ஆகிவிட்டது. இந்தப்பள்ளி, முன்பு இக்கிராமத்தில் இருந்த ஒருவரால் தொடங்கப்பட்டது. அவர் சிசௌன் என்னும் மாநிலத்தில் வியாபாரம் செய்து பணம் பெற்று, அவர் இனத்தவருக்கு ஏதாவது செய்யவேண்டும் என்ற எண்ணத்தில் அப்பள்ளியைத் தொடங்கினார். அப்பள்ளி ஒரே ஒரு வகுப்பறையைக் கொண்டிருந்தது. அந்த அறையில் தலைமை ஆசிரியரும், கூட இன்னொரு ஆசிரியரும் எல்லா வகுப்பு மாணவர்களையும் சேர்த்து வைத்து, சொல்லிக் கொடுத்தனர். ஒரு சிறுவன், தன் குண்டான சகோதரியுடன் ஒரே பெஞ்ச் மீது அமர்ந்து இருந்தான். அந்தக் குழந்தைகள் பள்ளிக்கட்டணம் செலுத்துவதில்லை. அரசுப்பள்ளிக்குச் சென்று பணம் செலுத்த இயலாதவர் களுக்கு மட்டுமே அப்பள்ளி செயல்பட்டு வந்தது. ஆனால் மற்ற எல்லாப் பள்ளிகளுமே சுவான் ஜியா போன்ற கடைக்கோடி கிராமங்களில் இருந்தன.

இரண்டாவது நாள் நண்பகலுக்குள் மீண்டும் ஷாங் கவுண்டி நகருக்கு எப்படியோ வந்து சேர்ந்து விட்டோம். மணிக்கணக்காக நேரத்தைச் செலவிட்டு மற்ற பள்ளிகளைத் தேடிக்கண்டு பிடிப்பதைவிட, கல்வித்துறை தகவல் உதவி மையத்திற்குப் போகலாம்; அது ஒரு சம்பிரதாயச் சந்திப்பாகவும் இருக்கும்; முறையான ஆய்வு செய்ய அனுமதி பெற்றது போலவும் இருக்கும் என்று ஸியாங் ஆலோசனை சொன்னார். அத்துடன் அங்கே தனியார் பள்ளிகளின் பட்டியல் கிடைக்கிறதா என்று பார்க்கலாம் என்றும் சொன்னார். கல்வித்துறைத் தகவல் உதவி மையம் ஷாங் கவுண்டி நகரின் பிரதான வீதியை விட்டு கொஞ்சம் தள்ளி, நான் தங்கியுள்ள விடுதிக்கருகில் இருந்தது. ஆப்பிரிக்காவிலும், இந்தியாவிலும் கண்ட அலுவலகங்களைவிட உயர்ந்தரக அலுவலகமாக இது காணப்பட்டது. ஆனால் இந்த அலுவலகத்திலிருந்து எந்தத் தகவலும் கிடைக்கும்

என்பதுபோலத் தெரியவில்லை. தனியார் பள்ளிகளுக்கு பொறுப் பேற்றிருந்த அலுவலருக்காக நீண்ட நேரம் காத்திருந்த பிறகு, நாங்கள் முதலில் "ஏழைகளுக்கு உதவும்" அரசு அலுவலகத்திற்குப் போயிருக்க வேண்டும் என்றார்கள். (ஸியாங் மொழி பெயர்த்துச் சொன்னார்) தனியார் பள்ளிகளின் பட்டியல் எங்களுக்கு வழங்கப் பெறுமுன், ஆய்வுக்கான அனுமதி அங்குதான் பெறவேண்டும் என்றார்கள். நல்ல வேளையாக அந்த கம்பீரமான அரசுக்கட்டிடம் சாலைக்கு அப்பால் விடுதிக்கு சமீபத்தில் இருந்தது. " ஏழைகளுக்காக உதவும் அலுவலகம்". நான்காவது மாடியில் இருந்ததால் படிக்கட்டுகளில் ஏறிச் சென்றோம். வெளியே அதிகக் குளிராக இருந்தபோதும் உள்ளே வெதுவெதுப்பாக இருந்தது. மெழுகின் மூலம் வெப்பம் உண்டாக்கக் கூடிய எந்திரத்திலிருந்து குளிர் காய்ந்து கொண்டிருந்த இரண்டு மூத்த அலுவலர்கள் செய்தித்தாள்களை வாசித்துக் கொண்டிருந்தனர். சுவரை ஒட்டிப் புத்தம் புதிய கணினிகள், ஒரு நகலெடுக்கும் எந்திரம், தொலை நகல் அனுப்பும் எந்திரம் ஆகியவை அட்டைப்பெட்டியிலிருந்து பிரித்தெடுத்துப் பயன்படுத்தப்பெறாமல் சுவரை ஒட்டி வைக்கப்பட்டிருந்தன. அந்த அலுவலகத்தில் புத்தகங்களோ, கோப்புகளோ இல்லை. ஆனால் பிரிக்கப்படாத கணினியும், பிரித்து வாசிக்கப்படாத செய்தித்தாள்களும் கிடந்தன.

அங்குள்ள ஆண்களும் பெண்களும் தோழமை உணர்வோடு உதவும் மனப்பாங்குடன் காணப்பட்டார்கள். காகிதக் குவளைகளில் தேநீர் வழங்கினார்கள். ஆனால் ஷாங் கவுண்டி நகரிலோ, கிராமப்பகுதியிலோ அல்லது நகரப்பகுதியிலோ தனியார் பள்ளிகள் எதுவும் இல்லை என்று சொல்லிவிட்டார்கள். எந்த வகையிலும் அவர்களால் கல்வித்துறைத் தகவல் உதவி மையத்திலிருந்து கிடைக்கவேண்டிய உத்திரவை தரமுடியவில்லை. உண்மையில் நாங்கள் ஏன் அந்த அலுவலக அனுமதி பெறவேண்டுகிறோம் என்று அவர்களுக்குப் புரியவில்லை. பிறகு அவர்கள் "ஏழைகளுக்கு உதவும்" அமைப்பின் தலைமை அதிகாரியைச் சென்று பார்த்தனர். அவர் சிரித்த முகத்துடன் கூடிய ஓர் இனிமையான அதிகாரி. அவரும் அவர்களைப் போலவே அங்கே தனியார் பள்ளிகள் இல்லை என்று சொன்னார். எந்த வகையிலும் அவர் அனுமதி தரவில்லை. முதலில் நாங்கள் டிங் ஸியில் உள்ள மண்டல அலுவலரைப்பார்த்து பேசவேண்டுமாம். அவர் அனுமதி கொடுத்தால் இவர் பிறகு யோசித்து பார்ப்பார் என்று சொல்லப்பட்டது. ஸியாங் அவரிடம் கெஞ்சிக் கூத்தாடிப்பார்த்தார். ஆனால் வேண்டு மென்றே அவருடைய கண்காணிப்பாளரைப் பார்க்க வேண்டும் என்று சொல்லிவிட்டு ஒத்துக்கொள்ளாமல் எழுந்துபோய்விட்டார். அவர் திரும்பி வந்தபோது அவர் முகத்தில் சிரிப்பு இல்லை. 'டிங் ஸி' என்ற இடத்தில் இருந்து மண்டல அலுவலக அனுமதி எங்களுக்குத் தேவையில்லையாம்.

மாநிலத்திலிருந்து, அதாவது தலைநகரான லாங்ஷோவிலிருந்து அனுமதி பெறவேண்டும் என்று சொல்லிவிட்டார்கள். அவரின் அறிவுரையின்படி நாங்கள் எப்படியோ கல்வித்துறைத் தகவல் உதவி மையத்திற்கு திரும்பிச் செல்லவேண்டும். அதாவது அவரைச் சந்தித்து இந்தத் தகவலை தெரிந்து கொள்ள வேண்டும்.

நிறைந்த நம்பிக்கையோடு தகவல் உதவி மையத்திற்கு திரும்பி விரைந்து வந்தோம். அங்கே, அந்த அலுவகத்தலைமை அதிகாரி கூட்டத்தை முடித்து விட்டு வந்துவிடுவார் என்று எங்களை காத்திருக்கும்படி சொன்னார்கள். ஒரு மணிநேரம் காத்திருந்தோம். கடைசியில் அந்த அலுவலகத்தலைவர் இன்று வரவேயில்லை என்றார்கள். எங்களை காத்திருக்கும்படி சொன்ன உதவி அலுவலர் அங்கு தனியார் பள்ளிகள் என்று எதுவும் இல்லை. எனவே, ஏன் இல்லாத ஒன்றிற்கு பட்டியல் கேட்கிறீர்கள் என்றார். நான் காத்திருந்த நேரத்தில் அந்தப் பரந்த திறந்த அலுவலகத்தில் அங்குமிங்கும் நடந்தேன். அப்போது ஷாங் கவுண்டி நகரின் வரைபடத்தைப் பார்த்து அதிசயப்பட்டு நின்றேன். ஸியாங் மீண்டும் என்னிடம் வந்தபோது, அந்த உதவி அதிகாரி எங்களை உட்காரச் சொல்லி அன்புடன் கேட்டுக் கொண்டார். அந்தப் பழம்பெரும் நகரின் வரைபடத்தில் தனியார் பள்ளி இருப்பதற்கான அடையாளம் இருப்பதாகவும், வரைபடத்தில் இரண்டு பள்ளிகள் குறிக்கப் பட்டிருந்ததாகவும், ஆனால் அவை இரண்டையும் நாம் ஏற்கனவே பார்வையிட்டு விட்டதாகவும் ஸியாங் என்னிடம் தெரிவித்தார். நிச்சயமாக ஊரக வளர்ச்சி அரசுக்கு இந்த ஒரு சில தனியார் பள்ளிகளாவது தெரிந்திருக்க வேண்டும். நாம் அதைப் பற்றித் தெரிந்து கொள்வதை அவர்கள் விரும்பவில்லை என்பது தெளிவாகத் தெரிந்தது.

நாங்கள் கடைசியாகப் பார்வையிட்ட பள்ளிதான் ஷாங் கவுண்டிக்கு முதன்முதலில் எங்களை ஈர்த்த பள்ளி. ஏற்கனவே சில பத்திரிக்கையாளர்கள் அப்பள்ளிகளைப் பார்வையிட்டு, இத்தனியார் பள்ளி இருப்பதைத் தெளிவாகப் பத்திரிக்கைகளில் வெளியிட்டுள்ளனர் என்பதை ஸியாங் கேட்டறிந்திருக்கிறார். சில மணி நேரங்கள் மலைப் பாதையில் பயணம் செய்தோம். அறுவடை செய்த தானியக்கதிர்களை வாகனங்கள் அதன் மீது செல்லுமாறும், கால்நடைகள் நடந்து செல்லுமாறும் சாலை மீது பரப்பி விட்டிருந்தனர். வழியெங்கும் அறுவடை நடந்து கொண்டிருந்தது. ஊர் ஜனங்கள் வயல் வெளிகளிலும், முற்றங்களிலும் கதிர் அடித்துக் கொண்டிருந்தனர். அங்கு வட்டமாகப் பரப்பி விடப்பட்டிருந்த தானியக் கதிர்கள் மீது குதிரைகளும், கழுதைகளும் கனமான உருளையை இழுத்துக் கொண்டு வட்டமாகச் சுற்றிச் சுற்றி வந்து கொண்டிருந்தன. ஒரு சின்னக் குழந்தை அவைகளை பின்னாலிருந்து விரட்டிக் கொண்டு வந்தது. எங்களுக்கு முன்பு வாத்துகள், பன்றிகள், கோழிகள், முதலியவைகளை

கூட்டம் கூட்டமாக குழந்தைகள் சாலையில் ஓட்டிச் சென்றனர்.

ஷான் வாங் ஸியு என்ற பெண்மணி (பள்ளி உரிமையாளர்) எங்களை அன்போடு வரவேற்று, மீண்டும் எங்கள் காலணிகளைக் கழற்றச் செய்து, உள்ளே அழைத்துச் சென்று திண்ணை போன்று அமைந்திருந்த இடத்தில் வசதியாக உட்காரச் சொன்னார். மாலை நேரம் சற்று குளிராக இருந்தாலும் இம்முறை குளிர் காய நெருப்பு வசதி இல்லை. நல்ல வெளிச்சமும் இல்லை. அந்தக்கிராமம் ஓரளவு மின்சார வசதி செய்யப்பட்டிருந்தாலும் அன்று மின்சாரம் இல்லை. வகுப்பறைகளும் போதிய வெளிச்சமின்றி இருந்தன. நாங்கள் உள்ளே சென்று குழந்தைகளைக் கூர்ந்து பார்த்தோம். அவர்கள் கடினமான வேலைகளைச் செய்து கொண்டிருந்தனர். மைய அறையின் சுவர்கள், செய்திதாள்களைக் கொண்டு ஒட்டப்பட்டிருந்தன. அந்தப் பெண்மணி தன் வரலாற்றை எங்களிடம் கூறினார். ஷான் வாங் ஸியு, தன் கணவரோடு இப்பள்ளியை 1998ல் தொடங்கினார். இப்போது 38 சிறுமிகளும் 14 சிறுவர்களுமாக மொத்தம் 52 மாணவர்கள் படிக்கிறார்கள். மூன்று ஆசிரியர்கள் - கணவன் மனைவி ஆகிய இருவர் - மற்ற ஒருவர் அவர்களது 18 வயது நிரம்பிய மகன். அவர்களது மகனை அக்கிராமத்திலே இருந்து அவர்களோடு சேர்ந்து ஆசிரியப் பணியாற்றுமாறு வற்புறுத்திக் கேட்டுக்கொண்டனர்.

அவர்கள் ஏன் அப்பள்ளியைத் தொடங்க வேண்டும்? அந்தக்கிராமம் மிகவும் வறுமைப்பட்ட கிராமம் என்று சொன்னார் அந்த அம்மையார். அரசுப்பள்ளி அந்த ஊரிலிருந்து ஒருமணி நேரப் பயண தூரத்தில் இருக்கிறது. (நான் திரும்பி வரும்போது "வாகனத்தில் போகும் வேகத்தில் குழந்தைகளும் போக வேண்டியுள்ளது" எனத் தெரிந்து கொண்டேன்.) அந்த ஊர் மக்கள் குறிப்பாகப் பெண்குழந்தைகள் மீது அவ்வளவு அக்கறை எடுத்துக்கொள்வதில்லை. பெற்றோர்கள் இவ்வளவு தொலைவில் உள்ள அரசுப் பள்ளிக்கு அனுப்ப விரும்பாததால், பெண் குழந்தைகளால் பள்ளிக்குப் போக முடிவதில்லை. ஏனென்றால், பெற்றோர்களால் அரசுப்பள்ளிகளில் கல்விக்கட்டணம் செலுத்த முடிவதில்லை. எனவே பெண்களுக்காகவென்றே ஒரு பள்ளிக்கூடம் தொடங்கவேண்டுமென்பதே எங்கள் நோக்கம் என்றார். பெண்கள் எவ்வாறு ஏமாற்றப்பட்டிருக்கிறார்கள் என்று, அந்த அம்மையாரே பார்த்தார் என்று, ஸியாங் மொழி பெயர்த்தார். பெண்கள் சோர்ந்து போய்விட்டார்கள் என்பதுதான் அந்த அம்மையார் சொன்னதற்கான பொருளாக இருக்கும் என்று எண்ணினேன். பெண்கள் பள்ளிக்கூடத்திற்கு நடந்தும், மூன்று சக்கர வாகனங்களில் பயணம் செய்வதையும் நிறுத்தவேண்டும் என்று அவர் எண்ணினார். வறுமையை ஒழிப்பதற்கான சிறந்த வழி, பெண்களின் கல்லாமையை ஒழிப்பதுதான்; சாலை போடுவது அல்ல (நகரத்திலுள்ள ஊரக வளர்ச்சி அரசாங்கம் இதை

எதிர்த்தது.) ஒரு காலத்தில் அந்த அம்மையாரும் அவரது கணவரும் அரசுப்பள்ளியில் ஆசிரியர்களாக இருந்த சிக்கலான கதையைச் சொன்னார். கொஞ்ச நாள் அந்த அம்மையார் நோய்வாய்பட்டு மருத்துவமனையில் அனுமதிக்கப்பட்டிருந்தார். அவரது கணவன் அவரைக் கவனித்துக்கொள்ள நேர்ந்தது. இதன் விளைவாக அவர் தன் வேலையை இழந்தார். மீண்டும் அவர்கள் விவசாய வேலைக்குத் திரும்பியபோதும், அவர்களின் உண்மையான வேலை ஆசிரியப் பணியில்தான் உள்ளது என உணர்ந்தனர். எனவே அவர்கள் ஒருபள்ளியைத் தொடங்க முடிவெடுத்தனர். குழந்தைகள் எப்போதும் அவர்களைச் சுற்றிச் சுற்றியே வந்து கொண்டிருப்பதால் அவர்கள் எப்போதும் மகிழ்ச்சியாக இருப்பதாகச் சொன்னார். ஆனால் அவர்கள் பள்ளிக் கூடம் தொடங்கு முன் அந்த ஊர் முதியவர்கள், மாலை நேர வகுப்புகள் நடத்தச் சொல்லி, அவர்கள் எழுதப் படிக்கத் தெரிந்து கொள்ள விரும்பினர். உள்ளாட்சித் துறை, அந்த மாலை நேர வகுப்புகள் வெற்றிகரமாக நடந்தேறியதைக் கண்டு, அவர்களுக்கு ஒரு பள்ளிக்கூடம் தொடங்க அனுமதி கொடுத்து விட்டது. தங்களிடமிருந்து எல்லாச் சொத்தையும் அந்தப் பள்ளியில் போட்டனர். வீட்டிலிருந்த பெற்றோர் களையே வேறு ஒரு இடத்தில் தங்க வைத்து விட்டு, வீட்டை வகுப்பறையாகவும் பள்ளியாகவும் மாற்றி அமைத்தனர். ஒரு பருவத்திற்கு 18யான் (சுமார் 2.25 டாலர்) வீதம் வசூலித்தனர். ஒரே குடும்பத்திலிருந்து மூன்று குழந்தைகள் பள்ளிக்கு வந்தால் அந்த மூன்றாவது குழந்தைக்கு கட்டணம் இல்லை. (சீனாவின் ஒரு குழந்தை கொள்கை அந்நாட்டின் கடைக்கோடிக் கிராமத்திலும் காணப்பட்டது கவனிக்கத்தக்க விஷயம்) அக்கிராமத்தின் 60 குழந்தைகள் இன்னும் கல்வி அறிவு இல்லாதவர் களாகத்தான் இருக்கிறார்கள். அதன் காரணமாக அந்த அம்மையார் தன் பள்ளியை விரிவுப்படுத்த விரும்பினார். அக்கிராமத்துக் குழந்தைகள் சிலர், நாங்கள் கடந்து வந்த பாதையில் உள்ள அரசுப் பள்ளிக்குப் போகிறார்கள். ஆனால் அரசுப் பள்ளி, புத்தகங்களுக்கும் சேர்த்து 75 யான் (9.38 டாலர்) ஒரு பருவத்திற்கு வசூலிக்கிறது - இந்த வசூல் கிராமத்து மக்களுக்கு கொள்ளை அடிப்பது போல் தெரிந்தது.

அடுத்து அந்தப் பெண்மணிக்கு வந்த பெரிய பிரச்சினை ஆசிரியர்களைத் தேடுவதுதான். முன்பு, ஒரு ஆண்டுக்கு 800 யான் (100 டாலர்) ஊதியம் கொடுத்து, ஒரு பெண் ஆசிரியரை வேலைக்கு அமர்த்தி இருந்தார். ஆனால் அந்த ஆசிரியைக்கு சம்பளம் கட்டுபடியாகததால், ஷான் கவுண்டி நகரில் ஒரு வேலையைத் தேடிக் கொண்டு சென்றுவிட்டார். அவர்களின் ஐந்தாம் நிலை மாணவர்கள் தேர்வை எதிர் கொள்ள வேண்டியிருந்ததால், அவர்களுக்கு ஆசிரியர்கள் தேவைப்பட்டனர். அப்போது உயர்நிலைப் பள்ளிப் படிப்பை முடித்திருந்த அவர்களது மகனை

பள்ளிக்கு வந்து உதவி செய்யுமாறு அழைத்தனர். அவரும் ஏற்றுக் கொண்டார். மகனுக்கு அன்பைத் தான் கொடுத்தோம். சம்பளம் கொடுக்கவில்லை என்று விளையாட்டாகச் சொன்னார். எங்கள் கஷ்டத்தில் எங்கள் மகனும் பங்கெடுத்துக் கொண்டான் என்றுச் சொல்லி சிரித்தார். அவர்கள், தங்கள் மகனைப் பல்கலைக்கழகப் படிப்புக்கு அனுப்ப விரும்பினார்கள். ஆனால் "நான் என்ன செய்யமுடியும்?" என்று சொல்லிவிட்டார். எனவே அவர்கள் மகன் அக்கிராமத்திலேயே இருந்து ஏழைகளுக்கு உதவி செய்தார். இதுவரை இரண்டு ஆண்டுகள் அங்கே பணியாற்றி இருக்கிறார். இப்போது எங்கள் மகன் சிறந்த மூன்றாம் நிலை ஆசிரியர் என்று அரசாங்கத்தால் பாராட்டிப் பரிசு வழங்கப்பட்டிருக்கிறார்.

அந்த அம்மையாரின் கணவர் சென்வாங் இருட்டத் தொடங்கிய பிறகுதான் வந்தார். அவர் நாள் முழுவதும் பள்ளியில் பணியாற்றி விட்டு, பின் வயல் வேலைகளுக்குச் சென்று விடுவார். " இன்னும் நாங்கள் வயல்களுக்கு தேவைப்படுகிறோம்." என்று கேலியாக சென்னார். அவருடைய அன்பான வரவேற்பு என் நெஞ்சைத் தொட்டது. நாங்கள் அந்த இரவு அங்கே தங்க வேண்டுமென்று கெஞ்சிக்கேட்டுக் கொண்டார்கள். நான் உண்மையில் ஏமாற்றமடைந்தேன். வாகன ஓட்டுநர் சாலையில் காத்துக் கொண்டிருப்பதால் எங்களால் தங்க முடியாது என்றும், அதோடு அடுத்த நாள் நாங்கள் லான்ஷோ என்ற இடத்தில் இருக்க வேண்டும் என்றும் ஸியாங் சொல்லி விட்டார். ஆனால் இரவு சாப்பிட்டு விட்டாவது போகலாமே என்று கேட்டார். தயங்கி தயங்கி எங்களால் இயலாது என்று சொல்லிவிட்டு, மூன்று சக்கர வாகனத்தில் ஏறி அமர்ந்தோம். நல்ல வேளையாக அந்த வாகனத்திற்கு முகப்பு விளக்கு இருந்தது. மெதுவாக அந்த இருளில், அந்தப் பள்ளத்தாக்கில் தடைகளைத் தாண்டி சாலையோரத்தில் காத்துக் கொண்டிருந்த ஓட்டுநர் வாங் அவர்களை அடைந்தோம். மலைகளில் ஏதேனும் அசம்பாவிதம் ஏற்பட்டால் என்ன செய்வது என்று ஓட்டுநர் வாங் கடிந்து கொண்டார்.

சூழ்வினை

மதிய உணவு சாப்பிடுவதற்கான சரியான நேரத்தில் மீண்டும் லான்ஷோவை வந்தடைந்தோம். அங்கிருந்து, எங்கள் ஆய்வை மேற்கொள் வதற்காக, மாநிலக் கல்வித்தகவல் உதவி மையத்திடம் அனுமதி பெறும் பொருட்டு அங்கு சென்றோம். நாங்கள் அங்கு சென்றடைந்தபோது கல்வித் தகவல் உதவிமையத்தின் தலைவர் அங்கே இல்லை. ஒரு வெளிநாட்டவர் தங்களை காண வந்திருக்கிறார் என்று தொலைபேசி மூலம் அவருக்குத் தகவல் சொன்னபோது, அடுத்த அரைமணி நேரத்தில் அங்கு இருப்பேன்

என்று மறுமொழி சொன்னார். ஆனால் ஒரு பத்து நிமிடத்தில் அவர் அங்கு வந்துவிட்டார். காகிதக் குவளைகளில் கொதிக்க கொதிக்க சூடான தேநீர் எங்களுக்கு வழங்கினார். மிகவும் அன்போடு பேசினார். ஆனால், சட்டத்திட்டங்களை கடைப்பிடிக்க வேண்டியுள்ளதால், பன்னாட்டு கூட்டுறவு இயக்குநரைப் பார்த்து பேசவேண்டும் என்று வருத்தப்பட்டுச் சொன்னார். அதோடு முதலில் திருவாளர் மிங் டிங் என்னும் ஒருவரிடம் கலந்து பேசவேண்டும் என்றார். அதற்கு பிறகு எங்கள் செயல்திட்டத்திற்குத் தேவையான எல்லாவற்றையும் மகிழ்ச்சியோடு செய்து கொடுப்பதாகச் சொன்னார்.

பன்னாட்டுக் கூட்டுறவு இயக்குநரான திரு. மிங் அவர்களின் உதவியாளர் திரு. ஷெங் அவர்கள், கணினி முன் அமர்ந்து நாங்கள் முன் அனுமதி பெறாமல் வந்துவிட்டதாகக் குறைபட்டுக்கொண்டார். எப்படியிருந்தாலும் திரு. மிங் அவர்கள் வெளியில் சென்றிருப்பதாகவும் அவர்களின் வேலைப்பளுவுக்கு மத்தியில் எங்களைச் சந்திப்பது முடியாத காரியம் என்றும் கூறினார். தெளிவான ஆங்கிலத்தில் அவர் எங்களை வரவேற்றார். உரையாடலின்போது அவர் பேசிய ஆங்கிலம் மிகச் சிறப்பாக இருந்தது கண்டு நான் மகிழ்ந்து போனேன். இல்லையென்றால் அவர் பேசியதை எனக்கு ஆங்கிலத்தில் மொழிபெயர்த்துச் சொல்ல அவருக்குப் பின் அமர்ந்திருந்த என் மாணவன் ஸியாங்கின் உதவியை நாடி இருக்க வேண்டும். அவர் சொன்ன கதைக்கு மாறாக சிறிது நேரத்தில் திரு. மிங் வந்துவிட்டார். அவரின் உதவியாளரைப் பொருட்படுத்தாமல் அவர் மிகவும் தோழமை உணர்வுடன் என்னை வரவேற்றார். முகமலர்ச்சியுடன் எங்களை அவர் அலுவலகத்திற்கு அழைத்துச்சென்றார். “அவர்கள் பேசட்டும், ஷெங். நான்தான் வந்துவிட்டேனே,மிகத் தொலைவிலிருந்து அவர்கள் வந்திருக்கிறார்கள்.” என்று திரு. மிங் சொன்னதை ஸியாங் மொழி பெயர்த்துச் சொன்னார். ஷெங் கையில் ஒரு குறிப்பேட்டுடன் எங்களோடு சேர்ந்து கொண்டார்.

ஸியாங் என்னையும் என்னுடைய செயல்திட்டம் பற்றியும் அறிமுகப்படுத்திப் பேசினார். அவருடைய மொழி பெயர்ப்பின் மூலமாக, தனியார் பள்ளிகள் மேட்டுக்குடியினருக்காக மட்டுமே உள்ளன என்று பலர் நம்பிக் கொண்டிருக்கின்றனர்; ஆனால் நான் இந்தியாவிலும் ஆப்பிரிக்காவிலும் மேற்கொண்ட ஆய்வின் மூலம் தனியார் பள்ளிகள் ஏழைமக்களுக்காகவும் அதுபோல ஏழைகளின் இன்னும் பல தேவை களுக்காகவும் உள்ளதாக காட்டப்பட்டுள்ளது என்று கூறினேன். சீனாவிலும் அப்படித்தானே என்று! கேட்டேன். இந்தக் கேள்விக்குப் பதில் அளிக்கும் பொருட்டு, நாங்கள் ஷெங் கவுண்டியின் மலைப் பிரதேசங்களுக்கு சென்றோம் என்று கூறினேன். “ உங்களுக்கு யார் அனுமதி கொடுத்தது?”

என்று தன் இருக்கையிலிருந்து நிமிர்ந்து திரு. மிங் குறுக்கிட்டுக் கேட்டார். "அங்கே நீங்கள் யாருக்கு தகவல் தெரிவித்தீர்கள்?" என்று கேட்டார். அவரைச் சமாதானப்படுத்தும் வகையில், அது ஓர் ஆய்வுப்பணிக்கான பயணம் அல்ல, ஆய்வுப் பணிக்கான வாய்ப்பு இருக்கிறதா என்று பார்ப்பதற்கான ஆயத்தக் களப்பயணம்; உண்மையில் சொல்லப்போனால் கல்வித் தகவல் உதவி மையம், மற்றும் உள்ள இதர அமைப்புகளோடு ஆன ஒரு சம்பிரதாயச் சந்திப்பு என்று கூறினேன். நான் தொடர்ந்து பேசினேன். ஆனால் இப்போது சூழல் சற்று மாறிவிட்டது. ஸியாங்கின் குரலில் கொஞ்சம் தயக்கமும் பதட்டமும் காணப்பட்டன. ஏழைக்களுக்காகச் செயல்படும் தனியார் பள்ளிகள் ஐந்து பள்ளிகள் இருப்பதைக் கண்டோம். ஒரு விரிவான ஆய்வுப்பணியை மேற்கொள்வதற்காக தங்கள் மேலான அனுமதியை எதிர்நோக்கிக் காத்திருக்கிறோம் என்று தொடர்ந்து பேசினேன்.

திரு. மிங் சிறிது நேரம் அமைதியாக இருந்தார். பிறகு அவர் நாற்காலியில் முன்நோக்கி நகர்ந்தவாறு சில கேள்விகளையும் கருத்து களையும் பகிர்ந்து கொள்ள வேண்டுமே என்றார். முதலில் உங்கள் செயல்திட்டத்தின் நோக்கமும் குறிக்கோளும் என்ன? மீண்டும் அவருக்கு அவைகளை விளக்கிச் சொல்லுமாறு ஸியாங்கிடம் கூறினேன். திரு. மிங் மிகவும் குழம்பியவாறு காணப்பட்டார். பின் ஷெங் இத்திட்டத்திற்கு யார் நிதி உதவி செய்வது என்று சீன மொழியில் கேட்டார். 'ஜான் டெம்ப்ள்டன் அறக்கட்டளைப்' பற்றி அவரிடம் சொன்னேன். அந்த அறக்கட்டளையின் நோக்கம், மற்றும் குறிக்கோள் பற்றிக் கேட்டார். என்னால் இயன்றவரை அந்த அமெரிக்க நாட்டு, ஏழைகளுக்கு இறக்கம் காட்டும் அறக்கட்டளைப் பற்றி விபரமாக கூறினேன். பிறகு திரு. மிங் மீண்டும் தனது கேள்விகளைத் தொடர்ந்தார். நிதானமாகவும் மென்மையாகவும் கேட்டார். "இதுபோன்ற ஓர் ஆய்வுப் பணி எங்களுக்கு வேண்டும் என்று நாங்கள் ஏற்றுக்கொள்ள வேண்டும். உங்களைப் பொருத்தவரை, இது எவ்வளவு சாத்தியம் என்று தெரிந்து கொள்வது கடினம். ஏனென்றால் 'சீன மக்கள் குடியரசு' உலகளாவிய அடிப்படைக் கல்வியைப் பெற்றுவிட்டது. இதன் அர்த்தம் என்னவென்றால், அரசுக் கல்வித்துறை ஏழைகளுக்கு எந்த வகையில் கல்வி அளிக்கிறதோ அதே போலதான் பணக்காரர்களுக்கும் கல்வி அளித்து வருகிறது. எனவே இங்கு ஏழைகளுக்கென்று எந்தத் தனியார் கல்வியும் இல்லை. ஏனென்றால் 'மக்கள் குடியரசு' எல்லா ஏழைக் குழந்தைகளுக்கும் அரசாங்கக் கல்வி வழங்கி வருகிறது. எனவே நீங்கள் ஆய்வு மேற்கொள்ள முடிவெடுத்திருக்கும் தனியார் பள்ளிகள் இங்கு இல்லை என்பது மட்டுமல்ல; அதற்கான அறிவார்ந்த ஒரு வாய்ப்பும் இங்கில்லை." என்று கூறினார்.

ஜார்ஜ் ஓர்வெல்லின் 1984-ல் திடீரென்று மூழ்கிவிட்டேனோ என்பது போலத் தோன்றியது. (ஜார்ஜ் ஓர்வெல் என்னும் ஆங்கிலக் கதாசிரியர் தன்னுடைய 1984 என்னும் தலைப்பைக் கொண்ட கதையில் குடிமக்கள் மீது முழுமையான ஆதிக்கம் செலுத்தும் அரசாங்கத்தைப் பற்றிக் குறிப்பிடுகிறார்) கருப்பு நிறம் வெள்ளை நிறமாகி விட்டது; வெள்ளை நிறம் கருப்பு நிறமாகிவிட்டது. எவற்றையெல்லாம் நான் நேரில் கண்ணால் கண்டேனோ அதெல்லாம் இல்லை என்று ஆகிவிட்டது. ஏனென்றால், அதற்கான அறிவார்ந்த வாய்ப்பு எதுவும் இல்லை. இதுபோன்ற ஓர் இடியை நான் எதிர்பார்க்கவே இல்லை. என் வாயெல்லாம் வறண்டுவிட்டது. என் உடம்பெல்லாம் நடுங்கியது. ஆங்கிலம் தெரிந்த அந்த மனிதர் ஷெங் அங்கே இருந்ததால், அடுத்து நாம் என்னதான் செய்து தொலைக்க வேண்டும் என்று என்னால் ஸியாங்கிடம் ஆங்கிலத்தில் கேட்க முடியவில்லை.

அவர் தொடர்ந்து பேசினார். "ஏழை மக்களுக்கு உதவக்கூடிய இந்த ஆய்வுப்பணியை வரவேற்பதில் நாங்கள் நிச்சயமாக மகிழ்ச்சி அடைகிறோம். 'சீன மக்கள் குடியரசு' அனைவருக்கும் வழங்கும் அரசுக்கல்வித்துறையில், எல்லாம் நூற்றுக்கு நூறு சரியாக உள்ளது என்று நாங்கள் சொல்லிக் கொள்ளவில்லை. ஆய்வின் ஒரு நல்ல எடுத்துக்காட்டு என்பது, பன்னாட்டு வளர்ச்சித்துறையின் கன்சூ மாநில அடிப்படைக் கல்வித்திட்டம் எடுத்த ஆய்வுதான். (நான் இதை மீண்டும் காதில் கேட்கிறேன் என்பதை என்னால் நம்பமுடியவில்லை) ஏழை மக்களுக்காகச் சிறந்த வகையில் உதவக்கூடிய திட்டம், பள்ளி வளர்ச்சித்திட்டத்தின் கீழ் பல வளர்ச்சித் திட்டங்களை வழங்கி வருகிறது. மிக முக்கியமான, உபயோகம் மிக்க இத்திட்டத்தை வழங்குவதற்காக நாங்கள் பிரிட்டிஷ் அரசாங்கத்திற்கு நன்றியுடைவர்களாக இருக்கிறோம். உங்களது வித்தியாசமான கருத்துகளை விட்டு விட்டு பள்ளி வளர்ச்சித் திட்டங்களைப் போன்ற சிறந்த திட்டங்களை நீங்கள் ஏன் தேர்ந்தெடுத்துச் செய்யக் கூடாது?" என்று கேட்டு முடித்தார்.

பன்னாட்டு வளர்ச்சித்துறை அதன் செயல் திட்டங்களை நிறுவுவதற்கான நோக்கங்கள் பளிச்சென்று எனக்குப் புரிந்தது. நான் மலைப்பகுதிகளில் பயணம் செய்து கொண்டிருந்தபோது, அரசுப் பள்ளிகளில் ஏழைமக்களுக்கு மிகவும் தேவைப்பட்டது 'பள்ளி வளர்ச்சித் திட்டங்களே' என்பது எனக்கு மிகவும் அபத்தமான காரியமாகப்பட்டது. 11 மில்லியன் பவுண்ட்கள் செலவினம் எவ்வளவு பெரிய பேரிழப்பு என்று எண்ணிக்கொண்டேன். இதுபோன்ற அதிகாரிகளை வைத்துக்கொண்டு, நல்ல கருத்துகளைப் புறந்தள்ளிவிட்டு, சீன அரசுக்குத் தீங்கிழைக்காததும், பயமுறுத்தாதுமான சில திட்டங்களைத் தேடிக் கண்டுபிடித்து வைத்துக்

கொண்டிருப்பதைத்தான் பன்னாட்டு வளர்ச்சித் துறையாக நான் இப்போது பார்த்தேன். ஏழை மக்களுக்காக உள்ள சீன அரசுப்பள்ளிகளில் இல்லாத ஒன்றே ஒன்று, 'பள்ளி வளர்ச்சித்திட்டங்கள்' மட்டுமே என்று உலக அளவில் தெரிய வந்தால் யார் இதை முறையிடப் போகிறார்கள்? கிராமத்தில் வாழும் ஏழைகள் தங்கள் குழந்தைகளை அரசுப்பள்ளிகளுக்கு அனுப்ப வசதியற்றவர்கள் என்ற செய்தியைவிட இது ஒன்றும் பயமுறுத்தக்கூடிய செய்தி இல்லையே. அல்லது எல்லாக்குழந்தைகளுக்கும், குறிப்பாக பெண்களுக்கு எட்ட முடியாத இடமாக அரசுப்பள்ளிகள் திகழ்கின்றனவே. ஒருவேளை இதுதான் சீன அரசுப் பள்ளியோ?

இந்த இடத்தில், (ஆங்கிலம் பேசுகின்ற) ஷெங் அறையை விட்டு வெளியே வருமாறு அழைக்கப்பட்டார். அவர் வெளியே போன இந்தச் சந்தர்ப்பத்தில், கிராமங்களுக்குச் சென்று தனியார் பள்ளிகளை நாங்களே பார்த்தோம் என்ற செய்தியை திரு.மிங் அவர்களிடம் சொல்லிவிட்டீர்களா? என்று ஸியாங்கிடம் கேட்டேன். ஆம், ஆம், நாம் அதை அவருக்கு நினைவுபடுத்தவில்லையே. இல்லை, இல்லை நினைவுபடுத்தவில்லை என்றார்.

திரு.மிங் அவர்கள் நிதானமாகத் தொடர்ந்து பேசுவதை சியாங் ஆங்கிலத்தில் மொழி பெயர்த்துச் சொல்லிக் கொண்டிருந்தார். "பன்னாட்டு வளர்ச்சித் துறையோடு எங்களுக்கு நெருக்கமான உறவு உண்டு. அத்துடன் பள்ளி வளர்ச்சித் திட்டங்களை வரவேற்பதில் பெருமகிழ்ச்சி யடைகிறோம். உண்மையில், உங்கள் நாட்டு பிரதமர் டோனி பிளேய்ர் இங்கு வந்திருந்தபோது கன்சூ மாநில அடிப்படை கல்வி செயல் திட்டப் பிரதிநிதிகளைச் சந்தித்ததில் அவர் பெருமகிழ்ச்சியடைந்தார். உங்களின் கோட்பாடுகள் பயனுள்ளதென்றும், நடைமுறைக்குரியது என்றும் கருதி, பன்னாட்டு வளர்ச்சித் துறைக்கு நீங்கள் அதை சமர்ப்பிப்பதாக இருந்தால், நாங்கள் அதை கவனமாகக் கருத்தில் எடுத்துக்கொள்வோம். ஏனென்றால், பன்னாட்டு வளர்ச்சித் துறையினர் முடிவை நாங்கள் மிகவும் மதிக்கிறோம். இந்நிலையில், உங்கள் ஆய்வுக்கான செயல்திட்டம் வெற்றியடையும் என்று எனக்குப் படவில்லை. நீங்கள் நிச்சயமாக அனுமதிக்கு விண்ணப்பிக்கலாம். நாங்கள் அதைக் கவனமாகப் பரிசீலனை செய்வோம்" என்று திரு. மிங் சொல்லி முடித்தார்.

திரு. மிங் எனக்கு மிகுந்த வருத்தம் தெரிவித்துக் கொண்டதோடு, உரையாடலை அமைதியாக முடித்துக் கொண்டோம். நான் மிகவும் சோர்வடைந்து போனேன். என்னுடைய இந்தத் திட்டம் சீன அரசாங்கத்திற்கு ஒரு பெரிய அச்சுறுத்தலாக இருக்குமென்று தெரிந்து கொள்ளாமல் எவ்வளவு பெரிய முட்டாளாக இருந்திருக்கிறேன் என்று உணர்ந்து கொண்டேன். ஆனால் விஷயம் எப்படியோ வெளியே

தெரிந்துவிட்டது. என்ன செய்வது? இருந்தும் கவலைப்பட வேண்டாம் என்று ஸியாங் என்னைத் தேற்றினார். நாம் இன்னும் அனுமதி கேட்கவில்லை என்று குறிப்பிட்டார். "எப்படி அனுமதி பெறுவது என கேட்கத்தானே நாம் வந்திருக்கிறோம்." நமக்கு உண்மையாக அனுமதி மறுக்கப்படவில்லையே. ஆய்வுப்பணி நடத்துவதற்கான வழி இன்னும் திறந்துதான் இருக்கிறது. ஆனால் எப்படி என்றுதான் தெரியவில்லை. ஸியாங்கையும் அவர் அழைத்து வந்த குழுவையும் சிக்கலில் மாட்டிவிட நான் விரும்பவில்லை. நாங்கள் கவலைப்படவில்லை என்றும், என்னை கவலைப்பட வேண்டாம் என்றும் ஸியாங் சொன்னார்; அனுமதி நாங்கள் வாங்கிவிடுவோம் என்றும் ஸியாங் கூறினார். சில வாரங்களுக்குப் பிறகு ஆச்சரியப்படத்தக்க வகையில், இங்கிலாந்திற்கு நான் சௌகரியமாக திரும்பி வந்து, பல சிறப்பு விருந்து நிகழ்ச்சிகளில் கலந்து கொண்டபின் தகவல் மையத்தலைமை அதிகாரிகளிடமிருந்து எங்கள் கோரிக்கையை சிறப்பாக நிறைவேற்றிக் கொடுத்திருக்கிறார்கள் என்ற தகவலைத் தெரிந்து கொண்டேன்.

எதார்த்த உண்மை : சீனாவின் கிராப்புறங்களில் ஏழைகளுக்காகச் செயல்படும் தனியார் பள்ளிகள்

ஆகவே, எங்கள் ஆய்வுப்பணியைக் கன்சூ மாநிலத்தில் தொடங்கினோம். கன்சூ மாநிலம் முழுவதும் ஆய்வாளர்களோடு தொடர்புள்ள, ஒரு சிறந்த பயிற்சி பெற்ற ஆய்வு நிறுவனமான 'கன்சூ மார்க்கெட்டிங் ஆய்வுக் குழு' என்ற குழுவிடமிருந்து ஸியாங், ஒரு நம்பிக்கையான குழுவை வாடகைக்கு அமர்த்திக் கொண்டார். ஒரு மாபெரும் குழுவான 48 ஆராய்ச்சி மேற்பார்வையாளர்கள், 310 ஆய்வாளர்கள் ஆகியோர்களைப் பணிக்குப் பயன்படுத்தினோம். கன்சூ மாநிலத்தின் 14 மாவட்டங்களுக்கும் அவர்களை அனுப்பி வைத்தோம். எல்லா ஆய்வாளர்களுக்கும், மேற்பார்வையாளர்களுக்கும் ஒரு இரண்டு நாள் பயிற்சி அளித்தோம். மற்ற ஆய்வுகளில் உள்ளதுபோல, கன்சூ மாநிலத்தில் ஊரகப் பகுதிகளில் உள்ள தனியார் தொடக்கப்பள்ளிகள், தனியார் உயர்நிலைப்பள்ளிகள் ஆகியவைகளின் இருப்பிடங்களைக் கண்டுபிடிப்பதே இதன் குறிக்கோள் என்று பணியாளர்களுக்கு சொன்னோம். ஒப்பீடு செய்து பார்க்கும் நோக்கத்தோடு, களப்பணியாளர்கள் கண்டறியும் ஒவ்வொரு தனியார் பள்ளிகளுக்கும் அருகில் உள்ள அரசுப்பள்ளியையும் இருப்பிடம் காணவேண்டுமென்றும், அவைகள் களப் பணியாளர்களுக்கு அதிக பட்சமாக ஒரு நாள் பயண தூரமாக இருக்கவேண்டும் என்றும், அதுவும் குறிப்பாக நடந்து செல்லும் தூரமாக

இருக்க வேண்டும் என்றும் விளக்கிச் சொன்னோம். அவரவர்களுக்குப் பழக்கமான பகுதிகளாகப் பிரித்துக் கொடுக்கப்பட்டன. அங்கங்கே உள்ள கல்வி மையங்களில் தனியார் பள்ளிகளின் பட்டியலை கேட்டால், அவைகளை கொடுக்க யாரும் முன்வரமாட்டார்கள் என்று எச்சரிக்கை கொடுத்தோம். அத்துடன், அவர்கள் உள்ளூர்வாசிகளிடமும் கடை வீதிகளிலும், தெருக்களில் காண்போரிடமும் இதரப் பள்ளிகள் இருக்கின்றனவா என்று, உள்ளூர் அதிகாரிகளுக்குத் தெரியாதவாறு, கேட்டுத்தெரிந்துகொள்ள வேண்டும் என்று அறிவுறுத்தினோம்.

ஏனென்றால் நாங்கள் அவ்வளவு அதிகக் களப் பணியாளர்களைப் பயன்படுத்தினோம். ஆய்வின் தரக்கட்டுபாடு குறிப்பிட்டுச் சொல்லும் அளவுக்கு முக்கியமானது. பள்ளியிலிருந்து எல்லாக் கேள்விப் பட்டியல்களும் பள்ளி அலுவலக முத்திரையோடும், தொலைபேசி எண்களோடும் நகல் எடுத்துப் பெற்றுக் கொள்ளவேண்டும் என்று அறிவுறுத்தினோம். ஆய்வாளர்கள் பள்ளியைப் பார்வையிட்டார்கள் என்பதற்கு அத்தாட்சியாக ஒவ்வொரு பள்ளியையும் புகைப்படம் எடுத்துக்கொள்ளவேண்டும் என்று கேட்டுக் கொண்டோம். (இப்பள்ளிகளின் புகைப்படங்களை கொண்ட ஒரு பெரிய ஆல்பம் இப்போது என்னிடம் உள்ளது) ஆய்வாளர்கள் உண்மையில் பள்ளிக்கு நேரில் சென்று கவனத்துடன் ஆய்வு நடத்தினார்களா என்று தெரிந்து கொள்ள, எல்லாப் பள்ளிகளும் தொலைபேசி மூலம் அவ்வப்போது தொடர்பு கொள்ளப்பட்டன.

நாங்கள் என்ன கண்டறிந்தோம்? அனைத்துக் கிராமங்களிலும், மொத்தமாக 586 தனியார் பள்ளிகள் இருந்ததை கண்டறிந்தோம்; அவைகள் அக்கிராம ஏழைமக்களுக்குச் சேவை ஆற்றிக் கொண்டிருந்தன. இவைதாம் நாங்கள் தேடிவந்த "ஏழைகளுக்காகச் செயல்படும் தனியார் பள்ளிகள்" அரசாங்கம் வழங்கிய தனியார் பள்ளிப் பட்டியலில் இல்லாத பள்ளிகளையும் நாங்கள் பார்வையிட்டுவிட்டோமா என்று எங்களால் நிச்சயப்படுத்திக் கொள்ள இயலாததால், நிச்சயமாக மேலே கண்ட எண்ணிக்கை குறைவான எண்ணிக்கையே. கன்சூ மாநிலத்தில் அதிகாரப்பூர்வமாக 26 பள்ளிகளே இருந்தன. இவையெல்லாம் பெரும் நகரங்களிலும், நகரங்களிலுமே காணப்பட்டன. கிராமப்பகுதிகளில் இல்லை.

ஆய்வுப் பணியாளர்கள் 309 அரசுப்பள்ளிகளையும் அடையாளம் கண்டனர். இவைகள் எல்லாம் கிராமங்களில் தனியார் பள்ளிகளுக்கு அருகில் இருந்த அரசுப்பள்ளிகள் (இது தனியார் பள்ளிகளை விட மொத்தத்தில் குறைவான எண்ணிக்கையே. சில பகுதிகளில் ஆய்வுப் பணியாளர்கள், அருகில் அரசுப்பள்ளிகள் இல்லையென்றே கண்

டறிந்தனர்) இது கன்சூ மாநிலத்தின் மொத்த எண்ணிக்கையில் ஒர சிறு கூறுதான். தொடக்கப்பள்ளிகள் மட்டுமே 15,635 இருந்தன. எங்கள் ஆய்வு பணியாளர்கள் முக்கிய நகரங்களிலும், மக்கள் கூட்டமும் அமளியும் நிறைந்த ஒவ்வொரு கிராமங்களிலும் ஒவ்வொரு அரசுப் பள்ளியைக் கண்டிருக்கிறார்கள். அப்பள்ளி இரண்டு மாடிக் கட்டடமாகவும், விளை யாட்டுத் தளம் உள்ளதாகவும், நாங்கள் பார்த்ததுபோல, வெளிநாட்டு பண உதவி பெற்றதின் அடையாளமாக அதன் பெயர் பொறிக்கப்பட்ட கல் பதிக்கப்பட்ட கட்டடமாகவும் இருந்தது. ஒரு சிறிய தொகுப்பு வீடுகளைக் கொண்ட, மிகச்சிறிய, கடைக்கோடியில் இருந்த அந்த கிராமத்திற்கு மலையின் செங்குத்தான பாதை வழியாகத்தான் செல்லவேண்டும். இங்குள்ள பள்ளியைக் கண்டறிய எங்கள் ஆய்வுப் பணியாளர்கள் அரசுப் பேருந்துகளில் ஏறிச் செல்லாமல், நடந்தோ, அல்லது மூன்று சக்கர வாகனங்களை வழி நிறுத்தியோ ஏறி அங்கு சென்றனர். அங்கே, மலையின் விளிம்புகளை ஒட்டி அமைந்திருந்த, கல்லோ அல்லது செங்கல்லோ கொண்டு கட்டப்பட்ட, பள்ளிகளாகவும் மாற்றி அமைக்கப்பட்டிருந்த வீடுகளின் ஓரிரு அறைகளில் அப்பள்ளிகளின் தலைமை ஆசிரியர்கள் அல்லது உரிமையாளர்கள் வசித்து வந்தனர். சில சமயங்களில், கிராமத் தார்களே இந்த நோக்கத்திற்காகப் பள்ளிக் கூடத்தை கட்டி இருக்கிறார்கள். தொடர்ச்சியாக மீண்டும் மீண்டும், தனியார் பள்ளிகளைக் கண்டுபிடிக்க வறண்ட மலைப்பகுதிகள் காணப்படும் நீண்ட பாதை வழியாகச் சென்றனர்.

ஏழைகளுக்காகச் செயல்படும் 586 தனியார் பள்ளிகளில் 60,000 குழந்தைகள் பதிவில் உள்ளதாக அறிக்கை அளிக்கப்பட்டிருந்தது. ஒரு பள்ளிக்கு சராசரி 100 குழந்தைகள். மிகப் பெரிய பள்ளியில் 540 மாணவர்களும், மிகச் சிறிய பள்ளியில் 5 மாணவர்களுமாகப் பதிவாகி உள்ளனர். அரசுப் பள்ளிகளைவிட தனியார் பள்ளிகளில் கொஞ்சம் கூடுதல் சதவிகித பெண்கள் சேர்ந்துள்ளனர். சீனாவில் ஏழைகளுக்காகச் செயல்படும் தனியார் பள்ளிகள், மற்ற நாட்டில் கல்வி வழங்குவது போல் இல்லாமல், அறுதிப் பெரும்பான்மை பள்ளி வயதுக் குழந்தைகளுக்கு கல்வி வழங்கவில்லை. 2 சதவிகித பள்ளி வயதுக் குழந்தைகளே தனியார் பள்ளிகளில் சேர்ந்திருப்பதாகக் கணக்கிடப்பட்டிருந்தது. அப்படியிருந்தும், இவ்வளவு குழந்தைகள் தனியார் பள்ளிகளில் சேர்ந்திருந்தும், இந்த உண்மை, மண்டல அலுவலகங்களுக்கு தெரியாமல் போனது குறிப்பிடத்தக்க விஷயம் ஆகும்.

இப்பள்ளிகள் எவ்வளவு கட்டணம் வசூலித்தன? இங்குள்ள குறிப்பிடத்தக்க ஒரு விஷயம் என்னவென்றால், நாங்கள் ஆய்வுப்பணி நடத்திக் கொண்டிருந்த போதுதான் அரசுப்பள்ளிகள் கல்விக்கட்டணம் வசூலித்தன - ஐக்கிய நாடுகளின் கல்வி உரிமைச் சட்டத்திற்கான சிறப்பு

ஆய்வு அதிகாரி ஒருவரால், சீன அரசாங்கம் மேற்கொண்ட ஒரு முறைகேடான செயல் காரணமாக, அது கடும் கண்டனத்திற்கு உள்ளாக்கப்பட்டிருந்தது.

பெரும்பான்மையான பள்ளிகள், கல்விப் பருவத்திற்கு முன்பே (அதாவது ஆண்டிற்கு இரு முறை) கட்டணங்களை வசூலித்து வருவதுண்டு. தனியார் பள்ளிகள் குறைந்த கல்விப் பருவக் கட்டணம், அதாவது முதல் வகுப்பில் 68.79 ரென்மின்பியிலிருந்து (8.56 டாலர்) ஆறாம் வகுப்பில் 78.66 ரென்மின்பி (9.78 டாலர்) வரை ஆகும். அரசுப்பள்ளிகளில் குறைந்த கல்விக் கட்டணம் வகுப்புகளுக்கு ஏற்றவாறு இன்னும் கொஞ்சம் கூடுதலாக வசூலிக்கப்பட்டது.

தனியார் பள்ளிகளை யார் நிர்வாகம் செய்வது? சுமார் மூன்றில் இரண்டு பங்கு தனியார் பள்ளிகளை அக்கிராமத்துப் பொறுப்பாளர்களே நிர்வாகம் செய்கின்றனர். ஆனால் மூன்றில் ஒரு பங்கு தனியார் பள்ளிகளை தனி உரிமையாளர்களே நிர்வாகம் செய்கின்றனர். ஏன் தனியார் பள்ளி நிர்வாகிகள் அப்பள்ளிகளைத் தோற்றுவித்தனர்? பொதுவாக, அதாவது, மொத்தத்தில் முக்கால் வாசிப்பேர் கூறிய காரணம் - அரசுப்பள்ளிகளுக்கு போக வர இயலாத குறைபாடுதான் காரணம். தனியார் பள்ளி நிர்வாகிகளோடு நாங்கள் நடத்திய பேட்டிகளில், அரசுப்பள்ளிகள் எங்கள் கிராமங்களிலிருந்து சென்று வர முடியாத தொலைவில் இருப்பது ஒரு காரணம் ; சில சமயங்களில் அரசுப்பள்ளிகளுக்கு குழந்தைகள் சென்றடைய ஆறு அல்லது ஏழு மணிநேர நடை பயணத் தொலைவு உள்ளதும் ஒரு காரணம் - எனவே நாங்கள் கிராமங்களிலேயே தனியார் பள்ளிகளைத் தோற்றுவித்ததற்கு இதுவே முக்கியக் காரணம் எனச் சொல்லப்பட்டது.

நெடுந்தூரம்

சுருக்கமாகச் சொல்லப்போனால், அதிகாரத்தில் உள்ளவர்கள் அனுமதிக்காதபோதும், சீனாவின் ஊரகப் பகுதிகளில் அதிக எண்ணிக்கையிலான தனியார் பள்ளிகள் இருக்கின்றன. அரசுப்பள்ளிகளில் குழந்தைகளுக்கு அவர்களின் தேவைகளை அளிக்க முடியாமல் போனதால், கிராமத் தார்களும், தனியார்களும் பள்ளிகளைத் தொடங்கி குழந்தைகளுக்குக் கல்வி புகட்டுகிறார்கள்; மலைப் பகுதிகளின் கடைக்கோடியிலிருக்கும் கிராமங்களிலிருந்து அரசுப் பள்ளிகள் தொலைதூரத்தில் இருப்பதே முக்கியக் காரணம். ஆனால் அரசு அதிகாரிகளும், பொருளாதார உதவி முகமைகளும் தனியார் பள்ளிகள் இருப்பதை மறுத்து வந்தார்கள். தனியார் பள்ளிகள் இருப்பதைக் கண்டறிவது அவ்வளவு ஒன்றும் சுலபமான காரியம் அல்ல. நகரிலிருந்து எங்கோ கடைக்கோடியில் உள்ள ஒருசில கிராமங்களுக்கு,

பராமரிக்கப்படாமல் கிடக்கும் மண் சாலை, மற்றும் தட்டையான கல் பதியப்பட்ட சாலை வழியாகப் பயணித்தால் நீங்கள் ஒரு அரசுப்பள்ளியைக் காணலாம். மேலும் ஒரு வெளிநாட்டிலிருந்து இங்கு வந்து, அந்த நாட்டின் எழில்மிகு மலைப்பகுதியின் வழியாக நீண்ட தூரம் கடும் முயற்சி எடுத்துப் பயணம் செய்து பார்த்து, கல்வி தொடர்பாக ஏதேனும் அங்கு இருக்குமென்று நீங்கள் ஏன் கற்பனை செய்து பார்க்கவேண்டும்? எல்லாருமே, குறிப்பாக, அரசுப்பணியாளரிலிருந்து, அரசுப்பள்ளி ஆசிரியர் வரை, அங்கு எங்குமே தனியார் பள்ளி இல்லையென்று சொல்லும்போது நீங்கள் எப்படி அவ்வாறு கற்பனை செய்து பார்க்க முடியும்? தனியார் பள்ளிகளைக் காணவேண்டுமென்றால் நீங்கள் நெடுந்தூரம் பயணம் செய்து, நீண்ட நாள் பயணம் செய்து பார்க்க வேண்டும். இதற்கு யாருமே தயாராக இல்லை.

அரசு அதிகாரிகளைப் பொருத்தவரை, இதுவே காரணமாக இருக்கலாம்; அல்லது உலகளாவிய 'அரசு ஆரம்பக்கல்வியை' சீனா அடைந்து விட்ட நம்பிக்கை உணர்வு காரணமாக இருக்கலாம். நான் கன்சூ மாநிலத்திற்கு, வருகை புரிந்த சமயத்தில், ஐக்கிய நாடுகளின் கல்வி உரிமைச் சட்டத்திற்கான சிறப்பு ஆய்வு அதிகாரியால், சீன அரசு இன்னும் ஆரம்பக் கல்வி அளவில் கூட கல்விக்கட்டணம் வசூலித்துக் கொண்டிருக்கிறது என்று வன்மையான குறைபாடாகப் பேசப்பட்டு வந்தது. பல குழந்தைகள் அரசுப்பள்ளிகளுக்குக் கல்விக் கட்டணம் செலுத்த முடியாத ஏழைகளாக இருப்பதால், தனியார் பள்ளிகளை நாடிச் செல்வதையும், அல்லது அவர்களுக்கு ஆங்காங்கே வசதியாக அரசுப்பள்ளிகள் அமைத்துக் கொடுக்காததையும் அரசு ஏற்றுக் கொள்ளும் பட்சத்தில், மேற்சொன்ன குறைபாட்டிற்கு இது இன்னும் வலுச் சேர்ப்பதாக அமையும்.

இக்குறைபாடுகளைக் கருத்திற்கொண்டு, மேற்கு சீனாவில் உள்ள பாமர ஊரகப் பகுதிகளில் கன்சூ மாநிலம் உட்பட , இலவசக்கல்வி வழங்கும் திட்டத்தை சீன அரசாங்கம் சமீபத்தில் அறிவித்துள்ளது. அரசின் இலவசக் கல்வியே ஒரு நாட்டிற்கான ஒட்டுமொத்த நிவாரணமாக அமையும் என்று அரசு மேம்பாட்டு வல்லுநர்கள் கருதுகின்றனர். ஒரு நாடு முற்றிலும் வளர்ந்த நாடு என்று கருதப்படு முன், அதற்கு இலவசக்கல்வி கட்டாயத் தேவையாகிறது. உண்மையில் இதுவே அந்நாட்டு வளர்ச்சிக்கு அடிப்படைப் பாதையாகும். அனைவரும் அறிந்து கொள்ள வேண்டிய ஒரு பகுதி இது.

அரசு மேம்பாட்டு வல்லுநர்களால் தாமதம் செய்யப்படும் இலவச ஆரம்பக்கல்வி உண்மையில் ஒரு உலகளாவிய தீர்வா? அல்லது இது அந்நாட்டிற்கு ஏதேனும் பிரச்சினைகளை ஏற்படுத்துமா? என் பயணத்தை எதிர்கொள்ளத் தூண்டிய, ஏற்றுக்கொள்ளப்பட்ட உண்மையின் இன்னொரு

பகுதி இது. நான் சீனாவுக்குச் செல்லும் முன்பே கென்யா நாட்டிற்குச் சென்றிருந்தேன். அந்நாட்டில் 2003 ஆம் ஆண்டு ஜனவரி மாதத்திலேயே இலவச ஆரம்பக்கல்வி அறிமுகமாகியிருந்தது. இதற்கு சில மாதங்களுக்கு முன்புதான் ஆய்வுப்பணி செய்வதற்கான செயல்திட்ட பண உதவி எனக்குக் கிட்டியது. அங்கு நான் முதன் முதலில் வருகை புரிந்துபோது, அங்கேயும் என் ஆய்வுப்பணியை மேற்கொள்ள வேண்டும் என்று உணர்த்தியதை அங்கு புரிந்துகொண்டேன். இந்தியா, நைஜீரியா, கானா போன்ற நாடுகளில் என் ஆய்வுப்பணி முடிவுகளை ஏற்கனவே நான் கண்டிருந்தும், கென்யா நாட்டில் செய்த ஆய்வுப்பணி முடிவுகள் என்னையே திடுக்கிட வைத்தது.

6

கென்ய நாட்டில் உள்ள ஒரு பிரச்சினையும் அதற்கான தீர்வும்

சந்திக்க வேண்டிய மனிதர்

தொலைக்காட்சி நிகழ்ச்சித் தொகுப்பாளரான பீட்டர் ஜென்னிங்ஸ், பிரைம் டைம் தொலைக்காட்சியின் ஏபிசி நிகழ்ச்சியில், அமெரிக்க ஜனாபதி பில் கிளிண்டனிடம், "இப்போது இருக்கும் நபர் ஒருவரை நீங்கள் சந்திக்க விரும்பினால் அந்த நபர் யாராக இருக்கும்?" என்று ஒரு கேள்வியைக் கேட்டார். அதற்கு அவர், "அது கென்ய நாட்டு ஜனாதிபதியாகத்தான் இருக்கும்." என்று சொன்னார். "ஏனென்றால், அவர்தான் அந்த நாட்டிற்கான கல்விக் கட்டணங்களை ரத்து செய்தவர்." என்றார். அவர் அப்படிச் செய்ததனால் கிளிண்டன் சொன்னார், "முன்பு இருந்த எந்த ஜனாதிபதியும் செய்ததைவிட இவர் செய்திருப்பது பல மாற்றங்களை ஏற்படுத்தும், அல்லது இந்த ஆண்டு இறுதிக்குள் அந்த மாற்றம் நடந்துவிடும்." இதன் விளைவு, கென்ய ஜனாதிபதி கிபாகி, பில் கிளிண்டனை இலவச ஆரம்பக்கல்வி அங்கு எவ்வாறு நடைமுறைப்படுத்தப்பட்டுக் கொண்டிருக் கிறது என்பதை அவரே நேரில் வந்து பார்க்க வேண்டுமென்று அழைப்பு விடுத்தார்.

பிரிட்டிஷ் பிரதமர் கோர்டன் பிரௌன் அந்நாட்டு நிதித்துறைத் தலைவராகவும் இருந்தபோது, 'ஆப்பிரிக் காவைக் கண்டறியும்' சுற்றுலாப் பயணமாக கென்யா நாடு சென்றார். ஆப்பிரிக்காவின் அதிக அளவு குடிசைப்பகுதி கொண்டுள்ளதாகச் சொல்லப்படும் கிபேராவின் புறநகர்ப்

பகுதியில் அமைந்திருந்த 'ஒலிம்பிக்' எனப்படும் ஓர் அரசுப் பள்ளியில் அவர் கலந்து கொண்ட நிகழ்ச்சியை பி.பி.சி. ஒளிப்பதிவு செய்தது. 2003 ஆம் ஆண்டு ஜனவரி மாதம் 'தேசிய வானவில் கூட்டணி அரசு' கொண்டுவந்த இலவசக்கல்வித் திட்டத்தைப் புகழ்ந்து பாடிக்கொண்டு அப்பள்ளிக் குழந்தைகள் அவரைச் சூழ்ந்து கொண்டனர். அங்கு திரளாகக் கூடியிருந்த மக்களிடம், "இங்கிலாந்து நாட்டுப் பெற்றோர்கள் வருமான வரி செலுத்து வோர்களின் வரிப் பணம் முழுவதையும் இலவசத் தொடக்கக் கல்விக்காகச் செலவு செய்ய தங்கள் முழு ஆதரவையும் கொடுத்தனர்" என்று கூறினார். ஒவ்வொரு நாடும் உலகளாவிய இலவசக்கல்வி அளிக்கும் நாடாக அமைய வேண்டும் என்பது எங்களது புதிய தீர்மானம் - நாங்கள் எப்போதும் செய்யக் கூடிய மிகச்சிறந்த, மிகத் தேவையான மூலதனம் என்று அங்கு தெரிவித்தார். அலுவலகங்களிலிருந்து கிடைத்த ஆதாரங்கள் அடிப்படை யில் 22 சதவிகிதம் வரை உபரியாக- 1.3 மில்லியன் குழந்தைகள் - அதாவது 5.9 மில்லியனிலிருந்து 7.2 மில்லியன் வரை - கென்ய நாட்டு தொடக்கப்பள்ளிகளில் இப்போது கூடுதலாகப் பதிவாகியுள்ளனர்; ஏனென்றால், இலவச அடிப்படைக் கல்வியே இதற்குக் காரணம். கென்யாவின் தலைநகரான நைரோபியிலேயே, அங்குள்ள பள்ளிகளில் 48 சதவிகிதம் அதிகரித்துள்ளது என்று பெருமையாகச் சொல்லிக்கொள் கின்றனர். இலவச ஆரம்பக்கல்வி வழங்குவதற்காக, கென்ய அரசாங்கத் திற்கு உலக வங்கி, எந்த வணிகப் பிரிவுக்கும் வழங்காத அதிகத் தொகை யான 55 மில்லியன் டாலரை வழங்கியுள்ளது. இதர நாடுகளுக்கும் இந்த பன்னாட்டுப் பெருந்தன்மையைப் பகிர்ந்து அளிக்கவேண்டும் என்ற நெருக்கடியும் உலக வங்கிக்கு ஏற்பட்டுள்ளது. தற்போது தொடக்கப் பள்ளிகளில் புதிதாகச் சேர்க்கப்பட்டுள்ள எல்லாக் குழந்தைகளும், பன்னாட்டுத் தோழமை நாடுகளின் உதவும் மனப்பான்மையால் அறியாமை இருளிலிருந்து காப்பாற்றப்பட்டிருக்கிறார்கள்.

இந்நாடுகள் ஆண்டுக்கு 7 பில்லியன் டாலரிலிருந்து 8 பில்லியன் டாலர் வரை இதர நாடுகளுக்கு வழங்க வேண்டும் என்று பிரௌன் வலியுறுத்திக் கேட்டுக் கொண்டார். அப்படிச் செய்யும் பட்சத்தில் இதர நாடுகளும் கென்யா அடைந்த வெற்றியை அடைய முடியும்.

பார்க்கப் போனால், கிளிண்டன் கென்ய நாட்டு ஜனாதிபதியைத் தேர்வு செய்தது சிறந்த விஷயமாகக் காணப்பட்டது. ஏழை மக்களுக்கு இயற்கையிலேயே சில வாழ்வாதாரங்கள் உள்ளன. ஏழைப் பெற்றோர் களைப் பொருத்தவரை மற்ற விஷயங்களுக்காக செய்யும் செலவினங்களைக் காட்டிலும் பள்ளிப் படிப்புக்காகச் செய்யும் செலவினம் அவர்களுக்கு அதிக மனவருத்தத்தை உண்டாக்கும். எனவே ஏழைகளுக்கு இலவசமாக எழுத்தறிவிப்பது சிறந்த செயலாகக் காணப்படுகிறது. அமெரிக்காவிலும்

பிரிட்டனிலும் இலவசக்கல்வி உண்மையாக வழங்கப்பட்டுவிட்டது. எங்களுக்கு இது நல்ல விஷயமென்றால், ஏழை நாடுகளில் உள்ள எல்லாருக்கும் இது நல்ல விஷயமாகத்தானே இருக்கவேண்டும்?

அனைவரும் இதை ஏற்றுக்கொள்வதுபோல் தெரிகிறது. அமெரிக்க ஐக்கிய நாடுகளின் சிறப்பு ஆலோசகரும், பாப் இசைப் பாடகருமான போனோ என்பவரால் முன்னுரை எழுதப்பட்ட, ஏராளமாக விற்பனையான 'ஏழ்மையின் முடிவு' என்ற நூலின் ஆசிரியரும், இவருக்கு ஒதுக்கப்பட்ட குவிக் வின்ஸ் என்னும் பகுதியில், 'பள்ளிக் கட்டணத்தை நீக்குதல்' என்னும் தலைப்பில் எழுதுபவருமான ஜெப்ரி சாக்ஸ் என்பவர் பன்னாட்டு நன்கொடையாளர் நிதியத்தின் மூலம் பண உதவி அளித்துள்ளார். ஏழைக் குடும்பங்கள் பள்ளிக் கல்விக்கு பணம் செலுத்துவதால் (அரசுப் பள்ளியோ அல்லது தனியார் பள்ளியோ) உலகளாவிய தொடக்கக் கல்விக்கு அது ஒருபோதும் உறுதுணையாக அமையாது என்று பன்னாட்டு வளர்ச்சித் திட்டம் கூறுகிறது. தொடக்கக் கல்விக் கட்டணம் ரத்துச் செய்யப்பட்ட நாடுகளில் குழந்தைகள் பள்ளிக்கு வெள்ளம்போல் பெருக்கெடுத்து ஓடுகின்றனர். ஆக்ஸ்ஃபாம் இன்டர் நேஷனல் மிகத் தெளிவாக கூறுகிறது: 'தொடக்கக் கல்விக்கான கட்டணத்தை ஒழிப்பது பெருமளவில் எங்கும் ஏற்றுக் கொள்ளப்பட்ட விஷயம்.' இதையே 'குழந்தைகளைக் காப்போம்' நிறுவனமும் பெற்றோர்களைப் பள்ளிக் கட்டணம் செலுத்தச் சொல்லிக் கோருவது, 'ஒரு குழந்தையைப் பள்ளிக்கு அனுப்புவதா அல்லது பள்ளிகளிலிருந்து விடுவித்து வீட்டுக்கு அழைத்து வருவதா' என்ற குழப்பத்தை உண்டு பண்ணுகிறது என்று கூறுகிறது. பள்ளிக் கட்டணத்தை ரத்து செய்வது அனைவருக்கும், குறிப்பாகப் பெண்களுக்கு மிகுந்த தேவையாக உள்ளது. யாரைப் பள்ளிக்கு அனுப்பவேண்டும் என்ற முடிவு எடுக்கிறபோது, ஏழைப் பெற்றோர்கள், தங்கள் பெண் குழந்தைகளுக்கு கல்வி புகட்டுவதைவிட, ஆண் குழந்தைகளுக்குக் கல்வி புகட்டுவதையே அதிக அளவில் தேர்வு செய்கிறார்கள். பள்ளிக் கட்டணத்தை ஒழிப்பது, கல்விக்காக மனதுக்குள் அழுத்திக் கொண்டிருக்கும் சிக்கலிலிருந்து விடுபட்டதுபோல் ஆகும். மாளவி, டான்ஸானியா, உகாண்டா, கென்யா போன்ற நாடுகளில் பள்ளிக் கட்டணத்தை ஒழித்த 'ஒரே நாளில்' தொடக்கப்பள்ளிகளில் மாணவர் சேர்க்கை மாபெரும் அளவில் வளர்ச்சியடைந்தது. பள்ளிக்கட்டணத்தை ஒழிக்காமல் காலம் தாழ்த்தி வரும் நாடுகளுக்கு மேற்கண்ட நாடுகள் சிறந்த எடுத்துக்காட்டுகள் ஆகும்.

சிக்கல் :

எனவே இலவசக் கல்வி பெரிதும் எளியதாகவும், மாற்றுக் கருத்துக்கு வேலை இல்லாததாகவும் இருக்கிறது. பள்ளிக் கட்டணம், குழந்தைகளைப் பள்ளிக்கு அனுப்புவது பற்றி, வேண்டுமா, வேண்டாமா என்று யோசிக்க வைக்கிறது. பள்ளிக்கட்டணத்தை ஒழிப்பதுதான் சரியான தீர்வு. பள்ளிக் கட்டணத்தை ஒழிப்பதால் எந்தக் கெடுதலும் ஏற்பட்டு விடாது.

இந்த அத்தியாயத்தை இப்படித்தான் முடித்து வைக்க வேண்டும். இது தவிர, இதுபோன்ற வெற்றியடைந்த கதைகளை வாசித்தபோது, அரசு மேம்பாட்டு வல்லுநர்களுக்குத் தலைவலி தரக்கூடிய, சிக்கல் ஒன்றைச் சந்தித்தேன். சஸ்ஸக்ஸ் பல்கலைக்கழகத்தின் முனைவர் பவுலின் ரோஸ் அவர்கள், இந்தப் புதிரை தெளிவான முறையில் வெளியிட்டிருந்ததை கண்டேன். ஆம். உகாண்டா, மாளவி போன்ற நாடுகளில் உள்ள அரசுப் பள்ளிகளில் கல்விக் கட்டணத்தை ஒழித்தது, மில்லியன் கணக்கான குழந்தைகளைப் பள்ளியில் சேர்க்க வைத்து விட்டது என்று ரோஸ் அம்மையார் ஏற்றுக்கொண்டார். ஆனால், இலவசத் தொடக்கக்கல்விக் கொள்கைகள் சட்டப்பூர்வமாக்கப்பட்ட அதே சமயத்தில், ஏழைகளுக்காகச் செயல்படும் தனியார் பள்ளிகள், ‘காளான்கள்’ போல பல்கிப் பெருகி விட்டன என்று அந்த அம்மையார் ஆர்வத்துடன் குறிப்பிட்டுச் சொன்னார். உகாண்டா நாட்டின் கிராமப் பகுதியில், 40 சதவிகித அரசுத் தொடக்கப் பள்ளி மாணவர்கள் தனியார் பள்ளிகளில் சேர்ந்து விட்டனர். இதனால் கிராமங்களிலும் நகரங்களிலும் தனியார் பள்ளிகளில் மாணவர் சேர்க்கை மேலும் மேலும் அதிகரித்து விட்டது. இந்த ஒட்டுமொத்தத் தனியார் பள்ளி மாணவர் சேர்க்கை அந்த அம்மையாரை அதிர்ச்சிக்குள்ளாக்கியது. ‘மாளவி மற்றும் உகாண்டா போன்ற நாடுகளில் கல்விக் கட்டணம் செலுத்த முடியாமல் மாணவர்கள் முன்னதாகவே பள்ளியை விட்டு விலகி, பின் கல்விக் கட்டணம் ரத்து செய்யப்பட்டதால் பள்ளிகளில் மாணவர் சேர்க்கை கிடுகிடுவென உயர்ந்தால், இதே ஏழைக்குடும்பங்கள் இப்போது எவ்வாறு தனியார் பள்ளிகளில் பணம் கட்டிச் சமாளிக்க முடியும்’ என்று யோசித்தார்.

கென்ய நாட்டில் நான் மேற்கொண்ட ஆய்வு, இந்தச் சிக்கலைத் தீர்ப்பதற்குச் சில ஆலோசனைகளை வழங்கியது. அரசு ஆரம்பப் பள்ளிகளில் கல்விக் கட்டணம் ரத்து செய்யப்பட்ட ஒரு சில பத்து மாதங்களுக்குப் பிறகு, 2003 அக்டோபர் மாதம் அங்கு என் ஆய்வுப்பணி தொடங்கியது.

கிபேரா

கென்ய நாட்டில் இலவசக்கல்வி அறிமுகப்படுத்தப்பட்டதை கவனித்துச் சொன்னவர் முன்னாள் ஜனாதிபதி பில் கிளிண்டன் ஒருவர் மட்டுமல்ல. 2003 ஆம் ஆண்டு தொடக்கத்தில், இந்த ஆராய்ச்சியில் எந்த நாட்டில் கவனம் செலுத்துவது என்ற தீர்மானித்தபோது, நியூ கேஸ்ஸலில் என் ஆய்வுப்பணியின் உதவியாளர்களில் ஒருவராக இருந்த ஜேம்ஸ் ஸ்டான் ஃபீல்டு என்பவர், கென்யாவில் அதை நாம் மேற்கொள்ளலாம் என்று கருத்துச் சொன்னார். இலவசக்கல்வி வழங்கும் அரசுப்பள்ளிகளுக்கு மாணவர்களின் பெருந்திரளான கூட்டத்தை பி.பி.சி.யின் நிகழ்ச்சித் தொகுப்பாளர் அத்திட்டத்தின் மகத்தான வெற்றியைப் புகழ்ந்து சொல்லும் போது "உண்மையில் அங்கு என்னதான் நடக்கிறது? அங்கு இலவசக் கல்வி திட்டம் சிறப்பாக நடந்து கொண்டிருப்பதுபோலத் தெரிகிறதே? இதெல்லாம் உண்மைதானா?" என்று அவர் கேட்டதை ஸ்டான் ஃபீல்டு பார்த்திருக்கிறார். எனவேதான், அங்கு நடப்பவற்றை நாமே நேரில் சென்று பார்த்தால் நமது செயல் திட்டங்களுக்கு அது ஏதேனும் உதவிகரமாக இருக்குமா என்று பார்க்கலாம் என்று யோசித்தேன்.

வழக்கம்போல, ஆரம்பத்தில் அது அவ்வளவு நம்பிக்கை ஊட்டுவதாக எனக்குப்படவில்லை. நான் விமான நிலையத்தை அடைந்தபோது என்னை வரவேற்க வந்திருந்த ஜேம்ஸ் ஷிக்வட்டி என்பவரை சந்தித்தேன். இவர் ஆப்பிரிக்காவின் புகழ்மிக்க 'தன்னாட்சி வணிகச் சந்தைகள்' பற்றி ஆலோசனைகள் வழங்கும் வல்லுநர் குழுக்களில் ஒன்றாக வரக்கூடிய 'உலக நாடுகளுக்கிடையேயான பொருளாதார அமைப்பு' என்ற நிறுவனத்தை சமீபத்தில் நைரோபியில் தொடங்கினார். தன்னுடைய 30-வது வயதுகளின் தொடக்கத்தில் இருந்த ஜேம்ஸ் மிகவும் கெட்டிக்காரராகவும், வாக்குச் சாதுரியம் மிக்கவராகவும் விளங்கினார். ஆப்பிரிக்காவின் அனைத்துச் சிக்கல்களுக்கும் 'தன்னாட்சித் தொழில்' ஒன்றே (அரசு கட்டுப்பாடற்ற) சரியான தீர்வு என்பதில் திடமான நம்பிக்கை கொண்டவர். அனைத்து வகை பொருளாதாரக் கூறுகளிலும் அரசின் அனாவசியத் தலையீட்டை வன்மையாகக் கண்டிப்பவர். என் வருகைக்கு சில வாரங்களுக்கு முன்பு, இந்தியாவில் ஏழைகளுக்காகச் செயல்படும் தனியார் பள்ளிகள் பற்றி நான் மேற்கொண்ட ஆய்வுகள், நைஜீரியா, மற்றும் கானா நாடுகளில் என் ஆரம்பக் கட்ட ஆய்வுகள், கென்யாவிலும் இதுபோன்ற தனியார் பள்ளிகள் இருப்பது உண்மையா என அறிய விரும்பும் ஆவல் - போன்ற தகவல்களை அவரோடு தொடர்பு கொண்டு அவருக்குத் தெரிவித்தேன். இந்த கருத்துக்கு உடன்பாடு தெரிவித்த அவர், எந்த எந்த வழிகளில் எப்படியெல்லாம் என் விருப்பத்திற்கேற்ப உதவ முடியுமோ அப்படியெல்லாம் உதவுவதாக எனக்கு உறுதியளித்திருந்தார்.

நைரோபி பன்னாட்டு விமான நிலையம் வந்திறங்கியபோது அவர் அளித்த அதிர்ச்சித் தகவல்தான் என்னை வரவேற்றது. ஒரு சிறு தயக்கத்துடன் தொடங்கி, “ஏழைகளுக்காகச் செயல்படும் தனியார் பள்ளிகளே இங்கே இல்லை என்பதை நான் உங்களுக்குச் சொல்லிவிட வேண்டும்” என்றார் ஜேம்ஸ். இது எனக்குப் பழகிப் போன பல்லவி என்றாலும், ஜேம்ஸ் அவர்களின் உறுதியான தகவலை அவர் சொல்ல கேட்கிறபோது கொஞ்சம் கவலையாக இருந்தது. ஏழைகளுக்காகச் செயல்படும் தனியார் பள்ளிகள் அங்கு இருப்பது பற்றி யாருக்கேனும் தெரியவந்தால், எல்லா இடங்களிலும் தனியார் பள்ளிகள் எவ்வாறு ஏழைமக்களுக்கு உதவி வருகின்றன என்று நன்றாகத் தெரிந்து கொண்ட, ஜேம்ஸ் மாதிரி ஒருவராகத்தான் அவர் இருக்க முடியும். “கல்வியைப் பற்றி அனைத்து விபரங்களும் அறிந்த சிலரிடம் கேட்டேன். ஆனால் அது போன்ற பள்ளிகள் இங்கு எதுவும் இல்லை” என்று என் மனநிலையைப் புரிந்துகொண்டு ஜேம்ஸ் வருத்தப்பட்டுச் சொன்னார். கல்வி அமைச்சரகத்தில் பணியாற்றிய சில நண்பர்களையும், வேறு பல கல்வியாளர்களையும், ஆசிரியர்களையும் விசாரித்திருக்கிறார். அனைவரும் அதே விவரத்தைத் தான் சொல்லி இருக்கிறார்கள். “ஒன்றை நீங்கள் தெரிந்து கொள்ளுங்கள், இங்கு தனியார் பள்ளிகள் என்பது மேட்டுக்குடியினருக்கும், ஒரு சில நடுத்தர வர்க்க மக்களுக்காக மட்டும் செயல்படுகிற பள்ளிகள்” என்றார். ஒருவேளை இப்போது இவர் சொல்வது சரிதானா? எது எப்படி இருந்தாலும் நாம் போய் பார்த்து விடுவோமே என்றேன். நான் கென்யாவுக்கு வந்ததில் எனக்கு ஏற்பட்ட இலேசான ஏமாற்றம் இது மட்டும் அல்ல. இப்போதும் என் துணிமணிகள் அடங்கிய பை இன்னும் விமானத்தளம் வந்து சேரவில்லை. உடை மாற்றிக் கொள்ள முடியாமல் பல நாட்கள் இருந்துவிட்டேன். (சில நாட்கள் கழித்து, இன்னும் பை வந்து சேராததால், காற்சட்டை போன்ற அத்தியாவசியப் பொருட்கள், வாங்க கடைக்குச் சென்றேன். கல்லாவில் வெறுமனே முன்பக்கம் சாய்ந்து உட்கார்ந்து கொண்டு இருந்த அந்தக் கடையில் பணியாற்றும் அந்த அழகான பெண்ணிடம் “எனக்கு ஒரு காற்சட்டை வேண்டும்” என்று கேட்டேன். ஒன்று போதுமா என்று அந்தப் பெண்மணி கேட்டாள்).

அடுத்த நாள் பொழுது நம்பிக்கையோடு புலர்ந்தது. ஒரு குடிசைப் பகுதியையாவது சென்று பார்த்துவிடவேண்டும் என்று சொல்லியிருந்தேன். கிபேராவின் குடிசைப் பகுதிகள் ஜேம்ஸ் அவர்களின் வாகன ஓட்டுநர் ஆல்ஃபாஸ் என்பவருக்கு மிகவும் பழக்கமானவை. ஜேம்ஸ் அலுவலகத்திலிருந்து அந்தப் பகுதி மிகுந்த தொலைவில் இல்லை. “உங்களுக்குத் தெரிந்திருக்க வாய்ப்பில்லை. நாங்கள் சிலவற்றை கண்டுபிடித்து விடுவோம்” என்றேன். ஜேம்ஸ் அவர்களிடம் தகவல் கொடுத்தவர்கள்

தவறான தகவல் கொடுத்திருப்பார்களோ என்று இப்போது சோதித்துப் பார்த்துவிடாலம். ஆல்ஃபாஸ், அந்த சாலையின் உச்சியில் உள்ள அரசு அலுவலகங்களுக்கு அருகில் வாகனத்தை நிறுத்தி வைத்ததால், ஏதோ அரசு அலுவலர்கள் வேலையின் நிமித்தம் நாங்கள் வந்திருக்கக் கூடும் என்று நினைத்துக் கொள்வார்கள் என்று ஜேம்ஸ் கூறினார். ஆகவே அந்தக் குடிசைப்பகுதிகளுக்கு நடந்தே சென்றோம். மன்ஹாட்டன் மத்தியப் பூங்கா பரப்பளவுள்ள அந்த இடத்தில் கூடிய கூட்டம் போல, இந்தக் குடிசைப் பகுதியில் அரை மில்லியன் எண்ணிக்கைக்கு மேலான மக்கள் வாழ்ந்து வந்தனர். அந்தக் குடியிருப்புப் பகுதிக்குச் செல்லும் குறுகலான மண்சாலை யின் ஓரங்களில், நெளி நெளியாக உருப்படுத்தப்பட்ட இரும்பாலான கூரைகள் வேய்ந்த குடிசை வீடுகள் நெருக்கமாக இருந்தன. கொஞ்சம் ஆழமான சேறு. அதுவும் அந்தச் சேறு சந்தேகப்படும் அளவு பல நிறங்கள் கலந்ததாக இருந்தது. நைரோபியின் இரண்டு மழைக்காலங்களில் அது ஒரு மழைக்காலம். அந்த சகதிப் பாதையில் கொஞ்சம் போலக் காய்ந்திருந்த பாதை வழியாக எல்லாரும் நடந்து சென்றனர். ஆனால் ஏற்கனவே எங்கள் கால்கள் சகதியில் தோய்ந்திருந்தன. பாதை ஓரத்தில் ஓடிக்கொண்டிருந்த கழிவு நீர்க்குழாய் திறந்தே இருந்தது. அதன் ஓரங்களில் குப்பை கூளங் களையும், வீட்டுக் கழிவுகளையும் கொட்டிக் குவித்து வைத்திருந்தனர்.

போகுமிடமெல்லாம் என்னென்ன செயல்கள் நடந்து கொண்டிருந்தன என்பது என் கவனத்தை கவர்ந்தன. அடுப்பங்கரைப் பொருட்களிலிருந்து தொலைக்காட்சிப் பெட்டிகள் வரை விற்பனை செய்யப்பட்ட மரத்தாலான அந்தச் சிறிய கடைகள், வீதியோரத்தில் அணிவகுத்து அமைந்திருந்தன. ஜன்னல் கூட இல்லாத மர வீடுகளில் வீடியோக்களும் அதற்கான நேரங் களும் காட்சிக்கு வைக்கப்பட்டிருந்தன. சில சிறிய வீடியோ திரை அரங்குகள் - அடுத்து முடிதிருத்துவோர் கடை. அதில் பெண்கள் உட்கார்ந்து முடிதிருத்தம் செய்து கொண்டு, தங்கள் முடியை விருப்பம் போல கட்டிக் கொண்டனர். சிறு சிறு உணவு விடுதிகள் - அதன் உரிமை யாளர்கள் பழைய எண்ணெய் டின் மீது அமர்ந்து கொண்டு மாமிசம் சமைத்துக் கொண்டிருந்தனர். இவையெல்லாம் நல்ல வளர்ச்சியாகவும் வேலையில் சுறு சுறுப்பாகவும், தொழில் முனைவாகவும் காணப்பட்டன. கடைசியில், குழாயில் தண்ணீர் பிடிக்க காத்துக் கொண்டிருந்த பெண்களின் வரிசைக்குப் பின்னால், நாங்கள் ஒரு பள்ளியை முதல் முதலாகக் கண்டுபிடித்தோம்.

'மக்கினா திருமுழுக்குத் தேவாலயப்பள்ளி' என்ற பெயர்ப் பலகையைத் தாங்கியிருந்த அப்பள்ளி, திருமுழுக்குத் தேவாலயத்திற்கு அடுத்தாற்போல் அமைந்திருந்தது. ஆட்டம் கண்டு கொண்டிருந்த அந்தப் பழைய மரத்தாலான வாயில் வழியாக நாங்கள் உள்ளே நுழைந்த போது, ஒரு

உயரமான ஓர் இனிய ஆசிரியர் எங்களை வரவேற்று, தகரக் கூரை போடப்பட்டிருந்த இரண்டு மாடிக்கட்டடச் சந்து வழியாக, ஒரு அலமாரி அளவே உள்ள ஒரு அலுவலகத்திற்கு எங்களை அழைத்துச் சென்றார்.

அங்கு அப்பள்ளி உரிமையாளரான ஜேன் யாவட்சி என்னும் அம்மையார் எங்களை அன்போடு வரவேற்றார். திடகாத்திரமான அந்த அம்மையார், புன்னகை தவழும் முகத்துடன் மகிழ்ச்சியோடு எங்களைச் சந்தித்தார். அந்த அம்மையாரின் பள்ளியும் மற்ற எங்கும் உள்ள பள்ளி களைப் போலவே அமைக்கப்பட்டிருந்தது. திருச்சபைக்கும் அந்தப் பள்ளிக்கும் தொடர்பு ஒன்றும் இல்லாவிட்டாலும், அந்தப் பெயரை வியாபார நோக்கத்திற்காகப் பயன்படுத்திக் கொண்டிருக்கிறார். "தேவாலயப் பெயர்களுக்கு கென்யாவில் நல்ல மதிப்பு மரியாதை இருக்கிறது. அது நல்ல பெயராக இருந்ததால் எங்கள் பள்ளிக்கு அப்பெயரைச் சூட்டி இருக்கிறேன்" என்று ஜேன் என்னிடம் கூறினார். ஆனால் அந்த அம்மையாரின் பள்ளி எங்கிருந்தும், அதாவது தேவாலயத்திலிருந்தோ அல்லது அரசாங்கத்திடமிருந்தோ எந்த வித மானியமும் பெறவில்லை. தேவாலயத்திற்கு அருகில் உள்ள இந்த இடத்தை வாடகைக்குக் கொடுத்திருக்கிறார்கள். கிபேராவின் குடிசைப் பகுதிகளில் தனியார் பள்ளிகளாக ஆகியிருந்த பல பள்ளிகளில் ஒரு முதல் பள்ளியைக் கண்டோம்.

அந்த அம்மையாரின் அலுவலகத்தில் கிடந்த பழைய நாற்காலிகளில் ஒன்றில் அமர்ந்தவாறு ஆர்வமுடன் எங்களிடம் சொன்ன அவர்களின் கதையைக் கேட்டோம். "இலவசக் கல்வி எனக்கு ஒரு பெரிய பிரச்சினை யாக ஆகிவிட்டது" என்றார். அரசுப் பள்ளிகளில் கல்விக் கட்டணத்தை அரசாங்கம் ரத்து செய்து விட்டதால், "இலவசக் கல்வியையே பெற் றோர்கள் விரும்பினர்" என்றார். 500 மாணவர்கள் இந்த அம்மை யாரின் பள்ளியில் படித்து வந்தனர். அரசு, இலவசக் கல்வி அறிவித்த பிறகு இப்போது 300 மாணவர்கள் மட்டுமே இருக்கின்றனர். அந்த அம்மையார் உண்மையில் இக்கட்டான சூழ்நிலையில் இருக்கிறார். கட்டிட வாடகை கூடக் கொடுக்க முடியவில்லை என்றார். ஒரு கணிசமான எண்ணிக்கையுள்ள அந்த அம்மையாருடைய பள்ளிக் குழந்தைகளின் பெற்றோர்கள், தங்கள் குழந்தைகளை இலவசக் கல்வி வழங்கும் அரசுப் பள்ளிக்கு அனுப்பாமல், தொடர்ந்து குழந்தைகளை இப்பள்ளியிலேயே படிக்க வைக்கின்றனர். "எங்கள் குடிசைப் பகுதிகளை தாண்டி இரண்டு கிலோ மீட்டர் தூரம் குழந்தைகள் நடந்து செல்ல வேண்டும். எங்கள் குடிசைப் பகுதிகளில் அரசுப் பள்ளிகளே இல்லை. ஆகவே, பெற்றோர் தங்கள் குழந்தைகளைப் பற்றி, குறிப்பாகப் பெண் குழந்தைகளைப் பற்றி, மிகவும் கவலை அடை கிறார்கள். ஏனென்றால், குழந்தைகளைக் கடத்துபவர்கள் இங்கு அதிகமாகச் சுற்றித் திரிகிறார்கள்" என்று விவரமாகக் கூறினார். அதனால்தான் அரசுப்

பள்ளிகளில் இலவசக் கல்வி வழங்கப்பட்டும், 300 குழந்தைகள் இப் பள்ளியிலேயே தொடர்ந்து இருந்து விட்டனர். முன்பு இப்பள்ளியில் பயின்ற குழந்தைகளின் பெற்றோர்களுக்கு இலேசான வசதி வாய்ப்புகள் வந்தால் போதும்; மீண்டும் திரும்பி இங்கு வந்து, இப்பள்ளியை வெற்றிப் பாதைக்கு இட்டுச் செல்வார்கள் என்று நிச்சியமாக நம்பினார். கல்விக் கட்டணத்தை உரிய நேரத்தில் செலுத்தி வந்து கொண்டிருந்த இந்த அம்மையாரின் ஏழைப் பெற்றோர்களில் சிலர், வசதி படைத்தபின் தங்கள் குழந்தைகளை வெளியே அழைத்துச் சென்றும் விட்டனர். "எனவே இப்போது நான் என்ன செய்வது?" என்று கேட்டார்.

அம்மையாரின் பள்ளிக் கட்டணம் மாதத்திற்கு 200 கென்யன் ஷில்லிங் ஆக இருந்து வந்தது. அதாவது சுமார் 2.60 டாலர். ஆனால் மிகவும் பாமரக் குழந்தைகளுக்கு, இத்துடன் 50 அனாதைக் குழந்தைகளையும் சேர்த்து, பத்து ஆண்டுகளுக்கு முன்பு, பள்ளி தொடங்கியதிலிருந்து இலவசக் கல்வி அளித்து வந்தார். இப்போது இலவசக் கல்வியால் அரசு பெற்று வந்த மரியாதையை, அப்போது அந்த அம்மையார் பரம ஏழைக்குழந்தைகளுக்கு இலவசக் கல்வி வழங்கி வந்ததால், பெற்று வந்தார். இப்போது அந்த வேடிக்கையை எண்ணி தனக்குள் மௌனமாகக் சிரித்துக் கொள்கிறார். கடந்த பத்து ஆண்டுகளில் கசப்பான பல அனுபவங்களைப் பெற்றிருக் கிறார். ஆனால் இப்போது, தற்போதுள்ள சில குறிப்பிட்ட தடைகளைத் தாண்டி மேலே செல்ல முடியாதென்று மிகவும் வேதனையடைந்திருக் கிறார். "இலவசக் கல்வி வந்ததால் பெருமளவில் நான் பாதிக்கப்பட்டிருக் கிறேன்" என்றார்.

அந்த அம்மையார் ஏன் பள்ளியைத் தொடங்கினார்? "எங்கள் தாத்தாவே ஒரு ஆசிரியர்தான். அது எங்கள் இரத்தத்தில் ஊறிப்போய் உள்ள ஒன்று" என்று அதற்குப் பதில் சொன்னார். ஆசிரியையாக இருப்பதை இந்த அம்மையார் நேசித்ததோடு, அந்தச் சமுதாயத்தில் இவர் கொஞ்சம் வளர்ச்சி அடைந்திருந்ததால், இவர் கவனத்திற்கு வந்த குடும்பங்களுக்கு ஓரளவு உதவி செய்வதை நேசித்தார். இலவசத் தொடக்கக் கல்வி வரும் வரை இந்தப் பெண்மணி, உலகின் சிறந்த விஷயங்கள், என்று சொல்லப்பட்ட எல்லாவற்றையும் அனுபவித்தார். தொழில்துறை தொடங்கி நடத்தினார். சமுதாயத்தில் எல்லாராலும் மதிக்கப்பட்டார். இலவசக் கல்வி வந்த பின் இவரின் கனவுகள் உடைந்து சுக்கு நூறாகிப் போயின. இவரே ஒரு பயிற்சி பெற்ற ஆசிரியர் அல்ல. இவர் பள்ளி ஆசிரியர்களில் ஆறு பேர் ஆண்கள், ஏழு பேர் பெண்கள்; சிலர் பயிற்சியில் தோல்வி அடைந்திருந்தாலும், அல்லது பயிற்சிக்கே போகாமல் இருந்தாலும், அந்த ஆசிரியர்கள் திறமை யானவர்கள் என்ற அபார நம்பிக்கை அந்த அம்மையாருக்கு இருந்தது. அரசுப் பள்ளி ஆசிரியர்கள் அதிக அளவு ஊதியம் பெற்று வருகிறார்கள்.

அவர்கள் எவ்வளவு பெறுகிறார்கள் என்று அவர் சொல்ல விரும்பவில்லை. ஏனென்றால் "அதை ஒப்பிட்டுப் பார்த்தால் எனக்கு அழுகை வந்து விடும்" என்று சொல்லிச் சிரித்தார். அரசுப் பள்ளி ஆசிரியர்களைப் பொறுத்தவரை உள்ள ஒரு பெரிய பிரச்சினை என்னவென்றால், அவர்கள் அடிக்கடி வேலை நிறுத்தத்தில் இறங்கி விடுகிறார்கள் என்றார். அரசாங்க இலவசக் கல்வி இருந்தும், ஏன் பெற்றோர்கள் தங்கள் குழந்தைகளை தனியார் பள்ளிக்கு அனுப்புகிறார்கள் என்றால், ஆசிரியர்கள் வேலை நிறுத்தம் ஒரு முக்கியக் காரணம் ஆகும்.

ஆட்டம் கண்டு கொண்டிருக்கும் மாடிப்படிகளில் மெல்ல மெல்லக் கவனமாக நடந்து சென்று வகுப்பறைகளைப் பார்வையிட்டேன். வகுப்பறைகள் போதிய வெளிச்சமின்றி இருட்டாகவும், மாணவர்கள் அளவான எண்ணிக்கையிலும் இருந்தனர். ஆனால் அன்று தேர்வு விடுமுறைக்குப் பின் மீண்டும் பள்ளி திறக்கப்பட்ட நாள். ஜேம்ஸ் ஷிக்வட்டி, தேர்வு விடுமுறைக்குப் பின் பள்ளி தொடங்கிய அன்றைய தினமே அவர் எந்தக் குழந்தைகளையும் பள்ளியில் எதிர்ப்பார்க்கவில்லை என்றும், பள்ளி தொடங்கி இரண்டு வாரங்களாவது கழிந்துதான் பாட போதனை இயல்பாகத் தொடங்கும் என்றும் கூறினார்.

அரசுப் பள்ளிகளில் தான் அவ்வாறு நடக்கும். ஆனால் இங்கு பள்ளி தொடங்கிய முதல் நாளே வகுப்புகள் தொடங்கி விட்டன. எழுந்து நின்று எனக்கு வணக்கம் சொல்லி, "வரவேற்கிறோம்; தங்களை வருக வருகவென வரவேற்கிறோம்" என்று என்னை வரவேற்ற குழந்தைகளிடம் பேசிப் பார்த்தேன். ஒரு மேல் வகுப்பு மாணவனை அழைத்து, அரசுப் பள்ளிகள் இப்போது இலவசக் கல்வி வழங்கிற போது, உங்கள் பெற்றோர்கள் ஏன் உன்னை தனியார் பள்ளிக்கு அனுப்பினார்கள் என்று கேட்டேன். அந்த மாணவன், "அரசுப் பள்ளிகளில் மிக அதிகமான மாணவர்களும், மிகக் குறைவான ஆசிரியர்களும் இருப்பதுதான் காரணம்" என்றான்.

பிறகு வருவதாக வாக்களித்து விட்டு ஜேன் அம்மையாரிடம் விடை பெற்றோம். ஆனால், அருகில் அடுத்து இருந்த வீடே மெக்கீனா சுய உதவிப்பள்ளி என்னும் பள்ளிக்கூடமாக இருந்தது. நாங்கள் அங்கு செல்லவில்லை. காரணம் ஜேன் அம்மையாரின் உபசரிப்பை நாங்கள் காயப் படுத்த விரும்பவில்லை. அந்த மண் சாலையில் இறங்கி நடந்து சென்றோம். முதல் நாள் இரவு பெய்த அடை மழையால் பாறையின் உச்சியிலிருந்து வந்த நீர் வீழ்ச்சி, குடிசை வாழ் மக்கள் அன்றாடம் பயன்படுத்தித் தூக்கி எறிந்த பொருட்களை அடித்துக் கொண்டு, கீழே வாழும் மானுடத்தை வந்தடைந்தது. குடிசைப் பகுதிகள் ஊடே செல்லும் பாதையைத் தவிர்த்து, பாறைகளை வெட்டி பள்ளத்தாக்கு போல இருந்த அந்த இடத்திற்குச் செல்லும் இரயில் பாதையை வந்தடைந்தோம். ஏராளமான மக்கள், மண்

சாலையை விட்டு வந்து, இரயில் பாதையான தண்டவாளப் பாதையை, முக்கியமான சாலையாகப் பயன்படுத்தி சென்று வந்தனர். இது, அந்தக் காலத்து உகாண்டா இரயில் பாதை. இது இங்குள்ள மோம்பசாக் கடற்கரை யையும் விக்டோரியா ஏரியையும் இணைக்க அந்தக் காலத்தில் வெள்ளையர் களால் போடப்பட்ட உகாண்டா இரயில் பாதை. விக்டோரியா ஏரி வழியாக உகாண்டாவின் தலைநகரான காம்புலா என்ற இடத்திற்குப் படகு வழியாக மக்கள் சென்று வந்தனர் என்று ஜேம்ஸ் சொன்னார். இது இன்னும் பயன்பாட்டில் இருக்கிறதா என்று கேட்க எத்தனித்த போது, அங்கு தொடர்ந்து ஒலித்துக் கொண்டிருந்த ஒரே மாதிரியான சத்தம், என் கேள்விக்கு விடை அளித்து விட்டது. ஒரு டீசல் எந்திரம் கனமான சரக்கு இரயிலை இழுத்து கொண்டு வருவது தெரிந்தது. அதைக் கண்ட மக்கள் அனைவரும் அந்த இடத்தை விட்டுத் தலை தெறிக்க ஓடினர். இந்த இரயில், கூட்டத்தை கிழித்துச் கொண்டு சென்றது போல் தெரிந்தது. இரயில் அந்த இடத்திலிருந்து மறைந்ததுதான் தாமதம், மீண்டும் அந்த இரயில் பாதைக்கு எல்லாரும் திரும்ப ஓடிவந்து தங்கள் வேலைகளைத் தொடர்ந்தனர்.

அந்த இரயில் மறைந்த பிறகு, இங்கு ஏதேனும் தனியார் பள்ளிகள் இருக்கின்றவா, யாருக்கேனும் அது பற்றி ஏதாவது தெரியுமா என்று கேட்டேன். அவர்கள் இப்படியே சொன்னார்கள். இங்கு திரும்பும் திசை யெங்கும் தனியார் பள்ளிகளே என்று சொன்னார்கள். "தனியார் பள்ளிகளைப் பற்றிக் கேட்டோம்" என்று சொன்னேன். தனியார் பள்ளிகள் என்று நாங்கள் சொன்னதை மக்கள் சரியாகப் புரிந்து கொண்டார்கள் என்று நிச்சயப் படுத்திக் கொள்ளவே அப்படிக் கேட்டோம்.

நிச்சயமாக இங்கு கிபேராவில், அரசுப் பள்ளிகள் என்பதே இல்லை. ஜேம்ஸ் ஷிக்வட்டி மிக எளிதாக எல்லாவற்றையும் இலகுவாக எடுத்துக் கொண்டார். நான் செய்தது தவறு; மாபெரும் தவறு என்றார். இரயில் தண்டவாளப் பாதையைக் கடந்து, இடதுபுறமாக திரும்பி, குறுகலான பள்ளத்தாக்கின் செங்குத்தான உயரமாக இருந்த கரையை கைகளாலும் கால்களாலும் ஊர்ந்து சென்று மெதுவாக ஏறிச் சென்றோம். ஐந்து நிமிடங்களில் மூன்று தனியார் பள்ளிகளைக் கண்டோம். ஸ்டார்லைட் கல்வி மையத்தை கடந்து ஹருமா உயர்நிலைப் பள்ளியில்தான் முதலில் இறங்கினோம். ஹருமா உயர்நிலைப் பள்ளிதான் கிபேராவில் நீண்ட காலத்திற்கு முன் தொடங்கப்பட்ட பள்ளி என்று சொன்னார்கள். அந்தப் பள்ளி முதல்வரைச் சந்தித்தோம். அவர் ஒரு கலகலப்பான உருண்ட உருவமுடைய மனிதர். அவர் அலுவலகத்தில் இருந்தபோது, பெற்றோர்கள் வரிசையில் நின்று தங்கள் குழந்தைகளுக்கான கல்விக் கட்டணத்தைச் செலுத்திக் கொண்டிருந்தனர். இலவசக் கல்வி அறிவிப்பினால் எங்கள்

பள்ளியின் மாணவர் சேர்க்கை எந்த வகையிலும் பாதிப்படையவில்லை; ஏனென்றால் உயர்நிலைப் பள்ளி அளவில் இங்கு இலவசக் கல்வி அமலில் இல்லை என்று அவர் சொன்னார். நாங்கள் நடத்தும் இன்னொரு தொடக்கப் பள்ளிக்குக்கூட எந்தப் பிரச்சினையும் இல்லை. இலவசக் கல்வி அறிவித்த போது, ஜனவரியில் இப்பள்ளியை விட்டு சென்ற மாணவர்கள் அனைவரும் இப்போது மீண்டும் திரும்பி வந்து கொண்டிருக்கின்றனர். சென்ற ஆண்டு இறுதியில் இருந்த மாணவர் எண்ணிக்கையை விட இப்போதுஅதிகமாக உள்ளது என்று சொன்னார். ஏன் இப்படி என்று கேட்டோம். "எங்கள் குழந்தைகளின் பெற்றோர்களிடம் கேட்டுத் தெரிந்து கொள்ளுங்கள்" என்று சொல்லிவிட்டு மென்மையாகச் சிரித்தார். இவர் நடத்தும் இன்னொரு தொடக்கப்பள்ளி இரயில் பாதையின் இறக்கத்தில், சற்றுத் தள்ளி அமைந்திருந்தது. நீல வண்ணத்தில் மடிப்புகளான உருப்படுத்தப் பட்ட இரும்பலான சுவர்களின் மீது பெரிய வெள்ளை எழுத்துகளில் எழுதப் பட்டிருந்தது.

'ஹருமா கிபேரா பள்ளி

கீழ்க்கண்டவர்களுக்கான இலவசப்பள்ளி:

- அனாதை குழந்தைகள்
- ஏழைக் குடும்பங்கள்
- அகதிகள்

ஆகியோர்கள் அனைவரும் வருக, வருக.'

இரு மருங்கிலும் உள்ள பலகை வீடுகளுக்கிடையே ஒரு சந்து. ஓர் அம்புக்குறி அந்த வழியைக் காட்டியது.

குடிசைப் பகுதியை விட்டு அந்த வழியே வெளியேறினோம். குடிசைப் பகுதியின் வெளியேறும் வழி இளம் தொழில் முனைவோருக்கு அருமையான இடமாகத் தெரிந்தது. அவர்கள் பாப் என்ற சொல்லக்கூடிய மிகக் குறைவான பணத்திற்கு உங்கள் காலணிகளைக் கழுவிச் சுத்தம் செய்து மெருகேற்றித் தருவார்கள். பாப் என்பது குறைவான கென்யன் நாட்டு ஷில்லிங்கள்; பிரிட்டிஷ் தங்கள் நாணயத்தை கொச்சையாகச் சொல்வது போல இவர்களும் தங்கள் நாணயமான ஷில்லிங்கை கொச்சையாக பாப் என்று சொல்வார்கள். குடிசைப் பகுதியின் ஓரத்தில் இருந்த ஒரு கம்பீரமான வீட்டை ஜேம்ஸ் என்னிடம் காண்பித்தார். அந்த வீட்டின் அழகான அகன்ற தோட்டத்தில் ஜாக்கராண்டா என்று சொல்லக்கூடிய வெப்ப மண்டல மரம் செழித்து வளர்ந்து நீல நிற மலர்களால் பூத்துக் குலுங்கி நின்றது.

இங்கு தான் இந்நாட்டின் முன்னாள் ஜனாதிபதியான, பொதுமக்கள் அனைவரின் பழிக்கு ஆளான மோய் என்பவர் தங்கி இருந்தார். ஒரு

மேடான இரயில் பாதைக்கு இணையான இடத்தில் ஓர் உயர்ந்த செங்கற் சுவர் இருந்தது. அதன் ஒரு பக்கத்தில் குடிசைப்பகுதிகள் நிறைந்திருந்தன. இன்னொரு பக்கம் பரந்த அழகான, கோல்ஃப் விளையாடும் நகராட்சிப் புல்வெளி இருந்தது.

தன் காலடியில் நடந்து கொண்டிருந்த ஒரு விஷயத்தை தெரிந்து கொள்ளாமல் இருந்து விட்டேனே; அதில் முக்கியமானது என்னவென்றால், இதை தெரிந்து கொண்டிருக்க வேண்டியவர்களே அறியாமையில் இருந்து விட்டார்களே என்று ஜேம்ஸ் திகைத்து போனதாக மீண்டும் அலுவலகம் வந்தபோது என்னிடம் கூறினார். இதை ஏன் ஜேம்ஸ்க்கு யாரும் சொல்ல வில்லை. குறிப்பாக இதை யார் தெளிவாகத் தெரிந்து கொண்டிருக்க வேண்டுமோ அவர்களே ஏன் சொல்லவில்லை? இன்னொரு வகையில் என் நிலைப்பாட்டை நான் நிரூபிக்க வேண்டும் என்று தோன்றியது. இங்குதான் ஆய்வுப்பணியே மேற்கொள்ள வேண்டும். தனியார் கல்வி பற்றியும், கென்ய நாட்டு ஊரகப் பகுதியில் உள்ள ஏழை மக்களைப் பற்றியும், இலவச ஆரம்பக் கல்வி எவ்வாறெல்லாம் பாதிப்பை உண்டாக்கியுள்ளது என்பது பற்றியும், நாம் கண்டுபிடித்து வெளியிட வேண்டும்.

கக்கமேகா

நைரோபியின் குடிசைப்பகுதிகளில் உள்ள ஏழை மக்களுக்காகச் செயல்படும் தனியார் பள்ளிகள் பற்றி எங்கள் ஆய்வை முறையாக மேற் கொண்டோம். கென்ய நாட்டு ஊரகப் பகுதிகளிலும் இதுபோன்று உள்ளதா என்று பார்க்க விரும்பினேன். வாய்ப்பு வந்து, ஆகஸ்ட் 2004-ல் கென்யா விற்குத் திரும்பி வந்தபோது, ஜேம்ஸ் ஷிக்வட்டியின் மூத்த சகோதரனான ஜுமா என்பவரோடு மேற்கு மாநிலத்திற்குச் சென்றோம். ஜேம்ஸ் தன் குடும்பத்தோடு அங்குதான் வாழ்ந்து வந்தார். நைரோபியிலிருந்து கிசுமா என்னும் இடத்திற்கு விமானத்தில் சென்றோம். ஜுமாவிற்கு இந்தப் பயணம் புது அனுபவம். விமான இருக்கைப்பட்டையை மாட்டிக் கொள்ள முடியாமல் அவதிப்பட்டார்: எப்படி அணிந்து கொள்வது என்று சொல்லிக் காண்பித்தேன். “இதை நாம் கட்டாயம் அணிந்து கொள்ள வேண்டுமா? இப்படித்தான் கடைசி வரை குலுக்கி உலுக்கி எடுக்குமா?” என்று எரிச்சலுடன் கேட்டார். அந்த விமானப் பணிப்பெண் ஏதோ கடமைக்கு எங்களுக்குச் சொல்லிக் கொடுத்து விட்டுப் போன பின்பு, ஜுமா அந்த பாதுகாப்புத் தகவல் அடங்கிய அட்டையை கொஞ்ச நேரம் வாசித்தார். சமயத்திற்கு அவசர வழியை எவ்வாறு பயன்படுத்துவது என்று சரியாகக் கேட்டுத் தெரிந்து கொண்டார். விமானம் மேலே போகப் போக மேகங் களைக் கண்டு அவர் மெய் மறந்துவிட்டார். இரண்டு காலிஃப்ளவர்களின்

கொண்டைகள் போல் காணப்பட்ட மேகங்களுக்கிடையே தோன்றிய ஆழமான இடைவெளி போல, தொலை தூரத்தில் நீல நிறக் கோடு போன்ற நீர் ஏரிக்கரை போல - கீழே நீரில் பிரதிபலித்த மேகம் மேலே தூய்மையில் மேலோங்கி நிற்பது போல - இந்த அனைத்து அழகுக் காட்சிகளும் மேக வடிவங்களில் அற்புதமாகத் தெரிந்தன. ஆனால் இவைகள் எல்லாம் மேகங் களில் தோன்றி மறையும் வினோதக் காட்சிகள். மேலிருந்து பூமியை ஊடுருவிப் பார்க்கின்றபோது, "கடவுள் எப்படி நம்மை கீழ்நோக்கிக் (குனிந்து) பார்க்கிறார் என்று நான் என் குழந்தைகளுக்கு இப்போது சொல்ல முடியும்" என்று ஜூமா சொன்னார்.

பிறிதொரு சமயத்தில் அவர் தன்னுடைய சகோதரருக்கு விமானப் பயணத்தில் ஏற்பட்ட அனுபவங்களைச் சொன்னாராம். "அவைகள் மேடு பள்ளங்கள்; ஆகாயத்தில் காணப்படும் மேடு பள்ளங்கள். அவைகள்தாம் விமானத்தை ஆட வைக்கின்றன. அவைகளைத்தாம் காற்றழுத்தம் குறை வான விண்வெளிப் பகுதி என்று சொல்கிறார்கள்" என்றார்.

எனக்கும் கூட இது மகிழ்ச்சியான புது அனுபவமாகப்பட்டது. இதற்குப் பெயர் 'போடா, போடா மிதிவண்டி'. இதற்கு இப்பெயர் எப்படி வந்தது என்றால், உகாண்டா - கென்யா எல்லையில் சட்டத்தை மீறி, மிதிவண்டி களில் எடுத்து செல்லும் பொருட்களுக்கு வரி இல்லை. போர்டர் - போர்டர் (எல்லை) என்ற வார்த்தை காலப்போக்கில் போடா - போடா என்று வழக்கமாகிவிட்டது. இதிலிருந்து போடா - போடாக்கள் கென்ய நாட்டில், குறிப்பாக மேற்கு மாநிலத்தில் மிகப் பெரிய போக்குவரத்து சாதனமாக ஆகிவிட்டது. நீங்கள் அந்த மிதிவண்டியில் வசதியாக உட்கார்ந்து கொள்ள லாம். காலடியில் கால்தாங்கி இருக்கும். மேலே கைப்பிடி இருக்கும். அதன்பின் சக்கரத்திற்கு மேற்பகுதியில் நீங்கள் அமர்ந்து கொள்ள, ஒரு திட காத்திரமான நபர் உங்களை, நீங்கள் நினைத்த இடத்திற்கு அழைத்துச் செல்வார். ஆனால் மலைப்பகுதி வந்துவிட்டால், நீங்கள் இறங்கி நடக்க வேண்டும்.

போடா - போடா வாகனத்தின் மூலம் பேருந்து நிலையத்திற்கும், பின் மட்டட்டூ (சிற்றுந்து) மூலம் கக்கமேகா நகரத்திற்கும், அதன் பிறகு ஜூமாவின் ஊரான லூபோவ்விற்கும் சென்றடைந்தோம். ஜூமா மண் சுவரைக் கொண்ட, மரத்தால் கட்டப்பட்ட வீட்டில் வசித்து வருகிறார். அவரது அரை ஏக்கர் வாழை மரங்களையும், மற்ற உணவுப் பயிர்களையும் வளர்த்து வருவதோடு, பசுமாடுகளையும் அங்கேயே பராமரித்து வருகிறார். இருட்டத் தொடங்கியபோது நாங்கள் அங்கு சென்றடைந்தோம். அவரது மனைவி எங்களுக்காக சமைத்து கொண்டிருந்த நேரம், ஜூமோ என்னை ஊருக்குள் அழைத்துச் சென்று, விக்டரி அக்காடமி என்னும் அவ்வூர்த் தனியார் பள்ளி ஒன்றைக் காண்பித்தார். அப்பள்ளியை நடத்திவரும்

லீதியாள் என்னும் பெண்மணி வகுப்பறையின் இருட்டான ஒரு மூலையில் அமர்ந்து தன் குழந்தைக்கு பாலூட்டிக் கொண்டிருந்தார். அந்த வகுப்பறையே வீட்டு உபயோகத்திற்கும் பயன்பட்டு வந்தது. அந்த இடம் முழுவதும் அந்த அம்மையார் பயன்பாட்டில் இருந்தது. ஆனால் பள்ளிக் கூட நேரத்தில் எல்லாவற்றையும் சுருட்டி மூட்டை கட்டி ஒதுக்கி வைத்து விடுவார்; பள்ளி நேரம் முடிந்ததும் மீண்டும் அவைகளை எடுத்து பயன் படுத்திக் கொள்வார். அப்போது மாலை சுமார் 7.00 மணி; இருட்டத் தொடங்கியது. அந்த மாலை நேர மங்கிய வெளிச்சத்தில் ஒவ்வொரு வகுப்பறைகளையும் திறந்து விட்டு, அங்கு குழந்தைகளுக்கு காட்டப்படும் கல்வி உபகரணங்கள், மற்ற விலங்குகளின் படங்கள், அகரவரிசை எழுத்துகள் அடங்கிய அட்டைப் படங்கள் ஆகியவற்றைக் காண்பித்தார்.

ஒரு வழக்கமான கதையை லீதியாள் சொன்னார். நான்கு ஆண்டுகளுக்கு முன்பு ஒரு பாலர் பள்ளியைத் தொடங்கி இருக்கிறார். இங்கிருந்த குழந்தைகள் பாலர் பள்ளி முடித்து அரசு தொடக்கப் பள்ளியில் உள்ள முதல் வகுப்புக்கு மாறிய போது, அப்பெற்றோர்கள் இந்த அம்மையாரிடம் வந்து, இவரிடம் பாலர் பள்ளியில் படித்த குழந்தைகள் முதல் வகுப்பில் மற்ற குழந்தைகளை விட மிகவும் புத்திசாலித்தனமாகப் படிப்பதால், அந்த அரசுப் பள்ளிச் சூழல் சரியாக இல்லை என்றும், இவர்களே ஏன் முதல் வகுப்பு தொடங்கி நடத்தக் கூடாது என்றும் கேட்டிருக்கிறார்கள். எனவே, இந்த அம்மையார் முதல் வகுப்பைத் தொடங்கி, அந்தக் குழந்தைகளை இரண்டாம் வகுப்புவரை கொண்டு சென்றிருக்கிறார். மேலும் அக்குழந்தை களை தொடர்ந்து இங்கே படிக்க வைப்பதற்காக பள்ளியை விரிவாக்கும் நம்பிக்கையுடன் இருந்தார். தற்சமயம் 50 குழந்தைகள் அப்பள்ளியில் இருந்தனர். மாதந்தோறும் 200 கென்யன் ஷில்லிங் (சுமார் 2.60 லாடர்) வீதம் கல்விக் கட்டணம் செலுத்தி வருகின்றனர். இலவசத் தொடக்கக் கல்வியின் விளைவு பற்றி அவர் எந்த அபிப்பிராயத்தையும் கூறவில்லை. அப்பள்ளியின் மாணவர் வருகையைப் பொறுத்தவரை எந்தப் பெரிய மாற்றமும் இல்லாமல் அதே அளவில் இருந்து வந்தது.

அந்த அம்மையாரிடமிருந்து விடை பெற்று ஜுமா வீட்டிற்குச் சென்றோம். அங்கு ஜுமாவின் மனைவி, சாய் அதாவது பாலும் சர்க்கரையும் கலந்து தேநீரோடு ரொட்டித் துண்டும் கொடுத்து உபசரித்தார். அடி வானத்தில் சூரியன் தங்க நிறத்தில் மறைந்து கொண்டிருந்தது. சில்வண்டு கள் ரீங்காரமிட்டுக் கொண்டிருந்தன. கொஞ்ச தூரத்தில் சிறுவர்கள் மகிழ்ச்சியோடும் ஆரவாரத்தோடும் ஆட்டம் போட்டுக் கொண்டிருந்தனர். அடுத்த அறையில் குழந்தைகள் மென்மையான இருமல் போன்ற ஒலி எழுப்பிக் கொண்டிருந்தன. மெழுகு திரிகள் காற்றில் அசைந்தாடி எரிந்து கொண்டிருந்தன. மெழுகில் எரியும் விளக்குகளின் வாசனை வந்து கொண்

டிருந்தது. தெரு முனையில் ஆடவரும், பெண்டிரும், இளைஞர்களும் நின்று அரட்டை அடித்துக் கொண்டிருந்தனர்.

அடுத்த நாள் காலை சுவை மிகுந்த காலை உணவு - சின்னஞ்சிறிய வாழைப் பழங்கள், பப்பாளி, பழச்சாறு, மற்றும் சாய் முதலியன. பிறகு வாடகைக்கு ஒரு வாகனத்தை அமர்த்திக் கொண்டு தனியார் பள்ளிகள் தேடிப் புறப்பட்டோம். ஏராளமான பள்ளிகள்; இந்தக் கிராமப் பகுதிகளில் தனியார் பள்ளிகளுக்குக் குறையே இல்லை. முக்குமு என்ற இடத்திற்கு சற்று தள்ளி ஒரு பள்ளி; அங்கே சாலையோரத்தில் ஒரு மருத்துவமனை விளம்பரப் பலகை; 'மருத்துவமனை பிணவறை: குளிர்சாதன அறைகள் கிடைக்கும்' என்று இருந்தது. இங்கு வேமா அக்காடமி பள்ளியைப் பார்த்தோம். இதன் உரிமையாளர் ஸ்டெல்லா என்னிடம் சொன்னார்: வேமா என்றால் நன்மை என்று பொருளாம். இது தேவாலயப் பாடலான 'உறுதியான இறைவனின் நன்மையும் இரக்கமும் என்னைப் பின் தொடர்ந்து வரும்' என்ற பாடலிருந்து எடுக்கப்பட்ட வார்த்தையாம். சாலைக்கருகில், அற்புதமான இடத்தில் அப்பள்ளி அமைந்திருந்தது. அப்பள்ளிக்கு இரண்டு கட்டிடங்கள்: இரும்புத் தகடுகளால் ஆன கூரை. மண் சுவர் கட்டிடம்.

அடிப்படையில் அந்த இடம் குடியிருப்பு போலத்தான் காணப் பட்டது. மாடியில் உள்ள அறைகள் தனித்தனிக் குடும்பங்களுக்கு வாட கைக்கு விடப்பட்டிருந்தன. ஆனால் அப்பள்ளி உரிமையாளரான ஸ்டெல்லா அவர்கள் அந்தக் கட்டிட உரிமையாளரை, தனது பள்ளிக்காக குத்தகைக்கு விட வேண்டுமென்று கேட்டுக் கொண்டிருக்கிறார். அப்படியே விட்டுவிட்டு, உரிமையாளரும் ஓரமாக ஒரு இடத்தில் குடி யிருந்து கொண்டார்.

அவரின் அலுவலகம் சென்ற எங்களுக்கு ஸ்டெல்லா தேநீர் வழங்கினார். அவர் ஏன் அப்பள்ளியைத் தொடங்க வேண்டும் என்று கேட் டேன். "எங்கள் குடும்பத்திற்கான வருமானத்திற்காக..." என்று தெளிவாக, ஆச்சிரியப்படும் அளவு துணிச்சலாகச் சொல்லி விட்டு, "அக்கம் பக்கத்துக் குழந்தைகளுக்கு உதவி செய்யும் பொருட்டும்..." என்று சொன்னார். பாலர்கள் வகுப்பு, அதாவது பாலர் பள்ளியிலிருந்து நான்காம் நிலை வரை 120 மாணவர்கள் அப்போது பயின்று வந்தனர். கல்விக் கட்டணம், நான் பார்வையிட்ட மற்ற பள்ளிகளைப் போல்தான் இருந்தது. "எங்கள் பள்ளியின் வளர்ச்சி சற்று குறைவாகவே இருந்து வருகிறது. அதற்குக் காரணம் அரசு அலுவலர்களின் தொல்லைதான்" என்று ஸ்டெல்லா சொன்னார். அரசு அலுவலர்கள் அந்த அம்மையாருக்கு அளவுக்கதிகமான தொல்லை கொடுத்து வந்திருக்கிறார்கள். அவர்களைச் சமாளிப்பதற்கு ஒரே ஒரு வழிதான் இருக்கிறது - அது என்னவென்று அவர் சொல்லவில்லை; ஆனால் ஊகித்துப் பார்க்கையில் அது லஞ்சமாகத்தான் இருக்க வேண்டும்

என்று தோன்றியது. அரசு அலுவலர்கள் கொண்டு வந்த முதல் பிரச்சினை, பள்ளி வளாகம் சொந்தமான இடமாக இருக்க வேண்டும். அதற்குச் சரியான உரிமைப் பத்திரம் இருக்க வேண்டும். ஆனால் இதுவோ வாடகை இடம். இது மட்டுமல்ல, அடுத்த பிரச்சினை விளையாடுமிடத்தின் அளவு. கால் பந்தாட்டத்திற்கு போதுமான இடம் இருக்க வேண்டுமாம். ஆனால் இருக்கும் இடம் அதில் பாதிதான் உள்ளது. இருந்தாலும் அந்த இடம் பந்தாட்டத்திற்குப் போதும் போலத்தான் தெரிந்தது. (அங்கே ஒரு பசுமாடு மேய்ந்து கொண்டிருந்தது.) அடுத்து அவர்கள் கொடுக்கும் தொல்லை வகுப்பறை அளவுகள். வகுப்பறைகள் எட்டுக்கு எட்டு அடிகளாவது இருக்க வேண்டுமாம். ஆனால் இங்கு வகுப்பறைகள் சிறிய அளவில்தான் இருக்கின்றன. "என் பள்ளி வகுப்பறைகள் அரசுப் பள்ளிகளின் வகுப்பறை யைப் பார்க்கும் போது சிறியவைகள்தாம்; ஆனால் என்னிடம் குறைந்த அளவிலான குழந்தைகள்தாம் உள்ளனர்; எனவே எனக்கு அவ்வளவு பெரிய வகுப்பறைகள் தேவை இல்லை" என்றார். ஆனால், பள்ளி ஆய்வாளர் என்ன சொல்லியும் கேட்க மறுக்கிறார். "வகுப்பறை சிறியது தான்; மாணவர் களும் கொஞ்சம்தான் என்று நாம் அப்படிச் சொல்ல முடியாது. சொன்னாலும் அவர்கள் அதைக் கேட்க மாட்டார்கள்" என்று ஸ்டெல்லா என்னிடம் சொன்னார். "அவர்களுக்கென்று சட்ட திட்டங்கள் உண்டு. அதை அப்படியே பேணிக் காப்பார்கள்" என்றார். அங்கு சுற்று வட்டா ரத்தில் உள்ள எந்த அரசுப் பள்ளிகளிலும் போதுமான அளவு விளையாடு மிடமோ, வகுப்பறைகளோ இல்லை. ஆனாலும் அரசுப்பள்ளிகள் அந்த கோணத்தில் ஆய்வு செய்யப்படுதில்லை.

எனக்கு மட்டுமே எல்லாத் தொல்லைகளும் என்று சொன்னார். "தனியார் மயம் எதுவாக இருந்தாலும் அதிகாரிகளின் ஆதிக்கம் நிச்சயம் அதற்கு உண்டு. அது ஓர் அரசுப் பள்ளி என்றால், அங்கு எத்தனை கழிப் பறைகள் உள்ளன. வேறு என்ன இல்லை என்று எவரும் கவலைப்படு வதில்லை. ஆனால் தனியார் பள்ளிக்கு, அவர்களின் தொல்லை தொடர்ந்து உண்டு" என்றார்.

மேலும், அவரின் பள்ளி அங்கீகாரத்திற்கு அனுமதி அளிக்கப்பட்டு விட்டது. ஆனால் அதை மெய்ப்பிக்க வேண்டுமென்று மாவட்டக் கல்வி அதிகாரியிடமிருந்து ஆணை வந்துள்ளது. ஆனால் கடந்த இரண்டு ஆண்டு களாக இதைக் கவனிக்க மாவட்டக் கல்வி அலுவலகத்திற்கு நேரம் இல்லை. புதிய தனியார் பள்ளிகளைக் கலந்தாலேசிப்பதும் இல்லை என்று ஸ்டெல்லா கூறினார்.

இலவசத் தொடக்கக் கல்வியினால் இவங்களுக்கு ஏதாவது பாதிப்பு உண்டா என்று கேட்டேன். லீதியாளை விட இவர் சற்று முன் யோசனை உள்ளவர். ஆனாலும் இவரின் பதிலும் அதே தகவலாகத்தான் இருந்தது.

இலவசக் கல்விக்குப் பிறகு உண்மையில் எந்த மாற்றமும் இல்லை. ஆனால் அரசுப் பள்ளிகளில் அளவுக்கு அதிகமான மாணவர்கள். அந்தப் பள்ளிக் குழந்தைகளின் பெற்றோர்கள் யாரும் தங்கள் குழந்தைகளை இலவச அரசுப் பள்ளியில் சேர்க்க விரும்பவில்லை. அரசுப் பள்ளிகளில் சேர்ப்பதால் அவர்கள் குழந்தைகள் அப்படி ஒன்றும் பெரிய நன்மையை அடைந்து விடப் போவதில்லை என்று பெற்றோர்களுக்கு நன்கு தெரியும் என்றார். அரசு இலவசக் கல்வி அமலுக்கு வந்த பிறகும், தனியார் பள்ளிகள் தொடங்கப் பட்டு வருகின்றன. ஆனால் சென்ற ஆண்டு மாவட்டத்திலேயே இவரது பள்ளி மட்டும்தான் இருந்து வந்தது.

இலவசக் கல்வி வந்ததால் ஏற்பட்ட விளைவை விட மிக முக்கியமான ஒன்று, தன் கண்காணிப்பில் உள்ள குழந்தைகளை கற்றல் கற்பித்தலில் எவ்வாறு மேம்படுத்துவது என்பது தான். தேநீர் அருந்திக் கொண்டே எங்கள் ஆலோசனைகளைப் பரிமாறிக் கொண்டோம். வகுப்பு களில் மாண்டிசோரி முறையை பின்பற்ற விரும்புவதாக என்னிடம் தெரி வித்தார். பல்வேறு பாடப் பிரிவுகளினால் ஏற்படும் விளைவுகளைப் பற்றி என் கருத்துகளையும் கேட்டார். அவரோடு அமர்ந்து கல்வியைப் பற்றியும், இளம் சிறார்களின் முன்னேற்றம் பற்றியும் விவாதித்து பேசியது ஓர் அலாதியான அனுபவமாக இருந்தது.

மீண்டும் நைரோபி வந்து, அங்கு என்னுடைய ஆய்வுப் பணிக்கு ஆலோசர்களாக வரவிருந்த சில கல்வியாளர்களைப் பேட்டி கண்டேன். நைரோபி பல்கலைக்கழகத்தின் ஓர் இளம் கல்வியாளர் என் விருப்பத்திற்கு முற்றிலும் மாறுபாடு உடைய நபராகக் காணப்பட்டார்; "நீங்கள் என்ன சொல்கின்றீர்கள்? ஏழைகளுக்காகச் செயல்படும் தனியார் பள்ளிகளா? தனியார் பள்ளிகள் என்பது பணக்காரர்களுக்காகப் பயன்படுவது மட்டுமே" என்று அந்த பெண்மணி தொடங்கினார்.

இதனால் எந்த முன்னேற்றமும் இருக்க வாய்ப்பில்லை என்று உணர்ந்துகொள்ளத் தொடங்கினேன். கென்யாவுக்கு விடாப்பிடியாக நான் வருவது இந்தப் பெண்மணிக்கு கொஞ்சம் கூடப் பிடிக்கவில்லை என்பது தெரிந்தது. அதே போன்று எனக்கும் அந்தப் பெண்மணி மீது ஈடுபாடு ஏற்படவில்லை. குடிசைப் பகுதிகளுக்கும் கிராமப் புறங்களுக்கும் நானே நேரில் சென்று பார்த்திருக்கிறேன் என்று இணக்கமாக எடுத்துக் கூறிய பின், அந்தப் பெண் தன் கருத்தை மாற்றிக் கொண்டார். குறைந்த கட்டணத் தனியார் பள்ளிகள் இருக்கத்தான் செய்கின்றன என்று ஏற்றுக் கொண்டார்.

"இலவசக் கல்வி அமலுக்கு வருமுன் தனியார் பள்ளிகள் தீவிரமாகச் செயல்பட்டு வந்தன. ஆனால் கேள்வி என்னவென்றால், இலவசக் கல்வி அமலுக்குப் பின் என்ன நடக்கிறது? கல்வியின் தரமே முக்கியம்" என்றார்.

ஆனால் அவர்களின் கல்வித் தரம் எப்படி இருந்தது என்று நாங்கள் எப்படித் தெரிந்து கொண்டோம். நான் எந்த காரணத்திற்காகக் கென்யா வுக்கு வந்திருக்கிறேன் என்று இப்போது பதில் சொல்ல வேண்டிய ஓர் ஆய்வுக்குரிய கேள்வி அது என்று அந்தப் பெண்மணியிடம் சொன்னேன். இல்லை. அந்தக் கல்வித் தரம் மிகவும் குறைவானது என்று ஏற்கனவே அவர் களுக்குத் தெரியும் என்றார். "எந்த சட்டத்திட்டங்களும் அவர்களை நிறைவுபடுத்தாது. கற்றலுக்கான சூழல் நன்றாக இல்லாத போது பள்ளி ஆய்வாளர்களால் அவர்களுக்கு தொந்தரவு உண்டு. அது மட்டுல்ல, பள்ளியை மூடிவிட வேண்டி வரும். பள்ளிக் கட்டடங்கள் சரியான முறையில் வலுவாகக் கட்டப்பட்டிருக்க வேண்டும்" என்றார். களிமண் சுவர் கட்டடத்தை விட செங்கல் சுவர் கட்டடத்தால் கற்றல் எப்படி சிறப்பாக அமையும் என்று கேட்டேன். "ஆ, அதற்கு நான் பதில் சொல்ல முடியாது" என்றார். பள்ளிக்கூடங்கள் சொந்தக் கட்டடங்களில் செயல்பட வேண்டும். வாடகைக் கட்டடங்களில் அல்ல, என்றார். "சட்ட விதிகள் சொல்வது என்னவென்றால், எவ்வொரு பள்ளிக்கூட உரிமையாளர் பெயரிலும் அந்தச் சொத்துப் பத்திரம் இருக்க வேண்டும் என்பதுதான்" என்றார். ஆனால் அந்தப் பெண்மணி விடாப்பிடியாக இருந்தார். தனியார் பள்ளிகள் யாரையேனும் சுரண்டுவார்கள். ஏனென்றால் இவர்கள் என்ன கற்பிக்கிறார்கள் என்பது பற்றிக் கவலைப்படுவதே இல்லை. "ஆனால் பெற்றோர்கள் கவலைப்படுகிறார்களே" என்று நான் குறிப்பிட்டேன். ஒரு சங்கட உணர்ச்சியுடன் சிரித்துக் கொண்டே தலையை ஆட்டினார். "ஆ, பெற்றோர்களா" பெற்றோர்கள் சிறந்த ஒன்றைத் தேர்ந்தெடுக்கும் திறமை அற்றவர்கள் என்ற கருத்தில் அப்பெண்மணி தெளிவாக இருந்தார்.

கிபேராவில் ஏழைகளுக்காகச் சேவை செய்யும் தனியார் பள்ளிகள்.

நைரோபியின் குடிசைப் பகுதிகளில் நாங்கள் எதை ஆய்ந்து கண்டறிந்தோம்? கிபேராவின் குடிசைப் பகுதிகளில் உள்ளதைப் போல, மொத்த மக்கள் தொகையில் 60 சதவிகிதம், "திட்டமிடப்படாத முறைசாரா குடியிருப்புகளில்" வசித்து வருகின்றனர் என்று மதிப்பிடப்பட்டுள்ளது. 2004 -ஆம் ஆண்டு வீடு வாரியாக எடுக்கப்பட்ட கணக்கு, நைரோபியின் மக்கள் தொகையின் நான்கில் மூன்று பகுதியினர் "வறுமைக் கோட்டிற்கு கீழேதான்" வாழ்ந்து வருகின்றனர் என்று சொல்கிறது.

அந்தக் குடிசைப் பகுதிகளில் அரசுப் பணிகளோ, குடிநீர் வினியோகமோ, வடிகால் வசதியோ, சுகாதார வசதியோ, குறிப்பாக அரசுக் கல்வியோ, எதுவும் கொடுக்கப்படவில்லை. ஆனால் தனியார் பள்ளிகள் தாராளமாக இருந்தன. எத்தனை தனியார் பள்ளிகள்? ஜேம்ஸ் ஷிக்வட்டி

நைரோபி பல்கலைக்கழகப் பட்டதாரி மாணவர்களையும், ஆய்வாளர்கள் குழு ஒன்றையும் ஒருங்கிணைத்தார். பள்ளிகளின் இடம் கண்டு அங்கு செல்வதற்கான வாய்ப்புகளை எப்படி பெறுவது என்றும், பள்ளித் தாளாளர்களோடு நேர்காணல் திட்டத்தை எப்படிச் செய்வது என்றும் அந்தக் குழுவுக்குப் பயிற்சி அளித்தோம். ஜெர்மானிய நிதி உதவி முகமை ஒன்றால் தயாரிக்கப்பட்ட ஒரு நல்ல வரை படம் எங்களுக்குக் கிடைத்தது. அது உகாண்டா தொடர்வண்டி எவ்வாறு அதன் குடிசைப் பகுதிகளுக்குள் வளைந்து நெளிந்து செல்லும் என்பதைத் தெளிவாகக் காட்டியது. அதன் நகல் ஒன்றை ஒவ்வொரு ஆய்வாளர்கள் கையிலும் கொடுத்து, அந்தப் பகுதி முழுவதும் அலசிப் பார்க்கச் சொன்னோம். வழக்கம் போல தொடக்கப் பள்ளிகளையும், உயர்நிலைப்பள்ளிகளையும், பாலர் பள்ளி, குழந்தைகளுக்கு சேவை செய்கிற பள்ளிகளை மட்டுமே தேடிச் சென்றோம். "முறைசாரக் கல்விக்கான" இடங்களைத் தவிர்த்து விட்டோம். ஏழைகளுக்காகச் சேவை செய்யக்கூடியதாக உள்ளூர் வாசிகள் சொல்லும் அரசுப் பள்ளிகள் ஏதேனும் இருப்பினும் அதையும் பார்வையிடச் சொல்லி ஆய்வாளர்களைக் கேட்டுக் கொண்டோம்.

கிபேராவின் குடிசைப் பகுதிகளில் 76 தனியார் தொடக்கப் பள்ளிகளும், உயர்நிலைப் பள்ளிகளும் உள்ளதாக ஆய்வாளர்கள் கண்டுபிடித்தனர். (இத்துடன் 59 பாலர் பள்ளியை மட்டுமே கொண்டுள்ள பள்ளிகள் - இவைகளை நாங்கள் ஆய்வு செய்யவில்லை). தனியார் பள்ளிகள் மீது ஆர்வம் மிகுந்த பார்வையாளர்களான ஜேம்ஸ் ஷிக்வட்டி போன்றோர்களும், மற்றும் அவர்களது தகவலாளிகளும் பல தனியார் பள்ளிகள் உள்ள அந்த இடத்தில், அது போன்ற பள்ளிகளே இல்லை என்ற தகவல் கொடுத்தது தான் முற்றிலும் குறிப்பிடத்தக்க ஒரு விஷயம். இப்பள்ளிகள் 12,132 குழந்தைகளுக்குச் சேவை செய்தன. (தொடக்கப் பள்ளிகளிலும் உயர்நிலைப் பள்ளிகளிலும் இணைக்கப்பட்டிருந்த பாலர் பள்ளி மாணவர்களைத் தவிர்த்து) இவைகளில் முக்கால்வாசிப் பள்ளிகள் பெண்களாளேயே நிர்வகிக்கப்பட்டு வந்தன. மேலும் என்ன காரணத்தாலோ அரசு இலவசக் கல்வி அமுலுக்கு வந்த பிறகுதான் தனியார் பள்ளிகள் அதிகமாகத் தோன்றியது போல் தெரிகிறதோ, என்ற சிக்கலான கேள்விக்கு உள்ள ஆணித்தரமான பதில் தனியார் பள்ளிகள் அதிகம் தொடங்கப்பட்ட சராசரி ஆண்டு 1996 என்று கண்டோம். இப்பள்ளிகள் சமீபத்தில்தான் 'குப்' பென்று தோன்றின என்று சொல்லிவிட முடியாது.

குடிசைப் பகுதியின் ஓரத்தில் அமைந்துள்ள, கிபேர மக்களின் சமுதாயத்திற்கு சேவை செய்வதாகச் சொல்லப்படுகிற 5 அரசுப்பள்ளிகளை ஆய்வாளர்கள் பார்வையிட்டனர். குடிசைப் பகுதியிலிருந்து மட்டும் அல்லாமல், நடுத்தர வகுப்பிலிருந்து அப்பள்ளிகளுக்கு வந்த குழந்தைகளின்

எண்ணிக்கையே 9,126 என்று சொல்லப்பட்டது. இப்பள்ளிகளில் நாங்கள் மேற்கொண்ட பார்வை, கிபேராவில் சேவை செய்யும் தனியார் பள்ளிகளையும், அரசுப்பள்ளிகளையும் ஆர்வமுடன் பல ஒப்பீடுகள் செய்து பார்க்கும் ஆவலைத் தூண்டியது. அரசுப்பள்ளிகளிலும் தனியார் பள்ளிகளிலும் நிலவும் ஊதிய ஏற்றத் தாழ்வுகளை ஜேன் அம்மையார் மிகச் சரியாகச் சொன்னார். ஆசிரியர்களின் சராசரி மாத ஊதியத்தைப் பொறுத்தவரை, தனியார் பள்ளிகளைவிட அரசுப்பள்ளிகளில் மூன்றிலிருந்து ஐந்து மடங்கு அதிகமாக இருந்ததைக் கண்டுகொண்டனர். பல்வேறு வகுப்பு அறைகளின் நீள அகல அளவுகள் பற்றி அந்த அம்மையாரின் கருத்துகள் எங்கள் ஆய்வுகளால் தெரியப்படுத்தப்பட்டன. மாணவர் ஆசிரியர் விகிதாச்சாரம் தனியார் பள்ளிகளை விட அரசுப்பள்ளிகளில் அதிகமாக இருந்தன. தனியார் பள்ளிகளில் இந்த விகிதாச்சாரமானது 21க்கு 1 ஆக இருந்தது. வகுப்பறைகளிலும் தனியார் பள்ளிகளுக்கென்று ஓர் அளவு. சிறப்புப் பாடங்களுக்கென்று தனி ஆசிரியர்கள் இல்லை. அரசுப்பள்ளிகளில் சராசரியாக மாணவர் - ஆசிரியர் விகிதாச்சாரம் கிட்டத்தட்ட மூன்று மடங்கு அதிகம், அதாவது 60 க்கு 1. சிறப்புப் பாடங்களுக்குரிய சிறப்பு ஆசிரியர்களை சேர்த்துத்தான் இந்த விகிதாச்சாரம். வகுப்பறைகளின் அளவுகளும் இப்படித்தான்.

ஆண்கள் பெண்கள் சேர்க்கையில் தனியார் பள்ளிகளிலும் அரசுப்பள்ளிகளிலும் அதிக வேறுபாடு காணப்படவில்லை. தனியார் பள்ளிகளில் ஆண் பெண் எண்ணிக்கை கிட்டத்தட்ட சமமாக இருக்கும். (51 சதவிகித ஆண்களும் 49 சதவிகித பெண்களும்) அரசுப்பள்ளிகளிலும் கிட்டத்தட்ட இதே எண்ணிக்கைதான் (49 சதவிகித ஆண்களும் 51 சதவிகித பெண்களும்.)

76 பள்ளிகளில் இரண்டு பள்ளிகளைத்தவிர மற்ற பள்ளிகள் கல்விக் கட்டணம் வசூலித்தன. விதி விலக்கான அந்த இரண்டு பள்ளிகளும் மத அமைப்புகளால் நடத்தப்பட்டு வந்தன. இப்பள்ளிகளில் சராசரி மாதக் கட்டணமாக, பாலர் பள்ளிகளுக்கு 149 கென்யன் ஷில்லிங்கிலிருந்து (1.94 டாலர்) எட்டாம் நிலைக்கு 256 கென்யன் ஷில்லிங் (3.33 டாலர்) வரை வசூலிக்கப்பட்டது. வாடகையைத் தவிர்த்து, மாத வருமானமாக நிர்ணயிக்கப்பட்ட வறுமைக்கோட்டு ஊதியமான 3,174 கென்யன் ஷில்லிங்கோடு (41.33 டாலர்) இந்த எண்ணிக்கையை ஒப்பிட்டுப் பார்த்தோம். இது அவர்களது மாத ஊதியத்தில், குழந்தை ஒன்றுக்கு சராசரியாக 4.7 சதவிகிதத்திலிருந்து 8.1 சதவிகிதம் வரைதான் செலுத்த வேண்டியிருந்தது. இது பரம ஏழைகளுக்கும் மிக எளிதில் செலுத்தக்கூடிய கல்விக் கட்டணமாக இருந்தது.

இலவசத் தொடக்கக் கல்வி மாணவர் சேர்க்கையை அதிகரிக்கச் செய்யவில்லை:

முன்னாள் அமெரிக்க ஜனாதிபதி பில் கிளின்டன் இலவச தொடக்கக் கல்வி பற்றி வெளியிட்ட பரபரப்புக் கருத்துப்படி, அதிகப்படியான மாணவர் சேர்க்கை இடம் பெற்றுவிட்டதாக தகவல் தெரிவிக்கப்பட்டது - அதாவது அதிகப்படியாக கென்யாவெங்கும் 1.3 மில்லியன் தொடக்கப் பள்ளிக் குழந்தைகளும், நைரோபியில் மட்டும் 48 சதவிகிதத்திற்கும் மேலான குழந்தைகளும் இதில் அடங்கும் என்ற தகவல் வெளியிடப் பட்டது. இது பரபரப்பான செய்தியாகக் கருதப்பட்டதால், எங்கள் ஆய்வின் மூலம் இதைக் கண்டறிய முற்பட்டோம். இருப்பினும், குடிசைப்பகுதிகளில் உள்ள தனியார் பள்ளிகளில் என்ன நடந்து கொண்டிருக்கிறது என்ற விபரத்தை இந்தத் தலைப்புச் செய்தி தகவல் கணக்கில் எடுத்துக் கொள்வதில்லை. ஏனென்றால் யாருமே தனியார் பள்ளிகள் இருப்பதை தெரிந்து கொண்டதாகவோ அல்லது அதைப்பற்றிக் கவலைப்பட்ட தாகவோ தெரியவில்லை. தனியார் பள்ளிகளில் மாணவர் சேர்க்கையில் ஏற்படும் மாற்றங்களை கருத்தில் எடுத்துக்கொண்டு பார்த்தால், அந்தத் தலைப்பு செய்தித் தகவலில் அது எந்த தாக்கத்தை ஏற்படுத்தும்?

என்னுடைய ஆய்வுப் பணியாளர்கள், தனியார் பள்ளி மற்றும் அரசுப்பள்ளி மேலாளர்களை, இலவசத் தொடக்கக்கல்வி, எந்த வகையில் தொடக்கப்பள்ளி மாணவர் சேர்க்கையைப் பாதித்துள்ளது என்று கேட்டனர். இலவச தொடக்கக் கல்வியின் பாதிப்பால் எந்த ஒரு தனியார் பள்ளியாவது மூடப்பட்டுள்ளதா, தெரியுமா என்றும் கேட்டனர். அரசு மேம்பாட்டு வல்லுநர்கள் கொண்டிருந்த உலகளாவிய உண்மைக்கு முற்றிலும் முரண்பட்டுள்ளதான நான் கண்டறிந்த ஆய்வு, அவர்களின் சிக்கலுக்கு உடனடி (யாக) தீர்வு வழங்கியது.

கிபேராவில் சேவை ஆற்றுவதாகச் சொல்லப்பட்ட ஐந்து அரசு தொடக்கப்பள்ளிகளிலும் இலவச தொடக்கக் கல்வியால், மாணவர் சேர்க்கையின் எண்ணிக்கை கடும் அளவில் உயர்ந்துள்ளது என்பது உண்மை. மொத்த அளவில் மாணவர் சேர்க்கையின் கூடுதல் 3296 ஆகும், அல்லது 57 சதவிகிதம் ஆகும். நைரோபியில் தெரிவிக்கப்பட்ட எண்ணிக்கையை விட, இது கூடுதல் ஆகும். தொலை தூரப் பள்ளிகளைவிட, குடிசைப் பகுதிகளின் ஓரங்களில் உள்ள அரசுப்பள்ளிகள் அதிக எண்ணிக்கையிலான மாணவர் சேர்க்கையை எதிர்பார்க்கும் என்பது அனைவரும் எதிர்பார்த்ததே. தேசிய அளவிலான 1.3 மில்லியன் மாணவர் சேர்க்கை என அறிவிக்கப் பட்டதின் ஒரு பகுதியான இது, பெரும் எண்ணிக்கையாக இருந்தது.

இருந்த போதிலும், குடிசைப்பகுதிகளில் உள்ள தனியார் பள்ளிகளில்

என்ன நிகழ்ந்து கொண்டிருக்கின்றன என்பதைக் கவனத்தில் எடுத்துக் கொள்ளும்போது, ஒரு முற்றிலும் மாறுபட்ட கருத்து அங்கே தோன்று கிறது. தன்னுடைய சொந்தப்பள்ளியிலிருந்து பெற்ற அனுபவத்தைக் கொண்டு ஜேன் அம்மையார் சொன்னது போல, அருகில் பெரும்பான்மை யான தனியார் பள்ளிகளில் இலவசத் தொடக்கக்கல்வி மாணவர் சேர்க்கை, மொத்தத்தில் ஓர் வீழ்ச்சியை ஏற்படுத்தியுள்ளது. இந்தக் கருத்து எல்லாப் பள்ளிகளுக்கும் பொருந்தவில்லை; சுமார் 30 சதவிகிதப் பள்ளிகளில் மாணவர் சேர்க்கை தோராயமாக அதே நிலையில்தான் இருந்தது; அல்லது தொடக்கத்தில் சற்று சரிவுற்று, பின் அதிலிருந்து மீண்டு, ஹருமா கிபேரா பள்ளியைப் போன்று சில பள்ளிகள், உண்மையில் மாணவர் சேர்க்கையை அதிகரித்திருக்கின்றன. அருகில் பெரும்பான்மையான பள்ளிகளில் மாணவர் சேர்க்கையில் ஏற்பட்டுள்ள வீழ்ச்சியைச் சேர்த்துக் கணக்கிட்டு, பிறகு மற்ற பள்ளிகளில் ஏற்பட்டுள்ள மாணவர் சேர்க்கை அதிகரிப்பைக் கழித்து, தனியார் பள்ளிகளில் வீழ்ச்சிக்குப் பிறகு நிகர மாணவர் சேர்க்கை 6,571 என்று கணக்கு கொடுத்தது. இது அரசுப்பள்ளி மாணவர் சேர்க்கையைவிட, தனியார் பள்ளிகளில் அதிக மாணவர் சேர்க்கை ஏற்பட்டுள்ளது என்று காட்டுகிறது. அரசு அலுவலகம் வெளியிட்டுள்ள கணக்குப்படி, அரசு பள்ளி களில் பெருமளவு கூடுதல் மாணவர் சேர்க்கை இடம்பெற வேண்டி யதைவிட்டு, பெருமளவில் மாணவர் சேர்க்கை குறைந்துள்ளதாகக் காட்டுகிறது.

இருப்பினும், இந்த அத்தியாயம் இத்துடன் முடிந்து விடவில்லை. இலவசக்கல்வி அமலுக்குக் கொண்டு வந்ததன் பலனாக, 33 தனியார் பள்ளிகள் மூடப்பட்டதாக, அந்தப் பள்ளிகளின் பெயர்ப்பட்டியலை எங்களுக்கு நீட்டினார்கள். இவ்வாறு மூடப்பட்ட தனியார் பள்ளிகளின் உரிமையாளர்களைத் தேடிப் புறப்பட்டோம். கடுமையான தேடுதல் வேட்டைக்குப்பிறகு, அவர்களைக் கண்டு பிடித்து, அவர்களில் 32 உரிமை யாளர்களைப் பேட்டி கண்டோம். இலவசக்கல்வியால் பாதிக்கப்பட்டு மூடப்பட்ட இன்னும் மூன்று தனியார் பள்ளிகளை கண்டுபிடித்து, வெளியிடாத அவர்களின் பெயர்களையும் கண்டுகொண்டோம்.

இலவசக்கல்வியின் விளைவால் இந்த 35 பள்ளிகள் மட்டும் மூடப்பட்டிருக்கவில்லை. உண்மையில் இப்பள்ளிகளில் இரண்டு பள்ளிகள் இடம் மாறி வேறு இடத்தில் செயல்பட்டு வந்ததால் அவை இன்னும் மூடப்படாமல் இருந்தன. கிபேரா வழியாக பெரிய புறவழிச்சாலை போடப் படுவதற்காக ஆறு பள்ளிகள் இடிக்கப்பட்டதனால், அவைகள் மூடப்பட்டு விட்டன. இன்னும் இரண்டு தனியார் பள்ளிகள் மூடப்பட்டுள்ளதை, அதன் வெகுளித்தனமான மேலாளர்கள் கூறுகையில், இலவசக் கல்விக்கும் இதற்கும் தொடர்பில்லை. தவறான நிர்வாகப் போக்காலோ அல்லது நிதிப்

பற்றாக்குறையாலோ மூடப்பட்டுள்ளதாகத் தெரிவித்தனர். எப்படியோ, இலவசத் தொடக்கக்கல்வியால் மட்டுமே மூடப்பட்டுள்ள 25 பள்ளிகளில், மொத்த எண்ணிக்கையிலான 4,600 குழந்தைகள், தொடக்க நிலை வகுப்புகளில் சேர்க்கப்பட்டதாக அறிக்கை விவரம் கூறியது.

எல்லாத் தகவல்களையும் சேகரித்து, இலவச தொடக்கக்கல்வி அமலுக்குக் கொண்டு வரப்பட்டதால், கிபேராவில், பள்ளிப் பதிவில் உள்ள மொத்த மாணவர்களின் எண்ணிக்கை வீழ்ச்சி அடைந்துள்ளது என்ற மதிப்பீட்டுக்கு வந்தேன். இலவசத் தொடக்கக் கல்வி அறிவிப்பால் ஒட்டு மொத்த தனியார் பள்ளிகளில் மாணவர் சேர்க்கையில் 11,171 வீழ்ச்சியடைந்ததாக மதிப்பீடு செய்தேன். அரசுப்பள்ளிகளில் 3,296 என்ற கூடுதலான மாணவர் சேர்க்கை இடம் பெற்றுள்ளது. இலவசத் தொடக்கக் கல்வி அமல்படுத்தப்பட்டதால், தொடக்கப் பள்ளி மாணவர்கள் சேர்க்கை 7,875 என்ற எண்ணிக்கையில் படு வீழ்ச்சியடைந்துள்ளது. அதாவது என்னுடைய மதிப்பீட்டின் படி, இலவசத் தொடக்கக் கல்வி அமலுக்கு வந்த பிறகு, 8000 குழந்தைகள் கிபேரா தொடக்கப் பள்ளிகளில் பதிவில் இல்லை என்று தெரிகிறது. இது பேரதிர்ச்சி தரக்கூடிய தகவல்.

இந்த எண்ணிக்கை கொஞ்சம் கூடக்குறைய இருக்கலாம். பள்ளி மேலாளர்கள் பள்ளிப் பதிவுகளின் நிலவரமான கூடுதல் குறைதல் கணக்கின் அடிப்படையில் கொடுக்கப்பட்ட தகவல், பள்ளி மேலாளர்களின் ஞாபக மறதியால் ஏற்பட்ட சரியான எண்ணிக்கை இல்லாமல் கூட இது இருக்கலாம்; அல்லது மாணவர் சேர்க்கையில் ஏற்பட்ட வீழ்ச்சியை, பொருளாதார உதவியோ அல்லது வேறு வகையான உதவியோ கிட்டு மென்ற கருத்தில் கொண்டு மிகைப்படுத்திச் சொல்லி இருக்கலாம். கிபேராவின் தனியார் தொடக்கப் பள்ளிகளிலிருந்து விலகிய மாணவர்கள், இதன் எல்லையோரத்தில் உள்ள ஐந்து அரசுத் தொடக்கப் பள்ளிகளில்தான் சேர்ந்திருக்கவேண்டும். ஆனால் கிபேராவிலிருந்து சென்று வரக்கூடிய தூரத்தில் உள்ள வேறு சில அரசுத் தொடக்கப்பள்ளிகளிலும் சேர்ந்திருக்கக் கூடும். இன்னும் சில குழந்தைகள் இடம் பெயர்ந்து மற்ற நகரங்களுக்கோ அல்லது ஊரகப் பகுதிகளுக்கோ சென்று குடியேறி இருக்கலாம். ஆனால் இலவசக்கல்விக்கு தொடர்பில்லாமல், இயற்கையாக இடம் பெயர்ந்தவர் களின் எண்ணிக்கையை அறுதியிட்டுக்கூற வழி இல்லை.

ஒரு சில குழந்தைகள் தனியார் பள்ளிகளிலிருந்து விலகி அரசுப்பள்ளிக்குச் சென்றால், தனியார் பள்ளிகளை ஏன் மூட வேண்டும் என்ற கேள்வி எஞ்சி நிற்கிறது. தனியார் பள்ளி மேலாளர் ஒருவர் சொன்ன காரணம்: ‘ஒரு சில தனியார் பள்ளிகள் பொருளாதார நெருக்கடியின் இடையே இயங்கிக் கொண்டிருந்தபோது, ஒரு சில குழந்தைகளால் ஏற்பட்ட இழப்பானது கூட, பொருளாதார இழப்பை ஏற்படுத்தி, பள்ளியை

மூடும் நிலைக்குக் கொண்டு வந்து விடுகிறது’. மேலும் சில பெற்றோர்களைப் பேட்டி கண்டபோது அவர்கள் சொன்ன கருத்துகள்: இங்குள்ள குடிசை வாழ் மக்கள் கொஞ்சம் வசதியானவர்கள். தங்கள் குழந்தைகளை அவர்களால் அரசுப் பள்ளிகளுக்கு அனுப்ப இயலும். பள்ளிக் குழந்தைகளுக்குத் தேவையான பள்ளிச் சீருடை, பெற்றோர் ஆசிரியர் கழகத்திற்கான கட்டணம் மற்றும் இதுபோன்ற "மறைமுகச் செலவினங்களுக்கு" அவர்கள் எப்படியோ எங்கோ பணம் வைத்திருக்கிறார்கள். தனியார் பள்ளிகளுக்கு சரியான நேரத்தில் கட்டணம் செலுத்தக்கூடிய இதுபோன்ற வசதி படைத்த பெற்றோர்களை இழப்பது, பள்ளி மேலாளர்களுக்கு திடீரென்று ஏற்படுகின்ற பெரிய இழப்பாகத் தோன்றும்.

தற்போது மூடப்பட்டுள்ள தனியார் பள்ளி மேலாளர்களிடம் என்னுடைய ஆய்வுக்குழு, இவர்களின் பள்ளியை விட்டுச் சென்ற மாணவர்கள் இப்போது என்ன செய்கிறார்கள் என்று கேட்டனர். அவர்கள் நல்லதையே எதிர்நோக்கும் சிந்தனையாளர்கள் அல்ல. இலவசத் தொடக்கக் கல்வியின் விளைவால் மூடப்பட்டதற்கு, ஆளான உபேண்டோ தொடக்கப்பள்ளி உரிமையாளர் வில்லியம் ஓனியண்டோ, "சில குழந்தை வேறு சில தனியார் பள்ளிகளில் சேர்ந்து விட்டனர். சிலர் நகர்மன்றப் பள்ளிகளில் சேர்ந்து விட்டனர். ஆனால் சில குழந்தைகள் தற்போது உள்ள பள்ளிகளில் சேர வாய்ப்புகள் இல்லாததால் வீட்டிலேயே இருக்கின்றனர்" என்று கூறினார். மூடப்பட்ட ஜீசஸ் காஸ்பல் சர்ச் பள்ளியின் உரிமையாளரான ஸ்டீஃபன் ஜூமா குலிஷர் சொன்னார்: "வசதியற்ற குழந்தைகள் வீட்டிலேயே இருக்கின்றனர். சிலர் உள்ளூர் தனியார் பள்ளிகளுக்கும் போகின்றனர்". தற்போது மூடப்பட்டுள்ள சீனாய் அக்காடமி பள்ளியின் உரிமையாளரான ஆஸ்கார் ஓசிர் சொன்னதாவது: "சில குழந்தைகள் நகர்மன்றப் பள்ளிகளில் சேர்ந்து விட்டனர். சில குழந்தைகள் அனாதைகளாக விடப்பட்டதால் எந்தப் பள்ளியிலும் சேரவில்லை. அவர்களுக்குத் தேவையான சிறப்புக் கவனிப்புகளை நகர்மன்றப் பள்ளி கொடுக்காததால் அவர்கள் வீட்டிலேயே இருக்கின்றனர்".

மூடப்பட்ட தனியார் பள்ளிகளிலிருந்து அகன்று, கிபேராவில் உள்ள மற்ற சில தனியார் பள்ளிகளில் சேர்ந்த மாணவர்கள், ஏன் ஒரு சில தனியார் பள்ளிகளில் மட்டும் அதிக அளவு மாணவர் சேர்க்கை இடம் பெற்றது என்று விளக்கமாகச் சொன்னார்கள். ஆனால் இந்தக் காரணம் எல்லாக் குழந்தைகளுக்கும் பொருந்தாது. இலவசக் கல்வியின் விளைவால் மிகவும் பாதிக்கப்பட்டவர்கள் அனாதைக் குழந்தைகள்; இவர்கள் உள்ளூர்த் தனியார் பள்ளிகளில் இலவசக்கல்வி அனுபவித்து வந்தனர். இந்தப் பள்ளிகள் மூடப்பட்டு விட்டதால், வேறு ஒரு உள்ளூர்த் தனியார் பள்ளியில் இக்குழந்தைகளால் இலவச இடம் பெற்றுக்கொள்ள இயலவில்லை.

அல்லது அரசுப்பள்ளியில் 'மறைமுகமான செலவினங்கள்' இருப்பதால் அங்கு சேர்ந்து செலவு செய்து கொள்ள இயலவில்லை, அல்லது தொலைவில் உள்ள பள்ளிகளுக்கு பயணச் செலவுகள் செய்ய முடியவில்லை.

நான் சேகரித்த தகவல்களுக்கு எந்த மாதிரியான மறுப்பு இருந்தாலும், மாணவர் சேர்க்கையில், இலவசத் தொடக்கக் கல்வியால் ஏற்பட்ட நிகர விளைவு பற்றி, இன்னும் ஆழ, அகலமான ஆய்வு தேவை என்று என்னுடைய தகவல்கள் சுட்டிக்காட்டுகின்றன. ஒருவனின் துன்ப நெருக்கடியில் ஏழைகளுக்காகச் செயல்படும் தனியார் பள்ளிகளில் சேர மறுக்கிறான் என்று ஆச்சரியப்படத்தக்க வகையில் என்னுடைய ஆய்வுத் தகவல் கூறுகின்றது. ஏழைகளுக்காகச் சேவை செய்து, அதனால் 'கூட்டம் நிரம்பி வழிகிற' தனியார் பள்ளிகள் எல்லாவற்றையும் விட, இலவசத் தொடக்கக் கல்வி வழங்கும் செயல் நுட்பமே மேலோங்கி நிற்கிறது என்று ஆய்வுத் தகவல் கூறுகிறது.

கொடுக்கப்பட்டுள்ள எண்ணிக்கை, நான்கு காரணக் கூறுகளால் மிகைப்படுத்தப்பட்டிருந்தாலும், இலவசத் தொடக்கக் கல்வியால் வந்த நிகர விளைவு என்னவென்றால், தொடக்கக்கல்வியில் மாணவர் சேர்க்கை, அதே எண்ணிக்கையிலான குழந்தைகளாகவே இருந்தது. தனியார் பள்ளிகளிலிருந்து அரசுப்பள்ளிக்கு மாறிய மாணவர்களின் சேர்க்கையே அரசுப்பள்ளிகளின் சேர்க்கையை அதிகரித்துக் காட்டியது. ஆப்பிரிக்காவுக்கு பன்னாட்டுப் பொருளாதார உதவிகளை பெறும் அளவுக்கு, இது மாபெரும் வெற்றி பெற்ற ஒன்று என்றோ, மற்ற நாடுகள் பின்பற்றக் கூடிய அளவு இலவசக்கல்வி மேம்பாடு உடைய ஒன்று என்றோ சொல்லமுடியாது. அரசு இலவசக் கல்வி அறிவிப்பின் மூலம் தனியார் பள்ளிக் குழந்தைகளை நேரிடையாக அதன் அருகில் உள்ள அரசுப்பள்ளிகளுக்கு கொண்டு வந்து சேர்த்த ஒன்று என்றுதான் இலவசக் கல்விப் பற்றிச் சொல்ல முடியும். இன்னும் சொல்லப்போனால், பலமாகத் தனியார் கல்விப் பணியாளர்களை இது முடக்கிவிட்டது. இதன் மூலம் பன்னாட்டு உதவிகள் தேவைப்படாத சூழலையும் இது ஏற்படுத்தி விட்டது. ஏழ்மையிலிருந்து எழுந்து வரக்கூடிய வாய்ப்பையும் தடங்கல் செய்து விட்டது.

மாணவர் சேர்க்கையை அதிகப்படுத்த வேண்டிய இலவசத் தொடக்கக் கல்வி அடைந்த தோல்வி, அரசுத்துறைப்பள்ளி நிர்வாகத்திற்கு ஒரு இழப்பு அல்ல என்று கிபேராவின் எல்லையோரத்தில் உள்ள அரசுப்பள்ளிகளில் ஒன்றான டாய் தொடக்கப்பள்ளியின் துணை முதல்வரும், அழகும் கவர்ச்சியும் நிறைந்தவருமான திரு. கிட்டா அவர்களிடமிருந்து தெரிந்து கொண்டேன். ஆய்வுப் பணியின் போது அவரை நான் சந்தித்தேன். அரசுப்பள்ளிகளைப் பார்வையிடும்போது அப்பள்ளி முதல்வர்களைச்

சந்திப்பது வழக்கமாக இருந்தாலும், குடிசைப்பகுதிகளில் உள்ள தனியார் பள்ளிகள் மீது எனக்கு இருந்த ஈடுபாட்டை உடனடியாக அவரிடம் வெளிப்படுத்திவிடவில்லை. இலவசத் தொடக்கக் கல்வி அமலுக்கு வந்ததிலிருந்து இவர் பள்ளியில் மாணவர் சேர்க்கை 700ஐத் தாண்டியது. பெருகி வரும் மாணவர் கூட்டத்தை சமாளிக்க புதிய ஆசிரியர்கள் நியமிக்கப்படாததால் சமாளிப்பது சற்றுக் கடினமாக இருந்தது.

"என் வகுப்பில் 75 லிருந்து 100 மாணவர்கள் உள்ளனர்" என்றார். "அவ்வளவு நோட்டுப் புத்தகங்களை எப்படி ஓர் ஆசிரியரால் திருத்த முடியும்?" பிறகு அவர் இரகசியத்தை வெளிப்படுத்துவதுபோல் குனிந்துகொண்டு "உங்களுக்குத் தெரியுமா? இந்தக் குழந்தைகள் இதற்கு முன்னால் பள்ளிக்கூடம் போகாத குழந்தைகள் அல்ல. இவர்கள் அனைவரும் இதற்கு முன்பு குடிசைப் பகுதிகளில் இருந்த தனியார் பள்ளிகளில் படித்தவர்கள்" என்றார். "உண்மையாகவா?" "ஆமாம், கடைப்பொருட்களை ஒரு கடையிலிருந்து இன்னொரு கடைக்கு மாற்றுவது போல; இதற்கு முன்பு கல்விக் கட்டணம் செலுத்த முடிந்த இவர்களுக்கு இப்போது ஏன் செலுத்த முடியவில்லை? அரசாங்கம் செய்வதில் ஏதாவது அர்த்தம் இருக்கிறதா? நடுநிலை நோக்கோடு உள்ள நம்மைப் போன்றோரிடம் அவர்கள் விவாதித்தால் ஒழிய, அவர்களால் உருப்படியாக எதையும் செய்ய முடியாது" என்றார்.

என் ஆய்வு முடிவுகளைப் பற்றி, அரசு மேம்பாட்டு வல்லுநர்கள் பதில் என்னவாக இருக்கும் என்று என் சுற்றுப் பயணக் காலத்திற்குள் தெரிந்து கொண்டேன். நான் பேச்சுவார்த்தை நடத்துகிற மேம்பாட்டு வல்லுநர்கள் சொல்வதைக் கேட்கத் தொடங்கி விட்டேன் என்ற விவாதம் இருந்து வந்தது. இது நான் தொலைக்காட்சியில் கேட்ட ஒரு விஷயம். கென்யாவுக்கான என் ஆய்வுப் பயணங்களில் ஒன்றை முடித்துக் கொண்டு திரும்பிய உடனே, பி.பி.சி. நண்பகல் செய்தியில் இத்தகவலைப் பார்த்தேன்: ஓர் இளம் பெண் நிருபர், இலவசத் தொடக்கக் கல்வியில் உள்ள சிக்கல்களைக் கண்டு அறிந்து, இங்கிலாந்து செய்யும் பண உதவியை அதிகப்படுத்தி கொடுக்க வைக்கும் நோக்கத்தோடு கிபேராவுக்குச் சென்றார். பி.பி.சி. வெளியிட்ட தகவல் கண்டு, அப்போதைய பிரிட்டிஷ் பிரதமரான டோனி பிளேர் ஆப்பிரிக்காவை மீட்கும் நல்லெண்ணத்தில், அதற்கான பணியைத் தொடங்கினார். அந்த இளம்பெண் குடிசைப்பகுதியில் உள்ள ஒரு தனியார் பள்ளியைச் சென்று பார்த்தார். நான் ஆய்வு செய்து நன்கு அறிந்து வைத்திருந்த பள்ளி அது. புகைப்படக் கருவி, விரிசல் விழுந்திருந்த மண் சுவர் வழியாக, நுழைந்து படம் எடுத்துக் கொண்டேபோனது. குழந்தைகளை மூச்சுத்திணற அடிக்கும் புழுதி காற்று வழியாக ஊடுருவிப் படம் எடுத்தது. (வறண்ட காலங்களிலும் மழைக்காலம்போல் இது போன்ற

பிரச்சினை உள்ளது.) அந்த நிருபர், "கல்வித்தகுதி அதிகமில்லாத, மிகக்குறைந்த ஊதியம் கொடுக்கப்பட்டு வருகிற" ஆசிரியர்கள் மிகச் சிறப்பாகச் செய்து வருகிறார்கள் என்று அறிவித்தார். "ஆனால், இந்தப் பள்ளிகள் தரமான கல்வியைக் கொடுக்கும் என்று யாருமே நம்பவில்லை" என்று சொல்லி முடித்தார்.

நீங்கள் ஒரு சந்தைக்குச் சென்றால்....

இது என்ன அவ்வளவு கசப்பானதா? அதிகமான பெற்றோர்கள் தங்கள் குழந்தைகளை இலவச தொடக்கக் கல்வி வழங்கும் அரசுப்பள்ளிகளில் சேர்த்து விட்டுப் பார்த்து, பின் மீண்டும் தனியார் பள்ளிகளுக்கே அனுப்ப முடிவெடுத்தனர் என்று என் ஆய்வுத் தகவல் கூறுகின்றது. நிச்சயமாக அவர்கள் எதிர்மாறாக எதுவும் செய்து விடவில்லை. தனியார் பள்ளிகள் உண்மையில் இலாயக்கில்லை என்று பெற்றோர்கள் நினைத்திருப்பார் களேயானால் இதுபோன்று செய்திருக்க மாட்டார்கள். நியூ கேஸ்ஸிலிருந்து வந்திருந்த என்னுடைய ஆய்வுப்பணி உதவியாளர் ஜேம்ஸ் ஸ்டான் ஃபீல்டு என்பவரும் நானும், முதலில் அரசுப்பள்ளிகளில் சேர்த்து விட்டுப் பிறகு தனியார் பள்ளிகளைத் தேடி வருவதாகச் சொல்லப்பட்ட நான்கு பள்ளிகளின் பெற்றோர்களைப் பேட்டி எடுக்க முடிவு செய்தோம். மீண்டும் அவர்கள் தங்கள் குழந்தைகளைத் தனியார் பள்ளிகளுக்கு அனுப்பியது புத்திசாலித்தனமான நடவடிக்கை என்பதில் தெளிவுடன் இருந்தனர். பெற்றோர்களோடு நடத்திய ஒவ்வொரு பேட்டியிலும், குடிசைப் பகுதிகளில் உள்ள தனியார் பள்ளிகளில் வழங்கப்படும் கல்வி, எவ்வாறு அருகில் உள்ள அரசுப்பள்ளிகளில் வழங்கப்படும் கல்வியைவிடத் தரமாக உள்ளது என்று ஆர்வத்துடன் கூறினர். எந்த ஒரு பெற்றோரும் இதற்கு மாற்றுக் கருத்து எதுவும் சொல்லவில்லை.

ஒரு குழந்தையின் தாயார் எங்களுக்குச் சொன்னது: "எங்களுக்கு இரண்டு குழந்தைகள் பாலர் பள்ளியிலிருந்து இன்றுவரை இந்தப் பள்ளியில்தான் படிக்கின்றனர். எல்லாப்பாடங்களிலும் சிறப்பாகப் படித்து வருகின்றனர். எல்லாப்பாடங்களும், அதன் பாட வேளைகளும் நன்றாகத் திட்டமிட்டுச் செய்யப்பட்டுள்ளன. போதுமான நேரம் ஒதுக்கி அனைத்துப் பாடங்களும் முறையாகக் கற்பிக்கப்பட்டு வருகின்றன. இந்தக் காரணங் களுக்காகவே, இந்தத் தனியார் பள்ளி எல்லாருக்கும் மிகவும் பிடித்துப் போய்விட்டது. நான் பணத்தை மிச்சப்படுத்தி, இந்தத் தனியார் பள்ளி களிலேயே என் குழந்தைகளைப் படிக்க வைக்கவேண்டும் என்பதற்காக என் குடும்பத்துப் பராமரிப்புச் செலவுகளைக் கொஞ்சம் குறைத்துக் கொள்கிறேன். அரசு இலவசக்கல்வி வழங்கும்போது, நான் ஏன் தனியார்

பள்ளியில் செலவு செய்து குழந்தைகளைப் படிக்க வைக்க வேண்டும் என்ற கேள்வியைக் கேட்கின்றபோது, தனியார் பள்ளியில் வழங்கப்படும் தரமான கல்வியைத்தானே நான் பார்க்க வேண்டியிருக்கிறது" என்றார்.

எந்த மாதிரியான சிறப்பு அம்சங்களைக் கண்டு, நீங்கள் தனியார் பள்ளிகளுக்கு முன்னுரிமை கொடுக்கிறீர்கள் என்று விரிவாகச் சொல்ல முடியுமா என்று பெற்றோர்களைக் கேட்டபோது, ஒரு குழந்தையின் தாய் "கல்வி இலவசமாகக் கிடைக்கிறது என்று மக்கள் எண்ணுகிறார்கள். கல்வி இலவசமாகக் கிடைப்பது உண்மைதான்; ஆனால் குழந்தைகள் படிப்ப தில்லையே. இலவசம், கல்வியின் தரத்தைத் தாழ்த்திவிட்டது. இதனாலே தான் பல பெற்றோர்கள் மீண்டும் இங்கே இடம் தேடி வந்து விடுகிறார்கள். பெற்றோர்கள், தனியார் கல்வியில் பயின்ற தங்கள் குழந்தைகளை அங்கிருந்து விலக்கி அரசுப்பள்ளிகளில் சேர்த்தார்கள். ஏனென்றால், அங்கு இலவசக்கல்வி கிடைக்கிறது... அப்படிக் கிடைத்தாலும் அங்கு குழந்தைகள் படிப்பதில்லை. குழந்தைகள் அங்கு விளையாடிக் கொண்டிருக்கிறார்கள்" என்று சொன்னார். மற்ற பெற்றோர்களும் இதை ஏற்றுக் கொண்டார்கள். ஒரு தந்தை எங்களுக்குச் சொன்னார்: அரசுப்பள்ளி ஆசிரியர்கள் பள்ளியில் வந்து ஓய்வு எடுத்துக் கொண்டிருக்கிறார்கள்; அதோடு அவர்கள் சொந்த வேலைகளையும் பள்ளியிலேயே செய்து முடித்துக் கொள்கிறார்கள். ஆனால் தனியார் பள்ளிகளில் ஆசிரியர்கள் தங்களால் இயன்ற அளவு மாணவர் களுக்காக உழைக்கிறார்கள். ஏனென்றால், அவர்களுக்கான ஊதியத்தை பெற்றோர்களாகிய நாங்களே வழங்கி வருகிறோம் என்று அவர்களுக்கு நன்கு தெரியும். அவர்கள் கற்பித்தல் என்ற கடமையைச் சரியாகச் செய்யவில்லை என்றால், பெற்றோர்கள் இதை அனுமதிக்கமாட்டார்கள் என்று தலைமை ஆசிரியையிடமிருந்து அவர்களுக்குத் தாக்கீது வரும். ஏனென்றால், அவர்களுக்குக் கொடுக்கப்படும் அந்த பணத்தை நாங்கள் சம்பாதிக்கிறோம். அந்த பணத்தை எங்கள் வியர்வை மூலம் பெறுகிறோம். அந்தப் பணத்தை நாங்கள் விரயமாக்க விரும்பவில்லை. பணத்தை நாங்கள் மரத்திலிருந்து பறிக்கவில்லை. அதைப் பெறுவதற்கு கடினமாக, அயராது உழைக்க வேண்டும். அதனால் ஆசிரியர்களும் எங்கள் குழந்தைகளுக்காக பொறுப்போடு பணியாற்றி, அவர்கள் ஊதியம் பெறவேண்டும்."

ஒரு தாயார் இதை ஏற்றுக்கொண்டார்: "நீங்கள் தனியார் பள்ளியில் ஓர் ஆசிரியரை, போதனையைத் தவிர்த்து விட்டு, ஸ்வெட்டர் பின்னுவது போன்ற ஒருவேலையை ஒரு போதும் வகுப்பில் இருக்கும்போது செய்து பார்க்கவே முடியாது."

அரசுக் கல்வியின் தரத்தைவிட, தனியார் கல்வியின் தரம் சிறந்தது என்று எப்படி பெற்றோர்கள் தெரிந்து கொள்ள முடிகிறது? இதைப் பெற்றோர்களிடம் விரிவாகக் கேட்டோம். பெற்றோர்கள், தங்கள் பக்கத்து

வீட்டிலிருந்து தனியார் பள்ளியில் படிக்கும் குழந்தைகளையும் அதேபோல் அரசுப்பள்ளிகளில் படிக்கும் குழந்தைகளையும் ஒப்பிட்டுப் பார்த்துச் சொன்னார்கள். ஓர் அம்மா கூறிய கருத்தாவது: "தனியார் பள்ளியில் படிக்கும் மாணவன் ஒருவனிடமும், அரசுப்பள்ளியில் படிக்கும் ஒருவனிடமும் பாடத்திலிருந்து சில கேள்விகளைக் கேட்டுப் பார்த்தால், தனியார் பள்ளி மாணவன் தகுந்த பதிலைச் சொல்லிவிடுவான். அரசுப்பள்ளி மாணவன் பதில் சொல்லத் தெரியாமல் விழிப்பான். தேர்வு விடைத் தாள்களைப் பார்த்தாலே தெரியும். தனியார் பள்ளி மாணவன் அதிக மதிப்பெண்கள் பெற்றிருப்பான். அரசுப் பள்ளி மாணவன் பெற்றிருக்கும் மதிப்பெண்கள் மிகக் குறைவாக இருக்கும்." இன்னொரு அம்மா இதே மாதிரிச் சொன்னார். "எங்கள் பக்கத்து வீட்டு குழந்தைகள் அரசுப் பள்ளி களில் படிக்கிறார்கள். அவர்களை எங்கள் குழந்தைகளோடு ஒப்பிட்டுப் பார்ப்பேன். எங்கள் குழந்தைகள் தனியார் பள்ளிகளில் படிக்கிறார்கள். அரசுப்பள்ளியைவிட தனியார் பள்ளியில் கற்பித்தல் சிறப்பாக நடை பெறுகிறது என்று என்னால் எப்போதும் உணர முடிகிறது. அரசுப்பள்ளி மாணவர்கள் கவர்ச்சியாக சீருடை அணிந்து செல்கின்றனர். ஆனால் பாட சம்பந்தமாக ஏதாவது கேள்விகள் கேட்டால், அப்போது தெரியும் அங்கே ஒன்றுமில்லை என்று. தனியார் பள்ளி மாணவர்கள் கவர்ச்சியாக உடை அணிந்து செல்வதில்லை. ஆனால் பள்ளிப் பாடங்களைச் சிறப்பாகச் செய்து வருகிறார்கள்."

இறுதியாக இந்த இரண்டு வகையான பள்ளி முறைகளில் பெற்ற அனுபவத்திலிருந்து பெற்றோர்கள் கற்றுக் கொள்கின்றனர். ஓர் அம்மா எங்களிடம், அவருக்கு ஒரு தங்கை இருப்பதாகவும், அவர் கிபேராவின் எல்லையோரத்தில் உள்ள ஒலிம்பிக் என்னும் அரசுப்பள்ளியில் படித்து வந்தபோது கற்பித்தல் முறையில் வேறுபாடு இருந்ததாக அவள் என்னிடம் சொன்னாள். "ஒலிம்பிக் அரசுப்பள்ளியில், ஆசிரியர்கள் மாணவர்கள் மீது கவனம் செலுத்துவது இல்லை. அதனால் அவளின் கற்றல் தாழ்ந்து கொண்டே போய்க்கொண்டிருந்தது. அவள் தனியார் பள்ளிக்கு மாறிச் சென்றபோது ஆசிரியர் அங்கு சிறப்பாகக் கற்பித்திருக்கிறார். அது ஓர் ஆங்கில வகுப்பு என்று சொன்னாள்: ஆசிரியர் குழந்தைகளைத் தனித் தனியாகக் கவனிப்பதற்கு, நேரம் ஒதுக்கி திறம்படச் சொல்லிக் கொடுத்துக் கொண்டிருக்கிறார்கள். அரசுப்பள்ளிகளில் அவ்வாறு குழந்தைகளுக்காக நேரம் ஒதுக்குவதில்லை. அப்பெண் அரசுப் பள்ளியில் பயின்றவரை, ஆசிரியை ஏதோ ஒன்றைச் சொல்லிவிட்டு வகுப்பைவிட்டு வெளியேறிப் போய் விடுவார்கள்" என்றாள்.

நாம் இதுவரை நன்கு புரிந்து கொண்டது போல பெற்றோர்களைத் தனியார் பள்ளியின் பக்கம் ஈர்த்தது கல்வியின் உயர்வான தரம் மட்டுமல்ல,

தனியார் பள்ளி மேலாளர்கள், குறித்த காலத்தில் பள்ளிக் கட்டணம் செலுத்த முடியாத பெற்றோர்களின் உணர்ச்சிகளைப் புரிந்து கொண்டதும் தான். இச்சலுகையினாலும் குழந்தைகளைத் தனியார் பள்ளிகளுக்கு அனுப்புவதாகப் பெற்றோர்கள் சொல்கிறார்கள். ஓர் அம்மா குறிப்பிட்டார்: "எங்களின் விருப்பங்களையும் உணர்வுகளையும் அவர்கள் மதிப்பதனால், (நான் தனியார் பள்ளித் தலைமை) ஆசிரியைக்கு மிகவும் நன்றிக் கடன் பட்டிருக்கிறேன். பள்ளிக்கட்டணம் உரிய காலத்தில் கட்டாத, ஒரு மாணவனை பள்ளியைவிட்டு வெளியே அனுப்பியதாக, எந்த மாணவனையும் பார்த்திருக்க முடியாது. இதுபோன்ற சந்தர்ப்பங்களில், கட்டணம் செலுத்ததாத பெற்றோருக்கு, தன்னை வந்து சந்திக்கச் சொல்லி ஒரு கடிதம் எழுதி, எப்போது கட்ட வசதி இருக்கும் என்று கேட்டுத் தெரிந்து கொள்வார்கள்." ஒரு தந்தை உடன்பாட்டுடன் சொன்னார்: "நாங்கள் சம்பாதிக்கும் குறைந்த பணத்தைக் கொண்டு கொஞ்சம் கொஞ்சமாக கல்விக் கட்டணத்தை இங்கே செலுத்தி வருகிறோம்." இலவசக் கல்வி வழங்கி வந்த அரசுப்பள்ளிகளில் 'மறைமுகக் கட்டணம்' என்று ஒன்று அதோடு இருந்து வந்தது. அதில் மிக முக்கியமான ஒன்று பள்ளிச் சீருடைகள் - அரசுப்பள்ளிகள் இயலாமையில் இருக்கும் ஏழைப் பெற்றோர்களை பள்ளிச் சீருடைகள் வாங்கச் சொல்லி வற்புறுத்தவதால் அவர்கள் திரும்பி வந்து விடுகிறார்கள் என்று பெற்றோர்கள் அவர்கள் கருத்துகளுக்கேற்போல் விவாதம் செய்கிறார்கள். ஒரு தாயார் குறிப்பிட்டுச் சொன்னதாவது: "தனியார் பள்ளிகளில் குழந்தைகளுக்கு ஒரே ஒரு சீருடை போதும் என்று அனுமதிக்கப்படுகின்றனர். அதே சமயம் அரசுப்பள்ளிகளில் குழந்தைகள் பள்ளியில் சேர்க்கப்படும்போது இரண்டு சீருடைகள் கட்டாயம் என்று சொல்லி விடுகிறார்கள்." இன்னொருவரும் இதையே சொன்னார்: "அரசுப்பள்ளிகளில் கல்வி இலவசமாக இருந்தாலும் பள்ளிச் சீருடையை அதிக விலை கொடுத்து வாங்கவேண்டும். ஒரே சமயத்தில் எல்லாவற்றையும் வாங்கிவிட வேண்டும். கொஞ்சம் கொஞ்சமாகப் பணம் கட்டி சீருடை வாங்குவது எங்களுக்கு நன்றாகப்படுகிறது." ஓர் அம்மா, தன் குழந்தையை அரசுப்பள்ளிக்கு அனுப்பினால் என்னென்ன செலவு வருகிறது என்பதைக் கணக்கிட்டுக் கூறினார். "நான் அங்கே ஓர் அரசுப்பள்ளியைப் பார்க்கச் சென்றேன். அங்கே பள்ளியில் என்னிடம், 11,000 கென்யன் ஷில்லிங்குகள் (143.23 டாலர்) கையில் வைத்துக்கொள்ள வேண்டுமென்று சொன்னார்கள்." அதில் கொஞ்சம் கட்டிட பராமரிப்பு நிதிக்காக என்று சொன்னதாகச் சொன்னார். மேலும், நீங்கள் "பள்ளிச் சீருடை வாங்கினால்," நீங்கள் பள்ளி ஸ்வெட்டரும் வாங்கவேண்டும். அந்த ஸ்வெட்டரின் விலை 600 கென்யன் ஷில்லிங் (7.81 டாலர்) அதோடு நீங்கள் நிச்சயமாக இரண்டு ஸ்வெட்டர் வாங்கி வைத்துக் கொள்ள வேண்டும். விலை 1200 கென்யன்

ஷில்லிங்குகள் (15.62 டாலர்). அத்துடன் உள் உறைகளோடு கூடிய இரண்டு ஜோடி தோல் செருப்புகள் வேண்டும். எல்லாவற்றிலும் இரண்டு, இரண்டு வாங்கி வைத்துக் கொள்ள வேண்டும்." சுருக்கமாக அந்த அம்மா அரசுப்பள்ளி நடைமுறைகளைக் குறிப்பிட்டுச் சொல்லும்போது, "இது எனக்கு இலவசக் கல்வியாகத் தெரியவில்லை" என்று சொன்னார்.

ஒரு குழந்தையின் தந்தை அரசுப்பள்ளிகளில் இலவசக்கல்வி வழங்கப் பட்டிருந்தும் இவர் ஏன் தன் மகளை தனியார் பள்ளியைத் தேர்ந்தெடுத்து அனுப்புகிறார் என்பது பற்றித் தெளிவாகச் 'சுரு'-க்கென்று சொன்னார். 'நீங்கள் சந்தைக்கு' போய், அங்கே காய்கறிகளும் பழங்களும் இலவசமாக வழங்கப்படுகிறதென்றால் அவை அழுகிப்போயிருக்கும். நல்ல காய்கறி களும் பழங்களும் வாங்க வேண்டுமென்றால், நீங்கள் விலை கொடுத்துத் தான் வாங்க வேண்டும்."

அனைவருக்கும் கல்வி இலவசமா: அல்லது, கல்வி இல்லாத கல்வி அனைவருக்கும் இலவசமா?

கடைசியில், கென்ய நாட்டில் இலவசத் தொடக்கக்கல்வி அறிமுகப்படுத்தப்பட்டது ஒரு வெற்றி பெற்ற விஷயமாகத் தெரிய வில்லை. நான் கிபேராவில் ஆய்வு செய்து என்ன கண்டேனோ (இதற்கு இணையான ஆய்வை நைரோபியில் உள்ள கவங்வாரா மற்றும் முக்கூறு ஆகிய இடங்களில் மேற்கொண்டது கிட்டத்தட்ட ஒரே மாதிரியாக ஆய்வு முடிவுகள்தாம்), அந்த ஆய்வில் அரசு மேம்பாட்டு வல்லுநர்கள் விரும்பிய இலவசத் தொடக்கக் கல்விதான் ஒட்டுமொத்த நிவாரணம் என்று நிச்சயமாகக் குறிப்பிடவில்லை. அதிகப்படியான மாணவர் சேர்க்கைக்கு வழி வகுக்காமல், குடிசைப்பகுதிகளில் உள்ள தனியார் பள்ளிகளிலிருந்த மாணவர்களை அருகில் உள்ள வேறு அரசுப்பள்ளிக்கு மாறிச் செல்ல வைத்திருக்கிறது. (தனியார் பள்ளிகளில் மாணவர்கள், ஆசிரியர்களால் வகுப்புகளில் அதிக அக்கறையுடன் கவனிக்கப்பட்டிருக்கின்றனர். அங்கு ஆசிரியர் பெற்றோர்களுக்கும் கடமைப்பட்டவர்கள்).

முக்கியமாக, சில மேம்பாட்டு முகமைகள் அரசுப்பள்ளிகளில் இலவசக் கல்வி அமல்படுத்தப்பட்ட பிறகு தோன்றிய பிரச்சினைகளை தெரிந்து கொண்டதாக நான் அறிந்து கொண்டேன். ஆனால் அந்த முகமைகள் இலவசத் தொடக்கக் கல்வியை அமல்படுத்துவதை விரைந்து நிறுத்தி வைத்தன. 'குழந்தைகளைக் காப்போம்' நிறுவனத்திலிருந்து வந்த ஓர் அறிக்கையை வாசித்தேன். அதில் உகாண்டா, மாளவி போன்ற இடங்களில் கொண்டு வந்த இலவசத் தொடக்கக்கல்வியால், கல்வியின் தரம் குறைந்து வந்ததற்கான அடையாளங்கள் தெரிந்தன. சந்தேகத்திற்கிடமின்றி

இலவசக்கல்வியால்தான் சரிவு ஏற்பட்டுள்ளது என்பதில் சரியாக இருந்தனர். ஆனால் 'இதற்கான காரணங்களைச் சரியாகத் தெரிந்து கொள்ள வேண்டும்.' என்பதில் பிடிவாதமாக இருந்தனர். காரணங்களா? பற்றாக்குறையை நிவர்த்தி செய்து கொள்ளப் போதிய நிதி இல்லாமலே மேற்கண்ட இரு நாடுகளிலும் கல்விக் கட்டணம் வேகமாக நீக்கப்பட்டது. கல்விக் கட்டணம் நீக்கப்பட்டதால் ஏற்பட்ட வெற்றியால் வந்த அளவுக்கதிகமான மாணவர் வருகை, இருக்கும் பிரச்சினையை இன்னும் மோசமாக்கியது. இந்தப் பிரச்சினையை 'ஆக்ஷன் எய்ட்' என்ற உதவி நிறுவனமும், இதனால் கல்வியில் ஏற்படும் தரம் மிகவும் குறையும் என்று குறிப்பிட்டுக் காட்டியது. மீண்டும் இதன் உள் அர்த்தம் என்னவென்றால், இலவசக் கல்வியை திறம்படத் திட்டமிட்டுச் செயல்படவும் பொருளாதார நிலையைச் சமாளிக்கவும் 'நன்கொடையாளர்கள் உதவி' இன்னும் கூடுதலாக பெற்றுக்கொள்ள வேண்டும் என்பதாகும்.

இன்னொரு வகையில் சொல்லப்போனால், இந்த நாடுகளுக்கு போதுமான பணத்தை வழங்காத நன்கொடையாளர்கள் செய்த தவறுதான் இது. இன்னும் கொஞ்சம் பெரும் அளவிலான தொகையை உதவியாகக் கொடுங்கள். இலவச தொடக்கக்கல்வியை முறையாகச் செயலாற்றச் செய்யலாம். ஆனால் இது, அந்த அளவுக்கு எளிதான ஒன்றாக உண்மையில் எனக்குப்படவில்லை. இந்த இலவச தொடக்கக்கல்வித்திட்டம் இந்தியாவிலும் நைஜீரியாவிலும் பத்து ஆண்டுகளுக்கு முன்னதாகவே தொடங்கப்பட்டது. நைஜீரியாவில் உலகளாவிய இலவச தொடக்கக்கல்வி சட்டம், 1976 ஆம் ஆண்டு செப்டம்பர் 6 ஆம் தேதி முதல், அதாவது என்னுடைய ஆய்வுக்கு 30 ஆண்டுகளுக்கு முன்னதாகவே, நடைமுறைக்கு கொண்டுவரப்பட்டது. இந்தியாவில் 1986 ஆம் ஆண்டின் புதிய தேசியக் கல்விக் கொள்கை, என்னுடைய ஆய்வுக்கு 20 ஆண்டுகளுக்கு முன்னதாகவே, இலவசக் கட்டாய தொடக்கக்கல்வியாக வெளியிடப் பட்டது. இக்கல்விக் கொள்கை விரைவில் ஆந்திரப்பிரதேசம் உட்பட, பல மாநிலங்களுக்கும் அறிமுகப்படுத்தப்பட்டது. இறுதியாக இது 2001 ஆம் ஆண்டு 93-வது அரசியலமைப்பு சட்டத்திருத்தம் சட்டமாக்கப்பட்டது. மேலும் கானா நாட்டில் இலவசத் தொடக்கக்கல்வி அதாவது 'அந்நாட்டின் உலகளாவிய கட்டாய இலவசத் தொடக்க அடிப்படைக் கல்வி' - 1996 முதல் மெல்ல மெல்ல அறிமுகப்படுத்தப்பட்டு வந்தது. அமெரிக்க ஐக்கிய நாட்டுப் பன்னாட்டு வளர்ச்சி முகமை வழங்கிய 100 மில்லியன் டாலர் உட்பட, பன்னாட்டு வளர்ச்சித்துறை நிறுவனம் 85 மில்லியன் டாலர், மற்றும் உலக வங்கி 50 மில்லியன் டாலர், இன்னும் பெரும் தொகையிலான வெளிநாட்டுப்பண உதவி இதற்கு வழங்கப் பட்டன. ஆனால் இதில் எதுவுமே, பெருந்திரளான ஏழை மாணவர்கள்

அரசுப்பள்ளிகளிலிருந்து விலகி, தனியார் பள்ளிகளில் சேர்வதை நிறுத்தவே முடியவில்லை.

பிரச்சினை தீர்க்கப்பட்டது

பவுலின் ரோஸ் அவர்கள் எழுப்பிய, "பள்ளிக்கட்டணம் செலுத்த முடியாததாலும், இலவசக்கல்வி வழங்கப்பட்டதால் மாணவர் சேர்க்கை அரசுப்பள்ளிகளில் அளவுக்கு அதிகமாகப் போனதாலும், குழந்தைகள் படிப்பை முடிக்கும் முன்பே பள்ளியை விட்டு வெளியேறி விட்டால், இதே வறுமையான குடும்பங்கள் எவ்வாறு தனியார் பள்ளிகளில் இப்போது கல்விக்கட்டணம் செலுத்தி குழந்தைகளைப் படிக்க வைக்க முடிகிறது?" என்ற சிக்கலான கேள்விக்கு இப்போது நான் பதில் சொல்ல வேண்டிய கட்டாயத்தில் இருக்கிறேன்.

இவ்வகை வறுமையான குடும்பங்கள் தனியார் பள்ளிகளுக்கு எப்போதும் கல்விக்கட்டணம் செலுத்த முடியும் என்று, கென்யாவில் நடத்திய என் ஆய்வில் தெரிவித்திருந்தேன். இலவசக் கல்வி அமலுக்கு வருமுன்பே இவ்வகை ஏழைக் குழந்தைகள் தனியார் பள்ளிகளில்தான் படித்து வந்திருக்கின்றனர். உண்மையாக எனக்குத் தோன்றிய சிக்கலான கேள்வி என்னவென்றால், அரசு மேம்பாட்டு வல்லுநர்களுக்கு இது ஏன் ஏற்கனவே தெரிந்திருக்கவில்லை என்பதுதான்.

அரசு மேம்பாட்டு வல்லுநர்களின் விஷயங்களைப் படிக்கப் படிக்க எனக்குக் குழப்பம் கூடிக் கொண்டே போனது. அரசுப் பள்ளிகளில் காணப்பட்ட சிக்கல்களைப் பற்றி நான் மேற்கொண்ட ஆய்வு முடிவு களோடு அவர்கள் ஒத்துப்போனது போல் தெரிகிறது. ஆனால், ஏழைப் பெற்றோர்கள் எந்த மாதிரிப் பள்ளிகளை, அதாவது தனியார் பள்ளிகளை - வாழ்வியல் முன்னேற்றத்திற்கான நல்ல பள்ளிகளாக எண்ணித் தேர்ந்தெடுக் கிறார்களா என்பதைப்பற்றி அவர்கள் சீர் தூக்கிப் பார்ப்பதில்லை. அவர்களும், நைரோபிய பல்கலைக்கழகத்தில் நான் பேட்டி கண்ட கல்வியாளர்களைப்போல, கல்வி நுகர்வோர்களாகிய ஏழைப்பெற்றோர் களின் கஷ்டத்தைத் தெரிந்து கொள்ளாது இருந்து விட்டார்களா?

7

ஏதுமறியா ஏழைகள்

மெக்கோகோவில் உள்ள ஏழைகளுக்காகச் செயல்படும் தனியார் பள்ளிகளைப் பற்றிய ஆவணப்படம் எடுப்பதற்காக பிரிட்டிஷ் ஒளிபரப்புத் துறையினரின் படப்பிடிப்புக் குழு என்னோடு நைஜீரியா வந்தபோது, திருமதி மேரி டைமோ இக் இஜி அவர்களோடு நான் ஒரு பேட்டி கண்டேன். இவர் லாகோஸ் மாநிலத்தின் மெய்ன்லேண்ட் என்ற இடத்திற்கான முதன்மைக்கல்வி நிர்வாகி. (மெய்ன்லேண்ட் - மெக்கோகோ நகரின் மொத்த பாமர மக்கள் வாழும் புறநகர் குடிசைப்பகுதி) மெக்கோகோவின் கடைசியில் உள்ள மூன்று அரசுப்பள்ளி களுக்கு வாகனங்களில் அணிவகுத்துச் சென்றோம். மெக்கோ கோவின் அப்பல்லோ வீதியில் உள்ள பி.எஸ்.இ. அவர்களின் நண்பர் ஒருவரிடமிருந்து ஒரு பழைய வால்வோ டப்பா காரை வாடகைக்கு அமர்த்திக் கொண்டு அதில் புறப்பட்டுச் சென்றோம். மேரி டைமோ அவர்கள், ஐந்து உதவியாளர்கள் புடைசூழ, அவரின் புத்தம் புதிய மெர்சிடஸ் காரில் வந்தார். செல்ல வேண்டிய இடம் அவர்களுக்கு தெரிந்திருக்குமென்று ஊகித்துக் கொண்டோம். அவரின் அதிகாரத்திற்குட்பட்ட ஊரகப் பகுதியில் உள்ள அனைத்துப் பள்ளிகளையும் நேரில் சென்று ஆய்வு செய்து விட்டதாக அம்மையார் தன் அலுவல கத்தில் பெருமையுடன் சொல்லிக் கொண்டார். மெக்கோகோ வுக்கு எங்களைப் பின் தொடர்ந்து வருவதற்காக, அந்த அம்மையாரின் கார், சாலையின் ஓர் ஓரமாக நிறுத்தப்பட்டி ருந்தது. இதிலிருந்து அந்த இடத்திற்கு இதற்கு முன் அந்த அம்மையார் சென்றதில்லை என்றும், அந்த ஏழைமக்கள்

வாழும் புறநகர் குடிசைப்பகுதியில் உள்ள அரசுப்பள்ளிகளுக்குக் கூடச் சென்றதில்லை என்றும் தெரிந்தது.

முதலில் உள்ள அரசுப்பள்ளியின் மேல் மாடியில் வைத்து அந்த அம்மையாரைப் பேட்டி கண்டோம். கோபாவேசம் கொண்ட பெண்மணி போலவும், ஆதிக்க மனப்போக்குடைய பெண்மணிபோலவும் அவர் காணப் பட்டார். என் கேள்விகள் எப்படியோ அவரைப் பாதித்திருக்க வேண்டும். அதனால் அவர் பரபரப்புடன் இருந்தார். நான் கவலைப்பட்டுக் கொள்ள வில்லை. குறைந்த கட்டணம் மட்டும் வசூலிக்கும் தனியார் பள்ளிகளின் பயன்களைப் பற்றித் தோண்டித் துருவிக் கேட்பேன் என்று அவர் புரிந்து கொண்டதை, அவரது பதில்கள் தெளிவாகத் தெரிவித்தன. அந்த அம்மை யாரின் கூற்றிலிருந்து யாரும் எதையும் இயன்றவரை வேறு மாதிரி சிந்தித்துவிட முடியாது.

வசதியான கட்டடங்களைக் கொண்ட அரசுப்பள்ளிகள் இருக்கும் போது ஏழைப் பெற்றோர்கள் தெரிந்தே ஏன் தங்கள் குழந்தைகளைப் பாமரமக்கள் வாழும் புறநகர் குடிசைப் பகுதிகளில் உள்ள தனியார் பள்ளிகளைத் தேர்ந்தெடுத்து அனுப்புகிறார்கள் என்று கேட்டேன். (ஆம். உண்மையில் சிறந்த கட்டடம்தான் என்று அந்த அம்மையார் சொன்னார். ஆடம்பரமில்லாத கட்டடத் தொழில்நுட்பத்தையும், கவர்ச்சி என்பது சிறிதும் அதில் காணப்படாததையும், பொது உடைமைத் தத்துவத்தையும் நானும் அந்தக் கட்டடத்தில் கண்டேன். ஆனால் பேட்டிக்காக அந்த அம்மையாரின் குணங்களோடு ஒத்துப் போனேன்.) அவர் பளிச்சென்று பட்டவர்த்தனமாகப் பேசினார்.

“பல காரணங்கள் உள்ளன. அரசுப்பள்ளிகளில் இலவசக் கல்வி இருக்கிறது என்ற தகவல் பெற்றோர்களுக்குத் தெரியாமல் இருந்து விடுகிறது. சிலர் தனியார் பள்ளிகளை தேர்ந்தெடுக்கிறார்கள் என்றால், தனியார் பள்ளிகள் அவர்கள் வசிக்கும் இடத்திற்கு அருகில் இருக்கின்றன” என்றார் அந்த அம்மையார். அறிமுகம் மூலமாகத்தான் நிறையச் செயல் பாடுகள் நடக்க வேண்டும்.“ஆனால் மிக முக்கியமான விஷயம் என்ன வென்றால், போலிப் பெருமை கொண்ட பள்ளியின் அடையாளச் சின்னம், அதாவது ‘கௌரவம் தரும் போலி அடையாளச் சின்னம்’ ” என்று எந்த வித முரண்பாட்டுச் சிந்தனையும் இல்லாமல் இதைக் கூறினார். மேல் மாடியில் அமர்ந்து பேட்டியளித்துக்கொண்டிருந்த அந்த அம்மையார், மாடி கைப்பிடியின் மீது தனது கைகளை ஓய்வாக வைத்து கொண்டார். படபடப்பு நீங்கும் பொருட்டு, ஊஞ்சலில் ஓய்வாக அமர்ந்தவாறு தன் பேட்டியைத் தொடர்ந்தார்; ஏழைப் பெற்றோர்கள், தங்கள் குழந்தைகள் மீது அக்கறை எடுத்துக் கொள்கிற பெற்றோர்களாக, தங்களைப் பணக்காரர்

களாகக் காட்டிக்கொள்கிற பெற்றோர்களாக இருக்கின்றனர். அவர்கள் தங்கள் குழந்தைகளை நல்ல பள்ளிகளாகத் தெரிகிற, பணம் செலுத்திப் படிக்க வைக்கும் பள்ளிகளுக்கு அனுப்புகிறார்கள். நமக்கெல்லாம் தெரிந்தது போல, இந்த ஏழ்மையான பெற்றோர்கள் முற்றிலும் முட்டாள்கள். ஏழைப் பெற்றோர்களான இவர்கள் "ஏதுமறியா ஏழைகள்."

நான் அந்த மக்களுக்காகத்தான் சேவை செய்து கொண்டிருந்தேன். இந்த அம்மையார் அந்த மக்கள் மீது வெறுப்பை உமிழ்ந்தார். நான் இதனால் பேட்டியிலிருந்து பின் வாங்கி விட விரும்பவில்லை. ஏன் அம்மக்களை இவ்வாறு வெறுக்கிறீர்கள் என்று கேட்டேன். ஏனென்றால், தனியார் பள்ளிகள், எந்த வகையிலும் நன்று என்று சொல்ல முடியாத அளவு, எந்த வசதியும் செய்யாமல் பள்ளிகள் வைத்து நடத்திக் கொண்டு வருகிறார்கள். எந்த விதத்திலும் நீங்கள் தனியார் பள்ளிகளை அரசுப் பள்ளிகளோடு ஒப்பிட்டுப் பார்க்க முடியாது. "தனியார் பள்ளிகள் எந்தக் கட்டமைப்பு வசதிகளும் இல்லாத பாமரத்தனமான பள்ளிகள். ஆனால் அரசுப் பள்ளிகளில் உள்ள ஆசிரியர்கள் கல்வித் தகுதி வாய்ந்தவர்கள்; முற்றிலும் தகுதி வாய்ந்தவர்கள்."

"தனியார் பள்ளிகளில் மூன்று வகைப்பள்ளிகள் இருக்கின்றன. தரமான தனியார் பள்ளிகள், மோசமான தனியார் பள்ளிகள், எதற்கும் புண்ணிய மில்லாத மட்டமான தனியார் பள்ளிகள்" பாமரமக்கள் வாழும் புறநகர்க் குடிசை பகுதியில் உள்ள தனியார் பள்ளிகள் எந்த வகைப் பள்ளிகள் என்று தெரியும். "இந்த பாமரத்தனமான, மோசமான கட்டமைப்புகள் கொண்ட, காளான்கள் போல் தோன்றி மறைகிற தனியார் பள்ளிகள், தீங்கு விளைவித்து விடுகின்றன; ஆம். பல தீங்குகளை விளைவித்து விடுகின்றன" என்றார் அந்த அம்மையார். தொடர்ந்து, "கடைசியில் தனியார் பள்ளி மாணவர்கள் அரைவேக்காடாகத்தான் வெளியே வருகிறார்கள்; தனியார் பள்ளி மாணவர்கள் அவர்களுக்கே பயன் இல்லாது போய் விடுகிறார்கள்; கடைசியில் பெற்றோர்கள் செய்யும் தொழிலையே அவர்களும் செய் கிறார்கள். அவர்கள் முன்னேற்றம் அடைவதே இல்லை. அதனால் இரண்டு மூன்று தலைமுறைகள் பாழடிக்கப்படுகின்றன" என்று சொன்னார்.

அவரால் இன்னும் தெளிவான முறையில் சொல்ல முடியவில்லை. ஏழைகளுக்காகச் செயல்படும் தனியார் பள்ளிகள் மோசமானவை, மட்டமான பள்ளிகள் என்று குறிப்பிடுகிறார். காரணம், கட்டமைப்பு வசதி களும், பயிற்சி பெற்ற ஆசிரியர்களும் இல்லை என்கிறார். குழந்தைகள் அரை வேக்காடுகளாகத்தான் வெளியேறுகிறார்கள்; பல தலைமுறைகள் பாழடிக்கப்படுகின்றன என்கிறார். இந்தக் கருத்தில் அவர் தனித்து நிற்கவில்லை; ஏழைகளுக்காகச் செயல்படும் தனியார் பள்ளிகளை 'கடைசிப்

புகலிடம்' என்பதும், வசதிக்குறைவான கட்டமைப்பால் அது தரம் குறைந்த அனுபவங்களையே அளித்து வருகிறது (அதை ஒரு கல்வி என்று அழைப்பதே கடினம்) என்பதும் இந்த அம்மையார் மட்டும் அல்ல, எல்லாரும் பாடுகின்ற பல்லவி.

என் பயணத்தில் நான் பார்வையிட்ட பள்ளிகளில் பல பள்ளிகள் படு மோசமாக இருந்தன. பள்ளிக்கட்டிடங்கள் பழுதடைந்துதான் இருந்தன. பள்ளிக் கட்டமைப்புச் சாதனங்கள் மிகக் குறைவாகவே இருந்தன; பணியாற்றும் ஆசிரியர்களில் அதிகப்படியானோர் உண்மையில் பயிற்சி பெறாமல்தான் இருந்தனர். இந்த விபரங்களை, அக்ராவின் பிரதான சாலையில், உருப்படுத்தப்பட்ட உலோகக் கூரை வேய்ந்த, எப்போது விழுந்து விடுமோ என்று ஆட்டங்கண்டு கொண்டிருந்த, 'மின்னும் தாரகை' தனியார் பள்ளியின் உரிமையாளரின் மகளான, கானாவில் பணியாற்றும் ஓர் ஆசிரியையிடம் கூறினேன். சுமார் 100 அடி தொலைவில் கச்சிதமான கட்டிடத்தில் அடங்கியுள்ள அந்த அரசுப்பள்ளி பிரிட்டிஷ் பொருளாதார முகமையின் பன்னாட்டு வளர்ச்சித்துறையால் புதிதாக பராமரிக்கப்பட் டுள்ளது. "கல்வி என்பது கட்டிடத்தில் இல்லை. எது முக்கியமென்றால், ஆசிரியரின் இதயத்தில் உள்ளதுதான். எங்கள் இதயங்களில், நாங்கள் அந்தக் குழந்தைகளை நேசிக்கிறோம். எங்களால் இயன்றதை அதிக பட்சமாக அவர்களுக்குச் செய்கிறோம்" என்று கோபத்துடன் கூறினார். ஏழைக் குழந்தைகள் பற்றி அரசுப்பள்ளி ஆசிரியர்கள், அவர்கள் இதயங் களில் என்ன உணர்ந்திருக்கிறார்கள் என்று மனம் திறந்து பேசினார்.

ஆனால் அந்தப் பெண்மணி சொன்னது சரியா? ஏழைக் குழந்தைகளுக்கான தனியார் பள்ளிகளில் உள்ள உண்மையான கல்வித் தரம் என்ன? மேலே விமர்சிக்கப்பட்ட தாழ்ந்த சூழல்களை மனித மனநிலை மேம்படுத்திக் காட்ட முடியுமா? இன்னும் ஏதேனும் கல்விக்கான மதிப்பை வழங்க முடியுமா? பல பெற்றோர்கள் விரும்பாத, சில பெற்றோர்கள் தங்கள் குழந்தைகளை அனுப்ப முடிகிற அரசுப்பள்ளிகளின் கல்வித் தரம் என்ன? பிரிட்டிஷ் ஒளிப்பரப்பு நிறுவனத்திற்காக பேட்டி எடுக்கப்பட்ட மெக்கோகோ பெற்றோர்கள், தங்கள் குழந்தைகளை ஏன் தனியார் பள்ளிகளுக்கு அனுப்புகிறார்கள் என்பதற்கான காரணங்களில் மிகவும் விடாப்பிடியாக இருக்கிறார்கள்.

மெக்கோகோவில் 'கென் அடி' தனியார் பள்ளியை முதன் முதலாக எனக்கு அறிமுகப்படுத்திய மாணவியான சேன்ட்ராவின் மீனவத் தந்தை, உப்பங்கழியின் மீது அமைக்கப்பட்டிருந்த மரப்பாலத்தின் கடைசியில் எங்களிடம், "அரசுப்பள்ளிகளில் ஆசிரியர்கள் நன்றாக கற்றுக் கொடுப் பதில்லை; அதனால்தான் அனைவரும், என்னையும் சேர்த்து, அரசுப்பள்ளி

களை விட தனியார் பள்ளிகளைத் தேர்ந்தெடுக்கிறார்கள். ஏனென்றால், தங்கள் குழந்தைகள் எதிர்கால வாழ்க்கைச் சூழலை சந்திப்பதற்கான பயிற்சி அளிக்கபட வேண்டும்" என்றார்கள். சேன்ட்ராவின் தாயும் இதையே சொன்னார். "தனியார் பள்ளிகளில் அப்பள்ளி ஆசிரியர்கள் சிறப்பாக செயலாற்றுகிறார்கள். அவர்கள் கற்பித்து கொடுக்கும்போது, மாணவர்கள் உடனடியாகப் புரிந்து கொள்கிறார்கள். அதனால்தான் தனியார் பள்ளியை தேர்ந்தெடுத்து அங்கு அனுப்புகிறோம்" என்றார். இன்னொரு பேச்சுத் திறமை கொண்ட பெற்றோர் கூறியதாவது: "நைஜீரியாவில் உள்ள அரசுப்பள்ளிக்கு, குறிப்பாக லாகோஸ் மாநிலத்தில் உள்ள அரசுப்பள்ளிக்கு அனுப்புவது ஒரு நாள் பொழுதை வீணடிப்பது என்பது போலத்தான் ஆகும். ஏனென்றால், அங்கு ஆசிரியர்கள் குழந்தைகளுக்கு எதையும் கற்றுக் கொடுப்பதில்லை. தனியார் பள்ளி குழந்தைகளுக்கும் அரசுப் பள்ளி குழந்தைகளுக்கும் உள்ள வேறுபாடு மிகத் தெளிவாக தெரியும். தனியார் பள்ளிக் குழந்தைகள் மிகத் திறமையாக பேசுவார்கள்; என்ன செய்கிறார்கள் என்பதை தெளிவாகப் புரிந்து செய்கிறார்கள். ஆனால் அரசுப் பள்ளி குழந்தைகள் கைவிடப்பட்ட குழந்தைகளாகவே காணப்படுகின்றனர்".

மெக்கோகோ நகரின் கடைசியில் உள்ள ஓர் அரசுப்பள்ளியை, பிரிட்டிஷ் ஒளிபரப்பு நிறுவன படப்பிடிப்புக் குழுவினரோடு, பார்வையிடச் சென்றபோது, அந்த 'கைவிடப்பட்ட தன்மை' யை கண்டோம். நான் அரசுப்பள்ளிகளில் முதன் முதலில் பார்த்தவைகளை 3-ஆம் அத்தியாத்தில் வரிசைப்படுத்தி எழுதியிருக்கிறேன். ஆனால் ஆச்சரியம், நான் பல தடவை பார்த்த வேறு ஒரு விஷயத்தைப் படம் பிடித்தேன். ஆனால் என் ஒளிப்பதிவுக் கருவியில் படமாக்கிய அந்த விஷயத்தை என்னால் நம்பமுடியவில்லை. இளம் ஆண் ஆசிரியர் ஒருவர், மேஜைமீது கால்களைப் பரப்பி விரித்தபடி தூங்கிக்கொண்டிருக்கிறார். அந்த வகுப்பில் உள்ள ஒரு மாணவி தன் சகமாணவர்களுக்கு நைந்து போயிருந்த ஒரு பாடப்புத்தகத் திலிருந்து எதையோ நடத்திக்கொண்டிருக்கிறாள். இந்த காட்சியைக் கற்பனை செய்து பாருங்கள். பிரிட்டிஷ் ஒளிபரப்பு நிறுவனப் படம் பிடிப்பவர், தயாரிப்பாளர் மற்றும் இயக்குனர் அனைவரும் வகுப்பறைக்குள் நுழைந்தோம். வழக்கம்போல பார்வையாளர்களை வரவேற்க ஆரவாரத் துடன் குழந்தைகள் எழுந்து நின்றனர். "பிரிட்டிஷ் ஒளிபரப்பு நிறுவனத்தின் படப்பிடிப்பு குழுவினரை" வரவேற்கிறோம் என்று குழந்தைகள் ஒரே குரலில் பாடுகிறார்கள். இன்னும் அந்த ஆசிரியர் தூங்குகிறார். ஒரு மாணவன், தர்ம சங்கடத்துடன் அந்த ஆசிரியரை எழுப்ப முயன்றான். அவர் இன்னும் தூங்கிக்கொண்டுதான் இருந்தார்.

ஆக்ஸ்போர்டு பல்கலைக்கழகத்தில் முனைவர் பட்டம் பெற்றுள்ள மிகச்சிறந்த பண்பாளரும், லாகோஸ் மாநிலத்தின் மரியாதைக்குரிய

அரசுப் பள்ளியின் தரம் அதிர்ச்சியளிக்க கூடியதாக இருக்கிறதே என்று நான் மட்டும்தான் சிந்திக்கிறேனா? அரசு மேம்பாட்டு வல்லுநர்கள் எழுதிய அனைத்தையும் என் பயணத்தின் போது முழுமையாக வாசித்தேன். நம்பிக்கையூட்டக்கூடியதாக - நான் அடைந்திருந்த வெறுப்புக்கும் கோபத்துக்கும் மாறாக நம்பிக்கையூட்டுதல் என்ற வார்த்தை சரியான பதமாக இருந்தால் - தூங்கிக் கொண்டிருந்த ஆசிரியர் ஓர் எடுத்துக்காட்டு போல, அரசுப் பள்ளிகளில் மோசமான பிரச்சினைகள் உண்டு என்பதை அரசு மேம்பாட்டு வல்லுநர்கள் ஒத்துக் கொண்டது போல நான் வாசித்ததிலிருந்து தெரிந்தது. அரசுக் கல்வி முற்றிலும் தோல்வி கண்ட ஒன்று என்று அவர்கள் ஒத்துக் கொண்டனர். அரசுப் பள்ளிகளில் உள்ள பிரச்சினைகளைக் களைவதற்கு அவர்கள் எடுத்த முடிவு என்னைப் பெரிதும் குழப்பத்தில் ஆழ்த்தியது.

ஏழை மாணவர்களுக்கான பொதுத் தேர்வு ஒரு தோல்வி

அரசு மேம்பாட்டு வல்லுநர்கள் எழுதிய எல்லாவற்றையும் வாசித்துப் பார்க்கின்றபோது அரசுப் பள்ளிகளின் அவலங்களை அவர்கள் ஏற்றுக் கொள்வது போலத் தெரிந்தது. வட இந்தியாவில் நடத்திய அடிப்படைக் கல்விக்கான பொது அறிக்கை முடிவுகளை நான் ஏற்கனவே குறிப்பிட்டுச் சொல்லியிருக்கிறேன். அமர்த்தியா சென் அவர்கள்கூட தொகுத்துக் கூறியுள்ளது போல, அங்கொன்றும் இங்கொன்றுமாக நான் பார்வையிட்ட பள்ளிகளில் கற்பித்தல் என்பது வகுப்பறைகளில் பாதி அளவுதான் நடைபெறுகிறது. நாங்கள் பிரிட்டிஷ் ஒளிபரப்புத் துறை நிறுவன தொலைகாட்சிப் படங்களில் வெளியிட்டது போல ஆசிரியர்கள் மிகச் சரியாக நடந்து கொள்கிறார்கள் - அதாவது மேஜைகளில் நன்றாக படுத்துத் தூங்குகிறார்கள் அல்லது ஆசிரியர்களுக்குள்ள ஓய்வு அறைகளில் தூங்குகிறார்கள். இன்னும் சிலர் குடித்து விட்டு கூத்தடித்துக் கொண்டிருக் கிறார்கள். நான் பயனித்துப் பார்த்த வகையிலும், அரசு மேம்பாட்டு வல்லுநர்களின் கருத்துகளை வாசித்துப் பார்த்த வகையிலும், இதற்கு எந்த ஒரு எதிர்ப்புக் குரலும் எழும்பி நான் பார்க்கவில்லை. நாட்டில் உள்ள மேம்பாட்டு முகமை அதிகாரிகளோடு நான் நேரடியாக பேசிப் பார்த்த போதெல்லாம், அரசுப்பள்ளிகளில் உள்ள குறைபாடுகளை என்னிடம் கூறுவதற்கு ஆர்வமாக இருந்தனர். நான் கேட்டுத் தெரிந்துக் கொண்ட, படித்துத் தெரிந்து கொண்ட, பார்த்துத் தெரிந்து கொண்ட ஒரு தொகுப்பு அறிக்கை இதோ கீழே கொடுக்கப்பட்டுள்ளது.

கல்வித்துறை ஆணையாளரும், பேராசிரியருமான திரு ஓலக்குன்லே லாவல் அவர்களால் குரல் கொடுக்கப்பட்டு, மொழி மாற்றம் செய்யப்பட்ட அப்படத்தின் அந்தக் கட்டத்தை பிரிட்டிஷ் ஒளிபரப்புத்துறை நெஞ்சத்தை கல்லாக்கி கொண்டு வெளியிட்டது. (அவரை பேட்டி எடுக்கக் காத்திருந்த நேரத்தில்தான், முன்னாள் முதன்மைக்கல்வி ஆய்வாளரான டென்னிஸ் ஒக்கோரோவைச் சந்தித்தேன்.) கடந்த காலங்களில் கற்பிக்கும் தொழிலில் ஏற்பட்ட சிக்கல்களையும், ஆனால் நைஜீரியாவில் கற்பிக்கும் தொழிலில் தற்போது உள்ள நல்ல நிலைமையையும் பற்றி கருத்து தெரிவிக்க வந்த அவர், "கடந்த காலங்களில் ஆசிரியர்கள் முறையான தூண்டுதலுடன் செயல்படுத்தப்படவில்லை. ஏனென்றால் அவர்கள் பணியின் நிபந்தனையில் ஏற்பட்ட ஈடுபாட்டின் சவால்களே காரணம். ஒரு சமயத்தில் ஊதியம் வழங்குவதில் சில குளறுபடிகள் இருந்தன. சில கட்டங்களில் பல ஆசிரியர்கள் சம்பளமே பெற முடியவில்லை. ஆனாலும் கடந்த ஆறு ஆண்டுகளில் முன்பிருந்த நிலைமை முற்றிலும் மாறிவிட்டது. அரசுப் பள்ளிகள் இப்போது சிறந்த பள்ளிகளாக விளங்குகின்றன. நன்கு பயிற்சி பெற்ற மனித ஆற்றல் அரசுப்பள்ளிகளில் உண்டு" என்று சொல்லாற்றலுடன் கூறினார். தூங்கிக்கொண்டிருக்கும் ஒரு ஆசிரியரின் பாத்திரம் பற்றி அவர் குரல் கொடுத்தது கொஞ்சம் குறும்பான வேலைதான். எரிகிற நெருப்பில் எண்ணெய் ஊற்றுவதுபோல, ஏழைகளுக்காகச் செயல்படும் தனியார் பள்ளி ஆசிரியர்களை விமர்சித்துப் பேசி இருக்கிறார். அரசுத்துறை பள்ளியில் பணியாற்றும் மொத்த ஆசிரியர்களோடு வேற்றுமைப்படுத்தியும் பேசியிருக்கிறார்.

தனியார் பள்ளிகளில் பணி ஆற்றும் ஆசிரியர்கள் கல்வித் தகுதி இல்லாமல் பணியாற்றுகிறார்கள். அவர்களுக்கு ஒழுங்காக ஊதியம் வழங்கப்படுவதில்லை... அவர்கள் எப்போது வேண்டுமானாலும் பணியிலிருந்து நிறுத்தப்படலாம். அதனால் அவர்கள் முழுமனதோடு பணியாற்றுவதில்லை. முக்கியமாக அவர்கள் கல்வித்தகுதி இல்லாத ஆசிரியர்கள். அரசுப் பள்ளிகளில் பணியாற்றும் ஆசிரியர்கள் கீழ்ப்படிதலும் ஒழுக்கமும் உள்ளவர்கள். அவர்கள் முறையான பயிற்சி பெற்ற ஆசிரியர்கள். முறைகேடான செயலுக்காக மட்டும் அவர்கள் பணியிலிருந்து விலக்கப் படுவார்கள்; அதுவும் இது மிக அபூர்வமாகத்தான் நடக்கும்.

இவ்வாறு நடந்து கொண்ட ஆசிரியரை எண்ணி வருத்தப்பட்டேன். இந்த ஆசிரியரை மட்டுமல்ல, இவரைப் போன்ற பல ஆசிரியர்களைப் பார்த்திருக்கிறேன். அதனால்தான், பிரிட்டிஷ் ஒளிபரப்பு நிறுவனம், அந்த ஆசிரியரின் தூங்கும் நிகழ்ச்சியை வெளியிட்டபோது என்னால் எதுவும் பே முடியவில்லை. ஏழைகளுக்காகச் செயல்படும் அரசுப் பள்ளிகளில் நா கண்ட சிக்கல்களை நன்கு படம் பிடித்துக் காட்டுவது போல் தெரிந்த

எழில் மா

சரியாகப் பள்ளிக்கு வராத ஆசிரியர்கள்

அரசுப் பள்ளிகள் மாணவர்களுக்கு செய்ய வேண்டிய கடமையிலிருந்து தவறிவிடுகின்றன. ஆசிரியர்களே இதற்கு முதல் காரணம். அரசு மேம்பாட்டு வல்லுநர்கள் கூறும் முக்கிய காரணம், ஆசிரியர்கள் ஒழுங்காகப் பள்ளிக்கு வராமையே. "அனைவருக்கும் கல்வி" முறையை எப்படி அடைவது என்பது பற்றி, மிகச் சமீபத்தில் நான் வாசித்த யுனெஸ்கோ வெளியிட்டுள்ள அறிக்கை, "பல நாடுகளில் அங்கொன்றும் இங்கொன்றுமாக நடத்திய பல ஆய்வுகள், பள்ளிகளில் நீடித்து வரும் நிரந்தர பிரச்சனை, ஆசிரியர்கள் ஒழுங்காகப் பள்ளிக்கு வராததே" என்று தெளிவாக உறுதிப்படுத்தியது. அரசுப்பள்ளிகளில் ஆசிரியர்கள் ஒழுங்காகப் பள்ளிக்கு வராததே, பெற்றோர்கள் தனியார் பள்ளிகளை நாடுவதற்கான இன்றியமையாத காரணமாக இந்தியாவிலும், பாகிஸ்தானிலும் உள்ள ஏழைக் குடும்பத்தினர் குறிப்பிட்டுள்ளதாக 'ஐக்கிய நாடுகள் வளர்ச்சித்திட்டம்' அண்மைக்கால அறிக்கையில் ஒத்துக்கொண்டுள்ளது. அரசுப்பள்ளிகளில் ஆசிரியர்கள் ஒழுங்காக பள்ளிக்கு வராதது குறித்து கல்வி சார்ந்த கட்டுரை, கென்யாவின் இரண்டு மாவட்டங்களில், ஆசிரியர்கள் வேலை நாட்களில் *30 சதவிகிதம் பள்ளிக்கு வரவில்லை* என்றும், வகுப்பறைகளில் மாணவர்களின் வேலைநேரங்களில் *40 சதவிகிதம் பாடம் நடத்தப்படவில்லை* என்றும் வெளியிட்டது.

'ஊழல்' பற்றிக் கவனமாக சிந்தித்த பார்த்தபோது, யுனெஸ்கோ, ஆசிரியர்கள் ஒழுங்காகப் பள்ளிக்கு வராததே காரணம் என்று ஒத்துக் கொண்டு கீழ்கண்ட திடுக்கிட வைக்கும் வேறுபாட்டைச் சுட்டிக் காட்டியுள்ளது. பள்ளிப் பணியை வேறு காரணத்திற்காக பயன்படுத்துவதையும், ஊழலையும் வேறுபடுத்தி காட்டவேண்டும். ஊதியம் போதுமான அளவு இல்லாத போதும், முறையாக வழங்கப்படாதபோதும், ஆசிரியர் வகுப்பை தவிர்த்துவிட்டு வேறு வருமானத்தை தேடிப் போவதுதான் பணியை வேறு காரணத்திற்காக பயன்படுத்துவது என்னும் சட்டத்தை மீறும் குற்றமாக காணப்படுகிறது. ஆனால் ஊழல் என்பது மிகக் கடுமையான ஒன்று. அந்த பாமரக்குழந்தைகளை தவிக்க விட்டு விட்டு, ஆசிரியர்கள் ஒழுங்காக வகுப்பறைக்கு போவதில்லை: ஒரு நைஜீரிய நாட்டு பெற்றோர் இவர்களை கைவிடப்பட்ட குழந்தைகள் என்று குறிப்பிடுகிறார். இதுபோன்று பழக்கமாகிப் போனதை இப்போது ஏற்றுக்கொள்ள முடியுமா? இதுபோன்ற ஒழுங்கீனமான ஆசிரியருக்கு எந்த விதத்தில் மன்னிப்பு வழங்குவது?

பள்ளித்தளவாடச் சாமான்கள் ஒதுக்கீடு செய்வதில் கூட ஊழல் நடந்ததாக செய்திகள் வாசித்தேன். "ஒப்படைக்கப்பட்ட தளவாடச்

சாமான்களில் 10 சதவிகிதம் கூட வகுப்பறைக்கு சென்றடையவில்லை" என்ற ஜாம்பியாவிலிருந்து வந்த ஆய்வு அறிக்கையை யுனெஸ்கோ வெளியிட்டது. அரசு அதிகாரிகளின் பதவிகளுக்கேற்ப இத்தளவாடச் சாமான்கள் பங்குபோட்டு கொண்டு திருடப்பட்டிருக்கின்றன. ஆசிரியர் மற்றும் பள்ளி முதல்வர்களை பொறுத்தவரை ஊழல் என்பது அவர்களுடைய அன்றாட அலுவல்களின் அங்கமாகிவிட்டது. உலக வங்கியின் ஓர் அறிக்கை, ஆசிரியர்களும் பள்ளி முதல்வர்களும் மாணவர் களை பள்ளியில் சேர்த்துக்கொள்வதற்காகவும், நல்ல மதிப்பெண்கள் வழங்குவதற்காகவும் லஞ்சம் கேட்கிறார்கள் என்று கூறுகிறது. இதைவிடக் கேவலமாக பள்ளி நேரம் முடிந்து, ஆசிரியர்கள் மாணவர்களை தனிப்படிப்புக்கு தங்களிடம் வரச்சொல்லும் நோக்கத்துடன் வகுப்பு நேரங்களில் முறையாகக் கற்பிப்பதில்லை. ஊழல் என்பது பொதுவான ஒன்று. ஆனால் அரசியல் ஆதரவு என்பது ஒரு வாழ்க்கை முறை.

ஆசிரியர்கள் ஒழுங்காக பள்ளிக்கு வராத பிரச்சனையைக் களைவதற்கு அதிகாரிகள் ஏதாவது செய்ய விரும்பினாலும் அது அவர்களால் முடியாமல் போய்விடுகிறது. இந்தியாவில் உள்ள கல்கத்தா மாநிலக் கல்வியாளர் ஒருவர் எழுதிய கட்டுரை: "ஆசிரியர்கள், அவர்களின் பெரிய இயக்கத்தில் உறுப்பினராக இருப்பதால், அவர்கள் மீது எடுக்கப்படும் எந்த ஒழுங்கு நடவடிக்கையாக இருந்தாலும், அதிலிருந்து தப்பித்துவிடுகிறார்கள். பள்ளி ஆய்வாளர்கள் ஆசிரியர் மீது நடவடிக்கை எடுக்க முயன்றால், இயக்கம் ஆசிரியர்களுக்கு துணை போகிறது" என்று எழுதுகிறார்.

நான் அரசாங்க அதிகாரிகளோடு பேசியபோதெல்லாம் கண்டுகொண்ட உண்மையை இந்த அரசு மேம்பாட்டு வல்லுநர்களும் உறுதிப்படுத்திச் சொன்னார்கள். அடிப்படைக் கல்வியின் பொறுப்பாளரும், சுறு சுறுப்பும் தோழமையும் கொண்டவருமான கானா நாட்டில் உள்ள 'கா' மாவட்டக்கல்வி அலுவலகத்தில் சாமுவல் டவ் என்பவரைச் சந்தித்தேன். எங்கள் உரையாடல், எந்த விதத் தூண்டுதலுமின்றி அரசுப்பள்ளி பற்றி அவர் கொண்டுள்ள அக்கறையின்பால் திரும்பியது: "அரசுப்பள்ளிகளில் உள்ள முக்கியமான பிரச்சினை மேற்பார்வையிடுவதில் உள்ளது. அரசுப்பள்ளிகளில் உள்ள ஆசிரியர்கள் எல்லாம் ஒரே குடும்பத்தில் உள்ள உறவினர்கள்போல நடந்துகொள்வார்கள். தலைமை ஆசிரியர், உதவி ஆசிரியர்கள் பற்றி நன்கு தெரிந்து வைத்திருப்பார்; ஆனால் அவர்கள் செய்வதையெல்லாம் கண்டுகொள்ள மாட்டார். பள்ளியின் சொகுசான சூழலை குலைக்கும் எந்த செயலையும் செய்யமாட்டார். மாவட்ட கல்வி அலுவலகம், ஆசிரியர்களைத் தொடர்ந்து கண்காணித்து வருவதில்லை. காரணம் அவர்களிடம் குறைவான அலுவலர்களே பணியாற்றுகிறார்கள். அவர்களுக்கு இரண்டு வாகனங்கள் மட்டுமே உள்ளன. அதில் ஒன்று

பிரத்தியேகமாகக் கல்வித்துறை இயக்குநரால், மாநாடு, கருத்தரங்கு போன்ற நிகழ்ச்சிகளுக்கு அடிக்கடி எடுத்துச் செல்லப்படும். நான் சாமுவல் டவ் அவர்களை சந்தித்த அன்றும் இயக்குநர் அம்மா வாகனத்தில் வெளியே சென்றிருந்தார். "பயமுறுத்தும் அளவு மேற்பார்வை செய்வது இல்லை" என்று விளக்கினார். "தலைமை ஆசிரியர்கள் உதவி ஆசிரியர்களோடு நெருக்கமாக இருப்பதால் பள்ளி மேற்பார்வை பயனுள்ளதாக இருக்காது. அரசுப்பள்ளிகளுக்கு அங்கு பணியாற்றும் உதவி ஆசிரியர்களை பணி நீக்கம் செய்யும் அதிகாரம் இல்லை. வேண்டுமானால் ஆசிரியர்களை வேறு பள்ளிக்கு மாற்றலாம்" என்றார். இந்த நிலைமை தனியார் பள்ளிகளிலிருந்து முற்றிலும் மாறுப்பட்டது. "நீங்கள் திறமையாகச் செயலாற்றவில்லை என்றால், அவர்கள் உங்களைப் பணிநீக்கம் செய்யலாம்; நீங்கள் வேலை பார்த்த நாட்களை கணக்குப் பார்த்து அதற்கான சம்பளத்தை கையில் கொடுத்து வீட்டுக்கு அனுப்பிவிடுவார்கள்; அல்லது அவர்களை பணியிலிருந்து அனுப்பிவிட்டு அந்த மாதக் கடைசியில் அவர்கள் பணியாற்றிய நாட்களுக்குரிய ஊதியத்தை கொடுப்பார்கள். அரசுப் பள்ளிகளில் உள்ள எங்களுக்கு அந்த அதிகாரம் இல்லை" என்றார்.

சென்ற ஆண்டு, ஒரு நாள் காலை 9.00 மணிக்கு வகுப்பறையில் குடித்துவிட்டு தூங்கிய அரசுப்பள்ளித் தலைமை ஆசிரியர் ஒருவரைப் பற்றிய கதையைச் சொன்னார். "ஒருவாறு எங்களால் அவரை வேறு பள்ளிக்கு மாற்றத்தான் முடிந்தது. அவ்வளவுதான்; வேறு எதுவும் எங்களால் செய்துவிட முடியவில்லை. எப்போதும் இதே கதைதான்" என்றார். "ஆசிரியர்களோ அல்லது பள்ளி முதல்வர்களோ குழந்தைகளிடம் முறைகேடாக நடந்து கொண்டாலோ, அல்லது குடிபோதையில் மாட்டிக் கொண்டாலோ, எங்களுக்கு அதிக பட்சமாகச் செய்யமுடிந்தது, அவர்களை வேறு பள்ளிக்கு மாற்றுவதுதான். பிறகும் ஆசிரியர்கள் அதே செயல்களைத்தான் தொடர்ந்து செய்து கொண்டிருப்பார்கள்".

நான் பார்வையிட்ட பல அரசுப்பள்ளிகள் பற்றி நிறையக் கதைகள் உண்டு. அவைகளைக் கேட்கும்போது குழப்பமாகவும், இன்னும் கோபமாகவும், அதிர்ச்சியளிக்கக் கூடியதாகவும் இருக்கும். பழம்பெரும் நகரான ஹைதராபாத்தில் பந்தலகுடா என்னும் இடத்தில் உள்ள அரசுப்பள்ளியில், தனியார் பள்ளி மாணவர்களையும் அரசுப்பள்ளி மாணவர்களையும் ஒப்பிட்டுப் பார்ப்பதற்காகத் தேர்வு ஒன்று நடத்தினேன். வந்திருந்த மாணவர்கள் அனைவரும் தரையில்தான் அமர்ந்தனர். (அங்கு மேஜையோ உட்காரும் பலகையோ இல்லை.) மாணவர்கள் என்னை ஆர்வத்துடன் வரவேற்றனர்; நான் சொன்னதையெல்லாம் ஆர்வமுடன் கேட்டனர். ஒளி படைத்த கண்களைப் பெற்றிருந்த அவர்கள் எனது ஆய்வுக்காக நடத்திய அந்தச் சோதனையில் மகிழ்ச்சியோடு பங்கேற்றனர். ஆனால் கற்றுக்

கொள்வதில் அவர்களுக்கு இருக்கவேண்டிய ஊக்கமும் உற்சாகமும் ஒன்றுமில்லாமல் போய் இருந்தது. அப்பள்ளியில் அங்கீகரிக்கப்பட்ட ஆசிரியர்கள் மொத்தம் ஏழு ஆசிரியர்கள் இருந்தனர். அவர்களில் இரண்டே ஆசிரியர்கள் தாம் அன்று பள்ளிக்கு வந்திருந்தனர். அவர்களில் தலைமை ஆசிரியரும் அடங்குவார். அந்தத் தலைமை ஆசிரியர் இயல்பாகவே தன்னை முழுமையாகப் பணியில் ஈடுபத்திக்கொண்ட, நேர்மையான மனிதர் என்று சொன்னார்கள். வராத ஐந்து ஆசிரியர்களில் இரண்டு ஆசிரியர்கள், வேறு ஒரு பள்ளிக்கு - அதாவது ஆசிரியர்களே வராத அப்பள்ளிக்கு உதவி மாவட்ட கல்வி அலுவலரால் 'தற்காலிகமாக' மாற்றுப்பணியில் அனுப்பப்பட்டிருந்தார்கள். மற்ற மூன்று ஆசிரியர்கள் ஒரு வார கால பணியிடைப் பயிற்சிக்கு அனுப்பப்பட்டிருந்தார்கள். தலைமை ஆசிரியர், ஆசிரியர் வருகை பதிவேட்டினைக் காண்பித்தார். ஆசிரியர்கள் எப்போதாவதுதான் பள்ளிக்கு வருகை தந்திருக்கிறார்கள் என்பதை அது தெளிவாகக் காட்டியது. த.வி.பதிவேட்டினையும் என்னிடம் காண்பித்தார். எனக்கு த.வி. பற்றியும் தெரியும் என்று தலைமை ஆசிரியர் ஊகித்திருந்தார். எனக்கு அந்த விபரம் தெரியாதாகையால், அவரிடமே கேட்டு அது "தற்செயல் விடுப்பு" என்று தெரிந்துகொண்டேன். அத்துடன் எல்லாப் பள்ளிகளுக்கும் தேசிய விடுமுறை, மாநில அரசு விடுமுறை, ஆசிரியர் இயக்க மாற்றுமுறை ஆவணச் சட்டத்தின்படி 22 நாட்கள் சிறப்பு தற்செயல் விடுமுறை, இதுதவிர இன்னும் 5 நாட்கள் "விருப்ப விடுமுறை", இன்னும் சில மருத்துவ விடுப்பு என பல விடுப்புகள் உண்டு.

பள்ளிகளுக்கு 220 வேலைநாட்கள் மட்டுமே. ஆசிரியர்கள் அவர்களுக்கு தேவையான விடுப்புகள் எடுத்துக்கொண்டவை தவிர 193 நாட்கள் மட்டுமே வேலை செய்கிறார்கள். "இயக்கம் ஆசிரியர்கள் வசதிக்காகவே செயல்படுகின்றது" என்றார் தலைமை ஆசிரியர். "இதுபோல, ஆசிரியர்கள் அடிக்கடி பள்ளிக்கு வராதுபோனால் மாணவர்கள் எப்படிப் படிப்பார்கள்?" கற்றுக்கொள்ளும் தாகத்தோடு தரையில் வெறுமனே அமர்ந்திருந்த குழந்தைகளை பார்த்தபோது என் நெஞ்சம் வெடித்து விடும்போல் இருந்தது.

அங்கேயே மெகபூப் நகரில் உள்ள 'தாண்டா' என்னும் கிராமத்தில் இன்னொரு அரசுப்பள்ளி இருந்தது. என் குழுத்தலைவியான கோமதி என்பவரோடு அங்கு சென்றேன். பள்ளி நடைபெறும் நேரமான அப்போது, ஒரே ஒரு ஆசிரியர்தான் பள்ளிக்கு வருகை புரிந்திருந்தார். மாணவர்கள் வெறுமனே தரையில் அமர்ந்திருந்தனர். அப்போது ஆசிரியர் செய்தித்தாள் வாசித்துக் கொண்டிருந்தார். சில சிறுவர்கள் வகுப்புக்குள்ளயே சுற்றி சுற்றி ஓடிக்கொண்டிருந்தனர். அவசர அவசரமாக செய்தித்தாளை சுருட்டி வைத்துவிட்டு மாணவர்களை ஒழுங்குபடுத்தி அமரச்செய்து விட்டு, பிறகு

மற்ற இரண்டு ஆசிரியர்களும் "தற்செயல் விடுப்பில்" இருப்பதாகச் சொன்னார். இந்த இரண்டு பெண் ஆசிரியைகளில் ஒரு பெண் ஆசிரியையின் கணவன் இறந்துவிட்டதால், அவர் தற்செயல் விடுப்பில் இருப்பதாகச் சொன்னார். என் அனுதாபத்தைத் தெரிவித்துக்கொண்டேன். பள்ளியைவிட்டு வெளியே வந்தபோது, மூன்று மாதங்களுக்கு முன்பு கோமதி இப்பள்ளியைப் பார்வையிட்டபோதும் இதே சாக்கு போக்குதான் சொன்னார்கள் என்றார்.

தொலைவிலிருந்து வரும் ஆசிரியர்கள்

ஏழைக் குழந்தைகள் பற்றி இன்னொரு பிரச்சனை இருப்பதாக அரசுப்பள்ளி ஆசிரியர் கூறியிருப்பதை பத்திரிக்கையில் வாசித்தேன். ஆசிரியர்கள், குறிப்பாக ஏழைக் குழந்தைகளுக்குக் கற்றுக் கொடுப்பதை விரும்பவில்லை என்று சொல்லுகிறார்கள். உலக வங்கியே இந்த பிரச்சினை குறித்துப் பேசுகிற போது, இதற்குப் புதிய பெயர் ஒன்று சூட்டி இருக்கிறது; "சமூக இடைவெளி" அதாவது, நகரின் மேட்டுக்குடிப் பகுதியிலிருந்து குடிசைப் பகுதிகளுக்குக் கற்பிக்க வரும் அரசுப்பள்ளி ஆசிரியர்களும், தலைமை ஆசிரியர்களும், அவர்களது பொறுப்புகளைச் சரிவரப் புரிந்து கொள்வதில்லை. உலக வங்கியின் அறிக்கை கூறியவதாவது; ஆசிரியர்கள், தங்களை எல்லோருக்கும் மேலானவர்களாக எண்ணிக் கொண்டு எங்களைப் புறக்கணிக்கிறார்கள்; எங்கள் குழந்தைகளைக் குப்பைகளைப் போலக் கருதுகிறார்கள் என்று ஏழைப்பெற்றோர்கள் குறிப்பிட்டிருக்கின்றனர். கல்கத்தாவிலிருந்து வெளிவந்த வேறு ஒரு கட்டுரையை வாசிக்கிறபோது, ஆசிரியர்களும், தலைமை ஆசிரியர்களும் குழந்தைகளின் வீட்டுச் சூழலில் அவர்கள் எதையும் கற்றுக் கொள்ள முடியாது என்று குற்றம் சுமத்துவதோடு, பெற்றோர்களின் அக்கறையின்மையே பள்ளியில் படிக்கும் குழந்தைகளை வேலைக்கு அனுப்புவதற்குக் காரணம் என்றும் குறிப்பிட்டுள்ளது.

இதைப் பெற்றோர்கள் வன்மையாக மறுத்திருக்கின்றனர். அரசுப் பள்ளிகளின் தாழ்ந்த கல்வித் தரமே நாங்கள் எங்கள் குழந்தைகளை பள்ளியிலிருந்து அழைத்துச் செல்வதற்கான காரணம் என்று பெற்றோர்கள் வாதிடுகின்றனர்.

என்னுடைய பயணத்தில் அவ்வப்போது சந்தித்த ஒன்றுதான் "சமுதாய இடைவெளி"- மெக்கோகோவிலும் இதைத்தான் கண்டேன். அநேக ஆசிரியர்கள், அரசுப்பள்ளிகளும் மாணவர்களும் இருக்கும் இடமான பாமரமக்கள் வாழும் புறநகரில் தங்கி இருப்பதில்லை. ஆனால் லாகோஸ்

மேட்டுக்குடியினர் வாழும் நவநாகரிகமான பகுதிகளில் தங்கியிருந்து, அங்கியிருந்து இரண்டு மணி நேரப் பயணத்திற்குப் பின் பள்ளிக்கு வருகின்றனர். அதிலும் ஓர் ஆசிரியர் இம்மாநிலத்திலேயே இல்லாமல் வேறு ஒரு மாநிலத்திலிருந்து பள்ளிக்கு வருகிறார். இவருக்கு இப்பள்ளிக் குழந்தைகள் பேசும் மொழி தெரியாது. குடிசைப்பகுதிகளின் எல்லைக்கு அப்பால் தனியார் பள்ளிகள் இருப்பதும் யாருக்கும் தெரியாது. கானாவில் உள்ள மீன் பிடி கிராமமான போர்ட்டியனோர் என்ற இடத்திலும் இதே கதைதான். இங்குள்ள அரசுப்பள்ளி ஆசிரியர்களில் அநேகர், அக்ராவின் நவநாகரிகமான புறநகர்ப் பகுதியிலிருந்து தான் வருகிறார்கள் என்று தெரிந்துகொண்டேன்.

தலைமை ஆசிரியையின் மேஜைக்கு பின்னால், அப்பள்ளியின் விபரங்கள் பட்டியலிட்டு எழுதப்பட்டிருந்தன. அது 2,255 மாணவர்கள் பதிவு எண்ணிக்கையை காட்டியது. அதில் 1445 மாணவர்கள், குடிசை வாசிகளாகவும் 810 மாணவர்கள் நடுத்தர வர்க்க மாணவர்களாகவும் காட்டியது. இதை நான் செல்லவில்லை. அந்த அம்மையார் வகைப்படுத்திக் காட்டியிருந்த பட்டியல் அவ்வாறு சொல்கிறது. அந்தக் குடிசை வாழ் பாமரக் குழந்தைகளை இங்குள்ள இனிமையான சூழலில் வைத்திருப்பதை அருவருப்பாக உணர்வதாக எந்தவிதக் குற்றவுணர்வும் இல்லாமல் எதார்த்தமாக இதைக் கூறுகிறார். "அவர்களுக்கு கழிப்பறையை எப்படி பயன்படுத்துவது என்று கூடத்தெரியவில்லை" என்று குறையாக சொல்லியதோடு, அக்குழந்தைகள் எவ்வாறு கழிப்பறையில் உட்கார்ந்தார்கள் என்றும் கேவலமாக செய்தும் காண்பித்தார். "அவர்களுக்குக் குந்தி இருக்கத்தான் தெரியும்" என்று கிண்டலுடன் சொன்னார். "குடிசைகளில் இருந்து வரும் குழந்தைகள் அருவருப்பான பாஷை பேசப் பழக்கப்பட்டு விடுகிறார்கள். அவர்கள் ஆசிரியர்களை பற்றி எதுவும் பேசத் துணிந்து விடுகிறார்கள்; அந்த ஆசிரியைக்கு பெரிய பிட்டங்கள் என்று பேசுகிறார்கள். எல்லாருமே தேவையில்லாதவைகளை அசிங்கமாக பேசுகிறார்கள்" என்றார். பிறகு குழந்தைகள் ஒருவருக்கொருவர் பேசிக் கொள்வதை திருப்பிச் சொல்லத் தொடங்கினார். "உங்கள் அம்மாவும், அப்பாவும் தெருவில் ஒன்றாகப் படுத்துக் கிடந்தார்கள்"; அல்லது "நான் இரவு சரியாக தூங்கவில்லை. என் அம்மாவும் அப்பாவும் 'அதை' செய்து கொண்டிருந்ததால் தூங்கமுடியவில்லை. இன்று மதியமும் அவர்கள் 'அதை' அப்படியே செய்து கொண்டிருந்தார்கள்" என்று குழந்தைகள் பேசிக் கொண்டிருந்ததை சொல்லிக் காண்பித்தார். குடிசை வாழ் மக்கள் எல்லாரும், ஒரே அறையில் நெருக்கமாக வசிக்கிறார்கள். இதனால் அக்குழந்தைகள் பல கெட்ட விஷயங்களுக்கு ஆட்பட்டு விடுகிறார்கள். ஒரு விஷக் கிருமியைப்போல எங்கும் பரப்பி விடுகிறார்கள்" என்றார். இப்போது பள்ளிகளில் நிலைமை மிகவும் மோசமாக இருப்பதால், அந்த அம்மையாரின் இரண்டு குழந்தைகளையும் தனியார் பள்ளிக்கு அனுப்பி

விடலாமா என்று யோசித்துக் கொண்டிருப்பதாகச் சொன்னார். இந்த சந்தர்ப்பத்தைப் பயன்படுத்திக் கொண்டு, குடிசைப்பகுதிகளில் இருக்கும் தனியார் பள்ளிகளைப் பற்றி என்ன நினைக்கிறீர்கள் என்று கேட்டேன். குடிசைப் பகுதிகளில் அந்த மாதிரி பள்ளிகள் ஏதும் இல்லையே என்று சொன்னார்.

அந்த அம்மையாரின் பள்ளியில் படிக்கும் குடிசைவாழ் குழந்தைகளை, நான் நடத்திய சோதனைக்கு அனுப்பியதற்காக அந்த அம்மையாருக்கு நன்றி சொன்னபோது, அந்த அம்மையார் சொன்னதை தவறாகக் காதில் கேட்டுவிட்டேனோ என்று எண்ணினேன். "ஆமா, நீங்கள் அவர்களைச் சோதனைக்கு அழைத்துச் செல்லவில்லை என்றால், அவர்கள் பள்ளியை பெருக்கிக் கழுவிக் கொண்டிருந்திருப்பார்கள்" ***(Cleaning)*** என்று மாணவர்கள் உண்மையில் செய்திருக்க வேண்டிய வேலையைச் சொன்னார். "கற்றுக் கொண்டிருக்கிறார்கள்" ***(Learning)***. இப்படித்தான் என் காதில் விழுந்ததாக எண்ணினேன். இந்த நேரத்தில் அந்த குடிசைப் பகுதிகளிலிருந்து பள்ளிக்கு வரும் மாணவர்களை, பள்ளி வேலைகளிலிருந்து விடுவித்து தேர்வுக்காக வெளியே அழைத்து வந்து விட்டோம். அதன் பிறகு குடிசைப் பகுதியிலிருக்கும் பள்ளிகளை பார்வையிடும் போதெல்லாம், அந்த அரசுப்பள்ளி தலைமை ஆசிரியையின் கண்கள் வழியாக பார்ப்பது போல அக்குழந்தைகளைப் பார்க்க முயற்சி செய்தேன். ஆனால் என்னால் அக்குழந்தைகளை அவ்வாறு பார்க்க முடியவில்லை. அந்தக் குழந்தைகள் நன்னடத்தை உள்ளவர்களாகவும், தூய்மையும், ஒழுக்கமும் உள்ளவர்களாகவும், கற்றுக்கொள்ள ஆர்வம் உள்ளவர்களாகவும் காணப்பட்டனர். அந்த அம்மையார் சித்தரித்துக் காட்டிய கொடிய அரக்கர்கள் போல அக்குழந்தைகள் காணப்படவில்லை.

இந்தியாவின் கிராமப்பகுதிகளில் 'சமூக இடைவெளியைக்' கண்டேன். அங்கே ஓர் அரசுப்பள்ளியில் இரண்டு பெண் ஆசிரியர்கள் பள்ளிக்கு காலை 11.30 க்கு வந்தார்கள்; அதாவது பள்ளி தொடங்கி இரண்டு மணி நேரம் கழித்து வந்தார்கள். இன்று ஏன் அவர்கள் இவ்வளவு தாமதமாக வருகிறார்கள் என்று அப்பாவித்தனமாகக் கேட்டேன். "நகரில் இருந்து ஒரே ஒரு பேருந்துதான் வருகிறது. அது 11.00 மணிக்குத்தான் வருகிறது. அதன் பிறகு அந்த ஆசிரியைகள் மூன்று கிலோ மீட்டர் தூரம் நடக்க வேண்டியிருக்கிறது. எந்த குற்றமும் செய்யாத அந்த ஆசிரியைகளை கிராமப்புறப் பகுதியில் பணி அமர்த்தி விட்டார்கள். இந்த வசதியைப் புரிந்து கொண்டு அவர்களும் வேறு இடத்திற்கு மாற விரும்பவில்லை. இங்கே ஒரே ஒரு பேருந்து தான். அதுவும் கிராமத்திற்கு உள்ளே வராது. எனவே காலையில் ஒவ்வொரு நாளும் அவர்கள் பள்ளிக்கு வரும் நேரம் அதுதான்.

இது எல்லாம் முற்றிலும் மாறுபட்டது. இந்த மாறுபாடு மீண்டும் மீண்டும் சொல்வதற்கு தகுதிபடைத்தது - ஏழைகளுக்காகச் செயல்படும் தனியார் பள்ளிகளில் நான் கவனித்தது என்னவென்றால், தனியார் பள்ளிகளில் பணியாற்றும் ஆசிரியர்களிடம் எவ்வளவு தான் குற்றம் குறைபாடுகள் இருந்தாலும், அச்சமுதாயத்தின்பால் முழு ஈடுபாடு கொண்டவர் களாக விளங்குவார்கள். போக்குவரத்து காரணமாக தாமதமாகப் பள்ளிக்கு வரும் ஆசிரியர்களோடு எந்தப் பிரச்சினையும், தனியார் பள்ளிகளில் ஏற்படவில்லை. ஆசிரியர்கள் வேகமாக வகுப்பறைகளுக்கு போய் விடுவார்கள். அல்லது ஏதேனும் ஒரு காரணத்தினால் அவர்கள் தாமதமாக வந்தால் தாமதத்திற்கான காரணத்தை கவனமாக கண்டறிந்து, அது மீண்டும் நடக்காதவாறு கவனித்துக் கொள்வார்கள்.

ஏழ்மை நிலை : பணிச்சூழல்

அரசுப் பள்ளிகளைப் பொறுத்தவரை 'பள்ளிக்கு தினமும் வராத ஆசிரியர்கள்' மற்றும் 'சமுதாய இடைவெளி' ஆகியவைகளுடன், அரசுப் பள்ளிகளில் நிலவும் 'பற்றாக்குறையும்' சேர்ந்து அமைந்துள்ளது என்று அரசு மேம்பாட்டு வல்லுனர்களும் ஏற்றுக் கொண்டுள்ளனர். உலக வங்கி வெளியிட்ட ஓர் அறிக்கையில், இந்தியாவில் பீஹார் மாநிலத்தில் ஓர் அரசுப்பள்ளியில் ஒரு மோசமான சூழல் அமைந்துள்ளதை முன்னிலைப் படுத்தி வெளியிட்டுள்ளது. "அப்பள்ளியில் விளையாட்டு மைதானம் சேறும் சகதியும், அதோடு கால்நடைகளின் கழிவுப்பொருட்களும் நிறைந்து காணப் பட்டன. ஒரு குழந்தையை மூழ்கடித்துவிடும் அளவுக்கு பொங்கி வழிந்தோடும் சாக்கடை; கொசுக்கள் அதிகம் காணப்பட்டன. அப்பள்ளிக்கு கழிப்பறை வசதி இல்லை. பள்ளிக்கு அருகில் குடியிருப்போர், 'எந்த' இடமாக இருந்தாலும் மாணவர்கள் அசிங்கப்படுத்தி விடுகிறார்கள் என்று மாணவர்கள்மீது குற்றம் சாட்டினார். ஆனால் ஆசிரியர்கள், பள்ளி விளையாட்டு மைதானத்தை அக்கம் பக்கத்தோர் கழிப்பிடமாக பயன்படுத்துகின்றனர் என்று அவர்களை குற்றம் சாட்டினார்கள்" என்று அவ்வறிக்கை கூறியது. அதுபோல நாங்கள் ஆய்வு செய்த பள்ளிகளில் பாதிக்குமேல் குடிதண்ணீர் வசதி இல்லை. இதே போல் கல்கத்தாவில் நாங்கள் ஆய்வு மேற்கொண்ட 11 அரசுத் தொடக்கப்பள்ளிகளில், இரண்டே இரண்டு பள்ளிகளில் மட்டும் குடிதண்ணீர் வசதியும், 5 பள்ளிகளில் விளையாடுமிடங்களும் இருந்தன. அப்பள்ளிகளில் முக்கியமான பிரச்சினை களை பட்டியலிடும்போது, தலைமை ஆசிரியர் மின் வசதி, போதிய இடவசதி மற்றும் மாணவர்கள் அமர்வதற்கான தளவாடச் சாமான்கள்

ஆகியவற்றைக் கேட்டிருந்தார். இவ்வகையான அரசுப்பள்ளிகளில் கூச்சலும் குழப்பமும் ஆன சூழலுக்கு மத்தியில்தான் கற்பித்தல் என்பது நடைபெற்று வருகிறது என்பதைக் கவனித்தேன்.

என்னுடைய ஆய்வுப் பயணத்தில் இதுபோன்ற அரசுப்பள்ளிகள் பலவற்றை பார்த்திருக்கிறேன். லாகோஸ் மாநிலத்தில், உள்ளாட்சித் துறையில் உள்ள ஆளப்பியர் என்னும் இடத்தில் "காம்பிரி ஹென்சிவ் ஹை அண்ட் ஜூனியர் ஸ்கூல்" என்னும் பள்ளி இருந்தது. ஜூனியர் ஸ்கூல் ஒழுங்கற்று தாறுமாறாக காணப்பட்டது. அதை அப்படித்தான் சொல்ல முடியும். (தலைமை ஆசிரியர் அறை மட்டும் ஒழுங்காக ஒதுக்கப் பட்டிருந்தது) மரத்தூண்களால் தாங்கப்பட்டு நிற்கும் அந்தத் தகரக் கூரைக் கட்டடம் மிகவும் வலுவிழந்து காணப்பட்டது. சில மாதங்களுக்கு முன் அடித்த காற்றில் அந்தத் தகரக் கூரை அடித்துச் செல்லப்பட்டது. கட்டடம் முழுவதும் சேதப்படுத்தப்பட்டுவிட்டது. அந்த அரசுப் பள்ளிக் கட்டடத்தை சரிப்படுத்த அரசாங்கத்திடம் எந்த நிதியும் இல்லை என்று சொல்லிவிட்டதாகப் பள்ளி முதல்வர் சொன்னார். உலகவங்கியிடமிருந்து, உலகளாவிய அடிப்படைக் கல்வித் திட்டத்திற்காக அரசு 18 பில்லியன் நைரா (சுமார் 140 மில்லியன் டாலர்)வாங்கியுள்ளதாகப் பள்ளி முதல்வர் வருத்தப்பட்டுச் சொன்னார். "அந்தப் பணம் என்னவாயிற்று?" என்று அவரே கேட்டார்.எதுவும் பள்ளிக்குக் கிடைப்பதாகத் தெரியவில்லை. இது ஒரு நீதிக் கதையில் வரும் பண்டிகைப் பசு போல ஆகிவிட்டது என்று ஒரு கதையைச் சொன்னார். ஒரு எஜமான் பண்டிகை கொண்டாட விரும்பி, அதற்கு அடித்துச் சமைக்க ஒரு பசு மாட்டை கொடுக்கிறார். பசு மாட்டை அறுத்து, உரித்து, துண்டு போட்ட கசாப்புக் கடைக்காரர்கள் வழக்கம்போல அவரவர் பங்கை எடுத்துக் கொண்டார்கள். கசாப்புகாரர்கள் பங்கு போக, மீதமுள்ள முழுப்பசுவும் நமக்குக் கிடைத்தது. பிறகு மாட்டைச் சமைத்த சமையற்காரர்கள் அவர்கள் பங்கை எடுத்துக் கொண்டார்கள். எனவே இப்போது நமக்கு, கசாப்புக்காரர்கள் பங்கு போக, சமையற்காரர்கள் பங்கு போக மீதமுள்ள முழுப்பசுவும் நமக்குக் கிடைத்தது.

பிறகு பரிமாற வந்தவர்கள் அவர்கள் பங்கை எடுத்துக் கொண்டனர். இப்போது நமக்கு, கசாப்புக்காரர்கள் பங்கு போக, சமையற்காரர்கள் பங்கு போக, பரிமாறுகிறவர்கள் பங்கு போக மீதமுள்ள முழுபசுவும் நமக்குக் கிடைத்தது. "கல்விக்கான நிதி ஒதுக்கீட்டு முறையும் இதே போலத்தான்" என்று பள்ளி முதல்வர் சொன்னார். "நிதி ஒதுக்கீட்டில், கல்வித்துறைக்கு நிதி ஒதுக்கப் படுகிறது என்று கேள்விப்படுகிறோம். ஆனால் அந்த நிதி எங்கள் பள்ளிகளுக்கு வந்து நான் பார்த்ததில்லை. அந்தப்பணம் எங்கே போகிறது என்று எங்களுக்குத் தெரிவதில்லை" என்றார். பெற்றோர்

ஆசிரியர் கழகத்தை அரசு சட்டப்படி செல்லாதது ஆக்கிவிட்டது. ஏனென்றால், கல்வி இலவசமாக இருக்கவேண்டும். ஆகவே பள்ளி வளர்ச்சிக்காக எந்தப் பெற்றோர்களிடமிருந்தும் எந்த உதவியும் பெற முடியவில்லை. இலவசக்கல்வி என்பது எந்த ஒரு ஆதாரத்தையும் பெற்றுக்கொள்ள முடியாதது என்று தெளிவாகத் தெரிந்தது.

இன்னும் விழுந்துவிடாமல் நின்று கொண்டிருந்த கட்டிடங்களும் வலுவிழந்துதான் நின்றன. உடைந்து போயிருந்த மர இருக்கைகள், விரிசல் விட்டிருந்த சுவர்கள், இடிந்து விழும் போலிருந்த கூரைகள் ஆகிய குறைபாடுகள் கொண்ட வகுப்புகளில் 80 லிருந்து 100 குழந்தைகள் வரை அடைத்து வைக்கப்பட்டிருந்தனர். ஒரு கரும் பலகையில், அந்த வகுப்புத் தலைவன் எழுச்சி மிக்க வசனங்களை எழுதி இருந்தான். “வாழ்வியல் சிந்தனைகள்: வாழ்க்கையை எளிதாக எடுத்துக்கொள்ளுங்கள். மேடு பள்ளங்கள் நிறைந்ததுதான் வாழ்க்கை; இன்ப துன்பங்கள் நிறைந்ததுதான் வாழ்க்கை; வெற்றியும், தோல்வியும் மாறி மாறி வருவதுதான் வாழ்க்கை; வேதனையும் மகிழ்ச்சியும் நிறைந்ததுதான் வாழ்க்கை; கடின உழைப்பால்தான் ஒருவன் வாழ்க்கையில் வெற்றி அடைய முடியும்”. மற்ற வகுப்பறைகளில் கரும் பலகை மத்தியில் ஒரு பெரிய ஓட்டை போட்டிருந்தனர். அந்த ஓட்டை வழியாக அடுத்த வகுப்பறைகளில் நடப்பதைப் பார்க்கவும் கேட்கவும் முடியும். சிறைக் கைதிகள் தப்பித்துப் போவதற்காக சுவர்களில் ஓட்டை போடுவதுபோல, இங்கேயும் பொழுதுபோகாத மாணவர்கள் கரும்பலகைகளில் ஓட்டை போட்டிருக்கிறார்கள்.

உயர்நிலைப்பள்ளி இன்னும் மோசமாக இருந்தது. மழையிலும் காற்றிலும் கட்டடத்தின் கூரை அடித்துச் செல்லப்பட்டிருந்தது. அப்பள்ளியில் பெரிய பெரிய வகுப்பறைகள் இருந்தன. கரும் பலகைகள்தான் வகுப்பறைகளைத் தனித்தனியாகப் பிரித்து வைத்திருந்தன. வகுப்புக்கு 125 மாணவர்கள் வீதம் இருந்தனர். செவிப்பறைகளைக் கிழிக்கக் கூடிய சத்தம்; கற்பதற்கோ அல்லது கற்பிப்பதற்கோ எந்த முனைப்பும் அங்கே காணப்படவில்லை. பழைய கட்டிடத்தில் 15 வயதிற்கும், அதற்கு மேற்பட்ட வயதுக் குழந்தைகளும் அமர்ந்து படித்தனர். அதில் வகுப்பறைக்கு 150 குழந்தைகள் வீதம் இருந்தனர். கட்டிடத்திற்கு சுவர்கள் இல்லை. இங்கேயும் கரும்பலகைகள்தான் வகுப்பறைகளையும் பிரித்து வைத்தன. தகரக் கூரையின் கீழ் வெப்பம் வாட்டி எடுத்தது. வெப்பத்தைத் தவிர்க்க மின் விசிறி இல்லை. மின் இணைப்புக் கூட இல்லை.

இந்தியாவிலும் இந்த நிலைமையைச் சந்தித்தேன். அடைவுத் திறனுக்கான ஒப்பீட்டு ஆய்வுத் தேர்வில் எவ்வாறு மாணவர்கள்

முன்னேற்றம் அடைந்திருக்கிறார்கள் என்று சோதிக்க, பழம்பெரும் நகரான ஹைதராபாத்தில் உள்ள கிஷன்பாக் என்னும் இடத்தில் உள்ள தொடக்கப் பள்ளியைப் பார்வையிட்டோம். நீர்ப்பறவைகளின் படையெடுப்பால் நாற்றமெடுத்துப் போயிருந்த குட்டையின் கரையில் அந்தப் பள்ளி அமைந்திருந்தது. ஆடு மாடுகள் அந்த குட்டை நீரில் படுத்து உழன்றன. வெளியிலிருந்து பார்க்கின்றபோது, பெரிய கட்டடமாக, சிறந்த விளையாட்டு மைதானத்தைக் கொண்ட, முறையாகக் கட்டப்பட்ட கான்கிரீட் கட்டடமான அப்பள்ளி அழகாகக் காணப்பட்டது. ஆனால் கூரையிலிருந்து மழைநீர் ஒழுகி, என்னை அவர்கள் அழைத்துச் சென்ற அந்த முதல் வகுப்பில் நீர் நிரம்பி குட்டை போல் தேங்கி இருந்தது. அங்குதான் நான்காம் வகுப்பு மாணவர்கள் என்னுடைய தேர்வுக்கு விடை எழுதிக் கொண்டிருந்தனர். அங்கு நீர் தேங்கியிருந்த இடத்தை விட்டு விலகி, மாணவர்கள் நெருக்கியடித்துக் கொண்டு வெறும் தரையில் அமர்ந்து எழுதிக்கொண்டு இருந்தனர். அறையெங்கும் கொசுக்கள் அதிகம் காணப்பட்டன. குழந்தைகள் தேர்வு எழுதுவதில் ஆர்வமில்லாது முகத்தில் கடித்த கொசுக்களை அடித்து நசுக்கிக் கொண்டிருந்தனர். இன்னும் கொஞ்சம் நேரம் போனால் எனக்குக் கிறுக்குப் பிடித்துவிடும் போலிருந்தது.

தூசு படிந்த, கொசுக்களும் பூச்சிகளும் நிறைந்த, இருக்கை வசதி கூட இல்லாத இதுபோன்ற அறையில் ஏன்தான் இந்த ஆராய்ச்சியாளர்கள் இந்த தேர்வை அனுமதித்துத் தொலைக்கிறார்களோ என்று எரிச்சல் பட்டேன். ஆனால் இதற்குப் பிறகு மற்ற வகுப்பறைகளைப் பார்வையிட்டபின், இதுவே மிகச் சிறந்த அறை என்று உணர்ந்து கொண்டேன். இன்னும் நான்கு அறைகள் இதேபோன்று இருந்தன. எல்லாமே பெரியதாகவும் போதிய இடவசதி உள்ளதாகவும் இருந்தன. ஆனால் எல்லா அறைகளுமே தூசுபடிந்த, சுகாதாரக்கேடான அறைகளாகவே இருந்தன. அவைகளில் இரண்டு அறைகளில் சுமார் 40 மாணவர்கள் அமர்ந்திருந்தனர். எல்லா அறைகளும் தண்ணீர் தேங்கியும், கொசுக்கள் நிறைந்தும் காணப்பட்டன. ஒரு வகுப்பறையில், அந்த ஆசிரியர், சற்று துணிச்சலாக, எரிந்து மீதமிருந்த ஒரு சிறிய கொசுவர்த்திச் சுருளை எரிய விட்டிருந்தார். அந்த வகுப்பறையில் மாணவர்கள் அமர்வதற்கு ஏதுவாகத் தன்னால் இயன்றதை செய்திருந்தார். இந்த கொசுவர்த்திச் சுருளின் விலை **23** ரூபாய் (சுமார் **51** செண்ட்). பள்ளியில் அதை வாங்குவதற்கு நிதி இல்லை. எனவே வீட்டிலிருந்தே எடுத்து வர வேண்டியிருக்கிறது என்று அந்த ஆசிரியர் சொன்னார். மற்ற இரண்டு வகுப்பறைகளிலும் மாணவர்கள் இல்லை. ஏன்?. ஏனென்றால் அந்த வகுப்புகளுக்கு அரசு, ஆசிரியர்களை நியமிக்கவில்லை. எனவே ஆசிரியர் இல்லாத அந்த வகுப்புகள், இந்த வகுப்புடன் சேர்த்து வைத்து கவனிக்கபட்டு வந்தன. ஓர் ஆசிரியர் மட்டும்

வகுப்பறையில் 'பல் நிலைக்கற்பித்தல்' என்ற முறையைக் கையாண்டு கற்பித்துக் கொண்டிருந்தார்.

உண்மையில் அரசு மேம்பாட்டு வல்லுநர்கள் அரசு பள்ளிகளின் நிலை அவலமாக உள்ளது என்பதை ஏற்றுக் கொள்வது போல் தோன்றுகிறது. எனவே மாணவர் இடைநிற்றலுக்கான பொறுப்பு, பெற்றோர்களின் ஏழ்மையோ, கல்வியின்பால் அக்கறையின்மையோ, குழந்தை தொழில் முறையோ அல்ல. பன்னாட்டு வளர்ச்சி துறையின் பிரிட்டிஷ் மேம்பாட்டு முகமை ஓர் அறிக்கை வெளியிட்டது. "அநேகக் குழந்தைகள், குறிப்பாக பரம ஏழை குடும்பங்களிலிருந்து வருபவர்கள், பள்ளியை விட்டு இடையில் நின்று விடுகிறார்கள்; அல்லது பள்ளியில் சேராமலயே இருந்து விடுகிறார்கள். தரக்குறைவான பள்ளிகளே இதற்கான நேரடிக் காரணம். தரமும், பலனும் நிறைவு தருவதாக இருந்தால்தான் தங்கள் குழந்தைகள் மீது பெற்றோர்கள் கல்வி என்னும் மூலதனம் செய்ய முன் வருகிறார்கள் இல்லையேல் மூலதனம் செய்ய முன்வருவதில்லை" என்று அந்த அறிக்கை கூறுகிறது.

குறைவான கல்வித்தரம்

அரசு பள்ளிகளில் ஆசிரியர்களின் கற்பித்தல் ஈடுபாடும், பள்ளியின் ல்விச் சூழலும் நன்றாக அமையப்பெறாவிடில், மாணவர்களின் கல்வித்தரம் மிக மோசமாக அமையும் என்பதில் எந்த வித ஆச்சரியமும் இல்லை. நான் பயணித்த போது கண்டறிந்த உண்மைகள் இந்தப் பயத்தை உறுதிப்படுத்தின. டான்ஜானிய நாட்டில் மேற்கொண்ட ஓர் ஆய்வு அறிக்கையை, உலக வங்கி, "மாணவர்களின் ஏழு ஆண்டுக்காலப் பள்ளிப் படிப்பை சோதனையிட்டபோது அதிகபட்ச மாணவர்கள் எதையும் கற்றுக்கொண்டுவிடவில்லை" என்று வெளியிட்டுக் கூறியது. பன்னாட்டு வளர்ச்சித்துறை வெளியிட்ட அறிக்கை, "சகாராப் பாலவனத்தின் தென் பகுதியில் உள்ள ஆப்பிரிக்க நாட்டைச் சேர்ந்த 60 சதவிகிதக் குழந்தைகள் வரை, தொடக்கக்கல்வியை விட்டு வெளியேறும்போது எழுதப் படிக்கத் தெரியாதவர்களாகவே வெளியேறுகிறார்கள். இங்கே மனித ஆற்றல் பாழடிக்கப்படுகிறது; அபூர்வமான மானுட வளம் பாழடிக்கப்படுகிறது" என்று கூறுகிறது. பங்களாதேஷ் நாட்டில் வெளியிடப்பட்டுள்ள ஓர் அறிக்கையில், "ஐந்து ஆண்டுகாலத் தொடக்கக் கல்வியை முடித்த மாணவர்களில் ஐந்தில் நான்கு மாணவர்கள் குறைந்த பட்சக் கல்வியைக்கூட அடையாமல் போய்விடுகிறார்கள்" என்று கூறுகிறது. கல்கத்தாவிலிருந்து வெளியான ஓர் ஆய்வுக்கட்டுரை, "ஓர் ஆண்டுக்காலமோ அல்லது

அதற்குமேல் இரண்டு ஆண்டுக்காலமோ தொடர்ந்து பள்ளிக்கு வருகை தருவதால், குழந்தைகளின் பொதுவான கல்வி அறிவு அளவிலோ, அல்லது பள்ளிப் பாடங்களிலிருந்து கற்றுக்கொண்ட பாட அளவிலான அறிவிலோ பெரிய முன்னேற்றம் எதுவும் அடைந்து விடுவதில்லை என்று பொருளாதாரத்தில் மிகவும் பின் தங்கியுள்ள பெற்றோர்கள் மிக விரைவில் கண்டு கொள்கிறார்கள்; இதன் விளைவாக, படிக்கும் குழந்தைகளை பள்ளியை விட்டு அழைத்து வந்து, பண்ணைகளிலோ அல்லது பணிமனைகளிலோ வேலைக்கு அமர்த்தி, குடும்பத்திற்கு ஏதோ ஓர் உடனடி வருமானம் கிடைத்தால் நன்றாக இருக்குமே என்று பெற்றோர்களை முடிவு எடுக்க வைத்து விடுகிறது" என்று கூறுகிறது.

ஏழை மாணவர்களை சென்றடையாது தோல்வி அடைந்த கல்வி

மேலே கண்ட குறைபாடுகள் எல்லாம் அரசுப்பள்ளிகளில் படிக்கின்ற "கொடுத்து வைத்த" குழந்தைகளுக்காக சொல்லப்பட்டதாகும். ஆனால் இது என்னவோ, மாபெரும் சிக்கலின் ஒரு சிறிய பகுதி இது. தேசிய அரசாங்கங்களைப் பொறுத்தவரை, அவைகளின் குடிமக்கள் அனைவரும் கல்வி அறிவு பெற்றுவிட்டார்களா என்பதை உறுதிப்படுத்திக் கொள்வதில் மாபெரும் தவறு செய்துவிட்டது என்று கல்வி மேம்பாட்டு அறிக்கைகள் முடிவு செய்து விட்டன. ஐக்கிய நாடுகள் வளர்ச்சித்திட்ட அறிக்கை, 115 மில்லியன் (அதாவது வளரும் நாடுகளில் உள்ள பள்ளி வயதுக் குழந்தைகளான 680 மில்லியன் குழந்தைகளில் 17 சதவிகிதம்) குழந்தைகள் பள்ளியில் சேர்க்கப்படவே இல்லை. அதில் ஐந்தில் மூன்று பகுதியினர் பெண்கள். இந்தியாவில் 40 மில்லியன் குழந்தைகள் தொடக்கப்பள்ளிகளில் சேர்க்கப்படவில்லை என்று கூறுகிறது. "குழந்தைகளைக் காப்போம்" என்ற இயக்கத்திலிருந்து வந்த அறிக்கை "தெற்கு ஆசியாவில் உள்ள 56 மில்லியன் குழந்தைகள் பள்ளியில் சேர்த்திருக்கப்படவில்லை என்றும், போதுமான தரம் கொண்ட உலகளாவிய கல்வியை வழங்குவதில் போராட்டம் நீடிக்கிறது" என்றும் கூறுகிறது. உலக வங்கியானது "பல அரசாங்கங்கள் தங்கள் கடமைகளில் இருந்து, குறிப்பாக ஏழைமக்களுக்குச் செய்ய வேண்டிய கடமையிலிருந்து தவறிவிடுகின்றன" என்று கூறுகின்றது.

சுருக்கமாக, ஒரு தோல்வி

அரசு மேம்பாட்டு வல்லுநர்கள் ஏழை மாணவர்களுக்கான அரசுக்கல்வியில் ஏற்படும் சிக்கல்களைப் பற்றிய ஒத்த கருத்துடைய

வர்களாக காணப்படுகிறார்கள் என்று நானும் வாசித்து தெரிந்து கொண்டேன். உலக வங்கி இதை, "அரசாங்கத்தின் தோல்வி" என்று விமர்சிக்கிறது. அரசாங்கம் இதற்காக செய்த செலவினத்தைவிட மக்களுக்கு சென்றடைந்த பயன்கள் குறைவாக இருந்தன என்ற குறைபாடு உண்டு. "ஆக்ஷன் எய்ட்" என்ற உதவி நிறுவனமும் முகத்தாட்சண்யம் பார்க்கமால் விமர்சித்துவிடுகிறது: உலகின் பல ஏழைநாடுகளில் அரசாங்கம் வழங்கும் அடிப்படைக் கல்வி "நீதி நேர்மைக்குப் புறம்பானது என்றும், மனித உரிமைகளை மீறும் ஒரு ஒட்டுமொத்த செயல்" என்றும் கூறுகிறது.

இதற்கான ஒரே தீர்வு - இன்னும் சிறந்த அரசுக்கல்வி

இதற்கான ஒரே எதிர்வினை வெகுண்டு எழுவதுதான். என் பயணத்தில் நான் பார்வையிட்ட பல அரசுப்பள்ளிகளில் நான் உணர்ந்து கொண்டதும், நான் தெரிந்து கொண்ட அரசு மேம் பாட்டு வல்லுநர்களின் தீர்வும் இதுதான். அரசு மேம்பாட்டு வல்லுநர்களின் ஏமாற்றமும் எரிச்சலும் எல்லாருக்கும் புரிகிறது. ஆகவே இதற்கு என்ன செய்ய வேண்டும்? அரசு மேம்பாட்டு வல்லுநர்கள் எழுதியதை நான் படித்துத் தெரிந்து கொண்டதுதான் என்னைக் குழப்பத்தில் ஆழ்த்தியது. சரியான மூலாதாரத்தைக் கொண்டு திட்டமிடப்பட்ட தீர்வு எல்லா வகையிலும் ஒரே மாதிரி இருந்தது. ஏழை மாணவர்களுக்குப் பாதிப்பை உண்டாக்கக் கூடிய தவறான அரசுக்கல்வி முறை இல்லாமல், சரியான அரசுக்கல்வி முறை இந்தத் தடவை இருக்குமென்று அரசு மேம்பாட்டு வல்லுநர்கள் எழுதவில்லை.

வழக்கம்போல, பிரச்சினைக்கு பில்லியன் கணக்கான அமெரிக்கன் டாலரை வாரி இறைத்துப் பிரச்சினையை இந்தத் தடவை சரி செய்து விடுவார்கள். ஆனால் இதே அரசாங்கங்களிடமும், இதே வளர்ச்சி முகமைகளிடமும்தான் இதற்கான பொறுப்புகளை ஒப்படைக்க முடியும். இந்தத் தடவை சரியாகச் செய்துவிடுவார்கள் என்று எப்படி அரசு மேம்பாட்டு வல்லுநர்கள் நம்பினார்கள்? அப்போது சரியான வழிமுறைகள் கிடைக்காது கஷ்ட்டப்பட்டது போல இப்போது சொல்லமுடியாது. ஏழை மாணவர்கள் இம்முறை கட்டாயம் பயனடைய வேண்டும் என்ற நோக்கத்தோடு, சரியான வழி முறைகளை ஏழைகளுக்கு வழங்கி, ஊழலை ஒழித்து, இந்தக் கல்வி அமைப்பின் மேம்பாட்டுக்காக, ரீம் கணக்கான வெள்ளைத்தாள்களை அச்சிட்டு வெளியிட்டதாகவும் தெரியவில்லை. எப்படியோ இந்தத் தடவை சரியாக நடைபெறும்.

பன்னாட்டு நிதியுதவி நிறுவனம் இந்நிலையை மிகத் தெளிவாக விளக்கியது: அரசுக் கல்வியானது நீதி நேர்மைக்குப் புறம்பானதாகவும்,

மனித உரிமைகளை ஒட்டுமொத்தமாக மீறுவதாகவும் இருந்தாலும், தீர்வு தெளிவாக இருந்தது: "சில வளர்ந்து வரும் நாடுகள், ஏன் அநேக வளர்ந்து வரும் நாடுகள், கல்வியை அனைவருக்கும் கொண்டு சேர்ப்பதற்காக தொழில் நுட்ப ஆதாரங்களையும், பொருளாதார வளங்களையும் ஒருங்கிணைத்து மிகத் திறமையாகச் செயல்பட்டு வருகிறது". என்று தெளிவாக விளக்கியது அரசுக் கல்வியின் தோல்விக்கான சரியான காரணத்தை வேறு எங்கும் போய் தேடிக் கொண்டிருக்கக் கூடாது. மாறாக, அரசாங்கத்தின் செயல்பாடுகளை வலுப்படுத்த வேண்டும் என்றும் தீர்வாகக் கூறுகிறது. உலக வங்கி இந்தக் கருத்தை மிகவும் ஆழமாக ஆமோதிக்கிறது: "கல்வியை உலகளாவிய அளவில் கிடைக்கக் கூடியதாகவும், பயன் தரும் அளவில் கிடைக்கக்கூடியதாகவும் உருவாக்க அரசுக்கல்வி அடிக்கடி தவறிவிடும் பட்சத்தில், அடிப்படையில் இது ஒரு தவறான அணுகுமுறை என்று அர்த்தம் ஆகிவிட்டது" என்று உலகவங்கி கூறுகிறது.

அரசு மேம்பாட்டு வல்லுநர்களுக்கு உள்ள தீர்வு மிகத் தெளிவாக இருந்தது. இன்னும் அதிக அளவிலான, சிறப்பான அரசுக் கல்வி தேவைப்படுகிறது. இருப்பினும், உலகவங்கி மிக விரைவிலும், மிக அதிக அளவிலும் இதை எதிர்பார்க்கக்கூடாது என நம்மை எச்சரித்தது: இது சவால் விட்டுச் செய்யக்கூடிய மாபெரும் வேலை; ஏனென்றால், ஏழை மக்களுக்காகச் செய்யப்படவேண்டிய இந்த வேலை, அதன் செயல்பாட்டு ஏற்பாடுகளில் மாற்றம் செய்யப்படவேண்டிய வேலை மட்டும் அல்ல, அரசுப் பொதுத் துறை நிறுவனங்களிலும் மாபெரும் மாற்றத்தை ஏற்படுத்த வேண்டும். அது மட்டுமல்லாது, அந்நிய நிதி உதவிப் பரிமாற்றத்திலும் ஒரு மாபெரும் மாற்றத்தை ஏற்படுத்த வேண்டும் என்று உலக வங்கி வலியுறுத்துகிறது. இவை எல்லாவற்றையும் விட, ஏழைமக்கள் பொறுமை யோடு காத்திருக்க வேண்டும். இந்த இன்னலைத் தாங்கிக் கொள்ளும் தைரியம் அவர்களுக்கும் மிக முக்கியம் எனப்பட்டதால் பின்வரும் கூற்றை அவர்கள் திரும்பத் திரும்பச் சொல்லிக் கொள்ள வேண்டியதாயிற்று: "மந்திரத்தால் மாங்காய் காய்த்துவிடாது. இதற்கு செய்ய வேண்டியது என்ன என்று நமக்கு நன்றாகத் தெரிந்தால் கூட, அதைச் செய்து முடிப்பதற்கு சில சிரமங்கள் உள்ளன. உலகில் வாழ் எல்லா ஏழைமக்களுக்கும் இது ஓர் அவசரத் தேவை என்றாலும், அவர்களுக்கு வேண்டிய இச்செயலை செய்கின்றபோது அது அவர்களுக்கான தோல்வியில் முடிந்து விடுகின்றது. உடனடி நிவாரணம் கிடைப்பதில் பல இடையூறுகள் குறுக்கிடுகின்றன. ஆட்சி மாற்றம் இந்தச் சிக்கலுக்கு ஓர் அடிப்படைக் காரணம். சில விஷயங்கள் ஒரே நாளில் நடந்தேறிவிட முடியாது. ஏழைமக்களுக்கு நிறைவேற்றிக் கொடுக்க வேண்டிய பணிக்காக கொஞ்சம் 'பொறுமை' தேவைப்படுகின்றது".

ஏழைமக்களின் வேதனையைத் தணிக்கும் முயற்சியில் உலக வங்கி அறிக்கை, தோட்டம் போடுவதில் ஆர்வம் உள்ளவரான பிரான்ஸ் நாட்டு போர்ப்படை தலைவரையும், ஒரு மரத்தையும் பற்றிய ஒரு கேலிக் (கை) கதையைச் சொல்லி பூசி மழுப்பியது (சொல்லும் அளவுக்கு அது வேடிக்கையான கதையும் அல்ல). ஏழைமக்கள் உண்மையில் ஒரு வேடிக்கைப் பொருளா? அவர்கள் எதற்காகப் பொருமையோடு காத்திருக்க வேண்டும்?

இந்த விஷயத்தில் ஏழைப்பெற்றோர்களுக்கு மாற்று வழி ஏதும் இல்லையென்றால் அவர் பொறுமையாகக் காத்திருப்பதில் தவறு ஒன்றுமில்லை. நான் பயணித்த இடம் எல்லாவற்றிலும், நான் பார்த்த விஷயங்கள் எல்லாவற்றிலும், நான் வாசித்த கட்டுரை எல்லாவற் றிலும் உரத்தக் குரலில் எனக்குக் கேட்ட ஒரு பதிலுக்கான கேள்வி - மாற்று வழியான 'தனியார்' கல்வி என்னவாயிற்று? அரசுக் கல்வி மிகவும் தரம் தாழ்ந்த கல்வியாக இருந்து, மிகவும் கடினமான கல்வியாக இருந்து, அதை சீர்த்திருத்தம் செய்து சிறந்த கல்வியாக ஏழைமக்களுக்கு வழங்க கால தாமதம் ஆகக் கூடிய கல்வியாகவும் இருந்து, அரசுக் கல்வியை ஒரு தரம் மிக்க கல்வியாகப் பெறுவதற்கு, ஏன், ஏழைமக்கள் அடிப்படையான ஆட்சி மாற்றத்திற்காக காத்திருக்க வேண்டும்? அந்நிய நிதிப் பரிமாற்றத்தில் ஏற்பட வேண்டிய மாற்றங் களுக்காக ஏன் அவர்கள் காத்திருக்க வேண்டும்? ஏழைமக்களின் எல்லா அரசாங்கமும் ஒன்றிணைந்து செயல்படும் வரை இவர்கள் ஏன் காத்திருக்க வேண்டும்? விரிவான, எளிதான, பயனுள்ள தீர்வாக தனியார் பள்ளியை ஏன் எவரும் சிந்தித்துப் பார்க்கவில்லை? நான் பயணம் செய்து பார்த்த பகுதி எங்கும், தனியார் கல்வியை ஒரு தகுதியான மாற்று வழியாக அரசு மேம்பாட்டு வல்லுநர்களில் ஒருவர் கூட எண்ணிப் பார்க்கவில்லையே என்பதுதான் எனக்கு விநோதமாகப் பட்டது.

அரசு மேம்பாட்டு வல்லுநர்கள் சில காரணங்களைக் காட்டியுள் ளார்கள். உலக வங்கி இந்நிலையைத் தெளிவாக இவ்வாறு தொகுத்துக் கூறுகிறது. "இதுவரை சொன்ன கருத்துகளைக் கொண்டுஅரசாங்கம், கல்வி சார்ந்த அனைத்தையும் கைவிட்டு, அப்படியே அதை தனியார் கையில் ஒப்படைத்துவிட்டுப் போய்விடவேண்டும் என்று, சிலர் முடிவுக்கு வரலாம்". அப்படி இல்லை, இல்லை, இல்லை! "அப்படி முடிவுக்கு வந்தால் அது தவறு. இம்மாதிரியான உச்சப்பட்ச முடிவு ஒருபோதும் ஏற்கத்தக்கதல்ல" ஏன் ஏற்கத்தக்கதல்ல? "பல்வேறு சிறந்த காரணங்களுக்காக, கல்வியானது, சந்தைப் பரிவர்த்தனைகள் வழியாக வழங்கப்படக் கூடாது; மாறாக, அரசாங்கப் பொறுப்புள்ள

நிறுவனங்கள் வழியாகத்தான் வழங்க வேண்டுமென்று சமுதாயம் முடிவெடுத்திருப்பதாக" உலக வங்கி இதை முடித்து வைத்தது. அரசுக் கல்வி, ஏழைமக்களுக்கு எவ்வளவுதான் தோல்வியைக் கொணர்ந் தாலும், இந்தக் காரணங்கள் எப்போதும் நிலைத்திருக்கும்.

இந்தச் சிறந்த காரணங்கள் பற்றி பிறகு ஒரு சந்தர்ப்பத்தில் விவாதிக்க வருகிறேன். ஆனால், அவ்வப்போது அரசு மேம்பாட்டு வல்லுநர்களிட மிருந்து வெளிப்படுகிற மிக மிக எளிமையான காரணம் அனைவராலும் சுலபமாக புரிந்து கொள்ளக்கூடிய ஒன்று; "தனியார் கல்வி என்பது நிச்சயமாக ஒரு தீர்வே அல்ல; ஏனென்றால், அது ஏழைமக்களுக்கான செயல்பாட்டிற்கு வருகின்றபோது, அது வெளிப்படுத்தும் கல்வித்தரம் அரசுப் பள்ளிகளைவிட மிகவும் தாழ்ந்ததாகவே இருக்கும்". ஏழை மக்களுக்காகச் செயல்படும் தனியார் பள்ளிகளின் தரம் பற்றி அரசு மேம்பாட்டு வல்லுநர்கள் என்ன சொல்கிறார்கள் என்று என் ஆய்வுப் பயண நேரம் முழுவதையும் செலவு செய்து வாசித்துப் பார்த்தேன். அந்த வாசிப்பு எனக்கு மகிழ்ச்சி தரவில்லை.

அரசு மேம்பாட்டு வல்லுநர்களிடமிருந்து குழந்தைகளைக் காப்பாற்றுங்கள்

அரசுப்பள்ளிகள் எவ்வளவு மோசமாக இருந்தாலும், தனியார் பள்ளிகள் இன்னும் மோசமாக இருக்கின்றன என்று அரசு மேம்பாட்டு வல்லுநர்களின் கட்டுரைகளை வாசிக்கும்போது, ஏழைமக்களுக்காகச் செயல்படும் தனியார் கல்வியின் மோசமான தரத்தை நைஜீரிய நாட்டுக்கல்வி நிர்வாகியான மேரி டைமோ இக் இஜி மட்டும் மதிப்பீடு செய்யவில்லை என்பது தெளிவாகத் தெரியவந்தது. ஆனால், ஏழைப்பெற்றோர்கள் ஏதும் அறியாதவர்கள் என்ற மேரியின் கருத்துக்களை அரசு மேம்பாட்டு வல்லுநர்களும் இன்னும் விரிவாக அம்மையாருடன் பகிர்ந்து கொள்ளவேண்டும் என்பது போல் படுகிறது. வேறு எவ்வாறு ஏழைப்பெற்றோர்கள் பள்ளிகளைத் தெரிவு செய்யும் விஷயத்தில் அவர்களுக்கு விளக்கிச் சொல்வது? நிச்சயமாக அரசு மேம்பாட்டு வல்லுநர்கள் அதை அவ்வாறு எழுதவில்லை; அரசு மேம்பாட்டு வல்லுநர்கள் ஒன்றும் பண்பார்ந்தவர்கள் இல்லை. அல்லது அரசியல் ரீதியான அறிவுக் கூர்மையும் இல்லை. அதைப் பயன்படுத்தும் தெளிவு உள்ளவர்களும் அல்லர். அரசு மேம்பாட்டு வல்லுநர்கள் எழுதியவைகளை எவ்வளவு அதிகம் வாசித்தேனோ அவ்வளவு அதிகம் நம்பிக் கொண்டுவிட்டேன். பெற்றோர்கள் தங்கள் குழந்தைகள் படிக்கின்ற பள்ளியைத் தேர்ந்தெடுக்கும் தெளிவில்லாத விஷயத்தில் வேறு எந்த

விளக்கமும் கொடுக்கமுடியாது.

'குழந்தைகளைக் காப்போம்' என்ற மேம்பாட்டு நிதி உதவி நிறுவனம் வெளியிட்ட இரண்டு கட்டுகரைகளை வாசித்தேன். அது தெளிவாக எடுத்துரைத்தது. பாகிஸ்தான், நேபாளம் போன்ற நாடுகளில் , அரசுப்பள்ளிகள் குறைவான எண்ணிக்கையில் உள்ளதால் ஏழைப் பெற்றோர்கள் தனியார் பள்ளிகளை நாடுகிறார்கள் என்பது இல்லை; ஆனால் அரசுப்பள்ளிகளின் கல்வித்தரம் குறைந்துள்ளதே அதற்கு அடிப்படைக் காரணம் என்கிறது. மேலும் அந்த அறிக்கை கூறுகின்ற ஏழைப்பெற்றோர்கள் அரசுப்பள்ளிகளின் குறைபாடுகளை அடையாளம் கண்டு கொண்டார்கள் என்பது நான் ஏற்கனவே வாசித்திருந்தபடியால் அது எனக்கு ஒன்றும் அதிர்ச்சியையோ, ஆச்சரியத்தையோ அளிக்கவில்லை. நான் வாசித்தவை: "ஆசிரியர்கள் தவறாமல் பள்ளிக்கு வராதது, கடமைகளைப் புறக்கணிப்பது, ஒழுக்கம் தவறுவது, அத்துடன் அளவுக்கதிகமான மாணவர்கள் எண்ணிக்கை கொண்ட வகுப்புகள், மேலும் ஆங்கிலப் பாடம் கற்றல் - கற்பித்தலில் மிகவும் தரம் தாழ்ந்து உள்ளது". நேர்மாறாக, 'குழந்தைகளைக் காப்போம்' என்ற மேம்பாட்டு நிதி உதவி நிறுவனம் கூட குறைந்த கட்டண தனியார் பள்ளிகளைப் பற்றி, பெற்றோர்கள் இன்னும் சிறப்பாகச் செய்யலாம் என்று சொன்னதைப் பட்டியலிட்டிருக்கிறார்கள்: அதாவது, ஆசிரிய - மாணவர்களுக்கிடையே உள்ள நேரம் அரசுப் பள்ளிகளை விடத் தனியார் பள்ளிகளில் அதிகம் உள்ளது; அதுபோல தனியார் பள்ளிகளில் கையடக்கமான மாணவர் எண்ணிக்கை கொண்ட வகுப்புகள்; ஒவ்வொரு மாணவருக்கும் தனித்தனிக் கவனம்; முறையான ஆசிரியர் வருகை முதலியன.

ஆனால் பெற்றோர்கள் இவ்வாறு தேர்ந்தெடுத்துக் கூறியது கண்டனத்துக்குரியது. 'குழந்தைகளைக் காப்போம்' என்ற மேம்பாட்டு நிறுவனத்திற்கு, அரசுப்பள்ளிகளை விட மிகவும் மோசமான கல்வித்தரத்தை வழங்கக் கூடிய தனியார் பள்ளிகளுக்கு ஒரு குறிப்பிட்ட எண்ணிக்கையுள்ள பெற்றோர்கள் பணம் செலுத்திப் படிக்க வைத்து விடுகிறார்கள் என்பது மிக நன்றாக தெரியும். "அரசுப்பள்ளிகள் தரும் கல்வித்தரத்தை விட தனியார் பள்ளிகளின் கல்வித்தரம் சிறப்பாக உள்ளது" என்கிற, தனியார் பள்ளிகளுக்கு பணம் செலுத்திப் படிக்க வைக்கும் ஏழைப்பெற்றோர்களின் ஊகம் உண்மை அல்ல என்பது 'குழந்தைகளைக் காப்போம்' நிறுவனத்திற்கு நன்றாகத் தெரிகிறது. ஏழைப் பெற்றோர்கள் அரசுப்பள்ளிகளைவிட தனியார் பள்ளிகள் சிறப்பானவை என்று கருதலாம். ஆனால் 'குழந்தைகளைக் காப்போம்' என்ற நிறுவனம் புதிர் போட்டுப் பேசுவதுபோல் அல்லாமல், நேரடியாகச் சொல்லப்போனால் இந்த ஏழைப் பெற்றோர்கள் ஏதும்

அறியாதவர்கள்; ஏனென்றால், நகர்ப்புறப் பகுதிகளிலும் ஊரகப் பகுதிகளிலும் ஏழை மாணவர்களுக்கு கல்வி வழங்கும் "புதிதாகத் தோன்றக்கூடிய தனியார் பள்ளிகள், பயிற்சி பெறாத ஆசிரியர்களையே அதிக அளவு வேலைக்கு அமர்த்துகிறார்கள். அதனால் மிகவும் மலிவான கல்வியே வழங்கி வருகின்றனர்" என்று அந்நிறுவனம் கூறுகிறது.

'குழந்தைகளைக் காப்போம்' என்ற மேம்பாட்டு நிறுவனம் வெளியிட்ட அறிக்கையின் அந்த வரிகளைத் தவறாகப் பொருள் புரிந்து கொண்டு விட்டேனோ என்று திரும்ப திரும்ப வாசித்தேன். தவறாகப் புரிந்து கொள்ளவில்லை. அதை இங்கே தெளிவுபடுத்துகிறேன்: ஏழைப் பெற்றோர்கள் அரசுப்பள்ளிகளைவிடத் தனியார் பள்ளிகள் நன்றாகச் செயல்படுகின்றன என்று சொல்லுகிறார்கள். அதற்கான காரணங்களையும் வரிசைப்படுத்திச் சொல்கிறார்கள். அவர்கள் அவ்வாறு சொல்வது தவறு என 'குழந்தைகளைக் காப்போம்' நிறுவனத்தில் உள்ள அரசு மேம்பாட்டு வல்லுநர்கள் கூறுகின்றார்கள். இதற்கு ஏதேனும் அவர்கள் சான்று வைத்திருக்கின்றார்களா? இவ்வாறு சொல்வதற்கு அவர்களிடம் உள்ள ஒரே ஆதாரம் - தனியார் பள்ளிகளில் அவர்கள் செய்த ஒரு முழுமையான ஆய்வு - "அதிகபட்சமாக எந்த ஒரு ஆசிரியரிடமும் ஆசிரியர் பயிற்சி பெற்றதற்கான தகுதிச் சான்று இல்லை; அதற்கும் மேலாக, தகுதிச் சான்று பெறும் ஆர்வமும் அவர்களுக்கு இல்லை" என்பதுதான் அந்த ஆதாரம்.

ஆசிரியர் பயிற்சி தகுதிச்சான்று சிறந்த கற்பித்தலுக்கு ஏதுவாக இருக்கிறது என்பது ஒருவேளை உண்மையாக இருக்குமோ என்று ஆழ்ந்து யோசித்தேன். பெற்றோர்கள் தங்கள் குழந்தைகளுக்கான பள்ளிகளைத் தேர்ந்தெடுக்கும் விருப்பத்தில் உள்ள நன்மை தீமைகளைச் சீர்தூக்கி, ஆசிரியர் பயிற்சி ஒரு முக்கியமல்ல என்று முடிவுக்கு வருகிறபோது, நீங்கள் நிச்சயமாக இதுபோன்று ஊகிக்கக்கூடாது. ஏழைப் பெற்றோர்கள் தங்கள் குழந்தைகளை நல்ல கல்வியறிவு தராத தனியார் பள்ளிகளுக்கு அனுப்புவதால் இழப்புகளுக்கு ஆளாகின்றார்கள். அதிக கஷ்டங்களும் செலவினங்களும் ஆகக்கூடிய தனியார் பள்ளிகளைத் தேர்ந்தெடுத்து, கடைசியில் தனியார் பள்ளிகள் உண்மையில் அரசுப்பள்ளிகளைவிடத் தரம் தாழ்ந்தவையாக ஆகிவிடும் பொழுது பெற்றோர்கள் பெரிய மூடர்கள் ஆகிவிடுகிறார்கள். தங்கள் குழந்தைகளின் கல்வியை இழந்து விடுகின்றார்கள். பயிற்சி பெறாத ஆசிரியர்கள் போதனையில் முழுமையான ஈடுபாடு கொண்டவர்கள், பாடங்களில் மேலோங்கிய அறிவுப் பெற்றவர்கள், தவறாமல் பள்ளிக்கு வருபவர்கள் என்று ஒரு வேளை ஏழைப் பெற்றோர்கள் எண்ணிவிடுகிறார்களோ? 'குழந்தைகளைக் காப்போம்' நிறுவனம் இதில் எதையுமே ஆய்வு செய்து வெளியிட்டதாகத் தெரியவில்லை.

அரசு மேம்பாட்டு வல்லுநர்கள் எழுதிய அடுத்தடுத்த படைப்புகளைப் படிக்க நேரிடுகின்றபோதெல்லாம், அதே பல்லவியைத்தான் கொஞ்சம் குழப்பத்தோடு வாசித்தேன். அது, முன்னாள் பிரிட்டிஷ் பிரதமர் டோனி பிளேர் அவர்களின், ஆப்பிரிக்காவிற்கான 'ஆய்வுப் பணிக்குழுவிடம்' இருந்த அறிக்கையில் இருந்தது. தனியார் கல்வி பற்றிய, ஒரே குறிப்பு கீழ்க்கண்ட சிறிய பத்தியில் கொடுக்கப்பட்டுள்ளது.

சில அரசு சாரா நிறுவனங்கள், சமூக அமைப்புகள், தனியார் நிறுவனங்கள் மற்றும் தனியார் குழுக்கள் உட்பட ஆப்பிரிக்காவில் உள்ள நம்பிக்கை அடிப்படையிலான நிறுவனங்கள் போதுமான கல்வியை வழங்கி இருக்கின்றன. இதில் சில நிறுவனங்கள் உயர்தரக் கல்வி வழங்கும் நிறுவனங்கள்; ஆனால் மற்ற நிறுவனங்கள் (அரசுப்பள்ளிகளில் பொதுவாக உள்ள கட்டணத்தைச் செலுத்த முடியாதவர்களைக் கருத்தில் கொண்டு) போதுமான அரசுக் கட்டுபாடுகள் இன்றிச் செயல்படும் நிறுவனங்கள், தரம் குறைந்த கல்வியை வழங்கி வருகின்றன.

குறைந்த கட்டணத் தனியார் பள்ளிகளின் கல்வித்தரம் குறைந்துள்ளது என்ற பொதுப்படையான நம்பிக்கையைக் கொடுக்கிற ஆதாரங்களிலிருந்து ஒன்றை மட்டும் கண்டுகொண்டேன். நான் ஏற்கனவே விவாதித்த சஸ்ஸெக்ஸ் பல்கலைக்கழகத்தில் பணியாற்றும் பவுலின் ரோஸ் அவர்கள் கூறிய சிக்கல்தான் அது. ஆப்பிரிக்காவுக்கான 'ஆய்வுப் பணிக்குழு' இந்த அம்மையார் எழுதிய கருத்து முடிவுகளைத் தெளிவாக வாசித்து தெரிந்து கொண்டது. "இப்போது பரவலாகப் பெருகிக் கொண்டுவரும் தரம் குறைந்த கல்வி வழங்கும் தனியார் பள்ளிகளிடமிருந்து ஏழைப் பெற்றோர்களைக் காப்பாற்ற வேண்டும்" என்று எழுதுகிறார். மீண்டும் தயவு தாட்சண்யம் பார்க்காமல் நேரடியாக நாம் சொல்லிவிட வேண்டும். ஏதுமறியா ஏழைப் பெற்றோர்களான இவர்களை, இவர்கள் குழந்தைகளின் படிப்புகளுக்காகத் தேர்வு செய்யும் நம்பிக்கையற்ற பள்ளிகளிலிருந்து இவர்களைக் காப்பாற்ற வேண்டும் என்று ரோஸ் மற்றும் ஆப்பிரிக்காவுக் கான ஆய்வுப் பணிக்குழு கருதுகின்றனர். வேறு வழியில் இதை என்னால் படித்துப் புரிந்து கொள்ள முடியவில்லை.

ஆனால், மீண்டும் அந்த அம்மையாரின் அறிக்கையை ஆழ்ந்து பரிசீலிக்கின்றபோது, அவரின் கூற்றுக்கு உண்மையான ஆதாரம் எதுவும் அவரிடம் இருப்பதாகத் தெரியவில்லை. "அரசுப்பள்ளி ஆசிரியர் களைவிட, தனியார் பள்ளி ஆசிரியர்கள் கல்வித் தகுதியிலும் குறைந்த வர்கள், ஊதியத்திலும் குறைந்த ஊதியம் பெறுபவர்கள். ஆகவே மாணவர்கள் பெறும் கல்வியின் தரம் சந்தேகத்திற்குரியதாக இருக்கிறது" என்று உதாரணமாகச் சொல்லக்கூடிய உகாண்டாவில் ஆய்ந்து எழுதப் பட்ட இவரது குறிப்புரையைத் தவிர வேறு எதுவுமே இல்லை. பள்ளிகளில்

உயர்வான கல்வித்தரம் பெறவேண்டுமானால் போதிய பயிற்சி பெற்ற ஆசிரியர்களும், போதிய ஊதியம் கொடுக்கப்படும் ஆசிரியர்களும் தேவை என்ற ஊகம் மீண்டும் இங்கே வருகிறது. இது சரியா?; அதிக ஊதியம் பெறும், முறையான பயிற்சி பெற்ற அரசுப்பள்ளி ஆசிரியர்கள் பள்ளிக்கு ஒழுங்காக வருகை தராமலும், கடமையைப் புறக்கணிக்கிறவர்களுமாக இருப்பது தெளிவான ஆதாரங்களோடு இருப்பதால், குறைந்த ஊதியம் பெறும், ஒழுங்காகப் பள்ளிக்கு வரும் தனியார் பள்ளி ஆசிரியர்கள் சிறந்த முன்னேற்றத்தைக் கொண்டு வர முடியுமா? இந்த வாய்ப்பை ஏற்றுக் கொள்ள வேறு யாரும் தயாராக இருந்ததாகத் தெரியவில்லை.

முனைவர் ரோஸ் அவர்கள் பெரிய அளவிலான தீர்வு ஏதும் கண்டிருக்கிறார்களா என்று பார்ப்பதற்காக அவரது படைப்புகளை ஆழ்ந்து வாசித்தேன். அதாவது அதில் ஏழைப் பெற்றோர்கள் தவறாக வழிநடத்தப்பட்டிருக்கிறார்கள் என்று காட்டுவதற்கு ஏதேனும் சான்று உள்ளதா என்று உண்மையில் தெரிந்துகொள்ள ஆர்வப்பட்டேன். அப்படி தவறாக வழி நடத்தப்பட்டிருந்தால் நான் அதை வெளிப்படுத்த உதவ வேண்டுமென்று விரும்பினேன். ஏழைப் பெற்றோர்கள் உண்மையில் ஏதும் அறியாதவர்கள் என்று சொல்ல முடியாத பட்சத்தில், அப்படிச் செய்வது நியாயமானதாகப் படவில்லை. நான் தவறாகச் சொல்லி ஏழை மக்களுக்கு பெரிய விளைவுகளை உண்டு பண்ணக்கூடும். நைஜீரியாவில் உள்ள குறைந்த கட்டணத் தனியார் பள்ளிகளைக் குறிப்பாகக் கவனிக்கும் பொருட்டு, பன்னாட்டு வளர்ச்சித்துறையின் பிரிட்டிஷ் நிதி உதவி முகமையால், ஓர் ஆய்வு செய்வதற்காக, பொறுப்பு ஒப்படைக்கப்பட்ட ஆசிரியர்களில் ரோஸ் அவர்களும் ஒருவர்.

உண்மையில் அவர்களை அவ்வாறு ஆய்வாளர்கள் என்று அவர்கள் அழைக்கவில்லை. ஆனால் அவர்களை அரசு சாரா உதவியாளர்கள் என்றுதான் அழைத்தார்கள்; தலைப்பெழுத்துகளை மட்டும் சேர்த்து **அ.சா.உ** என்று அழைத்தார்கள். புரிந்து கொள்ளக் கடினமான மொழியை இன்னும் கடினமாக்குவதாக இது இருந்தது. முற்றிலும் வினோதமாகப் பட்டது. எளிய மக்கள் எல்லாராலும் பேசப்பட்டுவரும், ஏற்கனவே எங்கும் நடைமுறையில் இருந்து வரும் மிகச் சரியான சொற்றொடர் இருக்கும் போது, ஏன் இந்த நெருடலான சொற்றொடரைக் கண்டுபிடிக்க வேண்டும்? இதை லாகோஸ் மாநிலத்தின் குடிசைப்பகுதிகளில் இந்த அரசு சாரா உதவியாளர்கள் - **அ.சா.உ** - என்ற பதத்தைப் பயன்படுத்திப் பார்த்தேன். நான் என்ன சொல்லுகிறேன் என்பதை யாருக்கும் புரிந்துகொள்ள முடிய வில்லை. "தனியார் பள்ளி" என்ற கருத்துப்படக் கூறுவது அவர்களுக்கு முற்றிலும் வசதியாக இருந்தது. அவரவர் மொழிகளில் சொல்வதற்கு எல்லாமே எளிதாக இருக்கும். தென்மேற்கு நைஜீரியா நாட்டில் யோருபா

மக்களால் பேசப்படும் யோருபன் மொழியில் பள்ளிக்கூடத்திற்கு 'இலெ இவெ ஆலடனி' என்று பெயர். இதற்கான இலக்கிய அர்த்தம் கற்றுக்கொள்ளும் இல்லம். இம்மொழியில் தனியார் பள்ளிக்கு - 'இலெ இவெ ஆலடனி' என்று பெயர். இதன் பொருள் "சுய உதவிப்பள்ளி" ஆகும். மேலும் அரசு அல்லாத தனியார் நடத்தும் எதுவாக இருந்தாலும், அதற்கு 'ஆலடனி' என்று பெயர். ஓர் அரசுப்பள்ளிக்கு 'இலெ இவெ இஜோபா' என்று பெயர். அரசு சாரா பள்ளிக்கு என்ன இலக்கிய மொழிபெயர்ப்புச் சொல் என்று கேட்டேன். அதற்கு 'இலெ இவெ டி கின்சே டி இஜோபா' என்று பெயர் என்றார்கள். ஆனால், இந்த வார்த்தையை யாரும் பயன்படுத்துவதில்லை: ஆனால், இந்த வார்த்தை அவர்களுக்கு வேடிக் கையாகப்பட்டது. அல்லது 'இக்போ' என்னும் நைஜீரிய மொழியில் பள்ளிக்கூடம் 'யூலோ அக்வுக்வோ' என்று அழைக்கப்படுகிறது. இதற்கான பொருள் 'கற்றுக்கொள்ளும் இடம்' என்பதாகும். தனியார் பள்ளிக்கு 'யூலோ அக்வுக்வோ அக்கன்க்பா' என்று பெயர். 'அக்கன்க்பா' என்றால் 'என் உடைமை' என்று பொருள்படும். இது 'தனியார்' என்ற பொருளைக் குறிக்கும். இதேதான் கானா நாட்டிலும் 'க' மொழியில் பள்ளிக்கூடத்திற்கு 'நியி கசம்ஹோ அங்க்ரான்கிராங்' என்ற வார்த்தையில் சொல்லப்படுகிறது. இதன் பொருள் 'தனி ஒரு நபரின் பள்ளி' என்பதாகும்.

அரசு வழங்கவேண்டிய ஆரம்பக்கல்வி தோல்வியுற்றதன் விளைவாக, ஏழைகளுக்காக சேவை செய்கிற அங்கீகாரம் பெறாத தனியார் பள்ளிகள் எளிதான, தரமான கல்வியை வழங்க முன் வந்தாலும், தனியார் துறைகள் மூலம் வழங்கப்படும் கல்வி தரமான கல்வி என்று எடுத்துக்கொள்ள முடியாது என்று நைஜீரியாவில் உள்ள அரசு சாரா உதவியாளர்களை ஆய்வு செய்து, ரோஸ் மற்றும் அவரது சக ஆய்வு ஆசிரியர்கள் முடிவுக்கு வந்தனர். அங்கீகாரம் பெறாத தனியார் பள்ளிகள் 'தரம் குறைந்த கல்வி' யை, "தேவையான அளவுக்கு கீழான" கல்வியை வழங்கியுள்ளது. தனியார் பள்ளிகள், அரசுப்பள்ளிகளுக்கு மாற்றாக உள்ள "குறைந்த செலவின, குறைந்த தரம்" உள்ள தனியார் பள்ளிகள் ஆகும் என்று ரோஸ் ஆய்வு அறிக்கையில் குறிப்பிட்டுள்ளார்.

சரி. நைஜீரியாவில் உள்ள இவர்கள் போன்ற தனியார் பள்ளி உரிமையாளர்களுக்கு உதவ முயற்சி எடுத்தவரான, நான் மெக்கோகோவில் சந்தித்த பி.எஸ்.இ. போன்றவர்களின் முயற்சிகளை, இந்த உறுதியான முடிவு கண்டனத்துக்கு உள்ளாக்குகிறது. பல்கலைக்கழகத்தில் முக்கிய பொறுப்பில் உள்ளவரான அந்த அம்மையார் வெளியிட்டவை கடுமையான குற்றச் சாட்டுகளாகும். அத்துடன் இதை பிரிட்டிஷ் அரசாங்க நிதி உதவி முகமை அந்த அறிக்கை சரியானதாக இருக்குமென்று, அதை ஏற்றுக்கொண்டிருக் கிறது. அந்த அம்மையார் இதை எப்படித் தெரிந்து கொண்டார்.

அவர் இதைத் தெரிந்து கொண்டதாகத் தெரியவில்லை. தெரிந்து கொள்ளவதற்கான வாய்ப்புகளும் இல்லை. ஏனென்றால், பன்னாட்டு வளர்ச்சித் துறையால் ஒப்படைக்கப்பட்ட இந்த ஆய்வு, தகவல் சேகரிப் பவர்களால் பேட்டி நடத்தப்பட்டு ஒரு வார காலத்திற்குள் அறிக்கை கொடுத்துள்ளது. அதில் சாய்வெழுத்துகளில் அச்சிடப்பட்டிருந்த சொற் றொடர்கள் பளிச்சென்று கண்களில்பட்டன. ஒரு வாரக் காலத்தில் நடத்திய பேட்டிகளை மட்டும் அடிப்படையாகக் கொண்டு இது போன்ற குற்றச் சாட்டுகளால் கண்டனம் செய்ய உண்மையில் உங்களால் முடியுமா?. இந்த அறிக்கையில் ரோஸ் அவர்களே உணர்ந்து கொள்ள முடியாத ஒரு குறிப்பாவது இருந்திருக்கும். "அரசுப்பள்ளிகளோடு அங்கீகாரம் பெறாத தனியார் பள்ளிகளை ஒப்பிட்டு, தனியார் பள்ளிகள் வழங்கும் கல்வித் தரத்தை, இருந்த ஒரு வார காலத்திற்குள் மதிப்பீடு செய்வது மிகவும் கடினமான காரியம். ஆனால் கையடக்கமான மாணவர்களை கொண்ட வகுப்புகளும், வகுப்பறையில் காணப்பட்ட கட்டுப்பாடுகளும் தெளிவாகத் தெரிந்தன". இன்னொரு வகையில் : "இப்பள்ளிகளினால் கல்வி பெறும் சமுதாயத்தின் கருத்துக்களைத் தெரிந்து கொள்வது முடியாத காரியம். சில விஷயங்கள் மிகுந்த எச்சரிக்கையோடு கருதப்படவேண்டும். இன்னும் ஆழமாக ஆய்ந்து கண்டறியப்படவேண்டும்". இப்படி இருக்கும் பட்சத்தில், தனியார் பள்ளிகள் தரம் குறைந்து இருக்கின்றன என்று ஏன் அழுத்தமாக அனைவருக்கும் சொல்ல வேண்டும். நான் அந்த அறிக்கையை எவ்வளவு அதிகமாக வாசித்தேனோ, அவ்வளவு அதிகமாகக் குழப்பிப் போனேன்.

உண்மை என்னவென்றால், அந்த அம்மையார் செய்த ஆய்வில் கண்ட சில தெளிவான விஷயங்களை வரிசைப்படுத்தி இருக்கிறார். பயிற்சி பெறாத ஆசிரியர்கள், குறைந்த சம்பளம் வழங்கப்படும் ஆசிரியர், மோசமான கட்டிடங்கள் போன்ற விபரங்கள் கொண்ட இந்தப் பட்டியல், தனியார் பள்ளி உரிமையாளர்களுக்கு இலாபம் பார்ப்பதே நோக்கம் என்று குற்றம் சுமத்தியுள்ளது. இயல்பாகவே, அங்கீகாரம் பெறாத தனியார் பள்ளிகளுக்கு தகுந்த தரம் மிக்க கல்வியை வழங்குவது மிகவும் கடினம் எனக் காணப்பட்டது. அந்த அம்மையார் தனியார் பள்ளி உரிமையாளர்களை ஒரு வித்தியாசமான அளவுகோள் கொண்டு மதிப்பீடு செய்திருப்பார் போலிருக்கிறது. தனியார் பள்ளி உரிமையாளர்கள், "தரமான கல்வியை வழங்கு வதைவிட, பணம் பண்ணுவதிலேதான் அதிக அக்கறை காட்டியிருக் கிறார்கள்" என்று எழுதுகிறார். இதில் ஓர் ஆச்சரியம் என்ன வென்றால், அவர்களுக்கென்று கூடுதலான ஒரு தகுதி இருக்கிறது. "பள்ளியின் இதர விரிவாக்கச் செயல்பாடுகளைவிட, இந்த கூடுதல் தகுதியால் மாணவர் சேர்க்கை அதிகமாகியிருக்கிறது". இந்த

நுண்ணோக்கை அந்த அம்மையாருக்கு வேறு வழியால் பயன்படுத்த முடியவில்லை; தனியார் பள்ளிகளை கண்டனம் செய்வதற்கு பதிலாக, தனியார் பள்ளி உரிமையாளர்களுக்கு இலாபம் சம்பாதிக்கும் நோக்கத்தோடு கல்வித்தரத்தை கவனிக்கவும், இப்பள்ளிகளில் வழங்கப்படும் கல்வி, பெற்றோர்களை திருப்திப்படுத்தும் அளவு தரம் உயர்ந்த கல்வியாக வழங்கவும் ஆலோசனை அளிக்கக்கூடாதா? ரோஸ் அவர்கள் உண்மையில் இன்னொன்றையும் குறிப்பிடுகிறார்கள்: "தனியார் பள்ளி உரிமையாளர்கள் தாங்கள் இட்ட முதலீட்டில் இலாபம் உள்ளதா என்ற நோக்கில் அக்கறைக் கொண்டு, ஆசிரியர்களின் செயல்பாடுகளை கவனமாக தொடர்ந்து கவனித்து வருகிறார்கள்" என்று குறிப்பிடுகிறார். இது ஓர் ஆக்கப்பூர்வமான விஷயம்தானே? பெற்றோர்கள் தனியார் பள்ளிகளை நாடுவதற்கான முக்கிய காரணங்களில் ஒன்றாக, அவர்கள் என்னிடம் கூறியது, தனியார் பள்ளிகள், கவனமாக ஆசிரியர்களை தொடர்ந்து கவனித்து வருவது; இது அரசுப்பள்ளிகளில் இல்லை; இது வருத்தமான ஒன்று; இதனால் அரசுப்பள்ளிகளில் குழந்தைகள் கல்வியால் கைவிடப்படுகின்றன. ரோஸ் அம்மையார் தனியார் பள்ளிகளைக் கண்டனம் செய்து எழுதுகிறபோது மேற்கண்ட நல்ல விஷயங்கள் எதுவும் மனதில் உதயமாகவில்லை. ஆனால் "தனியார் பள்ளிகளால் பயன்பெற்ற சமுதாயத்தோடு" கலந்தாலோசித்து எழுதுவதற்கு அம்மையார் நேரம் எடுத்துக்கொள்ளவில்லை.

ஏழைகளுக்காகச் செயல்படும் தனியார் பள்ளிகள் வழங்கும் கல்வி, தரம் தாழ்ந்தது என்று அம்மையார் பகிரங்கப்படுத்துவது சார்ந்த எந்த ஆதாரமும் என்னால் கண்டுகொள்ள முடியவில்லை. பல ஆய்வுகளை - முறையே தனியார் பள்ளிகள், மற்றும் அரசுப்பள்ளிகளின் செயல்திறன்களையும், கல்விக் கட்டணத்தால் கிடைத்த பலன்களையும் பார்வையிட்டு எழுதிய - பல ஆய்வுகளைப் படித்து அறியும்போது, மேற்கண்ட இரண்டு வகைகளிலும் தனியார் பள்ளிகளே மேலோங்கிச் செயல்படுவதாக ஆய்வு முடிவுகள் கூறுகின்றன. இரண்டு வகை மாறுப்பட்ட ஆய்வு முடிவுகளில் ஒன்று, ரோஸ் அவர்கள் குறிப்பிட்டுள்ளது; ரோஸ் வழக்கமான வகையில் காணப்பட்ட தனியார் பள்ளிகளை மையப்படுத்தி, வசதி நிறைந்தவர் களுக்குச் செயல்படுகின்ற பள்ளிகளை தங்கள் ஆய்வுக்கு மாதிரியாக எடுத்திருக்கின்றார்கள்; அல்லது தங்களால் இயன்ற மிக எளிய தனியார் பள்ளிகளை ஆய்வுக்கு மாதிரியாக எடுத்திருக்கின்றார்கள். குறிப்பிடத்தக்க வகையில், ஏழைகளுக்காக செயல்படுகின்ற அரசுப்பள்ளிகள் மற்றும் தனியார் பள்ளிகளின் சிறப்புகளை எந்த ஆய்வு அறிக்கையும் வெளி யிட்டதாக எனக்குத் தெரியவில்லை.

தகுந்த ஆதாரம் இல்லை என்ற என் முடிவுக்குக் கிடைத்த ஆக்ஸ்பார்ம் நிறுவனத்தின் கருத்து எனக்கு நம்பிக்கையூட்டுவதாக இருந்தது.

“மூலாதாரங்களோடு சீர்தூக்கிப் பார்க்கும்போது, தனியார் பள்ளிகள் அரசுப்பள்ளிகளை விஞ்சி நின்று சிறந்த முறையில் செயல்படுகின்றன என்ற கோட்பாட்டை நிரூபிக்க சரியான தகவல் அடிப்படையிலான ஆதாரம் கிட்டவில்லை என்று திடுக்கிடும் வகையில் ‘ஆக்ஸ்பாம் கல்வி அறிக்கை’ முடிவு செய்துள்ளது. ‘சரியான ஆதாரம்’ இல்லை என்ற என் கருத்துக்கு ஆக்ஸ்பாம் கல்வி அறிக்கை ஒத்துப்போனாலும், அந்த அறிக்கை, நிலைமையை சுருக்கமாகச் சொல்லக்கூடிய அதேபக்கத்தில், அரசுப்பள்ளி செயல்பாட்டு முறைகளில் ‘திடுக்கிட வைக்கும் அளவு’ மோசமான கல்வியை வழங்குகிறது என்பதில் சந்தேகம் இல்லை. ஏழைகளுக்காகச் செயல்படும் தனியார் பள்ளிகள் வழங்கும் ‘தரம் குறைவான’ கல்வி குழந்தைகளின் எதிர்கால வாய்ப்புகளுக்குத் தடங்களாக இருக்கும் என்று கூறுகிறது. ‘தகுந்த ஆதாரம் இல்லை’ என்பது ஆக்ஸ்பாம் ஆசிரியருக்கு எப்படித் தெரியும்? பரவாயில்லை. ஐக்கிய நாடுகள் வளர்ச்சித் திட்டம், தனியார் பள்ளிகள் மற்றும் அரசுப்பள்ளிகளின் செயல்பாடுகள் பற்றி சரியான சான்று இல்லை என்று ஒத்துக்கொண்டுள்ளது. “பல தனியார் பள்ளி ஆதாரவாளர்கள் அரசுப்பள்ளிகளைவிட தனியார் பள்ளிகள் சிறப்பாகச் செயல்படுகின்றன என்ற கருத்தை முன் வைக்கின்றனர். ஆனால் இதை நிரூபிக்க ஆதாரம் இல்லை. மூலாதாரங்களை ஒப்பிட்டு பார்க்கும்போது, தனியார் பள்ளிகள், முறையாக அரசுப்பள்ளிகளை விட சிறப்பாக செயல்படவில்லை” என்று ஐக்கிய நாட்டு வளர்ச்சித் திட்டம் கூறுகிறது.

அரசு மேம்பாட்டு வல்லுநர்களின் ஆய்வு அறிக்கைகளை வாசிக்கின்ற போது ஏழைகளுக்காகச் செயல்படும் தனியார் பள்ளிகள் முறையாக நிறுவனப்படுத்தப்படவில்லை என்பதில் அவர்கள் பொதுவான கருத்து மாறுபாடு கொண்டிருக்கின்றார்கள் என்பது தெரிந்தது. அவர்கள் கருத்து உண்மையில் சரியாக இருக்கலாம். ஆனால் அவர்கள் சரியாகச் சொல்லி யிருக்கின்றார்கள் என்பதற்கான ஆதாரத்தை நான் காணவில்லை. ஏழைப் பெற்றோர்கள், தனியார் பள்ளிகளை நாடுவதா, அல்லது அரசுப்பள்ளிகளை நாடுவதா என்று தடுமாறுகின்றார்கள். அரசு மேம்பாட்டு வல்லுநர்கள் கூறுவதுபோல பெற்றோர்கள் அவ்வளவு அறிவிலிகளா என்ன? நான் இதை ஆய்ந்து கண்டுபிடிக்க வேண்டும். இவ்வகையான ஏதுக்களை நான் வாசித்து அறிந்தபோது, என் ஆய்வுப்பணியானது, ஏழைகளுக்காகச் செயல்படும் அரசுப்பள்ளி மற்றும் தனியார் பள்ளிகள் வழங்கும் கல்வித்தரத்தை விரிவான முறையில் செய்யப்படவேண்டும் என்று தெரிந்துகொண்டேன்.

ஆனால் முதலில், அரசு மேம்பாட்டு வல்லுநர்கள் எழுதியவைகளில் உள்ள இன்னொரு மறைபொருளை நான் விளக்கமாகப் பேசவேண்டும். ஏனென்றால், குறைந்த கட்டணத் தனியார் பள்ளிகள் பொதுவாக குறைவான தரம் உள்ள பள்ளிகளாகவே இருக்கின்றன. ஏனென்றால்,

இப்பள்ளிகளின் உரிமையாளர்கள் லாப நோக்கமே குறிக்கோளாக இருக்கின்றனர். அரசு மேம்பாட்டு வல்லுநர்கள் வேறு சில விஷயங்களில் பிடிவாதமாக இருந்தனர். நேர்மையற்ற முறையில் வசூல் செய்கின்ற உரிமையாளர்களிடமிருந்து ஏழைப்பெற்றோர்களைக் காப்பாற்ற ஒழுங்கான சட்டத்திட்டங்களை உடனடியாகச் செய்ய வேண்டும். தனியார் பள்ளிக்கு உரிய, மேம்படுத்தப்பட்ட சட்டதிட்டங்களுக்கான தெளிவான தேவைகள் பற்றி அரசு மேம்பாட்டு வல்லுநர்கள் என்ன சொல்லியிருக்கிறார்கள் என்பது பற்றி என் விமானப் பயணத்தில் வாசித்துத் தெரிந்து கொண்டேன்.

8

ஓர் ஆய்வாளர் அழைக்கிறார்

மின்னல் போல் செயல்படும் காவல்துறையினர்

கானா நாட்டின் 'கா' என்ற இடத்தில் சுப்ரீம் அக்காடமியின் மீன்பிடி கிராமமான போர்ட்டியனார் என்ற இடத்திலிருந்து புறப்பட்டு வளைந்து வளைந்து செல்லும் மண் சாலை, 'அக்ரா கேப் கோஸ்ட்' நெடுஞ்சாலையில் 'சாலைப் போக்குவரத்துத் தடை' என்று ஊர் மக்களால் சொல்லப்படுகின்ற அந்த இடத்தில் வந்து சந்திக்கிறது. இந்த வழியாகச் செல்லும் போக்குவரத்து வாகனங்களை காவல் துறை நிறுத்துவதால், இந்த இடம் நாள் முழுவதும் போக்குவரத்து நெரிசல் உள்ள இடமாக ஆகி விடுகிறது. இப்போது அந்தச் சாலையைப் பயன்படுத்துவது இல்லை. காவல் துறையினர் வைத்திருந்த தடுப்புச் சாதனங்கள் உடைத்து நொறுக்கப்பட்டு சாலையோரம் கிடந்தன. இப்போது அந்தச் சாலை எங்கும், நடமாடும் காவல் துறையினரின் தடுப்பு மையம் ஆங்காங்கே ஏற்படுத்தப் பட்டுள்ளது. ஒருநாள் போர்ட்டியானாரிலிருந்து அக்ராவுக்குத் திரும்பிச் செல்ல நாங்கள் பயன்படுத்திய அந்த வாடகைக் காரின் முன் கண்ணாடி உடைந்து விரிசல்விட்டிருந்தது; சீட் பெல்ட் அதில் இல்லை; வாகன வேகத்தின் அளவைக் காட்டும் சாதனம் இல்லை; சாலைப் பாதுகாப்பு விதிகளை மீறிச் செல்லும் எல்லா வாகனங்களோடும், எங்கள் வாடகைக் காரும் காவல்துறையினரால் சைகை செய்து நிறுத்தப்பட்டு சிக்கிக்கொண்டது. எங்கள் வாகன ஓட்டுநர், அவரது ஓட்டுநர்

உரிமம், மற்ற ஆவணங்கள் ஆகியவற்றுடன் சேர்த்து 10,000 'செடி' கொண்ட ஒரு பணத் தாளையும் (சுமார் 1. 10 டாலர்) கையில் எடுத்து தயாராக வைத்துக் கொண்டார். வண்டி நின்றதும், ஓட்டுநர் அனைத்தையும் காவலர்களிடம் ஒப்படைத்தார். அவர் கொடுத்த 'அன்பளிப்பை' மட்டும் கவனமாக வாங்கி சட்டைப் பையில் போட்டுக் கொண்டு, எங்களை அன்போடு அனுப்பி வைத்தனர். இதனால் தான் அவர்கள் "மின்னல் போல் செயல்படும் காவல் துறையினர்" என்று அழைக்கப் படுகின்றனர். "ஏன் எனக்கு கொஞ்சம் பணம் வெட்டக் கூடாதா?" என்பது கானா நாட்டில் எங்கும் உள்ள அரசு அலுவலர்களிடம் காணப்படும் பொதுவான ஒரு பல்லவி.

நைஜீரியாவிலும் இதே போன்றுதான்; லாகோஸிலிருந்து 'இபதான்' செல்லும் நெடுஞ்சாலையில், கனரக வாகனங்களும் கார்களும் எரிந்து சிதறுண்டு அங்கங்கே கிடக்கும். அல்லது நெடுஞ்சாலைகள் பிரியும் இடத்தில் தொந்தரவு செய்யும் வகையில் எரிந்து சிதறுண்டு கிடக்கும். காவல் துறையினர் கை அசைத்து வாகனத்தை நிறுத்துவார்கள். கானா நாட்டுக் காவலர்களைவிட இவர்கள் அதிகம் அச்சுறுத்துவது போலத் தெரியும். இந்தக் காவலர், துப்பாக்கியை ஏனோதானோ வென்று தோற் பட்டையைச் சுற்றிப் போட்டிருப்பதும், பல சுற்றுகள் சுடுவதற்கான துப்பாக்கிக் குண்டுகள் மார்பின் குறுக்கே மாட்டியிருப்பதையும் பார்த்தால், ரஷ்ய நாட்டு இயந்திர துப்பாக்கிக்கும் இதற்கும் ஏதோ தொடர்பு இருக்கிறதோ என்னவோ என்று எண்ணத்தோன்றும். இந்தச் சாலையில் நான் நிறுத்தப்பட்ட போதெல்லாம் அங்குள்ள எல்லா நடைமுறைகளும் ஒரே மாதிரித்தான் இருந்தன. என்னுடைய கடவுச் சீட்டைக் காட்டச் சொல்லிக் கேட்பார்கள்; அதை எடுத்துக் கொண்டு போய் சாலையின் அடுத்த பக்கம் அமைந்திருக்கும் கூடாரத்தில் உள்ள காவல் துறை அதிகாரியிடம் காட்ட வேண்டும்; அந்த அதிகாரி இருக்குமிடம் உள்ள தூரம் வரை என்னை நடக்க விடுவார்கள்; அங்கேயே காத்திருக்க வைத்து விடுவார்கள்; என்னைக் காத்திருக்க வைத்து விட்டு கால் பந்தாட்டக் கதையை மகிழ்ச்சியோடு பகிர்ந்து கொள்வார்கள். (இங்கிலாந்து பிரிமியர் லீக்கில் விளையாடும் நைஜீரிய நாட்டுத் தேசிய கால்பந்தாட்டத் தலைவரைப் பற்றிப் பேசுவார்கள். கால்பந்தாட்டத்தில் எனக்கு தெரிந்த விஷயத்தைக் கிண்டிக் கிளறிக் கேட்பார்கள்) ஒரு வேளை எங்கள் ஓட்டுநர் அவர்களை 'திருப்திப்' படுத்துவரோ என்னவோ.

இந்தியாவிலும் இது மாதிரி நடக்கிறது. ஹைதராபாத்தில் உள்ள ஒரு பல்மருத்துவமனைக்கு என்னை அவசரமாக அழைத்துச் செல்லும் போது, எங்கள் வாகனம் சிவப்பு விளக்கு சிக்னலை கடந்து சென்று விட்டது. இது இந்தியாவில் அடிக்கடி நிகழும் ஒன்றுதான். ஆனால் இந்த முறை

எப்படியோ ஒரு காவல் துறை அதிகாரி இரு சக்கர வாகனத்தில் எங்களைத் பின் தொடர்ந்து வந்து, எங்கள் வாகனத்தை நிறுத்தச் சொன்னார். ஓட்டுநர் மெதுவாக வெளியே வந்து, ஓட்டுநர் உரிமைத்தோடு 500 ரூபாய் தாள் ஒன்றையும் சேர்த்து வைத்துக் கொடுத்தார்.

அரசு அலுவலர்களிடையே இந்த மாதிரிச் சின்னச் சின்ன ஊழல் விஷயங்கள் நான் போகும் நாடுகளில் எல்லாம் நடந்தேறி வருகின்றன. இந்த அவலங்களை எல்லாம் அரசு மேம்பாட்டு வல்லுநர்கள் கண்டு கொள் ளாமல் விட்டு விட்டு, தனியார் பள்ளிகளுக்குரிய சட்ட திட்டங்களையும் கட்டுப்பாடுகளையும் மட்டும் எப்படி எழுத முன் வருகிறார்கள்? எனக்குத் தான் சில விஷயங்கள் புரியவில்லையா? அல்லது அவர்களுக்குப் புரிய வில்லையா?

இறுதி வாய்ப்பாகத் தனியார் பள்ளிகளுக்குத் தேவைப்படும் சட்ட திட்டங்கள்

அரசு மேம்பாட்டு வல்லுநர்கள் எழுதிய விஷயங்கள் போதுமான அளவு தெளிவாக உள்ளன. 'குழந்தைகளைக் காப்போம்' என்ற நிறுவனம் வெளியிட்ட ஓர் அறிக்கை "தனியார் கல்வி நிறுவனங்கள், அவைகளுக்கான சாத்தியக் கூறுள்ள கொள்கை முடிவு எடுக்குமுன்பே, அதற்கான சீரிய சட்ட திட்டங்கள் கொண்டு வரப்பட வேண்டும்"; "சரியான அடிப்படைச் சட்ட திட்டங்கள் இல்லாத தனியார் பள்ளி நிறுவனங்கள் கற்பித்தலுக்கு வருவது குழப்பம் உள்ளதாக அமைந்துவிடும். ஏனென்றால், இதனால் ஏழை மக்களின் தேவைகள் பூர்த்தி செய்யப்படமால் போய்விடும்" என்று வலியுறுத்திக் கூறுகிறது. இன்னொரு அறிக்கை, ஏற்கனவே குதிரை பயத்தில் வேகமாகத் தப்பித்து ஓடிவிட்டது என்ற பொருள் படுவது போல் உணர்ந்து கொண்டோ என்னவோ, தனியார் பள்ளிகளுக்கு சட்ட திட்டங்கள் நிர்ணயம் செய்வது மிகப் பெரிய கவலை தரும் விஷயமாக உள்ளது என்று அழுத்திக் கூறுகிறது. "அரசாங்கம் திட்டமிட்டுச் செய்ததால் உண்டான விளைவுகளை விட, தனியார் பள்ளிகள் அதன் சேவைகளில் தானாகவே வளர்ந்து வந்து விட்டன" என்று கூறுகிறது. எனவேதான், அரசாங்கக் கட்டுப்பாடுகளைத் தாண்டி தனியார் பள்ளிகள் விரைந்து வெளி வருகின்றன.

முனைவர் ரோஸ் அவர்களும், ஏழைகளுக்காகச் செயல்படும் தனியார் பள்ளிகளை எவ்வாறு ஒழுங்குபடுத்துவது என்று அதிக அக்கறை எடுத்துக் கொண்டார்கள். தனியார் நிறுவனங்கள் அதிக கட்டுப்பாடுகள் இல்லாமல் செயல்படச் செய்வதற்கு எளிமையான சட்டத்திட்டங்களை விதிக்கும் வாய்ப்புகளைக் கண்டறிய முயற்சித்தார். அதற்குப் பதிலாக, தனியார்

பள்ளிகளின் 'தரம் குறைவான கல்வி, வேகமாக எங்கும் பரவுவதைத் தடுப்பதற்கான சட்ட திட்டங்களைக் கடுமையாக விதிப்பது' கட்டாயமாகி விட்டது. இப்பள்ளிகளுக்கான சட்ட திட்டங்களைத் தளர்த்துவதால் 'இறுதி வாய்ப்புப் பள்ளிகள்' என்று ரோஸ் அம்மையார் அவர்களால் அழைக்கப்படும் ஏழைகளுக்காகச் செயல்படும் தனியார் பள்ளிகள் பல்கிப் பெருகி விடும். இது விரும்பத்தக்கதல்ல.

ஏழைகளுக்காகச் செயல்படும் தனியார் பள்ளிகளுக்கு எதிராக ஏற்படுத்தப்பட்ட கடுமையான கொள்கைகளைக் கொண்ட இதே போன்ற ஓர் அறிக்கையை யுனிசெஃப் நிறுவனம் வெளியிட்டது. நான் அதை வாசித்தேன்: "தரம் குறைவான கல்வியை வழங்கும் தனியார் பள்ளிகளைக் கட்டுப்படுத்துவதற்கான சட்ட திட்டங்கள் மிக அவசியத் தேவையாகி விட்டது. இதனால் தனியார் கல்வியைத் தேடி ஓடும் பாமர மக்கள், தனியார் கல்வி நிறுவனங்களால் சுரண்டப்படுவதை தடுத்து விடலாம். இது போன்ற கடுமையான சட்ட திட்டங்கள் இல்லையென்றால், ஏழை மக்கள், மிகவும் தரம் குறைவான கல்விக்கு, மிகவும் அதிகமான கல்விக் கட்டணம் செலுத்த வேண்டிய கட்டாயம் தொடர்ந்து நிலவி வரும். மாணவர்கள் ஒரு தரமான கல்வி பெறுவதற்கு முறையான சட்டத் திட்டக் கட்டமைப்பு அடிப்படைத் தேவை ஆகிவிட்டது. இதற்கான கடுமையான சட்ட திட்டங்களை வகுத்து அதை நன்கு நடைமுறைப்படுத்த வேண்டியது 'மத்திய அரசின்' பொறுப்பு ஆகும்" என்று அறிக்கை கூறியது.

இந்த அறிவிப்பு என்னைக் குழப்பத்தில் ஆழ்த்தியது. தனிப்பட்ட முறையில் இந்த சட்ட திட்டங்களுக்கு நான் எதிரானவன் என்பதால் அல்ல; இந்தச் சட்ட திட்டங்கள் ஏழைகளைத் தனியார் பள்ளியாளர் களிடமிருந்து காப்பாற்றக்கூடியதாக இருந்துவிட்டால், யார் அதற்கு எதிராக இருக்க முடியும்? பள்ளிகளில் மட்டுமல்லாது, மற்ற எல்லா வற்றிலும் - நான் ஆய்வு மேற்கொண்ட நாடுகளில் எவ்வாறு இந்தச் சட்டங்கள் செயல்பட்டன என்று நான் அடைந்த அனுபவங்களோடு இவை ஒத்துப் போகாததால், என்னை மேலும் இது குழப்பத்தில் ஆழ்த்தியது. ஆசியா மற்றும் ஆப்பிரிக்க நாட்டு சகாரா பாலைவனத்தின் தென்பகுதியில் எங்கு பயணம் செய்து பணியாற்றினாலும், எப்போதும் உங்களைத் தாக்கத்திற்கு உள்ளாக்குகிற, எதார்த்தத்திற்கு எதிராக உள்ள, வெறுமையான விஷயத்தை அரசு மேம்பாட்டு வல்லுநர்கள் ஏன் எழுதுகிறார்கள் என்பது எனக்கு இம்முறை புரியாத புதிராக இருந்தது.

கட்டுப்பாடுகள், கட்டுப்பாடுகள், கட்டுப்பாடுகள்

பல நாடுகளில் நான் மேற்கொண்ட பயணத்தில், நான் பார்வையிட்ட பள்ளிகளில் எல்லாம் ஏழைகளுக்காகச் செயல்பட்டு வரும் தனியார்

பள்ளிகள் மீது கடுமையான கட்டுப்பாடுகள் அமலில் இருந்தன. அந்தக் கட்டுப்பாடுகள் மின்னல் போல் செயல்பட்ட அந்த காவல் துறை நபர் போல நடைமுறையில் செயல்பட்டு வந்தன.

இந்தியாவின் மற்ற மாநிலங்களைப் போல, ஆந்திரப் பிரதேச மாநிலத்திலும், தனியார் பள்ளிகள் எல்லா வகைகளிலும் எதைச் செய்ய வேண்டும், எதைச் செய்யக்கூடாது என்ற சட்ட திட்டங்கள் வரையறுக்கப் பட்டு உள்ளன. ஆந்திராவில், கோட்டி என்னும் இடத்தில் உள்ள அதிகாரப் பூர்வமான ஒரு புத்தகக் கடையில் V.J. ராவ் அவர்கள் எழுதிய 'ஆந்திர மாநிலக் கல்வி விதிகள்' என்ற புத்தகத்தின் மூன்று தொகுப்புகளையும் வாங்கினேன். எல்லா விவரங்களும் நம்மால் வரிசைப்படுத்தி வைக்க முடியாத, அரசாங்கம் மாதா மாதம் வெளியிடும் அனைத்து ஆணைகளும் அதில் அடங்கி இருந்தன. தனியார் பள்ளிகள் எதைச் செய்ய வேண்டும், எதைச் செய்யக் கூடாது என்பதைச் சரியாகப் புரிந்து கொள்வதற்காக அந்தப் புத்தகத் தொகுப்புகளை வாசித்துத் தெரிந்து கொள்வதற்கு எனக்கு வாரக் கணக்காகிவிட்டது. ஒவ்வொரு விஷயத்திலும் சட்ட திட்டங்கள் வகுப்பப்பட்டிருந்தன. அதில், தனியார் பள்ளி ஆசிரியர் தகுதிகள், பணி நீக்கம் செய்யப்பட்ட ஆசிரியர்கள் எவ்வாறு மேல் முறையீடு செய்ய வேண்டும், யாருக்கு மேல் முறையீடு செய்ய வேண்டும், ஒரு பள்ளி முதல்வர் எவ்வளவு நேரம் பாடம் நடத்த வேண்டும், ஆசிரியர்கள் காலிப் பணியிடங்கள் எவ்வாறு விளம்பரப்படுத்தப்படவேண்டும், ஒரே இடத்தில் உள்ள பள்ளிகளுக்கிடையே தோன்றும் ஆரோக்கியமற்ற போட்டிகளைத் தவிர்ப்பதற்கான தேவைகள், என்னென்ன பள்ளி ஆவணங்கள் எவ்வாறு பேணப்பட வேண்டும், பள்ளி வருமானம் எந்த வகையில் செலவிடப்பட வேண்டும், வகுப்பறைகளிலும், விளையாட்டு இடங்களிலும் பயன்படுத்த வேண்டிய உடல்சார்ந்த உபகரணங்கள், ஆசிரிய மாணவ விகிதாச்சாரம், பள்ளிகளில் பின்பற்றப் பட வேண்டிய பாடத் திட்டங்கள், கலைத் திட்டங்கள் ஆகிய அனைத்தும் இடம் பெற்றிருந்தன.

சட்ட திட்டங்கள் இன்னும் கூறுபவை: மாணவர்கள் மத்தியில் தனியார் பள்ளி ஆசிரியர்கள் பாலியல் தொடர்பான மலிவான பத்திரிக்கைகளைப் படிக்கக்கூடாது, அல்லது இது போன்ற மலிவான செய்திகளை படித்துப் பார்க்க மாணவர்களுக்கு சொல்லக்கூடாது என்றும், பெண் ஆசிரியர்களைப் பொறுத்தவரை, பாரம்பரிய உடைகளான, அதாவது, உள்ளாடைகளை ஊடுறுவிப் பார்க்க முடியாத அளவு அவர்கள் அணியும் வெளி ஆடைகள் தடிமனாக இருக்க வேண்டும் என்றும் அந்தத் தொகுப்புகளில் அடங்கியுள்ள ஆணைகள் வலியுறுத்துகின்றன. ஆசிரியர்கள் வரதட்சணை வாங்கக் கூடாது; மாணவர்கள் மத்தியில் புகை பிடிக்கக்கூடாது. எல்லா உத்திரவுகளும் வரிசைக்கிரமமாக, 'துப்புரவுத்

தொழிலாளர்களின் கடமைகள் வரை' தெளிவாகக் கொடுக்கப்பட்டுள்ளன. பள்ளி நிறுவனத்தையும் அதில் அடங்கியுள்ள அறிவியல் ஆய்வுக்கூடம், நூல் நிலையம், உதவி ஆசிரியர்கள் ஓய்வு அறை, கழிப்பிடங்கள், விளையாடுமிடம் போன்ற இடங்களை பேணிக் காப்பதற்கு ஆகும் நடைமுறை பராமரிப்புச் செலவுகளை செயல்படுத்தி வரவேண்டும் என்று வலியுறுத்திக் கூறுகிறது.

ஏகப்பட்ட சட்ட திட்டங்கள்; ஒரு இயல்பான பள்ளி மேலாளர், இது போன்ற தாங்க முடியாத கோரிக்கைகளைக் கொண்டு, எப்படி பள்ளியை நடைமுறைப்படுத்துவது? இந்த விதிகளை மீறுவோருக்குக் கடுமையான தண்டனைகள் வகுப்பப்பட்டுள்ளன. மூன்று ஆண்டு சிறைத் தண்டனை யோடு அபராதத் தொகையும் கட்ட வேண்டும். ஆனால் நடை முறையில் நம்ப முடியாத அளவு விவரிக்கப்பட்டுள்ள இந்தச் சட்ட திட்டங்கள் வெகு எளிதாக மீறப்படுகின்றன. இது, அந்த அரசு மேம்பாட்டு வல்லுநர் களுக்குத் தெரியாமல் போய் விடுகிறதா?

ஆரம்பக் கால ஆய்வு மேற்கொண்ட சமயத்தில் பவுலின் டிக்ஸன் அவர்களோடு நான் ஹைதராபாத்தில் இருந்தேன். அந்த அம்மையாரின் முனைவர் பட்டத்திற்கான ஆய்வுப் படிப்பு சுற்றுச் சூழல், கட்டுப்பாடு என்பதை மையப்படுத்தி இருந்தது. அது சமயம் மாவட்டக்கல்வி அதிகாரி அவர்களை சந்திப்பதற்கான உத்திரவு பெற்றிருந்தோம். ஹைதராபாத்தில் உள்ள அனைத்துப் பள்ளிகளுக்கும் மாவட்டக் கல்வி அதிகாரியே அனைத்து அதிகாரமும் பெற்றவர். இன்னும் கட்டி முடிக்கப் பெறாத, அந்தப் புதிய அரசு அலுவலகத்தில் அவரைச் சந்தித்தோம். சுமார் 500 அங்கீகாரம் பெற்ற தனியார் பள்ளிகளுக்கும், அதே எண்ணிக்கையில் உள்ள அரசுப் பள்ளி களுக்கும் மூன்றே முன்று பள்ளி ஆய்வாளர்களே அவருக்குக்கீழ் பணி யாற்றினர். (அவரே இதுவரை எந்தப் பள்ளியையும் ஆய்வு செய்ததில்லை) அவரின் ஆளுகையின் கீழ் உள்ள அனைத்துப் பள்ளிகளும் சட்ட திட்டங்களுக்கு உட்பட்டு நடந்து வருகின்றன என்று எவ்வாறுதான் ஒவ்வொரு பள்ளியையும் பார்வையிட்டுத் தெரிந்து கொள்வது? எனவே நடைமுறைக்கேற்றாற்போல, ஒவ்வொரு வகையான சட்ட விதிகளை நடைமுறைப்படுத்தாமல், பதிலாக, "பொதுப்படையான செயல் முறைகளை" ஒழுங்குபடுத்திச் செய்யுமாறு, மாவட்டக் கல்வி அலுவலர்கள், தன் உதவி ஆய்வாளர்களை அனுமதித்துள்ளார்கள். இதனால் தனியார் பள்ளிகள் முக்கிய நான்கு விதிகளுக்கு மட்டும் கட்டுப்பட்டுச் செயல் பட்டால் அங்கீகாரம் அடைந்து, அங்கீகாரம் பெற்ற பள்ளியாக இருக்கும். அவையாவன : விதிகளுக்கு உட்பட்ட அளவுகளைக் கொண்ட விளையாட்டு மைதானம், தனியார் பள்ளி மற்றும் அரசாங்கம் ஆகிய இரண்டு நிறுவனங்கள் பேரிலும் உள்ள 50,000 ரூபாய் கொண்ட ஒரு வங்கிக்

கணக்கு, குறைந்த பட்சமாக, முறையான அரசு ஆசிரியர்ப் பயிற்சிப் பள்ளியில் படித்து பயிற்சிச் சான்றிதழ் பெற்ற ஆசிரியர், ஒரு நூல் நிலையம், ஆகிய இவை அனைத்தும் அவசிய அடிப்படைத் தேவை என்று மாவட்டக் கல்வி அதிகாரி குறிப்பிட்டார்.

இவ்வகையான 'குறைந்த பட்ச சட்ட திட்டங்கள்' நடைமுறைக்கு ஒத்துவரக் கூடியவை. புரிந்து கொள்ள முடியாத விபரங்களைக் கொண்ட கல்வி விதிகளை விட, இந்தக் குறைந்த பட்ச சட்ட திட்டங்களைக் கொண்டு நடைமுறைப்படுத்தப்படுகிற பள்ளிகளை மனதில் கொண்டு தான், இந்த அரசு மேம்பாட்டு வல்லுநர்கள், தனியார் பள்ளிகளுக்கு முறையான சட்ட திட்டங்கள் தேவை என்று வாதிடுகிறார்களோ?

ஆனால் இங்கே ஒரு சிக்கல் தோன்றுகிறது. தனியார் பள்ளிகளுக்கான சட்ட திட்டங்களைக் குறைத்து எளிமையாக்கிய மாவட்ட கல்வி அலுவலரின் அணுகுமுறையைக் கேள்விப்பட்டு, பவுலின் உடனடியாக ஹைதராபாத்தில் உள்ள ஒரு பன்னிரண்டு சுய உதவித் தனியார் பள்ளிகளைப் பார்வையிட்டார். அப்பள்ளி மேலாளர்களை எனக்கு நன்கு தெரியும். அந்தப் பள்ளிகளில் எந்தப் பள்ளியுமே குறைந்த பட்சமாக வழங்கப்பட்ட சட்ட திட்டங்களிலேயே, இரண்டுக்கு மேல் அவர்கள் எதையும் பின்பற்றவில்லை. எல்லாப் பள்ளிகளிலும் கல்வி அறக்கொடை நிதியம் இருந்தது. ஆனால் இரண்டு பள்ளிகளில் மட்டுமே நூல் நிலையம் இருந்தது. எல்லாப் பள்ளிகளிலும் விளையாடுமிடம் இருந்தும் விதியில் சொல்லப்பட்ட பரப்பளவில் எந்த விளையாட்டு இடமும் இல்லை. ஏதோ ஓரளவு கல்வித் தகுதியுடைய ஆசிரியர்கள் இருந்தாலும் எந்த பள்ளியிலும் முழு கல்வித் தகுதி பெற்ற ஆசிரியர்கள் இல்லை. ஆனாலும் இந்தப் பன்னிரண்டு பள்ளிகள் எல்லாமே அங்கீகாரம் பெற்றவை. அது போல இதே கதை நைஜீரியாவிலும் இருந்ததைக் கண்டேன். லாகோஸ் மாநிலத்தில் கோசேஃப் என்ற மாவட்டத்தில் உள்ள பத்து அங்கீகாரம் பெற்ற தனியார் பள்ளிகளைத் தற்செயலாகப் பார்வையிட்டேன். அங்கு தான் என் ஆய்வுக்குழுவும் பணியாற்றிக் கொண்டிருந்தது. அவ்வாறு பார்வையிட்ட பள்ளிகளில், அரசு விதித்திருந்த சட்ட திட்டங்களின் படி மூன்றே மூன்று பள்ளிகளுக்குத் தான் அங்கீகாரம் வழங்கப்பட்டிருக்க வேண்டும். ஆனால் மீதமுள்ள பள்ளிகள், குறைந்தபட்சக் குறிப்பிடத்தக்க ஒரு சில சட்டத்திங்களைப் பின்பற்றி வந்து அங்கீகாரம் பெற்றுள்ளன.

அங்கு என்ன நடந்து வருகிறது? பள்ளிகளுக்கு வகுப்பப்பட்டுள்ள சட்ட திட்டங்களில் ஒரு சிறிதளவாவது நிறைவேற்றப்படவில்லை யென்றால், எப்படி அவைகள் அங்கீகாரம் பெறுவது? எல்லாச் சட்ட திட்டங்களையும் பின்பற்றும் பள்ளிகளுக்கே அங்கீகாரம் வழங்கப்பட வேண்டும். இந்த அத்தியாத்தின் ஆரம்பத்தில், சாலைப் பாதுகாப்பு

விதிகளை மீறுவோரைக் கண்டுபிடிக்க சிறப்பாக அமைக்கப்பட்டிருந்த காவல்துறை தடுப்பு மையத்தை எப்படி என் ஓட்டுநர் இலாவகமாக லஞ்சம் கொடுத்துக் கடந்து சென்றாரோ, அவ்வாறே பள்ளி அங்கீகாரம், அதற்குரிய சட்ட திட்டங்களைக் கடைப்பிடிப்பதால் மட்டும் கிடைத்து விடாது. இந்த நாடுகளில் அரசாங்க சட்ட திட்டங்களைச் சரிக்கட்டு வதற்கொன்றே சில வழி முறைகள் இருக்கின்றன. அங்கீகாரம் அடைவதற்கு எளிமையான வழி, பள்ளி ஆய்வாளர்களை விலைக்கு வாங்க வேண்டி யதுதான். நீங்கள் லஞ்சம் கொடுத்தால், அங்கீகாரம் உண்டு. இல்லை யென்றால் அங்கீகாரம் கிடையாது. இது மிகச் சாதாரணம்.

உடனடி நிவாரணம்

இது முற்றிலும் வெளிப்படையானது. என் பயணங்களில், எனக்கு ஏற்பட்ட ஆச்சரியம் என்னவென்றால், லஞ்சம் நடமாடும் சூழல்களில், நேர்மையான அரசு அலுவலர்கள் தங்கள் பணிகளில் எப்படி நடந்து கொள்வார்கள் என்பது தான். ஒரு சில பள்ளி ஆய்வாளர்கள் பல பள்ளிகள், எண்ணற்ற சட்ட திட்டங்கள் எல்லாவற்றிலும் உள்ள பிரச்சினைகளை எங்களுக்குச் சொன்ன பிறகு, ஹைதராபாத்தில் மாவட்ட தொடக்கக்கல்வி அதிகாரியுடன் நான் பேசிக்கொண்டிருந்த போது, எனக்குப் பதில் கிடைக்க முடியாத ஒரு கேள்வியை அவரிடம் கேட்டு என் அதிஷ்டத்தைப் பரிசோதனை செய்து பார்க்கலாமென்று எண்ணினேன்.

சில தனியார் பள்ளி மேலாளர்கள் என்னிடம் சொன்னதைக் கேட்டு, அதனால் உந்தப்பட்டு, அந்த மாவட்டக் கல்வி அதிகாரியை ஒரு கேள்வி கேட்டேன். “பள்ளிகளைப் பார்வையிட வரும் ஆய்வாளர்களுக்கு பள்ளி நிர்வாகம் லஞ்சம் கொடுக்கின்றனவா?” அவர், என் உதவியாளர் பக்கம் திரும்பி, நான் சொன்னதை மொழி பெயர்த்துச் சொல்லுமாறு கேட்டார். அவர்கள் தெலுங்கில் பேசிக் கொண்டார்கள். ஒரு வேளை என் கேள்விக்குப் பதில் சொல்ல நேரம் எடுத்துக் கொண்டாரோ என்னவோ? அவர் மனம் திறந்து பேசினார்; “எல்லாரும் லஞ்சம் வாங்குகிறார்கள். சில சமயம் பள்ளி ஆய்வாளர்கள் எனக்கு லஞ்சம் கொடுக்கிறார்கள். சில சமயம் பள்ளிகளே எனக்கு லஞ்சம் கொடுக்கின்றன. அவர்கள் கோரிக்கையை நான் நிறை வேற்றவில்லையென்றால், என்னை மீறி, எனக்கு மேல் உள்ள அரசியல் வாதியோ, பெரும்புள்ளியோ, யாரோ ஒருவருக்கு லஞ்சம் கொடுத்து சாதித்துக் கொள்வார்கள் என்று எனக்கு நன்கு தெரியும். எனவே நானே லஞ்சத்தை பெற்றுக்கொண்டு, அவர்களுக்குத் தேவையானதைச் செய்து கொடுத்து விடுவேன்” என்றார்.

லஞ்சம் என்பது புரையோடிப் போய்விட்ட ஒன்று. இந்த வழியில்தான் எல்லாச் செயல்பாடுகளும் தங்கு தடையின்றி நடந்தேறி வருகின்றன. இதை இன்னும் கொஞ்சம் நன்றாகத் தெரிந்து கொள்வதற்காக பவுலின், ஹைதராபாத்தில் உள்ள சில பள்ளி மேலாளர்களைப் பேட்டி கண்டார். மீண்டும் அவர்கள், தங்கள் நிலைமையை அப்பட்டமாக விவரித்து சொன்னார்கள். அதில் ஒருவர், "எந்தக் காரியத்துக்கு எவ்வளவு லஞ்சம் கொடுக்க வேண்டுமோ அதைக் கொடுத்து விட்டால், எல்லாவற்றையும் சாதித்துக் கொள்ள முடியும். உண்மையில் நியாயம், நேர்மை என்ற வழியில் சென்றால், எல்லா வழிகளும் அடைக்கப்பட்டுவிடும்" என்று சொன்னார். அவர்களில் ஒரு மேலாளர், எல்லா அரசு அலுவலர்களையும் விலை கொடுத்து வாங்கி விடலாம் என்றும், "ஓர் அரசு அலுவலர் ஒரு நாள் லஞ்சம் வாங்க முடியவில்லை என்றால், அன்று இரவு அவரால் தூங்க முடியாது" என்றார். ஆய்வாளர்கள் பள்ளிக்கு வருகை தந்தால் என்ன நடக்கும் என்று பவுலின் பள்ளி மேலாளர்களிடம் கேட்டார். அதில் ஒரே ஒருவர் மட்டும், ஆய்வாளர்கள் வகுப்புகளைப் பார்வையிட்டு ஆலோசனைகள் வழங்குகிறார்கள் என்றார். "கடைசியில் லஞ்சம் வாங்கிக் கொண்டு செல்கிறார்கள்" என்ற கூடுதல் தகவலை பவுலினும் சொன்னார். பொதுவாக எல்லாப் பள்ளி மேலாளர்களும் சொன்னதாவது; பள்ளி ஆய்வாளர்கள் லஞ்சம் பெறுவதில் தான் அதிக ஆர்வம் காட்டுகிறார்கள் என்றார்கள். இன்னொரு பள்ளி மேலாளர், "பள்ளி ஆய்வாளர் லஞ்சம் வாங்குவதற்காக பள்ளிக்கு வருகிறார்; வந்து பதிவேட்டில் கையொப்பம் இடுகிறார். பள்ளிகளுக்கு தணிக்கை செய்ய சென்ற இந்த விபரத்தை அரசாங்கத்திடம் தெரிவித்து விடுகிறார்" என்று கூறினார். மேலும் ஒரு மேலாளர், "ஆய்வாளர் பள்ளிக்கு வந்து, குறிப்பிடும்படியாக எதுவும் செய்வதில்லை; சில பதிவேடுகளைப் பார்த்து விட்டு, போகும் போது சட்டைப் பையை நிரப்பிக் கொண்டு செல்கிறார்" என்று சொன்னார்.

உண்மையில் ஆய்வாளர்களின் இந்த செயல்முறை கிட்டத்தட்ட நடைமுறைக்கு கொண்டுவரப்பட்டு விட்டது. பள்ளிகளுக்கான அங்கீகாரம் பெறும் நடவடிக்கைகள் கட்டம் கட்டமாக நகர்வதற்கு ஏற்றாற்போல ஒரு தொகை நிர்ணயம் செய்யப்பட்டு விட்டது. ஓர் ஆய்வாளர் அதிகமான தொகை கேட்டுவிட்டால், நிர்ணயிக்கப்பட்ட தொகையைக் கணக்கிட்டு, அதற்கேற்றார் போல ஒரு தொகை கொடுக்கப்படும். நைஜீரியாவிலும் இதே போலத்தான்; உதாரணமாக, பள்ளி பதிவு செய்யப்பெறும் நடவடிக்கையில் முதல் வேலை, பெயர் தேடுவது - அதாவது இதற்கு முன்பு இந்தப் பெயர், பதிவிற்கு விண்ணப்பிக்கப் பெறவில்லை என்று உறுதி படுத்திக் கொள்வது (என்று ஒரு பள்ளி உரிமையாளர் சொல்லியிருக்கிறார்.) அலுவலகக்கட்டணமாக 5000 நைரா (சுமார் 40 டாலர்), அதாவது

கிட்டத்தட்ட பதிவு செய்யப் பெறாத பள்ளிகளில் பெற்றோர்கள் செலுத்த வேண்டிய ஆண்டுக் கட்டணம்; அல்லது இப்பள்ளிகளில் பணியாற்றும் ஆசிரியருக்கான மாதத் சம்பளத்தை விடக் கொஞ்சம் கூடுதல். அதற்கும் மேல், பள்ளி உரிமையாளர்கள் "அலுவலர்களைத் திருப்திப்படுத்த" ஒரு 1000 நைரா (8 டாலர்) அலுவலர்களுக்குக் கொடுத்தாக வேண்டும். பள்ளி பதிவு பெறும் வேலைகள் முடிவடையத் தேவையான அத்தனை பள்ளி ஆய்வுகளும் நடத்தப்பட்டிருக்க வேண்டும். லாகோஸ் மாநிலக் கல்வி அமைச்சரக அலுவலகத்தில் 5000 நைரா செலுத்தபட வேண்டும். மீண்டும் பள்ளி உரிமையாளர்கள் தங்களுக்குச் சாதகமான அறிக்கையை பள்ளி ஆய்வாளர்கள் எழுத வேண்டுமென்றால், அவர்களைத் திருப்திப்படுத்தும் பொருட்டு ஒரு தொகையை அவர்களுக்கும் அளிக்க வேண்டும். இந்தச் சட்டப்பூர்வமான உபரி லஞ்சத் தொகை சுமார் 5000 நைராவிலிருந்து 15000 நைரா (40-120 டாலர்) வரை இருக்கும். இத்தொகை, வருகை தரும் ஆய்வாளர்கள் எண்ணிக்கையைப் பொருத்தும், பள்ளி உரிமையாளர்களின் பேரம் பேசும் திறமையைப் பொருத்தும் அமையும். பள்ளி உரிமையாளர் களுக்கு, "இந்தத் தொகை மேலே உள்ளவர்களுக்குப் போய் சேரும் - அதாவது, கல்வி அமைச்சரகப் பணியாளர்களுக்கு" என்றும் தெரியும்.

அங்கீகாரம் பெறுவதற்கு, பள்ளிகளில் திடீரென நோயுற்றோருக் கென்று ஓர் அறை ஒதுக்கப்பட்டிருக்கவேண்டும். அங்கு எப்போதும் ஓர் செவிலியர் தயாராக இருக்க வேண்டும். இந்தப் பள்ளிகளால் செய்ய முடியாத செலவினம் இது. இத்துடன் ஒரு ஏக்கர் பரப்பளவுள்ள விளையாடுமிடம் வேண்டும். இது குடிசைப் பகுதிகளிலும், குடிசைகள் நிறைந்த புறநகர்ப் பகுதிகளிலும் நினைத்துக் கூடப் பார்க்க முடியாது. அத்தோடு விளையாடுமிடத்திற்கு 24 மணி நேரக் காவல் ஆள் வேண்டும். குறைந்த கட்டணத் தனியார் பள்ளிகளுக்கு இந்த வசதிகள் ஏதும் இல்லை. இந்தக் குறைபாடுகளைச் சரிக்கட்டுவதற்காகத்தான் ஆய்வாளர்கள் 5000 நைரா லஞ்சமாகக் கேட்கிறார்கள். கல்வித் தகுதி இல்லாத ஆசிரியர்களை வேலைக்கு அமர்த்தினாலும் இதே கதைதான். (ஆய்வாளர்கள் வாயை அடைக்க 5000 நைரா)

இது ஒரு தொடர்கதை. அங்கீகாரம் பெறும் வேலைகளுக்காக ஒவ்வொரு கட்டத்திலும் அலுவலகக் கட்டணமாக ஒரு தொகை செலுத்த வேண்டும். ஆய்வாளர் கண்டு கொள்ளாமலிருக்க ஒரு தொகை செலுத்த வேண்டும்.

இழப்பு பெற்றோர்களுக்குத்தானே?

எனவே தனியார் பள்ளிகளுக்கு விதிக்கப்பட்ட சட்ட திட்டங்களுக்கு நான் ஒருபோதும் எதிரானவன் அல்ல. ஏனென்றால் அரசாங்க சட்ட திட்டங்களுக்கே நான் எப்போதும் எதிரானவன். விளையாடுமிடத்தைப் பொறுத்த வரை அவர்கள் என்ன செய்வார்கள் என்று எனக்குப் புரிய வில்லை. அரசு மேம்பாட்டு வல்லுநர்கள் இதைப் பற்றியெல்லாம் எண்ணிப் பார்க்கவில்லையோ என்றுதான் தோன்றுகிறது.

குறைந்த கட்டணத் தனியார் பள்ளிகள், ஏன், அங்கீகாரம் பெற்ற தனியார் பள்ளிகள்கூட நடைமுறையில் அரசால் சரியாக முறைப்படுத்தப் படவில்லை என்றுதான் சொல்ல வேண்டும். அதனால் தனியார் பள்ளிகள் அரசுக்கு அவ்வளவாகப் பதில் சொல்லவேண்டிய கடமைப்பட்டதல்ல. ஆனால் அரசு மேம்பாட்டு வல்லுநர்கள் கற்பனை செய்து பார்ப்பது போல, இப்பள்ளிகளுக்கு சட்டத்திட்டங்கள் வகுத்து வழங்கப்படாமல் இல்லை. லஞ்சம் என்று ஒன்று இருக்கும் வரை இந்தச் சட்ட திட்டங்கள் கொஞ்சம் ஓரங்கட்டப்படுவது உண்டு. பார்த்த மாதத்திரத்திலே இது சிறப்பாகக் காணப்பட்டாலும், பெற்றோர்களே பாதிக்கப்பட்டவர்கள். இந்தப் பள்ளியைவிட அந்தப்பள்ளி சிறந்த பள்ளி என்றும், அந்தப் பள்ளி அங்கீகாரம் பெற்ற பள்ளி என்றும், பெற்றோர்கள் ஆய்ந்து அறியும் அளவுக்கு அரசு, சட்ட திட்டங்கள் வகுத்துக் கொடுத்திருக்க வேண்டும். ஆனால் ஒரு பள்ளிக்குக் கொடுக்கப்படும் அரசு அங்கீகாரத்தால் அப்பள்ளியின் கல்வித் தரம் ஒரு போதும் வெளிப்படுவதில்லை. ஆனால் அங்கீகாரம் என்பது அப்பள்ளிக்கு லஞ்சம் கொடுக்கும் திறமை உள்ளது என்பதை உணர்த்துவது ஆகும். இவ்வகை நடை முறை மூலம் பெற்றோர்கள்தான் பாதிக்கப்படுவார்கள் என்று தெரிகிறது. ஏனென்றால், அவர்கள் மிக முக்கியமான தகவலை தெரிந்து கொள்ளும் ஆதாரத்தை இழந்து விடுகிறார்கள் என்பது மட்டுமல்ல, கிடைக்ககூடிய தகவலை கொண்டு அவர்கள் தவறாக வழிகாட்டப்படுகிறார்கள் என்பதும் உண்டு.பள்ளிகள் அவ்வப்போது லஞ்சம் கொடுப்பதற்காக உபயோகப் படுத்தப்படும் பணம், பெற்றோர்களிடமிருந்து கல்விக் கட்டணமாக பெறுவதால், அரசு விதிக்கும் சட்ட திட்டங்கள் என்பது கல்விப் பயன்பாட்டின் பேரில், பாவப்பட்ட பெற்றோர்களிடமிருந்து வசூலிக்கும் வரிப்பணம் ஆகிவிட்டது. இது "அனைவருக்கும் கல்வி" இயக்கத்தின் இலட்சியத்திற்கு முற்றிலும் எதிரானது. பெற்றோர்கள், பழிபாவத்திற்கு அஞ்சாத பள்ளி உரிமையாளர்களால் சுரண்டப்படுவதை விட, பழிபாவத்திற்கு அஞ்சாத பள்ளி ஆய்வாளர்களால் மறைமுகமாக இன்னும் சுரண்டப்பட்டு விடுகிறார்கள்.

அரசு மேம்பாட்டு வல்லுநர்கள், இந்த ஒட்டு மொத்த அமைப்பையே சீர்திருத்தம் செய்ய வேண்டும். குறைந்த கட்டணத் தனியார் பள்ளிகளுக்கு அவர்கள் கொண்டுவர விரும்பிய கடுமையான சட்ட திட்டங்கள் இந்த வகையான ஊழல் நிறைந்த சட்ட திட்டங்கள் அல்ல. அவர்கள், சிறப்பாக செயல்படக்கூடிய ஊழலற்ற சட்ட திட்டங்களை விரும்புகிறார்கள். உண்மையில் இந்தச் சீர்திருத்தம் செயல்பட, மிகுந்த கால தாமதம் ஆகும். அரசாங்கத்திற்கும் சமுதாயத்திற்கும் அடிப்படைத் தேவையான இது செயல்பட நீண்ட காலமும் ஆகும். இதற்கிடையில் ஏழைகள் என்ன ஆவது? ஆமாம். இந்தச் சீர்திருத்தம் நடைமுறைக்கு வரும் வரை ஏழைகள் பொறுமையாகத்தான் இருக்க வேண்டும். வேறு எவ்வாறு இந்த ஏழைக் குடிமக்கள் லஞ்சப் பேய்களின் சுரண்டல்களிலிருந்து காப்பாற்றப் படுவார்கள்?

நான் பயணம் செய்து ஆய்வு நடத்தியதில் இது தொடர்பான இன்னொரு வழி இருப்பதாக எனக்கு உதயமாகியது. அதில் நான் அதிக ஆர்வமாக இருந்தேன். அரசு மேம்பாட்டு வல்லுநர்கள் இந்த வாய்ப்பைப் புரிந்து கொண்டிருக்க மாட்டார்கள். இது கிட்டத்தட்ட ஹைதராபாத்தில் அரசு அலுவலர்கள் எனக்கும் பவுலினுக்கும் சொன்னதுதான். ஒரு வகையில், தனியார் பள்ளிகள் அதற்குரிய சட்டத்திட்டங்களைப் பின்பற்றுகிறார்களா என்பது பற்றி அரசு மேம்பாட்டு வல்லுநர்களுக்கு அதிக அக்கறை இல்லை; ஏனென்றால், தனியார் பள்ளிகள் கட்டாயமாகப் பெற்றோர்களுக்குப் பதில் சொல்லக் கடமைப்பட்டவைகள். இதை ஹைதராபாத்தில் இருந்த மாவட்டக் கல்வி அதிகாரி வலியுறுத்திச் சொன்னார்; "தனியார் சுயநிதிப் பள்ளியில் பணியாற்றும் ஆசிரியர்கள், பெற்றோர்களுக்கு பதில் சொல்லக் கடமைப்பட்டவர்கள்; பெற்றோர்கள் தரமான கல்வியையே கட்டாயமாக வேண்டுகிறார்கள். சுயநிதித் தனியார் பள்ளிகளில் பணியாற்றும் ஆசிரியர்கள் திறம்படச் செயல்படவில்லை யென்றால், அவர்களைப் பள்ளி உரிமையாளர்கள் வீட்டுக்கு அனுப்பி விடுவார்கள். அவர்களுக்கு மிகச் சுலபமாக வேலை பறிபோய்விடும். பெற்றோர்கள் விபரமானவர்கள்; எனவே, பள்ளி அவர்களுக்குப் பதில் சொல்லி ஆக வேண்டும்" இதையே அங்குள்ள இன்னொரு அரசு அதிகாரியும் வலியுறுத்திச் சொன்னார். தனியார் பள்ளி மேலாளர்கள் ஆசிரியர்களை எந்த நேரமும் கவனமாகக் கண்காணித்து வருகிறார்கள். அதனால் ஆசிரியர்களும் மாணவர்களைக் கவனமுடன் கண்காணித்து வருகிறார்கள்.

இந்த வகையான பொறுப்பு முக்கியத்துவம் வாய்ந்தது இல்லையா? ஈவு இரக்கமின்றி லஞ்சம் வாங்குபவர்களிடமிருந்து பெற்றோர்களைக் காப்பாற்றக்கூடிய தனியார் கல்வியின் இவ்வகையான

பொறுப்புணர்ச்சியால் அரசு மேம்பாட்டு வல்லுநர்கள் ஓரளவாவது திருப்தியடைய மாட்டார்களா?

பாடன் பவலும் முக்கியமான மக்களும்

கானா நாட்டின் தலைநகரமும் கடலோர நகரமுமான அக்ராவின் மையப் பகுதிக்கு அருகில் உள்ளதுதான் குடிசைகள் நிறைந்த புறநகரமான பாடன் பவல் என்ற இடம். இதை, மக்கள் அப்படித்தான் அழைக்கிறார்கள்; ஏனென்றால், 'பாடன் பவல் நூற்றாண்டு நினைவு மண்டபத்தைக்' கடந்துதான் இந்த இடத்திற்கு வர வேண்டும். இங்கு பாறைகள் நிறைந்த அலைவாய்க்கரை வழியாக, நெளிநெளிவாக வளைக்கப்பட்ட இரும்புக் கூரையை கொண்ட குடிசை வீடுகளின் நடுவே, திறந்தபடி சாக்கடைக் குழாய்கள் போய் கொண்டிருந்தன. ஆக்பாக்பிளாஷி மற்றும் நீமா போன்ற ஆப்பிரிக்க வகையைச் சார்ந்த பல குடிசைகள் நிறைந்த புறநகரங்கள் இருந்தன. ஜேம்ஸ்டவுன் என்ற ஓர் இடமும் இருந்தது. வெப்பமான ஈரக்காற்று வீசிய ஒரு அக்டோபர் மாதத்தில், ஒரு நாளில், கானாவில் எங்கள் குழுத் தலைவியான 'எம்மா கியாமர்' அவர்களுடன் குடிசைகள் நிறைந்த புற நகர்களைச் சுற்றிப் பார்த்தேன். அன்று நீண்ட பகற்பொழுது. காலை 7.30 மணியிலிருந்து, ஒப்பீட்டு ஆய்வுக்கான சோதனையில் பங்கெடுத்துக் கொண்டிருந்த பள்ளிகளைப் பார்க்கும் பொருட்டுப் பயணம் செய்து கொண்டிருந்தோம். எங்கள் வாகனம் குளிரூட்டப்பட்ட வசதி கொண்டிருக்கவில்லை; வெப்பம் தாங்க முடியவில்லை. நாள் முழுவதும் வானகத்தில் இருந்தபடியே என் வலது கையை ஜன்னலுக்கு வெளியே நீட்டிக் கொண்டிருந்ததால் வெயில் சுட்டெரித்துவிட்டது.

அங்கிருந்த குடிசைகளின் ஊடே நடந்து சென்றோம். குழந்தைகள் எல்லாம் இந்த வெள்ளைக்காரனை மிகுந்த உற்சாகத்தோடு சூழ்ந்து கொண்டார்கள். மற்ற ஆப்பிரிக்க நாடுகளுக்கு நான் சென்ற போது என்ன சொல்வார்களோ, அதையே, இவர்களும் சொன்னார்கள். "நலமாக இருக்கின்றீர்களா?" என்பதுதான் அவர்களின் அந்தக் கேள்விகள். "நலமா, நலமா, நலமா?" அவர்கள் பாணியில் அனைவரும் என்னைக் கேட்டனர். வயதானவர்கள் என்னைப் பார்த்து புன்னகைத்து, அவர்களின் பாரம்பரியப் பாணியில் என்னை வரவேற்றார்கள். நாங்கள் தேடி வந்த பள்ளியான "சன்ரைஸ் பிரிப்பரேடரி பள்ளி"யைக் கண்டுபிடித்து அங்கே சென்றடைந் தோம். அப்பள்ளி உரிமையாளரான அந்த அம்மையார், அவர்களின் அலுவலகத்திற்கு வெளியே, யாரோ ஒரு ஒல்லியான, பரட்டைத் தலைமனிதரோடு பேசிக் கொண்டிருந்தார். அவர் வரும் வரை அங்கே

வெளியில் கிடந்த நாற்காலியில் அமரச் சொல்லி சைகை செய்தார். அங்கு காணப்பட்ட அந்த மர நாற்காலிகள் மிகவும் சிறியவையாக இருந்தன. ஆனால் வசதியாக இல்லாவிட்டாலும், எங்கள் வெப்பத்தைத் தணிக்கக் கூடிய வகையில் அவை நிழலில் கிடந்தன. நேரமானதால் என் கடிகாரத்தைப் பார்த்தேன். நாங்கள் வந்து 20 நிமிடங்கள் ஆகிவிட்டன. அந்த அம்மையார் அந்த நபரோடுதான் பேசிக்கொண்டிருந்தார். "அந்த அம்மையார் திமிர் பிடித்தவராகத்தான் இருப்பரோ?" என்று எம்மாவிடம் கேட்டேன். அவரும் அப்படித்தான் நினைத்தார். முன்னறிவிப்பின்றி வந்தால் கூட, பார்வையிட வந்திருக்கும் ஒரு வெள்ளைக்காரனுக்கு முன்னுரிமை கொடுக்க வேண்டும் என்பது ஒரு எதார்த்தமான உண்மை. அடுத்து ஒரு ஐந்து நிமிடத்தில் புறப்பட்டு விடுவோமா என்று எண்ணினேன். எம்மா ஏற்கனவே எழுந்துவிடத் தயராக இருந்தார்கள். பள்ளி உரிமையாளரிடம் சொல்லிவிட்டு கிளம்புவதற்காக எழுந்தோம்.

"மன்னித்து விடுங்கள், அவர் ஒரு பெற்றோர்" என்று அதற்கு மேல் விளக்கம் சொல்லத் தேவையில்லாத ஒரு தொனியில் பேசினார். உண்மையில், அந்த அம்மையார், நிறுத்த முடியாத அளவு ஒரு பெற்றோருடன் உரையாடினார். அந்த அம்மையாருடைய உலகின் மிகச் சிறந்த பெற்றோர்களில் அவர் ஒருவராகத்தான் இருக்கவேண்டும். அவரைப் பார்க்க யார் வந்திருந்தாலும், அந்த அம்மையாருக்கு அது ஒரு பெரிய விஷயமில்லை.

'சன்ரைஸ் பிரிப்பரேட்டரி' பள்ளியின் உரிமையாளரான அந்த அம்மையார் பல்வேறு விதமான பதில் சொல்ல வேண்டிய பொறுப்புகளை நன்கு அறிந்திருந்தார். கல்வித் தரங்களைப் பார்வையிட வருவதைவிட லஞ்சம் வாங்குவதில் அதிக அக்கறை கொண்டுள்ள அரசாங்க ஆய்வாளர்களுக்கு பதில் சொல்ல வேண்டிய பொறுப்பில் நிச்சயமாக அவர் இல்லை. அந்த அம்மையார் பதில் சொல்ல வேண்டிய பொறுப்பு, மிகவும் முக்கிய மக்களான பெற்றோர்களுக்கும், பெற்றோர்கள் மூலமாகப் பள்ளிக் குழந்தைகளுக்கும்தான். பெற்றோர்கள், குழந்தைகளைப் பள்ளியிலிருந்து விலக்கிக் கொண்டால், பள்ளிக் கட்டணமும் விலகி விடும். அந்த அம்மையாருக்கு வருமானம் இல்லாமல் போய் விடும். இந்த விபரம் அந்த அம்மையாருக்கு மிக நன்றாகத் தெரிகிறது. எனவே பிரச்சினையைத் தவிர்ப்பதற்கு தேவையான எல்லாவற்றையும் செய்து விடுவார்.

நான் வாசித்த அரசு மேம்பாட்டு வல்லுநர்களின் கட்டுரைகளில், பதில் சொல்ல வேண்டிய பொறுப்புணர்வுகளுக்குமான இந்த மாற்றுக் கருத்தை, அவர்கள் ஆழ்ந்து கவனிக்கவில்லை என எனக்குப்பட்டது. இருப்பினும், அவர்களில் ஒரு சிலர் அதை அறிந்திருப்பதாக ஒரு கனம் வாசித்தேன். ஆனாலும் அதைக் கொண்டு அவர்கள் எதுவும் செய்துவிடவில்லை.

உதாரணமாக, ஏழைகளுக்காகச் செயல்படும் தனியார் பள்ளிகளுக்குத் தேவையான சிறந்த சட்ட திட்டங்கள் பற்றிய முக்கிய கொள்ளைகளில் ஒன்றினை "குழந்தைகளைப் காப்போம்" என்ற சேவை நிறுவனம் ஓர் அறிக்கையில் வெளியிட்டது. அதை நான் வாசித்தேன். அவர்கள் வெளியிட்ட அந்தத் தொடர்பில்லாத விஷயம், பதில் சொல்ல வேண்டிய பொறுப்புக்கு ஒரு மாற்றுவழியாக இருந்தது. பாகிஸ்தானில் உள்ள கராச்சியில், ஒரு குடிசைப் பகுதியின் மத்தியில் உள்ள ஒரு தனியார் பள்ளியில், ஜசீப் என்ற 12 வயது மாணவனை "குழந்தைகளைக் காப்போம்" என்ற சேவை நிறுவனம் பேட்டி எடுத்தது. அந்தப் பள்ளிக்கு போதுமான விளையாடுமிடம் இல்லை என்று சேவை நிறுவனம் குறிப்பிட்டிருந்தது. அது அந்தப் பள்ளிக்கு விதிக்கப்பட்டிருந்த சட்ட திட்டங்களில் விளையாடுமிடம் இல்லாதது ஒரு பற்றாக்குறையே. இருந்தபோதிலும், பேட்டியளித்த அந்தச் சிறுவன், பற்றாக்குறை என்று சொல்லப்பட்ட ஒன்றை, அவன் பெரிதுபடுத்தவில்லை. "அந்தப் பள்ளி சிறியதாக இருந்தாலும், விளையாடுவற்கு போதுமான இடம் இல்லாமலிருந்தாலும், மாணவர்கள் வயல் வெளிகளில் விளையாடிக் கொள்வதிலும், வீட்டிற்கு முன்பு உள்ள வீதிகளில் விளையாடிக் கொள்வதிலும் நிறைவு அடைவதாகவும், இதைவிடவும் பள்ளிக்கு கணினி வரவேண்டும் என்பதிலும், மாணவர்களுக்கு கணினி வகுப்புகள் வரவேண்டும் என்பதிலும்" ஆர்வமாக இருப்பதாக அச்சிறுவன் சொன்னான்.

சிறுவன் ஜசீப், விளையாடுமிடம் வழங்குவதில் உள்ள செலவு தொகையை நன்கு அறிந்திருந்தான். அத்துடன் பள்ளிக்கான மற்ற தேவைகளின் முன்னுரிமையையும் அவன் அறிந்திருந்தான். "குழந்தைகளைக் காப்போம்" என்ற சேவை நிறுவனம், தனியார் பள்ளிகள் ஏற்கனவே கல்வி வளர்ச்சிக்கான தேவைகளுக்கு ஏற்ப பெற்றோர்களின் விருப்பத்திற்கே முன்னுரிமை அளித்து வருகிறது. (விளையாடுமிடங்கள், மற்றும் இதர உபகரணங்கள் வழங்குவதை விட கணினி வாங்கி, கணினி வகுப்புகள் நடத்தினால் மாணவர் சேர்க்கை அதிகமாகும்.)

அரசுப் பள்ளிகளை விட தனியார் பள்ளிகள் பெற்றோர்களுக்கும், தங்களிடம் கல்வி கற்கும் மாணவர்களுக்கும், எந்த ஒரு சிறிய வழியிலாவது பதில் சொல்லக் கடமைப்பட்டிருக்கின்றன என்று 'சன்ரைஸ் பிரிப்பரேட்டரி' பள்ளியில் கிடைத்த அனுபவம் குறிப்பிடுவது போல, பாகிஸ்தானில் கிடைத்த அனுபவமும் குறிப்பிடவில்லையா? எல்லாத் தனியார் பள்ளிகளுக்கும் விளையாடுமிடம் இருக்க வேண்டும் என்று அரசு அறிவுறுத்துகிறது. குடிசைப் பகுதியில் உள்ள இடங்களில் விலைவாசியைப் பார்க்கிற போதும், பள்ளி வருவாயைப் பார்க்கிறபோதும் விளையாடுமிடம் மிக அதிகமான தொகை ஆகும். இருக்கிற இடங்களில் விளையாடுவதற்குப்

போதுமான இடம் இல்லை. எனவே விளையாடுமிடம் வாங்குவது மிகவும் கடினம். இதை மாணவர்கள் நன்கு அறிவர். விளையாடுவதற்கு, இருக்கிற இடம் போதும் என்று மாணவர்கள் நினைக்கிறார்கள். மாணவர்களுக்கு நன்றி. வாழ்க்கைக்கு தொடர்புடைய கணினிக் கல்வி போன்ற அரிதான ஆதாரங்களுக்கு அதிகமாகச் செலவு செய்யப்படுகின்றன. தனியார் பள்ளிகள் இந்தக் கோரிக்கையை நிவர்த்தி செய்கின்றன. மாணவர்களுக்கும் பெற்றோர்களுக்கும் தேவையானதை நிறைவேற்றி வருகின்றன.

மேலே குறிப்பிட்ட கணினிக் கல்வி போன்ற செலவினம், பயனுள்ள ஒன்றாகப் பார்க்கப்பட வேண்டாமா?. 'இது குழந்தைகளைக் காப்போம்' என்ற சேவை நிறுவனத்திற்காக அல்ல. பள்ளிகள் பதில் சொல்லவேண்டிய பொறுப்பு பற்றி கலந்து யோசித்து, மேற்கண்ட சேவை நிறுவனத்து அறிக்கையில் முற்றிலும் முக்கியமான கருத்தைச் சொல்லத் தவறிவிட்டது என்பதைக் கண்டறிந்து இந்த முன்னுதாரணத்தைப் பின்பற்றியது. "கல்வித் துறையில் தனியார்களின் பங்கு பெருகி வந்து கொண்டிருக்கிறது என்ற உண்மையின் காரணத்தால், அதன் ஆதரவாளர்கள், தனியார் பள்ளிகளில் நிலவக்கூடிய, பதில் சொல்ல வேண்டிய ஒரு மாபெரும் பொறுப்பைக் குறிப்பிட்டுச் சொல்லுகிறார்கள். அதே சமயத்தில், அந்தப் பொறுப்பு அவர்கள் சேகரித்து வெளியிட்ட தகவல்களில் வெளிப்படவில்லை". கலந்தாலோசனை செய்ததின் விளைவிலிருந்து, 'குழந்தைகளைக் காப்போம்' என்ற சேவை நிறுவனத்தைப் பொறுத்தவரை, பதில் சொல்ல வேண்டிய பொறுப்பு என்பது அரசியல் சார்ந்த பொறுப்பு ஆகக் கருதியது. அந்நிறுவனம் தனியார் பள்ளிகளில் பதில் சொல்லவேண்டிய பொறுப்பை அதிக அளவில் காணவில்லை. மற்ற துறைகளைப் பொறுத்தவரை பதில் சொல்ல வேண்டிய இப்பொறுப்பு கண் மூடியாக இருந்தது. இந்தக் கருத்துக்கூட எல்லாராலும் பரிமாறிக் கொள்ளப்படவேண்டிய கருத்து என வாசித்தேன். யுனிசெஃப் நிறுவனமும், பதில் சொல்ல வேண்டிய பொறுப்பு என்னும் இதே குறுகிய கருத்தைதான் வெளியிட்டு இருக்கிறது. யுனிசெஃப் நிறுவனத்தைப் பொறுத்தவரை கராச்சியில் ஜசீப் என்ற மாணவன் மற்றும் அக்ராவில் உள்ள சன்ரைஸ் பிரிப்பரேட்டரி பள்ளி உரிமையாளர் குறிப்பிட்ட கருத்தைவிட, பெற்றோர் ஆசிரியர் கழகமும், அரசுக் கட்டுப்பாட்டு நிறுவனங்களின் ஆலோசனைகளுமே அதிகப் பொருள் பொதிந்துள்ளதாகப்படுகிறது.

குழந்தைகளுக்கும் பெற்றோர்களுக்கும் பதில் சொல்லவேண்டிய இந்த மாற்றுப் பொறுப்பு, ஏன் அரசு மேம்பாட்டு வல்லுநர்களின் கவனத்தைக் கவரவில்லை என்று நான் குழம்பிப் போனேன். கராச்சியில் உள்ள ஜசீப் போன்ற மாணவர்களின் பெற்றோர்கள் போல நீங்களும் தனியார் பள்ளியில் கல்விக் கட்டணம் செலுத்தி வந்தால், பள்ளி உரிமையாளர்களோடு 'பதில்

சொல்லவேண்டிய பொறுப்பு' என்ற ஓர் உறவுக்கு இது இட்டுச் செல்லுவதில்லையா? இந்தப் பொறுப்புணர்வே நீங்கள் உங்கள் குழந்தைகளுக்கு எதை முக்கியமானதாகக் கருதுகிறீர்களோ, உங்கள் குழந்தைகளுக்கு எது தேவை என்று கருதுகிறீர்களோ அந்த விஷயங்களில் பள்ளி உரிமையாளர்களை இன்னும் உற்சாகப்படுத்தும். ஈடுபாடு கொள்ளச் செய்யும், இல்லையா? எளிமையாகச் சொல்லப் போனால், நீங்கள் தனியார் பள்ளிக்கு அளித்து வந்த ஆதரவை விலக்கிக் கொள்கிறீர்கள்: நீங்கள் அளித்த வந்த கல்விக்கட்டணத்தை நிறுத்திக் கொள்கிறீர்கள்; நீங்கள் எதிர்பார்த்த மதிப்பீடுகள் அப்பள்ளியில் கிடைக்காததால், அங்கிருந்த குழந்தையை வேறு பள்ளியில் சேர்த்து விடுகிறீர்கள் என்று வைத்துக் கொள்வோம். இவ்வாறு செய்வதனால் சில குழப்பங்கள் அங்கே தோன்றுகின்றன. முதலில் நீங்கள் ஒரு சரியான தனியார் பள்ளியைத் தேடிக் கண்டுபிடிக்க வேண்டும். உங்கள் குழந்தைக்கு அந்தப் புதிய பள்ளி சௌகரியமாக அமைய வேண்டும். அதன் பிறகு புதுப் புதுப் பள்ளிகளுக்கு குழந்தைகளை மாற்றுவதால் உண்டாகும் நன்மைகளையும், மாற்றாமல் அதே பள்ளியில் வைத்திருப்பதனால் உண்டாகும் நன்மைகளையும் சீர் தூக்கிப் பார்க்க வேண்டும். பள்ளி உரிமையாளர்களுக்கு இது நன்கு தெரியும். எல்லாவற்றையும் விட, உங்கள் குழந்தைகளை ஒரு பள்ளியிலிருந்து வேறு பள்ளிக்கு அழைத்துச் செல்ல முடியும். அதற்கு உங்களுக்கு உரிமை இருக்கிறது; இப்படிச் செய்வதால் பெற்றோர்களுக்கு நன்மையும் இல்லை தீமையும் இல்லை. இனிமேல் இப்படிச் செய்ய வேண்டாம் என்று மிகவும் சிரமப்பட்டு பெற்றோர்கள் தெரிந்து கொள்ள வேண்டியிருக்கிறது. அப்படியெல்லாம் குழந்தைகளை மாற்றிக் கொண்டே இருந்தால், பள்ளி உரிமையாளர்களுக்கு இழப்பு ஏற்படும். ஒரு கணிசமான குழந்தைகள் பள்ளியை விட்டு மாறினால் அவர்களின் தொழில் முடங்கிப் போய்விடும்.

எதிர்பாராதவகையில், இந்த வகையான பொறுப்பு - அதாவது நுகர்வோர் பொறுப்பு - பலதரப்பட்ட வாழ்க்கை நிலையில் உள்ள ஏழைமக்களுக்கு பயனுள்ளது என அரசு மேம்பாட்டு வல்லுநர்களுக்கு மிக தெளிவாகத் தெரிந்திருந்தது. உலகவங்கி இதை 'நேரிடையாகப் பதில் சொல்ல வேண்டிய பொறுப்பு' என்று சொல்லுகிறது. இந்தப் பொறுப்பு கல்விக்கு 'மறைமுகமாகப் பதில் சொல்ல வேண்டிய பொறுப்பு' என்பதற்கு எதிரிடையாகச் செயல்படுகிறது. 'நேரிடையாகப் பதில் சொல்லவேண்டிய பொறுப்பு' என்பது தனியார் பள்ளிகள் கல்விக் கட்டணம் பெறுவதால் அவர்கள் பெற்றோர்களுக்குப் பதில் சொல்ல வேண்டிய பொறுப்பில் உள்ளனர். 'மறைமுகமாகச் சொல்லவேண்டிய பொறுப்பு' என்பது ஏழை மக்கள் அரசியல்வாதிகளுக்கு ஐந்தாண்டுக்கு ஒரு முறை வாக்களித்து

அரசியல்வாதிகளைத் தேர்ந்தெடுக்கிறார்கள். அரசியல்வாதிகள் பதில் சொல்லவேண்டிய பொறுப்பை அரசியல் நடவடிக்கை மூலம் அமல் படுத்துகிறார்கள்.

கல்வித்துறையில் 'நேரடியாக பதில் சொல்ல வேண்டிய பொறுப்பு' ஏன் அரசு மேம்பாட்டு வல்லுநர்களால் மறுக்கப்படுகிறது என்பதற்கான அடிப்படைக் காரணத்தை நான் ஆராய்ந்து பார்க்க வேண்டியிருந்தது. வழக்கம் போல, உலக வங்கியின் 'உலக வளர்ச்சி ஆய்வறிக்கை 2004' நுகர்வோர் பொறுப்பின் நன்மைகளை மிக ஆழமாகத் தெளிவுபடுத்தி யிருக்கிறது. ஆனால், இது எந்த வகையில் பள்ளிகளுக்கு உகந்தது அல்ல என்பதற்கான "சரியான காரண காரியங்களை" விவரித்துச் சொல்லி யிருக்கிறது. அதற்கான சான்றாதாரங்களை உன்னிப்பாக கவனிக்க முயற்சித்தேன்.

பல்வேறுபட்ட வர்த்தக நடைமுறைகளில் எவ்வாறெல்லாம் 'பதில் சொல்ல வேண்டிய பொறுப்பு' செயல்பட்டு வருகிறது என்று முதலில் இது விவரிக்கிறது. ஒரு சான்ட்விச் ரொட்டித் துண்டு ஒன்றை ஒருவர் வாங்குகிறார் என்று வைத்துக் கொள்வோம். "அந்த ரொட்டித் துண்டு வாங்கும் நிகழ்வில் ரொட்டித் துண்டு தருமாறு கடைக்காரரைக் கேட்கிறீர்கள். (நுகர்வோர் பிரதிநிதித்துவம்) அதற்கான பணத்தை கொடுக்கிறீர்கள் (நிதியம்). நீங்கள் அந்த ரொட்டித் துண்டுகளைச் சாப்பிடுகிறீர்கள். (அந்த ரொட்டித் துண்டுகளின் தரம் பற்றிய தொடர்புடைய தகவல் கிடைக்கின்றது) அதன் பிறகு தொடர்ந்து அந்த ரொட்டித் துண்டை வாங்கலாமா வேண்டாமா என்ற முடிவுக்கு வருகிறீர்கள். (அமலாக்குதல்) விற்பனையாளரின் வருமானத்தின் மீது இது ஒரு தாக்கத்தை உண்டு பண்ணுகிறது" அதாவது 'பதில் சொல்ல வேண்டிய பொறுப்பு' என்பது வாங்குவோருக்கும் விற்போருக்கும் இடையே ஏற்படுகின்ற, ஐந்து மூலக்கூறுகளைக் கொண்ட ஓர் உறவு. நுகர்வோர் பிரதிநிதித்துவம், நிதியம், செயல்பாடு, தகவல், மற்றும் அமலாக்கம். இந்த எல்லாக் கூறுகளுமே மிக முக்கியமானவை என்று அது கூறுகிறது. இதில் ஏதேனும் ஒன்று குறைபட்டால் கூட 'பணியில் தோல்வி' ஏற்பட்டு விடுகிறது.

போட்டியில் ஈடுபடும் ஒரு சந்தை பற்றிய அற்புதமான விஷயம் இப்போது என்னவென்றால், அது, வாங்குபவர்களுக்கும் விற்பவர்களுக்கு மிடையே பதில் சொல்லும் பொறுப்பை உருவாக்கிவிடுகிறது என்று அந்த அறிக்கை மேலும் விவாதிக்கிறது. "இதில் தலையாய விஷயம் என்ன வென்றால், நுகர்வோர்கள் திருப்தி அடைவது தான் முக்கியம். அது போல தலையாய நடைமுறை என்னவென்றால், நுகர்வோர்களுக்கு எந்த இடம் பிடித்திருக்கிறதோ அந்த இடத்தில் தேவையானவற்றை வாங்கிக்

கொள்ளலாம். சந்தைகளுக்கிடையே நிலவும் போட்டியானது, நுகர் வோர்கள் தங்களுக்கு விருப்பமான பொருட்களைத் தேர்ந்தெடுத்து பெற்றுக் கொள்வதற்கு சிறந்த, குறிப்பிடத்தக்கவகையில் வர்த்தக ரீதியான ஏற்பாடுகளை செய்து கொடுத்து விடுகிறது" என்று நிரூபனமாகிறது.

தொடக்கத்திலேயே இந்த விவாதம் நல்ல நம்பிக்கையூட்டுவதாக தெரிந்தது. அரசுப் பள்ளிகளினால் அடையும் நன்மைகளைவிட 'பதில் சொல்லவேண்டிய பொறுப்புள்ள பள்ளிகள்' என்ற நம்பிக்கையுள்ள தனியார் பள்ளிகளிடமிருந்து அடையும் நன்மைகள் அதிக அளவில் உள்ளன என்று மிகத் தெளிவாகத் தெரிகிறது. பதில் சொல்லவேண்டிய பொறுப்புக்கான இந்த வகையான 'நேரிடையாக பதில் சொல்ல வேண்டிய பொறுப்பின்' நன்மைகளை உலக வங்கிக்குத் தெரியப்படுத்த பெற்றோர் களையும் பள்ளிகளையும் முன்னிலைப்படுத்தலாம் என எண்ணினேன்.ஒரு தனியார் பள்ளியின் தகுதிக்கான நிலவரத்தின்படி கீழே காண்பவை சரியாக அமையும்.

உங்கள் குழந்தையின் படிப்பிற்காக ஒரு தொடக்கப்பள்ளியைத் தேர்வு செய்து படிக்க வைக்கிறீர்கள் (நுகர்வோர் பிரதிநிதித்துவம்). அதற்கு மாதந்தோறும் கல்விக் கட்டணம் செலுத்தி வருகிறீர்கள் (நிதியம்). கற்பித்தல் என்பது உங்கள் குழந்தைக்கு வழங்கப்பட்டு வருகிறது (செயல்பாடு). கல்விக் காரியங்களில் உங்கள் குழந்தை எவ்வாறு செயல்பட்டு வருகிறது என்று ஆராய்ந்து பார்க்கிறீர்கள்; அக்குழந்தையின் பாட நோட்டுகள் எவ்வாறு திருந்தப்பட்டிருக்கின்றன அல்லது அக்குழந்தை மற்றவர்களோடு எவ்வாறு ஆங்கிலத்தில் உரையாடுகிறது என்று பார்க்கிறீர்கள் (அதன் தரம்பற்றி சரியான 'தகவல்' பெற). அதன் பிறகு அக்குழந்தையை அதே பள்ளிக்கு அடுத்த மாதமும் தொடர்ந்து அனுப்புவதா அல்லது வேறு பள்ளிக்கு அனுப்புவதா என்று முடிவுக்கு வருகின்ற போது (அமலாக்கம்) அந்த முடிவு பள்ளி உரிமையாளர்களின் வருமானத்திற்கு எந்த வகையிலோ பாதிப்பு ஏற்படுத்துகிறது.

தொடக்கத்தில் பதில் சொல்ல வேண்டிய பொறுப்புக்கான அடுத்தடுத்த கட்டங்கள் நன்றாகச் செயல்படுவது போலத் தெரிந்தன. இருப்பினும் அரசுப் பள்ளிகளின் அமைப்புகளை பொறுத்தவரை, "பதில் சொல்ல வேண்டிய பொறுப்புக்கான" அமைப்பு முறைகள் காலப் போக்கில் சீராகச் செயல்படாமலே போயின.

உள்ளூரில் உள்ள ஓர் அரசுப் பள்ளியில் உங்கள் குழந்தையைச் சேர்க்கும் பட்சத்தில், அந்தப் பள்ளியை நீங்கள் தேர்ந்தெடுக்கவில்லை (நிச்சயமற்ற நுகர்வோர் பிரதிநிதித்துவம்). உங்கள் குழந்தையின் படிப்பிற்கான செலவை வேறு யாரோ செய்கிறார்கள் (நிதியம்). கற்பித்தல் செயல்பாடுகள் உங்கள் குழந்தைக்கு கொடுக்கப்படுகிறது (செயல்பாடுகள்).

உங்கள் குழந்தை எவ்வாறு கல்வி பயின்று வருகிறது, உங்கள் குழந்தையின் பயிற்சி ஏடு எவ்வாறு திருத்திக் கொடுக்கப்படுகிறது, எவ்வாறு உங்கள் குழந்தை அடுத்தவர்களோடு ஆங்கிலத்தில் உரையாடி வருகிறது என்று கவனித்துப் பார்க்கிறீர்கள் (அதன் தரம் பற்றி சரியான தகவல் பெற). அதன் பிறகு உங்கள் குழந்தையை, அதே பள்ளிக்கே தொடர்ந்து அனுப்புவதா அல்லது அரசுப்பள்ளியைவிட்டு வேறு பள்ளிக்கு அனுப்புவதா என்று நீங்கள் எடுப்பதுதான் ஒட்டு மொத்த முடிவு. இந்த முடிவு அரசுப் பள்ளி முதல்வரின் சம்பளத்தையோ அல்லது ஆசிரியர்களின் சம்பளத்தையோ பாதிப்பு ஏற்படுத்தப்போவது இல்லை. (இங்கு அமல்படுத்துதல் என்பது இல்லை). அமலாக்கத்திற்கான இயன்ற ஒரே வழி அரசியல் நடவடிக்கை தான். ஆனால் அதுவும் மெல்ல மெல்லத்தான் நடக்கும்; தாமதமாகவும் சிக்கல் நிறைந்ததாகவும் இருக்கும்; நடைமுறையில் அது பயன் அற்றது தான்.

பதில் சொல்ல வேண்டிய பொறுப்புக்குரிய தனியார் கல்வி அமைப்பு முறைகள், நன்மை தருவதாகத் தெரிவது அனைவரும் அறிந்ததே. தனியார் கல்வி விவகாரங்களில் மிக முக்கியமான வேறுபாடு- கட்டாய அமலாக்கம், அதாவது கல்விக் கட்டணம் செலுத்துவது யார் என்ற பிரச்சினை தான் (நிதியம்). ஏனென்றால், தனியார் பள்ளிகளில் கல்விக் கட்டணம் செலுத்தும் பெற்றோர்கள், கல்வித்தரத்தை வலியுறுத்திக் கேட்க முடியும்.

இருப்பினும் அரசு மேம்பாட்டு வல்லுநர்கள் கீழ்க்கண்ட கருத்துகளில் விடாப்பிடியாக இருந்து வருகின்றனர். ஏழை மக்கள் வாழ்ந்து வரும் பல பகுதிகளில் இது மிகவும் உகந்ததாகக் காணப்பட்டாலும், நேரிடையாகப் பதில் சொல்ல வேண்டிய பொறுப்பு கல்விக்கு உகந்தது அல்ல. பதில் சொல்ல வேண்டிய பொறுப்புக்கான ஒரே ஒரு வழி இங்கு "மறைமுகமாகப் பதில் சொல்ல வேண்டிய பொறுப்புதான்". குடிமக்கள், கொள்கை முடிவெடுப்பவர்களை ஆதிக்கம் செலுத்துவது போலவும், கொள்கை முடிவெடுப்பவர்கள் வர்த்தகங்களை ஆதிக்கம் செலுத்துவது போலவும் பொதுமக்களுக்கு தெரிகிறது. பதில் சொல்ல வேண்டிய பொறுப்புக்குரிய சந்தை நிறுவனங்களுக்கான நேரிடையாக பதில் சொல்ல வேண்டிய பொறுப்பு எவ்வளவுதான் நன்மை பயக்கக்கூடியதாக இருந்தாலும், கல்விக்கு அது உகந்ததாக இராது. அங்கு, வர்த்தகர்கள், நுகர்வோர்களுக்கு நேரிடையாகப் பதில் சொல்ல வேண்டிய பொறுப்புக் கொண்டிருக்க வில்லை. ஏன் இல்லை? உலக வங்கி இந்த விவகாரத்தை இவ்வாறு சொல்கிறது: "சில முக்கிய காரணங்களுக்காக வாடிக்கையாளர்கள் சேவை, சந்தை பரிமாற்றங்கள் மூலம் வழங்கப்படாது. மாறாக அரசுப் பொறுப்பிலேயே அது வழங்கப்படும் என்று சமுதாயம் தீர்மானித் திருக்கிறது".

மேலும் அது அந்த முக்கிய காரணங்களை வரிசைப்படுத்துகிறது. அவைகளை இன்னொரு அத்தியாயத்தில் விரிவாகக் காணலாம். அதை விட தெரிந்து கொள்ள வேண்டிய முக்கியமான விஷயம் என்னவென்றால், அரசியல் சார்ந்து பதில் சொல்ல வேண்டிய பொறுப்புள்ள பூதாகரமான பிரச்சினைகளை அரசு மேம்பாட்டு வல்லுநர்கள் ஆழமாக அறிந்திருக் கிறார்கள். எப்படிச் சமாளிக்க முடியும் என்கிற அளவுக்கு அந்தப் பிரச்சினை களின் பட்டியல் மிக நீண்டவை. வேறு வழியே உண்மையில் இல்லை என்றால் கூட இதைச் சமாளிக்க என்ன செய்ய வேண்டுமோ அதைச் செய்து தான் ஆக வேண்டும். ஏழைகள் இதற்குப் பொறுமையாகக் காத்திருக்கத்தான் வேண்டும். ஆனால் தனியார் கல்வி என்ற தெளிவான தீர்வு ஒன்று இருக்கிற போது அதை ஏன் நிராகாரிக்க வேண்டும்.

பிரச்சினை, பிரச்சினை, பிரச்சினை

கல்வித் துறையில் வளர்ந்து வரும் நாடுகளில் ஏழைமக்களுக்குக் கூட, மறைமுகமாகப் பதில் சொல்ல வேண்டிய பொறுப்பு - அதுவும் அரசியல் சார்ந்த பதில் சொல்ல வேண்டிய பொறுப்பு - மிகப்பெரிய சிக்கலாகத் தெரிகிறது. இதில் உலக வங்கி சொல்லுகிற முதல் பிரச்சினையே யாருமே உண்மைக்குக் “குரல்” எழுப்பாததுதான். அரசு செய்கிற எந்தக் காரியங்களையும் கண்டு கொள்ளாமல் விடும் ஏழை மக்களின் தவறு இது. அரசியல் விவகாரங்களில் இந்த ஏழை மக்கள் எதிர்த்துக் ‘குரல்’ கொடுக்கத் திராணியற்றவர்களாக இருக்கிறார்கள். அரசியல்வாதிகளாலும், அரசு அலுவலர்களாலும் ஆளப்படும் அரசு, ஏழைகளுக்குச் செய்ய வேண்டிய சலுகையை செய்ய அக்கறை எடுத்துக் கொள்வதில்லை. ஏழை மக்களுக்குச் செய்யவேண்டிய சலுகைகளுக்கு மிகக் குறைந்த செலவினத் திட்டத்தை ஒதுக்குகிறபோதும், அரசியல் தேவைகளுக்கான வரவு செலவுத் திட்டத்தை தாராளமாக ஒதுக்கிற போதும் இந்த அவலம் மிகத் தெளிவாகத் தெரியும்.

ஏன் இந்த ஏழை மக்கள், தேர்தல் வரும் சமயம் பார்த்து, இந்த அவலமான அரசை ஆட்சியிலிருந்து அகற்றிவிடக் கூடாது? தேர்தல் அமைப்பு முறைகள் செயல்படுவதே இல்லை என்றும், அதுவே ஊழலின் உறைவிடம் என்றும் உலக வங்கி அவ்வப்போது சொல்லி வருகிறது. அப்படியே கொஞ்சமாவது தேர்தல் அமைப்பு செயல்பட்டால் கூட, அரசுக் கல்வி தொடர்பாக, ஏழை மக்கள் அரசியல்வாதிகளை அணுகிச் சாதித்துக் கொள்வது மிகவும் கடினமாக காரியமாக இருக்கிறது. மற்ற எல்லாரையும் போல, ஏழை மக்களும் ஜாதியையும் மதத்தையும் மனதில் கொண்டே வாக்களிக்க வேண்டும். தேர்ந்தெடுக்கும் அரசியல்வாதி களையும், அரசுக் கல்வி விவகாரங்களில் இதற்கு முன் எவ்வாறு

செயலாற்றினார்கள் என்று சீர்தூக்கிப் பார்த்து ஏழைமக்கள் வாக்களிப்பதில்லை. (ஒரு வேடிக்கை, தேர்தல் நேரத்தில் இந்தியாவில் சுற்றுப் பயணம் செய்த போது நான் நேரில் கண்டது; "மற்ற நாடுகளில் வேட்பாளர்களுக்கு ஓட்டுப் போடுகிறார்கள். இந்தியாவில் ஜாதிக்கு ஓட்டுப் போடுகிறார்கள் *In other Countries you cast your vote; in India you vote your cast*") அதனால், அரசுக் கல்வி முன்னேற்றத்திற்கு, அரசியல் வாதிகள் அளித்த தேர்தல் வாக்குறுதியை அவர்கள் ஒரு பொருட்டாக எடுத்துக் கொள்வதில்லை. அரசியல்வாதிகள் தேர்தல் வாக்குறுதியை அவர்கள் ஆட்சிக் காலத்தில் நிறைவேற்றியதில்லை என்று இவர்களுக்கு நன்கு தெரியும். எந்த அரசியல் கட்சி வேட்பாளர் தன் இனத்தவருக்கும் ஜாதியினருக்கும் "கையில் பணமும் உத்தியோகமும்" வழங்குவதாக வாக்குறுதி அளிக்கிறாரோ, அவருக்குத் தாராளமாக வாக்களிக்கிறார்கள்.

மிகவும் வேதனையான பிரச்சினைகளில் ஒன்று என்னவென்றால், அரசியல் நடவடிக்கைகளைக் கொண்டு, ஏழைகளுக்கு உதவுவதற்காக, கல்வியைச் சீர்திருத்தம் செய்வது என்பது, உலக வங்கியின் கருத்துப்படி, கல்வியை அரசியல் ஆக்குவது ஆகும். அரசாங்க ஆதாயங்களுக்காகவும், தங்கள் விநோதமான விருப்பங்களுக்காவும், பல்வேறு இனத்தவர்களால் பள்ளி விவகாரங்கள் யுத்தகளமாகமாறி இருக்கின்றன. மேட்டுக் குடியினரும், நடுத்தர வர்க்கத்தினரும் உலகளாவிய கல்வியை விரும்பு வதாகச் சொல்லலாம். ஆனால் அவர்களுடைய குழந்தைகளுக்கே பலன் அளிக்கக் கூடியதான உயர்கல்விக்காக அரசு தாரளமாக செலவிட வரும்போது, அதை தடங்கல் செய்யும் அரசியல்வாதிகளுக்கு இவர்கள் வாக்களிப்பதில்லை. அரசுப் பொதுக் கல்வி முறையே எளிதில் பலன் அளிக்கக்கூடிய ஒன்றாக அரசியல்வாதிகள் பார்க்கிறார்கள். வளர்ந்து வரும் நாடுகளில் பலம் வாய்ந்த சக்தியாக விளங்கும் ஆசிரிய இயக்கங்கள், தங்கள் சொந்த நலன்களுக்காகச் செயல்பட்டு வருகின்றன. தங்கள் ஊதியத்தை உயர்த்திப் பெற்றுக் கொள்ளவும், பணிப் பாதுகாப்பை உறுதிப்படுத்திக் கொள்ளவும், சிறு விடுப்பு நாட்கள் எண்ணிக்கையை அதிகப்படுத்திக் கொள்ளவும், இயக்கங்கள் செயல்பட்டு வருகின்றன (ஏற்கனவே அதிக அளவு சிறு விடுப்பு நாட்களை இயன்ற அளவு கூட்டிப் பெற்றுக் கொண்டிருப்பதை நான் இந்தியாவில் நேரில் கண்டிருக்கிறேன்.) இவை எல்லாமே ஏழைமக்களின் விருப்பத்திற்கு மாறாக செயல்படுபவைதாம். இது போன்ற முரண்பாடுகள் கொண்ட நெருக்கடியினால், அரசியல் ஊழல் பெருகும், அரசு ஸ்தம்பித்து விடும் என்று உலக வங்கி அறிக்கை கூறுகிறது. ஏழை மக்களின் முன்னேற்றத்திற்கான சீர்திருத்தப்பணிகளை, எந்த அரசியலாக இருந்தாலும் பொதுவாக அதை ஆதரிப்பதில்லை. பொதுவாக அரசியல்வாதிகளும், அரசு அதிகாரிகளும் தங்களை எல்லா விஷயங்

களிலும் ஒருங்கிணைத்துக் கொண்டு குடிமக்களை அதிலும் குறிப்பாக ஏழைக்குடிமக்களை ஆதிக்கம் செலுத்தி வருகிறார்கள்.

அரசியல் நடவடிக்கைகளைக் கொண்டு ஏழைமக்களுக்கு, அரசுப் பொதுக் கல்வியில் ஒரு நல்ல முன்னேற்றத்தைக் கொண்டு வந்துவிட முடியாது. அப்படியே ஒரு நல்ல தீர்வு கிடைத்தாலும், அதாவது மத்திய அரசு மாநில அரசுகளுக்கு அதிகாரத்தைப் பகிர்ந்தளிப்பது, தகவல் தொழில் நுட்பத்தை மேம்படுத்துவது போன்ற சீர்திருத்தங்கள் மூலம் ஒரு நல்ல தீர்வு கிடைத்தாலும், அதை உலக வங்கியானது 'மாபெரும் மாநிலத் தோல்வி', அதாவது "ஒட்டுமொத்த தோல்வி" என்று வர்ணிக்கிறது. இங்கு, மாநில அரசு, அரசாங்க பொதுச் சேவைகளுக்கான கடமையையும், பொறுப்பையும் வலிந்து அமல்படுத்தத் தவறிவிடுகிறது. அரசு நிறுவனங்களின் "முன்னணி நிர்வாகிகளை" அது ஊக்கப்படுத்தவோ, உற்சாகப்படுத்தவோ முயற்சி எடுப்பதில்லை. ஏழை மக்கள் அரசியல்வாதிகள் மீதும், கொள்கை முடிவெடுப்பவர்கள் மீதும் ஆதிக்கம் செலுத்துவார்களேயானால், அரசியல்வாதிகளும் கொள்கை முடிவெடுப்பவர்களும் பதிலுக்கு அரசுப் பணியாளர்களை திறம்படச் சேவை செய்யக் கோரி அதிகாரம் செலுத்தவேண்டியவர்கள், கண்டுகொள்ளாமல் இருந்து விடுகிறார்கள் என்றும் உலக வங்கி கூறுகிறது. கடமை தவறிய அரசு அலுவலர்களுக்கு தண்டனை அளிக்க அரசியல்வாதிகளால் இயலவில்லை. அப்படிச் செய்யவும் மாட்டார்கள். தவறு செய்த ஆசிரியர்களைப் பணி நீக்கம் செய்வதில்லை. இதனால் பள்ளிக்கே வராத ஆசிரியர்கள் தண்டனை யிலிருந்து தப்பிவிடுகிறார்கள். ஏழை மக்கள், தங்கள் எதிர்ப்புக்குரலை பலமாக எழுப்பினாலாவது கொள்கை முடிவு எடுப்பவர்கள் அரசு இயந்திரங்களை ஏழைகளுக்காக செவ்வனே செய்ய முடுக்கி விடுவார்கள். ஆனால் குரல் எழுப்புவது ஏழைகளுக்கு இயலாத, முடியாத காரியமாக இருக்கிறது. நல்லெண்ணம் கொண்ட கொள்கை முடிவு எடுப்பவர்கள் கூட, ஏழை மக்களுக்குப் பணியாற்றக்கூடிய அரசு அலுவலர்களைக் கண்காணித்து வரவோ, அவர்களுக்கு ஊக்கமளிக்கவோ முடிவதில்லை. ஆசிரியர்கள் பள்ளிக்கு வராமல் மட்டம் போடுவது, குழந்தைகளையும் பெற்றோர்களையும் "மிருகத்தனமாக நடத்துவது", அரசுப் பள்ளிகளைப் பார்வையிட்டபோது நான் சந்தித்த சமூக, சமுதாய இடைவெளிகள், ஆகியவை எல்லாமே பிரச்சினைகளின் அறிகுறிகள் என்று உலக வங்கி அறிக்கை கூறுகிறது.

பள்ளிக்கே வராமலிருப்பது, ஊழல் செய்வது, அரசுப் பணிகளைப் பொறுப்பற்றுச் செய்வது போன்ற தீமைகளை ஒழிப்பதற்கு அரசு அதிகாரிகள், ஆசிரியர்களையும் பள்ளி முதல்வர்களையும் கவனமாகக் கண்காணித்து வரவேண்டும் என்று உலக வங்கி அறிவுறுத்துகிறது. ஆனால்,

மீண்டும் இது பிரச்சினையைத்தான் உண்டு பண்ணுகிறது. இது போன்ற சிக்கல்களை அறிவுரையாலும், கொள்கை அளவிலும் தீர்த்து வைக்க முடியாது. நடைமுறையால் மட்டுமே தீர்த்து வைக்க முடியும். மாணவர்களின் தேர்வு முடிவுகளைக் கொண்டே அரசு அதிகாரிகள், ஆசிரியர்களைச் சரிசெய்ய முடியும். அதிக அளவு மாணவர்கள் தேர்ச்சி விகிகம் தந்த ஆசிரியர்களுக்கு வெகுமதி அளித்தும், குறைவான மாணவர் தேர்ச்சி காட்டிய ஆசிரியர்களுக்கு தண்டனை கொடுத்தும் ஆசிரியர்களைச் சரி செய்ய வேண்டும். ஆனால் ஆசிரிய இயக்கங்கள் மிக எளிதாக இந்த நடவடிக்கையை ஒன்றுமில்லாமல் செய்து விடுகிறது. "ஒரு சிறந்த கல்விப் போதனை பெரிய சிக்கலான காரியம்" என்று உலக வங்கியும் ஏற்றுக் கொள் கிறது. ஒரே மாதிரியான தேர்வு எழுதி மாணவர்கள் பெறும் மதிப்பெண் களைக் கொண்டு கற்பித்தலின் தரத்தை அளவிட முடியாது என்றும் உலக வங்கி கூறுகிறது. ஏனென்றால் பள்ளிக் கல்வி என்பது "பல்வேறு இலக்குகளைக்" கொண்டது. இந்தச் சிக்கல் காரணமோ அல்லது ஆசிரிய இயக்கங்களின் தலையீடோ, இதெல்லாம் மாணவர் தேர்வு முடிவுக்கு ஒரு பொருட்டு அல்ல. பள்ளி முதல்வர்களுக்கும், ஒவ்வொரு உதவி ஆசிரியர் களுக்கும் வழங்கும் "உழைப்புக்கு ஊதியம்" என்ற சாதாரண திட்டம் மாணவர் தேர்ச்சிக்கு நடைமுறைச் சாத்தியம் ஆகாது என்று உலக வங்கி அறிக்கையில் குறிப்பிடுகிறது.

அரசாங்கம் ஒரு வேளை, ஆசிரியர்களை மதிப்பீடு செய்ய, பாட போதனையை மையப்படுத்தி அளவீடு செய்வதற்குப் பதிலாக, மாணவர் களின் தேர்வு முடிவுகளைக் கருத்திற்கொண்டு அளவீடு செய்யக் கூடுமோ? மீண்டும் இங்கே உலக வங்கி தலையிட்டுக் கூறுகிறது: இது இன்னும் மேற்கொண்டு சிக்கல்களைத் தான் உண்டாக்கும். அதாவது ஊழலுக்கும், நிர்வாகச் சீர்கேட்டிற்கும் இது காரணமாக அமையும் என்கிறது உலக வங்கி. "நல்ல போதனா முறையை வேறு ஒரு சிறந்த பயிற்சி பெற்ற கல்வியாளரைக் கொண்டு, பாடபோதனை அடிப்படையில் அளவீடு செய்யலாம். கல்வி யாளர் என்பவர் பள்ளித் தலைமை ஆசிரியராகவோ அல்லது பள்ளி முதல்வராகவோ இருக்கலாம். ஆனால் இந்த வழிமுறையில், கல்வியாளர் தனக்கு வேண்டியவருக்கு சலுகை காட்ட விரும்புவார்; அல்லது இன்னும் மோசமாக, நல்ல ஆசிரியர்களாக மதிப்பீடு செய்து கொடுக்க, கல்வியாளர்கள் ஆசிரியர்களிடமிருந்து லஞ்சம் எதிர்பார்க்கலாம்" என்கிறது உலக வங்கி. எனவே பள்ளி முதல்வர்களின் தன்னாட்சி உரிமை வரையறுக்கப்பட்டு, அதன்பின் அவர்களின் தன்னாட்சி உரிமைக்கு பதில் சொல்ல வேண்டிய பொறுப்புள்ளவர்களாக மீண்டும் அவர்களை ஆக்க வேண்டும். கல்லூரி முதல்வர்களையும் சில "தர மதிப்பீட்டில்" கொண்டு வர வேண்டும். "சிறந்த போதனையை அளவீடு செய்வதில் வரும் எல்லாச்

சிக்கல்களையும் ஆசிரியர்களுக்கு மட்டுமின்றி பள்ளித் தலைமை ஆசிரியர்களுக்கும் செயல்படுத்த வேண்டும். கீழ் நிலையில் பணிஆற்றும் அரசு அலுவலர்கள் தங்கள் மேலதிகாரிகளுக்கு தாராளமாகப் பணம் செலுத்தி, நல்ல மதிப்பீட்டையும் தரத்தையும் விலைக்கு வாங்கி விடுகிறார்கள். உண்மையில் முறையாகப் பணியாற்றாத அரசு அதிகாரிகள், ஊழல் என்னும் ஆபத்து அலைகளில் நன்றாக மாட்டிக் கொள்கிறார்கள்".

சிறந்த பணி ஆற்றும் ஆசிரியர்களுக்கு வெகுமதி அளிப்பதென்பதெல்லாம் முடியாத காரியமாகும். பணி ஆற்றவே முடியாத இடத்திலும் சிறப்புடன் சேவை செய்யும் ஆசிரியர்களுக்கும், பள்ளிக்கூடத்திற்கே வராத ஆசிரியர்களுக்கு ஒரே மாதிரியான ஊதியமே வழங்கப்படுகிறது. அந்த வகையில் எல்லாருக்கும் ஒரே மாதிரியான வெகுமதியே வழங்கப்படுகிறது. எதார்த்தமான முறையில் நேர்மையான ஆசிரியர்களை இது நம்பிக்கை இழக்க வைக்கிறது. அதோடு மட்டுமல்லாது போதிக்கும் மன நிலையையும் மாற்றி விடுகிறது. அக்கறையோடும் விழிப்புணர்வோடும் வேலை செய்யும் ஆசிரியர்களுக்கும், பள்ளிக்கே வராத ஆசிரியர்களுக்கும் ஒரே மாதிரி வெகுமதி அளிக்கப்படுகிறபோது, எல்லா ஆசிரியர்களுக்கும் ஊதியத்தை அள்ளிக் கொடுக்கிற கதை ஆகிவிடுகிறது. நான் இந்த அறிக்கையை வாசித்த போது இதை நிவர்த்தி செய்வதற்கு வாய்ப்பே இல்லாத ஒன்றாக இது காணப்பட்டது. ஆனால் அரசுப் பள்ளிகளில் நிவர்த்தி செய்ய இயலாத இந்தச் சிக்கல்கள், தனியார் பள்ளிகளில் எளிதாக நிவர்த்தி செய்து கொள்ள முடியுமா?

பெருந்தலைவர்

இந்திய நாட்டில் ஹைதரபாத் மாநிலத்தில் ஐடியல் உயர்நிலைப்பள்ளி என்னும் ஒரு தனியார் பள்ளி உரிமையாளரான முகம்மது அன்வர் என்பவர்தான், நான் நன்கு தெரிந்து கொண்ட ஒரு பள்ளி உரிமையாளர். ஜனவரி 2000-ல் நான் மேற்கொண்ட ஹைதராபாத் குடிசைப் பகுதியை பார்வையிட்ட மறக்க முடியாத அந்த நிகழ்ச்சியில், என்னைப் பொருத்தவரை நான் சந்தித்த முதல் தனியார் பள்ளி உரிமையாளரே அவர்தான். பிறகு ஒரு சமயம் நான் அங்கே பார்வையிடச் சென்ற போது, நம்ப முடியாத அளவு, மிகுந்த பொருட்செலவில், அந்த பள்ளி முழுவதும் ***CCTV*** என்று சொல்லக்கூடிய ஒரு கண்காணிப்புக் கருவியைப் பொருத்தி யிருந்தார். அவரின் அலுவலக மேசை மீது ஒரு தொலைக்காட்சிப் பெட்டி இருந்தது. ஒவ்வொரு வகுப்பறையிலும் ஒரு சிறிய கண்காணிப்பு கேமரா இருந்தது. அவர் அலுவலக வேலையில் ஈடுபட்டிருக்கும் போது, ஒவ்வொரு வகுப்பறையிலும் என்ன நிகழ்ந்து கொண்டிருக்கிறது என்று இங்கிருந்தே

தொலைக்காட்சிப் பெட்டி வழியாக கண்காணித்துக் கொள்வார்.

இதைப் பார்த்து, மிக நன்றாக இருக்கிறது என்று பவ்வியமாகச் சொன்னேன். ஏன் இவர் இந்த மாதிரி கிறுக்குத்தனமான காரியத்தில் செலவிட்டுத் தொலைக்கிறார் என்று உண்மையில் நான் ஆச்சிரியப் பட்டேன். மாதம் 2 டாலர் வீதம் வசூலிக்கும் இந்தப் பள்ளியில், ஏன் இவர் கணினியும், தாராளமாகப் புத்தகங்களும் வழங்கக்கூடாது? ஏன் இது போன்ற கவர்ச்சியான யுக்திகளில் பணத்தை விரயம் செய்ய வேண்டும்? பிறகு அன்வர் தனியார் பள்ளிகளின் மாபெரும் இயக்கத்தின் தலைவர் ஆகிவிட்டார். அதன் பிறகு இவரைப் போன்று இன்னும் இரண்டு தனியார் பள்ளி உரிமையாளர்கள், தங்கள் பள்ளிகளிலும் கண்காணிப்புக் கேமரா நிறுவிக் கொண்டதைக் கண்டேன். அதன் பிறகு நகரின் நவீன தனியார் பள்ளி ஒன்றிலும் இது போன்ற கண்காணிப்பு கேமராவையும் கண்டேன்.

மேலே நான் குறிப்பிட்ட, அரசு பதில் சொல்ல வேண்டிய பொறுப்பு உள்ள பிரச்சினை பற்றி உலக வங்கியின் ஆழமான விவாதத்தை வாசிக்கும் வரை, நான் அன்வரின் கண்காணிப்புத் தொலைக்காட்சியை நினைத்துப் பார்க்கவில்லை. அவருடைய சூழலில் எவ்வளவு விவேகமாக அன்வர் சில காரியத்தைச் செய்துள்ளார் என திடீரென எனக்குப் புரிந்தது. அன்வரின் மிகப் பெரிய பிரச்சினையே ஆசிரியர்களின் பதில் சொல்ல வேண்டிய பொறுப்புதான். அதாவது, இவரது பள்ளிக்கும் அரசுப் பள்ளிக்குமிடையே ஏற்பட்டுள்ள மிகப்பெரிய வேறுபாடான 'ஆசிரியர்கள் பதில் சொல்ல வேண்டிய பொறுப்பு' என்னும் மாபெரும் பிரச்சினையை இவர் சாதுரியமாகத் தீர்த்து வைக்க வேண்டுமென்பதைப் பெற்றோர்கள் எதிர் பார்த்தனர். ஆசிரியர்களின் நடவடிக்கைகளின் மீது ஒரு கண் வைத்து கவனமாக அவர்களைக் கண்காணிப்பதுதான் இந்தப் பிரச்சினைக்கான தீர்வு. அவரே குறிப்பிட்டுச் சொன்னது போல "இந்திய ஆசிரியப் பெருமக்களின் மனோபாவத்தை" அவர் நன்கு அறிந்திருந்தார். ஆசிரியர்கள் அன்வருக்கு பதில் சொல்ல வேண்டிய பொறுப்புதான், அன்வர் பெற்றோருக்கு பதில் சொல்லவேண்டிய பொறுப்பு என்ற மிக முக்கியமான விஷயத்தை அன்வர் நன்கு அறிந்திருந்தார்.

என்ன செய்ய வேண்டும், எவ்வாறு செய்ய வேண்டுமென்பதை இவர் எந்த ஒரு நிறுவன ஆலோசகரிடமிருந்தோ அல்லது வேறு ஒரு பயிற்சியிலிருந்தோ கற்றுக் கொள்ளவில்லை. இவரே அதற்கான சிறந்த வழிகளைக் கையாண்டு கொண்டார். ஆசிரியர்களை, பதில் சொல்ல வேண்டிய பொறுப்புகள்ளவர்களாக வைத்துக்கொள்ள வேண்டுமானால் இவர் மேற்கொண்டது தான் சரியான வழி. இது போன்ற நிகழ்வுகளை அரசுப் பள்ளிகளில் நான் எங்கேனும் கண்டதே இல்லை.

தனியார் பள்ளி உரிமையாளர்கள், தங்கள் ஆசிரியர்களின் செயல்பாடுகளை நாள் தவறாமல் கண்காணித்து வந்தனர். கண்காணிப்புத் தொலைக்காட்சி உதவி இல்லாமலே (அன்வர் இதையும் மேற்கொண்டு வந்தார்) தனியார் பள்ளி உரிமையாளர்கள், ஆசிரியர்களின் வருகையைக் கவனிப்பதற்காகவும், அவர்கள் பாடம் சொல்லிக் கொடுக்கிறார்களா என்பதைக் கவனிப்பதற்காகவும் பள்ளிக்கூடம் முழுவதும் நடந்து சென்று தவறாமல் கண்காணித்து வருகிறார்கள். ஆசிரியர்கள் எப்போதெல்லாம் மாணவர்களின் பயிற்சி ஏடுகளைத் திருத்திக் கொடுக்கிறார்கள் என்று பார்த்து வருகிறார்கள். பெற்றோர்களின் முறையீடுகளான, 'ஆசிரியர்கள் பள்ளிக்கு வருவதில்லை, குழந்தைகள் பாடத்தை உள்வாங்கிக் கொள்வதில் சிரமப்படுகிறார்கள்' போன்ற குறைபாடுகளை பள்ளி உரிமையாளர்கள் பரிசீலித்து வருகிறார்கள். பள்ளி வேலைகளில் திறமையாகச் செயல்படும் ஆசிரியர்களைக் கௌரவிக்கிறார்கள். உதாரணமாக, அரசாங்கப் பொதுத் தேர்வுகளில் எந்த ஆசிரியர்களிடம் பயின்ற குழந்தைகள் அதிக மதிப்பெண்கள் பெறுகிறார்கள் என்று பார்த்து கௌரவித்து வருகிறார்கள். இதில் அவர்கள் நியாயமாகவும் நடந்து கொள்கிறார்கள். ஹைதராபாத் நகரில் உள்ள ஒரு பள்ளியில், அப்பள்ளி உரிமையாளர் வகுப்பில் மாணவர்களின் முன்னேற்றத்தை கவனிக்க ஓர் எளிய கணினி முறையைப் பயன்படுத்தி வருகிறார். மிகவும் பின் தங்கிய மாணவர்களின் தரம் தொடக்கத்திலேயே மேம்படுத்தப்பட்டு அதற்கான வெகுமதி அளிக்கப் படுகிறதா, அல்லது மற்ற குழந்தைகளைப் போல அக்குழந்தைகளும் மேம்பாடு அடையவில்லையா என்று அவரால் அறிந்து கொள்ள முடிகிறது. மீண்டும், அப்பள்ளி உரிமையாளர், மிகவும் நெருக்காக தொடர்பு கொண்டு ஆசிரியர் அந்தக் குறிப்பிட்ட மிகவும் பின் தங்கிய மாணவர் குழுவை மேம்படுத்த உழைக்கிறாரா என்று கண்காணித்து, ஆசிரியர்களுக்கு சரியான முறையில் வெகுமதி அளிக்க முடிகிறது.

இந்த முறையில், பள்ளி உரிமையாளர்கள் ஆசிரியர்களுக்கு, எந்த மாதிரி ஊக்க ஊதியம் கொடுக்கலாம்? திறமையான ஆசிரியர்கள், தங்களுக்குத் தகுந்த சன்மானம் வழங்கப்படவில்லை என்று எண்ணுகிற போதோ, அல்லது தாங்கள் எந்தப் பள்ளிக்குப் போனாலும் தங்களுக்கு கூடுதல் ஊதியம் வழங்கப்படும் என்று எண்ணுகிற போதோ, எல்லாத் தனியார் பள்ளிகளும் தங்களை விரும்பி ஈர்த்துக் கொள்வார்கள் என்பதை அவர்கள் நன்கு அறிவார்கள். தனியார் பள்ளி உரிமையாளர்களைப் பொறுத்தவரை தங்களுக்கு விருப்பமான ஆசிரியர்களை வேலைக்கு அமர்த்திக் கொள்ளும் முழு அதிகாரமும் இவர்களுக்கு உண்டு. ஆனால் அரசுப் பள்ளிகளுக்கு இந்த வாய்ப்பு இல்லை. அவர்கள் அடக்கி ஆள்கின்ற "பெருந்தலைவர்களாக" இருக்க வேண்டிய அவசியம் உண்மையில்

அவர்களுக்கு இல்லை. அவர்கள் அப்படி நடந்து கொண்டால், நல்ல ஆசிரியர்களை அவர்கள் இழக்க வேண்டி வரும். எடுத்துக்காட்டாக, ஒரு தனியார் பள்ளி உரிமையாளர், அதாவது ஓர் இனிய பெருந்தலைவர், அன்றைய தினம் பள்ளிக்கு வருகை தராத அல்லது சரியாகப் பாடம் நடத்தாத ஓர் ஆசிரியரை என்ன பிரச்சினை என்று கேட்டார். அந்த ஆசிரியர் சொல்லும் குறைபாடு வழக்கமான ஒன்று இல்லை என்கிறபோதும், எதிர்பாராத சிக்கலான சூழ்நிலை காரணமாகத்தான் அவ்வாறு நடந்தது என்கிற போதும், அப்பள்ளி உரிமையாளர் அந்த ஆசிரியரைப் வேலையை விட்டு வீட்டிற்கு அனுப்ப மாட்டார். இது ஆசிரியரின் எதிர்பாராத நிகழ்வு என்று நிறைவடைந்து கொள்வார். பொதுவான சிறந்த ஆசிரியர்களையும், இக்கட்டான சூழலில் தங்களுக்கு பக்க பலமாக இருக்கும் ஆசிரியர்களையும் பள்ளியில் வைத்துக் கொள்ள பள்ளி மேலாளர்களுக்கு சிறப்புச் சலுகை உண்டு.

ஒரு சிறந்த அரசுப் பள்ளி முதல்வர், நிச்சயமாக இந்த வேலைகளை எல்லாம் செய்வார். அரசுப் பள்ளி ஆய்வாளர்களும் இதில் பள்ளி முதல்வர்களுக்கு உதவிகரமாக இருப்பார்கள். உலக வங்கி கூறுவது போல, பிரச்சினை என்னவென்றால், அரசுப் பள்ளி முதல்வர்களும், ஆய்வாளர்களும் இந்த வேலைகளைச் செய்கிறார்கள் என்று எப்படி உறுதிப்படுத்திக் கொள்ள முடியும். முதலில், ஆசிரியர்கள், பதில் சொல்ல வேண்டிய பொறுப்பு உள்ளவர்களாக இருக்கிறார்களா என்பதை நிச்சயப்படுத்திக் கொள்ளும் பிரச்சினையின் அடுத்த கட்டம் இது. ஆசிரியர்கள், பதில் சொல்ல வேண்டிய பொறுப்பு உள்ளவர்களா என்ற பிரச்சினையை இது மேற்கொண்டு கிளப்பி விடும். அரசுப் பள்ளிகளில் நிலவும் பிரதான பிரச்சினை என்னவென்றால், இக்காரியங்களை நிறைவேற்றுவதற்கு பள்ளி முதல்வர்களுக்கும், ஆய்வாளர்களுக்கும் பிரத்தியேகச் சம்பளம் என்று எதுவும் இல்லை. நாள் முழுவதும் பள்ளி முதல்வர்கள் தங்கள் அலுவலகங்களில் அமர்ந்து கொண்டு செய்தித் தாள்கள் வாசித்துக் கொண்டிருந்தால் கூட அவர்களுக்கு அதே சம்பளம் கிடைத்து விடும்; அல்லது பள்ளிக்கு வராமலிருந்தால் கூட அவர்களுக்கு அதே சம்பளமும் இதரப் பணப் பயன்களும் கிடைத்து விடும். வகுப்புகளின் வராந்தாவில் ஆசிரியர்களைக் கண்காணிக்கிறேன் என்று, அவர்கள் நடந்து சென்றால் கூடப் போதும். இதே போன்று, அரசுப் பள்ளி ஆய்வாளர்கள், பள்ளிகளைப் பார்வையிடுகிறார்களோ அல்லது அலுவலகத்திலேயே வசதியாக அமர்ந்து கொள்கிறார்களோ, சம்பளம் சரியாக அவர்களுக்கு வந்து விடும்.

எல்லா பிரச்சினைகளையும் விலாவரியாக வாசித்து விட்டேன். அரசுத் துறைப் பள்ளிகளில் ஊக்க ஊதியம் வழங்கும் முறைகள் தவறானவை ஆகும். இன்னொரு வகையில் பார்த்தால், தனியார் பள்ளிகளைப் பொறுத்தவரை

ஊக்க ஊதியம் வழங்கும் முறை ஒவ்வொரு பள்ளி உரிமையாளருக்கும் சாதகமாகவும் பாதகமாகவும் செயல் புரிகிறது. எல்லாத் தனியார் பள்ளி உரிமையாளர்களும், பெற்றோர்கள் அந்தப் பள்ளியை எப்படி ஆதரிக்கிறார்கள் என்பதை சார்ந்திருக்கின்றனர். பெற்றோர்கள் அப்பள்ளியை ஆதரிக்கவில்லையென்றால், அவர்கள் வேலையில்லாமல் வீட்டில் இருக்க வேண்டியதுதான். கண்ணுக்குப் புலப்படாத இந்த போட்டிச் சந்தைகளின் தத்துவமே பள்ளி உரிமையாளர்களை எந்த நேரமும் விழிப்போடு இருக்க வைக்கிறது. ஆசிரியர்களின் செயல்பாடுகளை எப்போதும் கவனமாகக் கண்காணிக்க வைக்கிறது. இதில் தவறிவிடும் பள்ளி உரிமையாளர்கள் கோட்டை விட நேரிடுகிறது. இந்த கண்ணுக்குப் புலப்படாத தத்துவமே மிகச் சரியாகக் கல்விச் சந்தையில் செயலாற்றி வருகிறது என்று உலக வங்கி குறிப்பிடுகிறது.

ஆகவே, நேரடியாகப் பதில் சொல்ல வேண்டிய பொறுப்பை எளிதாக ஏற்றுக்கொள்வதில் உள்ள பிரச்சினை என்ன? அதாவது போட்டியிடும் சந்தைகளின் நேரடியாகப் பதில் சொல்ல வேண்டிய பொறுப்பு, கல்விக்கும் பொருத்தமானதாக இருக்குமா? இதற்கான மாற்றுவழி எப்போதும் மிகக் கடினமாகவே இருக்கும். அப்படி ஒரு மோசமான ஒரு சூழ்நிலை வந்தால் மறைமுகமாகப் பதில் சொல்ல வேண்டிய பொறுப்பு ஏழைமக்களின் விருப்பத்திற்கேற்ப ஒரு போதும் செயல்படாது.

உண்மையில் இந்த முடிவுக்கு அரசு மேம்பாட்டு வல்லுநர்கள் காட்டிய மறுப்பு என்னை அதிர்ச்சியில் ஆழ்த்தியது. அரசாங்கக் கட்டுப்பாடுகள் பெரிதாக எதுவும் செய்துவிடவில்லை என்பதே எனக்குத் தோன்றிய கருத்து. ஏனென்றால், என்ன நடக்கிறது என்று பள்ளி உரிமையாளர்கள் மீது எப்போதும் ஒரு கண் வைத்திருக்கக் கூடிய பெற்றோர்களுக்குத் தனியார் பள்ளிகள் பதில் சொல்ல வேண்டிய பொறுப்பில் உள்ளன. ஏழைகளுக்காக செயல்படும் தனியார் பள்ளிகளின் தாழ் நிலை பற்றிய அரசு மேம்பாட்டு வல்லுநர்களின் விமர்சனத்தை இது அப்படியே என் நினைவுக்கு கொண்டு வந்தது. ஏழை மக்களின் தீர்ப்பை அரசு மேம்பாட்டு வல்லுநர்கள் நம்பியதாக தெரியவில்லை. ஆகவே பெற்றோர்களுக்கு பதில் சொல்ல வேண்டிய பொறுப்பு ஒரு சரியான தீர்வாகத் தெரியவில்லை. அரசு மேம்பாட்டு வல்லுநர்கள் தொடர்ந்து கண்டது, ஏழைமக்கள் தரம் தாழ்ந்த கல்வியை - (அரசுப் பள்ளியை விட தரம் தாழ்ந்த கல்வியை) ஏற்றுக் கொள்ளுமாறு ஏமாற்றப்பட்டது தான். அரசு மேம்பாட்டு வல்லுநர்கள் ஏழை மக்களை ஏதுமறியாதவர்கள் என்று கருதவில்லையென்றால், ஏழைமக்கள் தனியார் கல்வியை தேர்வு செய்ததை, அரசு மேம்பாட்டு வல்லுநர்கள் ஓரளவுக்கு தெளிவில்லாத கோணத்தில் தான் பார்த்திருக்கிறார்கள் என்று மிகத் தெளிவாக தெரிகிறது.

அவர்கள் செய்வது சரியா என்று கண்டுபிடிக்க வேண்டும்.

9

இருசக்கர வாகனங்களில் இளம் கன்னியர்களும் வயதான துறவியும்

2004 ஜனவரி 26 இந்தியாவில் குடியரசு தினம். நான் ஹைதராபாத் வந்து சரியாக நான்கு ஆண்டுகள் ஆகிவிட்டன. சார்மினார் செல்ல ஒரு ரிக்ஷா ஏற்பாடு செய்து கொண்டேன். ஏழைகளுக்காகச் செயல்படும் தனியார் பள்ளிகளை நான் தேடிக் கண்டு கொண்டேன். பவுலின் டிக்ஸனோடு மீண்டும் ஹைதராபாத் வந்தேன். அந்தப் 'புராதன நகரின்' ஏழைகள் குடியிருக்கும் பகுதிகளில் உள்ள தனியார் பள்ளிகளுக்கும், அரசுப்பள்ளிகளுக்கும் இடையே உள்ள கல்வியின் தரத்தை கண்டறியும் பொருட்டு, புள்ளி விபரங்கள் சேகரிக்கும் ஆராய்ச்சி குழுவிற்கு பயிற்சி கொடுப்பதற்காக அங்கு சென்றோம்.

இரண்டு இரவுகள் முன்னதாகவே நாங்கள் அங்கு சென்று விட்டோம். அங்கு அந்தச் சமயத்தில் மின் தடை அதிகமாக இருந்தது. மெழுகு திரி வெளிச்சத்தில் அக்குழுவோடு சேர்ந்து அமர்ந்து வேலையைத் தொடங்கினோம். அந்த முதல் வாரத்தில், முதன் முதலில் நான் அங்கு ஆய்வுப்பணி தொடங்கியதிலிருந்து, சமூக சேவகியாகப் பயிற்சி பெற்று, ஹைதராபாத்தில் என் ஆய்வுக்குத் தலைவியாக இருந்து வந்த கோமதி என்ற துடிப்புள்ள இளம்பெண், ஒரு குழு உருவாக்கும் பயணமாக, தன்னுடன் பணியாற்றும் ஐந்து நபர்களை அழைத்துக்கொண்டு, புனல் மின்சாரம் தயாரிப்பதற்காக கிருஷ்ணா நதி அணை கட்டப்பட்டுக் கொண்டிருந்த சாலையில் 170 கிலோ மீட்டர் தூரம் இருந்த ஸ்ரீ சாலம் என்ற இடத்திற்கு அழைத்துச் சென்றிருந்தார். அங்கு செல்வதற்கு,

ராஜீவ் காந்தி புலிகள் சரணாலயம் உள்ள நீண்ட, பயங்கரமான காடு வழியாகப் பயணம் செய்ய வேண்டும். அந்த இரவுப் பொழுதை, நெருப்பைச் சுற்றி அமர்ந்து கொண்டு, வாகனத்தில் உள்ள வானொலிப் பாடலுக்கேற்ப நடனம் ஆடிக்கொண்டும், பாட்டுப் பாடிக்கொண்டும், சில குழு விளையாட்டுகள் விளையாடிக்கொண்டும், ஆளுக்கொரு கதை சொல்லிக் கொண்டும் அந்த இரவைக் கழித்ததை கோமதி சொன்னபோது அவரது கண்கள் பிரகாசமடைந்து தெரிந்தன. அடுத்தநாள் காலையில் குளத்தில் நன்கு நீந்திக் குளித்துவிட்டு, கோயிலுக்குச் சென்று கும்பிட்டு விட்டு "இப்போது நாங்கள் தயார்" என்று கோமதி சொன்னார்.

மெழுகு திரி வெளிச்சத்தில்தான் வேலை செய்தோம். ஒவ்வொரு அரசு மேம்பாட்டு வல்லுநரும் குறிப்பிட்டதுபோல, தனியார் பள்ளிகள் தரம் தாழ்ந்துள்ளனவா என்ற தகவலைக் கண்டறியும் பொருட்டு, முதற்கட்ட ஆய்வு மேற்கொள்ள வந்திருக்கும் அந்த மாபெரும் ஆய்வுக் குழுவிற்கு நாங்கள் பயிற்சி கொடுக்கத் தயாரானோம். இது தொடர்பாக ஹைதராபாத்தில் ஒரு முறை, பல சோதனைகள் நடத்தியிருந்தோம். இதே சோதனைகளை இன்னும் பல நாடுகளில் நாங்கள் நடத்த வேண்டியிருக்கும்.

முந்தைய வாரங்களில், பள்ளி மக்கள் தொகைக் கணக்கெடுப்பிலிருந்து, 1000 பள்ளிகள் கொண்ட பட்டியலில், தோராயமாக 150 பள்ளிகளைத் தேர்வு செய்து, பார்வையிட்டு, சோதனைகள் நடத்த, பள்ளி மேலாளர்கள் அனுமதி பெற வேண்டி, கோமதியும் அவரது குழுவும் ஹைதராபாத்தில் உள்ள ஏழைமக்கள் வசிக்கும் பகுதிகளுக்குச் சென்று அலசி ஆராய்ந்து பார்த்தனர்.

(அரசுப்பள்ளி முதல்வர்கள் தங்கள் பள்ளிகளைப் பார்வையிட்டு சோதனை நடத்த தயக்கம் காட்டுவர்களேயானால், அவர்களிடம் காட்டுவதற்காக கல்வித்துறை செயலாளர் முனைவர் ஐ.வி. சுப்பாராவ் அவர்களிடமிருந்து பெற்ற அனுமதி ஆணையும், தனியார் பள்ளிகளுக்கு என்னிடமிருந்து ஒரு கடிதமும் அந்தக் குழு கொண்டு சென்றது.) ஒவ்வொரு பள்ளியிலிருந்தும், அப்பள்ளியில் நான்காம் வகுப்பில் படிக்கும் மாணவர்களின் பெயர் பட்டியலைப் பெற்றுக் கொண்டார்கள். அதில் ஒவ்வொரு பள்ளியிலிருந்தும் 30 மாணவர்கள் வீதம் தேர்வு செய்து கொள்ளப்பட்டனர். இவர்களே எங்கள் பரிசோதனைக்கு எடுத்துக்கொண்ட மாதிரி மாணவர்கள். பிறகு கோமதியும் அவரது ஆய்வுக்குழுவும் ஆங்கிலம், கணிதம், உருது, பொது அறிவு ஆகிய பாடங்களில் 4000 வினாத்தாட்கள் அச்சடித்துக் கொண்டனர். மாணவர்களும் பெற்றோர்களுக்கு 4000 வினா நிரல்களும், பள்ளி மற்றும் ஆசிரியர்களுக்கான 200 வினா நிரல்களும் நகல் எடுக்கப்பட்டு இணைக்கப்பட்டன. கோமதி, கேக் பிஸ்கட் விற்கும் மொத்த வியாபாரிகள் பலரைச் சந்தித்தார். சோதனைத் தேர்வில் கலந்து கொள்ளும்

அத்தனை மாணவர்களுக்கும் வழங்கும் விதமாக அவர்களிடமிருந்து நன்கொடையாக இனிப்பு வகைகளைப் பெற்றுக்கொண்டார். அத்துடன் 4000 பென்சில்கள், ஸ்கேல்கள், ரப்பர்கள், பிளாஸ்டிக் பைகள் ஆகியவை களை வாங்கிக் கொண்டார். எல்லாவற்றையும் கொண்டு வந்து அழகாக அலுவலகத்தில் அடுக்கி வைத்தார். முன்பு ஆய்வு மேற்கொண்ட பணியாளர்களும், இப்பொழுது பணியாற்றும் ஆய்வாளர்களும், தங்கள் களப்பணியிடங்களுக்கு எல்லாவற்றையும் எடுத்துச் சென்று, சரியான எண்ணிக்கையில் ஒவ்வொரு பள்ளிக்கும் ஒவ்வொரு மாணவர்களுக்கும் வழங்குவதற்கு தங்கள் பெட்டிகளில் எடுத்து வைத்துத் தயார் செய்ய நாட்கணக்காகிவிட்டன.

ஆய்வு என்பது ஒரு விசித்திரமான பணி. நியூ கேஸ்ல் பல்கலைக்கழகத்தில் முன்பு என்னோடு பணியாற்றிய பேராசிரியர் புரூஸ் கேரிங்டன் அவர்கள், கல்வி இதழ்களில் வந்த சுருக்கி எழுதப்பட்ட, திருத்தப்பட்ட, தேவையில்லாதவை நீக்கப்பட்ட ஆய்வுத் தகவல்களை வாசிக்கின்றபோது, அவை தெளிவற்றதாக ஆகிவிடுகின்றன என்று குறைபட்டுக் கொண்டார்கள். உள்ளதை உள்ளவாறு சொல்ல வேண்டு மென்று ஆய்வு மேற்கொள்பவர்களை புரூஸ் கேட்டுக்கொண்டார். அப்பொழுதுதான் புதிதாக ஆய்வு மேற்கொள்பவர்கள் எதற்காக அதைச் செய்திருக்கிறார்கள் என்று புரிந்து கொள்ள முடியும். புரூஸ் அவர்களே இந்த ஆய்வு, உண்மையில் குழப்பமானது என்று குற்றம் சாட்டினார். நீண்ட தூர விமானப் பயணத்தால் உண்டான தூக்கமின்மையாலும், அதிகமான வெப்பத்தாலும், திடீரென்று வந்த குளிர்ந்த ஈரக்காற்றாலும், குளிரூட்டப் படாத அறையில் வேலை செய்ததாலும், மின்தடையால் மின்விசிறி வேலை செய்யாததாலும் பல தடவை நான் பொறுமை இழந்திருக்கிறேன். அதே போல பல சமயங்களில், எல்லாம் எதிர் பார்க்கிறபடி நடந்து விடுவதால், இந்த அனுபவம் என் வாழ்க்கையில் ஏற்பட்ட மிகவும் மகிழ்ச்சிகரமான ஒன்று என்று என் செய்தி ஊடகத்தில் எழுதிவிட்டு மிகவும் பூரிப்படைந்தும் போயிருக்கிறேன்.

கோமதி, அவருக்கே உரிய பொறுமையை கடைசிவரை கடைப்பிடித்து வந்தார். என்னோடு மிகவும் ஒத்துபோன அவருக்கு, இதில் ஏற்பட்ட பல சிரமங்கள், என்னை மிகவும் எரிச்சல்படுத்தி, கிட்டத்தட்ட பைத்தியமாக்கி விட்டது என்றுகூடச் சொல்லலாம். ஆய்வாளர்கள், பயிற்சி தொடங்கிய பின் கொஞ்சம் கொஞ்சமாக வந்து சேர்வார்கள்; சிலர் ஒருமணி நேரம் தாமதமாகவோ அல்லது அதற்கு மேலும் தாமதமாகவோ வருவார்கள்; நகல் எடுக்கப்பட்ட கேள்வித்தாள்களின் கோப்பு முறையாக இல்லாமல் கண்டபடி பக்கம் மாற்றிக் கட்டப்பட்டு வந்து சேரும். பிறகு அவைகளை மிகவும் சிரமப்பட்டு பிரித்து, வரிசைக் கிரமமாக அடுக்கவேண்டும். பொது

அறிவுக் கேள்வித்தாள்கள் மிக மோசமான தாளில் அச்சிடப்பட்டு வரும் (செலவினத்தைகக் குறைப்பதற்காக இருக்கலாம்). கேள்வித்தாளின் அடுத்த பக்கமும் அச்சிடப்பட்டுள்ளது போலத் தெரியும். அதாவது அந்தக் கேள்விகள் உண்மையில் என்னவென்றே புரிந்துகொள்ள முடியாம லிருக்கும். அப்படியே எல்லாவற்றையும் ஒதுக்கி விட்டு, வேறு ஒரு நம்பத்தகுந்த அச்சகத்திலிருந்து கேள்வித்தாள்கள் அடித்துக் கொண்டுவர வேண்டியிருக்கும். அவர்கள் செய்ததைப்போல சில நிகழ்வுகள் அற்புதமான முறையில் இந்தியாவில் நடந்தேறின. இன்னும் அரைமணி நேரத்தில் தொடங்கவேண்டிய பயிற்சிக்கு, கோமதி இன்னும் நாற்காலிகளுக்கு ஏற்பாடு செய்யாமல் இருக்கிறோரே என்று தெரிந்தபோது என்னால் அவரை குறைபட்டுக்கொள்ள முடியவில்லை. அரைமணி நேரம் கூட இல்லாத இந்த நேரத்தில் நாற்காலிகள் கொண்டுவர முடியும் என்று யாரால் நினைத்துப் பார்க்க முடியும். பயிற்சி ஆரம்பிக்க வேண்டி குறுகிய நேரத்திற்குள் சில இளைஞர்கள் ஆட்டோ ரிக்ஷாவில் அடுக்கப் பட்டிருந்த நாற்காலிகளோடு திடீரென்று வந்து சேர்ந்தனர். பயிற்சி நடைபெற வேண்டிய அந்த அறையில் கிடுகிடுவென்று நாற்காலிகளை அழகாக, வரிசையாகப் போட்டு விட்டனர். முதல் தடவையாக சோதனைக்கு வந்த பெற்றோர்களுக்கு வழங்கப்பட்ட வினா நிரல்களில் முதல் மூன்று கேள்வி களைத்தவிர, மீதமுள்ள கேள்விகளுக்கான பதில்கள் எழுதப்படாமல் திருப்பிக் கொடுக்கப்பட்டதால் நான் அடைந்த ஏமாற்றத்தை யாரும் நினைத்துப் பார்க்க முடியாது.எந்த தகவலும் பெற்றோர்களிடமிருந்து பெற முடியாது என்று இதற்கு அர்த்தம் ஆகுமா? இந்த முழு வேலையே அழிந்து விட்டதா? நல்ல வேளையாக, என்னுடைய ஆய்வுப் பணியாளர்களில் ஒருவர், பெற்றோர்களுடைய மகள்களின் வயதுகளை (அதே போல அவர்களது மகன்களின் வயதுகளையும்) கேட்ட நான்காவது கேள்வியை புரிந்து கொண்டார். பிரச்சினைக்குரிய அந்தக் கேள்வி நீக்கப்பட்டு விட்டது. புதிய வினாக்களில் பெற்றோர்கள் எல்லாக் கேள்விகளுக்கும் பதில் அளித்து விட்டனர்.

குடியரசுத் தினம் அன்றும், அதற்கு அடுத்த நாளும் 45 ஆய்வாளர்கள் பயிற்சி பெற்றனர். அதில் பலர் அங்கேயே உள்ள பல்கலைக்கழகப் பட்டதாரிகள். எஞ்சியுள்ளவர்கள் அந்தப் புராதன நகரில் துடிப்புடன் பல்வேறு சமூக சேவைகள் செய்யும் இளைய கன்னியர்கள். அத்துடன் பட்ட மேற்படிப்பும் படித்து வருபவர்கள். இரவில் வேலை செய்தபோது நானும் பவுலினும் கொஞ்சம் மது அருந்தினோம். அங்கே தயாரிக்கப்பட்ட மது அது. நான் ஹைதராபாதுக்கு அலுவலக வேலையாக வரும்போதெல்லாம் இந்த வகை மதுவையே (ரம்) நான் விரும்பி அருந்துவேன். அடுத்த மூன்று நாட்களுக்குத் தேவையானவைகள் எல்லாவற்றையும் பெட்டிகளில்

அடைத்து பள்ளிகள் நடத்தவேண்டிய சோதனைத் தேர்வுக்குத் தயார் செய்யப்பட்டது. முதல் நாள் காலை 7.30 மணி அளவில் 45 ஆய்வாளர்கள் சார்மினார் முன் ஒன்று கூடினர். அப்போது என் அணியின் மேற்பார்வை யாளர்கள், ஆய்வாளர்களுக்கு உரிய பெட்டிகளை அவர்களிடம் சேர்த்து, அவர்களை பேருந்துகள் மூலமும், ரிக்‌ஷாக்கள் மூலமும் அவரவர்களுக்கு ஒதுக்கப்பட்ட பள்ளிகளுக்கு அனுப்பி வைத்தனர்.

ஆம், எல்லாம் எதிர்பார்த்தபடி அமைந்து இருந்தன. நான் எதுவும் செய்யத் தேவையில்லை என்று இருந்தது. பெட்டிகள் இந்தப் பக்கமும் அந்தப்பக்கமும் போய்க்கொண்டிருந்தன. தேர்வுக்குத் தேவையான வெள்ளைத்தாள்கள் ஒரு பையிலிருந்து எடுத்து இன்னொரு பைக்குள் திணிக்கப்பட்டன. குழு உறுப்பினர்கள் ஒருவர் மீது ஒருவர் கடிந்து கொண்டனர்; ஒவ்வொருவரும், தாம் எந்தப் பள்ளிக்குச் செல்லவேண்டும் என்ற குறிப்பிட்ட சரியான பெட்டியை பெற்றுக்கொள்வதற்கு அங்கு மிங்கும் கண்டபடி ஓடிக்கொண்டு இருந்ததில் ஒரு மணி நேரத்திற்கு மேலாகிவிட்டது. இதில் வேடிக்கை என்னவென்றால், ஒருவரும் குறிப்பிட்ட நேரத்திற்குள் வந்து சேரவில்லை. முதல் நாளே சிரமப்பட்டு வரிசையில் நிறுத்தி வைக்கப்பட்ட ரிக்‌ஷாக்களும் வரவில்லை. அதனால் சில ஆய்வாளர்கள், கிடைத்த இருசக்கர வாகனங்களில் தொற்றிக் கொண்டு சென்றனர். இந்தப் பிம்பங்களை எல்லாம் இன்னும் என் மனதில் இனிமையாகப் பதிய வைத்திருக்கிறேன். என் ஆய்வாளர் ஒருவர் 250 சக்தி கொண்ட ஹீரோ ஹோண்டா இருசக்கர வாகனத்தில் பயணம் செய்தார். அவரோடு இரண்டு இளம் கன்னியர்கள், அவரது வாகனத்தில் பக்கவாட்டு இருக்கைகளில் அமர்ந்தவாறு தேர்வுக்குத் தேவையான அட்டைப் பெட்டிகளை பத்திரமாக மடியில் வைத்துப் பிடித்துக் கொண்டு பயணம் செய்தனர். பேருந்து நிலையத்தில் நிலவிய காட்டுக் கூச்சல்களிலும், அனல் பறக்கும் வெப்பத்திலும் ஒரு மணி நேரத்திற்கு மேல் காத்திருந்ததால் என் நரம்புகள் நடுங்கிவிட்டன. பிச்சைக்காரர்கள் என்னைச்சுற்றி மொய்க்கத் தொடங்கினர். அதில் ஓர் இளம் வயதுப் பிச்சைக்காரி கையில் குழந்தையோடு வந்தவள், என் வயிற்றை தடவி, அவள் வாயிலும் குழந்தை வாயிலும் கையை வைத்துக் காட்டி (பசிக்கிறதென்று) காசு கேட்டாள். கிட்டத்தட்ட ஒரு மணி நேரம் இவ்வாறு முடிந்தது.

ஒரு வழியாக ஆய்வாளர்கள் அனைவரும் அவரவர் பள்ளியை நோக்கி சென்றுவிட்டனர். பவுலினும் நானும், அத்துடன் ஆறு ஆய்வாளர்களும், கேள்வித்தாட்களை யாரேனும் தவற விட்டிருப்பின், அவர்களுக்காகத் தேவைப்படும் கேள்வித் தாட்களை எடுத்துக்கொண்டும், யாரேனும் ஆய்வாளர்கள் வராமல் இருந்து, அவர்களுக்காக காத்துக் கொண்டிப் பார்களே என்றும், தேர்வு வேலைகள் ஒழுங்காக நடந்தேறுகின்றனவா

என்று கவனிக்கத் தனித்தனியாக பிரிந்து பள்ளிகளைப் பார்வையிடச் சென்றோம்.

அன்றைய தினக் கடைசி நேரத்தில் ஆய்வுக்குழுவினர் அனைவரின் சந்திப்பு; ஆட்டோ ரிக்ஷாக்கள் அனிவகுத்து நின்றன; ஆய்வாளர்கள் எடுத்துச் சென்ற அட்டைப்பெட்டிகள் நிறைய எழுதப்பட்ட விடைத் தாள்கள்; எல்லாரும் விடை பெற்றுக் கொண்டு பிரிந்து சென்றனர்; நான் திட்டமிட்டபடி எல்லாம் நடந்தேறின; எவ்வளவு நிறைவு! எவ்வளவு நிம்மதி! தனியார் பள்ளிகளின் தரம் பற்றி எல்லாரும் மனதில் கொண்டிருந்த கேள்விகளுக்குப் பதில் சொல்லும் பொருட்டு, நாங்கள் தகவல் சேகரிக்கத் தொடங்கினோம். இதையே நாங்கள் மூன்று நாட்களாகத் தொடர்ந்து செய்தோம். பிறகு சில மாதங்கள் கழித்து விடைத்தாள்கள் பிரித்து ஒதுக்கப் பட்டு திருத்துவதற்கு அனுப்பப்பட்டன; வினா நிரல்களுக்கு குறியீடு போடப்பட்டு, அவைகள் மதிப்பெண் பட்டியலில் பதியப்பட்டன. தேர்வு முடிவுத் தகவல்கள் ஆய்வு செய்து சரிபார்க்கப்பட்டன.

மொத்தத்தில் என்னுடைய குழு 24000 குழந்தைகளுக்கு தேர்வு நடத்தியது. இதை இந்தியாவில் தொடங்கி, அப்படியே நைஜீரியா நாட்டிற்குக் கொண்டு சென்று, அதன் பிறகு கானா நாட்டிற்கும், பிறகு மீண்டும் இந்தியாவிற்கும் வந்தோம். அதன் பிறகு இந்தியாவிலிருந்து சீன நாட்டின் கிராமப்புறப் பகுதிக்கும் சென்றோம். (சீன நாட்டு விவகாரத்தை தனி ஒரு அத்தியாயத்தில் விவரிக்கிறேன்). நாங்கள் எதை கண்டறிந்தோம்?

அப்படி ஒன்றும் அவர்கள் அறியாதவர்கள் அல்ல

ஏழைமக்கள் ஏதுமறியாதவர்கள் அல்ல. மாணவர்களின் அடைவுத் திறன் பற்றிய சரியான தகவல் பெற, மேற்கண்ட அத்தியாவசியமான முயற்சி தேவைப்பட்டது; அதாவது, அரசுப்பள்ளிக்கும் தனியார் பள்ளிக்கும் இடையே ஒப்பீட்டுத் தீர்வு செய்வதற்கு முன்பு, இது தேவையெனக் கருதப்பட்டது. உண்மையில், ஏற்கனவே முதற்க[illegible] ஆய்வின்போது சேகரித்து வைக்கப்பட்டுள்ள ஆதாரம், அரசுப் பள்ளிகளைக் காட்டிலும் தனியார் பள்ளிகளைப் பெற்றோர்கள் தேர்ந்தெடுத்தது ‘சரியான தேர்வு’ என்று வலியுறுத்திச் சொல்லுகிறது. தனியார் பள்ளிகளின் விரிவாக்கத் தையும், அவைகளின் சிறப்பியல்புகளுக்குமான ஆதாரங்களையும் வழங்கிய எங்கள் குழுக்கள் மேற்கொண்ட ஆய்வின் போது (மூன்றாம் அத்தியாயத்தில் விவாதிக்கப்பட்டது), அவர்கள் ஒரு குறிப்பிட்ட தொடக்கப்பள்ளி வகுப்பறையை பார்வையிடுமாறு கேட்டுக்கொள்ளப்பட்டார்கள். (நாட்டைப் பொறுத்து நான்காம் வகுப்போ அல்லது ஐந்தாம் வகுப்போ). அதன் படி அவர்கள் வகுப்பறைகளைச் சென்று பார்த்தனர். அதாவது

ஆசிரியர்கள் வகுப்பு எடுத்துக் கொண்டிருந்த நேரத்தில் மட்டுமே சென்று பார்த்தனர். (அதாவது இடைவேளை நேரம், விளையாட்டுப் பிரிவேளை, பள்ளி வழிபாட்டு நேரம் ஆகியவை எல்லாம் முடியட்டும் என்று காத்திருந்து) வகுப்பாசிரியர் என்ன செய்து கொண்டிருந்தார் என்பதை குறிப்பெடுத்தார்கள்; அல்லது அந்த ஆசிரியரோ அல்லது ஆசிரியையோ பள்ளிக்கு வந்திருக்கிறார்களா அல்லது வரவில்லையா என்பதையும் குறிப்பெடுத்தார்கள். அது மட்டுமல்லாது வகுப்பறையின் உள்ளே செய்யப்பட்டிருந்த வசதிகளையும், பள்ளியைச் சுற்றிலும் வெளியே செய்யப்பட்டிருந்த வசதிகளையும் கவனித்தார்கள். மேலும், ஆய்வில் சேகரிக்கப்பட்ட தகவல்கள் ஆசிரிய - மாணவ விகிதாச்சாரத்தையும்கூட எங்களுக்கு விளக்கிக் காட்டின. இதை நிரூபிக்க தனியார் பள்ளிகள் மற்றும் அரசுப்பள்ளிகளின் மாணவர்கள் அடைவுத்திறன் அடிப்படையில், சில ஆய்வுத் தகவல் குறிப்புகளை இத்துடன் சேர்த்துக் காட்ட வேண்டிய கட்டாயத்தில் இருந்தேன்.

இது வரை சேகரித்த எல்லா ஆய்வுத் தகவல்களுமே பொதுவாகச் சுட்டிக் காட்டுவது என்னவென்றால், தனியார் பள்ளிகள், அதாவது அங்கீகாரம் பெற்ற தனியார் பள்ளிகள் மற்றும் அங்கீகாரம் பெறாத தனியார் பள்ளிகள் ஆகியவைகளை விட, அரசுப்பள்ளிகளின் தரம், பின் தங்கியே இருக்கின்றன. நினைவில் வைத்துக் கொள்ளுங்கள், இந்த அங்கீகாரம் பெறாத தனியார் பள்ளிகளை, அரசு மேம்பாட்டு வல்லுநர்கள் மோசமாக விமர்சித்துப் பேசினர்.

● அரசுப்பள்ளிகளைவிட, இரண்டு வகைத் தனியார் பள்ளிகளிலும் வகுப்பறைகள் சிறிய அளவில்தான் இருந்தன.

● எங்கள் ஆய்வாளர்கள் முன்னறிவிப்பின்றித் திடீரெனப் பார்வையிட்ட போது கண்ட ஆசிரியர்களின் போதனைச் செயல்திறன் சதவிகித்தில், ஆசிரியர்களின் கற்பித்தல் ஈடுபாடு இரண்டு வகைத் தனியார் பள்ளிகளிலும் அரசுப்பள்ளிகளைவிட மேம்பட்டிருந்தது.

● ஒரே ஒரு உள்ளீட்டுத்தரம்-அதாவது, விளையாடுமிட வசதி - இந்த வகையில் எல்லாவகை ஆய்வுகளிலும் அரசுப்பள்ளிகள், இரு வகைத் தனியார் பள்ளிகளைவிட மேலோங்கி இருந்தன.

● முக்கியமான பாடங்களில் ஒருங்கிணைக்கப்பட்ட தேர்வு நடத்தப் பட்டுப் பார்த்ததில், அரசுப்பள்ளி மாணவர்களைவிட இருவகை தனியார் பள்ளி மாணவர்களே அதிக மதிப்பெண்கள் பெற்றிருக்கிறார்கள். அரசுப்பள்ளி மாணவர்களுக்கும் தனியார் பள்ளி மாணவர்களுக்கும் உள்ள வேற்றுமையை கண்டறிய, மாணவர்கள் கல்விப் பின்னணியின் மாறு பாடுகளை வரிசைப்படுத்திப் பார்த்தபோது கூட மேற்கண்ட தகவல் உண்மையாகவே இருந்தது.

- அரசுப்பள்ளிகளில் மாணவ - ஆசிரியர் விகிதாச்சாரத்தில் செய்யப்படும் செலவினத்தின் ஒரு சிறு பகுதிச் செலவைக் கொண்டு, தனியார் பள்ளிகளில் உயர்ந்த கல்வித்தரம் நிலையாகப் பேணிக்காக்கப்பட்டு வந்தது. தனியார் பள்ளிகள் வெற்றிகரமான செயல்பாடு உடையவை மட்டுமல்ல, அரசுப்பள்ளி பள்ளிகளைவிட செலவினங்களை விரயமாக்காமல் செயல்படுவதாகவும் ஆய்வறிக்கை கூறுகிறது.

தேர்வு முடிவுகள் வரப்பெற்று, அவைகளை ஆழமாக கவனித்துப் பார்க்கின்ற போது, ஆய்வுக்குரிய ஒரு முக்கியமான தகவல் கிடைத்திருப்பதை நான் உணர்ந்தேன். என் பயணத்தின் தொடக்கக்காலத்தில், அரசாங்க அலுவலர்களும், அரசு மேம்பாட்டு வல்லுநர்களும், ஏழைகளுக்காகச் செயல்படும் தனியார் பள்ளிகள் இல்லை என்று சொல்லிய எதிர்ப்புக் குரலைத்தான் முதலில் கேட்டேன். இருக்கின்றன என்பதற்கான ஆதாரங்களை இந்தப் பகுதிகளில் பணியாற்றுவோரிடமிருந்தே பெற்று, எங்கள் ஆய்வுக்குழுவினர் அடுக்கிக் காட்டினர். சந்தேகத்திற்கு இடமின்றி நிரூபித்துக் காட்டியதோடு, உண்மையில் அப்பள்ளிகள் அப்பகுதியில் உள்ள பாமரக் குழந்தைகளுக்காகக் கல்வி போதித்து வந்தன என்பதையும் காட்டின. தனியார் பள்ளிகள் இருப்பதை இப்போது மறுப்பதற்கு யாருமில்லை. ஆனால் அரசு மேம்பாட்டு வல்லுநர்களுக்கு மட்டும் இன்னும் ஏற்றுக்கொள்ளும் மனம் இல்லை. இந்தத் தனியார் பள்ளிகள், அதிலும் குறிப்பாக அங்கீகாரம் பெறாத தனியார் பள்ளிகள் நேர்மையற்ற முறையில் பணம் சம்பாதிக்கும் நோக்கம் மட்டுமே உள்ளவை என்றும், ஏழைகளிடம் கொள்ளை லாபம் அடிக்கும் கொள்கை உள்ளவை என்றும் அரசு மேம்பாட்டு வல்லுநர்கள் கண்மூடித்தனமாக நம்பிக்கொண்டிருக்கின்றனர். இந்த ஏழைகள் ஏதுமறியாதவர்கள் (ஆனால் அந்த வார்த்தையை நாம் பயன்படுத்த வேண்டாம்). மிக எளிதாக ஏமாற்றப்படுவதால் அவர்கள் ஏதுமறியாதவர்கள். இன்னும் சொல்லப் போனால் இந்தத் தனியார் கல்வி நிறுவனங்கள் வழங்கும் கல்வித்தரம் நம்பத்தகுந்தாக இல்லை. நீங்களே பார்த்துத் தெரிந்து கொள்ளலாம். குறைந்த கட்டணத் தனியார் பள்ளிகளில் உள்ள மிக மலிவான உள் கட்டமைப்புகளையும், அப்பள்ளியின் பயிற்சி பெறாத ஆசிரியர்களையும், குறைந்த ஊதியமே பெற்றுக்கொள்ளும் ஆசிரியர்களையும் பார்த்து எவ்வளவு மோசமாக இருக்கின்றன என்று நீங்களே பார்த்துத் தெரிந்து கொள்ளலாம் என்று சொல்லப்பட்டது.

தேர்வு முடிவுகள் காண்பித்தது அதுவல்ல. அரசு மேம்பாட்டு வல்லுநர்கள் தங்கள் வாதத்தை நிரூபிக்க வாய்ப்பில்லை என்பதை தேர்வு முடிவுகள் மிகத் தெளிவாகக் காட்டுகின்றன. ஏழைப் பெற்றோர்கள் அரசுப்பள்ளிகளைத் தவிர்த்து தனியார் பள்ளிகளைத் தேர்ந்தெடுப்பதன்

மூலம், நல்ல கல்வி பெறும் விஷயத்தில் கவனமாக இருக்கிறார்கள் என்பது மிகமிகத் தெளிவாகத் தெரிகிறது.

சிறிய வகுப்பறைகளே சாலச் சிறந்தவை

ஒரு வகுப்பில் உள்ள மாணவர்கள் எண்ணிக்கை பற்றி மேலை நாடுகளில் எப்போதும் ஒரு வாக்குவாதம் உண்டு. இங்கிலாந்து நாட்டிலோ அல்லது அமெரிக்க ஐக்கிய நாடுகளிலோ, எது உண்மையோ என்னவோ, அரசாங்கத் தலையீட்டால் வகுப்பறைகள், கையடக்கமான வகுப்பு களாகவே இருக்கின்றன. ஆனால் வளர்ந்து வரும் நாடுகளில் இது வேறுபட்டுக் காணப்படுகின்றன. ஏழைப் பெற்றோர்கள் நிச்சயமாக இதை வேறு கோணத்தில் பார்க்கின்றனர். தனியார் பள்ளிகளுக்கு தங்கள் குழந்தைகளை அனுப்புவதற்கான மிக முக்கியக் காரணம், அரசுப் பள்ளிகளில் உள்ள வகுப்புகள் மிகுந்த எண்ணிக்கை கொண்டவையாக இருப்பதே என்று பெற்றோர்கள் என்னிடம் சொல்லியிருக்கிறார்கள். ஆசிரியர்கள் தங்கள் குழந்தைகளைச் சரியாகக் கவனிக்க முடியாது என்று முழுமையாக நம்புகிறார்கள். இவ்வளவு பெரிய வகுப்பில் தங்கள் குழந்தைகள் கவனிக்கப்படாமல் போய்விடுவார்களோ என்று பயப்படு கிறார்கள். இதர விஷயங்கள் சரியாக இருந்தாலும், ஏழைப் பெற்றோர்கள் தனியார் பள்ளிகளை நாடுவதற்குச் சரியான காரணம் கையடக்கமான வகுப்புகளே.

என்னுடைய ஆய்வாளர்கள், தங்கள் ஆய்வில் கண்ட உண்மை, தனியார் பள்ளிகளில் சராசரி வகுப்புகள், அரசுப்பள்ளிகளைவிடச் சிறியனவாகவே இருந்தன. (கட்டம் - 1) டெல்லியில் மாணவர் - ஆசிரியர் விகிதாச்சாரம் அரசுப்பள்ளிகளில், அங்கீகாரம் பெறாத தனியார் பள்ளி களைவிட மூன்று மடங்கு கூடுதலாக இருந்தது. ஹைதராபாத்திலும் மெகபூப் நகரிலும் வகுப்பு அளவுகள், அங்கீகாரம் பெறாத தனியார் பள்ளிகளைவிட அரசுப்பள்ளிகளில் இரண்டு மடங்கு கூடுதலாக இருந்தது. கானாவிலும், 'கா' விலும் அங்கீகாரம் பெறாத தனியார் பள்ளிகளைவிட அரசுப்பள்ளிகளில் இருமடங்குக்கு மேல் கூடுதலாக இருந்தது. நைஜீரியாவில் உள்ள லாகோஸ் மாநிலத்தில் அரசுப்பள்ளிகளில் ஒன்றரை மடங்கு கூடுதலாக இருந்தது.

கற்பித்தலில் அதிக ஈடுபாடு கொண்டுள்ள ஆசிரியர்கள்

முன்னறிவிப்பின்றி திடீரென தொடக்கப்பள்ளி வகுப்புகளைப் பார்வையிட்ட எங்கள் ஆய்வுக்குழுவினர், அங்கீகாரம் பெற்ற தனியார்

பள்ளிகளில் கற்பித்தல் மிக உயர்ந்த நிலையில் இருந்ததாகவும், பெரும்பாலும் அதுபோலவே அங்கீகாரம் பெறாத தனியார் பள்ளிகளிலும் இருந்ததாகவும் ஆய்வு செய்து கூறியுள்ளனர். எல்லா வகைகளிலும் அரசுப்பள்ளிகள் மிக மிகப் பின்தங்கி இருந்ததாகக் கூறுகின்றனர்.

● டெல்லியில் இருவகைத் தனியார் பள்ளிகளிலும் 70 சதவிகிதம் கற்பித்தல் வேலை நடைபெற்றுக் கொண்டிருந்ததை ஒப்பிட்டுப் பார்க்கும்போது, அரசுப்பள்ளி வகுப்பறைகளில் 38 சதவிகித கற்பித்தல் வேலை நடைபெற்றுக்கொண்டிருந்ததாக பள்ளிகளைப் பார்வையிட்ட ஆய்வாளர்கள் கூறுகின்றனர்.

● ஹைதராபாத் நகரில், 75 சதவிகித அரசுப்பள்ளி ஆசிரியர்கள் கற்பித்துக் கொண்டிருந்தனர். அப்போது அங்கீகாரம் பெற்ற தனியார் பள்ளி ஆசிரியர்கள் 98 சதவிகிதமும், அங்கீகாரம் பெறாத தனியார் பள்ளி ஆசிரியர்கள் 91 சதவிகிதமும் பாடம் நடத்திக் கொண்டிருந்தனர்.

● மெகபூப் நகரில் 64 சதவிகித அரசுப்பள்ளி ஆசிரியர்களும், அங்கீகாரம் பெறாத தனியார் பள்ளி ஆசிரியர்கள் 80 சதவிகிதமும், அங்கீகாரம் பெற்ற தனியார் பள்ளி ஆசிரியர்கள் 83 சதவிகிதமும் மாணவர்களுக்குக் கற்பித்து கொண்டிருந்தனர்.

● லாகோஸ் மாநிலத்தில் 67 சதவிகித அரசு ஆசிரியர்கள் கற்பித்துக் கொண்டிருந்தனர். அங்கீகாரம் பெறாத தனியார் பள்ளியிலும், அங்கீகாரம் பெற்ற தனியார் பள்ளியிலும் முறையே 88 சதவிகிதமும் 87 சதவிகிதமும் கற்பித்துக் கொண்டிருந்தனர்.

● 'கா' வில் ஆய்வாளர்கள் முன்னறிவிப்பின்றி கா விற்குச் சென்றபோது 57 சதவிகித அரசுப்பள்ளி ஆசிரியர்கள் கற்பித்துக் கொண்டும், அங்கீகாரம் பெற்ற ஆசிரியர்கள் 75 சதவிகிதமும் அங்கீகாரம் பெறாத ஆசிரியர்கள் 66 சதவிகிதமும் கற்பித்துக் கொண்டிருந்தனர்.

பெற்றோர்கள் விருப்பத்தை நிறைவேற்றுவது

இந்தியக் கல்வி முறையில் மொழி ஒரு முக்கியப் பிரச்சினையாக இருந்து வருகிறது. பொதுவாக 5 வகுப்புவரை அரசுப்பள்ளிகள் தாய்மொழிக் கல்வியையே பரிந்துரை செய்கிறது. 1967-ல் இந்தியாவில் ஆங்கிலம் அரசு மொழி ஆக்கப்பட்டபோது, இந்தி இணை மொழியாகவும், ஒவ்வொரு மாநிலத்திலும் அதனதன் தாய்மொழி அரசாங்க மொழியாகவும், ஆந்திர மாநிலத்தில் தெலுங்கு அரசாங்க மொழியாகவும் ஆக்கப்பட்டது. அதுபோல ஒவ்வொரு மாநிலமும், அதனதன் மாநில அரசுப்பள்ளிகளில் அதன் தாய்மொழியைப் பயிற்று மொழியாக்கி அதற்கு முன்னுரிமை

கொடுக்க வேண்டுமென்று குரல் கொடுத்தது. நாங்கள் ஆய்வு நடத்திய ஆந்திராவின் குடிசைப்பகுதிகளில், அதிகமானோர் முஸ்லீம்களாக இருந்தால், அங்கு உருது மொழி பேசப்பட்டது. இந்த இரண்டு மொழி களுக்கும் வெவ்வேறு எழுத்து வகைகள் இருந்தன. இதனால் ஆந்திர மாநிலத்தில் உள்ள அரசுப்பள்ளிகளில் குழந்தைகளுக்கு தெலுங்கிலோ அல்லது உருது மொழியிலோ கற்பிக்கப்பட்டு வந்தன. இருந்தும் இரு மொழிகளும் கட்டாயம் கற்றுக் கொடுக்கப்பட்டன. அதே போல இந்தியும் அதோடு சேர்த்து கற்றுக் கொடுக்கப்பட்டது. ஆந்திர மாநிலப் பள்ளிகளில் சமீபத்தில்தான் முதல் வகுப்பிலிருந்து ஆங்கிலம் அறிமுகப்படுத்தப் பட்டுள்ளது. அப்போது 5 ஆம் வகுப்பு வரை ஆங்கிலம் பயிற்றுவிக்கப் படவில்லை. ஏழைப் பெற்றோர்கள் தங்கள் குழந்தைகளை ஆங்கிலத்தில் புலமை பெறுமாறு படிக்க வைக்க விரும்புவதாக என்னிடம் கூறினார்கள். ஏனென்றால் ஆங்கிலம் ஓர் உலகப் பொதுமொழி என்று கருதப்படுவதால், இந்த மொழியில் படித்தால் தங்கள் குழந்தைகள் வியாபாரத்திலும் தொழில் துறையிலும் முன்னேற்றம் பெற முடியும் என்றும், தங்கள் வறுமைப்பட்ட குடும்பங்களை நன்கு வாழ வைக்கமுடியும் என்றும் நம்பினார்கள். இதற்கு ஆங்கில வழிப் போதனா முறையே சிறந்த வழி என்று உணர்ந்தார்கள் (எல்லாப் பாடங்களும் ஆங்கிலத்தில் போதிக்கப்பட்டன). அவர்கள் தனியார் பள்ளிகளைத் தேர்ந்தெடுப்பதற்கு முக்கியமான காரணம், அவர்கள் எல்லாப்பாடங்களையும் ஆங்கில வழியில் கற்பிக்கின்றனர் என்று என்னிடம் கூறினர். நாங்கள் விரும்புவதை, அரசுப்பள்ளிகளைவிடத் தனியார் பள்ளிகள் போதித்து வருகின்றன என்றும் பெற்றோர்கள் என்னிடம் சொன்னார்கள்.

அதிக அளவிலான தனியார் பள்ளிகள், அரசுப்பள்ளிகளைவிட, ஆங்கில வழிப் பள்ளிகளாக இருப்பதாகவே எங்கள் ஆய்வுக்குழு கண்டறிந்தது. இந்திய நாட்டில் உள்ள ஹைதராபாத் மாநிலத்தில் , அதிக அளவில், கிராமப்புறப் பகுதிகளில்கூட ஆங்கில வழிப் பள்ளிகளாகவே இருந்தன. ஹைதராபாத் நகரில் 88 சதவிகிதம் அங்கீகாரம் பெற்ற தனியார் பள்ளிகளும், 80 சதவிகித அங்கீகாரம் பெறாத சுய உதவித் தனியார் பள்ளிகளும் ஆங்கில வழிக் கல்வியாகவே இருந்தன.அதே சமயம் அரசுப்பள்ளிகளில் ஆங்கில வழிக்கல்வி ஒரு சதவிகித்துக்கும் குறைவாகவே இருந்தது. அரசுப் பள்ளிகளில் பெரும்பான்மையான பள்ளிகள் (73 சதவிகிதம்) உருது மொழியில் பயிற்றுவிக்கும் பள்ளிகளாகவே இருந்தன. டெல்லியில் கிட்டத் தட்ட பாதிப்பள்ளிகள் (47 சதவிகிதம்) - அங்கீகாரம் பெற்ற தனியார் பள்ளிகள் ஆங்கில வழியில் போதிக்கப்பட்டு வந்தன. அதே சமயம் 21 சதவிகிதம் அங்கீகாரம் பெறாத தனியார் பள்ளிகள் ஆங்கில வழிக் கல்வி பயிற்றுவிக்கும் பள்ளியாக இருந்தன. அப்படியிருந்தும் அங்கீகாரம் பெறாத

தனியார் பள்ளிகளில் அநேகப் பள்ளிகள் இந்தியும் ஆங்கிலமும் சேர்ந்த பயிற்று மொழிப் பள்ளியாக இருந்தன (34 சதவிகிதம்). அரசுப்பள்ளிகளில் 3 சதவிகிதம் மட்டுமே ஆங்கில வழிப் பயிற்று மொழிப் பள்ளியாக இருந்தன. அதிகப் பள்ளிகள் (80 சதவிகிதம்) இந்தியே பயிற்று மொழிப் பள்ளியாக இருந்தன. மெகபூப் நகரின் ஊரகப் பகுதியிலேயே அங்கீகாரம் பெற்ற தனியார் பள்ளிகளும் (51 சதவிகிதம்), அங்கீகாரம் பெறாத தனியார் பள்ளிகளிலும் (57 சதவிகிதம்)பாதிக்கு மேல் ஆங்கில மொழி அல்லது இரு மொழிப் பயிற்றுப் பள்ளியாகவும் இருந்தன. ஆனால் அதே சமயம், அரசுப் பள்ளிகள் ஒரு சதவிகிதத்திற்கும் குறைவாகவே ஆங்கில வழிப்பள்ளி களாகவோ அல்லது இருமொழிப் பயிற்றுப் பள்ளிகளாகவோ இருந்து வந்தன.

யாருடைய "மறைமுகப் பாடத்திட்டம் ?"

ஆகவே தனியார் பள்ளிகளில் பணியாற்றும் ஆசிரியர்கள் அரசுப் பள்ளிகளில் பணியாற்றும் ஆசிரியர்களை விட பணியில் மிகுந்த ஈடுபாடு உள்ளவர்கள்; கையடக்கமான வகுப்புகள்; தனியார் பள்ளிகள் ஏழைப் பெற்றோர்கள் விரும்பியது போல வறுமையை விரட்டியடிக்கும் வகையில் கல்வி புகட்டுகின்றன. அப்படியிருக்கையில் பள்ளியில் உள்ள வசதிகளும் கட்டிடங்களும் என்ன செய்து விடப்போகின்றன? பயிற்சி பெற்ற ஆசிரியர்கள் மட்டும் என்ன சாதித்துவிடப் போகிறார்கள். தனியார் பள்ளிகளின் தேவைக் குறைவுக்காக அவைகளைத் தரக்குறைவாகப் பேசும் அரசு அதிகாரிகளும், அரசு மேம்பாட்டு வல்லுநர்களும் இந்தத் தேவைக் குறைவுகளைத் தேவையில்லாமல் பெரிது படுத்துகின்றனர். இந்த வகையில் பெரிதுபடுத்தி தொந்தரவு செய்த வல்லுநர்தான் சஸ்ஸக்ஸ் பல்கலைக்கழகப் பேராசிரியர் கீத் லூயின். நைஜீரியாவில் நாங்கள் தயாரித்த ஆவணப் படத்திற்காக அவரை பிரிட்டிஷ் ஒளிபரப்பு நிறுவனம் (பிபிசி) பேட்டி எடுத்தது. லண்டனில் அவருடைய அடுக்கு மாடிவீட்டில் சொகுசாக அமர்ந்துகொண்டு ஏழைகளுக்காகச் செயல்படும் தனியார் பள்ளிகள் மிகவும் தரம் தாழ்ந்தவை என்றும், நல்ல கல்வி வழங்கும் திட்டத்திற்கு அதனால் எந்தப் பங்களிப்பும் இல்லை என்றும் விடாப்பிடியாகப் பேட்டி கொடுத்தார். "இந்த இடங்களில் எல்லாம் ஒரு மறைமுகப் பாடத்திட்டம் இருக்கிறது" என்றார். "அங்கே, பள்ளிகளில் கழிப்பறைகள் இல்லை யென்றால், குழாய்கள் வழியாக சுத்தமான நீர் கிட்டும் வசதி இல்லை யென்றால், அந்தப்பள்ளி நிர்வாகத்தினர், மற்றும் அந்தப் பள்ளியை நடத்துபவர்களின் நோக்கங்களையும், மனோபாவங்களையும் அது பறைசாற்றுகிறது என்பது அதன் பொருள் ஆகும்". என்கிறார்.

மெக்கோகோவின் குடிசைகள் நிறைந்த புறநகர்ப்பகுதியில் உள்ள கென் அடி தனியார் பள்ளிக்குத் தன் குழந்தையை அனுப்பும் ஒரு பெற்றோரிடம் இந்தக் கருத்தை முன் வைத்தேன். அவருக்கு கோபம் வந்து விட்டது. அவர் சொன்ன விஷயத்தின் சாராம்சம் இப்படித்தான் இருந்தது; "எங்கள் வீடுகளில் தண்ணீர் வசதி இல்லை; கழிப்பறைகள் கூட இல்லை. எங்கள் வீடுகளைவிட இந்தப் பள்ளிக் கட்டிட வசதிகள் எவ்வளவோ மேலானவை. அந்த மனிதர் ஏன் எங்களை இவ்வாறு அவமானப்படுத்துகிறார்?" என்றார். அந்தப் பள்ளியின் வசதிகள் மெக்கோகோ நகர மக்களின் சராசரி வாழ்க்கை நிலையை பிரதிபலிக்கிறது என்று சொல்வதைவிட, அதைவிடக் கொஞ்சம் மேம்பட்டிருக்கிறது என்று சொல்லலாம். மேற்கத்திய தராதரங்களுக்கேற்ப அமைந்துள்ள பள்ளிகளைத்தான் எல்லாரும் ஏற்றுக்கொள்ள வேண்டும் என்று ஏன் பேராசிரியர் லூயின் போன்றவர்கள் கருதுகிறார்கள்? பெற்றோர்கள் நம்புவது அதுவல்லவே.

எந்த வகையிலும் தனியார் பள்ளிகளின் உள் கட்டமைப்புகளை அரசுப்பள்ளிகளோடு ஒப்பிடுகிறபோது, உண்மை நிலவரம், பேராசிரியர் லூயின் குறிப்பிட்டதற்கு முற்றிலும் எதிரிடையாகவே இருந்து வருகிறது. என்னுடைய ஆய்வாளர்கள் சுமார் 14 பள்ளிகள் அளவில், அப்பள்ளிகளின் உள் கட்டமைப்புகள் பற்றிய தகவல்களைச் சேகரித்தனர். ஒரே ஒரு வசதி - விளையாடுமிடம் - இந்த வசதியில் அரசுப்பள்ளிகள் தனியார் பள்ளிகளை விஞ்சி நின்றன. அரசு அதிகாரிகள், மற்றும் அவர்களது மேம்பாட்டு சகாக்கள் ஆகியோர்களின் 'நோக்கமும்' மனோபாவமும் பற்றி இது என்ன சொல்லக்கூடும் என்று நான் குழப்பத்தில் உள்ளேன். கானா, நைஜீரியா, இந்தியாவில் உள்ள ஆந்திரப்பிரதேசம் ஆகிய இடங்களிலும், அத்துடன் பன்னாட்டு வளர்ச்சித்துறை உள்ளிட்ட உதவி முகமைகள், பன்னாட்டு வளர்ச்சிக்கான அமெரிக்க ஐக்கிய நாடுகள்முகமை, ஐரோப்பிய கூட்டமைப்பு ஆகியவைகளில் இதே கதைதான். சமீபத்தில் மேற்கண்ட இடங்களில் பள்ளிகளுக்காக ஊதாரித்தனமாகச் செலவிட்டது, பள்ளிகளை அலங்காரப்படுத்தியது, சில சமயங்களில் முற்றிலும் புதிய பள்ளிக் கூடங்கள் கட்டிக் கொடுத்தது, தொலைக்காட்சி பெட்டிகள் போன்ற ஆடம்பரப் பொருட்களை பள்ளிகளுக்கு வழங்கியதும் இதே கதைதான். எனவே தனியார் பள்ளிகள் ஓர் அளவுக்குமேல் ஆடம்பரமாகச் செலவு செய்வதை நிறுத்திக் கொண்டன. வளமான முகமைகள் எதுவும் தனியார் பள்ளிகளுக்கு வெளியிலிருந்து ஆதரவு தருவதில்லை. அப்படி இருந்தும் தனியார் பள்ளிகள் சிறப்பாகச் செய்து வருகின்றன.

கல்வித்தரத்தின் குறியீடுகளாகக் கருதப்படும் நல்ல பலன்களின் விகிதாச்சார அளவுகளை என்னுடைய ஆய்வுக்குழு கவனித்து பார்த்தது. முதலில் பார்த்தது மாணவர்களின் உடல் நலம் மற்றும் சுகாதாரம் சார்ந்தது:

குடி தண்ணீர், குழந்தைளுக்கான கழிப்பறைகள், ஆண்களுக்கும், பெண்களுக்கும் தனித் தனிக் கழிப்பறைகள்; இரண்டாவதாக குழந்தைகளுக்கான வசதியும் பாதுகாப்பும்: அதாவது முறையான, முழுமையான, நிரந்தரமான கட்டிடங்கள்; மேசை நாற்காலிகள், மின் வசதி; மின் விசிறிகள் மற்றும் விளையாடுமிடம்.

மூன்றாவதாக பள்ளி நிறுவனங்கள் கற்பிக்கும் உபகரணங்களுக்காகச் செய்யப்பட்ட செலவினங்கள்: கரும்பலகைகள், நூல் நிலையங்கள், ஒலிப் பேழைகள், கணினிகள் மற்றும் தொலைக்காட்சிப் பெட்டிகள் முதலியன.

எல்லா இடங்களிலும் அறுதிப்பெரும்பான்மையான விஷயங்களில், அங்கீகாரம் பெற்ற தனியார் பள்ளிகளும், அங்கீகாரம் பெறாத தனியார் பள்ளிகளும் உள் கட்டமைப்புகளில் அரசுப்பள்ளிகளை விட மேம்பட்டிருந்தன; அல்லது அரசுப்பள்ளிகளுக்கும் தனியார் பள்ளிகளுக்குமிடையே பெரிய வேறுபாடுகள் இல்லாமல் இணையாக இருந்தன. சான்றாக, ஹைதராபாத் நகரில் இது உண்மையெனப்பட்டது. டெல்லியில் 13 தனியார் பள்ளிகளில் 10 தனியார் பள்ளிகள் அரசுப்பள்ளிகளுக்கு இணையாக இருந்தன. மெஹபூப் நகரிலும் லாகோஸ் மாநிலத்திலும் 13 தனியார் பள்ளிகளில் 11 பள்ளிகள் இணையாக இருந்தன. கா என்ற இடத்தில் 14 தனியார் பள்ளிகளில் 10 பள்ளிகள் இணையாக இருந்தன.

சிறு சிறு உள் கட்டமைப்புகளில், அரசாங்க பள்ளிகள், அங்கீகாரம் பெறாத தனியார் பள்ளிகளைவிட சற்று மேம்பட்டிருந்தன. ஆனால் அங்கீகாரம் பெற்ற தனியார் பள்ளிகளில் அவ்வாறு சொல்லி விட முடியாது. டெல்லியில் ஒலிப் பேழைகள் விஷயத்தில் மட்டும் அரசுப்பள்ளிகள் மேம்பட்டிருந்தன. ஹைதராபாத் நகரில் எல்லா உள் கட்டமைப்புகளிலும் அப்படியே அரசுப்பள்ளிகள் மேம்பட்டிருந்தன. ஆனால் மெஹபூப் நகரில் தொலைக்காட்சிப் பெட்டிகள், மற்றும் விளையாடுமிடங்களிலும் மட்டும் அரசுப்பள்ளிகளில் அப்படிக் காணப்பட்டன. (இதில் வேடிக்கை, ஆந்திராவின் புறநகர்ப் பகுதியில் உள்ள ஒரு பெரிய பொருள் உதவி செய்யும் நிறுவனம், ‘கற்பித்தல் நோக்கத்திற்காக’ என்ற பெயரில் தொலைக்காட்சிப் பெட்டிகள் வழங்கியிருக்கின்றன. ஆனால் இது, பள்ளிகளோடு இந்த அமைப்பிற்குத் தொடர்பு உள்ளது என்று காட்டிக் கொள்வதற்காகத்தான். ஆனால் அந்தப் பெட்டிகள் கற்பித்தலுக்காகப் பயன்படுத்தப்படவில்லை. பள்ளி முதல்வரின் அறையில் அவை பயனின்றிக் கிடந்தன என்று எங்கள் ஆய்வாளர்கள் ஏமாற்றத்துடன் ஆய்வறிக்கையில் காட்டினர்). கா வில் சரியான இருக்கைகளோடு கூடிய கட்டடங்கள், மற்றும் விளையாடுமிடம், கரும்பலகைகள், அரசுப்பள்ளிகளில் உண்மையில் இருந்தன. ஆனால் லாகோஸ் மாநிலத்தில் முறையாகக் கட்டப்பட்ட கட்டிடங்கள் அரசுப்பள்ளிகளில் மட்டும் இருந்தன.

அங்கீகாரம் பெற்ற, பெறாத இருவகைத் தனியார் பள்ளிகளைக் காட்டிலும் அரசுப்பள்ளிகள் கொண்டுள்ள வசதிகள் மிக மிகக் குறைவான அளவிலேயே விஞ்சி இருந்தன. (எல்லா மாதிரிகளிலும் மொத்தத்தில் மூன்றே மூன்று அடையாளங்கள் மட்டும்). டெல்லியில் ஆண்களுக்கும் பெண்களுக்கும் தனித்தனி கழிப்பறைகளும், மற்றும் விளையாடுமிடங்களும், அதே போல லாகோஸில் விளையாடுமிடங்கள் (மட்டும்) இருந்தன. அவ்வளவுதான்.

ஏழைகளுக்காகச் செயல்படும் பள்ளிகளில் ஒரு "மறைமுகப் பாடத் திட்டங்கள்" இருந்ததால், தனியார் பள்ளிகள் ஒருபோதும் தீங்கிழைக்கும் பள்ளிகள் அல்ல என்று என் ஆய்வு தெளிவாகச் சுட்டிக்காட்டுகிறது.

அரசுப்பள்ளி மாணவர்களைவிட தனியார் பள்ளி மாணவர்கள் அதிகமாகச் சாதிக்கின்றனர்.

ஆசிரியர் பயிற்சி எப்படி என்று பார்ப்போம். தனியார் பள்ளி ஆசிரியர்களைவிட அரசுப்பள்ளிகளில் பணியாற்றும் ஆசிரியர்கள் அதிக பட்ச கல்வித்தகுதி உள்ளவர்களாகவும், ஆசிரியப் பயிற்சி பெற்றவர்களாகவும் உள்ளனர். உதாரணத்திற்கு, ஹைதராபாத்தில், அரசுப்பள்ளி ஆசிரியர்களில் 7 சதவிகிதத்தினர் மட்டுமே கல்லூரிக் கல்வி இல்லாதவர்களாகக் காணப்பட்டனர். அங்கீகாரம் பெற்ற தனியார் பள்ளிகளில் இந்த எண்ணிக்கை 30 சதவிகிதத்தினராகவும், அங்கீகாரம் பெறாத தனியார் பள்ளிகளில் இந்த எண்ணிக்கை 40 சதவிகிதத்தினருக்கும் மேலாக இருந்தனர். கா, கானா போன்ற இடங்களில், இரண்டு வகை தனியார் பள்ளிகளிலும் பணியாற்றும் ஆசிரியர்களில் 75 சதவிகிதத்தினர் பள்ளி இறுதி வகுப்பு வரை கல்வி கற்றவர்கள். ஆனால் அதே சமயம், அரசுப்பள்ளி ஆசிரியர்களில் 40 சதவிகிதத்தினர் மட்டுமே பள்ளி இறுதி வகுப்பு வரை படித்தவர்கள். நைஜீரியாவில் உள்ள லாகோஸ் மாநிலத்தில் அங்கீகாரம் பெறாத தனியார் பள்ளிகளில் பணியாற்றும் ஆசிரியர்களில் 25 சதவிகிதத்தினருக்குமேல் பள்ளி இறுதிவகுப்போடு கல்வியை முடித்துக் கொண்டவர்கள். ஆனால் அரசுப்பள்ளிகளில் பணியாற்றும் ஆசிரியர்களில் யாரும் பள்ளி இறுதி வகுப்போடு தங்கள் கல்வியை நிறுத்திக் கொண்டவர்கள் இல்லை. ஆனால் தனியார் பள்ளி ஆசிரியர்களுக்கு நல்ல போதனா பயிற்சி இல்லை என்ற காரணத்தால், கல்வி விமர்சகர்கள் தனியார் பள்ளிகளை நிராகரிக்கிறார்கள். போதனா பயிற்சி சரியாகப் பெற்றிராத தனியார் பள்ளி ஆசிரியர்கள் திறமைக் குறைவாகவே இருப்பார்கள் என்ற கருத்துதான் அவர்களை அவ்வாறு சொல்ல வைப்பதற்கான முக்கியக் காரணம் ஆகும். பயிற்சி பெறாத ஆசிரியர்கள் சரியான நேரத்திற்குப் பள்ளிக்கு வந்து,

அரசுப்பள்ளிகளில் பணியாற்றும் ஆசிரியர்களை விட பன்மடங்கு சிறந்த முறையில் கற்பித்து வருகிறார்கள் என்று ஏற்கனவே விவாதித்திருந்தோம். பயிற்சி இன்மையால் இந்த ஆசிரியர்கள், மாணவர் சாதனையில் ஏதாவது வேறுபட்டோ அல்லது பின்தங்கியோ இருக்கிறார்களா? ஒருபோதும் அப்படி இல்லை. மீண்டும் இங்கே தனியார் பள்ளிகள் அரசுப்பள்ளி களைவிட மேம்பட்டுத்தான் நின்று வருகின்றன.

எல்லா ஆய்வுகளிலும் இதுவேதான் கண்டு அறியப்பட்டுள்ளது. அங்கீகாரம் பெற்ற தனியார் பள்ளிகளின் உச்சபட்ச மதிப்பெண்களும், அதனைத் தொடர்ந்து அங்கீகாரம் பெறாத தனியார் பள்ளிகளின் மதிப்பெண்களும், ஹைதராபாத் நகரில் உருது மொழிப் பாட மதிப்பெண் களைத் தவிர அரசுப்பள்ளிகள் மிக மிகக்குறைவான மதிப்பெண்களும் பெற்றுள்ளன. (கட்டம் 2 மற்றும் 3 ஐப் பார்க்கவும்)

டெல்லி தேர்வு முடிவுகள் ஒரு முன்மாதிரியாக இருந்தன. கணிதப்பாடத்தில் அரசுப்பள்ளிக் குழந்தைகளின் குறைந்த மதிப்பெண்கள் 24.5 சதவிகிதமாக இருந்தது. அதே சமயம் அங்கீகாரம் பெறாத தனியார் பள்ளிகளின் மதிப்பெண்கள் சதவிகிதம் 42.1 ஆகவும், அங்கீகாரம் பெற்ற தனியார் பள்ளிகளின் மதிப்பெண்கள் சதவிகிதம் 43.9 ஆகவும் இருந்தன. அதாவது, அங்கீகாரம் பெறாத தனியார் பள்ளிக் குழந்தைகள், கணிதப் பாடத்தில் அரசுப்பள்ளிக் குழந்தைகளைவிட 18 சதவிகிதம் கூடுதலாகப் பெற்றிருக்கின்றனர். அதோடு அங்கீகாரம் பெற்ற தனியார் பள்ளிக் குழந்தைகள், 19 சதவிகிதத்திற்கு மேல் அரசுப்பள்ளிக் குழந்தைகளைவிட அதிகமாகப் பெற்றிருக்கிறார்கள். ஆங்கிலப் பாடத்தில் பெற்றுள்ள வேறுபாடு மிக அதிகம். (அங்கீகாரம் பெறாத தனியார் பள்ளிக்குழந்தைகள், அரசுப்பள்ளிக் குழந்தைகளைக் காட்டிலும் 35 சதவிகிதம் கூடுதலாகப் பெற்றுள்ளனர்.

அதே சமயம் அங்கீகாரம் பெற்ற தனியார் பள்ளிக் குழந்தைகள் 41 சதவிகிதம் அதிகம் பெற்றுள்ளனர்.) பெற்றோர்கள் பெரிதும் விரும்பும் ஆங்கில வழிக் கல்வியை அரசுப்பள்ளி அளிக்கவில்லை என்பதால் மேற்கண்ட வேறுபாடு எதிர்பார்க்கப்பட வேண்டியதுதான். (இன்னொரு வகையில், தனியார் பள்ளிகளில் ஆங்கில வழிக்கல்வி பெயருக்குத்தான் இருக்கின்றது என்று அடிக்கடி கல்வி விமர்சகர்கள் கூறி வருவது ஏழைப் பெற்றோர்களை ஏமாற்றி வரும் வேலை ஆகும். (கட்டம் 2) எளிதில் கிடைக்கக்கூடிய வானொலி, தொலைக்காட்சி, விளம்பரம் மூலம் குழந்தைகள் இயற்கையாகப் பெற்றுக் கொள்ளும் ஆங்கில அறிவை விட, தனியார் பள்ளிகள் தங்கள் குழந்தைகளுக்கு தரமான ஆங்கிலத்தை உண்மையில் போதித்து வருகின்றன என்பதை ஆய்வில் கண்டது மூலம் காண்பித்தோம். உதாரணத்திற்கு, அரசுப்பள்ளிக் குழந்தைகளுக்கு

நடத்தப்பட்ட இது, அளவீடு செய்து காட்டப்பட்டுள்ளது.

எல்லா வகையிலும், தனியார் பள்ளிகள் ஆங்கில வழிக்கல்விப் பள்ளிகளாக இருந்தால், அரசுப்பள்ளிகள் இந்திப் பாடங்களில் மேம்பட்டிருக்க வேண்டும் என்று நாம் எதிர்பார்க்கலாம். ஆனால் இதற்கு எதிர் மறையாக நடந்ததே உண்மை. அரசுப்பள்ளிக் குழந்தைகளைவிட, அங்கீகாரம் பெறாத தனியார் பள்ளிக் குழந்தைகள் சராசரியாக 22 சதவிகித மதிப்பெண்கள் கூடுதலாகப் பெற்றிருக்கிறார்கள். (83 சதவிகிதம் கூடுதல்) அங்கீகாரம் பெற்ற தனியார் பள்ளிக் குழந்தைகள் சராசரியாக 24 சதவிகித மதிப்பெண்கள் பெற்றிருக்கிறார்கள். (89 சதவிகிதம் கூடுதல்).

ஹைதராபாத் நகரில் ஆங்கிலத்திலும் கணிதத்திலும் ஒரே அளவிலான தேர்வு முடிவுகள் தான் காணப்பட்டன. உருது மொழிப் பாடத்தில், அரசுப்பள்ளி தேர்வு முடிவுகளும், தனியார் பள்ளி தேர்வு முடிவுகளும் கிட்டத்தட்ட சம அளவில்தான் இருந்தன. அங்கீகாரம் பெறாத தனியார் பள்ளிகளில் உயர்ந்த பட்சம் சராசரியான மதிப்பெண்களும் (30.5 சதவிகிதம்), அதனைத் தொடர்ந்து அரசுப்பள்ளிகளும் (29.1 சதவிகிதம்), மிகக் குறைவாக அங்கீகாரம் பெற்ற தனியார் பள்ளிகளும் (25.4 சதவிகிதம்) பெற்றிருந்த போதிலும், உருது மொழிப் பாடத்தில் தனியார் பள்ளிகளிலும் அரசுப்பள்ளிகளிலும் கிட்டத்தட்ட இதே தேர்வு முடிவுகள்தாம்.

இந்த தோராய மதிப்பெண்கள் இந்த அத்தியாயத்தின் முடிவு அல்ல என்று சுட்டிக்காட்டுகிறது. ஏனெனில் ஓரளவு கெட்டிக்காரக் குழந்தைகள், சுமாரான வசதியுள்ள குடும்பத்திலிருந்து தனியார் பள்ளிக்குச் செல்கின்ற குழந்தைகளாக (எல்லாப் பெற்றோர்களும் நிச்சயமா ஏழைப் பெற்றோர்களாக இருந்தாலும்) இருக்கலாம். அதனால் தனியார் பள்ளிகள், அரசுப் பள்ளிகளை விடநம்ப முடியாத வகையில் சாதகமாக அமைந்து விடுகின்றன.

எது எப்படி இருந்தாலும், அரசுப்பள்ளிகளைவிடத் தனியார் பள்ளி உள்கட்டமைப்புகள் சிறப்பாக அமைந்திருந்ததை நாங்கள் கண்டோம். இது கூட தனியார் பள்ளிகளின் சாதனைக்கு ஒரு காரணமாக இருக்குமோ? தனியார் பள்ளிகளிலும் அரசுப்பள்ளிகளிலும் ஒரே சிறப்பியல்புகள் கொண்ட மாணவர்கள் இருந்தால், எப்படி இருக்கும் என்று தெரிந்து கொள்வதற்காக, சேகரித்த தகவல்களை புள்ளி விபரங்களின்படி சரிப்படுத்த ஏதாவது சில வழி முறைகள் எங்களுக்கு வேண்டும். அத்துடன் இப்பள்ளி களுக்கும் உள்ள சிறப்பியல்புகளை சரிப்படுத்த சில வழி முறைகள் வேண்டும். இந்த இடத்தில் விஷயம், மிகுந்த தொழில் நுட்பம் உள்ளதாக ஆர்வம் உள்ள வாசகர்கள், நாங்கள் கையாண்ட புள்ளிவிபர வழி முறைகளைக் காணவும், நடத்தி முடிக்கப் பெற்றிருந்த தேர்வு முடிவுகளைக் காணவும், என்னுடைய வலைதளத்தில் (www.ncl.ac.uk/egwest) உள்ள கல்வித்துறை ஆய்வுக்கட்டுரை அறிக்கைகளைப் பார்க்கலாம். இதுவரை

சேகரித்த புள்ளி விபர ஆய்வின்படி ஒரு சாதாரணத் தகவல் என்னவென்றால், மேலே காட்டியுள்ள தோராய மதிப்பெண்களில் மிக முக்கியமான ஏற்றத்தாழ்வுகள் எதையும் ஆய்வாளர்கள் காட்டவில்லை. பெற்றோர்களின் கல்வி வளம், பொருளாதார வளம் ஆகியவை, மற்றும் மாணவர்களின் அறிவுத்திறனளவு, ஒத்த வயதினரிடம் பெற்ற அனுப அறிவு ஆகியவைகளைக் கொண்ட பல்வேறுபட்ட சமூகப் பின்னணி அளவுகளை குறிப்பிட்ட கட்டுக்குள் கொண்டு வருகிறபோது, சமூக ஏற்றத்தாழ்வுகள் கொஞ்சம் கொஞ்சமாக குறைக்கப்படுகின்றன. இருப்பினும், பொதுவாக, பெருமளவில் இருவகைத் தனியார் பள்ளிகளுமே மக்களுக்குச் சாதகமாக அமைந்துள்ளன. எடுத்துகாட்டாக, ஹைதராபாத் நகரில், அங்கீகாரம் பெறாத ஒரு தனியார் பள்ளியில் பயிலும் ஒரு குழந்தை, கணிதப் பாடத்தில் அரசுப்பள்ளியில் அதே வகுப்பில் பயிலும் குழந்தையை விட 16.1 சதவிகித மதிப்பெண்கள் கூடுதலாகப் பெறும் என்று சொல்லப்படுகிறது. அங்கீகாரம் பெற்றுள்ள தனியார் பள்ளியில் இந்தக் கூடுதல் 17.3 சதவிகித மதிப்பெண்களாக இருக்கும். ஆங்கில பாடத்தைப் பொறுத்தவரை அங்கீகாரம் பெறாத தனியார் பள்ளியில் 16.9 சதவிகித மதிப்பெண்களை விடக் கூடுதலாக இருக்கும்; அங்கீகாரம் பெற்ற தனியார் பள்ளியில் கூடுதல் 18.9 சதவிகிதமாக இருக்கும். இதில் வேடிக்கை என்னவென்றால், பல்வேறுபட்ட சமூகப் பின்னணி ஏற்றத் தாழ்வுகள் கட்டுக்குள் கொண்டு வரப்பட்ட பின், அரசுப்பள்ளிகளுக்கும், இருவகைத் தனியார் பள்ளி களுக்கும் இடையே குறிப்பிடத்தக்க புள்ளி விபர வேறுபாடுகள் ஏதுமில்லை.

அதிகத் திறமையும் அதிகப் பயனும்

தனியார் பள்ளிகளுக்குத் தாராளமான பொருளாதார வசதி உள்ளதால் சிறந்த முறையில் தேர்வில் சாதித்து விடுகிறார்களா? இதுதான் அரசு மேம்பாட்டு வல்லுநர்களின் கேள்வி. புழும்பெரும் தனியார் நிறுவனங்களின் சாதனைகளை ஏற்றுக்கொள்கிற சமயங்களில் இந்தக் கேள்வி எழுகின்றது. லண்டனில் உள்ள ஆக்ஸ்ஃபாம் கல்வி அறிக்கை இவ்வாறு கூறுகிறது: "ஒப்பீடு செய்து பார்க்கையில் தனியார் பள்ளிகள், அரசுப் பள்ளிகளை விட மேலோங்கி நிற்கின்றன என்ற கருத்தை உறுதிப்படுத்துவதற்கு எந்த ஆதாரமும் இல்லை". 'அமெரிக்க ஐக்கிய வளர்ச்சித்திட்டம்' இன்னும் ஒரு படி மேலே போய் "ஒப்பீடு செய்து பார்க்கையில், தனியார் பள்ளிகள் அரசுப் பள்ளிகளைவிடச் சிறப்பாகச் செயல்படுவது இல்லை" என்ற தகவலை முன் வைக்கிறது.

இந்த இரண்டும் உண்மையா? நான் மேற்கொண்ட ஆய்வுகளில், எந்த

வகையான பள்ளியிலிருந்தும் அதன் உண்மையான வரவு செலவு பற்றிய தகவல்களைச் சேகரிக்க முடியவில்லை. பொதுவாக தனியார் பள்ளி மேலாளர்கள் பொருளாதாரத் தகவல்களை ரகசியமாக வைத்துக் கொள்வதில் மிகுந்த கவனமாக இருக்கிறார்கள். (பள்ளி ஆய்வுக்காக இந்த தகவல்களை இப்போது நான் பெற்றிருந்தும், பிறகு இதை விவாதிக்கிறேன்) அரசுப்பள்ளி முதல்வர்களோ, பொருளாதார நிலவரங்கள் பற்றிய தகவல்களைக் கல்வி அமைச்சரகத்திலிருந்துதான் பெற வேண்டும் என்கிறார்கள். பொதுவாக அது அவ்வளவு சீக்கிரம் கிடைக்காது. இருப்பினும் தொடக்கப்பள்ளி ஆசிரியர்களிடமிருந்து ஆங்காங்கே கிடைக்கிற இந்த தகவல்களை, அதாவது பள்ளி வரவு செலவுத் திட்டத்தில் குறிப்பிடத்தக்க அளவு, அதாவது வளரும் நாடுகளில் உள்ள அரசுத் தொடக்கப்பள்ளிகளில் அவ்வப்போது ஏற்படும் செலவினங்களில் அறுதிப் பெரும்பான்மையான செலவினமாக (80% - 90%) ஆசிரியர்களின் மாத ஊதியம் கணக்கிடப்படுகிறது.

ஒவ்வொரு கட்டத்திலும் இதே விஷயம் தோன்றத் தொடங்கியது. அரசுப்பள்ளி ஆசிரியர்கள், தனியார் பள்ளி ஆசிரியர்களை விட ஏழு மடங்குக்கு மேல் அதிகமான ஊதியம் பெற்றனர். ஆனால் அரசுப்பள்ளி ஆசிரியர்கள் பெறும் அதிகப்படியான ஊதியம் போல அவர்களின் கல்விப்பணி கொஞ்சம் கூட அமைவதில்லை. (மேலேயுள்ள கற்பித்தல் செயல்பாடுகள் பகுதியைப் பார்க்கவும்) தேர்வுகளிலும் மாணவர்கள் சாதித்தாக ஒன்றும் தெரியவில்லை. (முந்தைய கல்வித் தேர்ச்சிப் பகுதியைப் பார்க்கவும்) ஆனால் அரசு மேம்பாட்டு வல்லுநர்கள் மீண்டும் சொல்லலாம்; "சரி, கல்விப் பணியில் அரசுப்பள்ளிகள் திறம்படச் செயல்படாமலிருக்கலாம், ஆனால், தனியார் பள்ளி உரிமையாளர்கள், அரசுப்பள்ளி ஆசிரியர்களைவிட தங்கள் பள்ளி ஆசிரியர்களுக்கு மிகக் குறைவான ஊதியத்தை வழங்கி அவர்களைச் சுரண்டி வாழ்கிறார்களே" என்று சொல்லலாம். இப்பள்ளி மேலாளர்களோடு பேசிப் பார்த்தால் இதை அவர்கள் வெளிப்படுத்திக் கொள்ள மாட்டார்கள். மாறாக, வேலை கிடைக்காத ஏராளமானோர் தனியார் பள்ளி வேலைக்கு முன் வருகிறார்கள் என்கிறார்கள். தனியார் பள்ளிகளைத் திட்டித் தீர்ப்பதற்கு பதிலாக, வேலையில்லாத திண்டாட்டம் மாபெரும் பிரச்சினையாக உள்ள அவர்கள் இனத்தில், தனியார் பள்ளிகள், கல்லூரிப் பட்டதாரிகளுக்கும், பள்ளிப் படிப்பு முடித்தவர்களுக்கும் வேலை வாய்ப்புக் கொடுத்து, வேலை இல்லாதத் திண்டாட்டத்தை போக்கும் ஒரு சமூக சேவை செய்வதை ஓர் உபயோகமுள்ள பணியாகப் பார்க்க வேண்டும். உண்மையில், தனியார் பள்ளி ஆசிரியர்கள் எவ்வளவு குறைவான ஊதியம் வாங்குகிறார்களோ, அவ்வளவு அதிகமாக அரசுப்பள்ளி ஆசிரியர்கள் வாங்குவதைச் சுட்டிக்

காட்டுவது போல் உள்ளது. ஆசிரியர் சங்கக் கூட்டமைப்புகள் பேச்சுவார்த்தை நடத்தி, அரசுப்பள்ளி ஆசிரியர்கள் கற்பித்தலுக்காக நிர்ணயம் செய்யப்பட்டு பெறும் ஊதியம் உண்மையில் தற்போதைய விலை வாசியைவிட மிக அதிகம்.

எப்படிப் பார்த்தாலும் அரசுப்பள்ளி ஆசிரியர்களை பார்க்கிலும் தனியார் பள்ளி ஆசிரியர்கள் மிகக் குறைவான ஊதியமே பெற்று வருகிறார்கள். டெல்லியில் மட்டும் காணப்படும் வேறுபாடுகள் 4 ஆம் கட்டத்தில் காட்டப்பட்டுள்ளன. அங்கீகாரம் பெறாத ஒரு தனியார் பள்ளி முழு நேர 4 ஆம் வகுப்பு ஆசிரியர் பெறும் மாத ஊதியத்தை விட, அரசுப் பள்ளிகளில் பணியாற்றும் ஆசிரியர்கள் ஏழு மடங்கு அதிக ஊதியம் பெறுகிறார்கள். டெல்லி அரசுப்பள்ளி ஆசிரியர்கள் சராசரியாக 10,072 ரூபாய் (சுமார் 224 டாலர்) பெறும் அதே சமயம், அங்கீகாரம் பெறாத தனியார் பள்ளி ஆசிரியர்கள் 1360 (சுமார் 30 டாலர்) ரூபாய் மட்டுமே வாங்குகிறார்கள். அங்கீகாரம் பெற்ற தனியார் பள்ளி ஆசிரியர்களை விட அரசுப்பள்ளி ஆசிரியர்கள் சுமார் மூன்று மடங்கு அதிகமாக வாங்கு கிறார்கள். சராசரியாக சுமார் 3627 ரூபாய் அல்லது சுமார் 81 அமெரிக்கன் டாலர்.

அங்கீகாரம் பெறாத தனியார் பள்ளிகளைப் பார்க்கும்போது அங்கே கையடக்கமான வகுப்புகள் உள்ளன. ஆனால் அரசுப்பள்ளி வகுப்புகளோ மிகப் பெரியவை. ஆகவே ஒவ்வொரு மாணவனுக்கும் ஆகும் செலவு அளவீடுகளை ஒப்பிட்டுப் பார்க்கும்போது அது மிகப்பெரிய அளவிலான ஒப்பீடாக இருக்கும். இந்த வகை அளவீடுகளில் பார்த்தால்கூட அரசுப் பள்ளிகளைவிட தனியார் பள்ளி மாணவரிடையே 'தனி மாணவ வசதி வளம்' அதிகமாக உள்ளது என்று சொல்வதை என் ஆய்வுகளில் எங்கும் நான் கண்டறியவில்லை. எல்லா வகைகளிலும், அங்கீகாரம் பெறாத தனியார் பள்ளிகளில் 'தனி மாணவச் செலவினம்' குறைந்த அளவில் செய்யப் படுகிறது. டெல்லியில் உள்ள அரசுப் பள்ளிகளில் கிட்டத்தட்ட இரண்டரை மடங்கு, அங்கீகாரம் பெறாத தனியார் பள்ளி மாணவர் ஒவ்வொருவருக்கும் செய்யப்படுவதைவிட அதிகமாகச் செலவிடப் படுகிறது. "கா மற்றும் கானா" போன்ற இடங்களைத் தவிர மற்ற எல்லா இடங்களிலும், அரசுப்பள்ளிகளை விடத் தனியார் பள்ளி மாணவர் மற்றும் ஆசிரியர் ஒவ்வொருவருக்கும் மிக மிகக் குறைவான அளவே செலவிடப் படுகிறது.

வழக்கமாக மிகக் குறைவான செலவினங்களை மட்டுமே கொண்டு, தனியார் பள்ளிகள் தங்கள் செயல்பாடுகளில் அரசுப்பள்ளிகளை விஞ்சி நிற்கின்றன. நிச்சயமாக இந்தச் செலவினங்கள் பள்ளிக்குள்ளேயே இருந்துவரும் கணக்கு மட்டும்தான். ஆனால் அரசுப்பள்ளிகளுக்கு

மாபெரும் செல்வம் படைத்த அதிகார வர்க்கத்தினர் உதவி உண்டு. தனியார் பள்ளிகளுக்குப் பின்னால் இதுபோன்று எதுவுமில்லை.

சீன நாட்டுச் சிறப்பு தன்மை

மற்ற இடங்களில் நடத்திய ஆய்வுகளில் கண்டவற்றைவிட, சீனாவில் கண்டது குறிப்பிடத்தக்க அளவு வித்தியாசமானது. இங்கு முதன் முதலில் வருகை புரிந்தபோது, தனியார் பள்ளி உரிமையாளர்கள் அப்பள்ளியை தோற்றுவித்ததற்கு, அரசுப் பள்ளிகளில் இருந்த குறைவான கல்வித்தரம் காரணம் அல்ல, பூகோள அமைப்பு ரீதியில் கிராமங்களிலிருந்து அரசுப்பள்ளிகளுக்கு அவ்வளவு எளிதில் சென்றடையை முடியாத தூரமே காரணம் என்று தெரிந்து கொண்டேன். பெற்றோர்கள் குழந்தைகளைத் தனியார் பள்ளிகளுக்கு அனுப்புவதற்கு இதுவும் ஒரு முக்கியக் காரணம். குழந்தைகள் ஒரு மணிநேரம் அல்லது அதற்கு மேலேயும் நடந்து, மலைகளைக் கடந்து பள்ளிக்குப் போக வேண்டும். இது நீண்ட நெடுந்தொலைவு - குறிப்பாகப் பெண்களுக்கு நீண்ட தொலைவு என்று பெற்றோர்கள் கூறினர். குழந்தைகள் பள்ளிக்குச் செல்லும் இப்பயணம் ஆண்டு முழுவதும் சாத்தியமில்லா ஒன்று. ஏனென்றால், மழைப் பொழிவும் பனிப் பொழிவும் இருக்கும்.

இந்த தகவல்களைப் பெற்ற பிறகு நான் கண்டு கொண்ட விஷயம் ஆச்சரியப்படத்தக்கதல்ல. தனியார் பள்ளிகள் பொதுவாக அரசுப் பள்ளிகளை விட உள் கட்டமைப்புகளில் சிறந்தவை அல்ல; வகுப்புகளில் மாணவர் எண்ணிக்கையும் ஆசிரியர்கள் செயல்பாடுகளும் கிட்டத்தட்ட இருவகைப் பள்ளிகளிலும் சமமாக இருந்தன.

- **மாணவ-ஆசிரிய விகிதாச்சாரங்கள்** : கிட்டத்தட்ட தனியார் பள்ளிகளிலும், அரசுப் பள்ளிகளிலும் ஒரேமாதிரி இருந்தன. தனியார் பள்ளிகளில் 25.0:1 என்ற விகிதாச் சாரமும், அரசுப்பள்ளிகளில் 25.1:1 என்றும் இருந்தன.

- **ஆசிரியர் செயல்பாடுகள்** : (ஆய்வாளர்களின் திடீர் வருகையின் போது பாடம் நடத்திக் கொண்டிருந்த ஆசிரியர்கள் எண்ணிக்கை அளவு) அரசுப்பள்ளிகளிலும் தனியார் பள்ளிகளிலும் ஒரே மாதிரிதான் இருந்தன. எங்கள் பார்வையின்போது 92.2 சதவிகித தனியார் பள்ளி ஆசிரியர்களும், 89.3 சதவிகித அரசுப்பள்ளி ஆசிரியர்களும் கற்பித்தலில் ஈடுபட்டிருந்தனர். இது குறிப்பிடத்தக்க அளவு பெரிய வேறுபாடு இல்லை.

- **பள்ளி உள் கட்டமைப்புகளும் சுகாதாரமும்** : இது தனியார் பள்ளிகளைவிட அரசுப்பள்ளிகளில் சிறப்பாக இருந்தது. குழந்தைகளுக்கான

குடிநீர் வசதி 15.7 சதவிகித தனியார் பள்ளிகளிலும், 28.2 சதவிகித அரசுப்பள்ளிகளிலும் வழங்கப்பட்டிருந்தன. கழிப்பிட வசதி 79.3 சதவிகித தனியார் பள்ளிகளிலும் 93.5 சதவிகித அரசுப்பள்ளிகளிலும் இருந்தன.

● **பள்ளி உள் கட்டமைப்புகள், வசதி மற்றும் பாதுகாப்பு** : அவ்வப்போது சிறு சிறு வேறுபாடுகள் இருந்தாலும், அரசுப்பள்ளிகளில் இந்த வசதிகள் கூடுதலாக இருந்தன. பள்ளி உள் கட்டமைப்புகள் மற்றும் வசதியும் பாதுகாப்பும் சிறிய அளவில்தான் குறைவாக இருந்தாலும், அரசுப்பள்ளிகளில் மேம்பட்டிருந்தது.

87.5 சதவிகித தனியார் பள்ளி வகுப்பறைகளில் மாணவர்களுக்கு டெஸ்க் வசதிகள் இருந்தன. ஆனால் 97.4 சதவிகித அரசுப்பள்ளிகளில் டெஸ்க் வசதிகள் இருந்தன. 65.4 சதவிகித தனியார் பள்ளிகளில் மாணவர்களுக்கு மேஜை நாற்காலிகளும், 75.6 சதவிகித அரசுப்பள்ளிகளில் மேஜை நாற்காலிகளும் இருந்தன. 60.3 சதவிகித தனியார் பள்ளிகளில் மின்விளக்கு வசதிகள் இருந்தன. 84.4 சதவிகித அரசுப்பள்ளிகளுக்கு இந்த வசதி இருந்தன. 63.9 சதவிகித தனியார் பள்ளிகளுக்கு விளையாடுமிடங்கள் இருந்தன. ஆனால் 86.4 சதவிகித அரசுப்பள்ளிகளுக்கு விளையாடுமிடங்கள் இருந்தன.

பள்ளி உள் கட்டமைப்புகள், கற்றல் வசதிகள்

பெரும்பான்மையான இருவகைப் பள்ளிகளிலும் கரும்பலகை வசதிகள் இருந்தன. மிகக் குறைந்த அளவிலான (4.1 சதவிகிதம்) தனியார் பள்ளி களுக்கே நூல் நிலைய வசதி இருந்தது. 27.4 சதவிகித அரசுப்பள்ளிகளுக்கு நூல் நிலைய வசதிகள் இருந்தன. அதே போன்று 3.9 சதவிகித தனியார் பள்ளிகள் மட்டுமே தங்கள் குழந்தைகளுக்கான கணினி வசதி பெற்றிருந்தன. அரசுப்பள்ளிகளைப் பொறுத்தவரை 27.3 சதவிகிதப் பள்ளிகளில் கணினி வசதிகள் இருந்தன.

தனியார் பள்ளிகள், பெற்றோர்கள் எதை விரும்புகிறார்கள் என்பதைத் தெளிவாக தெரிந்து கொண்டு அதைச் செய்து வந்தார்கள். குறிப்பாக பள்ளிக்கூடம் என்பது குழந்தைகள் எளிதில் சென்று அடையும் தூரத்தில் அமைந்திருக்க வேண்டும். ஆனால் அரசுப்பள்ளிகள் எங்கோ தொலை தூரத்தில், குழந்தைகளால் எளிதில் சென்றடைய முடியாத தூரத்தில் அமைந் திருந்தன. அழுத்தமாகச் சொல்ல வேண்டிய முக்கியமான ஒன்று என்ன வென்றால், இருவகைப் பள்ளிகளிலும் கல்விக்கட்டணம் என்பது கிட்டத் தட்ட சமமாக இருந்தது. ஆனால் தனியார் பள்ளிகள், வசூல் செய்யப்படும் கல்விக் கட்டணத்திலிருந்தே ஆசிரியர்களுக்கு ஊதியம் வழங்குவது உட்பட, மேற்கண்ட எல்லா உள் கட்டமைப்பு வசதிகளும் செய்து கொள்ள

வேண்டும். ஆனால் இந்த வசதிகளில் எதையுமே அரசுப்பள்ளிகள் தங்கள் செலவில் செய்யவேண்டியதில்லை. இன்னொரு வகையில் சொல்லப் போனால், அரசுப்பள்ளிகளில் 'தனி மாணவச் செலவு' தாராளமாகச் செய்யப்பட்டு வந்தது.

அப்படியிருந்தும், மாணவர்களின் கல்வி முன்னேற்றத்தை பொறுத்த வரை, அது கொஞ்சம் சுவாரசியமாக இருக்கும். இந்த ஆய்வின் ஒரு பகுதியாக, நாங்கள் 'டிங் ஸி' மண்டலத்தில் குழந்தைகளுக்கு தேர்வு நடத்தி னோம். இந்த மண்டலத்தில் 'ஸாங் கவுண்டி' என்ற இடம் இருந்தது. இந்தக் கடைக்கோடி இடத்தில்தான், நான் என் முதல் தனியார் பள்ளியைக் கண்டேன். நாங்கள் ஏன் 'டிங் ஸி' மண்டலத்தை தேர்வு செய்தோம் என்றால், அந்த மண்டலம்தான் 'கன்சூ' மாநிலத்திலேயே மிகவும் பின் தங்கிய மண்டலமாகவும், வளர்ச்சியே காணாத மண்டலமாகவும் இருந்தது. 'பன்னாட்டு வளர்ச்சித்துறை' பள்ளி வளர்ச்சித் திட்டங்களை நடத்திக் கொண்டிருந்த 'லிங் ஸியா' என்ற இடத்தைவிடப் பின் தங்கிய இடமாக இருந்தது. எங்கள் ஆய்வுக்குழு கணிதப் பாடத்திலும், சீன மொழிப்பாடத் திலும் 218 பள்ளிகளில் 2616 மாணவர்களுக்கு தேர்வு நடத்தியது. நாங்கள் பள்ளிகளை மூன்று வகையாகப் பிரித்துப் பார்த்தோம். தனியார்களால் நடத்தப்படும் தனியார் பள்ளிகள் (இலாப நோக்கத்திற்காக), கிராமத்தார் களால் நடத்தப்படும் தனியார் பள்ளிகள் (இலாப நோக்கம் அல்லாமல்), மற்றும் அரசுப்பள்ளிகள்.

நாங்கள் நடத்திய இரண்டு பாடத் தேர்வுகளிலும், அரசுப்பள்ளி மாணவர்கள் மற்றும் இலாப நோக்கம் இல்லாமல் கிராமத்தார்களால் நடத்தப்படும் தனியார் பள்ளி மாணவர்களைவிட, இலாப நோக்கத்திற்காக நடத்தப்படும் தனியார் பள்ளி மாணவர்கள் அதிக மதிப்பெண்கள் பெற்றிருந்தனர். இலாப நோக்கத்திற்காக நடத்தப்படும் பள்ளி மாணவர்கள் பெற்றிருந்த மிகக் குறைந்த மதிப்பெண்கள் முறையே 62.38 சதவிகிதம் கணிதப்பாடத்திலும், 68.83 சதவிகிதம் சீன மொழிப்பாடத்திலும் பெற்றிருந்தனர். அதே சமயம் அரசுப்பள்ளி மாணவர்கள் 57.72 சதவிகிதம் கணிதம் பாடத்திலும், 66.72 சதவிகிதம் சீனமொழிப் பாடத்திலும் பெற்றிருந்தனர். இலாப நோக்கம் இல்லாமல் நடத்தப்படும் பள்ளி மாணவர்கள் மிகக் குறைவான அளவிலான 53.48 சதவிகிதம் கணக்குப் பாடத்திலும், 60.71 சதவிகிதம் சீன மொழிப்பாடத்திலும் மதிப்பெண்கள் பெற்றிருந்தனர். இந்த வேறுபாடுகள் குறைவான அளவில் இருந்தால் கூட, புள்ளி விபரங்களின்படி இது குறிப்பிடத்தக்க ஒன்று. இருந்தும், மீண்டும் அழுத்தம் கொடுத்து சொல்லவேண்டிய ஒன்று என்னவென்றால், அரசுப் பள்ளிகள், இருவகைத் தனியார் பள்ளிகளைவிட ஏராளமான அளவு தனி மாணவர்களுக்கு செலவிட்டு வந்தன.

சீனாவில் நாங்கள் ஆய்வு செய்த எல்லாப்பள்ளிகளிலும் இலாப நோக்கில் செயல்படும் தனியார் பள்ளிகள் மிகச் சிறந்த அளவு சாதனை படைத்தன. கல்வியில் இலாப நோக்கச் செயல்பாடுகள் உள்ள பள்ளிகளுக்கு எதிராக அரசு மேம்பாட்டு வல்லுநர்கள் விமர்சனம் செய்து வந்தனர். நாங்கள் ஒரு முறை புள்ளிவிபரப்படி கல்வியில் ஏற்பட்டுள்ள சமூக சமுதாய ஏற்றத் தாழ்வுகளை குறிப்பிட்ட அளவு கட்டுப்படுத்தியதால், அரசுப் பள்ளிகளுக்கும், இலாப நோக்கமின்றிச் செயல்படும் தனியார் பள்ளி களுக்கும் இடையே முன்னேற்றத்தில் ஏற்பட்டுள்ள வேறுபாடுகள் குறிப்பிட்டுச் சொல்லும்படியாக இல்லை. ஆனால் இலாப நோக்கப் பள்ளிகளுக்கும், மற்ற இரண்டு பள்ளிகளுக்குமிடையே உள்ள வேறுபாடுகள் அதிகரித்து வந்தன.

முக்கியமாக இது ஏனென்றால், இருவகைத் தனியார் பள்ளிகளிலும் படிக்கும் குழந்தைகளுக்கு, அரசுப் பள்ளிகளில் படிக்கும் குழந்தைகளைக் காட்டிலும் எந்த அரசுச் சலுகையும் இல்லை. தனியார் பள்ளிக் குழந்தைகள் மிகவும் வறுமை நிறைந்த கிராமங்களிலிருந்து வருபவர்கள். ஆனால் அரசுப் பள்ளிக்கு வரும் குழந்தைகள் வசதிமிக்க கிராமங்களிலிருந்து வருபவர்கள். அரசுப்பள்ளிக் குழந்தைகள் உயர்ந்த சாதனை படைக்கக் கூடிய சிறந்த நுண்ணறிவுத் திறன் கொண்டவர்கள். மேலும் தனியார் பள்ளிக் குழந்தைகள் அரசுப்பள்ளி குழந்தைகளை விட குறிப்பிடத்தக்க அளவு ஏழைக் குழந்தைகள். இலாப நோக்கமில்லாப் பள்ளிகளில் படிக்க வைக்கும் 93 சதவிகிதப் பெற்றோர்களும், இலாப நோக்கப் பள்ளிகளில் படிக்க வைக்கும் 84 சதவிகிதப் பெற்றோர்களும் விவசாயப் பெற்றோர்கள். இவர்கள் மலைகளில் செய்யும் தொழில்கள் மூலம் மிகக் குறைவான வருமானம் ஈட்டக்கூடியவர்கள். அரசுப்பள்ளிகளில் படிக்க வைக்கும் 81 சதவிகிதப் பெற்றோர்களைவிட மேற்கூறிய இதர இருவகைப் பள்ளிப் பெற்றோர்களும் ஏழைப் பெற்றோர்களே.

இலாப நோக்க தனியார் பள்ளிக் குழந்தைகளின் பெற்றோர்கள் அடிப்படைப் படிப்பறிவு கூட இல்லாதவர்கள். இவர்கள் சராசரியாக 5.1 ஆண்டுக் கல்வி பெற்றவர்கள். அதே சமயம் இலாப நோக்கமில்லா தனியார் பள்ளிக் குழந்தைகளின் பெற்றோர்கள் சராசரியாக 5.4 ஆண்டுக் கல்வியும், அரசுப் பள்ளிக் குழந்தைகளின் பெற்றோர்கள் 6.4 ஆண்டுக் கல்வியும் பெற்றவர்கள். இவர்களின் அம்மாக்களும் இதே கதைதான். (இலாப நோக்கக் கல்வி அம்மாக்களும் 2.3 ஆண்டுக் கல்வி பெற்றவர்கள். அதே சமயம் இலாப நோக்கமில்லாப் பள்ளி அம்மாக்கள் 2.7 ஆண்டுக் கல்வியும், அரசுப்பள்ளி அம்மாக்கள் 3.7 ஆண்டுக் கல்வியும் பெற்றவர்கள்) இந்தக் குறைவான கல்வி அறிவு, அவர்களது குடும்ப வருமானத்திலும் பிரதிபலித்தது. இலாப நோக்கத் தனியார் பள்ளிக் குழந்தைகளுக்கான

குறைவான வருமானம், அதாவது ஆண்டுக்கு 2692 ரம்பினி (332 டாலர்) ஆக இருந்தது. அதே சமயம் இலாப நோக்கமில்லா தனியார் பள்ளிக் குழந்தைகளுக்கான வருமானம் 2716 ரம்பினி (335 டாலர்) ஆகவும், அரசுப்பள்ளிக் குழந்தைகளுக்கான வருமானம் 3355 ரம்பினி (414 டாலர்) ஆகவும் இருந்தன.

மீண்டும் இங்கே குறிப்பிடத்தக்க முக்கியமான விஷயம் என்ன வென்றால், தனியார் பள்ளிகளில் ஏற்பட்டுள்ள கல்வி முன்னேற்றம், அப்பள்ளிகளுக்கான உள்கட்டமைப்பிற்கான உச்சபட்ச செலவு அல்ல; ஆசிரியர்களுக்கு அளிக்கும் ஊதியம் கூட அல்ல. ஏனென்றால் தனியார் பள்ளி ஆசிரியர்களுக்கு வழங்கும் ஊதியம் அரசுப்பள்ளி ஆசிரியர்களை விட மிக மிகக் குறைவு. சராசரியாக ஒரு தனியார் பள்ளி ஆசிரியருக்கு வழங்கும் ஊதியத்தைவிட அரசுப்பள்ளி ஆசிரிருக்கு வழங்கும் ஊதியம் இரண்டு மடங்கு அதிகம் ஆகும்.

சீன நாட்டு 'கன்சூ' மாநிலத்தில் உள்ள தனியார் பள்ளிகள், பெற்றோர்கள் விரும்பும் சென்றடைவதற்கு எளிதாக, நெடுந்தொலைவில் இல்லாத, அருகில் உள்ள பள்ளிகளாகவே உள்ளன. பள்ளி தளவாடச் சாமான்கள் வகையில் வசதிக் குறைவான பள்ளிகளாக இருந்தாலும், சாதனை புரிவதில் அரசுப்பள்ளிகளுக்கு குறைந்தவர்கள் அல்ல. அரசுப்பள்ளி களுக்குச் சமமாகவோ அல்லது அதைவிட மேலாகவோ சாதித்து வருகின்றன. அரசுப்பள்ளி ஆசிரியர் பெறும் ஊதியத்தில் ஒரு சிறு பகுதியை ஊதியமாகப் பெற்றுக் கொள்ளும் தனியார் பள்ளி ஆசிரியர்கள், அரசுப் பள்ளிகளுக்குச் சமமாகவோ அல்லது அதைவிட அதிகமாகவோ மாணவர்கள் மதிப்பெண்கள் பெறுவதில் சாதனை புரிந்திருக்கிறார்கள்.

சீனா ஒரு சிறப்புத் தன்மை வாய்ந்த நாடு. ஏழைகளுக்காகச் செயல்படும் தனியார் பள்ளிகளுக்காக இன்னும் இது குறிப்பிடத்தக்க வாய்ப்பு வழங்கி வருகிறது. சீனாவின் மூலை முடுக்கெல்லாம் அமைந்துள்ள தனியார் பள்ளிகளைப் போல, இந்தப் பூமியில் வேறு எங்கும் அமைந்திருக்கவில்லை.

யோசித்து எடுக்கப்பட்ட நல்ல முடிவுகள்

என் பயணம் முழுவதும் அரசு மேம்பாட்டு வல்லுநர்கள், குறைந்த கட்டணத் தனியார் பள்ளிகள் பற்றி எழுதிய கருத்துகளை வாசித்தேன். அவர்கள் தனியார் பள்ளிகளை வன்மையாகக் கண்டித்திருப்பது உலகத்திற்கே வெளிச்சமாக தோன்றியது. தகுந்த ஆதாரம் இல்லாமல் வன்மையாகக் கண்டித்திருப்பது நன்கு தெரிகிறது. என் ஆய்வுகளின் அடிப்படையில் ஆழந்து ஆராய்ந்து பார்த்ததில், அவர்கள் கூற்று தவறு எனத் தெரிகிறது. தனியார் பள்ளிகளின் கட்டட வசதி, மிகுந்த பற்றாக்குறை

யுள்ளதாக இருக்கலாம்; தனியார் பள்ளிகள் போதிய பயிற்சி பெறாத ஆசிரியர்களைப் பெற்றிருக்கலாம்; ஆசிரியர் கூட்டமைப்புகள் பொதுவாகப் பரிந்துரைந்துள்ள ஊதியத்தை விடக் குறைவாக தனியார் பள்ளி ஆசிரியர்கள் பெற்றுக் கொள்ளலாம். ஆனால் அவர்கள் அனுபவிக்கும் இந்தக் குறைந்த பயன்கள், அவர்கள் ஆற்றும் சீரிய பணிக்கு கொஞ்சமும் பொருத்தமில்லாதவை. போதிய பயிற்சி பெற்று போதிய ஊதியம் பெறும் ஆசிரியர்கள், சிறந்த ஆசிரியர்கள் செய்யும் சேவையைச் செய்வதில்லை. உண்மையில், இதன் எதிர்மாறான கருத்து உண்மையாகத் தோன்றுகிறது. பெற்றோர்கள் ஏன் தங்கள் குழந்தைகளை தனியார் பள்ளிகளுக்கு அனுப்புகிறார்கள் என்றால், தனியார் பள்ளிகள் மற்ற பள்ளிகளைக் காட்டிலும் சிறந்த பள்ளிகள் என்று நான் நன்கு தெரிந்து கொண்டேன். கையடக்கமான வகுப்புகளைப் பொறுத்தும், சிறந்த ஈடுபாடு உடைய ஆசிரியர்களைப் பொறுத்தும், அரசுப்பள்ளிகளைவிட தனியார் பள்ளிகள் சிறந்தவை. போதுமான, தாராளமான உள் கட்டமைப்புகள் உள்ளதால் தனியார் பள்ளிகள் சிறந்த பள்ளிகள். சமூக சமுதாயத்தில் நிலவுகின்ற சில ஏற்றத்தாழ்வுகளைக் களைந்த பிறகு, தனியார் பள்ளிகள் கல்வி வளர்ச்சியில் சாதித்துக் காட்டுகின்றன. இந்த வகைகளில் எல்லாம் அவைகள் சிறந்த பள்ளிகள் மட்டுமல்ல, ஆசிரியர்கள் ஊதியம் என்பதைப் பொறுத்தவரை கூட, நிர்வகிப்பதற்கு எளிமையானவை தனியார் பள்ளிகள். பெற்றோர்கள் ஏதும் அறியாதவர்கள் அல்ல. அவர்கள் செய்வதை நன்கு அறிந்தே செய்கிறார்கள்.

என் பயணத்தில் நான் பெற்ற இந்த விபரத்தால், நான் வெடித்து வெளியே வரத் தயாராகி விட்டேன். என்னுடைய ஆய்வு முடிவுகளை அரசு மேம்பாட்டு வல்லுநர்களோடு கலந்தாலோசிக்க வேண்டுமென்று எண்ணினேன். அரசுக் கல்வியில் உள்ள பெரிய பிரச்சினையிலிருந்து ஒதுங்கிக் கொள்ள, ஏழைப் பெற்றோர்கள் வழி கண்டுவிட்டார்கள் என்று அரசு மேம்பாட்டு வல்லுநர்கள் கேட்டு ஆனந்தப்படுவார்களா? அதைக் கண்டறிய இதுவே நேரம்.

10

அருகிலிருக்கும் எதிரிகளை மகிழ்ச்சியோடு எதிர்கொள்ளல்

மீண்டும் ஜிம்பாப்வேக்கு

என்னுடைய குறிப்பேட்டை அவருக்கு முன்னால் இருந்த மேசைமீது அவர் தூக்கி எறிந்தார். நல்லவேளை, என் கையெழுத்து கோழி கிளறியதுபோல இருந்தது. நிச்சயமாக அதில் உள்ளதை அவர் படித்துப் புரிந்து கொண்டிருக்க முடியாது. அந்த குறிப்பேட்டின் பக்கங்களைப் புரட்டிக் கொண்டிருந்தபோது அவர் முகத்தில் ஈயாடவில்லை. இன்னும் அவர் முகம் கடுகடுவென்றுதான் இருந்தது. என்னைப் பார்ப்பதையே அவர் தவிர்த்தார். வேண்டா வெறுப்பாக பேட்டி கொடுக்க வரும் நபரைக்கூடக் கவர்ந் திழுக்கும் என் திறந்த முகபாவம், என் இயல்பான மனோபாவம் எதையும் அவர் பார்க்க மறுத்தார். எங்கோ, சற்று தொலைவில் அவரது பார்வையைச் செலுத்திக் கொண்டிருந்தார். நான் சந்தித்த மிகவும் கோபமான, கடுகடுப்பான மனிதர்களில் அவரும் ஒருவர். நான் சந்தித்த மனிதர்களில் மிகவும் அஞ்சத் தக்க மனிதராகக் கூட அவரை நான் எண்ணிப்பார்க்க வைத்தது; நான் சொல்வது எதையுமே கேட்கும் இணக்கம் இல்லாத மனிதராகவும் அவரை எண்ண வைத்தது. "ஜனு பி.எஃப் வாழ்க, காலணி ஆதிக்கம் ஒழிக" என்று எழுதப்பட்ட ஆப்பிரிக்க நாட்டுப் பாணியில் திறந்த கழுத்துள்ள சட்டை, அமெரிக்க நிறுவன விளம்பரம் கொண்ட நீண்ட முனையுள்ள தொப்பி, மற்றும் 'நைக்' கம்பெனி செருப்புகளை அணிந் திருந்த அவர் அசௌகரியமாக உட்கார்ந்திருந்தார். அவர் ஒரு

சொகுசான சுழல் நாற்காலியில் அமர்ந்திருக்க, அவர் எதிரே நான், ஒரு சொரசொரப்பான பலகையில், இது எப்படி முடியப்போகிறதென்று எனக்குத் தெரியவில்லையே என்று எண்ணிக்கொண்டு அமர்ந்திருந்தேன்.

என் முதுகுப் புறத்தில் ஒரு பயங்கரமான வலியை உணரத் தொடங்கினேன். என் வாழ்க்கையில் ஒரு முறையோ அல்லது இருமுறையோ, என் சிறு வயதில், பள்ளிக் கட்டடத்திற்கு அப்பால் தள்ளியிருந்த கழிப்பறையில் எங்கோ வெறித்துப் பார்த்தபடி நின்று கொண்டிருந்த பூதாகரமான ஒரு ராட்சதனை நான் திடுக்கென்று சந்தித்தபோது, எனக்கு ஏற்பட்ட அதே பயத்தை இப்போதும் உணர்ந்தேன். அதுபோல இப்போதும் மிகவும் பயந்துபோய் உடம்பெல்லாம் சிலிர்த்துப் போய்விட்டது. வேறு ஒருவராக இருந்தால், அந்த இடத்தைக் காலி செய்து, அந்த அபாயத்திலிருந்து தப்பி ஓடி இருப்பார்கள். என்னால் தப்பி ஓட முடியாதே.

மீண்டும் நான் ஜிம்பாப்வேயில், இதன் தலைநகரான ஹராரேயிலிருந்து ஒரு 100 கிலோ மீட்டர் தொலைவில், மரோண்டரா என்ற இடத்தில் உள்ள ஜனு - பி.எஃப் என்னும் ஆளுங்கட்சியின் மண்டல அலுவலகத்தில் இருந்தேன். ஜன்னலே இல்லாத இருட்டாகவும் அழுக்காகவும் உள்ள பாதுகாப்பு அலுவலகத்தில் மண்டல தலைமைப் பாதுகாப்பு அதிகாரிக்கு எதிரே அமர்ந்திருந்தேன். இருந்த ஒரே வழியையும் அடைத்துக் கொண்டு, சாத்தப்பட்டுள்ள கதவுக்கருகில் முகத்தில் எந்தவிதச் சலனமுமின்றி அவரின் உதவியாளர் நின்று கொண்டிருந்தார். ஏப்ரல் மாதம் 2005 தேர்தலுக்கு இரண்டு நாட்கள் முன், வாக்குப் பதிவு மோசடி என்ற பரவலான குற்றச்சாட்டிற்கு ஆளான இராபர்ட் முகாபெய், மீண்டும் ஆட்சியைக் கைப்பற்ற போகிற இரண்டு நாட்களுக்கு முன் இந்நிகழ்ச்சி நடந்தது.

‘சண்டே டைம்ஸ்’ என்ற பிரிட்டிஷ் பத்திரிக்கைக்கு இரகசியமாக வேலை செய்து வந்த இரண்டு நிருபர்கள் ஹராரேக்கு அருகில் கைது செய்யப்பட்டு, எந்தவிதப் பாதிப்புமில்லாமல் எளிதாக தப்பித்துச் செல்லக்கூடிய சிக்குருபி என்ற சிறையில் அடைக்கப்பட்டுள்ளனர்.

அவர் என்னை நிராகரிக்கிறார். 22 ஆண்டுகளுக்கு முன்பு முகாபெய் ஆட்சியை புதியதாகக் கட்டி எழுப்புவதற்கு உதவியாக ஜிம்பாப்வே வந்து, கணித ஆசிரியராகப் பணியாற்றிய போது கற்றுக் கொண்டதும், ஜிம்பாப்வேயின் பெரும்பான்மையான பழங்குடி மக்களால் பேசப்பட்டு வருவதுமான, எனக்கு ஓரளவு தெரிந்த பாதி மறந்துபோன ‘ஷோனா’ மொழியில் அவரோடு பேசுவதற்கு முயற்சி செய்தேன். பொதுவாக இந்த நாட்டில் நான் ‘ஷோனா’ மொழியில் பேச முயற்சிக்கிறபோதெல்லாம் அது ஒரு புன்னகையையும் நட்பையும் ஆரம்பித்து வைக்கிறது. அப்படியிருந்தும் நான் பேசுவதைக் கேட்டு அவர் எச்சரிக்கையடைகிறார். எதிர்காலமே கேள்விக்குறியாக அமைந்துள்ள அவரது உலகில் நான் ஓர் அழையாத

விருந்தாளி. இங்கு அன்புக்கோ நட்புக்கோ இடமில்லை. எனது இருபக்கமும் அமர்ந்துள்ள என் புதிய நண்பர்களோடு திரும்பிப் பார்த்துப் பேசுகிறார். 'ஷோனா' மொழியில் அவர்கள் வேகமாகப் பேசிக் கொள்கிறார்கள். என்னால் எதுவுமே புரிந்து கொள்ள முடியவில்லை. ஆனால், அதன் சாரம் எனக்குப் புரிகிறது. நான் அங்கு வந்ததை அவர்கள் விரும்பவில்லை.

ஒரு பக்கத்தில் 'ப்ரைட் டான் பள்ளி' யின் உரிமையாளரான திருமதி ஜாய் ஃபரிராய் அமர்ந்திருக்கிறார். இப்பள்ளி மரோண்டராவின் எல்லையில் அமைந்துள்ளது. இன்னொரு பக்கம் அமர்ந்திருப்பது, 21 வயது நிரம்பிய அந்த அம்மையாரின் மகன் டிச்சயோனா என்பவர். அவர்தான் அப்பள்ளியின் நிதி மேலாளர். இவர்கள் இருவரையும் 45 நிமிடங்களுக்கு முன்புதான் சந்தித்தேன். சரியாக காலை 9.00 மணிக்கு ஒரு பழைய ஓட்டைக் காரில் அப்பள்ளியைச் சென்றடைந்தேன்.

நானும், மூன்று நாட்களாக எனக்கு வழிகாட்டியாக இருந்த ஒரு ஜிம்பாப்வே நாட்டு இளைஞரான லியோனார்டு என்பவரும், திருமதி ஃபரிராய் அவர்களை அறிமுகம் செய்து கொண்டபோது, அந்த அம்மையார் கொஞ்சம் படபடப்பாகக் காணப்பட்டார். ஆனால் அந்த அம்மையாரின் மகன் எங்களை அன்போடு வரவேற்றுப் பேசினார். அப்போது அங்கு வந்த தொலைபேசி அடுத்த விபரத்தைத் தெளிவுபடுத்தியது. டிச்சயோனா விபரமாகச் சொன்னார்; அதாவது அவர் அம்மாவிடம், நான் பள்ளியைப் பார்வையிட வருவதாக இரவு பேசிய பிறகு, அந்த அம்மையார் பெற்றோர் ஆசிரியர் கழகத் தலைவரிடம் நான் வருவது பற்றிச் சொல்லி இருக்கிறார். அவர் எங்களைப் பார்க்க வேண்டும் என்றாராம். அது எனக்குச் சரி என்று பட்டது. "நீங்கள் பள்ளியை பார்வையிடத் தொடங்குமுன் நாம் பெற்றோர் ஆசிரியர் கழகத் தலைவரைச் சந்திக்கவேண்டும்" என்று டிச்சயோனா, அவரது அழகான ஆங்கிலத்தில், தேர்ந்த ஏற்ற இறக்கத்தோடு கூடிய உச்சரிப்பில் விளக்கிச் சொன்னார். இதுவும் நியாயம்தான் என்று எண்ணினேன். அலுவலக அதிகாரிகளைச் சந்திப்பதிலும், எல்லாவற்றையும் முறைப்படிச் செய்வதிலும் நான் எப்போதும் கவனமாக இருப்பேன்.

திருமதி ஃபரிராய் அவரைத் தொலைபேசியில் பிடிக்க பலமுறை முயற்சித்தார். ஒரு வழியாகக் கிடைத்தது. "சரி. அவர் அவரின் அலுவலகத்தில் இருக்கிறார். இப்போது எங்கள் பெற்றோர் ஆசிரியர் கழகத் தலைவரைச் சந்திக்கப் போவோம். அதன்பிறகு நாம் முறைப்படிப் பேசுவோம்" என்றார் அந்த அம்மையார். நாங்கள் அனைவரும் என்னுடைய வாடகை வாகனத்தில் ஏறி அமர்ந்து, நகர் வழியாக மிகக் குறுகிய தொலைவிலான அந்த இடத்தை அடைந்தோம். நாங்கள் தங்கியிருக்கும் விடுதியைக் கடந்து சென்றபோது, திடீரென லியோனார்டு,

தன்னுடைய "சிறிய கடிகாரத்தை" விடுதி அறையிலேயே வைத்து விட்டு வந்துவிட்டதாகவும், உடனே இறங்கி அந்தக் கடிகாரத்தை எடுத்துக் கொள்ள வேண்டும் என்றும் அலறினான். நான் வந்து அவனுடன் அதைத் தேடி எடுத்துக் கொடுக்க வர முடியுமா என்றும் கேட்டான். அவனுடைய கடிகாரம் மிகவும் சிறியதாக இருக்கவேண்டும்; அதனால் அவன் என்னை சந்தித்திலிருந்து மணி என்னவென்று என்னைக் கேட்டுக்கொண்டே இருந்தான் என்பது சற்று தாமதமாகத்தான் எனக்கு உதயமானது. "முட்டாள்தனமாகப் பேசாதே" என்று சொல்லிவிட்டேன். "நான் அந்த பெற்றோர் ஆசிரியர் கழகத் தலைவரைச் சந்திக்க வேண்டியுள்ளது" என்றேன். அவன் அதையே சொல்லிக் கொண்டிருந்ததால், அவனது சுயரூபத்தைக் காட்டி விட்டான் என்று எண்ணி அவன்மீது ஆத்திரப் பட்டேன். கடந்த மூன்று நாட்களாக என்மீதும், நான் மேற்கொண்ட பணியின் மீதும், எவ்வளவு இனிமையாகவும், மரியாதையாகவும் இருக்கிறான் என்று காலை உணவின் போதுதான் நினைத்துக் கொண்டேன். ஆனால், இப்போது அவன் திமிர்பிடித்தவனாகவும், முன் யோசனையில்லாத முட்டாளாகவும் ஆகிவிட்டான். அவனுடைய அணுகு முறையே மாறியிருந்தது. "அறையில் உள்ள உங்கள் பையை நீங்கள் எடுத்துக் கொள்ள வேண்டுமே" என்று வலியுறுத்திச் சொன்னான். அவன் சொன்ன விதத்திலேயே நானும் பிறகு எடுத்துக் கொள்கிறேன் என்று வலியுறுத்திச் சொன்னேன். எனவே அவனை விடுதியில் இறக்கி விட்டு விட்டு திரும்பி. அப்படியே ஜனு பி.எஃப் அரசியல் கட்சியின் மண்டலத் தலைமை அலுவலக வாசலுக்கு வந்துவிட்டோம். அப்பள்ளியின் பெற்றோர் ஆசிரியர் கழகத் தலைவர்தான், ஜனு பி.எஃப் கட்சியின் மண்டலத் தலைவர் என்று அறிந்ததும் எனக்குச் சிரிப்பு வந்துவிட்டது.

அவர், அதாவது அந்தப் பெற்றோர் ஆசிரியர் கழகத் தலைவர், 5 நிமிடங்களுக்கு முன்பு எங்களோடு தொலைபேசியில் பேசியபோது அவர் அலுவலகத்தில்தான் இருந்திருக்கிறார். இப்போது அவர் மாயமாக மறைந்துவிட்டார். எங்களைக் கீழே உள்ள ஒரு பாதுகாப்பு அறைக்கு அழைத்துச் சென்றார்கள். அங்கு அக்கட்சி அலுவலர் ஒருவர் நறுக்கென்று சில கேள்விகளைக் கேட்டார். இங்கே நான் என்ன செய்கிறேன்? நான் ஏன் தனியார் பள்ளிகளைப் பார்வையிட வேண்டும் போன்ற கேள்விகளைக் கேட்டார். பின்னர் அப்படியே எங்களை அங்கேயே இருக்க வைத்து விட்டுப் போனவர், 15 நிமிடங்கள் கழித்து, மண்டல தலைமைப் பாதுகாப்பு அதிகாரியோடு திரும்பி வந்தார்.

அவர் ஜாய் மற்றும் டிச்சயோனாவுடன் சிறிது நேரம் பேசினார். இவர்கள் இருவரும் அவரோடு ஏதோ வாக்குவாதம் செய்தனர். ஆனால் இவர்கள் சொல்வதை அவர் ஏற்றுக் கொள்ளவில்லை. பிறகு அவர்

என்னிடம் பேசினார்.

“தனியார் பள்ளிகள் பற்றி நீங்கள் ஏன் இங்கு வந்து ஆய்வு நடத்துகிறீர்கள்? விசாரணை அலுவலகத்தில் என்ன தகவல் கொடுத்து இந்த நாட்டுக்கு வந்தீர்கள்?” போன்ற கேள்விகளை இன்னும் கடுகடுப்புடன் கேட்டார்.

“என் நண்பர்களைப் பார்க்கவும், இங்கு தொழில் செய்யவும் வந்தேன்”என்று உண்மையை அவரிடம் சொன்னேன். நான் குடியேற்ற விசாரணை அலுவலகத்தில் எனக்குக் கொடுக்கப்பட்ட படிவத்தில் இருந்த இந்த இரண்டு கட்டங்களையும்தான் ‘ஆம்’ என்று பூர்த்தி செய்து கொடுத்திருந்தேன்.

“அப்படியானால் நீங்கள் இங்கு ஆய்வு செய்யக் கூடாது, சட்டத்தை மீறி இங்கு வந்திருக்கிறீர்கள்”.

“இல்லை, இல்லை, நான் அப்படி வரவில்லை. தொழில் என்பது என்னுடைய ஆய்வுப் பணியும் சேர்ந்ததுதான்”.

முதல் முறையாக அவர் சிரித்தார். ஆனால் அது மகிழ்ச்சிக்கான சிரிப்பு அல்ல. “தொழில் என்றால் தொழில்தான். ஆய்வு என்பது ஆய்வுதான். ஆராய்ச்சி மேற்கொள்வதற்கு, அதற்கென்று உள்ள பிரத்தியேகமான அனுமதியை நீங்கள் பெற்றிருக்க வேண்டும். நீங்கள் சட்டத்திற்கு புறம்பாக இங்கே வந்திருக்கிறீர்கள்”

“ஓ!” என்று மறுமொழி சொன்னேன். எனக்கு இப்போது தர்மசங்கடமாக இருந்தது. இனிமேல் சிக்கலில் மாட்டிக் கொள்ளக் கூடாது என்பதில் எச்சரிக்கையாக இருக்கின்ற என்னுடைய புதிய பணித் தோழர்களை நான் சந்தித்து அவர்களையும் சிக்கலில் மாட்ட வைத்து விட்டது குறித்து பின் நாட்களில் என்னால் பெருமையாக நினைக்க முடியவில்லை.

“இங்கு நான் என் நண்பர்களைச் சந்திக்க வந்தேன். அவர்கள் இங்கு பள்ளிக்கூடம் நடத்தி வருகிறார்கள். மீண்டும் இங்கு வந்து ஆய்வு நடத்தலாமா என்று பார்க்க வந்தேன். நான் அனுமதி பெற்றிருக்க வேண்டும். நிச்சயமாக, நான் இங்கு சட்ட விரோதமாக எதையும் செய்யமாட்டேன்.”

அவர் வெறுப்புடன் தலை ஆட்டினார். “இல்லை. நீங்கள் இங்கு சட்ட விரோதமாகத்தான் வந்திருக்கிறீர்கள். எல்லா நாடுகளும் ஒரே மாதிரித்தான் இருக்கின்றன. இது எல்லாம் அயல்நாட்டுக் குடியேற்றம் தொடர்புடைய விவகாரம்; எங்கள் நாட்டினர் உங்கள் நாட்டிற்கு வந்து, அனுமதி பெறாமல் பள்ளியைப் பார்வையிட நீங்கள் ஏற்றுக்கொள்ள மாட்டீர்கள்; அடுத்த நொடியே எங்களைத் துரத்திவிடுவீர்கள்”. இந்தச் சிந்தனை, அவருக்கு வேறு

ஏதோ சிலவற்றை நினைவுபடுத்தி வேதனைக்குள்ளாக்கியதுபோல் தோன்றியது. அவரே தொடர்ந்து பேசினார்: "உங்கள் நாட்டை (பிரிட்டன்) விட்டு துரத்தி அடிக்கப்பட்ட பல ஜிம்பாப்வேயினர் இங்கே இருக்கின்றனர்". பிரிட்டன் என்று உச்சரிப்பதே கேவலம் என்பது போல, அவமரியாதைத் தொனிக்க அச்சொல்லை உமிழ்ந்தார். "ஜிம்பாப்வேயினர் ஒவ்வொரு நாளும் உங்கள் நாடான பிரிட்டனிலிருந்து விரட்டியடிக்கப் பட்டுக் கொண்டிருக்கின்றனர். எவ்வளவு துணிச்சலாக எங்களை விரட்டி விடுகிறீர்கள். எவ்வளவு மனவேதனை தெரியுமா எங்களுக்கு? இதனால் நாங்கள் படும் அவமானங்களை உங்களால் கற்பனை செய்து பார்க்க முடியுமா?"

அவர் தன் காற்சட்டைப் பையிலிருந்து எடுத்த கைக்குட்டையால் நெற்றியில் வழிந்த வியர்வையைத் துடைத்துக் கொண்டார். அந்த இடம் புழுக்கமாக இருந்தாலும், எனக்கு ஏனோ வியர்வை தெரியவில்லை. "இங்கிலாந்து மக்களாகிய நீங்கள், இன்னும் எங்களை ஆதிக்கம் செலுத்திக் கொண்டிருக்கிறீர்கள். எங்களை இன்னும் அடிமைகளாகவும், நீங்கள் எங்களை ஆள்பவர்களாகவுமே எண்ணிக் கொண்டிருக்கிறீர்கள்".

இந்த இடத்தில் நான் குறுக்கிட்டுப் பேசத் தீர்மானித்தேன். "ஆனால் அது நடந்து 25 ஆண்டுகள் ஆகிவிட்டன. அதை நாங்கள் இப்போது நினைத்துக் கூடப் பார்ப்பதில்லையே!" என்றேன்.

நான் இவ்வாறு சொன்னதை அவர் விரும்பவில்லை. என்னை நேராகப் பார்ப்பதைத் தவிர்த்தார். பின் என் குறிப்பேட்டினை நோக்கிப் பார்வையைச் செலுத்தினார். "பிறகு ஏன் இந்த நாற்றம் பிடித்ததை எழுதிக் கொண்டிருக்கிறீர்கள்?"

இது நான் எதிர்பார்த்த கேள்வி அல்ல. "எங்களைப் பற்றிய இந்தக் கருமத்தை ஏன் எழுதிக் கொண்டிருக்கிறீர்கள்" என்று மீண்டும் கேட்டார்.

அது உண்மை. என்னுடைய குறிப்பேடு பயங்கரமான சான்றுகளால் நிரம்பியிருந்தது. நான் என்ன எழுதி விட்டேன். பொதுவான விஷயம்தான். ஜிம்பாப்வேயில் 20 ஆண்டுகளுக்கு முன்னால், ஆசிரியப் பணியின் நிமித்தம், பீட்டர் என்னும் ஒரு பழைய வெள்ளைக்கார ஜிம்பாப்வே நண்பர், மற்றும் ஷோனா மொழி பேசும் கரோலின் என்னும் அவரது மனைவி ஆகியோரோடு தங்கி இருந்தது பற்றி எழுதியிருந்தேன். ஜிம்பாப்வே நாட்டில் ஏழைகளுக்காகச் செயல்படும் தனியார் பள்ளிகளே இல்லை என்று அவர்கள் உறுதியாக கூறியது பற்றி எழுதி இருந்தேன். முகாபெய் அவர்களை ஜிம்பாப்வே தலைவராகப் பெற்று, அது ஒரு ஒப்பற்ற நாடாக விளங்குவதால், ஒருவேளை, இந்த முறை தனியார் பள்ளிகள் இல்லை என்பது உண்மையாக இருக்கலாம். முகாபெய் அவர்களைத்

தலைவராகப் பெற்றதால் உட்சபட்ச அளவு மோசமாகவும் உட்சபட்ச அளவு கெடுதலாகவும் இருந்தது என்று நான் அந்த நாட்களில் குறித்திருந்தது அநேகமாக இன்றைக்கு உண்மையாகியுள்ளது. அரசுப் பள்ளிகளில் பணியாற்றும் ஆசிரியர்களிடம் எத்தகைய பணி ஒழுங்கு நிலவுகிறது என்று அரசு ஆசிரியர் பயிற்சிக் கல்லூரியில் விரிவுரையாளராக பணிபுரியும் கரோலினியிடம் வித்யாசமான அணுகுமுறையில் வினவிய எனது வழக்கமான துப்பறியும் பணிகுறித்து எழுதியிருந்தேன். எனது கேள்விக்கு கரோலின், ஆசிரியர்களுக்கு போதிய சம்பளம் கிடைப்பதில்லை. பட்டப்படிப்பு படித்தால் வேலை கிடைத்து விடும் என்று உறுதியளிக்கப் பட்டிருப்பதால் பாதுகாப்பான அரசுப் பணி பெற்றுவிடலாம் என்பதற் காகவே எனது மாணவர்களில் அநேகர் பட்டப்படிப்பிற்கு வருகின்றனர். பத்து பைசாவை எறிந்தால் எந்தக் குரங்கையும் விலைக்கு வாங்கலாம் என்று ஒரு பழமொழி உண்டு .ஆனால், பத்து காசுக்கு வாங்கிய குரங்கு வேலை செய்யாமல் சோம்பேறியாக உட்கார்ந்து கொண்டிருக்கும். (இங்கு ஆசிரியர்களைத்தான் குரங்கு என்று சொல்லப்பட்டிருக்கிறது)

அரசுப் பள்ளி ஆசிரியர்கள் ஒழுங்காகப் பணி செய்யாத போது, மிகக் குறைந்த கட்டணத் தனியார் பள்ளிகள் உருவாக வாய்ப்பு உண்டு என்றும், நான் பயணம் செய்த மற்ற நாடுகளைப் போல ஜிம்பாப்வேயும் மிக மோசமான ஒன்றாக ஆகிவிடும் என்றும் என் குறிப்பேட்டில் எழுதியிருந்தேன்.

பீட்டரையும் கரோலினையும் ஹராரேவில் நான் உரையாடிய ஒவ்வொருவரையும் ஏறத்தாழ நம்பி நான் ஈடுபட்ட துப்பறியும் பணியில் எந்த ஒரு துப்பும் கிடைக்காமல் பலமுறை தோல்வியுற்றதையும், பின்னர் ஒரு வழியாக நான் எதைத் தேடினேனோ அதனை 'ஜிவரேசேக்குவா'வில் கண்டறிந்ததையும் பற்றிய விபரங்களை அதில் குறித்திருந்தேன். ஹராரேவிற்கு வெளியே சில மைல்கள் தூரத்தில் 'புலவாயோ' பிராதானச் சாலையில், வெள்ளையர்கள் வாழும் புறநகர்களுக்கு அப்பால் எவ்வளவு தொலைவு இயலுமோ அவ்வளவு தொலைவு தள்ளி அமைக்க வேண்டும் என்று திட்டமிட்டு அமைக்கப்பட்டதோ என்று தோன்றுகிற வகையில் ரொடீஷியா அரசும் ஆப்பிரிக்க தொழிலாளர்களைக் குடி அமர்த்து வதற்காக உருவாக்கப்பட்ட "கருப்பின மக்கள் வாழும் நகரியங்களில்" இதுவும் ஒன்று. இன்னும் அது ஏழைகளின் குடியிருப்பு களில் ஒன்றாகவே இருந்து வருகிறது. எவ்வளவு பேர்களை குடி அமர்த்து வதற்காக கட்டப்பட்டதோ அதைவிட அதிக எண்ணிக்கையில் மக்கள் அங்கு தங்கியிருந்தனர். ஹராரேவுக்கு வெளியே விமானத்தளம் அருகில் சிறு விளையாட்டு மைதானத்திற்கு ஒதுக்கப்பட்ட இடத்தில் தொழிலாளியாகப் பணிபுரிந்த லெனார்டு என்பவருக்கு எங்கள் வண்டியில் இடம்

கொடுத்ததனால் நாங்கள் அந்த நகரியத்திற்குச் செல்ல முடிந்தது. மரோண்டரா என்ற இடத்திற்குச் செல்வதற்கும் அவரே பின்னர் வழிகாட்டியாக வந்தார். அற்புதமான பறவைகளை அங்கு பார்த்தோம். வண்ண வண்ண நிறங்களை கொண்ட மீன் கொத்திப் பறவை, கருப்பும் வெள்ளை நிறமும் கொண்ட வாலாட்டுக்குருவி, இரட்டை வால் கரிச்சான் குருவி ஆகியவைகளை என் குறிப்பேட்டில் எழுதி இருந்தேன். ஆனால் இவை எல்லாவற்றையும் விட, மிக அருமையான ஒரு விஷயத்தை எழுதி இருந்தேன். அதாவது அந்நகரியத்தில் உள்ள ஒரு குறைந்த கட்டணத் தனியார் பள்ளியில் லெனார்டுவின் நண்பர் ஒருவர் பணியாற்றிக் கொண்டிருப்பதாகச் சொன்னதே அந்த அருமையான தகவல்.

'ஜிவரேசேக்குவா'வைப் பற்றி நான் வெளிப்படையாக எழுதி இருந்த நல்ல அம்சங்களை விசாரனை அதிகாரியான அவர் வாசித்துப் பார்த்தார். கிபேரா, மெக்கோகோ போன்ற இடங்களோடு ஜிவரேசேக்குவாவை ஒப்பிட்டு அதன் நல்ல அம்சங்களை எழுதியிருந்தேன். ஜிவரேசேக்குவா செழிப்புடன் இருப்பதாகவும், தெளிவாகத் திட்டமிட்டுக் கட்டப்பட்டிருப் பதாகவும், சிறிய இடமாக இருந்தாலும் கவரக்கூடிய இடமாகவும், சிறிய தோட்டங்களை உடைய செங்கல் கட்டிடங்களாகவும், கென்யா மற்றும் நைஜீரியா நாட்டு குடிசை வாழ் ஏழைகளைப் போல இங்கு ஏழைகள் இல்லை என்றும் எழுதி இருந்தேன். இந்த சிறிய தோட்டங்களில் உள்ள கொட்டகையில்தான் பெருவாரியான மக்கள் வசித்து வந்தார்கள் என்பது உண்மை. ஆனால் இங்குள்ள தகரக் கொட்டகைகளுக்கும் மற்ற ஆப்பிரிக்க நாட்டு குடிசைப் பகுதியினருக்கும் இடையில் பெரிய வேறுபாடு ஏதுமில்லை. ஜிம்பாப்வேயினர் வாழ்க்கை நிலை குறித்து நான் வியப்பில் ஆழ்ந்தேன். "முகாபெய் ஆட்சி வீழ்க" என்று சுவர்களில் எழுதப்பட்டிருந்த செய்திகளை நான் என் குறிப்பேட்டில் பதிவு செய்யாமல் இருந்திருந்தால் நன்றாக இருந்திருக்கும்.

ஜிவரேசெக்வாவில் நான் கண்ட குறைந்த கட்டணத் தனியார் பள்ளிகள் பற்றி அதிக அளவு குறிப்புகள் எழுதியிருந்தேன். ஆனால் என் கையெழுத்து மிக மோசமாக இருந்தது. அதில் எதையுமே அவரால் வாசித்துப் புரிந்து கொண்டிருக்க முடியாது; அல்லது வாசித்துப் புரிந்திருப்பாரா? தேவலாயத் திடமிருந்து வாடகைக்கு பெறப்பட்ட இடத்தில் தேவாலயத்தின் பெயரால் 'ஃபவுண்ட் ஆப் ஜாய்' பள்ளி என அழைக்கப் பட்ட அந்தப்பள்ளிக்கும், தேவாலயத்திற்கும் எந்த தொடர்பும் இல்லை என்று பள்ளிகளைப் பற்றி எழுதியிருந்தேன். அப்பள்ளியின் உரிமையாளரும் நட்போடு பழகக் கூடியவரும், தெளிவாக உரையாடக்கூடியவரும், கல்விப் புலமை உள்ளவரும், முப்பது நாற்பது வயது மதிக்கத்தக்கவரும், மென்மையான வருமாகிய எட்வின்தான் அந்தப் பள்ளியைத் தொடங்கினார் என்று

என்னிடம் கூறினார். அவர் சொன்னதை ஓர் அரசு அலுவலர் சரி என்று ஏற்றுக்கொள்ளமாட்டார் எனில், என்னை விசாரிக்கும் அதிகாரி மட்டும் எப்படி ஏற்றுக்கொள்வார். ஊரகப் பகுதிகளிலிருந்து வேலை தேடி வந்தவர்களின் குழந்தைகள், அரசுப் பள்ளிகளில் சேர்த்துக் கொள்ளப் படுவதில்லை; ஏனெனில் அந்த அந்தப் பகுதிகளில் வாழும் குழந்தைகள், அந்த அந்தப் பகுதிகளில் உள்ள பள்ளிகளில் மட்டுமே சேர வேண்டும் என்ற அறிவிப்பு இருந்து வந்தது என்பதையும் அதில் குறித்து வைத்திருந்தேன். நீங்கள் அந்நகரியத்தின் பதிவு பெற்ற குடியிருப்பாளர் இல்லையென்றால் நீங்கள் அரசுப் பள்ளிகளில் சேரமுடியாது. "மாணவர்கள் எங்கிருந்து வந்தாலும் நாங்கள் சேர்த்துக் கொள்வோம்; நாங்கள் எதையும் பாகுபடுத்திப் பார்ப்பதில்லை. அரசுப் பள்ளிகள்தாம் அவ்வாறு பார்க்கின்றன" என்று எட்வின் சொன்னதையும் பதிவில் குறித்து வைத்திருந்தேன். எட்வின் அறிக்கையிட்டிருந்த, அவரது பள்ளி, "மதம் மற்றும் நல்லொழுக்கத்தைப் பொறுத்தவரை சிறந்த கிறித்தவ மதிப்பீடுகளையும் நல்ல அணுகு முறைகளையும் கற்பித்து வருகிறது; அரசுப்பள்ளிகளில் வேறுபட்ட மதிப்பீடுகள் நிலவி வருவதால், பெற்றோர்கள் எம்பள்ளி மதிப்பீடுகளையே விரும்பி வருகின்றனர்" என்று சொன்னதையும் குறித்திருந்தேன். அருகில் உள்ள தனியார் தொடக்கப் பள்ளியைப் பற்றி எட்வின் கொண்டிருந்த கருத்தையும் குறித்து வைத்திருந்தேன். வகுப்பறைகளில் அமர்ந்து கற்காமல், மரத்தடிகளில் அமர்ந்து அப்பள்ளி மாணவர்கள் கற்று வந்தனர். அதனால் அரசு அந்தத் தொடக்கப்பள்ளியை மூடிவிட நிர்ப்பந்தித்தது என்று சொன்னதையும், "இதெல்லாம் கல்வியின் மீது உள்ள ஆர்வ மேலீட்டால்தான் மரத்தடியிலும் அமர்ந்து கற்கிறார்கள்; மரத்தடியில் அமர்ந்து கற்பது ஒன்றும் சட்ட விரோதமான செயல் அல்லவே" என்பதையும் குறித்திருந்தேன்.

நான் குறிப்பெடுத்திருந்த இன்னொரு குறைந்த கட்டணப் பள்ளி 'டே பிரேக் பள்ளி' என்னும் பெயர் கொண்ட, எட்வின் பள்ளிக்கருகில் தொடங்கப்பட்ட ஒரு உயர்நிலைப்பள்ளி ஆகும். இந்தக் குறைந்த கட்டணப் பள்ளியின் உரிமையாளரான 25 வயது நிரம்பிய வாட்சன், வேறு ஒரு குறைந்த கட்டணப் பள்ளியின் ஆசிரியராகப் பணியாற்றியவர். அவர், தானே ஒரு பள்ளியைத் தொடங்கி நடத்தத் தீர்மானித்தார். இவரது தந்தையார் சமீபத்தில் இறந்து விட்டார். அவர் அக்குடும்பத்திற்கு விட்டுச் சென்ற "குறைந்த தொகையைக் கொண்டு அவரது வீட்டை ஆறு வகுப்பறைகள் கொண்ட செங்கல் கட்டிடமாக மாற்றியமைத்தார்".

அவரது குடும்பம், பள்ளியின் முகப்பில் இருந்த பழைய இரண்டு அறைககளில் வாழ்ந்து வந்தது. இவரும் ஏன் ஒரு பள்ளியைத் தொடங் கினார் என்றும் குறிப்பெழுதியிருந்தேன். ஏனென்றால், அந்நகரியத்திலும்

அதைச்சுற்றிலும் உயர்நிலைப் பள்ளிகளே இல்லை. எனவே இந்தத் தேவையை அவர் பூர்த்தி செய்ய விரும்பினார். ஏனென்றால், அரசுப் பொதுத் தேர்வுகளில் அதிக மதிப்பெண்கள் பெற்ற மாணவர்களையே அரசுப்பள்ளிகளில் சேர்த்துக் கொண்டனர். சுமாரான மதிப்பெண்கள் வாங்கிய மாணவர்கள் எங்கு போவது? வாட்சன் கல்லூரியில் சென்று படிக்கத்தான் விரும்பினார். ஆனால் அவரால் முடியவில்லை. அவரது தந்தையாரின் மறைவுக்குப் பின்னர், குடும்பத்தைக் காப்பாற்ற வேண்டிய பொறுப்பு தானாகவே இவருக்கு வந்து விட்டது. அரசுப் பள்ளியை விட இவரது பள்ளியில் கட்டணம் குறைவாக உள்ளதால், இப்பள்ளியில் இப்போது 72 குழந்தைகள் படிக்கின்றனர் என்றும், இந்த எண்ணிக்கை மிக விரைவில் இரண்டு சுற்று முறையில் 300க்கு வந்து விடும் என்று குறிப்பேட்டில் எழுதியிருந்தேன். பள்ளிப் பெயர் பொறித்த 'டீ ஷர்ட்' வழங்குவது போன்ற வகைகளில் பள்ளியைப் பிரபலப்படுத்த வாட்சன் பல யோசனைகள் கொண்டிருந்திருந்தார் என்றும் குறிப்பிட்டிருந்தேன். வார்த்தைக்கு வார்த்தை வாட்சன் என்னிடம் சொன்னதைக் குறிப்பிட்டிருந்தேன். "ஆசிரியர் மாணவர் விகிதாச்சாரமே பெற்றோர் எங்கள் பள்ளியைத் தேர்ந்தெடுப்பதற்கான முக்கிய காரணம்; அரசுப் பள்ளிகளில் இந்த விகிதாச்சாரம் 60-1; எங்கள் பள்ளியில் 20-1. எனவே ஓர் அரசுப்பள்ளியில் கண்காணிப்பு மிகவும் குறைவு. சில சமயங்களில், அரசுப் பள்ளி வகுப்புகளில் மாணவர் எண்ணிக்கை 200 ஐ எட்டி விடுகின்றது. அதிக வருகையினால் ஆசிரியர்கள் சோர்வடைந்து விடுகின்றனர். அதனால் ஆசிரியர்கள் அடிக்கடி பள்ளிக்கு வராமலும் இருந்து விடுகின்றனர். ஆனால் எங்கள் பள்ளியைப் பொறுத்தவரை, ஒரு முறை நீங்கள் பள்ளிக்கு வராமலிருந்தால், நீங்கள் அதற்கான விளக்கம் சரியாகக் கொடுக்கவேண்டும். அப்படியும் நீங்கள் கொடுத்த விளக்கம் எங்களுக்கு திருப்தி அளிக்கவில்லை யென்றால், நீங்கள் வெளியேறிவிட வேண்டியதுதான்". வாட்சன் தன்னுடைய ஆசிரியர்களுக்கு மிகக் கவனமாகத் தொகுத்து வழங்கியுள்ள நடத்தை விதிகளின் நகல் ஒன்றினையும், புதிய ஆசிரியர்களுக்கு வழங்கியதன் நகல் ஒன்றினையும், அலுவலகச் சுவரில் ஒட்டப்பட்டிருந்த நகல் ஒன்றினையும் என்னுடைய குறிப்பேட்டில் இணைத்திருந்தேன். அரசுப் பள்ளி ஆசிரியர்களின் நடத்தையினால் உண்டாகும் உண்மையான பிரச்சினையை என்னிடம் சொல்லிக் கொண்டிருந்ததைக் குறிப்பிட்டிருந்தேன். (ஜிம்பாப்வேயில் நான் ஆசிரியராகப் பணியாற்றியபோது நடந்த இதுபோன்ற சம்பவங்கள் என் நினைவுக்கு வந்தன. ஆசிரியர்கள், மாணவியர்களிடம் தவறான உறவு கொள்வர்; இந்தத் தவறான உறவால் மாணவிகள் கருவுகிறபோது, கருவுற்ற மாணவிகள் வழக்கம்போலப் பள்ளியை விட்டு வெளியேற்றப்படுவர். தவறு செய்த ஆசிரியர்கள்

தொடர்ந்து பணியாற்றுவர்) வாட்சன் வகுத்திருந்த நடத்தை விதிகளில் இதுவே முதலில் இடம் பெற்றிருந்தது.

"எந்த ஒரு பள்ளிப் பணியாளரும் மாணவிகளிடம் காதல் தொடர்பு கொள்ளக் கூடாது. பள்ளிக்கு உள்ளேயோ அல்லது வெளியேயோ மாணவிகளுடன் விரும்பத் தகாத தொடர்பு வைத்துக் கொள்ளக் கூடாது. எந்த ஒரு பள்ளி ஆசிரியரும் மாணவியிடம் தகாத உறவு கொண்டிருப்பது தெரியவந்தால், அவர் பள்ளியிலிருந்து வெளியேற்றப்படுவது மட்டுமல்ல, அவர் காவல்துறையிடம் ஒப்படைக்கப்படுவார்." அதனைத் தொடர்ந்து காலம் தவறாமை பற்றிக் கண்டிப்பான உத்தரவும் இருந்தது. (ஒவ்வொரு ஆசிரியரும் ஏழு மணிக்குள் பள்ளியில் இருக்கவேண்டும்) அடுத்து பள்ளிக்கு வராமலிருப்பது - (தகுந்த காரணமின்றி எந்த ஆசிரியரும் பள்ளிக்கு வராமலிருக்கக் கூடாது. உடல் நலக்குறைவு காரணமாகப் பள்ளிக்கு வராமலிருந்தால் மருத்துவச் சான்றிதழ் அளிக்கவேண்டும். மருத்துவச் சான்றோ அல்லது முன்னறிவிப்போ கொடுக்க தவறினால் அது கடுமையான குற்றமாகக் கருதப்பட்டு அபராதத் தொகை கட்டவேண்டும்.) மிக முக்கியமான விதிமுறைகளையும், அரசுப் பள்ளிகளில் நிலவுகின்ற உண்மையான பிரச்சினைகளையும் வாட்சன் மிகச் சரியாக அணுகுவது போல் தெரிந்தது என்று என் குறிப்பேட்டில் எழுதி இருந்தேன். என்னுடைய வருகையும், அந்தப் பருவத்தின் கடைசி நாளுக்கு முந்திய நாளும் ஒரே நாளில் அமைந்து விட்டதால், அன்று அப்பள்ளியின் நாடக விழா நடைபெற்றதையும் அதில் மாணவர்கள் தாங்களே உருவாக்கிய நாடகங்களில் நடித்ததையும் குறிப்பிட்டிருந்தேன். அந்த மாணவர்கள் எவ்வளவு சிறப்பான நடிகர்களாகவும் உயிர்த்துடிப்புள்ளவர்களாகவும், உணர்ச்சிப் பெருக்கெடுப்பவர்களாகவும், ஆனந்தக் கூத்தாடுபவர்களாகவும் இருந்தார்கள் என்று குறிப்பேட்டில் குறித்திருந்தேன். இப்பள்ளி, அவசர அவசரமாகத் தேர்வு நோக்கத்தை மனதில் கொண்டு கல்வியை மாணவர்கள் மூளையில் திணிக்கும் பள்ளி அல்ல.

இது மட்டுமல்ல, இன்னும் நான் பார்த்த பல குறைந்த கட்டணத் தனியார் பள்ளிகளைப் பற்றிய விவரங்களை எழுதி இருந்தேன். மரோண்டராவில் குடியிருந்த ஒரு பெற்றோர், அங்குள்ள 'பிரைட் - டான்' பள்ளி பற்றி அவர் எங்களிடம் சொன்னது பற்றியும் எழுதியிருந்தேன். மேலும் அப்போது ஜனு -பி.எஃப் தலைமை பாதுகாப்பு அதிகாரி என்மீது தொடர்ந்து வசை மொழி பொழிந்து கொண்டிருந்தபோது என் அருகில் அமர்ந்திருந்த, எல்லாம் சரியாகிவிடுமென்று பார்வையால் என்னைச் சாந்தப்படுத்திய அப்பள்ளியின் உரிமையாளரான ஜாய் என்பவரைச் சந்திக்க, லெனார்டு அவர்களோடு நான் மேற்கொண்ட பயணத்தைப் பற்றியும் எழுதி இருந்தேன்.

"என்ன கருமத்தை இங்கே நீர் எழுதிக் கொண்டிருக்கிறீர்? வெள்ளைக் காரனான உமக்கு இன்னும் அந்த இன வெறி புத்தி போகவில்லையே" என்று வெகுண்டெழுந்தார்.

ஓர் இளைஞனாக, பல ஆண்டுகள் உங்கள் மக்களுக்காக உழைப்பதற்காகவே ஜிம்பாப்வேக்கு வந்தேன் என்று ஏற்கனவே அவரிடம் கூறியிருந்தேன். நான் சென்று வந்த மற்ற எல்லா நாடுகளையும் விட ஜிம்பாப்வேயை மிக அதிகமாக நேசித்தேன் என்பதையும், ஏனென்றால், என்னுடைய காளைப் பருவங்களை கழித்த இந்த ஜிம்பாப்வே நாடுதான் என்னுடைய 'முதல் காதலாக' இருந்தது என்பதையும் உண்மையில் கூறிவிட்டேன். இதற்குமேல் நான் எதைச் சொல்வதென்று எனக்கு ஒன்றும் புரியவில்லை. ஆனால் இப்போது நான் மீண்டும் அதையே வேதனையோடு வாதிட்டுக் கொண்டிருந்தேன்.

"இங்கே பாருங்கள், ஜிம்பாப்வேயினரின் ஒரு நண்பன் நீர் என்பதை நான் எவ்வாறு தெரிந்து கொள்வது? இருபது ஆண்டுகளுக்கு முன்னால் நீர் இங்கு ஒரு ஆசிரியராக பணியாற்ற வந்தீர். அதன்பிறகு உங்கள் நாட்டினர் பலர் இங்கு வந்து எங்கள் மீது அக்கறையும் அன்பும் காட்டுவது போலவும், எங்களுக்காக அதையும் இதையும், ஏன், எல்லாவற்றையும் செய்வது போலவும் நாடகமாடுகிறீர்கள். பிறகு இதைவிட்டு உங்கள் நாட்டுக்குப் போய் எங்களைப் பற்றிக் கேவலமாக எழுதி வருகிறீர்கள்; நீங்கள் எல்லாருமே இப்படித்தான் நடந்து கொள்கிறீர்கள். நீங்கள் எங்கள் மீது கொண்டிருக்கிற அக்கறையையும் ஆர்வத்தையும் நாங்கள் ஒருபோதும் விரும்புவதில்லை. பிரிட்டிஷ் ஏகாதிபத்திய எண்ணம் கொண்ட நீங்கள் ஜிம்பாப்வேயினரை இன்னும் ஆண்டு வருவதாக நினைத்துக் கொண் டிருக்கிறீர்கள். அந்த எண்ணத்தை மாற்றிக் கொள்ளுங்கள். நாங்கள் இப்போது இறையாண்மை உள்ளவர்களாகவும், சுதந்திரம் உள்ளவர் களாகவும் இருக்கிறோம். நீங்கள் இங்கே சட்டவிரோதமான செயல்களை செய்து வருகிறீர்கள்" என்று அவர் கர்ஜித்தார்.

பிறகு அவர் ஜாய் மற்றும் டிச்சயோனா ஆகிய இருவரையும் மாறி மாறிப் பார்த்தார். அவர்கள் இருவரும் முன்னும் பின்னும் நெளிந்தார்கள். அவர் என்னைக் கடுஞ் சினத்துடன் நோக்கிவிட்டு, பிறகு வேறுபக்கம் பார்த்தார். அவர்கள் அனைவரும் ஷோனா மொழியில் பேசிக் கொண்டனர். இதெல்லாம் எப்படி முடியப் போகிறதோ?

பிறகு இது ஒரு முடிவுக்கு வந்தது. அவருக்கு ஒரு தொலைபேசி அழைப்பு வந்தது. அதில் பேசினார். பிறகு என்னைப் பார்த்து "நீர் போகலாம்" என்றார்.

நாங்கள் மூவரும் எழுந்து நின்றோம். என்னோடு கை குலுக்குவதை

எழில் மரம் | 297

அவர் மறுத்துவிட்டார். ஷோனா மொழியில் விடை வேண்டியதையும் அவர் காதில் போட்டுக் கொள்ளவில்லை. நான் மற்றவர்களோடு கிளம்பினேன். காத்துக் கொண்டிருந்த வாடகை வாகனத்தில் ஏறி அடைத்துக் கொண்டோம். வெளியே எங்களுக்காக பதற்றத்தோடு காத்துக் கொண்டிருந்த லெனார்டு அவர்களைச் சந்தித்தோம். "நான் மிகவும் கவலைப் பட்டுப் போய் விட்டேன்" என்றார் அவர். இதில் வேடிக்கை என்னவென்றால் என் நண்பன் பீட்டர் குறிப்பிட்டது போல, இந்த சந்திப்புக்கு முன் நான் ஜிம்பாப்வே பற்றி மோசமாக எதையும் எழுதி இருக்க முடியாது; நான் நேசித்த நாட்டைப் பற்றி நல்லதாகவே எண்ணிக் கொண்டிருந்தேன். தாங்கள் சாதித்ததாக இதை ஊதிப் பெரிதாக்கிக் காட்டியவர்கள் பத்திரிக்கையாளர்தாம். நான் சென்று வந்த மற்ற ஆப்பிரிக்க நாடுகளைப் பார்க்கின்ற போது, ஜிம்பாப்வேயில் உள்ள வறுமையும் ஊழலும் ஒன்றுமே இல்லை. ஜிம்பாப்வே நாட்டில் நான் மேற்கொண்ட பயணத்தின் போது நகரிலோ அல்லது நாட்டுப் புறத்திலோ எனக்கு எந்தத் தீங்கோ, பாதிப்போ எதுவும் நிகழாமல் எளிதாகவே பயணம் மேற்கொண்டேன். நான் விரும்பிய மனிதர்களிடம் பேச முடிந்தது; நான் விரும்பியதை பார்க்க முடிந்தது. ஜனு - பி.எஃப் கட்சி வட்டாரத் தலைமைப் பாதுகாப்பு அதிகாரிதான் எல்லாவற்றிற்கும் ஒரு முட்டுக்கட்டை போட்டு விட்டார்.

இறுக்கமான சூழலை விட்டு, எல்லாரும் சிரித்துக் கொண்டே காரில் வந்து கொண்டிருந்தோம். எனக்கு இப்போதுதான் வியர்த்தது. இப்போது அவர்கள் என்னிடம் எதுவும் பேசவேண்டாமென்று சொன்னேன். அவர்களை என்னோடு பேச வைத்து, அதனால் அவர்களை மேலும் ஆபத்தில் சிக்க வைத்து விட வேண்டாமென்று நினைத்தேன். அப்படி எதுவும் இல்லை என்று அவர்கள் வலியுறுத்திச் சொன்னார்கள். நானும் அவர்களுக்கிணையாக என் கருத்தையே வலியுறுத்திச் சொன்னேன். அவர்களைப் பத்திரமாக இறக்கிவிட்டு, மன அமைதியோடு அனுப்பி வைக்க விரும்பினேன். ஆனால் அவர்கள் வலியுறுத்திச் சொன்னது அழுத்தமாக இருந்தது. "நல்ல தேநீர் குடித்தால் நன்றாக இருக்கும்" என்றார் ஜாய். நகரியத்திலிருந்து கொஞ்ச தூரம் தள்ளி இருந்த ஜாய் அவர்களின் சகோதரி வீட்டிற்குச் சென்றோம்.

இப்போது எல்லாரும் சிரிக்கிறோம். அந்த விசாரணை நிலவறையில் பகிர்ந்து கொண்ட அனுபவங்கள் எல்லாம், இப்போது எங்களை நெருங்கியவர்கள் ஆக்கிவிட்டன. நான் பயணித்த நாடுகளில் பார்த்தவற்றை அவர்களுக்குச் சொன்னேன். அவர்கள் எப்படித் திட்டம் வகுத்து எப்படிச் சாதித்தார்கள் என்பதை எனக்குச் சொன்னார்கள். இங்கு ஜிம்பாப்வேயில் சாதித்துக் கொண்டிருக்கும் அற்புதமான இரண்டு துடிப்பு மிக்க கல்வி முனைவோர்களைச் சந்தித்தேன். 1998-ல் 15 மாணவர்களைக் கொண்டிருந்த

ஜாய் அவர்களின் பள்ளியானது இப்போது 300 மாணவர்களைக் கொண்டுள்ள பள்ளியாய் உயர்ந்துள்ளது. இந்த நாட்டிலேயே மழலையர் வகுப்பிலிருந்து தொடங்கி உயர்நிலைப் பள்ளி வரை வளர்ந்த ஒரே உள்ளூர் பள்ளி இது தான் என்றார். ஹெட்லேண்ட் என்னும் இடத்திற்கு அருகில் உள்ள 'வேயா' என்னும் ஊரகப் பகுதியின் மையத்தில் இரண்டாவது பள்ளி ஒன்றையும் தொடங்கி இருந்தார். இங்கு பள்ளிப் படிப்புடன் சேர்த்து, கோழி வளர்ப்பு, இரும்பு பற்ற வைக்கும் வேலை, பன்றி வளர்ப்பு, ஆடைகள் தயாரிப்பது போன்ற தொழில்களும் கற்றுத் தரப்பட்டன. அவர் ஒரு கடையையும் நடத்தினார். பள்ளி நடத்துவதற்கான நிதியைப் பெறவும் தொழில் முனைவோருக்குப் பயிற்சி அளிப்பதற்காகவும் தொழில் நுட்பக் கல்வியும் கற்றுக் கொடுக்கப்பட்டது. 'மசேக்' என்ற இடத்திலும் மூன்றாவதாக ஒரு பள்ளியைத் தொடங்க வேண்டுமென்று மக்கள் அந்த அம்மையாரைக் கேட்டுக் கொண்டார்கள். இதற்கு முன்பு நான் பல ஆண்டுகள் வாழ்ந்த ஈஸ்டர்ன் ஹைலண்டில் உள்ள முடேர், ஓட்ஸி, நியாஜ்ஹரா ஆகிய இடங்களுக்கும் அதனை விரிவுபடுத்தச் சொன்னார்கள். அங்குள்ள உள்ளூர்வாசிகள் எல்லாரும் அந்த அம்மையாருக்குத் தேவையான இடம் தருவதாகச் சொன்னார்கள். மரோண்டராவில் அந்த அம்மையாரின் சாதனையைக் கண்டவர்கள் இவ்வாறு உதவ முன் வந்தார்கள். "நண்பரே, ஒரே வளாகத்தில் அனைத்து விதமான கல்வி வகைகளையும் கற்றுக் கொள்ளக் கூடிய ஒரு பள்ளியைத் தொடங்க வேண்டுமென்று விரும்புகிறேன்" என்றார் அந்த அம்மையார். வட்டிக் கடை நடத்திக் கொண்டிருக்கும் அந்த அம்மையாரின் மகனான டிச்சயோனா, ஜிம்பாப்வே திறந்த வெளிப் பல்கலைக் கழகத்தில் எம்.பி.ஏ. படிப்பில் சேர்ந்துள்ளார். இவர் இதே பல்கலைக்கழகத்தில் ஏற்கனவே பொருளாதார மேலாண்மை பற்றி டிப்ளமோ படித்து முடித்துள்ளார். நாங்கள் எல்லா விபரங்களையும் பகிர்ந்து கொண்டோம். அவர்கள் ஆற்றியுள்ள சாதனைகள் என்னைக் கவர்ந்தன. அவர்களின் எதிர்காலச் செயல்பாடுகளில் நானும் பங்கெடுத்துக் கொள்ள வேண்டும் போல இருந்தது.

நாங்கள் அந்த அம்மையாரிடமிருந்து விடைபெறும் போது இயல்பாகக் கேட்க வேண்டிய ஒரு கேள்வியைக் கேட்டேன். விடுதலை பெற்ற மகிழ்வுணர்ச்சியால் அப்போது கேட்க மறந்துவிட்ட, ஆனால் கேட்க வேண்டிய கேள்வியை, இப்போது, அவர்களிடமிருந்து விடை பெறும்போது கேட்டேன். "ஏன், அந்த தலைமைப் பாதுகாப்பு அதிகாரிகள் என்னைப் போக அனுமதித்தார்கள்?". நான் ஜிம்பாப்வேயின் நண்பன் என்று சொன்னதை, ஒருவேளை, அந்த அதிகாரிகள் நம்பியது காரணமாக இருக்கலாம் என ஜாய் சொன்னார். மேலும் ஜாய் அவர்களின் பள்ளியில்

அந்த வட்டாரத் தலைமைப் பாதுகாப்பு அதிகாரியின் மகள் படித்துக் கொண்டிருப்பதும் காரணமாக இருக்கலாம். அதுதானே! அவர் அப் பள்ளியின் பெற்றோர் ஆசிரியக் கழகத் தலைவராக இருப்பதால் அவரது ஒரு குழந்தை அப்பள்ளியில் படித்துக் கொண்டிருக்கலாம் என நான் எண்ணிக்கொண்டேன். "எனவே ஓர் அரசுப் பள்ளிக்கு அவரது குழந்தையை அனுப்பமாட்டார், அப்படித்தானே?" என்று கேட்டேன். ஜாய் சிரித்தவாறு, "எங்கள் பள்ளி ஒரு சிறந்த பள்ளி, இது அனைவரும் அறிந்ததே" என்றார். தொடர்ந்து "நான் உங்களோடு அங்கு இருக்கும் போது உங்களுக்கு எந்தத் தொந்தரவும் கொடுக்க மாட்டார்கள். உங்களைக் கொஞ்சம் பயமுறுத்திப் பார்த்தார்கள்" என்றார். ஜாய் என்னருகில் இருக்கும் வரை எனக்குப் பாதுகாப்புதான்.

விடை பெற்றோம். லெனார்டும் நானும் ஒரு வாகனத்தைக் கைகாட்டி நிறுத்தி அதில் ஹராரே சென்றோம். அந்த வாகனம் ஆறு பேரை அடைத்துக் கொண்டு மெதுவாக ஊர்ந்து சென்றது. மரோண்டராவைக் கடந்த போது வாகனம் சோதனைச் சாவடியில் போலீசாரால் நிறுத்தப்பட்டது. எங்கள் வாகனம் மட்டுமே நிறுத்தப்பட்டது. மற்ற வாகனங்கள் போக்குவரத்து நெரிசலில் மெதுவாகக் கடந்து சென்றன. நான் நிலை குலைந்து போனேன். ஜனு - பிஎஃப் வானொலி மூலம் என்னைக் கைது செய்யச் சொல்லி தகவல் அனுப்பி விட்டதா! ஜாய் என் அருகில் இப்போது இல்லாததால் நான் பாதுகாப்பின்றி விடப்பட்டு விட்டேனா? ஆனால் நல்ல வேளை! எந்த அசம்பாவிதமும் நடைபெறவில்லை. ஓட்டுநர் அவரது உரிமங்களைக் காண்பித்தார். அவர் செலுத்த வேண்டிய கட்டணத்தைச் செலுத்தினார். நாங்கள் போக அனுமதிக்கப்பட்டு ஹராரேயை நோக்கிப் பயணத்தைத் தொடர்ந்தோம்.

இந்தச் சமயம் மட்டுமே, என் ஆய்வுப் பணி முழுவதிலும், உண்மையாக நான் மிரட்டப்பட்டதாக உணர்ந்த சமயம். ஆனால் இந்த நிகழ்வு மட்டும் என்னை நிலை குலைய வைக்கவில்லை. என்னுடைய உழைப்பின் முடிவுகளை அந்த கல்வியாளர்களிடமும், அரசு மேம்பாட்டு வல்லுநர் களிடமும் நான் சமர்ப்பித்தபோது, ஒரு நிலவறைச் சிறையில் என்னை அடைத்து வைக்க அவர்களால் இயலுமானால், அவர்கள் அவ்வாறு செய்து மகிழ்ச்சியடைந்திருப்பார்கள் என உணர்ந்தேன். விசாரணை அதிகாரி சொன்னதுபோல் அவர்களில் சிலர் என்னை ஏகாதிபத்தியன், இன வேற்றுமை பாராட்டுபவன், மற்ற நாட்டினரை அடக்கி ஆள்பவன் என்றெல்லாம் குற்றம் சாட்டினார்கள். பிற்காலங்களில் சில சங்கடங்களை நான் சந்திக்க நேர்ந்தாலும் எனது முதுகுத்தண்டின் அடிப்புறத்தில் முள்ளால் குத்தும் பயங்கரத்தை அப்போது உணர்ந்ததுபோல் பின்னால் ஒருபோதும் உணர்ந்ததில்லை.

ஆசிரியர்கள் உதவி இல்லாமல் இணையதளம் மூலம் ஏழைக் குழந்தைகள் கற்றுக்கொள்ள முடியும் என்று இந்தியாவில் காண்பித்தவர் தான் நியூ கேஸ்ல் பல்கலைக்கழகத்தில் என்னோடு பணியாற்றிய பேராசிரியர் சுகதா மித்ரா.

இவர் என்னிடம் சொல்வார்: எப்போதும் ஒரு முக்கியமான உரை நிகழ்த்தப் போகுமுன், ஏதேனும் குளறுபடி ஏற்பட்டு விடுமோ என்ற அச்சம் தோன்றினால், அவருடைய பணியில் உதவி பெற்ற குழந்தைகளின் புகைப்படத்தைப் பார்த்துக் கொள்வாராம். அந்தப் புகைப்படம், அவர் ஆற்றவேண்டிய உரைக்கு உற்சாகமளிக்குமாம். படபடப்பைக் குறைத்து பார்வையாளர்கள் பற்றிய பயத்தையும் போக்கி விடுமாம். ஹைதராபாத் நகரில் ஏழைகளுக்காகச் செயல்படும் தனியார் பள்ளி ஒன்றை நிர்வகித்து வருகிறார் முகம்மதியப் பெண்மணியான ரேஷ்மா என்பவர். நான், ஜாய் மற்றும் ரேஷ்மாவோடு எடுத்துக் கொண்ட புகைப்படம் இதேபோன்று பல தருணங்களில் என்னை ஊக்கப்படுத்தியது. ஜாயும் ரேஷ்மாவும் தாங்கள் கடக்கவேண்டிய அத்தனை துயரங்களையும் தாங்கிக் கொண்டு அனைத்துத் தடைகளையும் தாண்டி தரமான கல்வியை வழங்குவதன் மூலம் ஏழைகள் பயனடைய உதவ முடியுமென்றால் நான் கண்டறிந்தவற்றை மக்களிடம் என்னால் எடுத்துக் கூறவும் முடியுமல்லவா? ஜிம்பாப்வேயிலிருந்து ஊருக்குப் பறந்த சென்ற சில நாட்களிலேயே, ஆக்ஸ்போர்டு பல்கலைக் கழகத்தில் நடைபெற்ற ஒரு முக்கியமான கல்வி வளர்ச்சிக் கருத்தரங்கில் என் ஆய்வு முடிவுகளில் சிலவற்றைச் சமர்ப்பித்தேன். என் ஆய்வு முடிவு களை பல கல்விக் கருத்தரங்குகளில் சமர்ப்பித்திருக்கிறேன். ஆனால் இது வித்தியாசமான ஒன்று. இந்தியாவிலும் ஆப்பிரிக்காவிலும், பாமர மக்கள் வாழும் இடங்களில் பெருவாரியான பள்ளிக் குழந்தைகளுக்கு கல்விப் பணியாற்றும் தனியார் பள்ளிகளைப் பற்றி விபரமாக எடுத்துரைத்தேன். சீன நாட்டு பள்ளிகளைப் பற்றியும் சொல்வதற்கு சுவையான செய்திகள் இருந்தன. பல்லாயிரக்கணக்கான மாணவர்களைப் பரிசோதனை செய்து, ஆயிரக்கணக்கான பள்ளிகளைப் பார்வையிட்டு, தனியார் பள்ளிகள் அரசுப் பள்ளிகளை விட, ஆசிரியர்களின் பாடப் போதனைகளிலும், மாணவர்களின் கற்கும் திறன்களிலும் எவ்வாறு மேம்பட்டு விளங்குகின்றன என்று விளக்கிக் கூறினேன். இதை எல்லாம் அவர்கள் மிகக் குறைந்த செலவில் செய்து வருகின்றனர் எனவும் விளக்கினேன். ஏழைகளுக்கு நல்ல முறையில் கல்விப் பணியாற்றி வரும் தற்போதுள்ள தனியார் பள்ளிகளைக் காட்டிலும் இலவச அரசுத் தொடக்கப்பள்ளிகளை அதிகரித்துக் காட்டுவதால், பலரும் நம்பிக் கொண்டிருப்பதுபோல இலவசத் தொடக்கக்கல்வியில் பயனேதுமில்லை என்று விளக்கினேன். கென்யா நாட்டிலாவது....

என் ஆய்வறிக்கை மீதான என் உரையை முடித்த போது கருத்தரங்கத்

தலைவர் சந்தேகங்களையும் கேள்விகளையும் எழுப்பலாம் என்றார். உடனே பேராசிரியர் ஒருவர் என் குறிப்பேட்டினை எனக்கு முன்னால் இருந்த மேசையின் மீது தூக்கி எறிவதுபோல் பாவனை செய்துவிட்டு, என் உரையில் கூறியவற்றை நிராகரித்தார். "டூலி அவர்கள், யாருக்கும் ஈடுபாடு இல்லாத ஒரு விஷயத்தில் ஈடுபாடு காட்டியுள்ளார். அவரது ஆய்வு எப்போதும் அப்படியே இருக்கட்டும்" என்றார். இன்னொருவர் எழுந்து நின்று என் ஆய்வின் அணுகுமுறையையே வன்மையாகக் கண்டித்தார்: "டூலியின் அணுகுமுறை மிகவும் ஆபத்தானது. தவறான நபர்கள் கையில் தனியார் கல்வி சென்றடைகிறபோது அது அரசுக் கல்வித்துறையைக் குழி தோண்டிப் புதைத்து விடும்" என்றார். "கல்வியில் தோன்றக்கூடிய வேண்டாத போட்டிகளை நீங்கள் அழகாகப் படம் பிடித்து காட்டியுள்ளீர்கள். ஆனால் பள்ளிகளுக்கிடையே நிலவி வரும் போட்டியால் தனியார் கல்வி பொதுமக்களின் தேவைகளை நிறைவேற்றாமல் தோல்வியடைந்துவிட்டது என்பதை நீங்கள் கேள்விப்படவில்லையா" என்று கேட்டார்.

ஒருவர் எழுந்து பெரு மூச்சுவிட்டபடி "உங்களின் ஆதாரங்கள் காட்டுபவை எல்லாம் ஒரு பெரிய விஷயம் அல்ல. புள்ளி விபரம், புள்ளி விபரம், புள்ளி விபரம்; உங்களின் புள்ளி விபரங்களை யார் கேட்டார்கள்? தனியார் கல்வி ஒரு போதும் ஏழைகளுக்கு ஆதரவாக அமையாது" என்றார். ஏழைக் குடும்பத்தினர் தனியார் கல்வியைப் பயன்படுத்திக் கொள்ள முடிவெடுத்திருப்பதைக் கொண்டாடுவதினால் நான் ஏழைகளின் ஆதராவாளன் அல்லன். ஏழைகளுக்கு அரசுதான் கல்வி வழங்க வேண்டும். ஏனெனில் அவர்களால் கல்விக் கட்டணம் செலுத்த இயலாது. என் கூற்றுகள் எல்லாவற்றையும் நிராகரிப்பது போல எழுந்த ஓர் இளம் பெண், "மனித உரிமைகளைப் பற்றி உங்களுக்கு எதுவுமே தெரியவில்லை. இலவசக் கட்டாயக் கல்வியானது உலகளாவிய பிரகடனத்தில் இடம் பெற்றுள்ளது" என்று கூறினார். ஒரு முதிய இந்தியப் பேராசிரியர், மற்றவர்களைப் போல பேசாமல், மிகுந்த கனிவுடன், ஆனால் நான் சொன்னது எதையும் ஏற்றுக் கொள்ளாமல், "ஏறி வந்த ஏணியை எட்டி உதைக்கிறீர்கள். அரசாங்கத்தின் இலவசப் பள்ளிகளால்தான் உங்கள் தேசம் வளர்ந்துள்ளது தெரியுமா? மீதமுள்ள எங்களுக்கு ஏன் அதை மறுக்க முயற்சிக்கிறீர்கள்?" என்றார்.

என் ஆய்வு முடிவுகளை நிராகரிப்பதில் அவர்கள் எல்லாரும் ஓர் அணியில் திரண்டு நின்றனர். 'அனைவருக்கும் கல்வி' என்பதை அடைவதற்கான எந்தவொரு தீர்வின் பகுதியாகக் கூட ஏன் தனியார் கல்வி விளங்க முடியாது என நாம் அனைவரும் அறிந்த சிறந்த காரணங்களை நான் ஏன் புறக்கணித்து வந்தேன். இறுதி அத்தியாயத்தில் நான் கண்டறிந்து கூறியிருந்த 'நேரிடையாகப் பதில் சொல்ல வேண்டிய பொறுப்பு' (தனியார்

பள்ளியாளர்கள் பெற்றோர்களிடமிருந்து கல்விக் கட்டணம் பெறுவதால், அவர்களே பெற்றோர்களுக்கு நேரிடையாக பதில் சொல்ல வேண்டிய பொறுப்புள்ளவர்கள்) மறைமுகமாக பதில் சொல்லவேண்டிய பொறுப்புக்காக (அரசாங்கப் பொறுப்பு) கைவிடப்பட்டதற்காக நான் ஏன் பள்ளிச் சந்தைகள் கல்வியைப் பொருத்தவரை பொருத்தமற்றதாக இருக்கின்றன என்பதற்கான சிறந்த காரணங்களை புறக்கணித்து வந்தேன்.

நான் அறிக்கையைச் சமர்ப்பித்த பின், இங்கிலாந்து நாட்டின் மிக உயர்ந்த கல்வித் துறை ஒன்றின் பேராசிரியராக இருந்த கருத்தரங்குத் தலைவர் என்னைத் தனியாக அழைத்துச் சென்றார். எனக்கு அவர் ஆதரவு தெரிவிக்க முயற்சித்தார். "நீ ஒரு முட்டாள், வடிகட்டிய முட்டாள்; இதையெல்லாம் சொல்கின்ற நீ ஒரு வடிகட்டிய முட்டாள். இதுபோன்ற ஆய்வுப்பணி இனிமேல் உனக்கு ஒருபோதும் கிடைக்காது. கொஞ்சம் அறிவோடு செயல்படு" என்றார்.

ஐந்து சிறந்த காரணங்கள்

இந்தச் சிறந்த காரணங்கள்தாம் யாவை? ஏற்கனவே நாம் விவாதித்துள்ள, ஏழைகளுக்காகச் செயல்படும் தனியார் பள்ளிகள் 'தரம் குறைந்தவை' என்ற குறைபாட்டைத் தவிர்த்து விட்டுப் பார்த்தால், மேலே கண்ட மறுப்புகள் ஒவ்வொன்றும் தனியார் பள்ளிகள் ஒருபோதும் ஒரு தீர்வாக அமையாது என்று அரசு மேம்பாட்டு வல்லுநர்கள் மறுக்கும் முக்கிய காரணங்களில் ஒன்றினைச் சுருக்கமாகக் கூறுகிறது. என் சுற்றுப் பயணத்தில் ஆய்வு செய்தபடியே இந்தக் காரணங்களையும் வாசித்துப் பார்த்தேன். நானே நேரில் கண்டவற்றைச் சீர் தூக்கிப் பார்த்து, இயன்றவரை பலரிடம் கலந்து பேசி தெளிவு படுத்திக் கொண்டேன். நான் எவ்வளவுக்கு எவ்வளவு அந்தக் காரணங்களை ஆய்ந்து பார்த்தேனோ, அவ்வளவுக்கவ்வளவு அந்தக் காரணங்களை என்னால் ஏற்க முடியவில்லை.

முதல் காரணத்தை மிக எளிதாகத் தள்ளுபடி செய்யலாம் போலத் தோன்றியது. கருத்தரங்கில் என் ஆய்வுக் கட்டுரை மீது கருத்து தெரிவித்த ஒருவர், தனியார் பள்ளி பற்றிய என் கருத்து ஆபத்தானது - அதாவது தனியார் கல்வி தவறான நபர்கள் கைகளில் சென்றடைகிறபோது அது அரசுக்கல்வியை குழி தோண்டிப் புதைத்துவிடும் என்றார். பல இடங்களில் இதை வாசித்திருக்கிறேன். ஏழைப் பெற்றோர்கள் தனியார் கல்விக்கு ஆதரவு கொடுப்பது அரசுப் பள்ளிச் செயல்முறைகளை வலுவிழக்கச் செய்யும் ஆபத்தை உண்டாக்கும் என்று 'இந்திய அடிப்படைக் கல்வி பற்றிய பொது அறிக்கை' (PROBE) கூறுகிறது. 'ஆக்ஸ்ஃபாம் கல்வி' அறிக்கையின் ஆசிரியராக இருந்தவரும், பிறகு பன்னாட்டு வளர்ச்சித் திட்ட இயக்குநராக

இருந்தவருமான கெவின் வாட்கின்ஸ் என்பவர், அரசுப் பள்ளிகளிலிருந்து பெற்றோர்கள் தங்கள் குழந்தைகளை விடுவித்து தனியார் பள்ளிகளில் சேர்த்து விடுதல் கூடாது. நீண்ட நாட்களுக்கு முன்பு, நான் ஹைதராபாத் குடிசைப் பகுதிகளை முதன் முதலில் பார்வையிட்ட பிறகு, சஜிதா பஷீர் அறைகூவல் விட்டு இதைச் சொன்னார்: 'ஏழைப் பெற்றோர்கள் அரசுப் பள்ளியை விட்டு ஒட்டுமொத்தமாக வெளியேறுவது தொடர்ந்தால், அரசுப் பள்ளி என்று ஒன்று இருந்ததே தெரியாமல் போய்விடும்' என்றார்.

சில எளிய விஷயங்களை ஆழமாகச் சிந்திக்க வேண்டிய அவசியமில்லை என்று அமெரிக்கர்கள் சொல்வார்கள். அது போலத்தான் இதுவும் என்று எனக்குப்பட்டது. நமக்குத் தேவை ஏழைமக்களுக்கான கல்விதான் எனும்போது, அவர்கள் அதைத் தனியார் பள்ளிகளிலிருந்து பெற்றால் என்ன? அரசுப் பள்ளிகளிலிருந்து பெற்றால் என்ன? தனியார் கல்வி எல்லாருக்கும், அதாவது ஏழைகளுக்கும், பெண்களுக்கும், புறக்கணிக்கப்பட்டோர்க்கும் கிடைக்கப் பெறுமேயானால், இதை உறுதிப் படுத்திக் கொள்வதற்கு வழிகளும் இருக்குமேயானால், (கீழே காணவும்) ஏற்கனவே அரசுப்பள்ளிகளை விட சிறப்பாக இருக்கும் தனியார் பள்ளிகளின் கல்வித்தரம் நீதிமன்றத் தீர்ப்புகள் தந்த ஆதரவுகளின் அடிப்படையில் மேம்படுத்தப்படுமேயானால் (மீண்டும் கீழே காணவும்), எல்லாருக்கும் கல்வி கிடைக்கிறது என்ற இலக்கை நாம் அடைகிறபோது, ஏழைமக்களின் கண்ணோட்டத்தில் அரசுக் கல்வியைத் தனியார் கல்வி வலுவிழக்கச் செய்யும் என்பது ஏன் ஏற்புடையதாக இருக்க வேண்டும்? சீன நாட்டுத் தலைவர் டெங் ஸியவோப்பிங் கூறுவது போல "பூனை கருப்பாக இருந்தால் என்ன? வெள்ளையாக இருந்தால் என்ன? எலியைப் பிடித்தால் தானே அது நல்ல பூனை". ஏழைகளின் பூனை எந்த நிறத்தில் இருந்தால் என்ன? அவர்கள் ஏன் அதைப்பற்றிக் கவலைப் பட வேண்டும்?

இரண்டாவது முக்கியக் காரணம், தனியார் கல்வி ஏன் ஏழைகளுக்கான வளர்ச்சிப் பாதையாக விளங்கவில்லை என்ற கேள்வி, "பொதுமக்களின் கல்வித் தேவைகளை வழங்க இயலாமை" என்பதோடு தொடர்புடையதாக இருந்தது. அரசு மேம்பாட்டு வல்லுநர்கள், இதே பதத்தை, கல்வி என்பது ஒரு "பொது நலன்" என்று சொல்லப்படும் பதத்திற்கு இணையாகப் பயன்படுத்த விரும்புகிறார்கள். அத்துடன் பொதுமக்களின் "வாங்கும் திறனில் பாதிப்பு ஏற்படுத்தாத வகையில்" கல்வி அமைந்துள்ளது என்பதை நாம் கட்டாயம் கருத்தில் கொள்ளவேண்டும். இங்கு விவாதிக்கபட வேண்டிய கருப்பொருள், வியப்பூட்டும் வகையில், ஒருவேளை குழப்பமான வகையில் விவரிக்கப்பட்டாலும், அதன் பொருள் என்னவோ மிகவும் எளிமையானதுதான். இதைப் "பன்னாட்டு வளர்ச்சித்திட்டம்" இவ்வாறு கூறுகிறது: அரசாங்கம் தொடக்கக்கல்வியை "செலவு செய்து வழங்க

வேண்டும்". ஏனென்றால், "பொதுமக்கள் கல்விக்குக் கொடுக்க விரும்பு விலையால் மட்டும்" கல்விக்குரிய "உண்மையான மதிப்பீடுகளையும் அதனால் விளையும் சமுதாய நலன்களையும்" அடைந்துவிட முடியாது என்று கூறுகிறது. ஏன் முடியாது? அடிப்படைக் கல்வி, அறிவைப் பெற்றுக்கொள்ளும் தனி நபர்களுக்கு மட்டும் பலனளிக்கவில்லை; உழைப்பாளர் உற்பத்தி மேம்பாட்டு மூலமும், உடல்நலம், சுகாதாரம் ஆகியவற்றை வளர்த்துக் கொள்வதன் மூலமும் சமுதாயத்தினர் அனைவருக்கும் பலனளிக்கிறது.

கல்வி அறிவு பெற்றவர்களிடமிருந்து பெறவேண்டிய சமுதாய நலன்கள் பல உண்டு என்பது அடிப்படைக் கருத்து. ஒரு பெற்றோர் தனது குழந்தைக்கு கல்வி அறிவு புகட்டுவாரேயானால், கல்வியின் பயனால் பிறகு அக்குழந்தை ஆரோக்கியத்துடன் விளங்குவதாலும், தொழில்துறையில் அதிக உற்பத்தி செய்ய முடிவதாலும், எழுத்தறிவு பெற்றிருப்பதாலும், மேலும் இது போன்ற பரிமாணங்களில் முன்னேற்றமடைவதாலும், சமுதாய மேம்பாட்டிற்கு அக்குழந்தை உதவுகிறது என்பது உண்மை. ஆனால் மேலே சொன்ன இந்தப் பொது நலன்கள், 'பொதுமக்கள் கல்விக்குக் கொடுக்கும் விலையில் பிரதிபலிக்கப்படுவதில்லை'. அதனால் "குழந்தைகளுக்கான கல்வித் தேவைகளை வழங்க இயலாமை" ஆகிவிடுகிறது. அதனால்தான் அரசாங்கமே கல்விக்கு நிதி உதவியும் இன்னும் பல வசதிகளும் வழங்காத பட்சத்தில், குறிப்பிட்ட எண்ணிக்கையிலுள்ள மக்கள், சமுதாய நலன்கள் வழங்குவதற்கான, நேரிய கல்வியைப் பெற முடியாமல் போய்விடுகிறது. இது தான் கருத்தரங்க விமர்சகர்கள் என் நிலைமை பற்றி வாதிட்டது.

நான் இந்த விமர்சனங்களோடு மல்லுக்கட்டி இருக்கிறேன். அரசு மேம்பாட்டு வல்லுநர்கள் கற்பனை செய்து பார்ப்பது போல இது அப்படி ஒன்றும் சக்தி வாய்ந்த மறுப்பாக எனக்குப் படவில்லை. கல்விக்கு அரசு நிதி உதவியளித்து, கல்வி வழங்காத ஒரு கட்டமைப்பில் நாம் வாழ்கிறோம் என்று வைத்துக் கொள்வோம். ஓர் ஏழைத்தாய் தனது குழந்தையைப் படிக்க வைக்கலாமா வேண்டாமா என்ற குழப்பத்தில் இருக்கிறார். தனியார் பள்ளியில் சேர்த்துப் படிக்க வைப்பது அதிகச்செலவு ஆகிறது. அப்பெண்மணியிடம் உள்ள வசதியோ மிகவும் குறைவானது. பொதுவாகக் கல்வியினால் சமூதாயத்திற்கு கிடைக்கும் நன்மைகளை அப்பெண் மதிப்பீடு செய்துபார்க்கிறார். கண்ட கண்டபடி வரும் நோயின் விளைவுகளையும், ஜனநாயகத்தினால் அடையும் பயன்களையும், சமூகக் கூட்டுறவையும் எதார்த்த ரீதியில் அப்பெண் மதிப்பீடு செய்து பார்க்கிறார். உதாரணத்திற்கு-வியாதி அப்பெண்ணை கடுமையாகத் தாக்கி விடுகிறது. ஏற்கனவே தனது குழந்தைகள் சிலவற்றை அவள் நோய்க்குப் பலி கொடுத்திருக்கலாம். ஜனநாயகக் குறைபாடுகள் அரசு அதிகாரிகளை லஞ்சம் வாங்கத்

தூண்டுகிறது. அதனால் அவர்கள் இந்தத் தாயையும் அவரது குடும்பத் தாரையும் லஞ்சம் கேட்டு நச்சரிக்கிறார்கள். சமூக ஒற்றுமையின்மை, இனக் கலவரங்களுக்கு இட்டுச் செல்கிறது. இது அப்பெற்றோரின் குடும்பத் தையும் வாழ்வாதாரத்தையும் மோசமாகப் பாதித்து விடுகிறது. நிச்சயமாக கல்வி கற்பிக்கப்படுவதால், அப்பெண்மணி, தன்னுடைய சொந்தக் குழந்தையிடமிருந்தும், ஒவ்வொரு குழந்தையிடமிருந்தும் பலன் அடைவார் என்பது தெளிவு.

ஆனால் இவை அனைத்தையும் ஆழ்ந்து சிந்தித்துப் பார்த்து, தன் குழந்தையைப் படிக்க வைக்க வேண்டாமென்று அப்பெண்மணி முடிவுக்கு வருகிறார். ஏனென்றால் அவரின் கையிருப்பு எல்லாவற்றையும் (படிப்பைத் தவிர்த்து) பல்வேறு தேவைகளுக்கு ஒதுக்கீடு செய்ய முடிவெடுக்கிறார். ஏனைய குடும்பத்துக் குழந்தைகள் கற்றுக்கொள்ளும் கல்வியின் மூலமாக, எந்த முயற்சியும் எடுத்துக் கொள்ளாமல், இப்பெண்மணியால் இலவச மாகப் பயனடைந்து கொள்ள முடிகிறது. எனவே சமூக நலன்கள் இவள் வாழ்க்கையில் தானாக வந்தடைகின்றன. மற்ற எல்லாரும் இதே நிலையில் இருந்து இதே கணக்கைத்தான் போட்டுப் பார்ப்பார்கள். எனவே, உண்மையில் சமுதாயத்தில் யாரும் பள்ளிக்கூடம் சென்று படித்துக் கொள்ள மாட்டார்கள். அதனால் யாரும் பயனடையவும் மாட்டார்கள். இதுவே கூட்டு நடவடிக்கையில் உணர்ந்தறிந்த பிரச்சினை. இதுவே அரசு மேம்பாட்டு வல்லுநர்களையும் நன்றாகக் குழம்ப வைக்கின்ற பிரச்சினை.

ஆனால் இது அந்த அளவு பிரச்சினைக்குரியது தானா? நிச்சயமாக இல்லை. ஏனென்றால், கல்வி கற்பதன் மூலம் 'தனிப்பட்ட' நலன்கள் உண்டு என்று ஏழைப் பெற்றோருக்குக் கூடத் தெரிகிறது. வறுமையை ஒழிப்பதற்கான மிகச் சிறந்த வழிகளிலும் இது ஒன்று என்று அரசு மேம்பாட்டு வல்லுநர்களும் மிகச்சரியாக விவாதிக்கின்றனர். கல்வி கற்றுக் கொள்வதால் ஒரு குழந்தைக்கு நடுத்தரமான ஒரு வேலை தேடிக் கொள்ள முடியும் என்பது மட்டுமல்ல, இதன் பெற்றோர் முதியவர் ஆகிறபோது அவர்களுக்கு உதவியாகவும் இருக்கமுடியும். ஆகவே அரசு மேம்பாட்டு வல்லுநர்கள் எண்ணுவதுபோல அவநம்பிக்கையான விளைவுகளுக்குப் பதிலாக, அதிக அளவில் சாதகமான பலன்கள் வந்து சேர்கின்றன. இந்த தனிப்பட்ட நலன்கள் அளப்பரியவை என்பதால், வேறு ஏதேனும் முக்கிய மாக வாங்க வேண்டிய பொருட்களை தியாகம் செய்தாவது, அந்தப் பெற்றோர், தன் குழந்தைக்கான கல்விக் கட்டணத்தை செலுத்துவார்கள். இது போன்று இதரப் பெற்றோர்களும் இன்னும் பலரும் கல்வியால் சமுதாய நலன்களை அனுபவிப்பார்கள். தொடக்கத்தில் தங்கள் குழந்தைகளைப் படிக்க வைக்கும் எண்ணத்தில் இல்லாதவர்கள் கூட, கல்வியால் விளை கின்ற சமுதாய நலன்களை அனுபவிக்கும் பொருட்டு, தங்கள் குழந்தை

களைக் கல்வி கற்கச் செய்வார்கள்.

இதில் முக்கியமான விஷயங்களாகக் கருதப்படுபவை, பள்ளிச் செலவினங்களும், தனிப்பட்ட ஆதாயங்களின் மதிப்பீடுகளுமே. பள்ளிச் செலவினங்கள் அதிகமாகவும், தனிப்பட்ட ஆதாயங்கள் குறைவாக இருப்பதாகவும் ஏனோ தானோவென்று ஊகித்துக் கொண்டு பெற்றோர்கள் தங்கள் குழந்தைகளைப் படிக்க வைக்க வேண்டாமென்ற முடிவுக்கு வந்து விடுவது தவறு. இந்தப் பிரச்சினையைக் கையாள்வதற்கான ஒரே வழி ஐக்கிய நாடுகள் வளர்ச்சித் திட்டமோ, என்னைக் கருத்தரங்கில் விமர்சித்தவர்கள் கொண்டிருக்கும் கொள்கையோ, கோட்பாடோ அல்ல; ஆனால் உண்மை நிகழ்வுகளைப் பார்க்க வேண்டும். ஏழைப்பெற்றோர்கள் உண்மையிலேயே தங்கள் குழந்தைகளின் கல்விக்காகச் செலவு செய்யத் தயாராக இருக் கிறார்களா; அதனால் வரும் சமுதாய ஆதாயங்களைத் துய்க்க தயாராக இருக் கின்றார்களா என்று பார்க்கவேண்டும். இதையே ஐக்கிய நாட்டு வளர்ச்சித் திட்டமும், என்னுடைய கருத்தரங்க விமர்சகர்களும் சொன்னார்கள்.

என்னுடைய ஆய்வறிக்கையில் நான் கொடுத்துள்ள ஆதாரங்கள், ஏழைப்பெற்றோர்கள் கல்விக் கட்டணம் செலுத்தத் தயாராக இருக்கிறார்கள் என்பதை மிகத் தெளிவாக விளக்கிச் சொல்கின்றன. ஏனெனில் இவர்கள் இதைத்தான் ஏற்கனவே செய்து கொண்டிருக்கிறார்கள் என்பதும் உண்மை. குடிசைப் பகுதிகளில் வாழும் மிகப் பெரும்பான்மையான ஏழைப் பெற்றோர்கள் கல்விக் கட்டணம் செலுத்தத் தங்களைத் தயார்படுத்திக் கொள்கிறார்கள்; கல்விக்கட்டணம் செலுத்தியும் வருகிறார்கள். இப்போதும் சரி, அப்போதும் சரி, தனியார் கல்விக்குப் பெற்றோர்களால் கல்விக் கட்டணம் செலுத்த இயலாது என்ற வாதம் தவறு என நிரூபிக்க இந்த சான்று போதும் என எனக்குப்பட்டது.

கூட்டு நடவடிக்கையால் எந்தப் பிரச்சினையும் இல்லை என்றும், "எங்கே எந்தவிதப் பாதிப்பு ஏற்பட்டாலும், பெற்றோர்கள் செலுத்தக் கூடிய கல்விக் கட்டணத்தில் எந்தப் பாதிப்பும் ஏற்படுத்தாத நிலை", "தனியார் கல்விக்கு பெற்றோர்களால் கல்விக் கட்டணம் செலுத்த இயலாது" என்ற நிலைக்கு இட்டுச் செல்லும் என்று எடுத்துக்கொள்வதற்கு எந்த ஆதாரமும் இல்லை என்று ஏழைப்பெற்றோர்கள் தெரியப்படுத்தி யிருக்கிறார்கள். கல்விக் கட்டணம் செலுத்தி குழந்தைகளைக் கல்வி கற்க வைப்பதற்கு அவர்கள் அடையும் தனிப்பட்ட நலன்களே போதுமானது; அத்துடன் தனியார் பள்ளியில் தங்கள் குழந்தைகளைப் படிக்க வைப்பதன் மூலம் சமூக நலன்களையும் பெறுகிறார்கள். பள்ளிச் செலவினங்களுக்கான பணம் செலுத்துகிறபோது, சமுதாயத்தில் மிகவும் ஏழைகளாக உள்ளவர் களுக்கு அப்பணத்தில் கல்வி உதவித் தொகையும் உள்ளடங்குகிறது. அதாவது இன்னொரு வழியில் உண்மை என்னவென்றால், பள்ளி

உரிமையாளர்கள் 20 சதவிகித மாணவர்களை இலவசமாக எடுத்துக் கொள்கிறார்கள், அல்லது சலுகை அளித்து வருகிறார்கள் என்பதை நான் கண்டு கொண்டேன். ஆகவே, பெற்றோர்கள் தனியார் பள்ளிக்குக் கல்விக் கட்டணம் செலுத்தத் தயாராக இருக்கிறார்கள் என்பது மட்டுமல்ல, தங்களுக்கு இருப்பது போன்ற வசதியோ, வாய்ப்போ இல்லாத பெற்றோர்களுக்கு ஆதரவு அளிக்கவும் தயாராக இருக்கிறார்கள். இன்னும் சொல்லப்போனால், பெற்றோர்கள் அளிக்கும் கல்விக் கட்டணத்தால் இயங்கும் தனியார் பள்ளிகளின் கல்வித்தரம், அரசாங்கம் வழங்கும் உதவியுடன் செயல்படும் அரசுப்பள்ளிகளின் கல்வித் தரத்தைவிட மேம்பட்டு நிற்பதால், கல்வியால் வரும் சமூக நலன்களும் ஒப்பீட்டளவில் தனியார் கல்வியால் பெற்ற சமூக நலன்கள் மேம்பட்டு நிற்கும். நான் பல நாடுகளில் பார்த்த வகையில், வெளிநாட்டு பண உதவியால் இயங்கி வரும் அரசுப்பள்ளிகளைப் போல இல்லாமல், உள்ளூர் நபர்களால் மூலதனம் போட்டு, சொந்தமாக நடத்தப்பட்டு வரும் தனியார் பள்ளிகள், உள்ளூர் பொருளாதார நடவடிக்கைகளால் நீடித்து நிலைத்து வருகின்றன. அரசுப்பள்ளிகள் இவ்வாறு செயல்படாதவை. ஒரே மண்ணுக்குரிய பெருமை, தன்னையே நிலைநாட்டிக்கொள்ளும் பொருளாதாரம் ஆகியவையே வளரும் நாடுகளின் இறுதி இலக்காக இருப்பதால், வளர்ச்சிப் பாதையின் மாபெரும் தளங்களாக தனியார் பள்ளிகள் விளங்கி வருகின்றன. இன்னொரு வகையில் சொல்லப்போனால், 'பொது நலப்' படைப்புகளில் அரசுப் பள்ளிகளைவிட தனியார் பள்ளிகள் விஞ்சி நிற்கின்றன. எனவே இந்த இரண்டாவது "சிறந்த காரணம்" போதுமான தகுதியை இழந்து விடுவது மட்டுமல்லாது, எல்லாவற்றிற்கும் இது பின்னடைவாக அமைந்துவிடுகிறது என்பதையே சுட்டிக் காட்டுவதாக நான் நம்புகிறேன்.

அடுத்த மூன்றாவது காரணம் "ஏழைகளுக்கான ஆதரவு" என்ற கருத்தின் அடிப்படையில் வருவது. எந்த ஒரு குழந்தையும் இதிலிருந்து விடுபட்டு விடக்கூடாது என்ற நல்ல கருத்தில் இது உதயமாகிறது. எனவே, கல்வியில் சமத்துவம் நிலவ, அரசாங்கப் பண உதவித்திட்டம் மட்டுமே ஒரே சிறந்த வழியாக அமைகிறது. ஏனெனில் ஏழை மாணவர்கள் பள்ளியில் கல்விக் கட்டணம் செலுத்துவதாக இருந்தால், சிலருக்கு பள்ளியை நாடமுடியாமல் போய்விடுகிறது; வறுமையிலிருந்து மீள்வதும் கடினமாகப் போய்விடுகிறது. மீண்டும் இதெல்லாம் கொள்கை அளவில் ஏற்கத் தக்கதாகத் தோன்றுகிறது.

இதற்கு உடன்படாத இதே அரசு மேம்பாட்டு வல்லுநர்களுக்கு, தற்போது அரசாங்கம் கல்விக்கு வழங்கும் உதவியில் பாராபட்சம் இருப்பதை ஏற்றுக் கொள்வதில் சில இடர்பாடுகள் இருப்பதுபோல் தெரிகிறது. பொதுவாக வளரும் நாடுகளில் ஏழைமக்களைவிட,

பணக்காரர்களே பயனடைந்து வருகிறார்கள். அரசாங்கக் கல்வி வழங்குவதில் பாராபட்சம் நிலவி வருகிறது. இதில் முத்தாய்ப்பான கேள்வி என்னவென்றால், தனியார் வழங்கும் கல்வி சமத்துவம் உடையதாக இருக்கமுடியுமா? உண்மையில், அரசாங்கம் வழங்கும் கல்வியை விட தனியார்கள் வழங்கும் கல்வி சமத்துவமுடையதாக மாறுமா என்பதுதான்.

ஏன் எல்லாம் சரிசமமாக நடத்தப்பட முடியவில்லை என்பது பற்றி அரசு மேம்பாட்டு வல்லுநர்கள் சொல்கின்ற மிக முக்கியமான காரணம், தனியார் பள்ளிகளுக்கு கல்விக் கட்டணம் செலுத்தவேண்டியுள்ளதே என்பதுதான். 'ஆக்ஸ்ஃபார்ம் கல்வி அறிக்கை' இது பற்றி மிகத் தெளிவாகக் கூறுகிறது: தனியார் கல்வி, "உலகளாவிய தொடக்கக் கல்வியை வென்றடைவதற்கான வழிமுறைககளை வகுத்துக் கொடுக்கவில்லை. ஏனென்றால் ஏழைகளை, வறுமை தொடர்ந்து தனியார் கல்விச் சந்தைகளில் சேரவிடாமல் தடுக்கிறது". அரசாங்க நிதி உதவியில் முடக்கம் ஏற்பட்டு, அதனால் உண்டாகும் வெற்றிடத்தை தனியார் கல்வி பூர்த்தி செய்தாலும், உலகளாவிய அடிப்படைக் கல்வியை நோக்கி விரைந்து வளர்ச்சியடையச் செய்கின்ற அதன் செய்திறன் மிகைப்படுத்திச் சொல்லப்பட்டுள்ளது. ஏன்? ஏனென்றால் ஏழைமக்கள் தனியார் கல்விக்கு கட்டணம் செலுத்துவது இயலாது. 'இந்திய அடிப்படைக் கல்விப் பற்றிய பொது அறிக்கையும்' இதே மறுப்பைக் கூறியுள்ளது. "பெரும்பான்மையான ஏழைப் பெற்றோர்களுக்கு தனியார் பள்ளிகள் எட்டாத இடத்தில் இருக்கின்றன" என்று கூறியுள்ளது.

எல்லாராலும் தனியார் பள்ளிக்குக் கல்விக் கட்டணம் செலுத்த முடிவதில்லை என்பதுதான் மிக முக்கியமான விஷயம். மற்ற விவகாரங்கள் சரிசமமாக பாவிக்கப்படுகிறபோது, இதுமட்டும் ஏன் தனியார் கல்விக்குப் பெரும் தடையாக இருப்பதாகப் பார்க்கப்படவேண்டும்? கல்வித்தரம், நம்பகத்தன்மை ஆகியவைகளைப் பொறுத்தவரை மேலே பட்டியலிடப் பட்ட நன்மைகள் அனைத்தும் தனியார் பள்ளிகளிடம் இருந்தால், கல்விக் கட்டண விவகாரத்தை ஏன் ஒரு பூதாகரமாகப் பார்க்கவேண்டும். இவ்வாறு பார்க்கலாகாது. ஏனெனில், மிகுந்த ஏழைகளுக்கு அல்லது பெண்களுக்கு ஆகும் கல்விச் செலவைக் கணக்கிட்டு, அத்தொகையை அரசு தனியார் பள்ளிகளுக்கு ரசீதாக வழங்குதல், உதவித்தொகை வழங்குதல் என்ற நேரடியான சாத்தியக் கூறுகள் மூலம் இத்தடையைத் தாண்டிவிடலாம். இது முன்னேற்றத்திற்கான ஒரு சாத்தியம் என்று பன்னாட்டு வளர்ச்சித்திட்டம் ஏற்றுக்கொள்வதுபோலத் தோன்றுகிறது. அதன் சமீபத்திய "ஏழையர்க்குத் தனியார் துறையை பணிபுரிய வைத்தல்" என தலைப்பிடப்பட்ட அறிக்கை ஒன்றின் ஒரு பகுதியில் தனியார் துறைக்குப் பொதுநிதி வழங்குதல் குறிப்பிட்ட சூழல்களில் உதவி புரியலாம். பள்ளிக் கட்டணத்தை செலுத்த

இயலாத ஏழைக் குடும்பத்திலும் குழந்தைகள் தனியார் பள்ளிகளில் கல்வி பெருவதை உறுதி செய்யும் வகையில் அவர்களது கல்விச் செலவை அரசாங்கங்கள் திரும்பச் செலுத்தி நிதி உதவி செய்யலாம்" என்று கூறி யுள்ளது. கொலம்பியா நாட்டில் உயர்நிலைப்பள்ளிகளில் பயிலும் ஏழை மாணவர்களுக்கு மட்டும் ஆகும் கல்விச் செலவைக் கணக்கிட்டு தனியார் பள்ளிகளுக்கு அரசு நிதி உதவி வழங்குவதை உதாரணமாகச் சுட்டிக்காட்டி இத்திட்டம் குறைந்த செலவில் பள்ளிகளை அதிகரிக்க அரசுக்கு உதவுகிறது. ஏனெனில், அரசுக்கு ஆகும் செலவு ஏழை மாணவருக்கான செலவு மட்டுமே என்று கூறியுள்ளது.

இதேபோல், "மறைமுகமாக பதில் சொல்லவேண்டிய பொறுப்பில்" காணப்படும் இடர்பாடுகளைக் கவனித்த உலக வங்கி, "மறைமுகமாகப் பதில் சொல்ல வேண்டிய பொறுப்பைக் கவனித்துப் பார்க்கும்போது, கல்வி வழங்கும் தனியார் பள்ளி உரிமையாளர்கள், பெற்றோர்களுக்கு நேரடியாகப் பதில் சொல்ல வேண்டிய பொறுப்பைப் பலப்படுத்தி மக்களுக்கு வழங்க வேண்டிய பணிசார் விளைவுகளை அதிகரிக்கலாம். அதாவது வழங்கு வோர்களின் சக்தியைவிட வாங்குவோர்களின் சக்தியை அதிகரிக்கச் செய்யலாம்" என்று குறிப்பிடுகிறது. சரியான தெரிவைத் தேர்ந்தெடுப்பதன் மூலம், வாங்குவோர்கள் வழங்குவோர்கள் மீது நல்ல பலன்களுக்கான தாக்கத்தை ஏற்படுத்தக் கூடிய இலக்கு செலவின ரசீதுகளுக்கான மாதிரியையும் உலக வங்கி வழங்குகிறது. இது, வழங்குவோர்களில் சரியான ஒருவரைத் தேர்ந்தெடுக்க பெற்றோர்களுக்கு வழி வகுத்துக் கொடுக்கிறது. அதனால் அவர்கள் விரும்பியதைச் செய்து கொள்வார்கள். வாங்குவோர்கள், சரியான வழங்குவோர்களைத் தேர்வு செய்து கொள்ளலாம் என்பதனால் ஏற்படும் போட்டி, வழங்குவோர்களை நெறிப்படுத்துகிறது. பள்ளியில் சேர்க்கப்பட்ட மாணவர்களின் எண்ணிக்கையைப் பொறுத்து பள்ளி செய்த செலவினங்களை அரசாங்கம் பள்ளிக்குத் திரும்பத் தந்துவிடுவதால், பள்ளிக் களுக்கிடையே மறைமுகமான போட்டியை உருவாக்குகிறது. அதனால் மாணவர்களுக்கு நல்ல பள்ளிகளைத் தெரிவு செய்யும் வாய்ப்பை அதிகரிக்க உதவுகிறது.

'ஆக்ஸ்ஃபார்ம் கல்வி அறிக்கை' வெற்றிகரமாகச் செயல்பட்ட இரண்டு இலக்கு ரசீது திட்டத்தை குறிப்பிடுகிறது.(அதாவது இத்திட்டத்தின்படி கல்வி நிறுவனங்கள் செலவு செய்த பணத்தை ரசீது மூலம் அரசாங்கத்திடம் சமர்ப்பித்து அந்த செலவுத் தொகையை அரசிடமிருந்து பெற்றுக் கொள்வதைக் குறிப்பிட்டுக் காட்டுகிறது.) இத்திட்டம் ஏற்கனவே குறிப்பிட்டபடி கொலம்பியாவில் ஒன்றும் பாகிஸ்தானில் ஒன்றும் வெற்றி கரமாகச் செயல்பட்டிருக்கிறது என்று குறிப்பிடுகிறது. இத்திட்டம் பரம ஏழைகளையும், மிகவும் நலிவுற்ற மக்களையும், பெண்களையும் இதன்

இலக்காகக் கொண்டு, தனியார் பள்ளிகளில் சேர்ந்து பயில வாய்ப்பளித் திருக்கிறது. நிச்சயமாக, முன்னேற்றத்துக்கு சாதகமான வழி இது. பெற்றோர்கள் விரும்புகிற பள்ளியைத் தெரிவு செய்யவும், இந்தத் தெரிவை அனைவருக்கும் விரிவுபடுத்துவதுமான திட்டமல்லவா இது? இந்தக் கல்வி அறிக்கையின் ஆசிரியரைக் கேட்டால் இல்லை என்பார். நீண்ட நாள் உதவும் நேர்மையான திட்டமாக இது அவருக்குப் படவில்லை. இருந் தாலும், "தரமான கல்வி வழங்கும் தனியார்களுக்கு ஆதரவு அளிப்பதால் சமமான பயன்களை அடைய முடிகிறது" என்றும், "அரசுக்கல்வி முறை ஏழைகளுக்குச் சென்றடைய முடியாமல் தோல்வியுறும் நாடுகளில் இது ஒரு மாற்று ஏற்பாடாக" மட்டுமே பார்க்கப்படவேண்டும் என்றும் ஏற்றுக் கொள்கிறார். ஆனால் அவர்களால் செய்ய முடிந்தது அவ்வளவுதான். 2015-க்குள் உலகளாவிய தொடக்கக்கல்வி என்ற இலக்கை அடைய, எல்லாக் கல்வித் திட்டங்களையும் உள்ளடக்கிய நல்ல தரமான அரசாங்க அடிப்படைக் கல்வி வழங்க மாற்றுத்திட்டம் ஏதுமில்லை. தனியார்-அரசாங்கக் கூட்டு முயற்சி சில நாடுகளில் நடந்து வருகின்றது. ஆனால் அது மிகக் குறைந்த அளவே. ஆனால் பெருமளவில் சேர்க்க முடியாமல் விடுபட்டுப் போகும் பிரச்சினையை அவர்களால் தீர்த்து வைக்கவும் முடிய வில்லை. அத்துடன் அனைவருக்கும் கல்வி வழங்க வேண்டிய அரசாங்கத்தின் பொறுப்பை அவர்கள் குறைத்துவிடவுமில்லை."

தனியார் பள்ளிகள் இருந்து வருகின்றன, 'இலக்கு ரசீதுகள்' செயல்படுத்தக் கூடிய ஒரு எளிய திட்டம், என்றெல்லாம் ஏற்றுக் கொள்கின்ற அரசு மேம்பாட்டு வல்லுநர்கள், ஏன் இப்படி தனியார் பள்ளிகளுக்கு எதிராக வெளிப்படையான ஒரு நிலையை எடுக்க வேண்டும்? உலகெங்கும் நான் கண்டு வந்த சான்றுகளின் சூழல்களில் நின்று பார்க்கின்றபோது இது எனக்குத் தெளிவாகப் படவில்லை. நீங்கள் ஏழைகளுக்கு ஆதரவு தருவதாக இருக்கட்டும்; உலகளாவிய கல்விக்கான ஒரு பாதையாக, ஏழைகளுக்காகச் செயல்படும் தனியார் பள்ளிகளைப் பயன்படுத்திக்கொள்ள, அவர்கள் விதிக்கும் கல்விக்கட்டணம் என்பது கடந்து செல்ல முடியாத ஒரு தடை என்று நீங்கள் கருதுவீர்களேயானால், அந்தக் கருத்தை ஏற்றுக்கொள்ள எனக்கு எந்தக் காரணமும் தென் படவில்லை. இந்தப் பிரச்சினைக்கு தெளிவான ஒரு தீர்வு இருக்கிற தென்றால் - அது - இலக்கு ரசீது என்பதுதான்.

எனவே எனக்கு மூன்றாவது "சிறந்த காரணமும்" சரியானதாகப்பட வில்லை.

மனித உரிமைகள் என்ன சொல்கின்றன? நான்காவது "சிறந்த காரணம்", அடிப்படை மனித உரிமையே கல்விதான் என்று சொல்கிறது. உலக வங்கியும், பன்னாட்டு வளர்ச்சித்திட்டமும் சேர்ந்து அனைவருக்கும்

கல்வி என்பதில் தனியார் கல்வியின் பங்களிப்பு மிகப் பெரிய முட்டுக் கட்டை என்று தெளிவாகக் கூறுகின்றன. ஆனால் அரசாங்கம் தனியார் பள்ளிகளின் பங்களிப்பை எவ்வாறு எடுத்துக் கொள்கிறது? கல்வியை ஒரு மனித உரிமையாக உயர்த்துவதில் தனியார் கல்வியின் பங்கை அரசாங்கம் தள்ளுபடி செய்கின்றதா?

இந்த விஷயம் பற்றிய கல்வித்துறை அறிக்கைகளைப் பார்த்தபோது எனக்கு சுவாரசியமான அனுபவம் ஏற்பட்டது. 2000-வது ஆண்டில் சர்வதேச சமுதாயத்தால் ஏற்கப்பட்ட கல்வியை மனித உரிமையாக ஆக்கு வதற்கான உறுதிப்பாடு குறைந்த இரண்டு அறிக்கைகளையும் பார்த்தபோது அந்த அனுபவம் எனக்கு ஏற்பட்டது. 2015-ஆம் ஆண்டிற்குள் எங்கெங்கு முள்ள குழந்தைகள் தொடக்கக்கல்வியை முற்றாகப் பெற்றிருப்பதை அரசாங்கங்கள் உறுதி செய்ய வேண்டுமென இரண்டாம் '2000-வது ஆண்டு வளர்ச்சி இலக்கு' அரசுகளுக்கு பொறுப்பு நிர்ணயித்துள்ளது. அடுத்து, 'செயல்பாட்டுக்கான தக்கார் சட்டகம்' வழங்கும் இரண்டாவது இலக்கு என் பார்வையில் பட்டது. இது 'அனைவருக்கும் கல்வி' க்கான இலக்கு என பரவலாக அறியப்படுகிறது. இதில் கையெழுத்திட்டவர்கள் (முதன்மையாக அரசாங்கமும், அரசு சார்பற்ற உதவி நிறுவனங்களும்) "2015-க்குள் எல்லாக் குழந்தைகளும் முழுமையான, இலவசமான, தரமான, கட்டாயத் தொடக்கக் கல்வி பெறுவதை உறுதி செய்ய பொறுபேற்றுள்ளனர்".

அனைவருக்கும் கல்விக் குறிக்கோளின் தீவிர ஆதரவாளரான யுனெஸ்கோ, ஆயிரமாவது ஆண்டு வளர்ச்சி இலக்கு, "விபரங்களில் மட்டுமே வேறுபடுகிறது; நோக்கங்களில் இணைந்திருக்கிறது" என்ற கருத்தில் ஆழந்த நம்பிக்கை கொண்டிருந்தது. ஆனால் மிக முக்கியமான ஒரு வேறுபாடு இருந்தது எனக்குத் தெளிவாகத் தெரிய வந்தது. 'ஆயிரமாவது ஆண்டு வளர்ச்சி இலக்கு' அறிக்கை அரசாங்கம், எல்லாக் குழந்தைகளும் தொடக்கக்கல்வி பெற உரிமை இருப்பதாக உத்திரவாதம் கொடுத்துள்ளது. ஆனால் அக்கல்வி இலவசக் கல்வியா என்பது பற்றி எதுவும் கூறவில்லை என்று அவ்வறிக்கை கூறுகிறது. இந்த இலக்கின் கீழ், தனியார் பள்ளிகளுக்குக் கல்விக் கட்டணத் தொகையில் முழுத்தொகையோ அல்லது அதன் ஒரு பகுதியோ செலுத்துவதன் மூலம், பள்ளிக்கட்டணம் செலுத்த முடியாதவர்களுக்கு இலக்கு ரசீதுகள் வழங்குவதன் மூலம், கல்வி கற்றுக் கொள்வதற்கான வாய்ப்பு எல்லாருக்கும் கிடைக்கிறபோது, கல்வி பெறும் மனித உரிமையை இது நிராகரிப்பதாகத் தெரியவில்லை: எனவே, 'அனைவருக்கும் கல்வி' வழங்குவதில் தனியார் கல்வி மிக முக்கியமான பங்கு வகுப்பதில், 'ஆயிரமாவது ஆண்டு வளர்ச்சி இலக்கு' அறிக்கை ஒரு தடையாக இருக்கவில்லை.

இருப்பினும் 'தக்கார் செயல்பாட்டு விதிமுறைகள்' பதிப்பு மிகவும் குறிப்பிடத்தக்கது. இதற்கு, இலவச தொடக்க கல்விதான் இலக்கு. எடுத்த உடனேயே, ஆக்ஸ்ஃபோர்டு கருத்தரங்கில் ஓர் இளம் பெண்மணி என் மீது எறிந்த கண்டனம் - "அனைவருக்கும் கல்வி இலக்கு தனியார் துறைக்கு ஒரு முட்டுக்கட்டை போட்டுள்ளது. தனியார் கல்வி இலவசக்கல்வியாக இருக்கவேண்டுமென்றால், பெருவாரியான தனியார் கல்வி இல்லாமல் போய்விடும். தனியார் கல்வியின் பெரும் பங்கை 'அனைவருக்கும் கல்வி' இலக்கு நிராகரித்துவிடும்." என்னுடைய சான்றுகளை எல்லாம் முறையற்றது என்று ஆக்கிவிட இது போதுமா? தக்கார் செயல்பாட்டு விதிமுறைகளுக்குப் பின்னால் உள்ள குறிக்கோள்களைப் பார்த்தால், தனியார் பள்ளிக்கட்டணக் கல்வி நடைமுறைக்கு ஒவ்வாததாகச் சொல்ல முடியாது என்றுதான் நாம் பார்க்கவேண்டியுள்ளது.

விதிமுறைகளுக்குள் ஏதேனும் பொருள் புரியாதபடி இருந்தால், அதை நிவர்த்தி செய்யும் பொருட்டு யுனெஸ்கோ, விரிவான விளக்கம் ஒன்றை வெளியிட்டது. அந்த விளக்கம் கூறுவதாவது: ஏழைக் குழந்தைகள் பள்ளியில் கல்வி கற்பதற்கு அவர்கள் செலுத்து வேண்டிய பணம் தொடர்ந்து ஒரு பெரிய சுமையாக இருந்தால், கல்வி தடைபடும் அல்லது கல்வியில் பாரபட்சம் காட்டப்படும். எனவே அது இவ்வாறு முடிவு கூறுகிறது: "ஒவ்வொரு அரசாங்கமும் 'இலவச', தரமான அடிப்படைக் கல்வி வழங்கவேண்டிய பொறுப்பில் உள்ளது. அதனால், கல்விக் கட்டணம் செலுத்த இயலாத காரணம் காட்டி எந்தக் குழந்தைக்கும் கல்வி இல்லை என்று மறுக்கக் கூடாது". ஆனால், இலவசக் கல்விக்குப் பின்னால் உள்ள உண்மையான நோக்கத்தை யுனெஸ்கோ வெளியிட்டுள்ள இந்த விளக்கம் நன்றாக வெளிப்படுத்துகிறது. அதாவது, வறுமை காரணத்தால் 'கல்வியில் இடமில்லை என்று எந்தக் குழந்தையையும் மறுத்து விடக்கூடாது'. யாரையும் கல்விக் கட்டணம் செலுத்துமாறு கேட்கக் கூடாது என்பதிலிருந்து இது முற்றிலும் மாறுபட்டது. நான் ஏற்கனவே விவாதித்துள்ளபடி, அரசு பரம ஏழைகளுக்கு மட்டும் இலக்கு ரசீதுகளை ஒதுக்கீடு செய்து, (இலக்கு ரசீது மூலம் கட்டணம் அரசிடமிருந்து திரும்பப் பெறுவது) அதன்மூலம் தொடக்கப்பள்ளியில் கல்விக்கட்டணம் பெற்றுக்கொள்வது விதிமுறைகளில் சொல்லப்பட்டுள்ளதுபோல, நடைமுறைக்கு இது மிகவும் சாத்தியமானது. இதன்படி ஏழ்மை காரணத்தால் அவர்களுக்கு கல்வி கிடைக்காமல் போய்விடாது.

'இலவச கட்டாயத் தொடக்கக் கல்வி' என்ற கோரிக்கையை ஏன் அரசாங்கம் நிறைவேற்ற வேண்டும் என்பது பற்றிய யுனெஸ்கோ கொடுத்துள்ள தொடர் விளக்கம் அதை மேலும் வலுப்படுத்துகிறது. அது கீழ்க்கண்டவாறு குறிப்பிடுகிறது: "அநேக இன்னல்களுக்கு உள்ளாகி,

ஏழ்மையில் உழலும் எண்ணிலடங்காக் குழந்தைகளுக்கு, கல்விக் கட்டணமோ அல்லது எந்தவொரு கட்டணமோ இல்லாத இலவசக் கல்வி வேண்டுமென உரத்த குரல் எழுப்பப்படவேண்டும். மேலும், இலவசக் கல்வி வழங்குவதற்காக கொடுக்கப்பட்ட உறுதிமொழி, குறைந்த கட்டணமே வாங்கும் தனியார் பள்ளிகளுக்குக் கூட கல்விக்கட்டணம் செலுத்தமுடியாதவர்களுக்காக மட்டும்தான் என்பது போலத் தெரிகிறது. ஒவ்வொருவருக்கும் அல்ல. மேலும், யுனெஸ்கோ வழங்கிய இந்த விளக்கத்தின் அடிப்படையில், அரசாங்கங்கள் பரம ஏழைக் குழந்தைகளுக்கு மட்டுமான கட்டணத்தை தனியார் பள்ளிகளுக்குப் பயன்படுத்தக் கூடிய இலக்கு ரசீதுகளை மிக எளிதாக அனுமதிக்கலாம்.

அரசாங்கம் வழங்கும் கல்வியின் தரமும் அளவும் பற்றி முந்தைய அத்தியாயத்தில் விவாதிக்கப்பட்டது. மேலும் கல்வியானது, மனித உரிமை என்பது உண்மை; அரசாங்கக் கொள்கைகளுக்கேற்ப அவ்வப்போது மாற்றிக் கொள்வது அல்ல என்று ஐக்கிய நாட்டு வளர்ச்சித்திட்டமும், உலக வங்கியும் தங்களது முக்கியமான அறிக்கையிலிருந்து கூறுகின்றன.

உலக வங்கி அதன் அறிக்கையில் கூறுவதாவது, "அநேக நாடுகள் தங்கள் கடமைகளை நிறைவேற்றுவதில், குறிப்பாக ஏழைமக்களுக்கான கடமைகளை நிறைவேற்றுவதில் தவறிவிடுகின்றன" என்று 'ஐக்கிய நாடுகள் வளர்ச்சித்திட்டம்' குறிப்பிடத்தக்க வகையில் சுட்டிக்காட்டுகிறது. "அரசு நிறுவனங்கள் வலிமையுற்றிருக்கும்போதும், பொது வளங்கள் பயன்படுத்தப் படுவதில் பொறுப்புடைமை குறைந்திருக்கிறபோதும், அரசு வழங்கும் சமூகப் பணிகள் எப்போதும் மிகச் சிறந்த தீர்வாக அமையவதில்லை" என்று கூறுகிறது. இப்போக்கு வளர்ந்து வரும் நாடுகளில் பொதுவாகக் காணப்படுகிறது.

கல்வியில் அரசாங்கத்தின் ஈடுபாடும், தனியார்களின் ஈடுபாடும் வெளிப் படையாகவும், நடைமுறைக்கேற்றபடியும் இருக்கவேண்டும் என்பதுதான் கல்வி ஒரு மனித உரிமை என்பதன் பொருள். நடைமுறையில், அரசாங்கம் வழங்கிய வாக்குறுதிகளை நிறைவேற்ற முடியாமல் போகும் பட்சத்தில், 'மனித உரிமையை, அரசாங்கத்தை விட தனியார் துறை சிறப்பாக நிறைவேற்றாதா என்ற ஒரு பொதுப்படையான கேள்வி எழும்புகிறது. மீண்டும், இந்த நான்காவது "சிறந்த காரணம்" கூட ஒரு சக்தி வாய்ந்த மறுப்பாக அமையவில்லை.

நான் ஏறி வந்த ஏணியை எட்டி உதைக்க முயற்சிப்பதாக இந்தியப் பிரதிநிதி ஒருவர் கருத்தரங்கில் கண்டனம் செய்தாரே, அந்த இறுதி காரணத்தை இனி பரசீலிப்போம். நோபல் பரிசு பெற்ற அமர்த்தியா சென் அவர்கள் இந்நிலையை மிகவும் ஆதரிக்கிறார். "வளர்ந்து வரும் நாடுகள் அடிப்படைக் கல்வியைக் கற்பிக்கக் கூட இலவச சந்தையை (இலவசக்

கல்வி) முற்றிலும் சார்ந்திருக்க வேண்டும்" என்று வளர்ந்து வரும் நாடுகளுக்குப் பரிந்துரை செய்கின்ற பெயர் தெரியாத 'சந்தை ஆர்வலர்களை' (தனியார் கல்வியாளர்களை) விமர்சனம் செய்து வருகின்ற அமர்த்தியாசென் அவர்கள் கடந்த காலங்களில் ஐரோப்பா, வட அமெரிக்கா, ஜப்பான் .... போன்ற நாடுகளில் கல்வி அறிவு வேகமாக முன்னேறி வர முக்கியக் காரணமாக இருந்த கல்வி விரிவாக்க நடவடிக்கைகளுக்கு இந்த 'விநோதமான' அணுகுமுறை ஒரு முட்டுக் கட்டையாக அமைந்துவிடும் என்று கூறுகிறார். நிச்சயமாக சந்தைகள் மூலம் அல்ல, அரசாங்கத்தின் மூலமாகவே மேற்கத்திய நாடுகளில் கல்வி விரிவாக்கச் சாதனையை எய்த முடிந்ததாக அவர் சொல்கிறார். இது மேற்கத்திய நாடுகளுக்கு உகந்தது என்றால், இதர வளரும் நாடுகளுக்கும் உகந்ததே என்பது அவர் வாதம்.

இந்த நிலைமைக்கு அமர்த்தியா சென் மட்டும் ஆதரவு கொடுக்கவில்லை. மறைமுகமாக பதில் சொல்ல வேண்டிய பொறுப்புக்கு 'சிறந்த காரணமாக' அரசுப்பள்ளிகளை கருதும் உலக வங்கியும் "நடைமுறையில், எந்த நாடும், அரசாங்கத் தலையீடு இல்லாமல், தொடக்கக்கல்வியில் குறிப்பிடத்தக்க வளர்ச்சி கண்டதில்லை" என்று கூறுகிறது. ஐக்கிய நாடுகள் வளர்ச்சி திட்டமும் இதையேதான் ஏற்றுக்கொள்கிறது: "அரசாங்கம் தலையிட்ட பிறகுதான் (கல்வியில்) கனடா, மேற்கு ஐரோப்பா, அமெரிக்க ஐக்கிய நாடுகள் போன்ற நாடுகளில் இது உலகளாவிய பணியாக மாறியது".

இருப்பினும், அரசு மேம்பாட்டு வல்லுநர்கள் எதிர்பார்ப்புக்கேற்ப எல்லாமே தெளிவாக இருக்குமென்று நான் நினைக்கவில்லை. 'இந்த வகையில்தான்' மேற்கத்திய நாடுகளில் கல்வி வளர்ச்சி பெற்றது என்பதை நான் ஏற்றுக்கொள்ளவில்லை என்று முதல் மறுப்பாக கூறிவிடுகிறேன்.

குறிப்பிடத்தக்க அளவு அரசாங்கம் தலையீடு செய்தற்கு முன்பாகவே, 19 ஆம் நூற்றாண்டு இங்கிலாந்திலும் அமெரிக்காவிலும், தனியார் துறை மூலமாக - தேவாலயங்கள் மூலமாக - உதவிக்கரங்கள் மூலமாக - சிறிய அளவில் தொடங்கப்பட்ட தனியார் பள்ளிகள் மூலமாக - வளர்ந்து வரும் நாடுகளில் உள்ள குடிசைப் பகுதிகளில் இன்று நாம் காண்கிறோமே அதுபோன்ற தனியார் பள்ளிகள் மூலமாக, உலகளாவிய தொடக்கக்கல்வி கிட்டத்தட்ட பயன் பெறத் தொடங்கிவிட்டது என்பதற்கு சரியான சான்றுகள் உள்ளன. ஒரு சமயத்தில் பள்ளிக்கு மட்டம் போடுகின்ற குழந்தை களையும், இடை நின்ற குழந்தைகளையும் கணக்கில் எடுத்துக்கொண்ட, மேலை நாடுகளில் இருக்கின்ற நாம், இப்போது இருக்கிற அரசுத்துறை முறைகளின் கீழ்தான் அனைவருக்கும் கல்வி என்பதை உண்மையாகவே பெற்று வருகிறோமா என்ற ஐயத்தைத் தெரிவித்து சிலரேனும் முரண்

பட்டுக் கருத்துரைப்பார்களோ என நான் சந்தேகிக்கிறேன்.

மேலை நாடுகளில் என்ன நடந்தது என்பதை ஏன் கருதிப் பார்க்கவேண்டும் என்பது மிக அடிப்படையான கேள்வி. மேலை நாடுகள் எந்த வழியில் சென்று நிகழ்த்திக் காட்டியதாக எனது விமர்சகர்கள் கருதுகின்றனரோ, அந்த வழியில்தான் அதிக ஏழை நாடுகள் முன்னேறு வதற்கான ஒரே வழி என்று கூறும் அவர்களை 'ஏகாபத்தியவாதிகள்' என்று பதிலுக்கு நான் முத்திரைக் குத்தலாம் அல்லவா? பன்னாட்டு வளர்ச்சித் துறையால் வெளியிடப்பட்ட 'ஒரு மேம்பட்ட உலகிற்கான உத்தேச வழிகாட்டி' என்ற நூலுக்கு சர் பாப் கெல்டாஃப் அவர்கள் எழுதிய முன்னுரையில், "அரசு மேம்பாட்டு வல்லுநர்கள் வழங்கிய அறிவுரைகள் அனைத்தையும் நிராகரித்து, அவர்களுக்கே உரிய, அவர்களுக்குள்ளே உள்ள 'பொருத்தமான பண்பாடு மிக்க முன் மாதிரி முன்னேற்றத்தை' கண்டறிந்த மக்கள் வாழும் நாடுகளில், வளர்ச்சித்திட்டங்கள், சில சமயங்களில் 'பாராட்டத்தக்க அளவு' வெற்றி பெறுகின்றன" என்று குறிப்பிடுகிறார். "ஓல் பிளிக் பாப்" (அவரே சூட்டிக் கொண்ட பட்டம்) அநேகமாக நமக்கு மிக முக்கியத் தொடர்புள்ள ஒன்றை தற்செயலாகக் கண்டு பிடித்துச் சொல்லி இருப்பாரோ? ஆசியாவிலும், குறிப்பாக சகாரா பாலைவனத்தின் தென்பகுதியில் உள்ள ஆப்பிரிக்க நாட்டைச் சார்ந்த பகுதியில் வாழும் பல ஏழைப் பெற்றோர்கள், அரசுப்பள்ளிகளால் தங்களுக்கு எந்தப் பலனும் இல்லை என்ற காரணத்தினால், அவர்கள் தனியார் பள்ளிகளையே தேர்ந் தெடுக்கிறார்கள். ஒருவேளை, வளரும் நாடுகளில் தனியார் மாதிரிகளின் பண்பாட்டுப் பொருத்தத்தைப் பற்றியும், தற்கால மேற்கத்திய வழியில் செயல்பட முயல்வதின் பொருத்தமின்மைப் பற்றியும் ஏதோ சிலவற்றை இப்போக்கு கூறுகிறதோ? குறைந்தபட்சம் எது உங்களுக்குச் சாத்தியமாக உள்ளதோ அதை நீங்கள் சாதகமாக்கிக் கொள்ளவேண்டும். அது ஏழைப் பெற்றோர்களின் கல்விக்கான தெரிவு.

கல்வித்துறையில் மேலைநாடுகள் அரசுப் பள்ளிகள் மூலம் வெற்றி பெற்றிருந்தாலும், வேறுபட்ட சூழல்களில் வாழும் - எடுத்துக்காட்டாக, மிகவும் ஊழல் மயமான பொறுப்பற்ற அரசாங்கங்கள் ஆளும் நாடுகளில் வாழும் மக்களின் முன்னேற்றத்திற்கான ஒரே, அல்லது சிறந்த வழி என்று அவ்வெற்றியை அர்த்தப்படுத்திக் கொள்ள முடியாது. இந்த அடிப் படையில் மட்டுமே நான், இறுதிச் "சிறந்த காரணம்" சிறிதளவும் ஏற்கத் தக்கது அல்ல என முடிவுக்கு வந்திருக்க முடியும்.

இத்தகைய விமர்சனத்தைக் கேட்ட நான், வளரும் நாடுகளின் மக்கள், மேலைநாட்டினர் அவர்களை அடிமையாக்கும் முன்னர் எவ்வாறு கல்வி கற்றிருப்பர் எனக் கேட்டேன். எனது பயணத்தின்போது நான் சந்தித்து உரையாடியவர்கள், காலனியவாதிகள் வருவதற்கு முன்னர் அடிமை நாட்டு

மக்கள் கல்வியறிவு அற்றவர்களாகவே இருந்தனர் எனக் கூறக் கேட்டு அதிர்ச்சியடைந்தேன்.

லண்டன் நகரை மையமாகக் கொண்ட கருத்துக் கோட்பாட்டு நிறுவனத்தின் இயக்குனரான கிளேர்ஃபாக்ஸ் என்னும் பெண்மணியின் அடிப்படைக் கருத்துகள் தூண்டுகோல்மிக்கதாகவும் சுவைமிக்கதாகவும் இருந்ததை நான் கண்டிருக்கிறேன். அவர், மேலை நாட்டு ஆதிக்கம் இந்தியாவில் கோலோச்சியதை அவ்வளவாக விரும்பவில்லை எனவும், ஆனால் ஏற்கனவே அங்கு படிப்பறிவு இல்லாமல் இருந்த மக்கள் கூட்டத்தை படிக்க வைத்தது, அவர்கள் செய்த நல்ல காரியங்களில் ஒன்று என்றும், ஒரு கருத்தரங்கில் கூறக் கேட்டிருக்கிறேன். லாகோஸ் மாநிலத்தில், நைஜீரியாவில் உள்ள படகிரி என்னும் இடத்தில், உப்பங்கழியில் வரிசையாக வளர்ந்துள்ள தென்னைமரங்களின் ஓரத்தில், முதன் முதலாக 1845 - ல் தொடங்கப்பட்ட புனித தாமஸ் தொடக்கப்பள்ளியில் மூத்த வழிகாட்டி ஒருவர் இதே விஷயத்தைச் சொல்லக் கேட்டிருக்கிறேன். அருகில் எளிமையாக, வெள்ளை அடிக்கப்பட்டுக் காணப்பட்ட ஒரு செங்கல் கட்டடத்தைக் காண்பித்தார். அதில் உள்ள மரப்பலகைகள், கீல்களோடு அமையப்பட்ட கதவுகள், நெளி நெளியாக வளைக்கப்பட்ட உலோகத் தகடுகள் போன்ற கட்டடப் பொருட்கள் எல்லாமே இங்கிலாந்திலிருந்து இறக்கப்பட்டவை. 159 ஆண்டுகள் ஆகியும் இன்னும் அந்தக் கட்டடம் அப்படியே நிலைத்து நிற்கிறது. மேல் மாடி அறையில் வைக்கப்பட்டிருந்ததுதான் முதன் முதலாக இங்கிலாந்திலிருந்து கொண்டு வரப்பட்ட விவிலிய நூல். அந்நூல் புரட்டி புரட்டி நைந்து போயிருந்தது. எந்த அளவு நைந்து போயிருந்தது என்றால், விவிலியத்தின் தொடக்கமான ஆதியாகமம் என்ற பகுதியும், இறுதிப் பகுதியான திருவெளிப்பாடு என்ற பகுதியும் காணாமல் போயிருந்தன. எரூபா மொழியில் முதன் முதலாக மொழி பெயர்க்கப்பட்ட விவிலிய நூலும் அங்கே இருந்தது. கீழே உள்ள அறைதான், முதன் முதலாக மேலை நாட்டிலிருந்து நைஜீரியாவுக்கு வந்த திரு பிலிஃப் - சன் அவர்கள், சுமார் 23 ஆண்டு காலம் வசித்து வந்த அறை. அவர் அங்கு அந்தப் பள்ளியை 40 மாணவர்களைக் கொண்டு தொடங்கினார். 'அப்பள்ளி மிக விரைவில் குழந்தைகளால் நிரம்பி வழிந்தது. இதற்காக, 1989 வரை இருந்து வந்த ஒரு விதி, மாற்றி அமைக்கப்பட்டது - அதாவது பள்ளியில் சேர வரும் ஒரு குழந்தை தனது வலது கையால் தலையைச் சுற்றி இடது தோற்பட்டையைத் தொடவேண்டும். ஐந்து வயது நிரம்பாத குழந்தையால் அவ்வாறு தோற்பட்டையைத் தொடமுடியாது. ஐந்து வயதுக்கு மேற்பட்டவர் மட்டுமே சேர்த்துக் கொள்ளப்பட்டனர். அந்த இடம், அந்த நாட்டு வரலாற்றில் குறிப்பிடத்தக்க ஓர் இடம். என்னோடு வந்த வழிகாட்டி "வெள்ளைக்காரர்கள் இங்கிலாந்திலிருந்து

நைஜீரியாவுக்கு வருகிறபோது மூன்று முக்கியமான விஷயங்களை அவர்களோடு கொண்டு வந்தார்கள்; கிறித்தவ மதம், வேளாண்மை அறிவியல், கல்வி ஆகியவைதாம் அந்த மூன்றும். அந்த மூன்றும் இங்கு வேர்விட்டு வளரத் தொடங்கின". என்று அழுத்தமாகச் சொன்னார்.

இது உண்மைதானா? ஆதிக்க சக்திகள், இவர்களைத் தங்கள் ஆதிக்கத்தின் கீழ் கொண்டு வருவதற்கு முன்பு, இந்நாடுகளில் எத்தகைய கல்வி முறை இருந்தது? அல்லது பள்ளிகளாவது இங்கு இருந்தனவா என்று அறிந்துக் கொள்வதற்குப் போதுமான தடயங்கள் எனக்குக் கிடைக்க வில்லை. ஆகவே இதற்கு இன்னொரு பயணம் தேவைப்பட்டது. இம்முறை நான் மேற்கொண்ட பயணம் கடந்த காலத்திற்குள்ளான பயணம். என் ஏனைய பயணங்களைப்போல இந்தப் பயணமும் ஹைதராபாத் நகரிலேயே தொடங்கியது.

11

இந்த எழில் மரத்தை வேரோடு பிடிங்கி எறிந்தவர்கள்

டால்ரிம்பிள் அவர்களின் அடித்தடம்

என் பயண நேரங்களில், அரசு மேம்பாட்டு வல்லுநர்களின் அறிக்கைகளை மட்டும் வாசிக்கவில்லை. நான் ஹைதராபாத் நகருக்கு மேற்கொண்ட பயணங்கள் ஒன்றில், 18 ஆம் நூற்றாண்டின் பிற்பகுதியில் ஹைதராபாத் நிஜாமின் அவையில் வெள்ளையர்களின் பிரதிநிதியாக இருந்த, மொகலாயப் பேரரசின் இளவரசியான பேரழகி ஹைருன் - நிஸாம் மீது கொண்ட காதலில் தோல்வி அடைந்த 'ஜேம்ஸ் அக்கிளீஸ் கிர்க்பேட்ரிக்' பற்றிய தகவல் தொகுப்புகளைக் கொண்ட, வில்லியம் டல்ரிம்பிள் எழுதிய 'வெள்ளைய முகலாயர்கள்' என்ற நூலையும் வாசித்தேன். ஒரு ஞாயிற்றுக் கிழமை மாலை, டெல்லி செல்லும் மாலை விமானத்திற்காக காத்துக் கொண்டிருந்த நேரத்தில், டால்ரிம்பிள் நடந்து சென்ற பாதை வழியாக, வளைந்து நெளிந்து சென்ற 'கோட்டி' என்ற அந்த நெரிசலான வீதிகள் வழியாக, அப்போதைய வெள்ளையர்களின் பழைய குடியிருப்புகளாக இருந்த, இப்போதைய உஸ்மானியா பல்கலைக்கழகப் பெண்கள் கல்லூரி விடுதி எனத் துண்டு துண்டாகச் சிதறிக்கிடந்த இடத்தைப் பார்க்க, பவுலினும் நானும் எங்கள் குழுவை அழைத்துக் கொண்டு சென்றோம். வௌவால் அடையும் இடம், ஈரம் கசிந்து நச நசவென்றிருக்கும் கீழ்த்தளம், ஒரு காலத்தில் நேர்த்தியான வரவேற்பு அறையாகவும், இப்போது நடனம் அரங்கேறும் அற்புதமான அறையாகவும் இருக்கிற

இந்த இடங்களையெல்லாம் செல்ஃபோன் வெளிச்சத்தில் சுற்றிச் சுற்றி வந்தோம். எங்களை யாரும் சந்தேகப்பட்டு எந்தக் கேள்வியும் கேட்க வில்லை. அந்த அறையில் துருப்பிடித்துத் தொங்கும் சரவிளக்கையும், சுவர் உயரக் கண்ணாடியையும் கண்டு அசந்து போனோம். பொருளாதாரச் சூத்திரங்களால் தேய்ந்து மறைந்து போன கரும்பலகை அருகில் வைக்கப் பட்டுள்ள அழிந்து கொண்டிருக்கும் அற்புதமான பொருட்களைக் கண்டு ஆச்சரியப்பட்டோம். அங்கிருந்து விரைந்து, சென்ற ஐந்து ஆண்டுகளாகப் பணியாற்றிய **16** ஆம் நூற்றாண்டு சார்மினாரின் மேல்தளம் சென்று, அங்கிருந்து, அப்புரதான நகரின் அழகிய தோற்றங்களைக் கண்டு ரசித்தோம்.

சார்மினாரைச் சுற்றி, மக்கள் நடமாட்டம் மிகுந்த வீதிகள் நிறைந்த சௌக் மசூதியின் பின்புறம், குழப்பமான பாதைகள் மத்தியில் அமைந்துள்ள ஒரு பழைய புத்தகக் கடையில் "அந்தப் புதிய விஷயம் வெளிப்பட்ட அந்தக் கணநேரத்தை" அவர் எவ்விதம் பெற்றார் என்பதை டால்ரிம்பிள் தன்னுடைய முன்னுரையில் விவரித்துள்ளதை நான் நினைத்துப் பார்த்தேன். அவருடைய ஆய்வுக்குத் தேவைப்பட்ட, மிக முக்கியமான பெர்சிய மொழிக் கையெழுத்துப் பிரதியை அந்தக் கடையில்தான் கண்டிருக்கிறார். அங்கேகூட நாம் ஏன் அவரது அடிச்சுவடுகளைப் பின்பற்றவில்லை?

மற்ற கடைக்காரர்கள் சரியான இடத்தை காண்பித்ததால், அந்தக் கடையை கண்டுபிடிப்பதில் உண்மையில் எங்களுக்கு எந்தச் சிரமமும் இருக்கவில்லை. நாங்கள் தனியாகவும் செல்லவில்லை.

டால்ரிம்பிள் குறிப்பிட்டுள்ளது போல அது ஒரு மிகச் சிறிய புத்தகக் கடை. புத்தகங்கள் தரையிலிருந்து கூரை வரை அடுக்கி வைக்கப் பட்டிருந்தன. அலமாரியிலிருந்து புத்தகத்தை வெளியே எடுத்துப் பார்க்காமல் அதன் தலைப்பைப் படித்துத் தெரிந்து கொள்ளவும் முடியாது. ஏனென்றால் புத்தகங்கள் அவ்வாறு மாற்றி மாற்றி அடுக்கப்பட்டிருந்தன. டால்ரிம்பிள் குறிப்பிட்டிருந்தது போல, அந்த இடம் தூசு படிந்திருந் திருந்தால் எனக்குத் தும்மல் வரத் தொடங்கிவிட்டது

சிறிது நேரம் கழித்து கடை உரிமையாளர் வந்தார். அன்பாகப் பேசிய அவருக்கு சரியாகக் காது கேட்கவில்லை. "வெள்ளைக்காரர்கள் இருந்த பழைய குடியிருப்புப் பகுதியைத் தேடிக்கொண்டு இங்கு வந்தோம். டால்ரிம்பிள் அவர்கள் செய்த அதே வேலை உஸ்மானியா பல்கலைக்கழகக் கல்லூரி....." என்று சொல்லத் தொடங்கியபோது, "நீங்கள் கல்வித் துறையைச் சார்ந்தவர்களா?" என்று கேட்டார். 'ஆம்', "நாங்கள் டால்ரிம்பிள் அவர்கள் விட்டுச் சென்ற வேலையைத் தொடர்ந்து செய்கி றோம், அதனால்தான் இந்தக் கடைக்கு வந்தோம்" என்று விபரமாகச் சொன்னோம். அவர் கொஞ்சம் ஆர்வம் காட்டினார். எங்களை அங்கேயே

இந்த இருட்டில் விட்டு விட்டு வெளியே போய்விட்டார். நீண்ட நேரம் ஆகியும் வராததால் எங்களை மறந்து விட்டாரோ என்று எண்ணினேன். பொழுது போக்குவதற்காக உள்ளே சுற்றிப் பார்த்துக் கொண்டிருந்தபோது, ஹைதராபாத் நகரின் அற்புதமான ஒரு பழைய வரைபடம் ஒன்றைக் கண்டோம். அத்துடன், 1949-ல் இந்தியக் கூட்டாட்சியோடு ஹைதராபாத் சேரலாமா, வேண்டாமா என்பது பற்றிய விவாதம் அடங்கிய ஒரு சிறிய அழகான நூல் ஒன்றையும் கண்டோம். (ஹைதராபாத் நிஜாம் தனித்திருந்து சுயேட்சையாகச் செயல்படுவதா, அல்லது பாகிஸ்தானோடு சேர்ந்து கொள்வதா, அல்லது பிரிட்டிஷ் சாம்ராஜ்யத்தின் ஒரு பகுதியாக இருந்து விடுவதா என்பது பற்றி சுற்றி வளைத்து அதில் சொல்லி இருக்கிறார். இறுதியில் இந்த விவகாரத்தை இந்தியப் பீரங்கிதான் முடிவு செய்தது).

அதற்குள் கடைக்காரர் வந்துவிட்டார். இந்தப் புராதனப் புத்தகக் கடையில் டால்ரிம்பிள் அவர்களுக்கு எதிர்பாராத அதிர்ஷ்டம் அடித்தது போல எனக்கும் ஓர் அதிர்ஷ்டம் அடித்தது. கடைக்காரர் கையில் 'எழில் மரம்' என்ற புத்தகத்தைக் கொண்டு வந்தார். (மகாத்மா காந்திக்கு காணிக்கையாக்கிய அதே தலைப்பு, அந்த தலைப்பையே எனது புத்தகத்திற்கும் தேர்ந்தெடுத்தேன்) "தரம்பால்" என்று வெற்றிக் களிப்பில் அவர் புன்னகைத்தார். "ஓ, ஓர் வெள்ளைக்காரரான வில்லியம் டால்ரிம்பிள் அவர்கள் எழுதியதைத்தான் நாங்கள் வாசித்துக் கொண்டு இருந்திருக்கின் றோம். உங்கள் தரம்பால் எழுதிய புத்தகம் அல்ல" என்றேன். தொடர்ந்து "அந்த வெள்ளைக்காரர் இரண்டு ஆண்டுகளுக்கு முன்பு உங்கள் கடைக்கு வந்து, இங்கு பெர்சிய மொழியில் எழுதப்பட்டிருந்த கையெழுத்துப் பிரதியைக் கண்டிருக்கிறார். உங்களுக்கு நினைவிருக்கிறதா?" என்று கேட்டேன். சிறிது நேரம் யோசனையில் ஆழ்ந்தபடி இருந்துவிட்டு பிறகு சொன்னார், "ஆம் நினைவிருக்கிறது; மிக அதிகமாக பேரம் பேசிய அந்த மனிதரை நினைவிருக்கிறது". அவருக்கு மிகவும் பிடித்த அந்த 'தரம்பால்' எழுதிய நூலைப் பார்க்குமாறு என்னைக் கேட்டுக்கொண்டார்.

பச்சை நிறத்தில் இருந்த அந்தப் புத்தகத்தை திறந்து பார்த்தேன். அது அவ்வளவு பழைய புத்தகமாக இல்லை. 1983 ஆம் ஆண்டு என்று காட்டியது. ஆனால் அது புரட்டிப் புரட்டி நைந்து போய் தூசு படிந்து காணப்பட்டது. நின்று கொண்டிருந்தபடியே அதை வாசித்துப் பார்த்தேன். எடுத்தவுடன், 1932 அக்டோபர் 20-ல் லண்டன் நகர் சதம் ஹவுஸ் என்ற இடத்தில் மகாத்மா காந்தி கூறிய கூற்று ஒன்று, விரிவாக அதில் சொல்லப் பட்டிருந்தது.

    நான் துணிந்து சொல்கிறேன்: 50 ஆண்டுகளுக்கு முன்போ அல்லது 100 ஆண்டுகளுக்கு முன்போ இருந்ததை

> விட, இன்றைக்கு எழுதப்படிக்கத் தெரிந்தவர்களின்
> எண்ணிக்கையை இந்தியா அதிக
> அளவில் கொண்டுள்ளது. பர்மாவிலும்
> இது போலத்தான் உள்ளது. ஏனென்றால்
> வெள்ளைய ஆட்சிப் பொறுப்பாளர்கள்
> இந்தியா வந்தபோது, இங்கிருந்த
> எல்லாவற்றையும் அப்படியே வைத்துப்
> பாதுகாப்பதை விடுத்து, அவைகளை முற்றிலும்
> அழித்து ஒழித்துவிடத் தொடங்கினர். நிலத்தைக்
> கிளறி, அதில் உள்ள வேரைக் கண்டறியத்
> தொடங்கினர். கிளறிய வேரை அப்படியே
> விட்டுவிட்டனர். அதனால் 'எழில் மரம்' அழிந்தது.

அதனால்தான் இந்தப் புத்தகத்திற்கு எழில் மரம் என்ற இந்த தலைப்பு வந்தது. எனவே இந்த நாளின் நினைவாக, இந்த புத்தகத்தை வாங்கத்தான் போகிறேன். இந்தியாவிற்கு வந்த எல்லா வெள்ளையர்களுமே மோசமானவர்கள் என்ற எண்ணத்தைக் கொண்டிருந்த இந்தியக் கோட்பாட்டின் பெரிய ரசிகன் என்று என்னை அப்போது சொல்லிவிட முடியாது. எனவே இப்புத்தகத்தை வாசிப்பது அவ்வளவு ரசிக்கத்தக்கதாகவோ அல்லது தெளிவுபடுத்தக் கூடியதாகவோ இருக்குமென்று நான் கருதவில்லை. ஆனால் தொடர்ந்து நான் அதை வாசித்துக் கொண்டே போனபோது, மகாத்மா காந்தியின் கூற்றிலிருந்த அடுத்த சில வாக்கியங்கள் எனக்குள் நான் கொண்டிருந்த கருத்துகளோடு ஒத்துப்போயின.

> பிரிட்டிஷ் ஆட்சியாளருக்கு இந்திய
> கிராமப் பள்ளிக்கூடங்கள் போதுமான
> தேவைகளைப் பெற்றிருக்கவில்லை. எனவே அந்த ஆட்சியாளர்
> தனது திட்டத்தை வெளிப்படுத்தினார்.
> ஒவ்வொரு பள்ளியும் தேவையான
> தளவாடச் சாமான்கள், பள்ளிக் கட்டிடம்,
> இன்னும் பிற எல்லாவற்றையும் பெற்றிருக்க வேண்டும்.

அப்போது அந்த வெள்ளைய ஆட்சியாளர் சொன்ன அந்தச் சிறிய தகவல், இப்போதுள்ள அரசு மேம்பாட்டு வல்லுநர்களும் தேசிய அரசாங்கங்களும் சொன்னது போல் இல்லையா? ஏழைகளுக்காகச் செயல்படும் தனியார் பள்ளிகள் "போதுமான அளவு" இல்லை. ஆகவே, அரசுப்பள்ளிகளில் பள்ளித் தளவாடச் சாமான்கள், கட்டிடங்கள் இன்னும் பிற பொருட்களுக்கான உதவித் திட்டங்கள் தேவையாக உள்ளதா? ஆர்வமேலீட்டால் தொடர்ந்து வாசித்தேன்.

> பிரிட்டிஷ் ஆட்சியாளர் ஆய்வு நடத்திய
> இடங்களில் இருந்த பழங்காலப் பள்ளிகள்,
> ஆட்சிக் குழுவால் அகற்றப்பட்டுவிட்டன.
> ஏனென்றால்? அப்பள்ளிகளுக்கு அங்கீகாரம்
> இல்லை என்ற தகவல்களை பிரிட்டிஷ்
> ஆட்சியாளர் விட்டுச்சென்ற புள்ளி
> விபரங்கள் கூறுகின்றன.

வெள்ளையர்கள் இந்தியாவிற்கு வருமுன்னரே அங்கு பள்ளிகள் இருந்தன என்பதற்கான ஆதாரங்கள் இருந்ததாக நான் கேள்விப் படவில்லை. மேலும் இது பிரிட்டிஷார் ஆட்சிக் காலத்திலே கிடைத்துள்ள சான்று; வெள்ளைக்காரர்கள் இந்தியர்களுக்கு எப்போதும் செய்ததுபோல, பலவற்றை அழித்துவிடும் இவர்களது ஆசைக்கு பள்ளிகள் பலியாகி விடவில்லை.

காந்தி இதை இவ்வாறு முடிக்கிறார்:

> ஐரோப்பிய நடைமுறைகள் இந்தியாவிற்கு
> வந்த பிறகு தொடங்கப்பட்ட பள்ளிகள்
> மிகவும் செலவினம் மிக்கதாக மக்கள்
> கருதினர். ஒரு நூற்றாண்டிற்குள்
> அடித்தட்டு மக்களுக்கான கட்டாயத்
> தொடக்கக் கல்வித்திட்டத்தை யாரேனும் ஒருவர்
> நிறைவேற்றி வைக்க முடியுமா என்று
> கேட்கிறேன். மிகுந்த ஏழை நாடான என் நாட்டில்,
> இதுபோன்ற செலவின மிக்க கல்வி முறையை, தொடர்ந்து
> நீடித்து வைத்திருக்க முடியாது. எங்கள் அரசாங்கம்,
> கிராமத்து பள்ளி ஆசிரியர்களை மீண்டும்
> புத்தாக்கம் பெற்று எழச் செய்ய வேண்டும்.
> ஆண்களுக்கும், பெண்களுக்குமான பள்ளியை
> ஒவ்வொரு கிராமத்திற்கும் கொண்டு வர வேண்டும்.

மகாத்மா காந்தியின் இந்தக் கூற்று, என்னுடைய எண்ணங்களையும், கண்டுபிடிப்புகளையும் தூண்டி விடுவதுபோல இருந்தது. நிச்சயமாக, மகாத்மா காந்தி முன்னறிவித்தபடி, ஒரு நூற்றாண்டுக் காலத்திற்குள், இந்த அடித்தட்டு மக்களுக்கான கட்டாயத் தொடக்கக் கல்வியை, பிரிட்டிஷ் அரசாங்க கல்வி முறையைப் பின்பற்றி வெற்றிகரமாகச் செய்து முடிக்க முடியவில்லை. இந்தியாவையும் சேர்த்து, நாங்கள் ஆய்வு செய்த பல ஏழை நாடுகள், பொருளாதாரக் குறைபாடு காரணத்தாலோ அல்லது ஊழல் காரணத்தாலோ அல்லது இரண்டும் சேர்ந்த காரணத்தாலோ, அரசு மேம்பாட்டு வல்லுநர்கள் தீவிரமாக ஆதரித்து வரும் செலவினம் மிக்க

இக்கல்வி முறையை நீடித்து காப்பாற்றிக் கொண்டது போலத் தெரியவில்லை. என் எண்ணங்கள் முன்னோக்கிப் பாய்ந்து சென்றன. "எங்கள் பிரிட்டிஷ் அரசாங்கம் கிராமத்துப் பள்ளி அசிரியர்களை மீண்டும் புத்தாக்கம் பெற்று எழுச் செய்யவேண்டும். ஆண்களுக்கும் பெண்களுக்கு மான பள்ளியை ஒவ்வொரு கிராமத்திற்கும் கொண்டுவரவேண்டும்" என்று எதை மகாத்மாகாந்தி திட்டமிட்டிருந்தாரோ, அதையே நாங்கள் இன்றைய இந்தியாவின் ஒவ்வொரு கிராமங்களிலும், ஒவ்வொரு குடிசைப் பகுதி களிலும் ஆய்வு செய்து சொல்லி இருக்கிறோம் என்றால் இது ஆச்சரியமாக இல்லையா?

அந்தப் புத்தகத்தைப் பேரம் பேசி வாங்கிவிட்டேன். (என்னுடைய இந்திய நாட்டுக்குழு எவ்வளவு கொடுத்து அதை வாங்கப்போகிறேன் என்ற குழப்பத்தில் திகைத்துப் போய் நின்றது) டெல்லியிருந்து இங்கிலாந்து சென்ற விமானப் பயணத்தில் அந்தப் புத்தகத்தின் முகப்பு அட்டை யிலிருந்து கடைசிப் பக்கம் வரை வாசித்து விட்டேன். வாசித்து முடித்த அதே ஞாயிற்றுக்கிழமை அன்று, 19 ஆம் நூற்றாண்டு பிரிட்டிஷ் இந்திய வரலாறு பற்றி புதிதாக மீண்டும் வாசிக்க தொடங்கினேன். அந்த வாசிப்பு, தரம்பால் சொல்லியிருக்கும் அத்தனை ஆதாரங்களையும், லண்டனில் உள்ள அத்தனை நூல் நிலையங்களிலும் தேடி அலைய வைத்தது. அந்த வாசிப்பில், மிகச் சிறந்ததாகவும், உலகளாவிய உண்மைக்கு அறைகூவல் விடுப்பதுபோலவும் காணப்பட்ட விபரங்கள், நான் ஆசியாக் கண்டத்திலும் ஆப்பிரிக்கா கண்டத்திலும் பயணம் செய்து, நேரிடையாகக் கண்ட விபரங்கள் போலக் காணப்பட்டன.

மன்றோவின் அதிகாரப்பூர்வமான அறிக்கை

19 ஆம் நூற்றாண்டின் தொடக்கத்தில் மெட்ராஸ் ராஜதானியின் ஆளுநராக இருந்த சர். தாமஸ் மன்றோ என்பவர், இந்திய நாட்டுக் கல்விக்காக ஏதாவது செய்யவேண்டும் என்று விரும்பினார். இந்திய மக்களுக்கு படிப்பறிவு இல்லாதது பற்றியும், அவர்களுக்கு கல்வி அறிவு புகட்டுவது குறித்தும் ஒவ்வொரு வெள்ளையனும் ஆளுக்கு ஒரு கருத்துக் கொண்டிருந்தனர். ஆனால், இதற்கான எந்தவிதச் சான்றும் யாரிடமும் இல்லை. நம்பத் தகுந்த ஆவணங்கள் தரும் ஆதாரமில்லாத ஒவ்வொ ருவரின் அனுமானம், மற்றும் ஊகத்தின் அடிப்படையில் எழுந்த ஒரு வீண் பேச்சாக இருந்தது. இந்திய மண்ணில் உண்மையில் என்ன நடந்து கொண்டிருக்கிறது என்ற உண்மையைக் கண்டறிய மன்றோ ஓர் ஆய்வு நடத்தத் திட்டமிட்டார்.

25.06.1822 தேதியிட்ட ஓர் அறிக்கை (நடவடிக்கை குறிப்பு) மன்றோ அவர்களால் ஒவ்வொரு மாவட்ட ஆட்சியாளருக்கும் அனுப்பப்பட்டது. அந்த அறிக்கையின் பார்வைக் குறிப்பே மிகவும் சுவாரசியமானது - வெள்ளையர்கள் இந்தியாவுக்குள் நுழைவதற்கு முன்னால், கிராமங்கள் தோறும் பள்ளிகள் இருந்தன என்பது பற்றிய ஒரு தெளிவான விபரம்- "ஒவ்வொரு மாவட்டத்திலும் எழுதப் படிக்கக் கற்றுக் கொடுக்கும் பள்ளி களின் பட்டியல், ஒவ்வொரு பள்ளியிலும் பணியாற்றும் ஆசிரியர்களின் பட்டியல், அவர்கள் எந்த எந்த ஜாதியைச் சேர்ந்தவர்கள் என்ற விபரப் பட்டியல் ஆகியவற்றை உடனடியாக வழங்க வேண்டும்" என்று ஒவ்வொரு மாவட்ட ஆட்சியாளருக்கும் உத்திரவிடப்பட்டது.

மாவட்ட ஆட்சியாளர்களிடமிருந்து பெறப்பட்ட அறிக்கைகள் மெது வாகப் பிரிக்கப்பட்டன. இதற்கே ஓர் ஆண்டும், அதற்கு மேலும் தேவைப் பட்டன. மூன்று ஆண்டுகள் கூட ஆகிவிட்டன. இது நீண்ட காலம் ஆய்வு செய்யவேண்டிய வேலையாகவும் அமைந்துவிட்டது. இந்த வேலையில் எல்லா மாவட்ட ஆட்சியாளர்களும் மிகவும் தீவிரமாக ஈடுபட்டனர். அதில் முக்கியமாக, கனரா மாவட்ட ஆட்சியாளர் மட்டும், அந்தப் படிவங்களைப் பூர்த்தி செய்வது மிக அதிகமான நேரத்தை விழுங்கி விடுவதாகக் குறை பட்டுக் கொண்டார். மேலும், கனரா மாவட்டத்தில் எந்தக் கல்லூரியும் இல்லை என்பதும், நிலையான பள்ளிகளும் ஆசிரியர்களும் அங்கு இல்லை என்பதும் அனைவரும் அறிந்துள்ளதால், இது ஒரு வீண் வேலை என்று குறைபட்டுக் கொண்டார். அதிர்ஷ்டவசமாக அவர் மட்டுமே அதுபோன்ற அறிக்கை கொடுத்தார். மற்ற ஆட்சியாளர்கள் அனைவரும் முறையான அறிக்கைகளைச் சமர்ப்பித்தனர்.

அவர்கள் அளித்த அந்தத் தகவல்கள் அனைத்தும், முற்றிலும் குறிப்பிடத்தக்கவை. வெள்ளைக்காரக் கல்வித்திட்டம் இங்கு வருமுன், இந்தியாவில் கல்வி போதனை இல்லை என்ற கருத்துக்கு முற்றிலும் எதிர் மாறாக, ஏராளமான எண்ணிக்கையில் ஏற்கனவே கல்லூரிகளும், பள்ளி களும் இருந்ததாக அந்த அறிக்கைகள் கூறுகின்றன. 20 மாவட்டங்களில் *11,575* பள்ளிகளும், *1,094* கல்லூரிகளும் இருந்ததாக அறிக்கைகள் கூறுகின்றன. அப்பள்ளிகளில் *1,57,195* மாணவர்களும், கல்லூரிகளில் *5431* மாணவர்களும் கல்வி பயின்றிருக்கின்றனர். ஆட்சியாளர்கள் அறிந்துள்ள கூடுதலான தகவல்களின்படி, அநேக ஆசிரியர்களும் மாணவர்களும் தங்கள் வீடுகளில் இருந்தே கற்று வந்திருக்கின்றனர். இந்தக் கணக்கைத் தெரிந்து கொள்வது சற்று கடினமாக இருந்தாலும், சில உத்தேச எண்ணிக்கைகள் கிடைத்திருக்கின்றன. உதாரணமாக மெட்ராஸ் ஆட்சியாளர் *5,699* பள்ளி மாணவர்கள் இருந்ததாகவும், அத்துடன் *26,963* மாணவர்கள் வீட்டில் இருந்தே பள்ளி அளவிலான கல்வியைப் பெற்றிருக்கிறார்கள் - அதாவது

பள்ளிக் கல்வியைவிட, வீட்டுக்கல்வி ஐந்து மடங்கு அதிகம் என்ற அறிக்கையைக் கொடுத்துள்ளார். "வீட்டுக்கல்வி" என்பது மாகாணம் முழுவதும் பரவலாகக் காணப்படும் கல்வி முறை என்று மன்றோ கருத்துக் கூறுகிறார்.

இந்த ஆய்வு வேலை வீண்போய்விடவில்லை என்று நிறைவடைந்த மன்றோ, 10.03.1826 தேதியிட்ட அதிகாரப்பூர்வமான அறிக்கையில் இந்த ஆதாரங்களைத் தொகுத்துக் கூறியுள்ளார். தற்போது இருந்துவரும் இந்திய மண்ணின் பாரம்பரியக் கல்விமுறை, பள்ளி வயது ஆண் குழந்தைகளில் 25 சதவிகிதத்தினரை கல்வியறிவு பெறச் செய்திருக்கிறது என்று எழுதினார். பெரும்பாலானோர் வீட்டிலிருந்தபடியே கல்வி பெற்றனர் என்ற தகவல் பெற்றாலும், மொத்த மக்கள் தொகையில், மூன்றில் ஒரு பகுதி ஆண்கள் பள்ளிகளிலேயே கல்வி பெற்றிருக்கின்றனர் என்று மன்றோ மதிப்பிடுகிறார். பெண்களைப் பொறுத்தவரை, பள்ளியில் சேர்ந்து படிக்கும் பெண்களின் எண்ணிக்கை மிக மிகக் குறைவு. அவர்கள் பெருமளவில் வீட்டிலிருந்தே கல்வி பெற்றனர் என்பது உண்மை.

இவ்வாறு, கல்வியில் இங்கு பதிவான அளவு, அநேக ஐரோப்பிய நாடுகளில் இருந்ததைவிட அதிக அளவே இருந்தது. மேலும், வெள்ளையர்களால் கண்டறியப்பட்ட இந்திய மண்ணின் பாரம்பரியக் கல்வியானது மேட்டுக்குடியினர் மீது கவனம் செலுத்தவில்லை. அது ஏழைமக்கள் மீதும், மிகவும் நலிவடைந்தோர் மீதும் கவனம் செலுத்தி உள்ளது. இன்று 'பிற்படுத்தப்பட்டவர்கள்' என்று இந்தியாவில் வகைப்படுத்தப்பட்டிருப்பவர்கள், மாவட்டங்கள்தோறும் பெருமளவில் சிறுபான்மையினராக பள்ளிகளில் பதிவாகி இருந்திருக்கின்றனர். எடுத்துக்காட்டாக, திருநெல்வேலி மாவட்டத்தில் (ஆங்கிலேயர்கள் இதை டின் நெல்வேலி என்று உச்சரித்திருக்கிறார்கள்) 38 சதவிகிதத்தினரும் சேலம் மற்றும் மதராஸ் மாவட்டத்தில் 32 சதவிகித்தினரும் பதிவாகி உள்ளனர்.

மதராஸிலிருந்து வங்காளம், பம்பாய், மற்றும் பஞ்சாப்பிற்கு

ஆனால், மன்றோ கொடுத்துள்ளதைவிட பெரிய ஒரு சான்று இருந்தது. 13 ஆண்டுகளுக்குப் பிறகு வங்காளத்தில் ஒரு சிறிய ஆய்வு நடத்தப்பட்டது. அந்த ஆய்வு, 1841 - ல் கல்கத்தா பல்கலைக்கழகத்தால் வெளியிடப்பட்ட "1835 - 38 ஆண்டுகளில் வங்காளத்தில் கல்வியின் நிலை" என்ற புகழ் பெற்ற ஆடம் அறிக்கையைத் தொடர்புபடுத்தியது. லண்டன் நகரில் மகாத்மா காந்தி ஆற்றிய உரையில் கூறியபடி, ஆடம் அவர்களின் முதல் அறிக்கையின் தலைப்பு செய்தியில், 1830-களில் வங்காளம் மற்றும் பீகார் மாநிலங்களில் 100,000 பள்ளிகள் இருந்திருக்கின்றன. "கிராமக் கல்வி முறை எல்லா இடங்களிலும் பரவலாக இருந்திருக்கிறது; தங்கள் ஆண் குழந்தை

களுக்கு கல்வி புகட்ட வேண்டும் என்ற ஆவல், மிகச் சாதாரண இனத்தைச் சார்ந்த மக்களின் மனதில்கூட ஆழமாக வேரூன்றி இருந்திருக்கவேண்டும். ஒரு தேசத்தின் கலாச்சாரமாகவும், அம்மக்களின் பழக்க வழக்கங்களாகவும், மிக நெருக்கமாக இழையோடிப் போயிருப்பவை இந்தக் கல்வி நிலையங் கள்தாம்" என்று ஆடம், தன் அறிக்கையில் குறிப்பிட்டுள்ளார். ஏழைகளின் தேவைகளுக்கும், நிலைமைகளுக்கும் ஏற்றாற்போல, இந்திய தேசத்து மண்ணின் பாரம்பரியக் கல்விமுறை பெருவாரியாகப் பரவி இருந்திருக்கிறது என்பதை மீண்டும் அவரது ஆய்வின் மூலம் வெளிப்படுத்தியுள்ளார்.

ஆங்கிலேயர்கள் புதியதாய் விரிவாக்கம் செய்த பம்பாய் மாகானம் பற்றி சுமார் 1820 வாக்கில் இதே போன்று வெளியான ஓர் அறிக்கை, "இந்தப் பிரதேசம் முழுவதும் உள்ள, அது சிறிய கிராமமோ அல்லது பெரிய கிராமமோ, ஒரு பள்ளியாவது இல்லாத எந்த ஒரு கிராமமும் இல்லை. அது ஒரு பெரும் கிராமமாக இருக்கும் பட்சத்தில் ஒரு பள்ளிக்கும் அதிகமான பள்ளிகள் இருந்திருக்கின்றன" என்று கூறுகிறது. பஞ்சாப் மாகானம் வெளியிட்ட ஓர் அறிக்கை, "பல்வேறு மதம் சார்ந்த பள்ளிகளில் எழுத, படிக்க, கணக்குப்போடத் தெரிந்த மாணவர்கள் சுமார் 330,000 பேர் இருந் திருக்கின்றனர்" என்று கணக்கிட்டுக் கூறுகிறது.

மதராஸிலிருந்து வங்காளம் வரை, பம்பாயிலிருந்து பஞ்சாப் வரை தேடிச் சென்று சேகரித்த சான்றுகள், ஆங்கிலேயர் வருகைக்கு முன்பு, இந்தி யாவில் இந்த மண்ணின் பாரம்பரியப் பள்ளிகள் இல்லை என்று யாராவது தகவல் அறிவித்திருந்தால், அது முற்றிலும் தவறான தகவல் என்று கூறுகிறது. இங்கிலாந்து உள்ளிட்ட ஐரோப்பிய நாடுகளில் உள்ள அத்தனை ஆண் மாணவர்களுக்கும் பயிற்றுவித்த பள்ளிகள் இருந்தது போல, உயிரோட்டம் நிறைந்த உள்நாட்டு பாரம்பரியக் கல்வி முறை, பல ஆண்டு களுக்கு முன்பு இந்தியாவில் செயல்பட்டிருக்கிறது என்று கூறுகிறது. இது ஒரு சாதாரண ஆய்வு என்று சொல்ல முடியாது. இன்றைய நடைமுறைக்கு ஏற்ப உள்ள அடிப்படைக் கல்வியைக் கொண்டு, பழைய கல்வி முறையை ஆங்கிலேயர் அகற்றுவதற்கு முன்பு, இந்தியாவில், கிட்டத்தட்ட எல்லாக் கிராமங்களிலும் பள்ளிகள் இருந்து வந்திருக்கின்றன.

மன்றோவின் ஆய்வு பற்றி 'தரம்பால்' வெளியிட்ட விபரங்களை நான் முதலில் வாசித்தபோது, என்னுள் தோன்றிய ஒரு சிக்கலான கேள்வி, எவ்வாறு இந்தக் கல்வித்திட்டம் நிதி உதவி பெற்று வந்தது என்பதுதான். மன்றோ அன்று வெளியிட்ட ஆதாரம், நாங்கள் இன்று ஆய்வு செய்து வெளியிட்டுள்ள - இரகசியமாகச் செயல்படுகிற, அதிகாரப்பூர்வமான அங்கீகாரம் பெறாத, புதிய கண்டுபிடிப்புக் கல்வி முறையால் எப்போது வேண்டுமானாலும் அகற்றப்படவிருக்கும், 'தனியார் நிதி உதவி' கல்வித் திட்டத்தை ஒத்திருந்ததா? அப்படியானால், இந்தியாவில் ஏழைகளுக்காகச்

செயல்படும் தனியார் பள்ளிகளின் ஆதரவாளராக, மரணித்திக்கிற மகாத்மா காந்தியையும் என் கட்சியில் சேர்ந்து கொள்ள அழைப்பேன். ஏனென்றால், இந்தக் கல்வி முறை மீண்டும் திரும்பி வரவேண்டும் என விரும்புகிறேன் என்று மகாத்மா காந்தி எழுதியிருந்தார். முற்றிலும் மாணவர்களால் கட்டணம் செலுத்தக்கூடிய, அத்துடன் உதவிக்கரம் நீட்டுவோர்களின் கருணையால் எப்படி நடைமுறைப்படுத்தப்பட்டிருந்ததோ, அப்படியே இருந்திருக்கிறது.

19 ஆம் நூற்றாண்டு இந்தியாவில் ஏழைகளுக்காகச் செயல்பட்ட தனியார் பள்ளிகள்

இந்தக் கல்வி முறைக்கு நிதி உதவி எவ்வாறு கிடைத்தது என்பதுதான் மாவட்ட ஆட்சியாளர்களிடம் மன்றோ கேட்ட கேள்வி. மதராஸ் இராஜதானியின் 21 மாவட்ட ஆட்சியாளர்களில் இரண்டு ஆட்சியாளர்கள் மட்டும் நிதி ஆதாரம் பற்றி வெளிப்படையான கருத்தை வெளியிட்டனர். ஒருவர் இந்த உத்தரவைத் தீவிரமாகச் செயல்படுத்தவில்லை; கிடப்பில் போட்டுவிட்டார். இரண்டாமவர், பள்ளி நிதி ஆதாரம் தொடர்பான எந்தக் குறிப்பையும் வழங்கவில்லை. மீதமுள்ள 19 ஆட்சியாளர்கள் அனுப்பிய அறிக்கைகளில், 16 ஆட்சியாளர்கள், 'நூற்றுக்கு நூறு தனியார் நிதி உதவிப்பள்ளி நடைமுறையில் இருந்தன என்றும் மீதமுள்ள மூன்று பேர், அதிக அளவு தனியார் நிதி உதவிப் பள்ளிகளாகவும் - மிகக்குறைந்த அளவே (ஒன்றிலிருந்து இரண்டு சதவிகிதப் பள்ளிகள் மட்டுமே) அரசாங்கம் நிதியளித்த பள்ளியாகவும் இருந்தன என்று அறிக்கை சமர்ப்பித்திருக் கின்றனர். பள்ளிகளுக்கும், கல்லூரிகளுக்கும் செய்யப்பட்ட நிதி தொடர் பாக, இந்த மூன்றில் ஒரு மாவட்டம், பல மாவட்டங்களில் உள்ளதைப் போல, பள்ளிகளை விடவும், கல்லூரிகளுக்கு மட்டுமே இந்த வகையில் நிதி கிடைக்கப் பெற்றதாகக் கூறுகிறது.

தகவல்களும் புள்ளி விபரங்களும் மிகக் கவனமாகவும், திறமையாகவும் சேகரித்துத் தொகுத்து வெளியிடப்பட்டுள்ளதாக மாவட்ட ஆட்சியாளர் களின் அறிக்கைகள் தெரிவிக்கின்றன. உதாரணத்திற்கு ஒன்று - மூன்றில் ஒருவரான வட ஆற்காடு மாவட்ட ஆட்சியாளர் திரு வில்லியம் குக் என்பவர், தனியார் சாரா நிதி உதவி மிக மிகக் குறைவானது என்றும், ஒரு பள்ளியில் ஒரு சமையற்காரரின் சம்பளத்தையும், சோறு சமைப்பதற்கான தினப்படியையும்கூட தனது அறிக்கையில் கூறியிருக்கிறார்! தனக்கு இடப் பட்ட பணியை அவர் எவ்வளவு நேர்த்தியாகச் செய்திருக்கிறார் என்று நீங்கள் எண்ணிப் பார்க்கவேண்டும். அவர் அளித்த புள்ளி விபரங்கள் அட்டவணை 3-ல் கொடுக்கப்பட்டுள்ளன. 583 தனியார் தொடக்கப்பள்ளிகள் உள்ளூர்

மொழிகளில் நடைபெற்று வந்ததாக குக் அவர்கள் பதிவு செய்துள்ளார்கள். இந்த 583 பள்ளிகளில் 3 பள்ளிகள், கல்விக் கட்டணமாக எந்தத் தொகையையும் பெற்றுக் கொள்ளவில்லை. மீதமுள்ள 580 பள்ளிகள் மாதத்திற்கு 15 அணாவிலிருந்து, ஆண்டுக்கு 21 ரூபாய் வரை வாங்கி இருக்கின்றன. இவை தவிர 40 பெர்சியன் (ஈரான்) மொழிப் பள்ளிகளும் இருந்தன. இவைகளில் 31 பள்ளிகள் தனியார் நிதிப்பள்ளிகள். ஆண்டுக்கு ஒரு ரூபாய், 14 அணாவிலிருந்து, 24 ரூபாய் வரை வாங்கப்பட்டு இப்பள்ளிகள் நடைபெற்று வந்தன. இப்பள்ளிகளில் 308 மாணவர்கள் பயின்று வந்திருக்கின்றனர். இதர ஏழு பெர்சியன் மொழிப் பள்ளிகளான "பொதுத்துறைப் பள்ளிகள்" கிராமங்களிலிருந்து பெற்று வந்த நிதி உதவியாலும், ஆண்டுக்கு ஒரு முறை அரசாங்கம் வழங்கி வந்த உதவித் தொகையாலும் இயங்கி வந்தன. எஞ்சியுள்ள இரண்டு பெர்சியன் மொழிப்பள்ளிகளும் இலவசக் கல்வி அளித்து வந்த பள்ளிகள். இறுதியாக, ஆங்கிலம் பயிற்று மொழிக் கல்வியாக ஏழு பள்ளிகள் இருந்தன. இதில் மூன்று பள்ளிகள் இலவசக்கல்வி அளித்து வந்தன. மீதமுள்ள நான்கு பள்ளிகள் ஆண்டுக்கு 7.5 ரூபாயிலிருந்து 42.0 ரூபாய் வரை கல்விக்கட்டணம் வசூலித்து வந்தன.

இதே அளவிலான தகவல்களையே இதர ஆட்சியாளர்களும் வழங்கினர். மதராஸ் இராஜதானியில், அதிக அளவிலான பள்ளிகள் கிட்டத்தட்ட தனியார் நிதி உதவிப் பள்ளிகளாவே இருந்து வந்தன என்று அவர்களது அறிக்கைகள் வெளியிட்டன. வங்காள மாகானத்தைப் பற்றி கூற வந்த ஆடம் அறிக்கையின் சான்றுகளும் இந்த முடிவையே தாங்கி நிற்கின்றன. ஆங்கிலேயர்கள் பொறுப்பேற்று, அவர்களின் புதிய, மையப்படுத்தப்பட்ட பொதுக்கல்வி முறையை இங்கு அமல்படுத்துவதற்கு முன்பே, சாதாரண மக்களுக்கு கல்வி அளித்து வந்த, பெருவாரியான தனியார் கல்வி முறைத் திட்டம் இந்தியாவில் இருந்து வந்திருக்கின்றது. அல்லது வேறுவழியில் சொல்லப்போனால், ஆங்கிலேயர் வருகைக்கு முன்பே, தனியார் பள்ளிகளும், ஏழைகளுக்காகச் செயல்படும் தனியார் கல்வித்திட்டமும் சேர்ந்து இந்தியாவில் ஏற்கனவே இருந்து வந்திருக்கின்றன.

தனியார் பள்ளிகளைத் தொடங்கியவர்களின் நோக்கங்களைப் பற்றியும் ஆட்சியாளர்கள் கூறியிருக்கிறார்கள். தனியார் பள்ளிகள், "தனிப்பட்ட வர்களால், தங்கள் சொந்தக் குழந்தைகளின் படிப்பிற்காக, அவ்வப்போது தொடங்கப்பட்டன என்றும், சில ஆசிரியர்கள், தங்களைப் பராமரித்துக் கொள்வதற்காக சில பள்ளிகளைத் தொடங்கிக் கொண்டனர்" என்றும் ஒரு ஆட்சியாளர் குறிப்பிடுகிறார். "தங்கள் குழந்தைகளுக்கு கல்வி புகட்ட ஆவலாய் இருந்தும், தங்கள் வருமானத்திலிருந்து ஆசிரியர்களுக்கு சம்பளம் கொடுக்க இயலாத பெற்றோர்கள்" தொடங்கிய தொடக்கப் பள்ளிகளையும் குறிப்பிடுகிறார். இது போன்ற நிலைகளில், "தங்கள்

குழந்தைகளோடு கல்வி பயில இன்னும் சில குழந்தைகளையும் சேர்த்துக் கொள்கிறார்கள். ஒரு காலாண்டிற்கு, மாதம் ஒரு ரூபாய் வீதம், இந்தக் குழந்தைகளிடமிருந்து பெற்று ஆசிரியர்களுக்குப் போதுமான ஊதியம் வழங்கினர்". தங்கள் குழந்தைகளுக்கு கல்வி புகட்ட விரும்பிய பெற்றோர் கள், எந்த மாதிரிக் கல்வியை சிறந்த கல்வியாகப் பார்க்கிறார்களோ, அந்தக் கல்வியைப்பெற, "தங்கள் குழந்தைகளோடு இன்னும் பிற குழந்தைகளைச் சேர்த்துக் கொண்டு, இவர்களே ஒரு பள்ளியைத் தொடங்கி விடுகிறார் கள்" என்று குறிப்பிடுகிறார். இந்தியாவில் இன்றுள்ள தனியார் பள்ளிகளில் நான் ஆய்வு செய்து கண்டு பிடித்தது போலவே ஆசிரியர்களுக்கு ஊதியம் கொடுக்கும் முறை அமைந்திருக்கிறது.

இந்த முறையில் கல்விக் கட்டணம் செலுத்துவதற்கு பெற்றோரால் எவ்வாறு முடிந்தது என்பதையும் ஆட்சியாளர்கள் விளக்கிச் சொல்லி யுள்ளனர். உதாரணமாக, "பெற்றோர்களின் சூழ்நிலைகளுக்கேற்ப" கல்விக் கட்டணம், அவர்களிடமிருந்து வசூலிக்கப்பட்டதாக ஒரு ஆட்சியாளர் குறிப்பிடுகிறார். பள்ளி ஆசிரியர்கள் மாணவர் ஒவ்வொருவரிடமிருந்தும், மாதம் 1/4 ரூபாயிலிருந்து நான்கு ரூபாய் வரை, அவர்களின் வசதிக்கேற்ப வாங்கி இருக்கிறார்கள். இந்த எளிய சுலபமான வசூல் முறை, இன்று நான் ஆய்வு செய்து கண்ட ஏழைகளுக்காகச் செயல்படும் தனியார் பள்ளி முறை களிலும் காணமுடிந்தது.

மேலும், மாவட்ட ஆட்சியாளர்கள் இது குறித்து மிகுந்த தெளிவுடன் இருந்தனர். கல்வி நடைமுறையானது எப்போதும் தனியார் நிதி உதவியையே கொண்டிருந்தது. ஆங்கிலேயர்கள் இந்தியாவுக்கு வந்து அரசு வருவாய்த் திட்ட முறையை, கல்வித்துறைக்கு நிதி உதவி அளிக்குமளவு, சிறப்பாக மாற்றியமைக்கவில்லை. ஆண்டுக்காண்டு வருவாயில் ஏதாவது மாற்றம் ஏற்பட்டுள்ளதா என்ற கேள்விக்கு பல ஆட்சியாளர்கள் தகவல் கொடுத்துள்ளனர். ஆட்சியாளர்கள் தெளிவான விசாரனை மேற்கொண்டு சரியான தகவல் கொடுத்தார்கள். கடந்த காலத்தில் அரசுக் கல்விக்கு நிதி உதவி வழங்கியதற்கான எந்த எழுத்துப்பூர்வமான தகவலோ, வாய் மொழித் தகவலோ அல்லது வேறு எந்த ஆவணமே இல்லை. தென் ஆற்காடு மாவட்டத்திலிருந்து இயல்பான ஓர் விமர்சனம் தோன்றியது. "பூர்வீகக்குடி அரசிடமிருந்து எந்த விதமான உதவித் தொகையும் பள்ளிகளுக்கு வந்த தில்லை. முற்றிலும் மாணவர்களின் பெற்றோர்களே பள்ளி ஆசிரியர்களுக்கு ஊதிய உதவியளித்து வருகிறார்கள்" என்று மாவட்ட ஆட்சியாளர் மறுத்துக் கூறினார்.

இதன் முடிவு தெளிவாகத் தெரிகிறது. மன்றோ அவர்கள் 1822 ஆம் ஆண்டு மதராஸ் இராஜதானியில் கவனமாக மேற்கொண்ட ஆய்வு, "சமுதாயத்தின் எல்லா பிரிவினருக்கும்" பயனளித்து வருகிற, "எங்கும் பரவி

ஆழமாக வேரூன்றி" இருக்கிற கல்வி அமைப்பு முறை, தனியார் கல்வி அமைப்பு முறையே என்று வெளியிட்டது. மாகானத் தலைமைச் செயலாளரின் கீழ் இயங்கி வந்த 'வருவாய்க் குழு', 1825 ஆம் ஆண்டு பிப்ரவரி மாதம் 21 ஆம் நாள் சேகரித்த எல்லாச் சான்றாதாரங்களையும், ஆளுநர் மன்றோ அவர்களுக்கு சமர்ப்பிப்பதற்காக அவைகளைத் தொகுத்தபோது, அந்த ஆதாரங்களின் முடிவுகளை மாகாணச் செயலாளர் ஏற்றுக்கொண்டார். "கல்வி பெரும்பொருட்டு தங்கள் குழந்தைகளைப் பள்ளிக்கு அனுப்பும் பெரும் பகுதியான பெற்றோர்கள், நாட்டில் தற்போது இருந்து வரும் பள்ளிகளுக்கு கட்டணம் செலுத்தி வந்தார்கள் என்பது குறிப்பிடத்தக்கது. கல்விக் கட்டண விகிதாச்சாரம் மாவட்டத்திற்கு மாவட்டம், மாணவருக்கு மாணவர் மாறுபடுகிறது. மாணவர்களுடைய பெற்றோர்களின் சூழ்நிலைக்கேற்றார்ப்போல மாறுபடுகிறது".

1931 ஆம் ஆண்டு அக்டோபர் மாதம் 20 ஆம் தேதி அன்று லண்டன் மாநகரில் உள்ள பன்னாட்டு விவகாரம் நிறுவனத்தில் மகாத்மா காந்தி உரை யாற்றிய போதுதான் அதில் என்ன ஆபத்து இருந்தது என்பதை மிகத் தெளிவாகப் புரிந்து கொண்டேன். ஆங்கிலேயர் இந்தியா வந்து "எழில் மரத்தை வேரோடு பிடிங்கி எறிந்துவிட்டனர்" என்ற அவரது உரையில், எழில் மரம் என்று அவர் குறிப்பிட்டது ஏழைகளுக்காக, அதே சமயம் பணக் காரர்களுக்காகவும் செயல்பட்ட தனியார் கல்வி அமைப்பு முறையைத்தான். இந்திய மண்ணின் பாரம்பரியக் கல்வி அமைப்பு முறையை ஏற்றுக் கொள்வதை விடுத்து, ஆங்கிலேயர்கள் அதை வேரோடு பிடிங்கி எறிந்து விட்டு, அதை அழித்தும் விட்டார்கள். இதன் விளைவு, இந்தியாவில் "ஐம்பது, நூறு ஆண்டுகளுக்கு முன்பு இருந்ததைவிட அதிக அளவு கல்லாமை வந்து விட்டது" என்று மகாத்மா அங்கு உரைத்தார்.

பிரிட்டிஷ் நூல் நிலையத்தில் அமைந்திருந்த 'இந்திய அலுவலக அறையில்' உள்ள 'தரம்பால்' எழுதிய நூலையும், அதன் தொடர்ச்சியான மூல ஆதாரங்களை படித்துவிட்டு, இதைத் தெரிந்து கொண்ட பின் நான் நிலைகுலைந்து போனேன். ஏன் இந்த அசாத்தியமான உண்மை பெரு மளவில் எங்கும் வெளிப்படவில்லை? நன்மை தீமை அறிந்த மக்கள், ஆங்கிலேயர்கள்தாம் இந்தியாவுக்கு கல்வியைக் கொண்டுவந்தனர்; அது காலனியாதிக்கச் சொத்தாக அமைந்து விட்டது என்ற கருத்தில் ஏன் விடாப்பிடியாக இருந்தனர்? இந்தத் தவறுக்கான பொறுப்பை எல்லாம், சர் ஃபிலிப் ஹார்ட்டாக் அவர்களின் காலடியில்தான் போட்டிருக்க வேண்டுமோ? லண்டன் புளூம்ஸ் பெரி மாவட்ட பிரிட்டிஷ் நூல் நிலையத்தில் வரலாற்றுப் பதிவேடுகள் அடங்கியிருந்த "கல்வி நிறுவனத் திற்கு" சென்றேன். அங்கு "அன்றும் இன்றும் இந்தியக் கல்வியின் சில அம்சங்கள்" என்ற தலைப்பில் 1935, 1936 ஆகிய ஆண்டுகளில் சர் ஃபிலிப்

ஹார்ட்டாக் அவர்கள் ஆற்றிய உரைகளை ஜோசப் பெய்ன் அவர்கள் தொகுத்து வெளியிட்டிருந்ததைக் கண்டேன்.

சர் ஃபிலிப் ஹார்ட்டாக்

மகாத்மா காந்தி கொடுத்த அந்த நிகழ்வுகளின் விளக்கம் கேட்டு ஒருவரும் திருப்தி அடையவில்லை. அவையோர்களில் ஒருவராக இருந்த, லண்டன் பல்கலைக்கழக 'கீழ்த்திசைக் கல்வி பள்ளி' நிறுவனர், மற்றும் டாக்கா பல்கலைக்கழகத்தின் முன்னாள் துணை வேந்தரான சர். ஃபிலிப் ஹார்ட்டாக், மகாத்மா காந்தி கூறியதை கேட்டு எரிச்சல் அடைந்தார். அவர் அந்த கூட்டத்திலேயே மகாத்மா காந்தியைக் கேள்வி கேட்டார். காந்தியின் பதிலில் திருப்தி அடையாத இவர், மகாத்மா காந்தியோடு வாக்கு வாதத்தில் இறங்கினார். அந்த வாக்கு வாதம் இருவருக்குமிடையே ஒரு மணி நேரம் நீடித்தது. பம்பாய் மற்றும் வங்காள மாகாணங்களிலிருந்து தொகுக்கப்பட்ட ஆய்வுகளின் அடிப்படையில் அமைந்த, (மேலே குறிப்பிட்ட) அறிக்கையை வாசிக்குமாறு காந்தி அவருக்குச் சொன்னார். (சென்னையில் சேகரித்த மன்றோவின் ஆதாரங்கள் பற்றி எழுதப்பட்ட அறிக்கைக்கு ஒத்துள்ளதாக அந்த அறிக்கை இருக்காது) ஆனால் ஹார்ட்டாக் நிறைவடையாது, காந்தி கூறியதை நீக்க வேண்டும் என்று தொடர்ந்து வலியுறுத்தினார்.

1932-ல் காந்தி இந்தியா திரும்பியபோது கைது செய்யப்பட்டு சிறையில் அடைக்கப்பட்டார். இதற்கிடையில் மகாத்மா காந்தி குறிப்பிட்டதை தவறு என நிரூபிக்கும் வேலையை ஹார்ட்டாக் ஓர் இலட்சியமாக எடுத்துக் கொண்டார். அவருக்குப் பதில் சொல்வதைத் தவிர்த்து வந்த மகாத்மா காந்தி, அந்த நேரத்தில் ஹார்ட்டாக்கை திருப்திப்படுத்தும் பொருட்டு, தன் இயலாமையை ஏற்றுக்கொண்டு நாகரீகமாக அவருக்குக் கடிதம் எழுதினார். ஹார்ட்டாக் இவ்வாறு மேற்கொண்ட பெருமுயற்சி, அவரை லண்டன் பல்கலைக்கழக கல்வி நிறுவனத்திற்கு உரையாற்ற அழைக்கப்படும் அளவுக்கு பெருமையாக அமைந்து விட்டது. இந்தியாவில் நீடித்து இருந்து வந்த இந்திய மண்ணின் பாரம்பரியத் தொடக்கக் கல்வி முறையை ஆங்கிலேயே அரசாங்கம் முறைப்படி அழித்து விட்டது; அத்துடன், அப்பள்ளிகள் உருவாக்கியதாக எண்ணிக் கொண்டிருந்த கல்வி அறிவையும் அழித்துவிட்டது என்ற கற்பனையில், இந்தியர்கள் கொண்டிந்த அடித்தளக் கருத்துகளை அகற்றும் நோக்கத்தோடுதான் அவர் உரையாற்ற அழைக்கப் பட்டார். அவர் அதில் வெற்றியும் பெற்று விட்டார்.

ஆங்கிலேயர் வருகைக்கு முன்பு இருந்த உள்நாட்டுக் கல்வி முறையில் இருந்த 'தரம்' மற்றும் 'அளவு' (எண்ணிக்கை) ஆகிய இரண்டையும் ஹார்ட்டாக் ஏற்றுக்கொள்ளவில்லை. கல்வி முறையில் இருந்த 'அளவு'

என்பதில் அவருக்கிருந்த உடன்பாடின்மையை எளிதாகத் தள்ளுபடி செய்து விடலாம். முதலில், பிரிட்டிஷார் நடவடிக்கைக்கு முன்பு தனியார் பள்ளிகள் காளான்கள் போல் இயல்பாக இந்தியாவில் தோன்றி இருந்தன என்பதைப் பற்றி ஹார்ட்டாக் வாக்கு வாதம் செய்ய வரவில்லை. வங்காளம் முழுவதும் வேகமாக வளர்ச்சியடைந்து வந்த ஆங்கிலம் போதித்த கல்விக்கூடங்கள், ஆங்கிலேயர் அரசாங்கத்தில் வேலை வாய்ப்பு பெறும் பொருட்டு, சாதாரண மக்களின் மனதில் ஆங்கிலம் கற்றுக் கொள்ளும் ஆவலை வேக மாகத் தூண்டின என்பதில் இவருக்கு உடன்பாடு இருந்தது. மேலும் இந்த ஆங்கிலக் கல்வி பிரிட்டிஷ் சாம்ராஜ்யத்தை எதுவும் செய்து விட முடியாது என்றும் ஏற்றுக் கொண்டிருந்தார். இத்தருணத்தில் இந்தியக் கல்வி அமைப்பு முறையை மேற்கத்திய முறைகளுக்கு ஏற்ப நவீனப்படுத்தும் ஆழ மான ஆவல் எதுவும் ஆங்கிலேய அரசாங்கத்திற்கு இல்லை. "தானாகவும் இயல்பாகவும் இப்பள்ளிகள் தோன்றி வளர்ந்தன" என்கிறார்.

ஆனால், 19 ஆம் நூற்றாண்டு இந்தியாவில், கல்வியில் உண்டான தொழில் முனைவு வளர்ச்சியை மன்றோ உள்ளிட்ட எல்லாக் கருத்துரை யாளர்களும் அதிகப்படுத்தித்தான் கூறியுள்ளார்கள் என்பதை ஹார்ட்டாக் நம்பினார். ஹார்ட்டாக், அவருடைய உரையில், இந்த ஆதாரத்தை பட்டென்று புறகணித்துப் பேசினார்; "மிகத் துல்லியமாகக் கொடுக்கப்பட்டுள்ள எண்ணிக்கையில் எனக்குச் சந்தேகம் உள்ளது" என்று பேசினார். ஆனால் மன்றோவின் விரிவான ஆய்வு பற்றி, அந்த அவையில், இதை மட்டுமே ஹார்ட்டாக் கூறினார். மேற்கொண்டு விபரம் வேண்டுவோர் அவரது புத்தகத்தின் பிற்சேர்க்கையில் இணைக்கப்பட்டுள்ள அறிக்கையைப் பார்த்துத் தெரிந்துகொள்ள அறிவுறுத்தப்பட்டது. (இந்தியாவில் கடந்த 100 ஆண்டுகளில் பள்ளிகளிலும், கல்வியறிவு பெற்றவர்களிடமும் உள்ள புள்ளி விபரங்கள் மீதான குறிப்பு) இதை வாசித்த போது மன்றோவின் ஆய்விலிருந்து இவரது கருத்து எவ்வளவு தூரம் இலக்கு மாறி இருந்தது என்பதைக் கண்டு கொண்டேன்.

ஏனெனில், மன்றோவின் 21 ஆங்கில மாட்ட ஆட்சியாளர்கள் குழு தயாரித்த ஆய்வறிக்கை முழுவதையும் அப்படியே நிராகரிக்க ஒரே ஒரு மாவட்ட ஆட்சியாளரின் அறிக்கையை மட்டும் மேற்கோள் காட்டினார். அந்த அறிக்கைதான் பெல்லாரி மாவட்ட ஆட்சியாளரான திரு A.D. கேம்பிள் அவர்களுடைய அறிக்கை. மன்றோ சராசரியாகக் கொடுத்த எண்ணிக்கையை விட, கேம்பிள் கொடுத்த பெல்லாரி மாவட்ட எண்ணிக்கை மிகக் குறைவாக இருந்தது என்று ஹார்ட்டாக் குறிப்பிட் டுள்ளார். மன்றோவின் ஆய்வு முடிவுகள் பெல்லாரி மாவட்டத்திற்குப் பொருந்தக் கூடியதாக இருந்தால், பள்ளிகளில் இருந்த மாணவர்கள் எண்ணிக்கையைவிட, இரண்டு மடங்கான மாணவர்கள் எண்ணிக்கையை

கேம்பிள் கண்டிருக்க வேண்டும். இந்த ஆதாரத்தைத்தான் ஹார்ட்டாக் தேடிக்கொண்டிருந்தார்; ஒட்டு மொத்த மெட்ராஸ் மாகாணத்திற்கான மன்றோ அளித்த புள்ளி விபரம், பெல்லாரி மாவட்டத்திற்கான கேம்பின் கொடுத்த புள்ளிவிபரத்தோடு காணப்பட்ட முரண்பாடு, கவனக் குறைவாகவும் ஆர்வக் குறைவாகவும் உள்ள ஆட்சியாளர்கள் தாக்கல் செய்த அறிக்கைகளை அடிப்படையாகக் கொண்டு மன்றோ அளித்த புள்ளி விபரங்கள், கேம்பிள் அளித்த புள்ளி விபரங்களைவிட, மிகைப்படுத்திக் காட்டப்பட்டுள்ளது என்பதைக் காட்டுகிறது. பெருவாரியான நம்பிக்கை யின் அடிப்படையில் மன்றோ அளித்த புள்ளி விபரங்கள் தவறு என்று கேம்பிள் காண்பித்திருக்கிறார். ஏனென்றால், ஏனைய ஆட்சியாளர்கள் எல்லாம் பாதி அளவு பள்ளிகளையே பார்த்திருக்கிறார்கள் என்று கேம்பிள் கண்டறிந்து சொல்கிறார். கேம்பிள் மட்டுமே உண்மையைக் கண்டறியும் அக்கறையும் ஆர்வமும் கொண்ட ஆட்சியாளர் என்கிறார்.

அனைத்து ஆட்சியாளர்களின் அறிக்கைகளை ஆய்ந்து அலசிப் பார்த்த போது, இந்த முடிவு நீடித்து நிற்பது போல முற்றிலும் காணப்படவில்லை. கேம்பிள் அவர்களின் அறிக்கை மட்டுமே கவனத்தில் எடுத்துக் கொள்ளக் கூடிய ஒன்று என்று, அவரின் ஆய்வுப் பொருளுக்கு ஆதரவு கொடுக்கும் பொருட்டு, எல்லா ஆட்சியாளர்களிலும் இவர் மட்டுமே தொடக்கப் பள்ளிகள் வழங்கிய 'கல்வித் தரத்தைப் பற்றி கவலைப்பட்டதாக எழுதிய தால், கிழக்கிந்தியக் கம்பெனி இயக்குநர்கள் நீதிமன்றத்தில், பெல்லாரி மாவட்ட ஆட்சியாளர் 'தனிக்கவனம்' செலுத்தப்பட்டதாக ஹார்ட்டாக் குறிப்பிட்டுள்ளார். இருப்பினும், அதை விடுத்து, கேம்பிள் அவர்களின் சான்றாதாரங்கள் மிகவும் வலுக்குறைந்ததாக நீதிமன்றம் குறிப்பிட்டுள்ளது. ஏனெனில், மன்றோ அவர்கள், பள்ளிக்கல்வித் தரத்தை எடைபோட்டுப் பார்க்கச் சொல்லி ஒருபோதும் ஆட்சியாளர்களைக் கேட்டுக்கொள்ள வில்லை. உண்மை நிலையைக் கண்டறிய வேண்டுமென்றுதான் மன்றோ கேட்டுக்கொண்டார். யாருடைய அபிப்ராயங்களையும் அவர் கேட்க விரும்பவில்லை. கல்வித்தரம் மேம்பாடு அடைய வேண்டும் என்று கேம்பிள் அவர்கள் எண்ணியது உண்மைதான். "பாடப்புத்தகங்களின் தன்மை, கற்பிக்கும் முறை, ஆற்றல் மிக்க ஆசிரியர்களின் பற்றாக்குறை ஆகியவைகள்தாம் பள்ளிகளில் காணப்பட்ட முக்கியமான குறைபாடுகள்" என்று கேம்பிள் எழுதியுள்ளார். உள்நாட்டு பாடப் புத்தகமுறை "பரிதாபத் துக்குள்ளான அளவு குறைபாடுகள்" கொண்டவை என்ற அவரது பிடிவாதத் தைத்தான் ஆதரிக்க முடியவில்லை. இந்திய மண்ணின் பாரம்பரியக் கல்வியின் 'அளவைப்' பொறுத்தவரை, கேம்பிள் கொடுத்துள்ள சான்றா தாரங்கள் மற்ற ஆட்சியாளர்கள் கொடுத்தவைகளை விட மிகவும் பலவீன ானவை. ஆனால் மற்ற ஆட்சியாளர்கள் மாவட்டங்கள் கிராமங்கள்

வாரியான, பள்ளிகள் கல்லூரிகள் வாரியான, பாலின வாரியான, இனம் வாரியான, மாணவர்களின் விரிவான புள்ளி விபரங்களை பக்கம் பக்கமாக அட்டவணை போட்டுக் கொடுத்துள்ளார். கேம்பிள் அவர்கள் 'ஒரே ஒரு வரியில்' அடங்கிய புள்ளி விபரத்தினை ஒரு அட்டவணை போட்டு வழங்கியுள்ளார். அவ்வளவுதான்.

மற்ற ஆட்சியாளர்களைப்போல் இல்லாமல், கேம்பிள் மட்டும் கவனக் குறைவாகவும், நுனிப்புல் மேய்பவராகவும் இருந்திருக்கிறார். திருச்சிராப் பள்ளி (திருச்சினோபோலி என்று அப்போது ஆங்கிலேயர்களால் அழைக்கப்பட்டிருக்கிறது) ஆட்சியாளர் பத்துப் பக்கங்களைக் கொண்ட மிகக் கவனமாகத் தயாரிக்கப்பட்ட தரமான புள்ளி விபர அட்டவணையை விட, வட ஆற்காடு மாவட்ட ஆட்சியாளர் 14 பக்கங்களைக் கொண்டு ஆழ்ந்த அக்கறையோடு தயாரித்த புள்ளி விபர அட்டவணையை விட, கேம்பிள் அவர்கள் தயாரித்த புள்ளி விபரங்களை அதிகக் கவனத்துடன் எடுத்துக் கொள்ள வேண்டும் என்று கருதுகிற ஹார்ட்டாக், இந்த தரமான புள்ளி விபரங்களை எல்லாம் நிராகரித்து விட்டு, கேம்பிள் அவர்களின் ஒற்றை வரிப் புள்ளி விபரத்தை நம்புகிறார் என்பது ஏற்றுக் கொள்ளக் கடினமாக இருக்கிறது. கேம்பிள் அவர்கள் எழுதி வழங்கிய கருத்துப் பதிவீடு, ஹார்ட்டாக் அவர்களின் மாற்றுக் கருத்துக்கு மேலும் வலுவூட்டுவதாக அமைந்திருந்தது. அதனால்தான் அவர், பொறுப்போடும் அக்கறையோடும் செயல்பட்ட மற்ற ஆட்சியாளர்களை விட, கேம்பிள் அவர்களோடு உடன் பட்டுப் போனார்.

சான்றாதாரங்களை உண்மையின் அடிப்படையில் வைத்துப் படித்துப் பார்க்கின்றபோது, அவை தெளிவாக இருந்தன. இந்திய மண்ணின் பாரம்பரியப் பள்ளிகள் தரம் தாழ்ந்தவை என்று அவர் (ஏற்கனவே) எண்ணம் கொண்டிருந்ததால், கேம்பிள் பல பள்ளிகளைப் பார்வையிடவே இல்லை. மற்ற ஆட்சியாளர்கள் நேரில் கண்டு ஆய்வு செய்ததைப்போல கேம்பிள் பல பள்ளிகளைப் பார்க்கவில்லை. என்னுடைய சொந்த ஆய்வுக் குழுவில், அங்கீகாரம் பெறாத தனியார் பள்ளிகள் இருக்கின்றன என்று நம்பாதிருந்த சில ஆய்வாளர்களின் குணாதிசயங்கள்போல கேம்பிள் அவர்களின் குணாதிசயங்களும் இருந்தன. குடிசைப் பகுதிகளிலோ அல்லது கிராமங் களிலோ தனியார் பள்ளிகள் இல்லை என்று சொல்லி விட்டு, அவ்வப்போது என்னுடைய ஆய்வாளர்கள் திரும்பி வருவார்கள். அந்த ஆய்வாளர்கள் மீண்டும் அந்தக் கிராமத்திற்கு போனால், உண்மையில் அந்த ஊரில் எவ்வளவு பள்ளிகள் இருந்திருக்கின்றன என்று அவர்கள் ஆச்சரியப் படுவார்கள். கேம்பிள் அவர்களோ அல்லது அவர்களின் ஆய்வுக்குழுவோ மன்றோவின் கோரிக்கையை கண்டபோது, இதே போலத்தான் நடந்து கொண்டிருக்க வேண்டும் என்று ஊகித்தேன். இந்த அளவிலான

எண்ணிக்கை கொண்ட பள்ளிகள் அங்கே இருக்குமென்று அவர்கள் நம்ப வில்லை; அப்படியே நம்பினாலும், நேரத்தையும் சக்தியையும் செல வழித்து கவனமாகத் தேடுவதற்கு அதில் ஒன்றுமில்லை என்று, அதைத் தேடி வெளியே சொல்லவில்லை.

மதராஸ் இராஜதானி வழங்கிய எண்ணிக்கை அளவிலான புள்ளி விபரங்களுக்கு ஹார்ட்டாக் கொடுத்திருந்த மறுப்பு சரியான அடிப்படையில் அமையவில்லை. பஞ்சாப், பம்பாய், வங்காளம் ஆகிய மாகாணங்களிலிருந்து கொடுக்கப்பட்ட புள்ளி விபரங்கள் பற்றி இதே போன்று இவர் தெரிவித்த குறைபாடு கேள்விக்குரியதாக இருந்தது. இந்திய மண்ணின் பாரம்பரியக் கல்வி முறையின் தரம் பற்றிய வலுவான அடிப்படைக் காரணங்கள் ஏதேனும் ஹார்ட்டாக் அவர்களால் கொடுக்க முடிந்ததா?

விசித்திர மனிதர்கள்

இந்திய மண்ணின் பாரம்பரியக் கல்வி பற்றிக் கருத்துக் கூறிய விமர்சன கர்த்தாக்கள் சில விசித்திர மனிதர்களை ஒருங்கிணைத்திருக்கிறார்கள். பாரம்பரியப் பள்ளிகளின் குறைவான கல்வித் தரம் பற்றி ஹார்ட்டாக் அவர்கள் கொண்டிருக்கும் குறைபாடுகள், இந்திய சமுதாயத்திலும் கலாச்சாரத்திலும் பொதுவாக எங்கும் காணப்படும் ஒரு வகைக் குறைபாடு களோடு ஒத்துப் போவதாக இருந்தன. இந்தியர்கள் கொண்டிருந்த "மதம் சார்ந்த மூட நம்பிக்கைகளால் நன்னெறி மற்றும் சமூக விரக்தியின் அடி ஆழத்தில் மூழ்கிப் போயிருந்தார்கள்" என்று வில்லியம் வில்பர்ஃபோர்ஸ் என்பவர் குறிப்பிட்டிருந்தார். ஆனால் ஆங்கிலேய ஆதிக்கத்தினர், இது போன்ற கொள்கைகள் இருந்ததாகக் காட்டிக் கொள்ளவில்லை. 'நியூயார்க் டெய்லி டிரிபியூன்' என்ற இதழுக்கு 1853 ஆம் ஆண்டு இந்தியாவில் உள்ள பெருந்துயரின் நிலையான இயல்பு பற்றிக் கருத்துக் கூறிய கார்ல் மார்க்ஸ், இந்தியாவில் ஆங்கிலேயர்களின் குற்றம் குறைபாடுகள் எதுவாக இருந்தாலும், மேலை நாட்டுக் கல்வி முறையை இந்தியாவில் புகுத்தி, இந்தியாவை மேலை நாடுகளைப் போல் நவீனப்படுத்தியதில், வரலாற்றின் உணர்ச்சியற்ற கருவியாக இந்தியா இருந்தது என்கிறார்.

உள்நாட்டுப் பாரம்பரியக் கல்வி முறையின் தரம் பற்றி மன்றோவின் சான்றாதாரம் என்ன சொல்கிறது? அவரது ஆய்வு வேலைகளின் விதிமுறை களை உறுதிப்படுத்திக் கொண்டு, ஆய்வறிக்கை சமர்பிக்கச் சொல்லி மன்றோ ஆட்சியாளர்களைக் கேட்டுக் கொண்ட போது, 'கல்வியின் தரம்' தொடர்பான தீர்ப்புகள் பற்றி ஆய்வு அறிக்கை சமர்ப்பிக்கச் சொல்லிக் கேட்கவில்லை. அவர் பள்ளிகள் பற்றிய உண்மை நிலவரங்களைத்தான்

கண்டறிய விரும்பினார். அபிப்பராயங்களை அல்ல. எனவே 20 ஆட்சி யாளர்களில் 14 பேர் கொடுத்துள்ள பயன்படக்கூடிய ஆதாரங்களை அலட்சியப்படுத்துதல் நன்றன்று. ஆறு ஆட்சியாளர்கள் இது தொடர்பாக சுருக்கமான, உள்நோக்கமில்லாத கருத்துக்களை வழங்கினார்கள். அதுவும் இவர்களில் மூன்று ஆட்சியாளர்கள் இந்திய மண்ணின் பாரம்பரியக் கல்வி அமைப்பு முறையின் தரம், மற்றும் எண்ணிக்கை ஆகிய இரண்டு பற்றியும் ஆக்கப்பூர்வமாக ஐயத்துக்கு இடமற்ற வகையில் அறிக்கை சமர்ப்பித் துள்ளனர். முன் மாதிரியான ஓர் ஆட்சியாளர் குறிப்பிடுகிறபோது "ஐந்து வயது பூர்த்தியான குழந்தைகள் பள்ளிக்கு அனுப்பப்படுகிறார்கள்; பொதுவாக அவர்கள் அறிவுத் திறனுக்கு ஏற்ப, பள்ளியில் தொடர்ந்து படித்துவிடுகிறார்கள்; அவர்களுக்கு 13 வயது பூர்த்தியாகும் முன்பு, கற்றலின் பல வகைகளில் பார்க்கும் போது, அவர்களின் அடைவுத் திறன் தனித்தன்மை உடைய வகையில் மேலோங்கி விடுகின்றன என்பது எல்லாராலும் ஏற்றுக் கொள்ளப்பட்டுள்ளன" என்கிறார்.

கல்வித் தரத்தில் உள்ள சிக்கல்களை மூன்று ஆட்சியாளர்கள் குறிப்பிட் டுள்ளனர். அதில் ஒருவர், "சமுதாயத்தின் அன்றாட சவால்களைச் சந்திக்கத் தேவையான வாசித்தல், எழுதுதல், மற்றும் கணக்குப் போடுதல் ஆகியவை தவிர, எல்லாராலும் ஏற்றுக் கொள்ளப்படாத எதுவும் போதிக்கப்பட வில்லை" என்று குறிப்பிட்டுள்ளார். இதைப் பெரிதாக குறை கண்டுபிடிப் பதற்குப் பதிலாக, தொடக்கக் கல்வி உண்மையில் எதை நோக்கமாகக் கொண்டு செயல்பட வேண்டுமோ, அதை எல்லாரும் ஏற்றுக் கொள்ளும் படிச் செய்ய வேண்டும் என்று ஒரு ஆட்சியாளர் சொல்லி இருக்கிறார்.

இருப்பினும் இதர ஆட்சியாளர் இருவரும் மிகவும் குற்றம் காண்பவர்கள். அதில் ஒருவர் எழுதினார்; "பல பகுதிகளில், மாணவர் வருகை சரியாக இல்லை. சில பள்ளி ஆசிரியர்கள், அவர்கள் போதிக்கும் மொழியின் இலக்கணம் நன்கு அறிந்திருக்கிறார்கள். சில பள்ளிகளில் மாணவர்களும், அதுபோல் ஆசிரியர்களும், அவர்கள் திரும்பத் திரும்பச் சொல்லும் வாக்கியத்தின் பொருளைப் புரிந்து கொள்ளாதவர்களாக இருக்கிறார்கள். நியாயமான ஊதியத்தை விடக் குறைவாகக் கொடுக்கப் படும் நாகரிகமடைந்த ஒரு நாட்டில் கல்வியானது சிறப்பாக இருக்க முடியாது". பெல்லாரியிலிருந்த கேம்பிள் என்ற ஆட்சியாளர் இருக்கிறாரே, அவர்தான் மேலேயுள்ள சுருக்கமானக் கருத்தை எழுதியவர்.

இந்த வகையில் மதராஸ் மாகாணத்தில் எடுக்கப்பட்ட ஆய்விலிருந்து, அதிகப்படியான ஆதாரங்களை இரண்டு வழிகளிலும் எடுத்துக் கொள்ள முடியாது. இக்கல்வித் திட்டத்தின் குறைகளை எழுதுபவர்களும், நிறைகளை எழுபவர்களும் சம அளவில் உள்ளனர். கல்வி அமைப்பு முறைகள் எவ்வாறு இருக்க வேண்டும் என்பதில் இந்த இருவகையினருமே தங்களது சொந்த

விருப்பு, வெறுப்புகளைச் சார்ந்துள்ளனர். கல்வித் தரம் குறைவாக உள்ளது உண்மைதான் என்பதற்கு ஆதரவாக, மதராஸ் இராஜதானியில் மேற் கொண்ட ஆய்வில் நிச்சயமாக எதுவும் இல்லை.

கொடுக்கப்பட்ட சான்றாதாரங்களை அவரின் 1826 ஆம் ஆண்டு மார்ச் மாதம் 10 ஆம் நாள் அறிக்கையில் தொகுத்து வழங்கியபோது, பள்ளிகளின் 'எண்ணிக்கை' நம்பிக்கையூட்டக் கூடியதாக இருந்தாலும், மன்றோ, கல்வியின் 'தரம்' பற்றி நம்பிக்கை அடைந்தவராக இல்லை. மன்றோ குறிப்பிட்டிருந்த குறைபாடுகளையும், இன்னும் பலர் குறிப்பிட்டிருந்த, குறிப்பாக சர்.ஃபிலிப் ஹார்ட்டாக் அவர்கள், குறிப்பிட்டிருந்த, இந்திய மண்ணின் பாரம்பரியக் கல்வியின் தரம் தாழ்ந்த நிலையை கண்டனம் செய்து இருந்ததையும் விரிவாகப் படித்துப் பார்த்தேன். ஏழைகளுக்காகச் செயல்பட்ட தனியார் பள்ளிகள் பற்றி இன்றைக்குக் கூறுகின்ற குறைபாடு களை, அவர்கள் சமமாகக் காட்டிய வழிகள் எனக்கு மிகவும் விசித்திர மாகப்பட்டன. இந்தப் பிரச்சினைகளைச் சரிசெய்வதற்காக அரசாங்கம் தலையிட்ட வழிகள், உள்நாட்டுக் கல்விமுறைகளை ஊக்குவிக்கும் முகமாகக் காணப்பட்டதே தவிர, அதன் குறைகளைச் சுட்டிக்காட்டியது போலத் தெரியவில்லை.

குறைந்த ஊதியம் பெறும் ஆசிரியர்களா?

இந்திய மண்ணின் பாரம்பரியக் கல்வியின் தரம் குறைந்துள்ளதை குறை சொல்ல வந்த மன்றோ, ஆசிரியர்களுக்கு வழங்கப்பட்டு வந்த பற்றாக் குறையான ஊதியத்தைக் குறிப்பிட்டது - இன்றைக்கு ஏழைகளுக்காகச் செயல்படும் தனியார் பள்ளிகள் பற்றி அரசு மேம்பாட்டு வல்லுநர்கள் சொல்லும் குறைபாட்டுக்கு மிகவும் ஒத்ததாக இருந்தது. ஆசிரியர் மாதத் திற்கு ஆறு அல்லது ஏழு ரூபாய்க்கு மேல் சம்பாதித்ததில்லை. இந்த பற்றாக் குறையான ஊதியம், முறையான கல்வித் தகுதி பெற்ற மனிதர்களை அரசுப் பணியாற்ற ஊக்குவிப்பதில்லை என்று மன்றோ குறிப்பிட்டார். இதே கண்டனம் வங்காளத்தில் ஆய்வு மேற்கொண்ட வில்லியம் ஆடம் அவர் களிடமிருந்தும் வந்தது. உள்நாட்டுக் கல்வியின் தரம் பற்றிய இவரது தரமற்ற மதிப்பீடு, ஹார்ட்டாக் அவர்களால் நல்ல விதமாகப் பயன்படுத்திக் கொள்ளப்பட்டது. ஆனாலும், (கல்வியின் 'எண்ணிக்கை' பற்றி ஆடம் அவர்களின் மிகுந்த நம்பிக்கை தந்த மதிப்பீட்டை ஹார்ட்டாக் அவர்கள் ஆதரிக்கவில்லை) வங்காளத்தில் மிக வேகமாகத் தனியார் பள்ளிகள் வளர்ந்து வந்தாலும், ஓரளவு அங்குள்ள ஆசிரியர்களின் திறமைக் குறைவு காரணத்தால், மிகக் குறைந்த அளவே பலன் கிடைக்கிறது. ஆசிரியர்கள் அவர்களின் வாழ்வாதாரத்திற்கு மாணவர்களையே பெரிதும் நம்பி இருக்க

வேண்டியுள்ளதாக இருந்தது. ஆசிரியர்களுக்கு மரியாதையும் இல்லை, வெகுமதியும் இல்லை. பணியில் திறமையும் அறிவும் உள்ள ஆசிரியர்கள் ஊக்கப்படுத்தப்படவில்லை.

தனக்கு ஒவ்வாத ஒன்றை ஆடம் அவர்கள் ஒத்துக் கொண்டிருக்கிறார்கள். குறைவானது என்று இவர் தீர்மானிக்கிற ஆசிரியர்களின் ஊதியம், அவர்களின் கல்வித் தகுதியை ஒப்பிடும்போதும், அல்லது அந்த மாவட்டத்தில் (இதே போன்ற) வேலை ஆட்களின் பொதுவான ஊதிய விகிதத்தை ஒப்பிடும்போதும், அது அப்படி ஒன்றும் குறைவான ஊதியம் அல்ல என்கிறார் ஆடம். இல்லை. தகுதியான நபர்களுக்கு தகுதியான ஊதியம், நியாயமான முறையில் வழங்க வேண்டும் என்பதை ஒப்பிட்டுப் பார்க்கும்போது, ஆடம் அவர்களின் ஒப்பீடு மிகக் குறைவாக உள்ளது. இன்னொரு வகையில் சொல்லப் போனால், சந்தை ஊதிய நிலவரத்தோடு ஆசிரியர்களின் ஊதிய நிலவரம் ஒத்துப் போகிறது. ஆனால் ஆடம் ஆசைப் பட்டது போல, மாற்று அமைப்பு முறைகளோடு ஒப்பிட்டுப் பார்க்கும் போது இது குறைவாக ஒப்பிடப்பட்டுள்ளது. இது தொடர்பாக மீண்டும் விரைவில் விவாதிக்க வருவேன்.

தரம் குறைந்த கட்டடங்களா?

வில்லியம் ஆடம் அவர்களால் எழுப்பப்பட்ட குறைபாடுகளில் இன்னொன்று, பள்ளிக் கட்டடங்களின் தரம் அல்லது கட்டடங்களின் ஒட்டு மொத்த குறைபாடுகள் என்பதாகும். "பள்ளிக் கூடங்களுக்காகவென்று வீட்டுப் பள்ளிக்கூடங்கள் என்று எதுவும் கட்டப்படவில்லை" என்கிறார். ஆலய வழிபாடு நடத்தப்படும் சில இடங்கள் அல்லது திருவிழாக்கள் நடத்தப்படும் இடங்கள், அல்லது கிராமப் பொழுது போக்கு இடங்கள், அல்லது தனியார் வசிப்பிடங்கள், அல்லது திறந்த வெளி இடங்கள், மழைக்காலங்களில் கட்டப்பட்ட சிறு சிறு கீற்றுக் கொட்டகைகள் போன்ற இடங்களில் மாணவர்கள் ஒருங்கிணைந்ததாக ஆடம் குறிப்பிடுகிறார். "சிறிய கிராமப் பள்ளிக் கட்டடங்கள் இல்லாமையால் ஏற்படும் இன்னல்கள், குறுகலாகவும் பொருத்தமில்லா முறையிலும் கட்டப்பட்ட கட்டடங்கள், வகுப்புகளாகப் பயன்படுத்த வாடகைக்கு எடுத்துக் கொள்ளப் படும் அறைத் தொகுதிகள், ஆகியவைகளால் ஏற்படும் இன்னல்களைக் குறிப்பிட்டு இவைகள் உகந்தது அல்ல" என்று ஆடம் குறிப்பிடுகிறார்.

காந்தியின் கருத்துப்படி, நாம் கொண்டிருக்கிற தொடக்க நிலையில் உள்ள இந்தக் கண்டனம், சாத்தியப்படக் கூடிய, திறமையாகப் பயன் படுத்தப்படக்கூடிய இவைகளின் அடிப்படையில் அமையாத ஒரு வகை முறைகளுக்கு இட்டுச் செல்லும். ஆனால், செயல்படுத்துவதற்கு அதிகச்

செலவினம் உண்டாக்கக்கூடிய, வெளிநாட்டிலிருந்து இங்கு கொண்டுவந்து திணிக்கக்கூடிய சில விஷயங்களுக்கும் அது இட்டுச் செல்லும். இந்தியப் பள்ளிகளில் கற்பித்தல் நடைபெற்ற நிலவரங்கள், இங்கிலாந்து நாட்டை விட, குறைந்த இருட்டிலும் நிறைந்த இயற்கைச் சூழலிலும் இருந்தன என்று கூறும் விமர்சனத்துக்குப் பதிலாக தரம்பால் சொல்வது போல, கட்டிடங்கள் போதாதது பற்றி இது போன்ற விமர்சனங்களைச் சொல்ல லாம். மீண்டும், மேற்கத்திய நாடுகளுக்குப் பொருத்தமாக அமையக் கூடிய பள்ளிக் கட்டடங்களை வழங்கவேண்டுமே என்ற அரசு மேம்பாட்டு வல்லுநர்களின் ஒரே சிந்தனை, தற்போதைய தனியார் பள்ளிகளின் பற்றாக் குறையுள்ள உள் கட்டமைப்புகள் பற்றி அவர்கள் கொண்டிருக்கும் குறை பாடு, ஆகிய இரண்டு ஒப்புமைகளும் திடீரென்று எனக்குள் உதயமானது.

தரம் தாழ்ந்த போதனா முறைகளா?

அதிகமாக வெளிப்படுகின்ற குறைபாடுகள், கிராமப் பள்ளிகளில் காணப்படும் போதனா முறைகள்தான். ஆடம், தன் குறைபாடுகளை இவ்விதமாக குறிப்பிடுகிறார்: "அறியாமையைவிட மோசமான வறுமை யானது, எந்தப் பொருளாதார ஏற்பாட்டையும், எந்தப் பாட போதனை முறைகளையும் ஏற்றுக்கொண்டு அவற்றைப் பயன் கொள்ளச் செய்கிறது. இது, பல சாதகமான சூழ்நிலைகளின் அடிப்படையில் மிக எளிதாக கைவிடப்பட்டுவிடும்". வலிமை கொண்ட இதே போதனா முறைகள் பரந்த அளவில் விரிவுபடுத்தப்பட்டன. வாசிக்கவும், எழுதவும், 20 வாய்ப்பாடு வரை மனப்பாடமாகச் சொல்லவும், விவசாயக் கணக்குப் பார்க்கவும், வரவு செலவுக் கணக்குப் பார்க்கவும் மாணவர்களுக்கு திறமையாகச் சொல்லிக் கொடுக்கப்பட்டு வருகின்றன என்று ஆடம் எழுதினார். உண்மையில் இங்கு, வாசிக்கச் சொல்லிக் கொடுக்கும் முறை, ஸ்காட்லாந்து நாட்டில் வாசிக்கத் சொல்லிக் கொடுக்கும் முறையைவிட உயர்ந்ததாக இருந்தது. போதனா முறை விஷயத்தில், அவர்கள் சொந்தச் சமுதாயத்தில் உள்ள தொழில்களில் மாணவர்களை ஈடுபடச் செய்யக்கூடிய பாராட்டத்தக்க பல வழிகள் இருக் கின்றன. பாட போதனை விஷயத்தில், ஸ்காட்லாந்து நாட்டுக் கிராமப் பள்ளிகளில் இடம் பெற்ற போதனா முறைகள், வங்காள மாகானத்தில் இருந்த பல கிராமப் பள்ளிகளின் போதனா முறைகளை விட சிறந்ததாக இருந்தன என்று வெளிப்படையாகச் சொல்ல முடியாது என்று ஆடம் குறிப் பிட்டார். அன்றாட வாழ்க்கைக்குத் தேவையான அறிவோடும் திறமை யோடும் இளைஞர்களை மேம்படுத்த ஸ்காட்லாந்து நாட்டில் கொடுக்கப் பட்ட போதனா முறையை விட இங்கு சிறப்பான போதனா முறை இருந்தது என்கிறார்.

இன்னும் சில இங்கிலாந்து நாட்டு ஆய்வாளர்கள் சிக்கனமான போதனா முறைக்கு முற்றிலும் ஆதரவு அளித்து வந்தனர். 1820 ஆம் ஆண்டு பம்பாய் மாகாணத்தில் மேற்கொள்ளப்பட்ட ஆய்வில் "உள்ளூர் இளைஞர்கள் எழுத, வாசிக்க, கணக்குச் செய்ய சிக்கனமான ஒரு முறையில் பயிற்றுவிக்கப்பட்டனர். அதே சமயம் அது எளிமையாகவும், நல்ல பயன் தரக்கூடியதாகவும் இருந்தது. அதாவது, எங்கள் நாட்டில் சொந்தக் கணக்கு வழக்குகளை மிகத் துல்லியமாக வைத்துக் கொள்ளத் திறமையில்லாத எந்த ஒரு விவசாயியோ அல்லது பெட்டிக் கடை வியாபாரியோ இங்கு இல்லை: தொழிலில் மிகச் சிறந்த வர்த்தகர்களும் வங்கியாளர்களும் தங்கள் கணக்கு களை, எந்தச் சிரமமும் இல்லாமல் நன்றதாகவும், சுருக்கமாகவும், தெளி வாகவும் பேணுகின்றார்கள்" என்று அந்த அறிக்கை காட்டிய போது இங்கிலாந்து நாட்டு வர்த்தகங்களுக்கு இணையாகச் செயல்படுகிறார்கள் என்று நான் எண்ணிக் கொண்டேன்.

பொதுவாக, குற்றம் குறை காண்பவரான பெல்லாரி மாவட்ட ஆட்சி யாளரான கேம்பிள் அவர்களே இந்தப் போதனா முறைகளை ஆதரித்து விட்டார்கள். (கிராமப் பள்ளிகளில் காணப்பட்ட கடுமையான ஒழுக்கக் கட்டுப்பாட்டு விதி முறைகளை பாராட்டக் கூடியவராக இருந்தாலும் "சோம்பேறித்தனமாக இருக்கும் மாணவர்கள் தண்டனையாக பிரம்படி படுகிறார்கள்; இடைவிடாது முழங்காலில் மண்டிபோட்டு உடனே எழுந்து நின்று வலி தாங்க முடியாமல் அவர்களுக்கு மயக்கம் கூட வந்து விடும். ஆனால் உடல் நலத்திற்கு உபயோகமான தண்டனை) கேம்பிள் அவர்கள் கீழ்க்கண்டவாறு பாராட்டுதலுக்குரிய ஒரு குறிப்பையும் விபரமாகக் கொடுத்துள்ளார்; "உள்ளூர் பள்ளிகளில் மாணவர்களுக்கு சிக்கனமாக எழுதுவதற்கு கற்றுக் கொடுக்கும் முறை, மிகத் திறம் பெற்ற மாணவர்கள் சுமாரான மாணவர்களுக்கு சொல்லிக் கொடுக்கும் முறை, அதே சமயம் அவர்களது அறிவுத் திறனை உறுதிப்படுத்துவது மிகவும் போற்றுதலுக் குரியது. இங்கிலாந்து நாட்டிலும் இம்முறை பின்பற்றப்படுவதற்கு மிகவும் தகுதி வாய்ந்தது" என்கிறார். என்ன இது? இந்திய உள்நாட்டுப் பள்ளிகளில் சிக்கனமாக கற்பிக்கப்படும் இந்த முறை இங்கிலாந்திலும் பின்பற்றப்படும் அளவுக்கு பாராட்டுக்குரியதா?

அப்படி என்ன போதனா முறை இது?. இங்கிலாந்தில் இது பின்பற்றப் படும் அளவு எப்படி வந்தது? முயற்சித்துப் பார்க்க வேண்டிய சாத்தியமான இன்னொரு முக்கிய வழியாக எனக்குப்பட்டது. இந்தப் போதனா முறையைப் பற்றி ஆட்சியாளர் கேம்பிள் அவர்கள் சந்தேகத்திற்கிடமில்லாத ஒரு விபரக் குறிப்பைப் கொடுத்திருக்கிறார். "எல்லா மாணவர்களும் வந்து சேர்ந்தவுடன், அவர்களின் எண்ணிக்கைகேற்பவும், வருகைக்கேற்பவும் பல பிரிவுகளாகப் பிரிக்கப்படுகின்றனர். தாழ்ந்த நிலையில் உள்ள பிரிவினர்,

வகுப்புத் தலைவனின் கண்காணிப்பின் கீழ் விடப்படுகின்றர்; உயர்ந்த நிலையில் உள்ள பிரிவினர், ஆசிரியரின் கண்காணிப்புக்கு வருகின்றனர். அதே சமயம் ஆசிரியர், மாணவர்கள் அனைவரும் மீதும் கவனம் வைத்திருக் கிறார். பொதுவாக வகுப்புகளின் எண்ணிக்கை நான்குதான். மாணவன் தங்கள் அறிவு மற்றும் திறமைக்கேற்ப ஒரு பிரிவிலிருந்து இன்னொரு பிரிவுக்கு முன்னேறுகிறான்" என்று குறிப்பிடுகிறார்.

ஆசிரியர், 'மீத் திறம்' மிக்க மாணவர்களுக்கு அல்லது மூத்த மாணவர் களுக்கு கற்பிக்கிறார். பிறகு அந்த மாணவர்கள், சராசரி மாணவர்களுக்கு கற்பிக்கிறார்கள். இதனால் எல்லா மாணவர்களும் கற்றுக் கொடுக்கப்படு கிறார்கள். கேம்பிள் இந்தப் போதனா முறையை, இன்றைக்கு இருக்கிற கர்நாடகா, ஆந்திரப் பிரதேச எல்லை அருகேயுள்ள பெல்லாரியில் நடை முறைப்படுத்தப்பட்டதைப் பார்த்திருக்கிறார். இந்தப் போதனா முறை, அதாவது இன்றைக்கு சுமார் **200** ஆண்டுகளுக்கு முன்பு பீட்டர் டெல்லா வல்லே என்ற ஆய்வாளர் அவர்களால் **1623**ல் 'மலபார் கோஸ்ட்' என்ற மலபார் கடற்கரைப் பகுதிகளில் மிகச் சரியாக நடத்தப்பட்டது. அந்தத் தேவாலய முகப்பில் "ஒரு புதுமையான முறையில் மாணவர்கள் கணக்குப் பாடம் கற்றுக் கொண்டதைப் பார்த்துக் கொண்டு நேரத்தை கழித்ததை" அந்த ஆய்வாளர் பீட்டர் டெல்லா வல்லே எழுதி இருந்தார். நான்கு குழந்தைகள் ஒன்றாகச் சேர்ந்து, அவர்கள் கற்ற பாடங்களை நினைவில் வைத்துக் கொள்வதற்காக அதை "பாடலாக பாடிக்" கொண்ட ஒரு முறை பயன்படுத்தப்பட்டது. எழுவதுவதற்கு காகிதங்களை வீணாக்காமல், என் உருக்களை மணற்பரப்பில் எழுதிக் கொண்டது அந்த அழகான மணற்பரப்பு முழுவதும் எழுத்துகளால் மூடப்பட்டிருந்ததுபோலத் தெரிந்தது என்கிறார்.

இதே முறையில் மாணவர்கள் எழுதவும் வாசிக்கவும் கற்றுக் கொடுக்கப் பட்டனர். பீட்டர் டெல்லா வல்லே, "பாடத்தில் ஏதேனும் ஓர் இடத்தில் மாணவர்கள் மறக்க நேரிட்டாலோ, அல்லது பிழை செய்ய நேரிட்டாலோ யார் அவர்களுக்கு திருத்தம் செய்து சொல்லிக் கொடுப்பது?" என்று கேட்டார். அவர்களே ஆசிரியர் உதவியின்றி ஒருவருக்கொருவர் சொல்லிக் கொடுத்துக் கொள்வார்கள் என்றார்கள். ஏனெனில் "ஒரே பாடத்தில் நான்கு வகுப்பு மாணவர்களுக்கும் (ஒரே நேரத்தில்) மறக்கவோ அல்லது தவறிழைக் கவோ எந்தவித வாய்ப்பும் இல்லை. ஒரு மாணவன் ஒரு நேரத்தில் தவறிழைத்தாலோ அல்லது மறந்து விட்டாலோ அடுத்த மாணவன் அதைத் திருத்தி விடுகிறான். இவ்விதமாக இறுதிவரை, அவர்கள் பயிற்சி அளிக்கப் படுகிறார்கள்". உண்மையில் இந்தப் போதனா முறை கற்றுக் கொள்ள எளிமையாகவும், நினைவில் வைத்துக்கொள்ளக் கூடியதாகவும், திறமையான முறையாகவும் இருந்தது என்று எழுதுகிறார்.

மதராஸ் போதனா முறை

எப்படி இந்தப் போதனா முறை இங்கிலாந்தில் பின்பற்றப்படும் அளவு வந்தது? இது அருட்தந்தை முனைவர் ஆண்ட்ரூ பெல் அவர்களோடு தொடர்புடைய ஒன்று என்று ‘எழில் மரம்’ என்ற நூலில் தரம்பால் ஒரு சிறிய குறிப்புக் கொடுத்துள்ளார். ‘பாஸ்டன் பா’ என்ற இடத்திலிருந்த பிரிட்டிஷ் நூல் நிலைய தொகுதியிலிருந்து அருட்தந்தை பெல் அவர்களுடைய வாழ்க்கை வரலாற்றையும் வரவழைத்தேன்.

அழகான, கையடக்கமான அந்தப் புத்தகங்கள் வந்து சேர்ந்தன. வேல்ஸ் இளவரசர் ஜியார்ஜ் மன்னர் காலத்து (1811 - 1820) எழுத்தாளர்களை மிகவும் கவர்ந்த அற்புதமான தலைப்புகளை அந்தப் புத்தகங்கள் தாங்கி இருந்தன. அவரின் முதல் புத்தகம் ‘மதராஸ் ஆண்கள் அனாதை இல்லத்தில் மேற்கொண்ட ஒரு கல்வி ஆய்வு’ என்ற தலைப்பில் பெற்றோர் அல்லது ஆசிரியர் கண்காணிப்பில், ஒரு பள்ளியோ அல்லது ஒரு குடும்பமோ, தானே கற்றுக் கொள்ளும் ஒரு முறை பற்றி ஆலோசனை கூறுவது. 1823 ஆம் ஆண்டின் மிகச் சிறந்த படைப்புக்கான இந்தத் தலைப்பு மிகவும் போற்றுதற்குரியது. “ஒருவருக்கொருவர் கற்றுக் கொள்வதும் நன்னெறி ஒழுக்கமும்” என்ற, இன்னொரு நூல் குறிக்கோளின் மீதான ஓர் அறிமுகக் கட்டுரையுடன், பள்ளிகள் மற்றும் குடும்பங்களுக்கான பயன்பாட்டிற்காக, மாணவர்களைக் கொண்டே பள்ளிகளை நடைமுறைப்படுத்தும் போதனை மற்றும் மதராஸ் கல்வி முறையின் முக்கியத்துவம் பற்றியது. இது தொடங்கப்பட்டதற்கான கொள்கை பற்றி சுருக்கமான விளக்கம்; அத்துடன் அதன் எழுச்சி, வளர்ச்சி மற்றும் விளைவுகள் கொண்ட வரலாற்றுச் சாரம்.

பெல் அவர்களின் வாழ்க்கை வரலாறு எழுதிய ஆசிரியர் ஆர்ப்பாட்டமில்லாத முறையில் அதை எழுதியுள்ளார்: ‘ஒரு பழமையான கல்விச் சீர்திருத்தவாதி முனைவர் ஆண்ட்ரூ பெல்; அவரது வாழ்க்கை வரலாறு எப்படி எழுதப்பட்டிருக்கிறதென்றால், அதன் ஆசிரியர், தான் எழுத எடுத்துக்கொண்ட மனிதர் மீது எந்தப் பரிவிரக்கமும் காட்டாது, சாதகமில்லா வகையில் எழுதப்பட்ட ஒரு வாழ்க்கை வரலாறு. முதல் பக்கத்தின் தொடக்கமே, “ஆண்ட்ரூ பெல் அவர்கள் 27.03.1753 -ல் புனித ஆண்ட்ரூ நகரில் பிறந்தார்” என்று இருக்கிறது. அதில் முதல் 6 பக்கங்கள் வரைதான் அவர் பற்றிய குறிப்புகள் உள்ளன. “கோல்ஃப் ஆட்டத்திற்கான நன்னெறிக் கல்விக்கு ஆண்ட்ரூ மிகவும் கடமைப்பட்டிருக்கிறார்” என்று குறிப்பிடப்பட்டுள்ளது. புனித ஆண்ட்ரூ நகரில் உள்ள கோல்ஃப் ஆட்ட மைதானத்தின் பயன்பாட்டு நிலை பற்றி, பக்கத்துக்குப் பக்கம் சொல்லப்பட்டிருக்கிறதே தவிர, ஆண்ட்ரூ பெல் அவர்களின் நன்னெறிக் கல்வி பற்றிச் சொல்லப்படவில்லை. இவர் ஓர் எளிமையான அருட்தந்தை;

முனைவர் பட்டம் பெற்றவர் என்ற ஒரு சிறிய புகழுரை கூட அதில் அவரைப் பற்றி எழுதப்படவில்லை. " இதில் உண்மை என்னவென்றால், முனைவர் பெல் அவர்கள் எழுதிய முறை, மிகுந்த வேதனையை வெளிப்படுத்துவதாக இருக்கும். அதனால், பெல் அவர்கள் எழுதிய புத்தகங்களை இப்போது யாரும் வாசிக்க முடியாது. ஆனால் ஒருவர் சரியாக பேசத் தெரியாமல் எவ்வளவுதான் உளறிக் கொட்டுபவராக இருந்தாலும், எவ்வளவுதான் முட்டாள்தனமாகப் பேசுபவராக இருந்தாலும், தன்னைப் பற்றிச் சொல்லிக் கொள்வதில் அவரைத் தவிர வேறு யாரும் அவ்வளவாகச் சொல்லிக் கொள்ள முடியாது" என்று குறிப்பிடுகிறார் முனைவர் பெல் அவர்களின் வாழ்க்கை வரலாறு எழுதிய ஆசிரியர். மேலும் அவர் குறிப்பிடுகிறபோது, "முனைவர் பெல் அவர்கள் தன்னுடைய வாழ்நாளில் தெளிவாக, முறையாக எதையும் எழுதிவிடவில்லை. ஒரே கருத்துப்பட, 'மொத்தத்தில் ஒன்றிரண்டு கருத்துகள்தாம் அவர் மூளையில் இருந்தது. மீண்டும் மீண்டும் அதையே வித்தியாசமான முறையில், தெளிவில்லாத குழப்பமான வாக்கியத்தில் அவரே குறிப்பிடுகிறார்" என்று எழுதுகிறார்.

ஆனால், நான் முனைவர் பெல் அவர்களின் புத்தகத்தை வாசித்தேன். என்னால் அந்தப் புத்தகத்தை வாசிக்க முடிந்தது. அவர் குறிப்பிட்ட "ஒன்றிரண்டு கருத்துகளும்" எரிமலை போல் எனக்குப்பட்டன. இந்தியாவில் ஏழைகளுக்காகச் செயல்படும் தனியார் பள்ளிகளில் நடை முறைப்படுத்தப்பட்டு வந்த "சிக்கனமான" பாடப் போதனா முறை, எவ்வாறு விக்டோரியா மகாராணி காலத்து இங்கிலாந்திலும், அதற்கப்பால் உள்ள நாடுகளிலும் மொழி பெயர்க்கப்பட்டு கல்விப் போதிக்கப் பயன்பட்டது என்று, அந்த ஒன்றிரண்டு கருத்துகளும் மிகத் தெளிவாக எடுத்துக் கூறுகின்றன. இந்தியக் கல்வி முறையிலிருந்து எடுத்துக்கொள்ளப் பட்ட இந்தப் போதனா முறை, இன்றைய இங்கிலாந்து கல்விக்கும் உகந்ததாக இருக்குமென்று எனக்குள் உதயமானது.

"இராணுவ ஆண்கள் அனாதை இல்லம்" என்ற பள்ளியின் முதல்வராகப் பொறுப்பேற்க 1787-ல் முனைவர் பெல் இந்தியா வந்தார். அந்த அனாதை இல்லம் இப்போதுள்ள சென்னையில் (முன்னாள் மதராஸ்) புனித ஜார்ஜ் கோட்டையில் இருந்தது. அங்கேயுள்ள, கைவிடப்பட்ட பிரிட்டிஷ் இராணுவ வீரர்களின் சந்ததியினருக்கும், அங்கு வாழ் பெண்களுக்கும் கல்வி கற்பிக்க வந்தார். அந்த அனாதை இல்லத்தில் போதித்து வந்த ஆசிரியர்களுக்கு (இங்கேயே தங்கிவிட்ட இங்கிலாந்து நாட்டினர்) தங்கள் "பணியில் ஓர் ஆழ்ந்த அறிவு இல்லை என்பதையும், அனாதை இல்லத்தில் உள்ளோர் மீது அதிகமான அன்பு இல்லை" என்பதையும் கண்டு கொண்டார். திடீரென்று அவர் மனதில் மின்னலென உதயமான ஒன்று: "வழக்கம்போல ஒரு நாள் காலை, அலைகள் நிறைந்த மதராஸ் கடற்

கரையில் சவாரி சென்று கொண்டிருந்தபோது, ஒரு பள்ளிக்கூடத்தைக் கடந்து செல்ல நேரிட்டது. அந்தப்பள்ளி, எல்லா இந்தியப் பள்ளிகளைப் போலவும் திறந்த வெளியில் வைத்து நடத்தப்பட்டது. அந்தக் குழந்தைகள் விரல்களைக் கொண்டு மணல் மேல் எழுதிக்கொண்டிருப்பதை முனைவர் பெல் பார்த்தார். அதுதான் அப்போதையப் பள்ளிகளின் வழக்கம். குழந்தை களுக்கு முன்னால் இருந்த மணற்பரப்பு முழுவதும் இவர்கள் எழுதிய எழுத்து களால் மூடப்பட்டிருந்தது." அங்கே அவர் குழுக் கற்றல் முறையில் கற்பித்தல் நடைபெற்றுக் கொண்டிருந்ததைக் கண்டார். ஆசிரியர் உதவியின்றி குழந்தைகள், ஒருவர் ஒருவரிடமிருந்து கற்றுக் கொண்டதை இவர் நின்று கவனித்தார். தன் குதிரையைத் திருப்பி வீட்டிற்கு பறந்து வரும் போது, 'யுரேக்கா, யுரேக்கா' என்று கத்திக் கொண்டே வந்தார். இப்போது அவருக்கு முன்னால் கிடந்த வழித்தடம் எதிர்காலக் கல்வியை இட்டுச் செல்லும் வழித்தடமாக அவருக்குத் தெரிந்தது.

பெல், சோதனை ஒன்றை முதலில் நடத்திப் பார்த்தார். உயிர் எழுத்துகள் நன்றாகத் தெரிந்த மூத்த மாணவர்களில் ஒருவனை அழைத்து, ஒரு வகுப்புக்குச் சொல்லிக் கொடுக்கச் சொன்னார். அந்த வகுப்பாசிரியர் " இது நடக்காத காரியம்" என்றார். ஆனால் இந்த மாணவன் எந்தச் சிரமமுமின்றி அந்த வகுப்பை அருமையாகக் கையாண்டான். பெல், அந்த மூத்த மாணவனை அந்த வகுப்புக்கு ஆசிரியர் ஆக்கிவிட்டார். அந்த வகுப்பு எதிர்பார்த்ததற்கு மேல் வெற்றியடைந்து விட்டது. இதுவரை மோசமாக இருந்து வந்த அந்த வகுப்பு, இப்போது சிறப்பாக - அப்பள்ளி யின் மற்ற வகுப்புகளை விடச் சிறப்பாகச் சொல்லிக் கொடுக்கப்பட்டது. இந்த முறையை மற்ற வகுப்புகளுக்கும் புகுத்தினார். நன்கு பயனளித்தது. ஆகவே, பெல், அவருடைய அனைத்து ஆசிரியர்களையும் வீட்டிற்கு அனுப்பிவிட்டார். பிறகு அந்தப்பள்ளி, இவரின் கண்காணிப்பின் கீழ், "மாணவர்களைக் கொண்டே சிறப்பாகக் கற்பிக்கப்பட்டது".

1797 ஆம் ஆண்டு லண்டன் திரும்பிய பெல், "மதராஸ் போதனா முறை" யை விபரமாக எழுதி புத்தகமாக வெளியிட்டார். அதனைத் தொடர்ந்து, இங்கிலாந்தில் உள்ள எல்லாப் பள்ளிகளுக்கும் அந்த முறையை அறிமுகப்படுத்த அவருக்கு அதிகமான கோரிக்கைகள் வந்தன. கிழக்கு இங்கிலாந்தில் ஆல்ட்கேட் என்ற இடத்தில் உள்ள புனித பாட்டால்ஃப் என்னும் பள்ளியில் முதன் முதலாகவும், அதனைத் தொடர்ந்து வேகமாக இங்கிலாந்து நாட்டின் வடக்குப் பகுதிகளிலும் இம்முறை பின்பற்றப் பட்டது. 1811-ல் "ஏழைகளுக்கான தேசிய சமுதாயக் கல்வி" என்ற நிறுவனம் இம்முறையைத் தழுவியது. பெல் அவர்களின் இந்த போதனா முறையின் கீழ் 300,000 குழந்தைகள் 1821 ஆம் ஆண்டிற்குள் கல்வி அறிவு பெற்றனர். இந்தக் கல்வி முறை எங்கும் நன்றாகப் பரவி வந்ததால்,

இத்திட்டம் பற்றி விபரமாக பெல் அவர்களிடமிருந்து நூல் வடிலில் எழுதிப் பெற்று, அது 1823 ல் வெளியிடப்பட்டது.

ஐரோப்பா நாடு முழுவதும் இவரது கல்விக் கொள்கை பின்பற்றப் பட்டு, பிறகு அதற்கு அப்பாலும் உள்ள மேற்கிந்தியத் தீவுகள், கொலம்பியா போன்ற நாடுகளிலும் பரவியது. கல்விச் சீர்திருத்தவாதியான பெஸ்டலாஜி அவர்களும் இந்த மதராஸ் போதனா முறையைத் தொடர்ந்து பின்பற்றி வந்தார்.

அதன் பின் ஜோசப் லாங்காஸ்டர் என்பவர், தனது புகழ் பெற்ற லாங்காஸ்டிரியன் பள்ளிகளை இம்முறையில் இங்கிலாந்து முழுவதும் நிறுவினார். 1801 ஆம் ஆண்டு 'பரோ' சாலையில் உள்ள லண்டன் பள்ளி களில், 'மாணவர்களே கற்றுக்கொள்வதும், கற்றுக் கொடுப்பதும்' என்ற போதனா முறையை அறிமுகப்படுத்தினார். உண்மையில் யார் முதன் முதலில் இப்போதனா முறையைக் கண்டு பிடித்தது என்று பெல் அவர்கள், இவரோடு மோதலில் ஈடுபட்டார். மேற்கத்திய நாடுகள் முழுவதும் கல்வி, இந்த முறைக்கு மாறியது. ஐயப்பாட்டிற்கு இடமின்றி இங்கிலாந்து நாட்டில் ஒட்டு மொத்த கல்வி முறையும், இந்த அடிப்படையில்தான் அடையப்பெற்றது. ஆனால், அடிப்படையில் போதனா முறையில் 'சிக்கன' நடவடிக்கையை பெல் அவர்களோ, லாங்காஸ்டர் அவர்களோ கண்டு பிடித்தது அல்ல. அருட்தந்தை முனைவர் ஆண்ட்ரூ பெல் அவர்கள் இந்தியாவில் கண்டு அறிந்ததைக் கொண்டு மிகச் சரியாக அமையப் பெற்ற ஒரு போதனா முறை இது.

எந்த ஒரு குறைபாடுமே இல்லாத இந்திய மண்ணின் பராம்பரியக் கல்வி முறையும், கட்டணம் செலுத்திப் பயன்பெறும் பாரம்பரியத் தனியார் கல்விப் போதனா முறையும் 19 ஆம் நூற்றாண்டு இந்தியாவில் ஒரு பலமாக விளங்கி வந்தது வெளிப்படையாகத் தெரிந்தது. பெரும்பாலும் "சிக்கல் போர்வழியான" கேம்பிள் அவர்கள் குறிப்பிட்டது போல, இந்தக் கல்வி முறை இங்கிலாந்து நாட்டில் பின்பற்றப்பட்டு, அதன் பிறகு ஐரோப்பிய நாடுகள் முழுவதும் பரவி, பின் உலகம் முழுவதும் பரவி, கல்வித் தரம் பெரு மளவில் உயரச் செய்தது.

இந்திய மண்ணின் பாரம்பரியக் கல்வியின் ஆற்றல்கள்

உள்நாட்டுப் பாரம்பரியத் தனியார் கல்வி அமைப்பு முறையின் தரம் தொடர்பாக ஏற்பட்ட முக்கிய பிரச்சினைகளில் எதுவும் நீடித்து நிலைத்து நின்றதாகத் தெரியவில்லை. இவ்வாறு கருதப்பட்ட பிரச்சினைகளை கலைவதற்காக, வங்காளம் மற்றும் பம்பாய் மாகாணங்களில் செய்யப்பட்ட சீர்திருத்தங்களைப் போன்ற சீர்திருத்தங்களை மன்றோ மதராசுக்கும்

கொண்டு வந்தார். ஆனால் இந்தச் சீர்திருத்தங்கள் கொண்டுவரப்பட்ட முறை, உள்நாட்டு பாரம்பரியக் கல்விமுறையில் இருப்பதாகச் சொல்லப் படும் பலவீனத்தை விட, இதில் உள்ள வலிமையை மேம்படுத்திக் காட்டியது. தீர்வுகள் என்ற நல்ல விஷயத்தைக் கொண்டு வந்தபோது அதனால் உண்டான சிக்கல்கள் வந்த வழி, இன்று உலக நாடுகளில் நடந்து வரும் நிகழ்வுகளை மீண்டும் மோசமாக நினைவுபடுத்துகிறது. வரலாறுகளி லிருந்து நாம் நிறையக் கற்றுக் கொண்டோம் என்பது போல, இப்போதும் தெரியவில்லை.

மன்றோ பல சீர்திருத்தங்களைப் பரிந்து பேசினார். போதுமான எண்ணிக்கையில் ஐரோப்பிய நாடுகளில் உள்ள பள்ளிகளைப் போல ஒவ்வொரு குழந்தைக்கும் எட்டாத தூரத்தில், குறைந்த எண்ணிக்கையில் உள்ள பள்ளிகள் என்ற பிரச்சினைக்கு தீர்வாக, நாடு முழுவதும் அரசாங்கம் பள்ளிகளை ஏற்படுத்திக் கொடுக்க வேண்டுமென்ற கருத்தை மன்றோ முன் வைத்தார். அதாவது புதிய அரசுப் பள்ளிகளைத் தொடங்க வேண்டும் என்று கேட்டுக் கொண்டார். இவ்வாறு நிதி உதவி அளித்து போதிய அரசுப் பள்ளிகளைத் தொடங்கினால், பள்ளிக் கட்டிடங்கள் இல்லாப் பிரச்சினை நீங்கிவிடும். போதிய ஆசிரியர்களை வழங்கினால் கற்பித்தல் முறைகள் சரியில்லை என்ற பிரச்சினையும் தீர்ந்துவிடும்; மாணவர்களே ஆசிரியராகக் கற்பிக்கும் முறையும் மாற்றப்பட்டுவிடும். (சமகாலத்து பார்வையாளர் களுக்கும் சிறந்த போதனா முறை என்று காட்டப்பட்டது) எல்லா ஆர்வலர் களும் மிகவும் கவலைப்பட்டுக் கொண்டிருந்த முக்கியமான பிரச்சினை ஆசிரியர்களுக்கான பற்றாத ஊதியம் - கிராமப் பள்ளி ஆசிரியர்களுக்கு மாதம் 9 ரூபாய் வீதமும், நகரத்துப் பள்ளி ஆசிரியர்களுக்கு மாதம் 15 ரூபாய் வீதமும் அரசுக் கருவூலத்திலிருந்து வழங்க வேண்டுமென்று மன்றோ முன்மொழிந்தார். "இது குறைவான ஊதியமாகத் தோன்றலாம்" என்று குறிப்பிடுகிறார். (உண்மையில் தற்போதை சம்பள நிலவரத்தை விட இது சற்று அதிகம்) ஆனால், மாணவர்களிடமிருந்து வரும் கட்டணமும் ஆசிரியர்களுக்கு உதவிகரமாக இருக்கும். ஆனால் "ஸ்காட்லாந்து நாட்டு தேவாலயப் பள்ளி ஆசிரியர்களின் நிலைமையை விட, இந்த ஆசிரியர் களின் நிலைமை பரவாயில்லை". இந்திய நாட்டு ஏழைமக்களுக்கு இது ஏன் தேவையானதாகக் கருதப்பட்டது என்பது விளக்கமாகச் சொல்லப்பட வில்லை.

மேலும், மன்றோ ஆசிரியர் பயிற்சிக் கல்லூரி தொடங்கும் திட்டத்தை அறிவித்தார். அத்துடன் புதிதாகத் தொடங்கும் அரசுப் பள்ளிகளின் கல்வித் தரத்தை மேம்படுத்த ஒரு புதிய 'அரசுப் பள்ளிக்குழு' அதைக் கண் காணிக்கும். அக்குழு பள்ளிகளுக்கான பாடத் திட்டங்களையும் போதனா முறைகளையும் நிர்ணயிக்கும்.

இறுதியாக 1826 ஆம் ஆண்டு ஜனவரி மாதம் முதல் நாள் நியமிக்கப்பட்ட அரசுக் கல்விக் குழுவில், முன்னாள் பெல்லாரி மாவட்ட ஆட்சியாளரான எ.டி. கேம்பிள் அவர்களும் இடம் பெற்றிருந்தார்கள். இந்திய மண்ணின் பாரம்பரியக் கல்வி அமைப்பு முறையில் இவர் கொண் டிருந்த கருத்து வேறுபாடு, மன்றோ அவர்களுக்கு எந்த வகையிலும் பாதிப்பு ஏற்படுத்தவில்லை. 1830 ஆம் ஆண்டுக்குள் கிராமங்களில் 70 பள்ளிகளும், நகரங்களில் 14 பள்ளிகளுமாக மொத்தம் 84 பள்ளிகள்தாம் தொடங்கப் பட்டன. புதிதாகத் தொடங்கப்பட்ட 84 பள்ளிகளும், இந்திய மண்ணின் பாரம்பரியக் கல்வி மூலம் இயங்கி வந்த 11,575 பள்ளிகளிலிருந்து வேறு பட்டுக் காணப்பட வேண்டும் என்று மன்றோ அறிக்கை கூறியது.

நான்கே ஆண்டுகளில் புதிதாகத் தொடங்கப்பட்ட கல்வி முறைகள் பற்றிய குறைபாடுகள் அரசுக் கல்விக் குழுவுக்கு தெரிவிக்கப்பட்டன. 1835-க்குள் புதிதாகத் தொடங்கப்பட்ட பள்ளிகள் நீக்கப்படவேண்டும் எனப் பரிந்துரைக்கப்பட்டன. 1836-ல் அது அமல்படுத்தப்பட்டது. அதே சமயம் ஏற்கனவே இருந்த அரசுக் கல்விக்குழு நீக்கப்பட்டு, அந்த இடத் திற்கு 'தேசிய கல்விக்குழு' தொடங்கப்பட்டு, நடைமுறைக்குக் கொண்டு வரப்பட்டது. ஒரு பத்தாண்டுக் காலத்திற்குள் மன்றோ அவர்களின் சீர்திருத்தம் தோல்வி கண்டது.

இத்தோல்விக்கான காரணங்கள் சரிசெய்யப்படக் கூடியவை. அதாவது, புதிதாகப் புகுத்தப்பட்ட அரசுக் கல்வி முறை, உள்நாட்டுக் கல்வி முறையை விடத் தாழ் நிலையில் இருந்ததால், அது அகற்றப்பட வேண்டியதாயிற்று. அந்தத் தோல்விக்கான ஐந்து காரணங்கள் எனக்குத் தெளிவாகத் தெரிந்தன.

முதல் காரணமாக, சிறந்த ஆசிரியர் பயிற்சிப் பள்ளியில் அவர்களுக்குப் பயிற்சி கொடுக்கப்பட்டிருந்தாலும், அதிகமான ஊதியம் அவர்களும் வழங் கப்பட்டிருந்தும், ஆசிரியர்களின் 'தரம்' என்பதில் காணப்பட வேண்டிய முன்னேற்றம் தோல்வி அடைந்தது தெளிவாகத் தெரிந்தது. மன்றோவும் மற்றவர்களும் நினைத்ததற்கு மாறாக, போதுமான ஊதியம் கொடுக்கப் பட்டாலும், பெருமளவிலான கல்வி அறிவு பெற்ற மக்கள், ஆசிரியர்ப் பணிக்கு கிராமங்களிலிருந்து யாரும் வரவில்லை. அரசுக் கல்விக் குழுவுக்கு அளித்த புகாரின் படி, "சரியான கல்வித் தகுதியுள்ள ஆசிரியர்களைத் தேடிக்கொள்ளும் முன்பே, கிராமப் பள்ளிகள் தொடங்கப்பட்டு விட்டன". இன்றைக்கு இந்தியாவிலும் மற்ற நாடுகளிலும் உள்ள ஏழைகளுக்காகச் செயல்படும் தனியார் பள்ளிகளில் பணியாற்றும் ஆசிரியர்களுக்கான ஊதியம் போல, இந்தியப் பள்ளிகளில் பணியாற்றிய ஆசிரியர்களின் ஊதிய அளவு அன்றைக்கு இருந்த ஆசிரியர் அளவுக்கு நிகராக இருந்தது. கல்வி ஆலோசகர்கள் சொல்வது நிகராக இருக்கும் பட்சத்தில், குறைவான ஊதியம் என்று சொல்லப்படுவது குறைவான ஊதியமே அல்ல; ஆனால்

அது சந்தை நிலவரத்தை அப்படியே ஒத்திருந்தது.

இரண்டாவதாக, புதிய அரசு நிதிப் பள்ளிகளில், கற்பித்தலில் ஈடுபாடு களோ, அல்லது திறமைகளோ இல்லாத ஆசிரியர்கள் அரசியல் செல்வாக் கினால், நியமனம் செய்யப்பட்டது என்று மிக விரைவில் தெளிவாகத் தெரியத் தொடங்கியது. "கல்வித் தகுதியில் திறமை உள்ள ஒரு ஆசிரியரை, அரசியல் செல்வாக்கு உள்ள ஒரு ஆசிரியர் தூக்கி எறிந்துவிட்டு அந்த இடத்திற்கு இவர் வந்து விடுகிறார்" என்ற தகவல் அரசுக் கல்விக் குழுவுக்கு வந்தது.

புதிய அரசுப் பள்ளி ஆசிரியர்கள் மொத்தத்தில் "ஏற்கனவே இருந்த உள்நாட்டுப் பள்ளி ஆசிரியர்களை விடத் தாழ்வுற்றவர்களாகவும், பொதுவாக அறிவு ஞானம் இல்லாதவர்களாகவும்" இருந்ததாக மாவட்ட ஆட்சியாளர்கள் புகார் அளித்தனர். வேறு வழியில் சொல்வதென்றால், கை நிறையக் கொடுக்கப்பட்ட சம்பளத்தையும் பணிப் பாதுகாப்பையும், அரசியல்வாதிகளின் ஆசி பெற்றவர்கள், அதை சொகுசான வாழ்வாகப் பார்த்தார்கள். நேர்மையாக உழைத்த ஆசிரியர்கள் அவ்வாறு அதைப் பார்க்க முடியவில்லை. இந்தியாவிலும், உலக நாடுகளிலும் இன்றைய அரசாங்க ஊதியம் பெறும் ஆசிரியர்கள் பற்றி இதே மாதிரியான விமர்சனம்தான் எழுகிறது.

மூன்றவதாக, குழுவின் தெளிவான கருத்துக்கு முற்றிலும் மாறாக, புதிதாகத் தொடங்கப்பட்ட பள்ளிகள் மேட்டுக் குடியினரைத் தவிர, அதாவது பார்ப்பனர்களைத் தவிர, வேறு எல்லாரையும் பள்ளியிலிருந்து நீக்கியது; அல்லது பள்ளியில் சேராது பார்த்துக் கொண்டது. ஏன்? அரசாங் கம் தாழ்ந்த ஜாதி மக்களை பள்ளிகளில் சேர்த்துக் கொள்வது இழிவாகப் பட்டது என்று நம்பத் தகுந்த வட்டாரங்கள் கருத்துக் கூறின. தாழ்ந்த ஜாதிக் காரர்களுக்கு ஆதரவு கொடுத்தால், மேல் ஜாதிக்காரர்களின் எரிச்சலுக்கு ஆளாக வேண்டி வரும் என்றும், அவர்கள் பள்ளிகளுக்கு அளித்து வரும் ஆதரவை விலக்கிக் கொள்வார்கள்" என்ற பயமும் இருந்தது. எனவே புதிய அரசுப் பள்ளிகள் மேல் ஜாதியை வளர்க்கும் வாகனமாகச் செயல்பட்டதே தவிர, எல்லா ஜாதியினரையும் வளர்க்கும் வாகனமாகச் செயல்படவில்லை. ஆனால், உள்நாட்டுக் கல்வி முறை, தாழ்ந்த ஜாதி மக்களையும் சேர்த்து, எல்லாரையும் வளர்க்கும், வெளியில் தெரியாத சக்தியாக செயல்பட்டிருந் திருக்கிறது.

குழுவுக்குப் புகார் அளிக்கப்பட்ட மிக முக்கியமான பிரச்சினைகளில், நான்காவது பிரச்சினை - போதிய அளவில் மேற்பார்வை இல்லாத பிரச்சினையாக இருந்தது. புதியதாகத் தொடங்கப்பட்ட அரசுப் பள்ளி களுக்கு, யாருக்கும் பதில் சொல்ல வேண்டிய கட்டாயம் இல்லை என்ற நிலை இருந்தது. புதிய அரசுப் பள்ளிகளை மேற்பார்வையிட வேண்டிய

மாவட்ட ஆட்சியாளர்கள், வேறு பல பணிகளில் மும்மரமாக ஈடுபட்டு இருந்து விட்டனர். ஒரு ஆட்சியாளரின் மதிப்பீட்டு முறை மட்டும் முற்றிலும் மாறுபட்டிருந்தது: "புதிய அரசுப் பள்ளிகளின் செயல்பாடுகள், ஏற்கனவே இருந்த தனியார் பள்ளிகளைவிட கொஞ்சமாவது மேம்பட்டிருந்தாகத் தோன்றவில்லையோ" என்று அவர் சந்தேகப்பட்டார். அரசுப் பள்ளிகளின் வெற்றிக்கு உத்திரவாதம் அளிக்கப்படும் என்பதை மன்றோ ஏற்றுக் கொண்டார். அதாவது இந்திய மண்ணின் பாரம்பரியத் தனியார் பள்ளிகளைவிட, புதிய பள்ளிகளுக்கு அதிக நிதி உதவியும் தளவாடப் பொருட்களும் வழங்கப்படும் என்று எடுத்துக் கொண்டார். மேற்பார்வை மற்றும் பள்ளிகள் பதில் சொல்லவேண்டிய பொறுப்பு ஆகியவற்றில் ஏற்பட்ட பிரச்சினைகளை அவர் கணக்கில் எடுத்துக் கொள்ளவில்லை. ஏற்கனவே இருந்த உள்நாட்டுக் கிராமப் பள்ளிகள், கேள்வி கேட்பவர்களுக்கு பதில் சொல்ல வேண்டிய பொறுப்பில் உள்ள பள்ளிகள் என்ற முறையை மன்றோ சிந்தித்துப் பார்க்கத் தவறிவிட்டார். ஆனால் இப்பள்ளிகள் மத்திய நிர்வாகத்திற்குப் பதில் சொல்ல வேண்டிய கட்டாயத்தில் இல்லை. தனியார் கல்வி அமைப்பில், பதில் சொல்லவேண்டிய பொறுப்பில் அடங்கியுள்ள பல பகுதிப் பொருள்களில், விட்டுப்போன ஒரு பகுதிப் பொருளை அவர் கவனிக்கத் தவறிவிட்டார். அதே பகுதிப் பொருள்தான் தற்போதைய கல்வி ஆர்வலர்களைக் குழப்பத்தில் தள்ளிவிட்டது.

ஐந்தாவது, சிறிய தனியார் பள்ளிகளை விட, புதிய அரசுப்பள்ளிகள் பெரிய அளவில் வடிவமைக்கப்பட்டன. திறமையற்ற ஆசிரியர்களுக்கு அதிகமாக ஊதியம் வழங்கப்பட்ட காரணத்தால், புதிதாகத் தொடங்கப்பட்ட பள்ளிகள் பெரிய அளவில் இருக்க வேண்டுமென எதிர்பார்க்கப்பட்டன. அதனால், புதிய பள்ளிகள் வெற்றிகரமாக செயல்பட, ஊதியம் வழங்குவதில் கொஞ்சம் சிக்கனம் தேவைப்பட்டது. ஆனால் பெற்றோர்கள் இவ்வளவு அளவிலான பெரிய பள்ளிகளை விரும்பவில்லை. ஒரு ஆட்சியாளர், "ஆசிரியர்கள், மாணவர்கள் மீது கவனம் செலுத்த முடியாத அளவு அதிக எண்ணிக்கையிலான மாணவர்களைக் கொண்டதாக உள்ளது. எனவே கையடக்கமான மாணவர்களைக் கொண்டுள்ள பள்ளிகளுக்குத் தங்கள் குழந்தைகளை அனுப்ப வேண்டுமென்று பெற்றோர்கள் விரும்புகிறார்கள். 150 தனியார் பள்ளிகள் (அந்த) மாவட்டத்தில் இருக்கின்றன" என்று பெற்றோர்கள் புகார் அளித்துள்ளதாகக் குறிப்பிட்டுள்ளார். இன்னொரு வகையில் சொல்வதென்றால், பொருட்படுத்தபடாமல் விடப்பட்ட அதுதான், உள்நாட்டுத் தனியார் கல்வி அமைப்பின் பலமாக இருந்தது. இதுவே, சிறிய அளவிலான பள்ளியாக இருக்க வேண்டும், சிறிய அளவிலான வகுப்பாக இருக்க வேண்டும் என்பது பெற்றோர்களின் விருப்பமாக இருந்தது. பெற்றோர்கள் விரும்பித் தேர்வு செய்யும் அளவுக்கு

உள்நாட்டுக் கல்வி அமைப்பு முறை தொடக்கத்திலிருந்து படிப்படியாக வளர்ந்துள்ளது. புதியதாக ஏற்படுத்தப்பட்ட கல்வி முறை அப்படி வளர வில்லை. ஏனென்றால், புதிய பள்ளிகள் பெரிய அளவில் இருக்க வேண்டு மென வடிவமைத்துத் தொடங்கப்பட்டன; செயல் ஆற்றல் (ஏட்டளவில்) மிக்கதாக இருக்க வேண்டுமெனத் தொடங்கப்பட்டன. ஒவ்வொரு கிராமத் திலும் ஒரு பள்ளிக் கூடமாவது இருக்க வேண்டும் என்ற அவசியம் இல்லாததுபோல் தொடங்கப்பட்டன. "ஒவ்வொருவரும் நெருங்கி வர முடியாத அளவு, பள்ளிகள் கடைக்கோடியில் கட்டப்பட்டதாக" ஒரு ஆட்சியாளர் அறிக்கையில் குறிப்பிட்டுள்ளார். இது, பள்ளிகள் ஆய்வு செய்யப்படுவதிலும் உண்டாகும் பிரச்சினை ஆகும். (ஆய்வு செய்வது ஆட்சியாளர்களின் பொறுப்பு.) அதுபோலப் பெற்றோர்களுக்கும் பிரச்சினை. குறிப்பாக குழந்தைகள் சென்றுவர முடியாத தூரம் மாபெரும் பிரச்சினை. இதற்கு எல்லாப் பகுதிகளிலிருந்தும் சான்றுகளோடு ஆதர வளிக்கப்பட்டன: "(அந்த) மாவட்டப் பள்ளிகள் நல்ல பயன்தரும் நிலையில் இல்லை. தொலை தூரத்தில் உள்ள குழந்தைகளால் பள்ளிக்கு வரமுடியவில்லை". எளிய சம்பளத்தைப் பெற்று வந்த ஆசிரியர் பணி யாற்றிய, சிறிய அளவிலான உள்நாட்டுப் பள்ளிகளின் மாணவர்கள் எண்ணிக்கையை பெற்றோர் விரும்பி ஏற்றுக் கொண்டனர். மீண்டும், ஆசிரியர்களுக்கான குறைந்த ஊதியத்தை அடிப்படையாகக் கொண்ட, சிறிய அளவிலான பள்ளிகளே உள்நாட்டுத் தனியார் பள்ளிகளின் பலமாகத் தெரிந்தது. இதுவேதான், உள்ளூர் கிராமத்திலேயே ஒரு பள்ளிக்கூடம் வேண்டும் - அதாவது பள்ளிக்கூடம் செல்ல நீண்ட தூரம் குழந்தைகள் அலையக்கூடாது என்ற பெற்றோர்களது விருப்பத்தை ஒத்திருந்தது. மீண்டும், இன்றைய தினம் உள்ள ஏழைகளுக்காகச் செயல்படும் தனியார் பள்ளிகளின் செயல்பாடுகளுக்கிடையேயுள்ள ஒப்புமையும், அரசுப் பள்ளி களின் செயல்பாடுகளுக்கிடையேயுள்ள முரண்பாடுகளையும் காண முடிகிறது. அதேபோல இப்போது, வீட்டிற்கருகாமையில் அமைந்துள்ள, சிறிய அளவிலான பள்ளிகளையே பெற்றோர்கள் தேர்வு செய்கிறார்கள்; பெரிய அளவிலான, வசதி படைத்தோர்க்கென்றே வடிவமைக்கப்பட்ட பள்ளிகளை அவர்கள் தேர்ந்தெடுப்பதில்லை. வசதி படைத்தோரின் வசதிக்காக வடிவமைக்கபட்ட தொலை தூரத்துப் பெரிய பள்ளிகளை பெற்றோர்கள் விரும்பவில்லை.

மெக்காலியின் வருகை

இந்திய மண்ணின் பாரம்பரியத் தனியார் கல்வி அமைப்பு பற்றி ஒரு சாதகமான விமர்சனம் இருந்ததாகத் தெரிந்தது. விமர்சகர் எதைக்

கூறினாலும், உள்நாட்டுப் பள்ளிகளின் தரம் சந்தேகத்திற்கிடமின்றி சிறப்பாக இருந்தது. உண்மையில், கிராமத்தார்கள் தொடங்கிய பள்ளிகளினால் உண்டான நன்மை அவர்களின் வாழ்க்கையில் நன்கு பிரதிபலித்தது. சிக்கனமாகவும் பலன் தரக்கூடிய வகையிலும் கிட்டிய அனைத்தையும் பள்ளிகளுக்காகப் பயன்படுத்திக் கொண்டார்கள். அதனால் இவர்களின் வெற்றிகரமான போதனா முறை, இங்கிலாந்து நாட்டிலும், மற்றும் உலக நாடுகள் முழுவதும் உள்ள கல்வி முறைகளில் தாக்கத்தை ஏற்படுத்தியது. ஆனால் உண்மை என்னவென்றால், பள்ளிகள் எல்லாரையும் சென்றடையவில்லை. கல்வியானது இங்கிலாந்து உள்ளிட்ட ஐரோப்பிய நாட்டுக் குழந்தைகள் அத்தனை பேரையும் சென்றடைந்ததுபோல, இந்தியாவில் உள்ள பள்ளிகள் எல்லாக் குழந்தைகளையும் சென்றடைந்திருக்கலாம் - எல்லா ஜாதிக் குழந்தைகளையும் சென்றடைந்திருக்கலாம் என்ற தகவல், உலகில் உள்ள ஒவ்வொருவரையும் பாதிக்கக்கூடிய விஷயம் அல்ல. பிரிட்டிஷ் அரசாங்கம் தலையிட்டு நிதி உதவி அளித்து உருவாக்கிய கல்வி மட்டுமேதான் உலகளாவிய கல்வி அடைவதற்கான ஒரே வழியா?

இந்தத் தொடர்பில்லாத கேள்விக்கு பதில் சொல்ல வேண்டிய அவசியம் இருக்காது. ஆனால் பதில் என்னவாக இருக்கும் என்பதற்கான சுவாரசியமான சில அறிகுறிகள் இருக்கின்றன. ஏனெனில், ஆங்கில அரசு அறிமுகப்படுத்திய கல்வி முறையில் என்ன வளர்ச்சி இருந்தது என்று நம்மால் பார்க்க முடியும். இங்கிலாந்து இம்முறையை இந்தியாவில் அறிமுகப்படுத்தவில்லையென்றால், என்ன நடத்திருக்கும் என்று மதிப்பீடு செய்து பார்த்துக் கொள்வதற்கு, இதே கால கட்ட இங்கிலாந்தில் என்ன நடந்தது என்று நம்மால் பார்க்க முடியும்.

மன்றோவின் சீர்திருத்தங்கள் வெற்றி பெறாமல் போனதால், ஒரு புதிய அணுகு முறை, ஒரு புதிய சீர்திருத்தவாதியைக் கொண்டு அறிமுகப் படுத்தப்பட்டது. ஆங்கிலக் கவி, வரலாற்று ஆசிரியர் மற்றும் லிபரல் கட்சி உறுப்பினரான தாமஸ் பேபிங்டன் மெக்காலி *(1800 - 1859)* அவர்கள் அறிமுகப்படுத்தப்பட்டார்கள். *1834*லிருந்து *1838* வரை கல்காத்தாவில் குடியேறி, ஆங்கில அரசாங்கத்துக்கான அரசுக் கல்வியின் பொதுக் குழுத் தலைவராகப் பொறுப்பேற்றுச் சேவை செய்தார். இவரின் பெயரைத் தெரியாத இந்தியர்கள் யாரும் இருக்க முடியாது. இன்று வரைக்கும் இந்தியாவில் இருந்து வரும், அவர் கொண்டு வந்த அரசு கல்வித் திட்ட முறைக்காக, மற்ற எல்லாரையும் விட இவருக்கு நாம் கடமைப்பட்டிருக் கிறோம்.

1835 ஆம் ஆண்டு பிப்ரவரி மாதம் *2* ஆம் நாள் மெக்காலி அவர்கள் வெளியிட்ட புகழ்வாய்த்த இறுதி அறிக்கை, கல்வியில் ஏற்பட்ட பல்வேறு வகையான அரசுத் தலையீட்டுக்கு ஒரு முத்திரை வைத்தது போல் இருந்தது.

இந்திய மண்ணின் பாரம்பரியக் கல்வியால் பெற்ற கல்வித் தகுதி அனைத்தையும் இவர் நிராகரித்தார்.

"சமஸ்கிருத மொழியில் எழுதப்பட்ட எல்லாப் புத்தகங்களிலிருந்தும் திரட்டப்பட்ட வரலாற்றுச் செய்திகள், இங்கிலாந்து நாட்டில் தனியார் பள்ளிகளில் **7-13** வயதுக் குழந்தைகள் படிக்கும் மிகக் கேவலமாகச் சுருக்கி எழுதிப் பயன்படுத்தப்படுகிற புத்தகங்களிலிருந்து கிடைக்கிற செய்திகளை விட, மிக மிகக் குறைந்த பயன் உள்ளதாகத்தான் இருக்கும் என்று சொன்னால் அது மிகையாகாது என்று நம்புகிறேன்" என்று மெக்காலி கூறினார். இந்திய வரலாறு, "முப்பது அடி உயரமுள்ள மன்னர்களையும் **30** ஆயிரம் ஆண்டுகள் ஆட்சி செய்கிற மன்னர்களையும்" கொண்டுள்ளது. இந்திய வானியியல் சாஸ்த்திரம், ஆங்கில விடுதியில் தங்கிப் படித்து வரும் ஒரு பெண்ணைச் சிரிக்க வைக்கக் கூடியதாகும். இந்தியப் புவிஇயல் "இனிப்புக் கடல்களாலும் வெண்ணெய்க் கடல்களாலும் அமைக்கப் பட்டது". உள்நாட்டுத் தனியார் பள்ளிகள், இந்திய நாட்டில் கல்விக்கு ஆற்றியுள்ள பங்களிப்பை முற்றிலும் பயனற்றது என்று இவர் நிராகரிக் கிறார். "வெள்ளைக்கார ஆட்சியின் நோக்கம், இந்தியக் குடிமக்கள் மத்தியில், ஐரோப்பிய இலக்கியத்தையும் அறிவியலையும் வளர்ப்பதாக இருக்க வேண்டும். மேலும், பொதுவான கல்விக்காகப் பெறப்பட்ட தொகையை, ஆங்கிலக் கல்விக்காக மட்டுமே பயன்படுத்த வேண்டும்" என்ற கருத்துகளை உரைத்தார்.

உலகம் முழுவதும் ஆங்கிலேயர் ஆதிக்கம் செலுத்தி வந்த வளரும் நாடுகளில் உள்ள, அரசுக்கல்வி அமைப்பு முறையை ஒத்த, இன்றைக்கு வரைக்கும் இந்தியாவில் இருந்து வந்து கொண்டிருக்கிற அரசுக்கல்வி அமைப்பு முறைக்கு அடித்தளமிட்டார். மாகாணத் தலைநகரங்களில் அரசு நிதி உதவியுடன் கூடிய பல்கலைக்கழகங்கள், அரசு நிதி உதவியுடன் கூடிய ஆசிரியர் - பயிற்சி நிறுவனங்கள், தற்போது இருந்து வரும் கல்லூரி களையும் பள்ளிகளையும் பராமரிக்க நிதி உதவி, அரசு நிதித் தொகையுடன் புதிய அரசு நடுநிலைப்பள்ளிகளைத் தொடங்கும் திட்டம், அரசாங்கக் கட்டுப்பாட்டில் செயல்படும் சில தனியார் பள்ளிகள் தொடங்க அரசு உதவித் தொகை அறிமுகம், ஆகியவைகளைக் கொண்ட ஒருங்கிணைந்த புதிய கல்வி அமைப்பு முறைக்குத் திட்டம் வகுத்தார். இத்திட்டம், உள் நாட்டுக் கல்வி அமைப்பு முறைகளை முற்றிலும் அகற்றிவிட்டு, பிரிட்டிஷ் திட்டம் ஆதிக்கம் செலுத்துமாறு அமைக்கப்பட்டது.

இது நடைமுறையில் எப்படி செயல்பட்டது? மெக்காலியின் திட்டத்தின்கீழ் முதன் முதலில் **1854** ஆம் ஆண்டு ஏப்ரல் மாதம் அரசு நிதி உதவிக் கிராமப் பள்ளி தொடங்கப்பட்டது. அடுத்த அக்டோபர் மாதத்திற்குள் **54** பள்ளிகள் ஆகிவிட்டன. இதன் பிறகும் பெற்றோர்கள் தங்கள் குழந்தைகளை இந்தப் புதிய

பள்ளிகளுக்கு அனுப்ப தயக்கம் காட்டி வந்தனர். கிராமக் கோயில் பூசாரிகள் எதிர் வரவிருக்கின்ற கெடுதல்களை முன்னறிவித்தார்கள். அடித்தட்டு மக்களான, அறியாத மக்களும், அக்கறை கொள்ளாத மக்களுமாகிய அவர்கள் மனங்களில் விவரிக்க இயலாத பயத்தை, கோயில் பூசாரிகளின் ஆட்கள் தோற்றுவித்தனர். மன்றோவின் பள்ளிகள் சார்ந்த விஷயங்களை நாம் பார்த்தபோது, பூசாரிகள் முன்னறிவித்த பயம் நியாயம் எனப்பட்டது. இங்கிலாந்து நாட்டு குழந்தைகளுக்கு (7-13 வயதினர்)மிகக் கேவலமாகச் சுருக்கி எழுதி சொல்லிக் கொடுக்கப்படும் புத்தகங்களிலிருந்து கிடைக்கிற செய்திகளைவிட பயனில்லாமல்தான் இருக்கும் என்றால் அது மிகையாகாது என்று மெக்காலி கூறினார்.

1858 ஆம் ஆண்டுக்குள் இந்தப் புதிய கல்வி அமைப்பு முறை, 452 பள்ளிகளையும், கல்லூரிகளையும் மதராஸ் இராஜதானியில் 21 மாவட்டங் களில் தொடங்கப் பெற்று, மொத்தம் 20,874 மாணவர்கள் பதிவாகி இருந்தனர். ஆனால் 36 ஆண்டுகளுக்கு முன்பே, மொத்தத்தில் 11,575 பள்ளி களையும், 1094 கல்லூரிகளையும் மன்றோ தொடங்கி, முறையே 1,57,195 மற்றும் 5431 மாணவர்கள் பதிவாகி இருந்தனர். அதாவது, புதிய கல்வி முறை மாபெரும் வீழ்ச்சிக்கு வித்திட்டது. (கட்டம் 4ஐ பார்க்கவும்) இன்றைக்கு இருப்பதுபோல, கிராமத்தில் இருந்து வந்த உள்நாட்டுத் தனியார் பள்ளிகளைப் பார்வையிட வந்த புதிய ஆய்வாளர்கள், அப்பள்ளி களை ஒரு பொருட்டாகக் கருதாமலும், அல்லது அப்பள்ளிகளை (ஒரு) பள்ளிகளாகக் கருதாமலும் போயிருக்கலாம். எந்தவகையிலும், அலுவலகங் கள் கொடுக்கும் புள்ளி விபரங்களைக் கொண்டு, பெருமையடித்துக் கொள்ள வெள்ளைய அரசுப்பள்ளிகளில் எதுவும் இல்லை.

1879 ஆம் ஆண்டிற்குள் அலுவலகம் காட்டிய புள்ளி விபரங்களில் கொஞ்சம் முன்னேற்றம் இருந்தது. ஆனாலும் 1822 - 1825 ஆண்டுகளில் பள்ளிகளில் இருந்த மாணவர்கள் எண்ணிக்கையைவிட மிகவும் குறைந்த சதவிகிதத்தையே காட்டியது. ஆறு ஆண்டுகளுக்குப் பிறகுதான், அதாவது 1885இல்தான், கடந்த 60 ஆண்டுகளுக்கு முன்பிருந்த மாணவர் எண்ணிக் கையை அடைந்தது. அதன்பிறகு அது வளர்ந்து வந்தது. அதனால் ஆங்கிலேயர் கல்வி முறை - அதாவது மெக்காலி கல்வி முறை- பள்ளியில் மாணவர் எண்ணிக்கை சதவிகிதத்தை கூட்டியிருந்ததா? ஆம் கூட்டி யிருந்தது. 60 ஆண்டுகளுக்குப் பிறகுதான் கூட்டியிருந்தது. ஆனால் திருப்தி யடைவதற்கு இது ஒரு காரணமாக இருக்கமுடியுமா? மெக்காலியின் செயல்பாடுகளைக் கொண்டாடுவதற்கு இது ஒரு காரணமாக இருக்க முடியுமா? அதற்கான பதில், ஒரு சிக்கலான கேள்வியைப் பொறுத்திருக் கிறது. ஆங்கிலேய ஆதிக்கத்தலையீடு மட்டும் இல்லாதிருந்ததால், இந்திய உள்நாட்டுக் கல்வி முறையில் மாணவர்கள் எண்ணிக்கை எப்படி இருந்திருக்கும்?

பாய்ந்தோடும் குதிரைகள்

இதற்கான பதில் என்னவாக இருக்க வேண்டும் என்பது பற்றித் தெரிந்து கொள்ளச் சில அறிகுறிகள் இருக்கின்றன. அது இந்தியாவைப் பார்க்காமல், அந்தக் காலகட்ட இங்கிலாந்து நாட்டிலேயே என்ன நடந்தது என்பதைப் பார்த்துத்தான், இதற்கான பதில் தெரிந்து கொள்ளவேண்டும். நியூகேஸ்ல் பல்கலைக்கழகத்தில் உள்ள இ.ஜி.வெஸ்ட் ஆவணக் காப்பகத்திற்கு என்னுடைய தேடல் என்னை அழைத்துச் சென்றது. மேலை நாடுகளில் உலகளாவிய தொடக்கக் கல்வி அரசாங்கத் தலையீடுகளினால் அடையப் பெறவில்லை; ஆனால் தனியார் கல்வியால்தான் தொடக்கக்கல்வி அடையப்பெற்றது என்ற கருத்தை வெளியிட்டு, காலம் சென்ற பேராசிரியர் இ.ஜி.வெஸ்ட் அவர்கள் தன் பெயரை நிலை நாட்டினார். ஆங்கிலேயர் ஆண்டு வந்த இந்தியாவில், அவர்கள் கல்வியைக் கையில் எடுத்துக் கொண்டதற்கு முன்னால், நாங்கள் கண்டறிந்து சொன்னதையேதான் வெஸ்ட் அவர்களின் "கல்வியும் அரசும்" என்ற புத்தகமும் குறிப்பிட்டுச் சொல்லியுள்ளது. அரசாங்கம் கல்வியில் ஈடுபாடு கொள்ளத் தொடங்கு முன், தேவாலயங்கள், உதவிக்கரம் நீட்டுவோர்கள் மற்றும் சிறு அளவிலான தொழில் முனைவோர்கள் போன்ற தனியார்களால் பெரும் அளவிலான கல்வி வழங்கப்பட்டதாக வெஸ்ட் அவர்களின் ஆராய்ச்சி காட்டுகிறது. 1833-ஆம் ஆண்டிலிருந்து அரசாங்கம் மிகச்சிறிய தனியார் பள்ளி நிறுவனங் களில் தலையிட்டு, குறைந்த அளவிலான இலவச உதவித்தொகை கொடுத்துவந்தது. ஆனால் பெருமளவிலான அரசாங்கத் தலையீடு 1870-ல் தான் இருந்தது. பத்து ஆண்டுகளுக்கு பின்னால் வெள்ளைக்கார மாவட்ட ஆட்சியாளர்கள் இந்தியாவில் ஆய்வு செய்து கண்டறிந்து எழுதியதாகத் தான் ஜான் ஸ்டூவர்ட் மில் என்பவரின் தந்தையான ஜேம்ஸ் மில் அவர்கள், 1813 அக்டோபர் மாதம் "எடின்பர்க் ரிவியூ" என்ற இதழில் கீழ்க்கண்ட வாறு குறிப்பிட்டிருந்தார்: "நேரில் கண்டும், கேட்டும் தெரிந்து கொண்ட திலிருந்து, இங்கிலாந்து நாட்டில் கீழ் நிலை ஏழை மக்கள் மத்தியில் கல்வியின்பால் உண்டான தேட்டம், மற்றும் அவர்களின் அபரிமிதமான வளர்ச்சி பற்றி நாங்கள் சந்தேகத்திற்கிடமின்றி சொல்ல முடியும். கல்வி அறிவும், நீதி நேர்மையும் மிக்க, முடியரசு நாட்டின் ஒரு பகுதியான லண்டன் மாநகரைச் சுற்றிலும், சுமார் 50 மைல்கள் சுற்றளவில், பள்ளிக்கூடம் என்று எதுவுமில்லாத ஒரு கிராமம் கூட அங்கே இல்லை. ஆண் பெண் இருபாலரிலும் எழுதப்படிக்கக் கற்றுக் கொடுக்கப்படாதவர்கள் என்று யாரும் அங்கே இல்லை" என்று குறிப்பிட்டிருந்தார்.

இவ்வகைப் பள்ளிகளுக்கு எவ்வாறு நிதி கிடைத்தது? பள்ளிக் கட்டணம்தான். விக்டோரியா அரசியின் ஆட்சிக்கால இங்கிலாந்தில், ஏழைகளுக்காகச் செயல்பட்ட தனியார் பள்ளிகள் அதிக அளவில் இருந்தன.

“பல வாரங்களாக, வேறு எந்த உணவுப் பண்டமும் இல்லாமல், உருளைக் கிழங்கை மட்டுமே உண்டு உயிர் வாழ்ந்த பல குடும்பங்களைச் சந்தித்திருக் கிறோம்; அப்படி இருந்தும் அவர்கள் கடின உழைப்பால் கிடைத்த கொஞ்ச பணத்தையும் தங்கள் குழந்தைகளைப் பள்ளிக்கு அனுப்புவதற்காகச் செலவழிக்கிறார்கள்” என்று மில் குறிப்பிட்டுள்ளார். மில் அவர்கள் கொடுத்த இந்த தகவலைக் கொண்டு நாங்கள் நிறைவடையப் போவ தில்லை. அரசாங்கம் அளித்த மக்கள் தொகைப் புள்ளி விபரங்களையும், அறிக்கைகளையும் கொண்டு, 1851ஆம் ஆண்டுக்குள் 2,144,278 குழந்தைகள் (பகல் நேரப்) பள்ளிகளில் படித்து வந்தனர் என்றும், அவர்களில் 85 சதவிகிதக் குழந்தைகள் முற்றிலும் தனியார் பள்ளிகளில் படித்து வந்தனர் என்றும் வெஸ்ட் அவர்களால் சுட்டிக் காட்ட முடிந்தது. மக்கள் தொகை கணக்கு குறிப்பிடுவது போல “பள்ளிகள் தங்களுக்கான வருமானத்தை குழந்தைகளின் கல்விக் கட்டணம் மூலமாக மட்டுமே பெறு கின்றன, அல்லது பள்ளிகள் பாரமரிக்கப்படுவது பணமீட்டும் நோக்கத் திற்காக மட்டுமே”.

(கட்டம் 5ஐ பார்க்கவும்) எஞ்சியுள்ள 15 சதவிகிதக் குழந்தைகள் அரசாங்கத்தால் இலவச உதவித்தொகை பெறும் பள்ளிகளில் பயின்று வந்தனர். அதுவும் மிக மிகக் குறைந்த அளவுதான். 1858 ஆம் ஆண்டு கூட்டப்பட்டு 1861 ஆம் ஆண்டு அறிக்கை அளித்த “பழம் பெரும் கல்வியின் நியூகேஸ்ல் குழு,” அதனுடைய “மாபெரும் அறிக்கையில்”, சராசரியாக, சுமார் ஆறு ஆண்டுகள் 95 சதவிகிதக் குழந்தைகள் பள்ளிகளில் படித்து வந்தனர் என்று மதிப்பிட்டுக் கூறியுள்ளது. பள்ளி நடைமுறை களுக்குத் தேவையான பண உதவி எங்கிருந்தெல்லாம் வந்தது என மிகத் தெளிவாகக் கூறியுள்ளது; சிறுபான்மையினப் பள்ளிக்கும் அரசாங்க நிதி உதவி கிடைத்திருக்கின்றது. மூன்றில் இரண்டு பங்கு நிதி அரசு சாரா, அதாவது, பெற்றோர்கள் கொடுத்து வந்த பள்ளிக் கட்டணம், தேவால யங்கள், மற்றும் உதவிக் கரங்கள் ஆகியவைகளிடமிருந்து இப்பள்ளிகள் பெற்றிருக்கின்றன. இங்கேயும் பெருவாரியான கல்விக் கட்டணங்களை பெற்றோர்களே அளித்து வந்துள்ளனர்.

வேல்ஸ் மற்றும் இங்கிலாந்து நாடுகளில் “அரசாங்கம் முதன் முதலாக 1833 ஆம் ஆண்டும் கல்வித் துறையில் தலையிட்டபோது, அதுவும் குறிப்பாக நிதி உதவி அளித்துத் தலையிட்ட போது “ஏற்கனவே பாய்ந் தோடிக் கொண்டிருந்த குதிரையின் மீது தாவி ஓடி ஏறி அமர்ந்தது போல” என்று இ.ஜி.வெஸ்ட் அவர்கள் எளிதில் மறக்க முடியாத அளவு குறிப்பிட்டுச் சொல்லியுள்ளார். அரசாங்கத் தலையீடு இன்றியே “குதிரைகள்” (அதாவது தனியார் பள்ளிகள்) பாய்ந்தோடி இருக்க வேண்டும் என்ற கருத்துப்படக் கூறியுள்ளார்.

இதில் முக்கியமாகக் கவனிக்கப்படக்கூடிய ஒன்று என்னவென்றால், இங்கிலாந்து நாட்டில் அரசாங்கம் தலையிடுவதற்கு முன்பாகவே, தனியார் பள்ளிகளில் மாணவர் எண்ணிக்கை பெருமளவில் அதிகரித்து இருந்தது என்பது தான். *1818* முதல் *1858* வரையுள்ள *40* ஆண்டுகளில், தனியார் பள்ளிகளில் மாணவர்கள் பதிவு *318* சதவிகிதம் அளவு அதிகரித்திருந் துள்ளது. ஆனால் *1825*லிருந்து *1885* வரையுள்ள *60* ஆண்டுகளில், பாதி அளவு மெக்காலி புதிய கல்வித் திட்டத்தில் கொணரப்பட்டிருந்த மதராஸ் மாகாணத்துப் பள்ளிகளில் ஆகியிருந்த பதிவு, இதைவிடக் குறைவாக, அதவாது *265* சதவிகிதமாக இருந்தது. இங்கிலாந்து நாட்டில் இருந்த தனியார் பள்ளிகளின் வளர்ச்சி விகிதத்தை ஒப்பிடுகிறபோது, இந்தியாவில் புதிய ஆங்கிலேய அமைப்புக் கல்வியின் கீழ் உள்ள பள்ளிகளின் பதிவு எண்ணிக்கை மிகவும் குறைந்த அளவில் இருந்தது. அல்லது வேறுமாதிரிச் சொல்லப்போனால், மெட்ராஸ் இராஜதானியில் உள்ள பள்ளிகளில் மாணவர் சேர்க்கை, இதே கால அளவில், இங்கிலாந்து நாட்டில் அதிகரித்த அளவு அதிகரித்திருந்தது. *1825* லிருந்து *1865* வரை உள்ள *40* ஆண்டுகளில் மதராஸ் பள்ளிகளில் மாணவர்கள் எண்ணிக்கை *162,626* லிருந்து (மன்றோ அறிக்கையின் படி) *517,151* வரை அதிகரித்து இருந்தது. இந்த அளவு மாணவர் எண்ணிக்கை, *1885* ஆம் ஆண்டுக்குள்ளும், அதாவது *20* ஆண்டுகள் கழித்தும் எட்டவில்லை. *1896* ஆண்டுதான், அதாவது *71* ஆண்டுகள் கழித்து *(1896 - 1825)* இந்த எண்ணிக்கையைக் கடந்து சென்றது. இந்திய நாட்டுத் தனியார் பள்ளி அமைப்பு முறைகளின் வீச்சு, இங்கிலாந்து நாட்டுப் பள்ளி அமைப்பு முறைகள் போல் இருக்கும் பட்சத்தில், ஆங்கிலோ ஆதிக்கத் தலையீடு இருந்ததை விட, பள்ளிப் பதிவுகளில் நாம் மாபெரும் வளர்ச்சியை இந்தியாவில் கண்டிருக்க வேண்டும்.

எதிர்பாராத தோழமை

இந்தியாவுக்கு கல்வியைக் கொண்டு வருவதை விட்டு, ஆங்கிலேயர்கள் தங்களையே தட்டிக் கொடுத்துக் கொள்வது போல, ஏற்கனவே இங்கிலாந்தில் நன்கு செயல்பட்டுக் கொண்டு வந்த தனியார் கல்வியை இன்னும் இடம் விடாமல் அங்கு நிரப்பி வைத்தனர். இந்திய உள்நாட்டுக் கல்வி பற்றிய விமர்சன கருத்துகள் ஒவ்வொரு கட்டத்திலும் தவறு இழைத் திருக்கின்றன. இந்தக் கல்வி முறை தரம் தாழ்ந்தவை என்பதற்குப் போதுமான ஆதாரங்கள் இல்லை. உண்மையில், இந்தக் கல்வி கற்பித்தலில் ஓர் இயல்பான, சிக்கனமான வழி காணப்பட்டதால், கொள்கை அளவில் தகுதி வாய்ந்த இக்கல்வி, இந்தியாவிலிருந்து இங்கிலாந்து கொண்டு செல்லப்பட்டு, அங்கிருந்து ஏனைய உலக நாடுகளுக்கு ஏற்றுமதி

செய்யப்பட்டது. இங்கிலாந்து நாட்டுக் கல்வி முறை, குறிப்பாக, ஆசிரியர்களுக்கு சந்தை நிலவரப்படி ஊதியம் கொடுக்க வேண்டிய இக்கட்டான நேரத்தில் பெற்றோர்கள் பள்ளிக்கட்டணம் செலுத்துவதால், அவர்களுக்கு பதில் சொல்லவேண்டிய நேரத்தில் கண்டுகொள்ளாது விடப்பட்ட இந்தியக் கல்வி முறை அதற்கே உரிய சக்தியைக் கொண்டு செயல்பட்டது.

மகாத்மா காந்தி குறிப்பிட்டது போல, ஆங்கில அரசு, கிராமப் பள்ளிகளை பற்றாக்குறையுள்ள பள்ளிகளாகவே சீர் தூக்கிப் பார்த்தது. இல்லை. "ஒவ்வொரு பள்ளியும் பள்ளிக்கட்டிடம் மற்றும் தளவாடச்சாமான்கள் தேவைக்கதிகமாகவே பெற்றிருக்க வேண்டும்" என்று ஆங்கில அரசு வலியுறுத்தியது. எனவேதான், மெக்காலி தெரிவித்த, அரசுக் கட்டுப்பாட்டின் கீழ் கொண்டுவரப்பட்ட, புதிய, அரசுக் கல்வித் திட்டத்தை அவர்கள் தோற்றுவித்தார்கள். இந்தக் கல்வி முறைதான் இன்றைய வளர்ந்து வரும் நாடுகளில் பொதுமாதிரிக் கல்வியாக நடைமுறையில் இருந்து வருகிறது. ஆனால் இந்தக் கல்வி முறை மக்களுக்கு செலவினமிக்கதாக இருந்தது. "இது போன்ற செலவினமிக்க இக்கல்வியை என்னுடைய ஏழை நாடான இந்தியா தாக்குப் பிடிப்பது மிகவும் கடினம்" என்று மகாத்மா காந்தி எழுதியுள்ளார். இன்றுவரை இந்தக் கல்வி முறை, உலகளாவிய பொதுக்கல்வி அளவுக்கு வழிகாட்டிச் செல்ல இயலவில்லை. இக்கல்வி முறையால்தான் இன்றைக்கும் இந்தியாவில் மில்லியன் கணக்கான குழந்தைகள் பள்ளி செல்லாக் குழந்தைகளாகத் திரிகின்றனர். இந்திய உள் நாட்டுத் தனியார் கல்வி அமைப்பு முறை இன்னும் சிறப்பானதாக இருந்திருக்குமா? சமீபத்திய எனது சொந்த ஆய்வின் அடிப்படையிலும் இன்னும் பல ஆராய்ச்சிகளின் அடிப்படை யிலும் பெற்றோர்களின் கல்விக்கட்டணத்தை சார்ந்திருக்கும் அமைப்புகள், அவைகளுக்கான அதிகரித்துவரும் தேவைகளை தாராளமாகப் பூர்த்தி செய்து கொள்ள முடிந்திருக்கிறது; குறிப்பாக பெற்றோர்களின் வசதியும் பெருகியிருப் பதால், இது முடிந்திருக்கிறது என்று ஆய்வில்கண்ட ஒவ்வொரு காரணமும் கூறுகிறது.

இந்த அத்தியாத்தின் தொடக்கத்தில் மகாத்மா காந்தி சுட்டிக் காட்டிய மேற்கோள்களை மீண்டும் நினைவு படுத்திப் பார்ப்போம். "எங்கள் நாட்டில் மீண்டும் பழைய கிராமத்துப் பள்ளி ஆசிரியர்கள் வரவேண்டும்; கிராமங்கள் தோறும் ஆண்டுகளுக்கும் பெண்களுக்குமான பள்ளி மீண்டும் வரவேண்டும்". இதற்கு என்ன பொருள் என்று எனக்குப் படுகிறதென்றால், பழைய கல்வி நிலை மீண்டும் வரவேண்டும். அதாவது அதிகபட்சமாகப் பள்ளிக் கட்டண மூலமும், உதவிக் கரங்கள் மூலமும் உதவி பெறும், ஏழைகளுக்காகச் செயல்படும் தனியார் பள்ளிக் கல்விமுறை மீண்டும் செயல்பாட்டிற்கு வரவேண்டும் என்று மகாத்மா காந்தி விரும்பினார். ஆங்கிலேய அரசு

இந்தியாவில் ஆதிக்கம் செலுத்த வருவதற்கு முன்பாகவே, இந்திய வரலாற்றுக்குள் என்னுடைய பயணம், ஏழைகளுக்காகச் செயல்படும் தனியார் கல்வி இங்கு இருந்ததற்கான எதிர்பாராத சான்றுகள் வழங்கியது மட்டுமல்ல, இன்னும் பல எதிர்பாராத தோழமையையும் வழங்கியது.

நவீன மெக்காலிகள்

இன்றைய அரசு மேம்பாட்டு வல்லுநர்கள், கல்வி ஆய்வாளர்கள், பொருளாதார உதவி முகமை அதிகாரிகள், மேலும் பாப்பாடகர்கள் மற்றும் திரைப்பட நடிகர்கள், இவர்கள் எல்லாம் நவீன மெக்காலிகள். மெக்காலியைப் போல இவர்கள் கல்வியின் அடிப்படை முக்கியத்துவத்தை நம்புகிறவர்கள். ஆனாலும், கல்வி ரீதியில் ஏழை மக்கள் இவர்களின் உதவியை நாடவேண்டியுள்ளது என்பதையும், இந்த ஏழை மக்கள் தாங்களாகவே எதையும் செய்து கொள்ள முடியும் என்ற நம்பிக்கை யில்லாதவர்கள் என்பதையும் நம்புகிறார்கள். இதையேதான் மெக்காலியும் நம்பினார். 19 ஆம் நூற்றாண்டில், இந்திய உள்நாட்டுக் கல்வி அமைப்பு முறையின் மகோன்னதத்தை மறுத்து வந்த மெக்காலி, இவரின் சமகாலத் தவர்கள் அக்கறை எடுத்துக் கவனித்து வந்த விஷயங்களை, மெக்காலி தன் வாழ்நாள் முழுவதும் கவனத்தில் எடுத்துக் கொள்ளத் தவறிவிட்டார். அதே போல, நவீன மெக்காலிகளும், ஏற்கனவே ஏழை மக்கள் யாருடைய ஆலோசனையுமின்றி தாங்களாகவே செயல்படுத்திக் கொண்டிருந்ததையும் மறுத்துவிட்டனர். ஒரே ஒரு 'அமைப்பு முறை' மட்டுமே இந்திய மக்களுக்கு உதவிகரமாக அமையக்கூடும் என்று மெக்காலி எண்ணினார். அதுதான் இங்கிலாந்து நாட்டு மேட்டுக் குடியினருக்குப் பொருந்திவந்த ஒரு 'முன் வடிவ மாதிரி'. நவீன மெக்காலிகளும் இதையே தான், அதாவது இங்கிலாந்து நாட்டிலும் அமெரிக்காவிலும் செயல்பட்டு வந்த 'அரசாங்க நிதி உதவியும் மற்ற உதவிகளும்' பெற்ற பள்ளிகளே ஏழை மக்களுக்குப் போதும் என்று எண்ணி வந்தனர். ஆப்பிரிக்கா மற்றும் இந்திய நாடுகளுக்கு நான் மேற்கொண்ட சுற்றுப் பயணம், அத்துடன் இந்திய வரலாற்றுக்குள் புகுந்து நான் மேற்கொண்ட சுற்றுப் பயணம், அப்போது மெக்காலி செய்து வந்த அதே தவறையேதான் இப்போதைய நவீன மெக்காலிகளும் செய்து வருகிறார்கள் என்ற எண்ணத்திற்கு என்னை இட்டுச் சென்றது.

இந்தியாவில் அப்படி இல்லை

நான் இந்தியாவை முழுமையாகக் கவனித்துப் பார்த்திருக்கிறேன். ஆனால் இதை விட்டு நான் சீனாவிற்கு திரும்பி சென்றிருக்க வேண்டும்.

அங்கு சென்று கன்ஃபூஷியஸ் காலத்திற்கும், அவரது காலத்திற்கும் முந்தைய, ஜீவனுள்ள, அந்நாட்டுத் தனியார் கல்வி அமைப்பு முறையைக் கவனித்திருக்க வேண்டும். யுத்த காலம் (கி.மு. 770 - 221), இலையுதிர் காலம், மற்றும் வசந்த காலங்களில், அதிகாரப் பூர்வ விதிமுறைகளின்படி நடத்திவரப்பட்ட பள்ளிகள் போரினால் நாசமடைந்திருந்தபோது, முதன் முதலாக இருந்த தனியார் பள்ளிகள், சிறிது காலமே நீடித்திருந்த அதிகாரிகளால் தோற்றுவிக்கப்பட்டன. அவர்களில் ஒருவர் கன்ஃபூஷியஸ் ஆவார். அநேகமாக ஆரம்ப கால கட்டத்தில் தொடங்கப்பட்ட தனியார் பள்ளியானது, ஹெங் அரசாங்கத்தின் மூத்த அதிகாரியான டெங்ஸி என்பவரால் தொடங்கப்பட்டது. இவர் எழுதிய புத்தகமான 'ஹீ ஸிங்' என்னும் புத்தகத்தைக் கொண்டு, எவ்வாறு சட்டத்தைப் பயன்படுத்தி வாதிட வேண்டுமென்று மாணவர்களுக்குக் கற்பித்தார். 1952 ஆம் ஆண்டு ஜுன் மாதம் 14 ஆம் தேதி சீன நாட்டுத் தலைவர் மாவோ அவர்கள், எல்லாத் தனியார் பள்ளிகளும் நாட்டுடமை ஆக்கப்படும் என்ற ஆணை பிறப்பிக்கும் வரை, தனியார் கல்வி மதம் சார்ந்த பள்ளிகளோடு சேர்ந்து, அனைத்து வகுப்பு மக்களுக்கும் கல்வி கற்பித்து, எல்லாரையும் ஈர்க்கும் வண்ணம் எங்கும் பரவி சீரிய முறையில் செழித்து வளர்ந்திருந்திருக்கிறது அல்லது, நான் கென்யாவுக்குத் திரும்பி இருக்க வேண்டும்; அல்லது நிறையக் கற்றுக்கொள்ள ஏதேனும் ஓர் ஆப்பிரிக்க நாட்டிற்காவது திரும்பி யிருக்க வேண்டும். ஆனால் உண்மை என்னவென்றால், இந்தியாவைப் போல அல்லாமல், ஆங்கிலேயர்கள் இங்கு வருவதற்கு முன்பு இந்தியாவில் இருந்ததுபோல ஆப்பிரிக்காவில் பள்ளிக்கூடங்கள் இல்லை. ஆனால், இதனால் அவர்கள் தங்கள் குழந்தைகளுக்கு கல்வி புகட்டவில்லை என்று அர்த்தம் ஆகாது. கல்வியை, பள்ளியோடு சேர்த்து கற்பிக்க இயலாத தவிர்க்க முடியாத தவறு அது. வழிவழியாக வந்த ஆப்பிரிக்க சமுதாயக் குழந்தைகள், அவர்கள் குடும்பத்துக் குழந்தைகள், அவர்கள் குடும்ப உறவுக் குழந்தைகள் ஆகிய அனைவரும் எந்தெந்த வழிகளில் கல்வி பயின்றனர் என்று மானுடவியல் ஆய்வுகள் குறிப்பிடுகின்றன. சுதந்திரக் கென்யாவின் முதல் குடியரசுத் தலைவரான ஜோமோ கென்யேட்டா, 'லண்டன் பொரு ளாதாரப் பள்ளி'யில் பிரபல மானுவிடவியல் ஆசிரியரான புரோனிஸ்லா மாலினோவ்ஸ்கி என்பவரிடம் கல்வி பயின்றார். இவர் 1938 ஆம் ஆண்டு 'கென்ய மலையை நோக்கி' என்ற நூலை வெளியிட்டார். அதில் இவர் பாரம்பரியம் மிக்க 'கிக்குயு' சமுதாயத்தைப் பற்றி விபரமாக எழுதியுள்ளார். அதில் காலனி ஆட்சி கொண்டு வந்த வேண்டாத மாற்றங்களையும் சுட்டிக் காட்டியுள்ளார். காலனி ஆட்சியாளர்களின் கருத்துக்கு மாறாக, "பிறப்பில் தொடங்கி மரணத்தில் முடிவுபெறுகிற ஆப்பிரிக்க மக்களுக்கே உரிய உலகளாவிய மரபு வழிக் கல்வியை அவர்களே பெற்றுக் கொள்கின்றனர்.

பெற்றோர்களே தங்கள் குழந்தைகளின் கல்வி கற்றலுக்கான பொறுப்பை எடுத்துக் கொள்கிறார்கள். தங்கள் குழந்தைகள், தங்கள் மரபுவழிப் பழங்குடி இனக் கல்வியைப் பெற்றுக்கொள்ளும் கட்டம் வரை, பெற்றோர்கள் அவர்களுக்கானக் கல்விப் பொறுப்பை எடுத்துக் கொள்கிறார்கள். அங்கே ஒரு நல்ல பள்ளிக் கட்டிடம் இல்லை. பண்ணை வீடுதான் பள்ளிக்கூடம்" என்று கென்யேட்டா வேதனையோடு கூறினார்.

ஆங்கிலேயர்கள், இவர்கள் மீது திணிக்கிற கல்வியை விட, இவர்களது சொந்தக் கல்வி முறை மிகுந்த பயன் அளிக்கக் கூடியது என்று கென்யேட்டா நம்பினார். நேரிடையான போதனை அல்லாமல், மறைமுக போதனையின் மூலம் நடைமுறை அறிவைப் பெறுவதையே இக்கல்வி வலியுறுத்தியது. இம்முறையில் புத்தகக் கல்வியோடு செயல்பாட்டுக் கல்வியும் சேர்ந்திருந்தது. பொருள் புரியாது மனப்பாடம் செய்து ஒப்புவிக்கும் ஆங்கிலேயர்கள் சுமத்துகின்ற கல்வியை விட, இது உயர்ந்த கல்வி என்று கென்யேட்டா ஆழமாக நம்பினார். மேலும் இந்த மரபு வழிக் கல்வி, ஆங்கிலக் கல்வி முறையில் இல்லாத, "தனிநபர் உறவு" முறைகளுக்கு முக்கிய இடமளிக்கிறது. சுருக்கமாக சொல்லப் போனால் இந்த மரபு வழிக் கல்வி, குறிக்கோளை அடைவதற்கான தகுதியான கல்வி என்று கென்யேட்டா கருதியதோடு, ஆப்பிரிக்க மரபுவழி பழங்குடிக் கல்வி, ஐரோப்பிய நாட்டினருக்கு கொண்டு செல்வதற்கு தகுதியான கருத்துகள் இல்லாத கல்வியாக இருந்திருக்கலாம்; அதே சமயம் ஐரோப்பியர்களின் இன்றைய மேலைநாட்டுக் கல்வியை, ஆப்பிரிக்க நாட்டினருக்காக கொண்டு வருவதே அவர்களின் முக்கியக் கடமையாகக் கொண்டிருந்ததாக இவர் கருதினார்.

மரபு வழியாக வந்த ஆப்பிரிக்க சமுதாயத்திற்கு மேலைநாட்டுக்கல்வி வந்தடைந்தபோது இக்கல்வி 'குறிக்கோளை அடையும் தகுதியுடைய கல்வியாக' இருந்தது. ஆனால் கென்யாவைப் போல் நவீன சமுதாயமாக மாறவிருந்த ஒரு நாட்டிற்கு இது பொருத்தமாக அமையவில்லை. ஒரு வேளை இது உண்மையாக இருக்கலாம். கென்யாவுக்கு, கென்யேட்டா திரும்பி வந்த போது இதை அவர் உணர்ந்தும் இருக்கலாம். ஆனால் ஆங்கிலேயர்கள் கென்யாவில் இருந்த ஆப்பிரிக்கர்கள் மீது சுமத்த விரும்பிய அவர்களது கல்வி முறை ஆப்பிரிக்க மக்களால் கடுமையாக எதிர்க்கப்பட்டது என்று குறிப்பிட்டது மிகவும் சுவாரசியமானது. இந்த எதிர்ப்புதான் தனியார் பள்ளிகள் உருவாகக் காரணமாக இருந்தது.

19 ஆம் நூற்றாண்டின் இறுதியில் கென்ய நாட்டில் ஐரோப்பிய மாதிரிப் பள்ளி தொடங்கப்பட்டது. அதாவது 1846 ஆம் ஆண்டு மோம்பஸ்ஸா என்னும் இடத்தில் கிறித்தவ சமுதாயப் பணிக்குழு, முதல் பள்ளியைத் தொடங்கி வைத்தது. கல்விக்கான தேவைகளை விரிவாக்கம் செய்யும் வகையில், காலனி ஆட்சியாளர்கள் 1911 ஆம் ஆண்டு ஒரு கல்வித்

துறையைத் தொடங்கினர். புதிய பள்ளிகளுக்குத் தேவையான கட்டிடங்களைக் கட்டிக்கொள்ள அரசாங்கம் கிறித்தவப் பணிக்குழுவுக்கு இலவச உதவித்தொகை அளித்தது. இருப்பினும் கிறித்தவப் பணிக்குழு ஐரோப்பியக் குழந்தைகளுக்கும், ஆசியக் குழந்தைகளுக்கும் மட்டுமே அறிவு சார்ந்த பாடங்களைக் கற்பித்தனர். ஆப்பிரிக்கக் குழந்தைகளுக்கு வேளாண்மை, தொழிற்கல்வியை மட்டுமே கற்பித்து வந்தனர். கிறித்தவ மத போதனைகள் கட்டாயமாக்கப்பட்டு ஆப்பிரிக்கர்களின் மரபுகளும் கலாச்சாரப் பழக்க வழக்கங்களும் மெல்ல மெல்ல மறைக்கப்பட்டன. அது மட்டுமல்லாமல், அரசுப் பள்ளிகளில் இவை முற்றிலும் ஒழிக்கப்பட்டன. தொடக்கப்பள்ளியில் இருந்து கடைசி வகுப்பு வரும் வரை, ஆப்பிரிக்கக் குழந்தைகளுக்கு ஆங்கிலம் அறவே கற்றுக்கொடுக்கப்படவில்லை.

1929ஆம் ஆண்டில், அரசாங்கத்தின் குறிக்கோள்களிலும் நோக்கங்களிலும் சந்தேகப்பட்ட மத்திய ஆட்சியில் இருந்த கிக்குயு என்ற அமைப்பு, கிறித்தவப் பள்ளிகளைப் புறக்கணிக்கத் தொடங்கியது. மேலும் கல்வியின் மீது கிறித்தவக் குழு கொண்டிருந்த முழு ஆதிக்கத்தையும் முடிவுக்குக் கொண்டு வரும் கோரிக்கையை முன் வைத்தது. கிறித்தவக் கட்டுப்பாட்டுக்குள் வராத, மதச் சார்பற்ற பள்ளிகளை அரசாங்கமே திறக்க வேண்டும் என்ற கோரிக்கை தோல்வி அடைந்ததால், கிக்குயு, சொந்தமாகப் பள்ளிகளை நிறுவத் தொடங்கியது. 1930-களின் தொடக்கத்தில் நிதி அபிவிருத்திச் செயல்பாடுகள் அதிக அளவில் நடந்தன; தனியார் பள்ளிகள் தொடங்கப்பட்டன; சுய உதவிக்குழுக்கள் உருவாக்கப்பட்டன; ஒவ்வொரு தனியார் பள்ளியும் உள்ளூர் அமைப்புகளால் நிர்வாகம் செய்யப்பட்டது; ஆசிரியர்களைத் தேர்வு செய்யவும், அவர்களுக்கு ஊதியம் கொடுக்கவும், கல்விக் கட்டணத்தை நிர்ணயம் செய்யவும், நிதி வளர்ச்சியைப் பெருக்கும் நிகழ்ச்சிகளை நடத்தவும், இந்த உள்ளூர் அமைப்பு பொறுப்பேற்றிருந்தது. தனியார் பள்ளிகளுக்கு நல்ல வரவேற்பு இருந்ததால், 1934 ஆம் ஆண்டு கூட்டு நடவடிக்கைக் கூட்டம் கூட்டப்பட்டு அதன் உச்சக்கட்டமாக "கிக்குயு சுதந்திரப் பள்ளிகள் கழகம்" தொடங்கப்பட்டது. சில தனியார் பள்ளி உரிமையாளர்கள் ஐரோப்பிய ஆதிக்கத்திலிருந்து முற்றிலும் விடுபட்டு சுதந்திரமாகப் பள்ளிகளை நடத்த விரும்பியதால், 'கிக்குயு சுதந்திரப் பள்ளிகள் கழகத்திற்கு' காலனி அரசாங்கத்தோடு பேச்சு வார்த்தை நடத்த வேண்டிய அவசியம் ஏற்பட்டது. அதன் காரணமாக, ஒரு போட்டி இயக்கமான 'கிக்குயு கரிங்கா கல்விக் கழகம்' என்ற ஒன்று உடனடியாகத் தொடங்கப்பட்டது. 1939 ஆம் ஆண்டுக்குள் 63 கிக்குயு சுதந்திரப் பள்ளிகள் தொடங்கப்பட்டன. இப்பள்ளிகளில் மொத்தம் 12,964 மாணவர்கள் பயின்று வந்தனர்.

அதிகரித்து வரும் பயிற்சி பெற்ற ஆசிரியர்களின் பற்றாக்குறையைச்

சரிசெய்யும் பொருட்டு, கிக்குயு சுதந்திரப் பள்ளிகள் கழகமும், கிக்குயு கரிங்கா கல்விக் கழகமும் சேர்ந்து, ஒரு தனியார் ஆசிரியர் பயிற்சிக் கல்லூரியைத் தொடங்க ஒத்துக் கொண்டன. இதன்படி 1939 ஆம் ஆண்டு 'கித்துங்குரி' என்னும் இடத்தில் முதன் முதலாக அரசாங்கமும் தனியாரும் சேர்ந்து கென்யாவின் முதல் கல்லூரியைத் தொடங்கின. 1946 ஆம் ஆண்டு செப்டம்பர் மாதம் ஜோமோ கென்யேட்டா, கென்யநாடு திரும்பி வந்து, 'ஆப்பிரிக்க ஒன்றியக் கென்ய நாட்டிற்கான' குடியரசுத் தலைவராகத் தேர்ந்தெடுக்கப்படும் முன்பே, கித்துங்குரி கல்லூரியின் முதல்வராக நியமனம் செய்யப்பட்டார். அடுத்த ஐந்து ஆண்டுகளாகத் தனது நேரத்தை இந்த இரண்டு கழகங்களுக்கும் பகிர்ந்து செலவழித்தார். இவரது தலைமையின் கீழ், கித்துங்குரி, தனியார் பள்ளி இயக்கங்களின் அதிகாரப் பூர்வமற்ற தலைமையிடமாக ஆனது. கிக்குயு சுதந்திரப் பள்ளிகள் அமைப்பு ஓர் அரசியல் கட்சியாக வளர்ச்சி பெற்று, இறுதியில் இக்கட்சிதான் கென்யாவின் சுதந்திரத்திற்கு இட்டுச் சென்றது.

1929ஆம் ஆண்டு கிக்குயு மாநிலத்தின் அப்போதைய ஆங்கில தற்காலிக ஆணையராக இருந்தவர் வெளியிட்ட விமர்சனத்தையும், கென்ய நாட்டு சுதந்திரப் பள்ளிகள் இயக்கத்தின் வெற்றிகரமான வளர்ச்சியையும் ஒப்பிட்டு பார்ப்பது சற்று சுவாரசியமாக உள்ளது. "கிக்குயு மக்களைப் பொறுத்தவரை, அவர்களின் இப்போதைய வளர்ந்து வரும் கட்டத்தில், ஆங்கிலேயரின் மேற்பார்வையின்றி, அவர்களால் எதையும் திட்டமிட்டுச் செயல்படுத்தவோ, பொருளாதார முதலீடு செய்யவோ, பள்ளிகளைத் திறம்பட நடத்தவோ இயலாது என்பது மறுக்க முடியாத உண்மை" என்பது தான் அந்த ஆணையர் வெளியிட்ட விமர்சனம். முற்றிலும் இதற்கு மாறாக, அரசாங்க உதவியின்றி பள்ளிகளைத் திறம்பட நடத்தவும், பொருளாதர முதலீடு செய்து கொள்ளவும் தங்களால் இயலும் என்பதை 20 ஆம் நூற்றாண்டின் மத்தியிலேயே ஆப்பிரிக்கர்கள் திறம்பட செய்துவிட்டனர்.

இனிவரவிருப்பது வரலாறு. 1952 ஆம் ஆண்டின் தொடக்கத்தில் "மௌமௌ" என்னும் போராட்டக்குழுவின் மீது மேற்கொண்ட ஒரு காவல் துறைப் புலனாய்வு, தனியார் பள்ளிகளின் தலைவிதியை இழுத்து மூடி சீல் வைத்தது. அந்த ஆண்டின் இறுதிவாக்கில், அரசாங்கம் நெருக்கடி நிலையை பிரகடனப்படுத்திய போது, கிக்குயு சுதந்திரப் பள்ளிகள் கழகமும், கிக்குயு கரிங்கா கல்விக்கழகமும் நடத்தி வந்த பள்ளிகள் இழுத்து மூடப் பட்டன. கென்ய நாட்டில் ஆங்கில ஆதிக்கத்திற்கெதிரான போராட்டத்தில் தனியார் பள்ளிகள் யுத்தகளமாக மாறின. 1964 ஆம் ஆண்டு ஜோமோ கென்யேட்டா கென்ய நாட்டு குடியரசுத் தலைவர் ஆனபோது "ஹரம்பி" என்று சொல்லப்பட்ட 'சுய உதவி' சக்திக்கு ஆதரவாக நின்றார். கென்யா, தன் எதிர்கால முன்னேற்றத்திற்கு இந்த 'சுய உதவி' சக்தியையே

சார்ந்திருந்ததாக அவர் நம்பினார். தனியார் கல்வியிலிருந்து பெற்ற அனுபவமே, இந்த இயக்கத்திற்கான உந்து சக்தியாக இருந்தது என்பது தெளிவாகத் தெரிகிறது. பிரிட்டிஷ் ஆதிக்கத்திற்கு எதிரான ஆப்பிரிக்க விடுதலை இயக்கத்தின் மிக அவசிய அங்கமாக இருந்தது தனியார் பள்ளிகள்தாம். ஆங்கிலேய ஆதிக்க சக்தி (இன்னும் சில காலனிய ஆதிக்க சக்திகள்), ஆப்பிரிக்க நாடுகளுக்கும் கொண்டு வந்து சேர்த்திருந்த இறுதிச் சொத்துக்கு எதிராகப் போராடும் புதிய விடுதலை இயக்கமாக இன்றைக்கு உதயமாகி வரும் தனியார் பள்ளிகளைப் பார்க்கலாமா?

மறந்துபோன பாடங்கள்

இன்று நம்மை வரலாற்றுப் பாடங்கள் வழி நடத்துகின்றன. "பொது நலச் சேவைகள் குறிப்பிட்ட இலக்குக்குச் சென்றடையச் செய்யப்படும் ஏற்பாடுகள் வெற்றிபெற" அந்த தேசத்தின் வரலாற்றுக்குத் தொடர்பு உண்டு என்று உலக வங்கி விவாதம் செய்கிறது. மேல் நாட்டுச் சக்திகள் தங்கள் நாட்டுக் கல்வி முறையை வலுக்கட்டாயமாக குடியேற்ற நாடுகளில் சுமத்துமுன்பே, இவ்வாறு சுமத்தப்பட்ட கல்விக்கு எதிரான போராட்டம் தொடங்கப்படுமுன்பே, பல தேசங்களில் தனியார் கல்வி 'இயல்பாகவே' அமைந்திருந்தன என்று, என்னுடைய வரலாற்றுப் பயணங்கள் எனக்கு உணர்த்துகின்றன. பாப் ஜெல்டாஃப் அவர்கள் சொன்னது என்ன? ஒரு தேசத்தினர், அவர்களின் சொந்த 'கலாச்சாரப் பொருத்தம்' மிகுந்த 'முன் மாதிரியை' அவர்களே கண்டு அறிந்து, "வல்லுநர்கள் அவர்களுக்கு கூறும் அறிவுரையை பின்பற்றாது புறக்கணிக்கிற போதுதான், அங்கே அவர்கள் வளர்ச்சி வெற்றி பெறமுடியும்" என்று அவர் கூறினார். இன்றைக்கு உள்ள ஆசிய மக்களுக்கும், சகாரா பாலைவன தென் மண்டலத்தில் உள்ள ஆப்பிரிக்க பகுதிவாழ் மக்களுக்கும், ஒரு கலாச்சாரப் பொருத்தம் உள்ள முன் மாதிரியாக அரசுக்கல்வி அமையவில்லை என்பதுதான் வரலாற்றின் மிக முக்கியமான பாடமாக இருக்கிறது. ஏழைகளுக்காகச் செயல்படும் தனியார் கல்விக்கு ஆதரவாக நின்று போராடுகிறபோது, நம் மக்களின் கலாச்சார உறவுகளை மீண்டும் திரும்பக் கொணர நாம் இன்னும் தீவிரமாகப் போராட வேண்டும்.

12

அமரட்ச் என்னும் பெண்ணுக்கு கல்வி புகட்டுதல்

ஈஸ்டர்லி அவர்களுக்கு ஏற்பட்ட குழப்பம்

வில்லியம் ஈஸ்டர்லி என்னும் நூலாசிரியர் தன்னுடைய அண்மைக்காலப் புத்தகமான "வெள்ளைக்காரனின் சுமை" என்ற புத்தகத்தில், 10 வயது நிரம்பிய அமரட்ச் என்னும் எத்தியோப்பிய நாட்டுப் பெண்ணைப் பற்றிய ஒரு வேதனை மிகுந்த கதையைத் தொடங்கி முடித்து வைக்கிறார். அமரட்ச் என்றால் "அழகான பெண்" என்று அர்த்தம் ஆகும். அடிஸ் அபாபா என்ற இடத்தை விட்டு வில்லியம் ஈஸ்டர்லி அவர்களின் வாகனம் வெளியேறிய போது, நகருக்குள் வரும் பெண்களும் சிறுமிகளும் நிறைந்த ஒரு நீண்ட வரிசையை அந்த வாகனம் கடந்து சென்றது. யூகலிப்டஸ் சுள்ளி பொறுக்கி அதை விற்று, செலவுக்கு ஏதோ கொஞ்சம் காசு பெற்றுக் கொள்வதில் தான் அமரட்ச் உடைய பகற்பொழுதெல்லாம் கழிகிறது. இவளது பெற்றோர்கள் மட்டும் இவளை பள்ளிக்கு அனுப்பும் வசதி பெற்றிருந்ததால், இவள் சுள்ளி பொறுக்கப் போகாமல் பள்ளி செல்வாள். ஈஸ்டர்லி, அவரது புத்தகத்தை அமரட்ச் என்னும் சிறுமிக்கு அர்ப்பணம் செய்வதோடு, "இவளைப் போன்ற கோடிக்கணக்கான சிறுமிகளுக்கும் அந்தப் புத்தகத்தை அர்ப்பணம்" செய்கிறார். அந்நூலை அவர் "பெருந்தனக்காரர்களே, உங்களில் யாராவது ஒருவருக்கு, அமரட்ச் என்னும் சுள்ளி சுமக்கும் இந்த எத்தியோப்பிய நாட்டுச் சிறுமியைப் பள்ளியில் சேர்த்துப் படிக்க வைக்க ஏதேனும் வழி இருக்கிறதா, தெரியுமா?" என்று கேட்டு அந்நூலை முடித்து வைக்கிறார்.

அமரட்ச் இருப்பது போன்ற இடங்களில் தனியார் பள்ளிக்கூடங்களைத் தொடங்கி நடத்தி வரும், என்னுடைய பயணத்தில் நான் சந்தித்த பெருந் தனக்காரர்களுக்கு, ஏற்கனவே அந்த வழி தெரியும். இதில் உலகறிந்த உண்மை என்னவென்றால், அமரட்ச் போன்ற சிறுமிகள் கல்வி பெறு வதற்கு, இலட்சக்கணக்கான உதவிக்கரங்களின் பண உதவி அரசுக் கல்விக்குத் தேவைப்படுகிறது. அதனால், இந்த உதவிக்காக பாமர மக்கள் பொறுமையோடு காத்திருக்க வேண்டியிருக்கிறது. ஆனால், அரசுக்கல்வி அதிர்ச்சிக்குள்ளாக்க வைப்பதாக இருக்கிறது - எரிச்சல்பட வைப்பதாக இருக்கிறது - மனித உரிமைகளை மீறும் செயலாக இருக்கிறது - போன்ற வசைமொழிகளை, அரசுக்கல்வியின் தோல்விக்கு பொதுவாகப் பயன்படுத் தினாலும், அரசுக் கல்வியை விட்டுச் செல்ல வேறு மாற்றுவழி இல்லை. நவீன மெக்காலிகள் இதற்கான ஓர் தீர்வு கண்டுபிடித்துச் சொல்லும்வரை பாமர மக்கள் பொறுத்திருக்கத்தான் வேண்டும். இதற்கு நீண்ட காலம் ஆகலாம். ஆனால், அதற்கு இந்த ஒரு வழிதான் இருக்கிறது. மந்திரத்தால் மாங்காய் காய்த்து விடாது. இந்தச் சிக்கலுக்கு உடனடி நிவாரணம் என்று எதுவும் இல்லை.

நன்கொடையாளர்களின் உதவி இன்றி, அரசாங்கத்தின் தலையீடு இன்றி, ஏழை மக்கள் ஓர் ‘உடனடி நிவாரணம்’ கண்டு கொண்டார்கள்; அல்லது, எப்படி அதை உருவாக்குவது என்றாவது கற்றுக்கொண்டார்கள். அரசு மேம்பாட்டு வல்லுநர்கள் தேடும் காணக்கிடைக்காத இராப்போசனப் புனிதப் பாத்திரத்தை கண்டுகொள்ளும் பாதை, அதாவது அனைவருக்குமே வேண்டிய தரமான கல்வி, எல்லாரின் கண்களுக்கும் எளிதில் தெரியவருகிறது. ஆனால் ஏழைமக்கள் அதை ஏறெடுத்துப் பார்க்க வேண்டும்; பார்த்தால்தான் அது தெரியும். ஏழைகள், அந்தப் பயன்பாடு மிக்க மாற்றுப் பாதையை, அவர்களாகவே கண்டுகொண்டுவிட்டார்கள்.

இந்த மாற்றுப் பாதைக்கான தீர்வு மிக எளிமையானது; உங்கள் குழந்தைகளை ஒரு தனியார் பள்ளிக்கு அனுப்புங்கள். தனியார் பள்ளி யாளர்கள் உங்களுக்கு பதில் சொல்ல வேண்டிய கடமைப் பட்டுள்ளவர்கள். ஏனென்றால், நீங்கள் அவர்களுக்குக் கல்விக் கட்டணம் செலுத்தி வருகிறீர்கள். அரசு மேம்பாட்டு வல்லுநர்களுக்கு ஒரு தீர்வு காண மிக எளிய வழி இது. (இன்னும் சில புரியாத புதிர்களைக் கருத்திற் கொள்ளும் போது, அதாவது தேவையான தரமான கல்வி கிட்டும் தனியார் பள்ளியில் எப்படி ‘எல்லாருக்கும்’ வாய்ப்பிருக்கிறது என்ற எண்ணம் வருகிறபோது, இதோ நான் விரைந்து விடை சொல்ல வருவேன்.) எனவே, பாமரத்தனமான ஏழை மக்கள் அதைத் தாங்களாகவே நிறைவேற்றிக் கொண்டார்கள்.

நான் மேற்கண்ட பயணங்களில் பார்த்ததிலிருந்து, எழில் மரம் என்னும் இந்நூல் முழுவதும் நான் “அரசு மேம்பாட்டு வல்லுநர்கள்” என்று குறிப்

பிடுகிற ஆட்சியில் இருப்போர், மற்றும் அதிகாரத்தில் இருப்போர்களுக்கு, 'ஏழைமக்கள் கல்விக்கான ஏற்பாடாக தாங்களாகவே என்ன செய்து கொண்டார்கள்' என்பது தெரியாமலேயே இருந்து வருகிறது என்று சில நேரங்களில் எனக்குப்படுகிறது. இது ஒரு பெரிய வளர்ச்சித் திட்டத்தின் வழியாக வராமல், தனித் தனி ஏழை மனிதர்கள் எடுத்த பல்வேறு முடிவு களின் மூலம் வந்ததால் அரசு மேம்பாட்டு வல்லுநர்களுக்கு இது தெரி யாமல் போய் விட்டதோ? இந்திய நாட்டில் ஹைதராபாத் நகரின் பாமரப் பகுதியில் உள்ள ரேஷ்மாவும் அன்வரும், நைஜீரியா நாட்டு மெக்கோ கோவில் உள்ள பி.எஸ்.இ. கானா நாட்டு போர்ட்டியனாரில் உள்ள தியோஃபிலஸ், சீன நாட்டு கன்சூ மாநிலத்தின் கடைக்கோடி மலைப் பகுதியில் உள்ள ஸிங், கென்ய நாட்டு நைரோபியின் குடிசைப் பகுதியில் உள்ள ஜேன் போன்ற தனித்தனி தொழில் முனைவோர்கள் எல்லாருமே, தங்கள் குழந்தைகள் ஒரு தரமான கல்வியைப் பெற வேண்டும் என்ற ஏழை மக்களின் ஏக்கத்தைப் புரிந்து கொண்டார்கள். அரசாங்கக் கல்வியில் ஏற்பட் டிருந்த குளறுபடிகளையும் கண்டு கொண்டார்கள். இதற்கான சிறந்த வழி, ஒரு பள்ளியைத் தொடங்குவதுதான் என்று தீர்மானித்து விட்டார்கள். எனவே விளைவுகளைப் பற்றிக் கவலைப்படாமல் துணிச்சலாக இறங்கி னார்கள். சிறிய அளவில் தொடங்கினார்கள். பள்ளிகளுக்கான கட்டடங் களையும், ஆசிரியர்களையும் தேடித் தேடிக் கண்டு கொண்டார்கள். இவர்கள் செய்த எல்லாமே பெற்றோர்களுக்குப் பிடித்திருந்தன என்பதை யும் தெரிந்து கொண்டார்கள். தேவைக்கேற்ப சிலவற்றை மாற்றி அமைத்துக் கொண்டார்கள். பிறகு என்ன? அவர்கள் பள்ளிகள் ஓஹோ வென்று வளர்ச்சி பெற்றன. இவர்கள் என்ன செய்து வருகிறார்கள் என்பதை மற்ற சிலர் பார்த்தார்கள். சமுதாயத்திற்கு சேவை செய்யும் ஒரு சிறந்த வழி யாக இது தெரிகிறதே என்று எண்ணினார்கள். இதனால் கொஞ்சம் வருமானமும் கிடைத்தது. சில நேரங்களில் எதுவும் கிடைக்காமலும் போய் விட்டது. விக்டோரியாவின் மீனவத் தாய் தந்தையரைப் போன்ற பெற்றோர்கள், அரசுப் பள்ளிகளில் படிக்கும் தங்கள் குழந்தைகளுக்குத் தனியார் பள்ளிகள் போல் எதுவும் நன்றாக அமையவில்லை என்பதை நன்கு தெரிந்து கொண்டார்கள். தனியார் பள்ளிக்கு தங்களால் கல்விக் கட்டணம் செலுத்த முடியுமா என்று கணக்குப் போட்டுப் பார்த்தார்கள்: முயற்சி செய்துதான் பார்ப்போமே என்று இறங்கினார்கள். பெரிய மலையாக ஒன்றும் தெரியவில்லை என்று புரிந்து கொண்டார்கள். இவர்களின் வெற்றி பற்றி மற்ற எல்லாரிடமும் பகிர்ந்து கொண்டார்கள்.

அரசு மேம்பாட்டு வல்லுநர்களுக்கு மிகவும் எளிதாகத் தோன்றிய விஷயம் இது மட்டும் தானா? போதும் போதும், இனி வேண்டாம் என்று அரசுப் பள்ளிகளைப் புறக்கணித்து விட்டு, ஏழைமக்கள் ஏன் தங்கள்

சொந்தப் பள்ளிகளான தனியார் பள்ளிகளை நாடிச் சென்றுவிடுகிறார்கள் என்பதையும், ஏன் தனியார் பள்ளிகளே கல்விக்கான சரியான தீர்வு என்பதையும், ஏன் ஆட்சிப் பீடத்திலும் அதிகாரத்திலும் உள்ள அநேகர் அதை ஏற்றுக்கொள்ள மறுக்கிறார்கள் என்பதையும் நான் கண்டறிந்து சொல்வதற்கு இது எனக்கு ஏற்ற இடமல்ல. நான் என் ஆய்வுப் பணிகளைச் சமர்ப்பிக்கும், ஆக்ஸ்போர்டு பல்கலைக்கழகத்தில் உள்ள கருத்தரங்கு போன்ற இடங்களிலும், இந்தப் புத்தகம் முழுவதிலும், எங்கெல்லாம் நான் சொல்வதைக் கவனித்துக் கேட்கிறார்களோ அங்கெல்லாம் நான் தொடர்ந்து செய்வேன். உலகெங்கும் பயணித்துக் கண்டறிந்த ஆய்வு உண்மைகளை தெரியப்படுத்த என்னால் இயன்றதைச் சிறப்பாகச் செய்வேன். ஆப்பிரிக்காவில் நடைபெற்ற நிகழ்வு போன்ற வேதனை தரும் தொலைக்காட்சி நிகழ்வு இங்கு இல்லை; இந்தியாவிலும், சீனாவிலும் வளர்ந்து வரும் ஆதிக்க சக்திகளுக்கிடையில் ஏழைமக்கள் ஒதுக்கிவிடப் படுவதுபோல இங்கில்லை. மாறாக, ஏழைமக்கள் தங்களுக்கான உரிமை களை தாங்களே பெற்றுக் கொள்கிறார்கள். அவர்களில் பெருந்திரளான மக்கள் அரசுக்கல்வியைக் கைவிட்டு வருகிறார்கள். அவர்கள் உயர்வான ஒரு மாற்றுவழியைக் கண்டு கொண்டார்கள். இது ஒரு நல்ல தகவல், இல்லையா?

ஏழைகளுக்காக உதவிக் கரம் நீட்ட விரும்பும் நம்மில் பலருக்கு, இன்னும் செய்ய வேண்டியவை ஏராளமாக இருக்கின்றன. ஏழை மக்களுக் குத் தேவையான உடனடி நிவாரணத்தை அவர்களே செய்து கொள்ளக் கற்றுக் கொண்டு விட்டார்கள். ஆனாலும், அமரட்ச் இன்னும் பள்ளி செல்ல முடியாமல்தான் இருக்கிறாள். எனவே இதற்கு என்ன செய்வது?

பிரச்சினைக்குரிய மூன்று கூறுகள் இங்கே இருப்பதாகச் சொல்லலாம். இதில் முதலான பிரச்சனைக்குரிய கூறு: பள்ளியில் சேராத குழந்தைகள் - அமரட்ச் மற்றும் அவளைப் போன்ற குழந்தைகளைப் பார்க்கின்றபோது, இந்தக் குழந்தைகள் இன்னும் பள்ளியில் சேராமல் இருப்பது - அதே போன்று ஒழுங்காகச் செயல்படாத அரசுப் பள்ளிகளிலிருந்து குழந்தைகள் விடுபட முடியாமல் இருப்பது போன்றதுதான் முதல் பிரச்சினைக்குரிய கூறு: இரண்டாவது, கல்வித் தரம் சார்ந்த கூறு; என்னுடைய ஆய்வில் காட்டியுள்ளபடி, ஏழைகளுக்காகச் செயல்படும் தனியார் பள்ளிகள், அரசுப் பள்ளிகளை விட எவ்வளவுதான் மேம்பட்டு விளங்கினாலும், இன்னும் பல வகைகளில் தனியார் பள்ளிகள் முன்னேற்றமடையத்தான் வேண்டும். மூன்றாவது, சரியான தகவல் தெரிந்து கொள்வது பற்றிய பிரச்சினை; இதைப் பொருளாதார வல்லுநர்கள் 'பொருந்தாத தகவல்' என்று கூறுகி றார்கள். தங்கள் குழந்தைகள் படிக்கும் பள்ளி தரமான பள்ளிதான் என்று உண்மையில் பெற்றோர்கள் எவ்வாறு தெரிந்து கொள்வது? தங்கள்

குழந்தைகள் படிக்கும் தனியார் பள்ளிகள் திருப்திகரமாக இல்லை என்று பெற்றோர்கள் எந்தத் தகவல் அடிப்படையில் தனியார் பள்ளிகளைத் தவிர்ப்பது?

இந்த 'முப்பெரும் பிரச்சினைகளுக்கு' 'முப்பெரும் திட்டங்கள்' இங்கே மறுமொழி கூறவிருக்கின்றன என்று நான் இப்போது சொல்லப் போவதில்லை. அது மிகவும் தவறான அணுகு முறையும் ஆகிவிடும். எனவே வில்லியம் ஈஸ்டர்லி அவர்களின் வார்த்தைகளைக் கடன் வாங்கி அப்படியே சொல்லி விடுகிறேன்: "அனைவருக்கும் தரமான கல்வி தரக்கூடிய சரியான 'மாபெரும் திட்டத்தை' இந்நூல் கண்டறிந்து சொல்லி இருக்கிறதா? ஐம்பது ஆண்டுகளுக்கு மேலாக, பல்வேறு திட்டங்களை என்னைவிடச் சிறப்பாக முயற்சித்துப் பார்த்த அறிவார்ந்த அநேகர், அத்திட்டங்களில் தோல்வியடைந்தும், நான் அந்தத் திட்டத்தைக் கண்டுகொண்டேன் என்றால், அது ஓர் அற்புதமான கண்டுபிடிப்பு அல்லவா? உங்கள் நூலாசிரியர் அது போன்ற பிரமிப்பில் இல்லை. சரியான திட்டம் என்பதனால் ஏற்படும் அக்களிப்பு தவறான அணுகு முறையின் அடையாளம் ஆகும். சரியான திட்டம் என்பதில் எந்தத் திட்டமும் இல்லை" என்று அந்த நூலாசிரியர் குறிப்பிடுகிறார். சரி. ஏற்றுக்கொள்ளப்பட்டது. புதிய 'பெரும் திட்டங்களை' விட, சில பொதுவான வழிகளைக் குறிப்பிட்டுச் சொல்ல விரும்புகிறேன். அந்தப் பொதுவான வழிகள் மூலம், நாம் சிறிய அளவில் தொடங்கி, அதைப் பெரிய அளவில் மேம்படுத்தலாம். இங்கு "நாம்" என்று குறிப்பிட்டது, புதுப்புது அணுகுமுறைகளை முயற்சித்துப் பார்த்துக் கொண்டிருக்கும் - இருப்பதை இன்னும் மேம்படுத்திக் கொண்டிருக்கும் - செயல்படாமல் இருப்பதைப் புதுப்பிக்கப் பார்த்துக்கொண்டிருக்கும் பல்லாயிரக்கணக்கான சிறு சிறு கல்வி முனைவோர்கள் கை கோர்த்து நிற்கும் பொருளாதார உதவி முகமைகளின் திட்டங்களையும், பல்லாயிரக் கணக்கான சிறு சிறு உதவிக்கரம் நீட்டுவோர்களையும்தான் இங்கு நான் "நாம்" என்று குறிப்பிட்டுச் சொன்னது. பெற்றோர்களுக்கு மட்டுமே - பள்ளிக் குழந்தைகளுக்கு மட்டுமே - கல்வி முனைவோர்களுக்கு மட்டுமே தெரிந்த, வளர்ச்சிக்குத் தீர்வாக உள்ள, சிறு சிறு துணுக்குத் தகவல்கள் கல்விச் சந்தையில் வெளிவந்து கொண்டிருக்கின்றன. பெற்றோர்களுக்கும், பள்ளிக் குழந்தைகளுக்கும், கல்வி முனைவோர்களுக்கும் ஊக்க மருந்தாக விளங்கும் அவர்கள் எடுத்த முடிவுகள், நன்கு செயல்பட அவைகள் ஒருமுகப்படுத்தப்படுகின்றன. அனைத்து அம்சங்களையும் கொண்ட திட்டம் எதுவுமே நமக்குத் தேவையில்லை. ஆனால் செயல்பாட்டிற்குத் தேவையான அறிவார்ந்த ஆலோசனைகள் சில இங்கே உள்ளன.

ஓர் அறிவார்ந்த குழந்தையைப் பள்ளியில் சேர்த்தல்

தனியார் பள்ளிகள் ஏராளமான ஏழைமக்களுக்கு ஏற்கனவே செய்து வந்துகொண்டிருக்கின்றன. ஆனாலும் எல்லாக் குழந்தைகளும் தனியார் பள்ளிகளில் படிப்பதில்லை. சில குழந்தைகளைப் பொருத்தவரை, அவர்கள் பெற்றோர்களால் தனியார் பள்ளிகளுக்குக் கல்விக் கட்டணம் செலுத்த முடிகிறதில்லை. அல்லது குடும்பச் செலவுக்குச் சம்பாதித்து வரும் தங்கள் குழந்தைகளைப் பள்ளிக்கு அனுப்ப முடியாமல் போய்விடுகிறது. எனவே அவர்கள் (அமரட்ச் போல) தங்கள் குழந்தைகளைப் பள்ளிக்கு அனுப்புவதே இல்லை; அல்லது தங்களது குழந்தைகளை அரசுப் பள்ளிகளுக்கு அனுப்பு கிறார்கள். அரசுப் பள்ளிகளில் அக்குழந்தைகள் ஆசிரியர்களால் கவனிக்கப் படுவதே இல்லை. சில குழந்தைகளின் பெற்றோர்கள் இருக்கிறார்கள் - தங்கள் குழந்தைகளின் கல்வி பற்றிக் கவலைப்படுவதே இல்லை. உண்மை யில் இது போன்று பள்ளி செல்லாக் குழந்தைகள் எத்தனை பேர் இருக்கி றார்கள் என்று நமக்குச் சரியாகத் தெரியவில்லை. நிதி உதவி செய்யும் முகமைகளிலிருந்து கிடைக்கும் பள்ளி செல்லாக் குழந்தைகளின் புள்ளி விபரங்கள், பிரச்சினையைப் பெரிதாக்கி காட்டுகின்றன. ஏனென்றால், அரசாங்கப் புள்ளி விபரத்துக்கு அப்பால் உள்ள, அங்கீகாரம் பெறாத தனியார் பள்ளிகளில் படிக்கும் குழந்தைகளை, மேற்கண்ட முகமைகள் கணக்கில் எடுத்துக் கொள்வதில்லை. எப்படி இருந்தாலும் நடவடிக்கை எடுத்து தீர்வு காண வேண்டிய மிக முக்கியமான பிரச்சினை இது.

ஆனாலும் ஓர் எளிதான தீர்வு ஒன்று உள்ளது. கல்விக் கட்டணம் செலுத்த எந்த வழியுமே இல்லாத ஏழைக் குடும்பத்து அமரட்ச் போன்ற பல குழந்தைகள், ஏற்கனவே பல வழிகளில் தனியார் கல்வி மூலம் பயன் அடைந்து வருகிறார்கள். உதவித் தொகை, இலவச இடம், இதரச் சலுகை கள் போன்ற பல வசதிகளைத் தனியார் கல்வி ஏழைக் குழந்தைகளுக்கு வழங்கி வருகிறது. என்னுடைய ஆய்வில் நான் கண்டது ஹைதரபாத் குடிசைப்பகுதியில், மொத்த மாணவர்களில் ஐந்தில் ஒரு பகுதியினர், அவர் களின் தேவைக்கேற்றாற்போல, இலவசக் கல்வியும், கல்வி மானியமும் பெற்று வருகிறார்கள். தனியார் பள்ளிகள் நடத்தி வரும் பெருந்தனக் காரர்கள், அமரட்ச் போன்ற குழந்தைகளை அணுகி ஆதரவு அளித்து வருகிறார்கள். ஆனால் அமரட்ச் என்னும் சிறுமிக்கு இன்னும் ஆதரவளிக்க வில்லை. ஏற்கனவே செயல்பட்டு வந்ததன் அடிப்படையில், மேற் கொண்டு அந்தக் குழந்தைக்கும் எவ்வாறு உதவுவது என்று தெரிந்து கொண்டு அதைச் செயல்படுத்துவது ஒன்றும் பெரிய காரியம் அல்ல.

தனியார் பள்ளிகளுக்குள்ளேயே இருந்து செயல்பட்டு வரும் இந்தத் தீர்வு, பரம ஏழைகளுக்கான 'இலக்கு' ரசீதுகளை உருவாக்க இது மேலும்

விரிவாக்கம் செய்யப்பட வேண்டும். குழந்தைகளின் கல்வியைப் பற்றிக் கவலைப்படாத பெற்றோர்களுக்காக, இந்தத் தீர்வு இன்னும் விரிவாக்கம் பெறவேண்டும். இந்தியாவில் நான் கண்டது போல, தனியார் பள்ளிகளைப் பயன்படுத்தும் இன்னும் சில நாடுகளில், அதாவது சிறுமிகளைவிடச் சிறுவர்களுக்கு சாதகமாக செயல்பட்டு வரும் நாடுகளில் இந்தத் தீர்வு கட்டாயம் விரிவாக்கம் பெறவேண்டும். இதுபோன்று செயல்பட்டு, மிக எளிதாக வெற்றிடையும் திட்டங்கள் சிலவற்றின் முன்னுதாரணங்களை பத்தாம் அத்தியாயத்தில் விளக்கியுள்ளேன். பங்காளதேஷ் நாட்டில் 'உலக வங்கியின் உணவுக்கான கல்வித் திட்டம்' வெற்றியடைந்ததை ஈஸ்டர்லி குறிப்பிட்டுச் சொல்லியுள்ளார். அது வெற்றி பெற்ற ஓர் அபூர்வமான நிதி உதவித் திட்டம் என்கிறார். தங்கள் பெண் குழந்தைகளைப் பெற்றோர்கள் பள்ளிக்கு அனுப்பச் சம்மதித்தால், அதற்கு ஈடாக, அவர்களுக்கு பணம் கொடுக்கப்பட்டது என்கிறார். (உண்மையில் இதை ஈஸ்டர்லி அழுத்தமாகக் குறிப்பிடுகிறார். "இது போன்ற திட்டம் எத்தியோப்பிய நாட்டு அமரட்ச்க்கு உதவக் கூடும்" என்றும் குறிப்பிட்டுள்ளார்.) அற்புதம். ஆனாலும், அவ்வாறு வழங்கப்படும் முழு ஊக்கத் தொகையும் குழந்தைகளைப் பள்ளியில் சேர்க்கும் நோக்கத்திற்காக முழுமையாகப் பயன்படுத்தவில்லை. உண்மையாகவே 'இலக்கு ரசீதுகள்' மூலமாக பெற்றோர்கள் தங்கள் பெண் குழந்தைகளைப் பள்ளிக்கு அனுப்புகிறார்கள். ஆனால் அரசுப்பள்ளிகள், பள்ளியில் சேர்ந்து படிக்கும் பெண் குழந்தைகளுக்கு இது மாதிரியான ஊக்க ஊதியம் வழங்குவதில்லை. அரசுப் பள்ளிகள், பெற்றோர்களுக்குப் பதில் சொல்ல வேண்டிய பொறுப்புக்கு ஆளாவதில்லை. அதனால், ஆசிரியர்கள் இன்னும் பள்ளிக்குச் சரியாக வருவதில்லை. வந்தாலும் வகுப்பில் நன்றாகத் தூங்குவதற்கு வாய்ப்புள்ளது. ஈஸ்டர்லி தன்னுடைய ஆரம்ப காலப் படைப்பான "கண்டுகொள்ள முடியாத வளர்ச்சிக்கான தேடல்" என்னும் நூலில், "சரியான ஊக்க உதவி மக்களுக்குக் கிடைத்தால் அம்மக்களுக்கு முன்னேற்றம் உண்டு. ஊக்க உதவி இல்லையேல் முன்னேற்றம் இல்லை" என்று குறிப்பிட்டுள்ளார்.

தனியார் பள்ளிகளுக்கு 'இலக்கு ரசீதுகளை' நேர்மையான வழியில் கிடைக்குமாறு செய்தால், தங்கள் குழந்தைகளைப் பெற்றோர்கள் பள்ளிக்கு அனுப்புவதற்கு ஊக்க உதவி அளிக்கும் ஆற்றல் இலக்கு ரசீதுகளுக்கு உண்டு என்பது மட்டுமல்ல, (பெற்றோர்களுக்கான நடைமுறைச் செலவினங்கள் ஒரு பிரச்சினையாக இருக்கிறபோது, இவ்வகை ரசீதுகள் பள்ளிக் கட்டணங்களைச் சரி செய்யப் பயன்படுவதுபோல பெற்றோர்களுக்குப் பயன்படுகிறது.)

ஏற்கனவே பள்ளியில் சேர்ந்துள்ள குழந்தைகளுக்கு தங்களால் இயன்ற வரை நன்றாகச் செய்வதற்கு தனியார் பள்ளி நிர்வாகத்திற்கும் ஊக்க உதவி

அளிக்கும் ஆற்றல், ரசீதுகளுக்கு உண்டு. இதில் மிக முக்கியமான ஒன்று என்னவென்றால், பெற்றோர்கள் தங்கள் குழந்தைகளுக்காகச் செலவு செய்ய உத்தேசித்திருக்கும் தொகையை அரசிடமிருந்து அல்லது முகமையிடமிருந்து கல்வி ரசீதாகப் பெற்றுக்கொண்டு, அவர்களுக்கு விருப்பமான பள்ளியைத் தேர்ந்தெடுத்து, அங்கு சென்று, பள்ளிக் கட்டணத்திற்குப் பதிலாக, பணத்தைப் போலப் பாவித்து இந்தக் கல்வி ரசீதைக் கொடுக்கலாம் என்ற உறுதியை பெற்றோர்களுக்கு அளிக்கிறது. பிறகு பள்ளியானது இந்த ரசீதை வழங்கிய முகமைகளிடம் ரசீதை கொடுத்து உரிய பணத்தை பெற்றுக் கொள்கின்றது. பண மோசடியைத் தவிர்ப்பதற்காக ரசீதுகள் கவனமாகப் பரிசீலிக்கப்பட்டு செயல்படுத்துப்படுகின்றன. அடுத்து, பெற்றோர்கள் பள்ளிகள் மீது திருப்தி அடையவில்லையென்றால், பள்ளிகள் இழப்புக்கு உள்ளாகின்றன. எப்படியெனில், பெற்றோர்கள் மற்ற எல்லாரையும் போல் பள்ளிக் கட்டணம் செலுத்தி வருவதால், இவர்களுக்கு பள்ளிகள் மீது நம்பிக்கையோ, திருப்தியோ இல்லையென்றால், தங்கள் குழந்தைகளை வேறு பள்ளிக்கு மாற்றிக் கொண்டு விடுகிறார்கள். இவ்வாறு நேரடியாகப் பதில் சொல்ல வேண்டிய பொறுப்பு தொடர்ந்து பேணப்பட்டு வருகிறது. மேலும் இலக்கு ரசீதுகள் பாடப்புத்தகங்கள், ஏன் மதிய உணவு கூட வழங்க வழி வகை செய்கின்றன. ஏழைகள் மத்தியில் உள்ள வசதியானவர்கள் கல்விக் கட்டணம் செலுத்தி பெற்றுக் கொள்ளும் கல்வியை, பரம ஏழைக் குழந்தைகளும் இலக்கு ரசீதுகள் மூலம் பெற்றுக் கொள்கின்றனர்.

இத்திட்டத்தைச் சோதனை செய்து பார்க்கலாம் என்ற எண்ணத்தில் இந்தியாவில் ஹைதராபாத் நகரில் உள்ள எட்யுகேர் அறக்கட்டளையைக் கொண்டு, தனியார் பள்ளிகளில் பயிலும் 500 மாணவர்களுக்கு கல்வி ரசீது திட்டத்தின்படி நிதி உதவி அளிக்க சிறிய அளவிலான இலக்கு ரசீதை சோதனை செய்து பார்த்தேன். சிறிய அளவிலான வகையில் இத்திட்டம் வெற்றி பெறுவது போலத் தெரிந்தது. ஆனால் இந்த சிறிய அளவிலும், எனக்குத் தெரிந்த ஒரு சில பள்ளிகளில் ஓர் ஏமாற்று வேலை தோன்றி விட்டது. இந்தச் சிறிய அளவு, பெரிய அளவாக ஆகும்போது பிரச்சினை பல் அடுக்குகளாகப் பெருகும். எனவே இந்தப் பிரச்சினைகளுக்கான எதிர் நடவடிக்கையை உரிய காலத்தில் கண்டறிய வேண்டிய கட்டாயம் ஏற்பட்டு விட்டது. சிறிய அளவிலான இத்திட்டத்திலேயே, பள்ளிக் கட்டணம் செலுத்தி வரும் ஒரு குடும்பத்தார் மீது சந்தேகக்கண் கொண்டு பார்க்க வேண்டியதாகிவிட்டது.

இந்தக் குடும்பத்தார் அவர்கள் குழந்தைகளுக்கான கல்விக் கட்டணம் செலுத்தப் போராடிக் கொண்டிருக்கிறபோது இந்தப் பெண்ணுக்கு ஏன் நிதி உதவியளிக்கப்பட்டு வருகிறது? இந்தப் பிரச்சினையைப் பொறுத்த வரை கேள்விக்குரிய அந்தப் பெண்ணின் தந்தையார் படுத்த படுக்கையாக

இருக்கிறார் என்றும், கல்விக் கட்டணம் செலுத்தி வரும் அந்தக் குடும்பம், இந்தப் பெண்ணுக்காக நிதி உதவி நாடுவதைத் தடுக்க வேண்டாம் என்றும் எங்களால் விளக்கம் சொல்ல முடிந்தது. நீதி நேர்மையைக் குலைக்கும் இந்த ஏமாற்று வேலை என்னும் பிரச்சினை சமூக நலத்திட்டங்களுக்கு முட்டுக் கட்டையாக இருந்து வருகிறது. நேர்மையாக உழைத்துத் தங்கள் குழந்தை களைப் படிக்க வைக்கும் பெற்றோர்களுக்கு இத்திட்டம் ஒரு வகை தண்டனை அளிப்பது போலவும், உழைக்காமல் வரும் உதவியில் குழந்தை களைப் படிக்க வைக்கும் பெற்றோர்களை ஊக்குவிப்பது போலவும் தெரி கிறது. ஆகவே எந்தத் திட்டமாக இருப்பினும், அதைக் கவனமாகக் கையாள்வதற்கான வழிகளைக் கட்டாயம் கண்டறிய வேண்டும்.

இத்திட்டம் எந்தெந்த வழிகளில் தவறாக செயல்படப்போகிறது என்று எளிதாகக் கண்டு கொள்ளலாம். தவறான முகமைகளால் கையாளப்படும் இந்த இலக்கு ரசீதுகள் பெரும் அளவிலான ஏமாற்று வேலைக்கு இட்டுச் சென்றுவிடும். நான் சமீபத்தில் இந்திய நாட்டில் கர்நாடகா மாநிலத்தில் உள்ள உலக வங்கிக்காக ஓர் ஆய்வு வேலையை மேற்கொண்டேன். கர்நாடகா மாநிலம் இந்தியாவில் உள்ள ஒரு தொலை நோக்குச் சிந்தனை கொண்ட மாநிலம்; ஊழல்கள் குறைந்து காணப்படும் ஒரு மாநிலம். இம் மாநிலத்தில் உள்ள ஏழை மாவட்டமான குல்பர்காவில், சமூக நலத்துறை அமைச்சரகத்திலிருந்து, மிகவும் பாதிக்கப்பட்ட இந்திய "தாழ்த்தப்பட்ட இன" மாணவர்களுக்காகவும், "பழங்குடி இன" மாணவர்களுக்காகவும், குறிப்பாக, இவ்விரு இனத்திலுள்ள பெண்களுக்காகவும் கல்வி உதவித் தொகை வழங்கப்பட்டு வருகிறது. எந்த மாணவர்களை இலக்காக வைத்து அனுப்பப்படுகிறதோ, அந்த மாணவர்களுக்கு இந்த உதவித் தொகை சென்று அடைவதில்லை என்று பெற்றோர்களும் பள்ளி மேலாளர்களும் என்னிடம் குறைபட்டுக் கூறினார்கள். மாவட்டத்தில் மேல் மட்ட அரசு அதிகாரிகளால் அந்தப் பணம் பங்கீடு (கையாடல்) செய்து கொள்ளப் படுகிறது. அதுவும் இந்தியாவில் ஊழலற்ற மாநிலம் என்று சொல்லப்படும் கர்நாடகா மாநிலத்திலேயே இந்த நிலைமை என்றால், இதுபோன்ற மாநில முகமைகளுக்கு இலக்கு ரசீதுகளின் பேரில் நிதியளிப்பது முற்றிலும் தவறானது ஆகிவிடுகிறது. கடந்த காலத்தில் நேர்மையான வழியில் செயலாற்றிய தகுதியும் நம்பிக்கையும் வாய்ந்த அரசு சாரா நிறுவனங்களோ, அல்லது சிறு அளவில் நிதியுதவி அளித்து வரும் வங்கிகளோ இத் திட்டத்தை ஏழை மாணவர்களுக்கு எடுத்துச் செல்லும் பொருட்டு நேர்மை யான முறையில் ஆவணங்கள் பராமரிக்கப்பட்டு இந்த நிதியைக் கையாண்டு வரவேண்டும். இல்லையேல், இந்நிதி ஏழை மாணவர்களை விட்டு, வசதி படைத்த லட்சக்கணக்கான மாணவர்களுக்குச் சென்றடைந்து விடும்.

இது ஒன்றும் பெரிய கொள்கை கோட்பாடு அல்ல. அரசுப் பள்ளி

களுக்கும் ரசீதுகள் வழங்கி அவைகள் நன்கு செயல்படுகின்றன என்று ஓர் ஆய்வறிக்கை நிரூபித்தால் அதுவும் நல்ல செயல்பாடுதான். அரசுப் பள்ளி கள் வெகுமதி அளித்து ஊக்கப்படுத்தப்பட வேண்டும். இவ்விதமாக பள்ளி யின் வருமானமும், ஆசிரியர்கள் வருமானமும் ரசீதுகளைச் சார்ந்திருக்கும் பட்சத்தில், அவைகளுக்காக ஆசிரியர்கள் போட்டியிடும் பட்சத்தில், ரசீது களின் பயனால், மாணவர்களுக்கு கற்றுக்கொடுக்காமல் அவர்களை வகுப் பறைகளில் அப்படியே விட்டு விடமாட்டார்கள்.

ஆனால், ஏராளமான இலக்கு ரசீதுகளுக்கு நிதி உதவி கிடைக்கும் பட்சத்தில், அது ஒரு பிரச்சினையாக ஆகி விடுமா? அப்படி ஆகிவிடு மென்று நான் கருதவில்லை. இப்போதுள்ள நிலைமையின் படி நிதி உதவி அளிக்கக்கூடிய தொகையைக் கணக்கிட்டு, தற்போது அரசுக் கல்விக்காகச் செலவிடப்பட்டு வரும் அரசாங்க நிதியை தொடாமல், அதன் காரணமான அரசுக் கல்வியையும், அரசு நிதியையும் சீர்திருத்தம் செய்யவேண்டிய அவசியம் இல்லாமல், பள்ளி செல்லாக் குழந்தைகள் அனைவரையும் தனியார் பள்ளிகளில் சேர்க்கலாம் என்று கருதுகிறேன். (இதனைத் தொடர்ந்து வரும் செயல்பாடுகளில், இந்த நோக்கம் நிறைவேறுவதற்காக நிதி எல்லாவற்றையும் உடனடியாகத் திருப்பி விடப்படவேண்டுமென்று நான் கருத்துக் கூறுவதாக தயவு செய்து நினைத்துவிட வேண்டாம். இந்த விஷயத்தில் யாருக்கேனும் கவலை ஏற்பட்டால், தேவைப்படும் நிதி ஏற்கனவே கைவசம் உள்ளது என்பதைத்தான் சுட்டிக் காட்ட விரும்பு கிறேன்.)

எடுத்துக்காட்டுக்கு, கானா நாட்டை எடுத்துக் கொள்வோம். பன்னாட்டு வளர்ச்சித்துறையின் இங்கிலாந்து நாட்டு நிதி உதவி முகமை மட்டும் கானா நாட்டு அரசுக் கல்வி வளர்ச்சிக்காக ஆண்டு தோறும் சுமார் 27 மில்லியன் டாலர் வழங்கி வருகிறது. என்னுடைய ஆய்வுப் பணி மேற் கொள்ளப்பட்ட, 'கா' என்ற ஏழைகள் வாழும் பகுதிகளில் உள்ள ஒரு தனியார் பள்ளி, ஆண்டுக்கு 30 டாலர் கல்விக் கட்டணம் வசூலிக்க வேண்டும். கிராமப்பகுதிகளில், இன்று இன்னும் தொலைவிலுள்ள பள்ளிகளில், பள்ளிக்கட்டணம் இன்னும் குறைவாக இருக்கும். கானாவில் பன்னாட்டு வளர்ச்சி துறையால் மட்டும் செலவிடப்படும் முழுத் தொகையை நூறு சதவிகிதமும் தனியார் பள்ளிகளுக்கு கல்வி உதவித் தொகையாக (ஸ்காலர்ஷிப்) செலவு செய்தால், ஆண்டுக்குக் குறைந்த பட்சம் 900000 குழந்தைகளாவது கல்வி கற்க இடமளிக்கும். இன்னும் எதார்த்தமாக, ரசீதோடு தொடர்புடைய சில செலவினங்கள், அதாவது நிதியில் 6 சதவிகிதம் என்று வைத்துக் கொள்வோம்; பள்ளி செல்லாத சுமார் 850000 குழந்தைகளுக்கு இதன் மூலம் நிதியுதவி அளித்து கல்வி வழங்க முடியும். இதுவரை கானாவில் பள்ளி செல்லாத குழந்தைகள் உண்மையில்

தற்போது எத்தனை பேர் உள்ளனர் என்று யாருக்கும் தெரியாது. அரசாங்கம் ஒரு மில்லியன் இருக்கலாம் என்று உத்தேசமாகச் சொல்கிறது. ஆனால் இதில் பலர் பள்ளி செல்லாக் குழந்தைகள் இல்லை; அங்கீகாரம் பெறாத தனியார் பள்ளிகளுக்குச் சென்று பயின்று வருகின்றனர். பள்ளி செல்லா மொத்தக் குழந்தைகளில், 15 சதவிகிதம் குழந்தைகள் இது போன்ற தனியார் பள்ளிகளில் தற்போது பயின்று வந்தால், பன்னாட்டு வளர்ச்சித்துறை மூலம் மட்டும் கானாவுக்கு வழங்கப்படும் கல்விக்கான ஒதுக்கீட்டுத் தொகை எல்லாவற்றையும், இலக்கு ரசீது திட்டத்திற்கு வழங்கி, தற்போதைய பள்ளி செல்லாக் குழந்தைகள் அனைவரையும் தனியார் பள்ளிகளில் சேர்க்க முடியும்.

கானாவுக்கு இந்தக் கல்வி நிதி உதவியோடு, பன்னாட்டு வளர்ச்சிக்கான ஐக்கிய நாட்டு முகமையிலிருந்தும், ஆக்ஸ்ஃபாம் நிறுவனத்திடமிருந்தும், நார்டிக் நாடுகளான ஸ்காண்டிநேவியா, பின்லாந்து, ஐஸ்லாந்து போன்ற நாடுகளிலிருந்தும் மற்றும் ஜெர்மனி, நெதர்லாந்து போன்ற நாடுகளி லிருந்தும் வரும் கல்வி உதவித் தொகையைக் கொண்டு, தற்போது அரசுப் பள்ளிகளில் பயின்று வரும் மாணவர்கள் அனைவரும் தனியார் பள்ளிகளில் சேர முடியும் என்பது மிக விரைவில் தெளிவாகத் தெரிந்துவிடும்.

இன்னொரு இரண்டாவது மறுப்புக்கான ஒரு காரணம், ஏற்கனவே ஏகப்பட்ட தனியார் பள்ளிகள் உள்ள நகரப் பகுதிகளுக்கு இது நல்லதாகவும், பயனளிக்கக் கூடியதாகவும் இருக்கலாம். ஆனால் ஓரிரு பள்ளிகள் மட்டுமே உள்ள, அல்லது பள்ளிகள் எதுவுமே இல்லாத கடைக்கோடியில் உள்ள குக்கிராமங்கள் என்ன ஆவது? கடைக்கோடியில் வாழும் குழந்தைகள் அனைவரும் பயிலும் பள்ளிகளுக்கு நிதி உதவி அளிக்க பேச்சு அளவில் முடியும் என்றாலும், அவர்கள் கல்வி பெற தனியார் பள்ளிகள் அங்கே இல்லை என்றால், இது பயனற்றதாகிவிடும். நகர்ப் பகுதிகளை விட ஊரகப் பகுதிகளில் குறைந்த எண்ணிக்கையிலான தனியார் பள்ளிகள் இருப்பதற் கான ஒரு முக்கிய காரணம் என்னவென்றால், அங்கு ஒரு சில பெற்றோர் களால் மட்டுமே கல்விக்கட்டணம் செலுத்த முடியும். அப்படியானால், கல்விக் கட்டணம் செலுத்தக் கூடிய தகுதி படைத்தவர்களைப் பெரு மளவில் பெற்றுள்ள பெருநகர்ப் பகுதிகளிலும், சிறுநகர்ப் பகுதிகளிலும் அதிக அளவிலான தனியார் பள்ளிகள் இருப்பதைப் போல, ஊரகப் பகுதிகளிலும் தனியார் பள்ளிகளின் எண்ணிக்கையை அதிகரிக்க இலக்க ரசீதுகள் கூட வழி வகுக்கக்கூடும். நான் மேற்கொண்ட பயணங்களின் அடிப் படையில் பார்க்கப்போனால், தனியார் கல்வி நிறுவனத்தார்கள், ஆதாயத்தை மனதில் கொண்டுதான் பள்ளிகளைத் தொடங்குவது போலத் தெரிகிறது. தனியார் பள்ளிகள் தொடங்குவோர்கள், கன்சூ மாநில ஊரகப் பகுதி, சீனா மற்றும் பல இடங்கள் போன்ற கிராமப் புறங்களில் ஏன் தனியார்

பள்ளிகள் தொடங்குவதில்லை என்பதற்கான காரணம், தகுதியான ஆசிரியர்கள் கிடைப்பதில்லை என்பதை விட, குறைந்த வருமானமே காரணமாக இருக்கும் பட்சத்தில், இலக்கு ரசீதுகள் மூலம் வரும் ஊக்கத் தொகை இந்தப் பிரச்சினையைத் தீர்த்து வைக்கப் பயன்படுத்தப்படும். இது போன்ற குக்கிராமப் பகுதிகளுக்கு இலக்கு ரசீதுகள் மூலம் ஆசிரியர்களைத் தேர்வு செய்ய, அவர்களுக்குப் பயிற்சி அளிக்க, தங்குமிடம் அமைத்துக் கொடுக்க, கூடுதலான தொகையையும் அநேகமாக சேர்த்துக் கொள்ளலாம். கல்வி சார்ந்த ஒவ்வொருவரும் தகுந்த ஊக்க ஊதியம் வழங்கப்படுகிறபோது, தங்கியிருக்க முடியாத இடங்களில் கூட இத்திட்டம் நன்கு செயல்படும்.

தரம் முக்கியம்

அமரட்ச் என்னும் சிறுமியைப் பள்ளியில் சேர்ப்பது என்பது ஒரு சாதிக்கக் கூடிய சவால்தான். ஆனால், அவள் பள்ளியில் சேர்க்கப்பட்ட பின், அவளது கல்வித் தரத்தின் நிலை எப்படி இருக்கும்? சமீபத்திய கருத்தரங்கு ஒன்றில் என்னைச் சந்தித்த பேராசிரியர் கீத் லூயின் அவர்கள், "உங்களது இரண்டு வகைப் பள்ளிகளிலும் பிரச்சினை தோன்றி இருக்க வேண்டுமே" என்று என்னிடம் கூறினார். ஏழைகளுக்காகச் செயல்படும் அரசுப் பள்ளிகள் நம்மை பெரிதும் திடுக்கிட வைக்கக் கூடியவையாக இருக்கின்றன என்று வெளிப்படையாக ஒத்துக்கொண்டார். ஆனாலும் ஏழைகளுக்காகச் செயல்படும் தனியார் பள்ளிகளும் இதே போலத்தான் திடுக்கிட வைக்கின்றன என்ற அவர் "தனியார் பள்ளிகள் அரசுப் பள்ளிகளை விட மேலானவை என்பதை நீங்கள் நிரூபித்து காண்பித்திருக்க வேண்டும்" என்று குறைபட்டுக் கொண்டவர், "இருப்பினும் அவைகள் இன்னும் குப்பைகளாகத்தான் இருக்கின்றன" என்று சிரித்தார்.

ஒரு வேளை, கீத் லூயின், மிகக் குறைந்த உள்கட்டமைப்பு வசதிகள், சரியான கழிப்பிட வசதியின்மை, ஒழுகும் கூரைகள் போன்ற பிரச்சினைகளை மனதில் வைத்துக் கொண்டு அவ்வாறு கூறியிருக்கலாம். அவர் கூறியது மிகவும் சரிதான். இந்தக் குறைகள் எளிதில் களையப்படலாம். ஆனால் அமரட்ச் படிக்கும் தனியார் பள்ளியை எவ்வாறு உள்கட்டமைப்பு வசதி மிக்க ஒரு சிறந்த பள்ளியாக உயர்த்துவது? இங்கே கல்வி முதலீட்டாளர்களுக்கும், உதவிக் கரங்கள் நீட்டுவோர்களுக்குமிடையே ஒரு புதிய எல்லைக் கோடு ஒன்று வெளிப்படுவதுபோல் தெரிகிறது. இதில் முதலீட்டாளர்கள் சமுதாயம், ஏழை எளிய மக்களின் வாழ்க்கையில் ஒரு மாபெரும் வேறுபாட்டை உண்டாக்க முடிந்திருக்கிறது. ஆய்வில் கண்டறிந்த மிக முக்கியமான செய்தி என்னவென்றால், ஏழை எளிய மக்கள் வாழும் பகுதியில் அமைக்கப்பட்டுள்ள தனியார் பள்ளிகளின் ஒரே நோக்கம்

வியாபாரம்தான். மனித உறவுக்கான பெருந்தன்மை என்பது அங்கே இல்லை. இதில் கல்விக் கட்டண வசூலை மட்டுமே இவர்களது வியாபாரம் சார்ந்துள்ளது. அதிலும் குறிப்பாக இதில் கணிசமான ஆதாயம் பார்ப்பதே முக்கியக் குறிக்கோள்.

அதன்படி, ஒவ்வொரு நாடுகளிலும் 10 முதல் 15 பள்ளிகள் வரை ஆய்வுக்கான பள்ளிகளாகத் தேர்ந்தெடுத்து, அப்பள்ளிகளின் நிதி நிலை, அல்லது முதலீடு பற்றிச் சரியாகத் தெரிந்து கொள்ள வேண்டுமென்று இதைக் கண்டுபிடித்தேன். ஒவ்வொரு தேர்வுகளிலும் பள்ளி உரிமை யாளர்களுக்குக் கணிசமான இலாபத்தை ஈட்டிக் கொடுத்திருப்பதாக ஆய்வுக்கு எடுத்துக் கொள்ளப்பட்ட பள்ளிகள் விபரம் தெரிவித்தன. எடுத்துக்காட்டாக, லாகோஸ் மாநிலத்தில் மெக்கோகோவின் பாமர மக்கள் வசிக்கும் புறநகர்ப் பகுதியில், ஆய்வுக்கு எடுத்துக்கொண்ட ஒரு மாதிரி பள்ளியில் 220 மாணவர்களும் 13 ஆசிரியர்களும் இருந்தனர். அப்பள்ளியின் ஒரு காலாண்டிற்கான சராசரி பள்ளிக்கட்டணம் 1800 நைரா (அதாவது 12.41 டாலர்). இதில் 9 சதவிகித மாணவர்களுக்கு இலவசக் கல்வி. இப்பள்ளி ஆசிரியர்களின் சராசரி மாத ஊதியம் 4388 நைரா (அதாவது 30.26 டாலர்);

இதர மாதச் செலவினங்கள் 7450 நைரா (அதாவது 51.38 டாலர்); இத்துடன் பள்ளி உரிமையாளரின் மாத ஊதியம் 8000 நைரா (அதாவது 55.17 டாலர்); இது போன்ற பள்ளிகளுக்கு ஆண்டுக்கு ஏற்படுகின்ற நிகர லாபம் சுமார் 1456 டாலர் அல்லது மொத்த வருமானத்தில் 20 சதவிகிதம்.

ஏனென்றால், ஏழை எளியோர்களுக்கான தனியார் பள்ளிகள் வியாபார மாக நடத்தப்படுகின்றன. பள்ளி உரிமையாளர்களுக்கு, தங்கள் பள்ளிகளின் உள்கட்டமைப்பு வசதிகளை மேம்படுத்திக் கொள்ள எளிமையான சிறந்த வாய்ப்பு ஒன்று உள்ளது. பாமர ஏழை மக்களுக்கு கடனுதவி அளிக்கும் நிறுவனத்தின் மூலம், இவர்கள் சிறிய தொகையைக் கடனாகப் பெற்றுக் கொள்ளலாம். ஹைதராபாத் நகரில் உள்ள எட்யுகேர் அறக்கட்டளை மூல மாகவும், மெக்கோகோவில் உள்ள எட்யுகேர் மூலமாகவும், நான் இரண்டு சிறிய முன் மாதிரிக் கடன் பெறும் திட்டம் ஒன்றைத் தொடங்கினேன். ஒவ்வொரு கடன் திட்டமும் நன்கொடையாகப் பெற்ற 25000 டாலர் தொகை கொண்டது. 500 டாலர் தொகையிலிருந்து 2000 டாலர் வரை, பள்ளியின் உள்கட்டமைப்பு வசதிகளை மேம்படுத்த விரும்பிய தனியார் பள்ளி மேலாளர்களுக்கு வட்டியுடன் கடன் வழங்கப்பட்டது. தனியார் பள்ளி உரிமையாளர்கள் கடன் பெறுவதற்கான அறிக்கைகளை அளித்தனர். அந்த அறிக்கையில் அவர்களது விபரமான கோரிக்கைகள், கடனை எவ்வாறு திருப்பிச் செலுத்துவது போன்ற விபரங்கள் அடங்கியிருந்தன. அந்த விபரங்களைக் கவனமாகப் பரிசீலனை செய்து, மூன்றாண்டுத்

தவணைகளுக்குட்பட்டு கடன் வழங்கப்பட்டது. அவர்களது கோரிக்கை கொண்ட அறிக்கைகளில் முறையான கழிப்பறைகள் கட்டுவது, வகுப்பு அறைகளை மராமத்து வேலை செய்வது, புதிய கட்டிடங்கள் வாங்குவது, கட்டடத்திற்கான இடம் வாங்குவது, பள்ளி வாகனம், மேஜை நாற்காலி வாங்குவது போன்றவை குறிப்பிடப்பட்டிருந்தன. இன்னும் கூட, பள்ளி உரிமையாளர்கள் தங்கள் வரவு செலவு நிதியை திறமையாகச் செயல் படுத்துவதற்குத் தேவையான நிதி மேலாண்மை பற்றிய பயிற்சியும், அறிவுரையும் தேவையென ஒரு கோரிக்கையும் வந்திருக்கக் கண்டேன். தாராள மனங்கொண்டோரின் நன்கொடை நிதியால்தான் இதையெல்லாம் செயல்படுத்த முடியும்.

இது போன்று வேறு எந்த ஒரு தொகையும் பள்ளிகளுக்குக் கடனாகக் கிடைப்பதில்லை. அதனால் கடனாக கிடைக்கும் இந்தப் பணத்துக்கு ஒரு பேரார்வம் இருப்பதை அவர்களிடம் கண்டேன். கடன் கோருவோர்க்கு முறையான சொத்துரிமை இல்லாதிருந்திருக்கலாம்; அல்லது வாடகைக் கட்டடத்தில் நடத்தி வரலாம். "முதலீட்டுத் தொகையின் மர்மம்" என்ற நூலில், அதன் ஆசிரியரான ஹெர்னாண்டோ டி சோட்டா என்பவர் இது போன்ற சிறு தொழிலை தூக்கி நிறுத்திக் காட்டியுள்ளார்.

ஏழைகளிடம் கொள்ளையடித்து பள்ளிகள் நடத்துகின்ற தனியார் பள்ளி உரிமையாளர்கள் அதாவது நான் கேள்விப்பட்ட 'மறைமுக பாடத் திட்ட' கண்டனம், அதாவது பள்ளியில் கழிப்பிட வசதி இல்லாமல், பள்ளியைப் பற்றியோ, பள்ளியில் பயிலும் தங்களிடம் ஒப்படைக்கப்பட்ட குழந்தைகள் பற்றியோ கவலைப்படாமல், இலாப நோக்கம் ஒன்றை மட்டுமே கருத்தில் கொள்ளும் தனியார் பள்ளி உரிமையாளர்கள் இந்தக் கடனைப் பெறுவதற்கு முற்றிலும் தகுதி இல்லாதவர்கள். அறிவிக்கப்பட்ட கடன் தொகையை முந்தி அடித்துக் கொண்டு வாங்குவது பற்றி அந்தக் கடன் தொகை கிடைத்த அடுத்த நொடியே பள்ளி உரிமையாளர்கள் அத் தொகையை வளர்ச்சித் திட்டத்தில் முதலீடு செய்து விடுகின்றனர் என்று கல்வி விமர்சகர்கள் கருத்துக் கூறுகின்றனர்.

ஒரு வேளை பேராசிரியர் லூயின் அவர்கள் குறைந்த செலவினப் பள்ளி களின் பாட போதனையையும் பாடத்திட்டத்தையும் பற்றிய மற்றுமொரு சிக்கலான பிரச்சினைகளை மனதில் கொண்டிருந்திருப்பாரோ? அமரட்ச் என்னும் மாணவி உண்மையிலேயே ஒரு கற்பூரப் புத்தி உள்ள மாணவியாக இருக்கிறாள் என்று வைத்துக் கொள்வோம். அப்படி இருந்தும், சில மணி நேரங்களில் ஒரு பாடத்தை எளிதாகப் படித்துப் புரிந்து கொள்ளும் அந்தச் சிறுமி, வாரக் கணக்காக பாடத்தை மனப்பாடம் செய்து கொண்டு அதே வகுப்பில் தங்கி விடுவாளோ? அல்லது அவள் பள்ளிக்கு ஒழுங்காகப் போய் வராததால் பாடங்களைச் சட்டென்று கிரகித்துக் கொள்ள முடியாமல்

போய்விடுவாளோ? அப்படியானால் தேர்வில் தோல்வி அடைந்து அதே வகுப்பில் இருந்து விடுவாளோ? அவளுக்கு என்ன கற்றுக் கொடுப்பார்கள்? அரசின் தேசிய பாடத்திட்டங்களை ஒன்றின் மீது ஒன்றாகத் திணித்து அவைகளைக் ஜீரணிக்கக் கட்டாயப் படுத்தி, தேர்வின் அவசரத்திற்காக திணிக்கப்பட்ட பாடங்களை மனப்பாடம் செய்து தேர்வில் மட்டும் வெற்றி யடைந்து விடுவாளா? இவ்வாறு பாடங்களை திணிப்பதன் நோக்கம் என்னவாக இருக்கும் என்று யோசித்துப் பார்ப்பாளா? அவள் பெரிய வளானதும், அந்த வாழ்க்கைக்குத் தேவையான முக்கியப் பாடங்களை சேர்த்துப் பள்ளியில் படித்திருக்கலாமோ என்று எண்ணிப் பார்த்திருப் பாளோ? அவள் ஒரு நிறுவனத் தொழில் முனைவோராக ஆவாளேயானால், வியாபார நுணுக்கங்கள், தொழிற்திறமை, கணக்கு பாரமரித்தல் போன்ற துறைகளில் நல்ல பயிற்சி பெற்றிருக்கலாமோ என்று எண்ணிப் பார்ப் பாளோ? தொழில் துறைக்கான பயிற்சி மையங்களில் அவளுக்கு வேலை கிடைத்தால், இன்னும் கொஞ்சம் சிறப்பாகப் பயிற்சி பெற்று ஆங்கில உச்சரிப்பில் மேம்பட்டிருக்கலாமோ என்று விரும்புவாளோ? சுருக்கமாகச் சொல்லப்போனால் அவள் தனியார் பள்ளியை தேர்ந்தெடுத்து கல்வியறிவு பெற்றிருந்தால்கூட, நம்பிக்கையற்ற பள்ளி வழியாக கல்வி அறிவு பெற்றிருப்பதைவிட ஒரு தகுதி நிறைந்த கல்வியைத்தான் பெற்றிருக்கிறாள் என்று நம்மால் நிச்சயமாகச் சொல்ல முடியுமா ?

இவ்வகையான மறுப்பைக் கட்டாயமாக நான் ஒத்துக் கொள்ளத்தான் வேண்டும். ஏழைகளுக்காகச் செயல்படும் தனியார் பள்ளிகளில் நான் கண்ட கற்றல் கற்பித்தல் முறைகளினாலும், அதன் பாடத்திட்டங்களினாலும் நான் ஒரு போதும் திருப்தி அடைந்து விடவில்லை. அறிவிற்சிறந்த குழந்தைகள் கூட கற்றலில் முன்னேற்றம் பெறாமல் தவிப்பதையும், ஒரு முறை வாசித்தாலே எளிதாக புரிந்து கொள்ளும் திறமை கொண்ட குழந்தை, ஒரு பக்கத்தைக் கூட பொருள் புரியா மனப்பபாடம் செய்வதற்குப் போரடு வதையும் பார்க்கும் போதெல்லாம் நான் வருத்தம் அடைகிறேன். தனியார் பள்ளியின் அலுப்புத் தட்டும் போதனா முறையால், குழந்தைகள் முன்னேற்றம் கானாமல் தடைபடுவதோடு மட்டுமல்லாமல், பள்ளிக்கு வராமல் இடையிலேயே நின்றும் விடுகின்றனர். மாறாக மீத்திறன் இல்லாக் குழந்தைகள் (இந்தியாவில் “மக்கு” என்று சொல்லப்பட்ட குழந்தைகள் எப்போதும் என்னை வேதனைக்குள்ளாக்குகின்றன.) தங்களது வகுப்பு சகாக்களுக்கு இணையாகப் படிக்க முடியாமல் போராடுவதைப் பார்க்கின்ற போதும், அடிப்படையான வாசித்தலையும் வாய்ப்பாட்டையும் போதுமான அளவு கற்றுக் கொள்ளாமல் விட்டதால் அவர்கள் அதே வகுப்பில் தங்கி விடுவதைப் பார்க்கின்ற போதும், வகுப்பில் ஏனைய மாணவர்கள் திறம் படக் கற்று, இந்த வகை குழந்தைகள் இப்போது எதையுமே செய்ய

முடியாமல் திணறுவதைப் பார்க்கின்ற போதும் என் நெஞ்சு வெடித்து விடும் போலிருக்கும். இடைப்பட்ட திறன் உள்ள குழந்தைகளின் கற்றல் கூட ஆர்வம் இல்லாமலும், இயல்பானதாக இல்லாமலும், செயல்பாடுகள் இல்லாமலும் இருக்குமோ என்று நான் அடிக்கடி எண்ணுவதுண்டு.

பொதுவாக, நான் பார்வையிட்ட தனியார் பள்ளிகள் ஒரே மாதிரியான கற்றல் கற்பித்தல் செயல்பாடுகளில் ஊறிப்போயிருப்பதால், அதாவது அரசுப் பள்ளிகளைப் போல பொருள் புரியா மனப்பாடத்தில் ஊறிப் போயிருப்பதால், அவர்கள் அரசுப் பள்ளிகளின் பாடப் பகுதிகளையே பின்பற்ற விரும்புகின்றனர். அரசுப் பள்ளிகளுக்கு இது கிட்டத்தட்ட கட்டாயம் ஆகிவிட்டது போலத்தான். அரசாங்க ஆய்வாளர்கள் கூட அதிலிருந்து குழந்தைகளை மீட்டுக் கொண்டு வர அக்கறை எடுத்துக் கொள் வதில்லை. அதிலும் முக்கியமாக, தங்கள் குழந்தைகள் ஏதோ அரசுத் தேர்வில் தேர்ச்சி பெற்றால் போதும் என்றும், தற்சமயத்திற்கு மேற் படிப்பிற்கோ அல்லது வேலை வாய்ப்பிற்கோ இந்த ஒரு வழி போதும் என்றும் பெற்றோர்கள் விரும்புகிறார்கள்.

மேலும் இந்த பொருள் புரியா மனப்பாடப் போதனா முறைதான், எல்லாரும் படித்துத் தேறி வந்த போதனா முறை; இந்த முறையையே எல்லாரும் எளிதாகக் கற்றுத் தேறக்கூடிய முறையாக் கருதுகிறார்கள். இந்த முறையிலேதான் தனியார் பள்ளி உரிமையாளர்களும் ஆசிரியர்களும் கற்றுத் தேறி வந்திருக்கிறார்கள். இதையே சரியான முறை என்று பெற்றோர் களும் ஏற்றுக்கொள்கிறார்கள்.

சுருக்கமாக, கற்பித்தல் முறைகளையும், பாடப்பகுதிகளையும் பற்றி அநேக அரசு மேம்பாட்டு வல்லுநர்கள் கவலைப்பட்டது போல நானும் கவலைப்பட்டதுண்டு. இப்பொழுது, ஆசிரியர்களின் போதனா முறைகளை மாற்றியமைக்கும் முயற்சிகளிலும், மாணவர்களை மந்த நிலையிருந்து மேம்படுத்தவும், மில்லியன் மேல் மில்லியன் பணத்தை வளர்ச்சி முகமைகள் கொட்டிச் செலவழித்து வருகின்றன. குழந்தைகளை மையமாகக் கொண்ட போதனா முறைப் பயிற்சியை ஆசிரியர்களுக்கு கொடுப்பதிலோ, (இந்தியாவில், மாவட்ட தொடக்கக் கல்வித் திட்டம் என்ற மாதிரித் திட்டம் குறிப்பிடத்தக்க ஒன்று) அல்லது தொலைக்காட்சி, இரு வழித் தொடர்பு வானொலி சாதனம் போன்ற உயர்ரக தொழில் நுட்பத்தைப் பயன் படுத்துவதிலோ அல்லது ஒட்டு மொத்த ஆசிரியர்களையும் பழைய போதனா முறைகளைக் கைவிட்டு புதிய முறைகளைக் கையாளுவதற்கான தகவல் தொழில் நுட்பத்தைப் பயன்படுத்துவதிலோ, அல்லது "நவீன" போதனா முறைகளில் ஆசிரியர்களுக்கு பயிற்சி அளிப்பதிலோ மில்லியன் கணக்கான அமெரிக்கன் டாலர்கள் செலவிடப்பட்டு வருகின்றன.

இப்போது அறிமுகப்படுத்தபட்ட, குழந்தைகளை மையமாகக் கொண்ட போதனா முறைகள் (போதனா முறைகளை ஊக்குவிக்க நன் கொடை வழங்கும் நாடுகளில் இந்தப் போதனா முறைகள் விமர்சனத்துக் குரியதாகவே இருந்து வருகின்றன) ஆசிரியர்கள் மத்தியில் நன்கு செயல் படவில்லை. நன்கொடை வழங்கும் நாடுகள் இப்போதனா முறைத் திட்டத் திற்கு விடை கொடுத்தவுடனேயே, பழைய போதனா முறைக்குத் திரும்பு வதிலேயே ஆசிரியர்கள் ஆர்வம் காட்டினர் என்பதுதான் அப்பட்டமான உண்மை. உயர்ரகத் தொழில் நுட்பப் போதனா முறைச் சாதனங்களான வானொலி, இருவழித் தொடர்பு வானொலிச் சாதனம், முக்கியச் செய்தியாக வரும் தகவல் தொடர்பு, மற்றும் தகவல் பரிமாற்றத் தொழில் நுட்பத் திட்டங்கள் ஆகிய தலையாயத் திட்டங்களுக்கு நிதி உதவி அளிக்கப்பட்டு வருகிறபோது, அத்திட்டங்கள் சிறப்பாகச் செயல்பட வேண்டும். மேற்கண்ட சாதனங்களுக்கு வழங்கப்பட்டு வந்த நிதியுதவி நிறுத்தப்பட்ட வுடன், யாரும் அதில் தலையிடுவதில்லை. பார்க்கப்போனால், இதுபோன்ற செயல்திட்டங்களில் ஈடுபட்ட உதவி முகமைகள், தங்கள் வேலைகளைத் திறம்படச் செய்து முடித்தவுடன், அரசாங்கங்கள் அதற்கானச் செலவினத் தொகையை ஏற்றுக் கொள்ள வேண்டும். ஆனால், இதுபோன்று எதுவும் நடக்கவில்லை என்று, நாங்கள் மேற்கொண்ட சான்று சுட்டிக் காட்டியது. உதவி முகமைகள் தங்கள் பணிகளை நிறுத்திக் கொண்டு அங்கிருந்து அகன்றபின், எல்லாமே மீண்டும் பழைய நிலைக்குத் திருப்பி விடுகின்றன. இத்திட்டங்கள், ஏழை மக்களுக்கு எந்த ஊக்க உதவியும் செய்ய முனைய வில்லை. இந்த ஒருங்கிணைந்த பிரச்சனைகளை, நாம் கண்டறிந்த வழி வகைகளில் ஏதேனும் ஒன்று தீர்த்து வைக்குமா என்று காண்பதும் கடினம்.

அப்படியானால், பள்ளிகளில் என்னென்ன வழக்கமாக உள்ளதோ, அது அப்படியே தொடரட்டும் என்று விட்டு விடுவதும், நாம் வகுப்பறை களுக்குள் செல்கின்றபோதெல்லாம் அங்கே என்று நடக்கின்றதென்று பார்க்காமல் பார்வையை வேறு பக்கம் திருப்பிக் கொள்வதும்தான் சரியான வழிமுறையா? நான் அது தேவையென்று சொல்லவில்லை. மீண்டும் இங்கே தனியார் பள்ளிச் சந்தை ஒரு வளர்ச்சிப் பாதைக்கான வாழ்வாதாரத்தை வழங்குகிறது என்றுதான் சொல்லுகிறேன்.

ஏழை மக்கள் வாழும் பகுதியில் உள்ள எந்த ஒரு தனியார் பள்ளியைப் பார்வையிட்டாலும், முதன் முதலில் தெளிவாகத் தெரிகின்ற ஒன்று என்னவென்றால், தனியார் பள்ளி உரிமையாளர், வெளிநாடுகளிலிருந்து வரும் பார்வையாளர்களிடம் கற்றல், கற்பித்தலில் உள்ள பல்வேறு நுணுக் கமான முறைகளையும், புதிய பாடத் திட்டப்பகுதிகளையும் அடிக்கடி கேட்டுத் தெரிந்து கொள்ள ஆர்வமாய் இருக்கிறார்கள். 2000-ல் நான் முதன் முதலில் ஹைதராபாத் நகரின் குடிசைப் பகுதிகளைப் பார்வையிட்ட

சமயம், தனியார் பள்ளி உரிமையாளர்கள் கூட்டத்தில் என்னை உரையாற்ற அழைத்து, பாட போதனைகளையும் பாடத் திட்டங்களையும் எவ்வாறு மேம்படுத்திக் கொள்வது என்பது பற்றிக் கேள்விக் கணைகளை என்மீது தொடுத்தபோது, எனக்கு தர்ம சங்கடமாகிப் போய்விட்டது. நான் கடல் கடந்து வந்திருந்த ஒரு வெளிநாட்டுக்காரன். எங்கள் நாட்டில் கல்வி சார்ந்த எல்லாமே மேம்பட்டிருந்தன. இவர்களுக்கு நான் எதைச் செய்யச் சொல்லி அறிவுரை கூறுவது? அத்துடன், நான் ஒவ்வொரு பள்ளியையும் சுற்றிப் பார்க்கின்றபோதும், பள்ளி உரிமையாளர்கள் என்னை இழுத்து வந்து அவர்களின் குறுகிய அலுவலக அறையில் அமர வைத்து "நான் என்னுடைய போதனா முறையை எவ்வாறு மேம்படுத்திக் கொள்வது? சொல்லுங்கள்; இன்னும் சிறப்பாக நான் என்ன செய்ய வேண்டும்" என்று என்னிடம் கேட்பார்கள். ஐயோ, மேற்கத்திய நாடுகளில் உள்ள எங்களுக்கு கற்றுக் கொடுக்க உங்களிடம் எவ்வளவோ இருக்கின்றன; உங்களிடமிருந்து கற்றுக் கொள்ள அல்லவா நான் இங்கே வந்திருக்கிறேன் என்று என்னால் சொல்ல முடியவில்லையே. இன்னும் நான் இந்த விபரத்தை உண்மை என்றுதான் நினைத்து வருகிறேன்; அதாவது தனியார் பள்ளி உரிமையாளர்கள் மந்தமான சூழல்களில் இருக்கிறார்கள் என்பது உண்மையாக இருந்தாலும்கூட, நாங்கள் அவர்களிடமிருந்து கற்றுக் கொள்ள வேண்டும்; ஆக்கப் பூர்வமானவைகளை அவர்களிடமிருந்து அடைந்து கொள்ள வேண்டும் என்பதுதான் உண்மை.

அவர்கள் கையாண்ட பாட போதனையையும் பாடத்திட்டங்களையும் பற்றி, நான் கற்றுக் கொடுக்க எதுவுமில்லை; கற்றுக் கொள்ளத்தான் நிறைய உண்டு என்று நான் சொன்னதைத் தவிர்த்திருக்க வேண்டும் என்று இப்போது எண்ணிப் பார்க்கிறேன். "கற்றுக்கொள்ளத்தான் இங்கே வந்திருக் கிறேன்" என்று நான் ஏனோதானோ வென்று சொன்னதைக் கேட்டு, பல ஏமாற்றமடைந்த நபர்கள் சொன்னதுபோல, தனியார் பள்ளி உரிமை யாளர்கள் நிச்சயம் அப்படித்தான் எடுத்துக் கொள்வார்கள். மிகச் சரியான மாற்றத்தை உண்டு பன்னாத, தோல்வியுற்ற பொருளாதார உதவியை நாம் பின்பற்ற வேண்டியதில்லை. தனியார் பள்ளி உரிமையாளர்களின் புதிய கருத்துகளை அறிந்து கொள்ள வேண்டும் என்ற ஆர்வம், பொருளாதார உதவி செய்பவர்களிடமிருந்தோ அல்லது உதவி பெறுபவர்களிடமிருந்தோ, முற்றிலும் மாறுபட்ட ஒரு வழியில் புதுப்புதுக் கருத்துகளை கண்டறிய, ஏன் ஊக்க உதவி வழங்கக்கூடாது என்பது முக்கிய காரணம்தான்.

இரண்டு ஆண்டுகளுக்கு முன்பு, ஹைதராபாத் நகரின் குடிசைப் பகுதிகளில் உள்ள ஒரு தனியார் பள்ளிக்காக, நானும் முனைவர் சுகதா மித்ரா அவர்களும் சேர்ந்து ஒரு சிறிய அளவிலான செயல்திட்டம் ஒன்றை செய்து கொடுத்தோம். சுகதா மித்ரா அவர்கள் நியூ கேஸ்ல் பல்கலைக்கழகத்திற்கு

செல்லும் முன்பு, இங்கே, இந்தியாவின் மிகப் பெரிய கணினிக் கல்வி நிறுவனங்களில் ஒன்றான **NIIT** என்னும் நிறுவனத்தில் தலைமை விஞ்ஞானியாகப் பணியாற்றினார். சுகதா மித்ரா, "பணம் கொடுக்கும் எந்திரம்" என்று அவரால் வேடிக்கையாகப் பெயரிடப்பட்ட தகவல் தொழில் நுட்பத்தைப் பயன்படுத்தி, ஒத்த வயதுடையவர்களுக்கு ஊடகங்கள் வழியாகக் கற்றுக் கொடுக்கும் முயற்சியைப் பரிசோதனை செய்து பார்த்தார். அதனால் இப்போது, ஹைதராபாத் நகரே கணினிக் கல்வி மையங்களால் நிரம்பி வழிகிறது. ஏழைகளுக்காகச் செயல்படும் தனியார் பள்ளிகளில் பயின்ற பழைய மாணவர்கள், வேலை தேடி அலைகிறபோது, அவர்கள் பேசும் மோசமான ஆங்கில உச்சரிப்பு அவர்களது வெற்றி வாய்ப்புகளை நழுவவிட்டு விடுகிறது. அவர்களது பள்ளி ஆசிரியர்கள் இந்த விஷயத்தில் அவர்களுக்கு உதவி செய்ய முடியவில்லை. ஏனென்றால், அந்த ஆசிரியர்களும் ஆங்கிலத்தைச் சரியான உச்சரிப்புடன் பேச முடிய வில்லை."பணம் கொடுக்கும் எந்திரம்" என்னும் அணுகுமுறையை இங்கு முயற்சித்துப் பார்க்க மித்ராவை அழைத்தேன். சரியான ஆங்கில உச்சரிப்பை மாணவர்களாகவே கற்றுக் கொள்ள முடியுமா?

வாஜித் அவர்களின் சமாதான உயர்நிலைப்பள்ளியில் ஒரு பரிசோதனை மையத்தை நிறுவினோம்.ஆங்கில உச்சரிப்புப் பயிற்சியில் இந்த 'செயல் முறை' நல்ல முன்னேற்றம் கொடுத்ததாக பரிசோதனை காட்டியது. ஆனால், இப்பரிசோதனை பிரபலமடைந்த பின் என்ன ஆயிற்று? பல அமைப்புகள் மூலமும், நட்பு வட்டாரங்கள் மூலமும் பல தனியார் பள்ளி உரிமையாளர்கள் வாஜித் அவர்களோடு நட்புக் கொண்டிருந்தனர். அவர்களில் பலர் வாஜித் பள்ளியில் என்ன நடக்கிறதென்று தெரிந்து கொள்ள வந்தனர். நாங்கள் கண்டறிந்து சொன்னவைகளை கற்றுக்கொள்ள பலர் வந்தனர். வாஜித் பள்ளியில் உள்ளதை, தங்கள் பள்ளிக்கும் தர வேண்டும் என்று அவர்கள் விரும்பினார்கள். அதற்கான கட்டணத்தைச் செலுத்த அவர்கள் தயாராக இருந்தனர். அவர்கள் அதை இலவசமாகப் பெற்றுக்கொள்ள விரும்பவில்லை. ஏற்கனவே, கணினி தொழில் நுட்பத்தில் அவர் செய்து வைத்திருந்த முதலீடு, பல பழைய கணினிகளையும் ஒரு கணினி ஆசிரியரையும் வரவழைத்துக் கொடுத்தது. இப்பொழுது வாஜித் போன்ற பள்ளி உரிமையாளர்கள் ஒரே குரலில் சொன்னது இதுதான்: "எங்களுக்கு கணினி ஆசிரியர் தேவைப்படுமோ என்னவோ, எங்களுக்குப் 'பணம் கொடுக்கும் எந்திரம்' கட்டாயம் தேவைப்படும்" என்பதுதான்.

தங்கள் பள்ளிக்கான புதுப்புது யுக்திகளைக் கையாள பள்ளி உரிமையாளர் மிகுந்த வேட்கை உள்ளவர்கள். ஏன் அப்படி? ஏழை களுக்காகச் செயல்படும் தனியார் பள்ளிகள் பற்றி விமர்சகர்கள் என்னதான் கண்டனம் செய்தாலும், அதன் உரிமையாளர்கள் தங்களிடம் ஒப்படைக்கப்

பட்டுள்ள குழந்தைகளின் கல்வி முன்னேற்றத்தில் மட்டும் அக்கறை எடுத்துக்கொள்கிறார்கள்; குழந்தைகளுக்கு மிகவும் உகந்த தேவைகள் எதுவோ அதைச் செய்து வருகிறார்கள்.

கல்விச் சேவைகளின் செயல்பாட்டுக் களத்திற்குள்ளாகவே, பள்ளி உரிமையாளர்கள் தங்களை வேறுபடுத்திக் காட்டிக் கொள்ளவோ அல்லது மேம்படுத்திக் காட்டிக்கொள்ளவோ வேண்டியிருக்கிறது. ஒரு கல்வி நிறுவனம் செய்யும் சேவையின் அளவை நிலை நிறுத்திக் கொள்ளவோ அல்லது அதை இன்னும் மேம்படுத்திக் கொள்ளவோ, தங்கள் கல்வி நிறுவனம் குறிப்பிடத்தக்க ஒன்று என்று பெற்றோர்களை அழைத்து அறிந்து கொள்ளச் செய்ய வேண்டியுள்ளது. கற்றல் கற்பித்தல் முறைகளில் "ஒரு முறை" சிறந்த பலன் தரும் முறையாகத் தெரியும் பட்சத்தில், எல்லாப் பள்ளி உரிமையாளர்களும் தங்கள் பள்ளிக்கும் அந்த முறை வேண்டுமென்று விரும்புகிறார்கள்.

இங்குள்ள பாமர மக்கள் வாழும் பகுதிகளில் உள்ள தனியார் பள்ளிகளின் சூழ்நிலை, மேற்கத்திய நாட்டுத் தனியார் பள்ளிகளின் சூழ்நிலையிலிருந்து முற்றிலும் வேறுபடுகிறது. இந்த நாடுகளில் 'நேர்மை யான கல்வி நிறுவன நடவடிக்கைகள்' செயல்பட்டு வருகின்றன. உலகின் பாமர மக்கள் வாழும் ஒரு சில பகுதிகளில், 'அதிக பெரும்பான்மை அளவி லான' மாணவர்கள் சேர்க்கையை தனியார் பள்ளிகள் செய்து வருகின்றன. ஆனால் மேற்கத்திய நாடுகளில் மாணவர் சேர்க்கையின் மொத்த எண்ணிக் கையில், தனியார் பள்ளிகளின் பங்கு மிக மிகக் குறைவு, அதாவது, உதாரணத்திற்கு, இங்கிலாந்து நாட்டில் தனியார் பள்ளிச் சேர்க்கை சுமார் 7 சதவிகிதம் மட்டுமே. தனியார் கல்வி மீது கவனம் செலுத்துகிற நகர்ப் புறங்களை மையப்படுத்திப் பார்த்தால் இது உண்மையாகத் தெரியும். லண்டன் நகரின் மையப்பகுதியில் தனியார் பள்ளிகளின் மாணவர் சேர்க்கை 13 சதவிகிதம் மட்டுமே. இதில் லாப நோக்கம் முக்கியமல்ல. இதுபோன்ற தனியார் "கல்விச் சந்தைகள்" உண்மையான போட்டி மனப்பான்மையை ஒருபோதும் வெளிப்படுத்திக் கொள்வதுபோல் இருப்பதில்லை. அதிக அளவு தங்கள் மனநிறைவை வெளிப்படுத்திக் கொள்கின்றன. இன்னும் சொல்லப்போனால், ஆதாய நோக்கத்தில் போட்டி இன்றி பொதுவாக இருந்துவிடுகின்றன. ஏனென்றால், (சமீபத்திய இங்கிலாந்து நாட்டு அறிக்கை வெளியிட்டதுபோல) இந்தக் "கல்விச் சந்தை" மிகவும் சிறிய அளவிலானது. இந்தக் கல்வியில் சேர்ந்தவர்கள் இறுதிப் படிப்பு முடியும் வரை பள்ளியைவிட்டு விலகுவதில்லை. (கிட்டத்தட்ட) ஏகபோக உரிமை கொண்டுள்ள அரசுப்பள்ளிகளுக்கு எதிராக இந்தத் தனியார் கல்விச் சந்தைகள் போட்டியிட்டு வருகின்றன.

வளரும் நாடுகளின் வறுமையான பகுதிகளில் தனியார் கல்விகள் அதிகமான அளவு உருவாகி வருகின்றன. இந்தப் பகுதிகளில் போட்டி யிட்டு வரும் அருகில் உள்ள பள்ளிகளில், நம்பிக்கைக்குரிய பள்ளி ஒன்றினைத் தெரிவு செய்து கொள்ளும் உரிமை பெற்றோர்களுக்கு உண்டு. பள்ளிக் கட்டண வழிமுறைகளையும் புரிந்து கொள்கின்றனர். (பள்ளிகள் மேலும் தேவை என்ற கோரிக்கை குறைந்து வருகின்றபோது பள்ளிகள் மூடப்படுகின்றன; பள்ளிகள் தேவை என்ற கோரிக்கைகள் பெருகுகின்ற போது, தேவைகளைப் பூர்த்தி செய்ய புதிய பள்ளிகள் திறக்கப்படுகின்றன) இவ்வகை நேர்மையான கல்விச் சந்தைகளில், பெற்றோர்களின் தேவை களுக்கும் கோரிக்கைகளுக்கும் ஏற்றாற்போல பள்ளி உரிமையாளர்கள், அவர்களின் தேவைகளைப் பூர்த்தி செய்து வருகின்றார்கள்.

எனவே, அமரட்ச் பயிலும் கல்வியின் தரம் பற்றியும், கல்வி சாரா வெளியாட்கள் இப்பெண்ணின் கல்வி முன்னேற்றத்திற்கு எந்த வகையில் உதவுவதற்கு முன் வருகிறார்கள் என்பது பற்றியும் ஆலோசிக்க மீண்டும் வருவோம். செயல்படுத்தக் கூடியது எனப் பெற்றோர்களால் கருத முடியாத எந்தத் தீர்வையும் சுமத்த வேண்டிய பயம் நமக்கு இருக்கவேண்டி யதில்லை. தரமான கல்வி வழங்க, நீடித்து நிலைத்திருக்க முடியாத வழிமுறைகளைத் தேடிக் கண்டுபிடிக்க வேண்டும் என்பதில் நாம் ஒன்றும் கவலைப்பட வேண்டியதில்லை. ஏனென்றால், உதவும் நோக்கத்தில் வந்து கொண்டிருக்கும் பணம் முற்றுப் பெற்றவுடன், அதனைத் தொடர்ந்து செயலாற்றி முடிக்க யாருக்கும் இயலாது. அதற்குப் பதிலாக, கற்றல் கற்பித்தல் மற்றும் பாடப் பகுதிகளில் நாம் அக்கறை எடுத்துக் கொண்டால் நல்ல பலன் கிடைக்குமாறு செயல்படுமா என்று, ஹைதராபாத் நகரில் சுகதா மித்ரா அவர்கள் செய்த ஒரு சோதனையைப் போல, சிறிய அளவிலான சோதனைகளை நாம் முயற்சித்துப் பார்க்கலாம். அது வெற்றி கரமாகச் செயல்படும் பட்சத்தில், நமக்காக மட்டுமே அதை வைத்துக் கொள்ளாமல், அதை அனைவருக்கும் தெரியப்படுத்தலாம். (அது வெற்றி கரமாகச் செயல்படாவிட்டால் யாருக்கும் சொல்ல வேண்டியதில்லை. அப்போதுதான் மக்கள் மறுபடியும் அந்தத் தவறைச் செய்யமாட்டார்கள்.) நம்மால் உண்மையிலேயே உதவக்கூடிய ஒரே வழி என்னவென்றால், பாடத்திட்டங்களில், கற்றல் முறைகளில் அல்லது கற்பித்தல் முறைகளில் நன்கு ஒருங்கிணைக்கப்பட்ட, இயன்ற வரையில் குறைந்த விலையில் கிடைக்கிற, மேம்படுத்தப்பட்டு திருத்தி அமைக்கப்பட்ட தொழில் நுட்பம், சில வர்த்தக நிறுவனங்கள் மூலம் கிடைக்கப் பெறுகிறதா என்பதை உறுதிப்படுத்திச் சொல்வதுதான் அந்த ஒரே வழி. அது கட்டாயமாகத் தேவைப்படும் ஒன்று என்று தனியார் பள்ளிகள் விரும்பினால், உதவியாகக் கொடுக்கப்படும் கடன் தொகையைக் கொண்டு அவர்கள் வாங்கிக்

கொள்வார்கள். நிதி உதவிக்கரம் நீட்டுவோருக்கு எப்போதும் தொந்தர வாகக் காணப்படும் ஸ்திரத்தன்மை தொடர்பான சிக்கல்கள் களையப்படும். கல்விச் சந்தையில் புதிய முறைகளைச் சோதனை செய்து பார்க்கும் துணிச்சல் மிகுந்த உதவிக்கரம் நீட்டுவோர்கள், அதில் தடம் பதித்து விடுகிறார்கள். ஒரு புதிய போதனா முறை நன்கு பயன் தரும் அளவு செயல்பட்டால், விற்பனைக் களம் அதை எடுத்துக் கொள்ளட்டும். அந்தப் போதனா முறை சீரிய முறையில் செயல்படாமல் போனால், ஏழைகளுக்கு கல்விப் புகட்டும் நம்முடைய கனவுகள் மெய்ப்படவில்லையென்று அறிந்து கொள்வோம். ஆனால் இன்னொரு புதிய முயற்சியை மேற்கொள்ள எப்போதும் நம்மால் இயலும்.

தரமான கல்வி தரும் பள்ளிகளில் கவனமாக உள்ள ஏழை மக்கள்

"பிரமிட் அடியில் உள்ள புதையல்" என்னும் நூலில், அதன் ஆசிரியர் கே.சி. பிரகலாத் என்பவர் "மிக முக்கிய ஊகமாக" ஏழைப் பெற்றோர்கள் தரமான தயாரிப்பாளர்களின் பெயர்களைப் பற்றிக் கவலைப்படுவதில்லை என்று அறைகூவல் விடுகிறார். இதற்கு "முற்றிலும் மாறாக" அவருடைய ஆய்வுகள், "ஏழைப் பெற்றோர்கள் தரமான தயாரிப்பாளர்கள் பெயர்களை (பள்ளியின் பெயர்கள்) கவனமாகத் தெரிந்து வைத்துக் கொள்கிறார்கள்" என்ற கருத்தையும் கூறுகிறார். தனியார் கல்வியைப் பொருத்தவரை நிறுவனப் பெயர்களைத் தெரிந்து கொள்வது மிக முக்கியம். நிறுவனப் பெயர்கள், சரியான தகவல் கொடுப்பதில் உண்டாகும் பொதுவான பிரச்சினைகளையும் களைய உதவும்; மேலும், தெரியாதவர்களுக்கும் கல்விச் சந்தை பற்றித் தெரிந்து கொள்ள மூன்றாவது முக்கிய வாய்ப்பையும் வழங்குகின்றன. தங்கள் சமுதாயத்தில் உள்ள ஒரு தனியார் பள்ளி, மற்ற சமுதாயத்தில் உள்ள பள்ளியை விடச் சிறந்த பள்ளி என்று எப்படி ஏதுமறியா ஏழைப் பெற்றோர்கள் தீர்மானம் செய்து கொள்ள முடியும்? தங்கள் குழந்தைகளுக்குத் தேவையான கல்வியைப் போதுமான அளவு வழங்கி வருகிறார்கள் என்று எப்படித் தீர்மானம் செய்து கொள்ள முடியும். பெற்றோர்கள் இதை எப்படித் தீர்மானம் செய்து கொள்கிறார்கள் என்று புதுவிதமாக என்னுடைய ஆராய்ச்சி தெரியப்படுத்தியது. ஆசிரியர்கள் பள்ளிகளில் எப்படிப் பணியாற்றுகிறார்கள், பள்ளி உரிமையாளர்கள் எப்படி பள்ளியை நடைமுறைப்படுத்துகிறார்கள் என்று, பெற்றோர்கள் நேரில் சென்று பள்ளியைப் பார்த்து வருகிறார்கள்; அல்லது நண்பர்கள் மூலம் பள்ளி நடைமுறை பற்றிய தகவல்களைக் கேட்டுத் தெரிந்து கொள்கிறார்கள். மாணவர்களின் பள்ளிப் பயிற்சி ஏடுகளைப் பார்த்து, அவைகள் எவ்வப்போது திருத்தப்பட்டிருக்கின்றன; வீட்டுப் பாடங்கள்

எவ்வாறு திருத்திக் கையொப்பமிடப்பட்டிருக்கின்றன என்று தெரிந்து கொள்கிறார்கள். பெற்றோர்கள் தங்களுக்கு நல்ல பள்ளியாகத் தெரிகிற ஒரு பள்ளியைத் தேர்ந்தெடுத்து, அதில் தங்கள் குழந்தையைப் படிக்க வைக்கிற போது, வேறு ஒரு பள்ளி இப்பள்ளியை விடச் சிறந்த பள்ளியாக இருப்பது போல் தெரிந்தால், அப்பள்ளிக்கு தங்கள் குழந்தையை மாற்றி விட எந்தத் தயக்கமும் அவர்கள் காட்டுவதில்லை. இதுபோன்று எடுக்கும் முடிவுகளைப் பற்றிக் கவலைப்படாத பெற்றோர்கள்கூட, இதைப் பற்றிக் கவலைப்படும் பெற்றோர்களிடமிருந்து தெரிந்து பயனடைந்துக் கொள்கிறார். பள்ளிகளைத் தேர்வு செய்யும் விபரத்தில் விபரம் தெரியாத பெற்றோர்கள், அதிகமான விபரம் தெரிந்த பெற்றோர்களை நாடித் தெரிந்து கொள் கிறார்கள். இந்த விபரங்களைத் தெரிந்து கொண்ட பள்ளி உரிமை யாளர்கள், ஆசிரியர்கள் நேரத்திற்குப் பள்ளிக்கு வர வேண்டுமென்றும், திறம்படக் கற்பித்தல் பணியில் ஈடுபட வேண்டுமென்றும் உறுதி செய்து கொள்கிறார்கள். பெற்றோர்கள் திருப்தி அடையும் அளவு பள்ளி மேம் பாட்டுக்குத் தேவையான அனைத்து வளங்களையும் அங்கே கொண்டு வந்து முதலீடு செய்து விடுகிறார்கள். எல்லாப் பெற்றோர்களும், தங்கள் குழந்தைகள் கல்வி கற்க வேண்டிய பொறுப்புணர்ச்சிகளை கவனமாகவும் புத்திசாலித் தனமாகவும் உரிமையாளர்களிடம் காட்டிக் கொள்ளா விடினும், தனியார் பள்ளி உரிமையாளர்கள் பெற்றோர்களின் குழந்தை களுக்குச் சிறந்த கல்வியை வழங்குகிறார்கள்.

அரசுப் பள்ளி அமைப்புகளுக்கு தொந்தரவாக இருந்து வருகிற, 'குழந்தைகள் கல்வியில் ஈடுபாடு இல்லாத பெற்றோர்கள்' என்னும் பிரச்சினையை கல்விச் சந்தை தீர்த்து வைக்கிற இன்னொரு வழி இது. (விவரம் தெரிந்த பெற்றோர்களது கோரிக்கைகளை நிறைவேற்றிக் கொடுக்க அரசுப் பள்ளி முதல்வர்களுக்கு ஊக்கத் தொகை வழங்கப்படுவ தில்லை).

இது மிகவும் சிறப்புடையதாக இருக்கிறது என்றும், ஆனால் குழந்தைகளுடைய கல்வியின்பால் அக்கறை கொண்ட பெற்றோர்கள் கூட கல்வி என்றால் என்னவென்று அறியாதிருக்கிறார்கள்; அதே சமயம் அப்பெற்றோர்களே படிப்பறிவு உள்ளவர்களாக இருந்தும், தங்கள் குழந்தைகள் எம்மாதிரியான கல்வி பெற்று வருகிறார்கள் என்று தீர்மானிக்க இயலாதவர்களாக இருக்கிறார்கள் என்றும் சிலர் கருதியிருக்கலாம். ஆனால் அது அப்படியல்ல என்றுதான் நான் நினைக்கிறேன். குறிப்பாக, தொடக்கப்பள்ளி அளவில், அதாவது, இந்நூலில் காட்டப்பட்டுள்ள அதிக அளவிலான அக்கறையில், எல்லாருக்கும் தேவைப்படும், எல்லாரும் விரும்பும் தொடக்கக்கல்வியின் தன்மை, புரிந்து கொள்ள முடியாத அளவு கடினமாக ஒரு போதும் இருந்ததில்லை. கல்வி என்பது எண்ணையும்

எழுத்தையும் கற்றுக் கொடுக்கக் கூடியதாகவும், நற்குணங்களைக் கற்றுக் கொடுக்கக் கூடியதாகவும், எதிர்காலத்தை வளமாக்கிக் கொள்ளக் கற்றுக் கொடுக்கக் கூடியதாகவும், வேலை வாய்ப்பைப் பெற்று தரக்கூடியதாகவும், ஜனநாயகம் போன்ற உயர்ந்த மதிப்புகளைப் பெற்றுத்தரக்கூடியதாகவும் அமைய வேண்டுமென்று பெற்றோர்கள் எதிர்பார்க்கிறார்கள். மேலே விவரிக்கப்பட்ட முக்கியமான கூறுகள் எல்லாம் முறை சாரா வழிகளைக் கொண்டு ஓரளவு மிக எளிதாகக் கூர்ந்து கவனிக்கப்பட முடியும்.

எனவே தகவல் பரிமாற்றத்தில் ஒரு பிரச்சினை உள்ளது; ஆனால் அதை நிவர்த்தி செய்து கொள்வதற்கு ஏகப்பட்ட வழிகள் உள்ளன.

ஆனால் இந்த வழிகள் எனக்கு முற்றிலும் திருப்தி அளிக்கவில்லை. ஏனென்றால், எந்த நேரமும் தனியார் கல்வி மையங்களில் அதிக அளவு, ஏன் மிக மிக அதிக அளவு பொருந்தாத தகவல்களை எதிர்கொள்ள வேண்டியுள்ளது. பிரச்சினைக்கான தீர்வாக இவ்வகையான முறைசாரா வழிமுறைகளை மட்டும் என்னால் நம்பியிருக்க முடியவில்லை. என்னுடைய பயனாளிகளைத் தீர்மானங்கள் எடுக்கச் செய்வதில் மிகப் பலமான கருவியையும் துணை கொள்ள வேண்டியுள்ளது என்பதை நான் அறிவேன். கணினியின் மென்பொருள் மற்றும் வன்பொருள் பற்றியோ, வலைத்தளத் தேடுதல் பற்றியோ, மின்னணு புகைப்படக் கருவி பற்றியோ, வர்த்தக விமானச் சேவைகள் பற்றியோ, வாகனங்கள் பராமரிப்புப் பற்றியோ, குறைந்த பட்சம் உண்ணும் உணவு மற்றும் உடுத்தும் உடை பற்றியோ, சமீபத்தில் நான் எதிர் கொண்ட ஒரு சில பள்ளிப் பெயர்களின் தெரிவு பற்றியோ, அது போலத் தகவல் தொடர்பான சிக்கலினால் உண்டாகும் கசப்பான நிகழ்வுகள் பற்றியோ எனக்கு எதுவுமே தெரியாது. ஆனால், மேலே சொன்ன அனைத்தையும் ஆழமாகக் கற்றுக் கொள்ள வேண்டும். ஆனால் வாழ்க்கை மிகக் குறுகிய நாட்களைக் கொண்டதாக இருக்கிறதே. நுகர்வோர் வழிகாட்டி நூல்களைப் பார்த்து படித்துத் தெரிந்து கொள்ள வேண்டும்.

எந்த மாதிரி வழிகாட்டி நூலைப் பார்த்துத் தெரிந்து கொள்வது? வார இதழ்கள், மாத இதழ்களைப் பார்த்துத் தெரிந்து கொள்வதா, அல்லது மேற்கண்ட துறைகளில் நிபுணத்துவம் பெற்ற பத்திரிக்கைகளைப் பார்த்துத் தெரிந்து கொள்வதா? ஆனால் நான் இதையெல்லாம் செய்கிறதில்லையே. ஆனால், பொதுவாக, இன்றைக்கும், எனக்கு நன்கு பயனுள்ளதாக அமையக் கூடிய அனைத்துப் பொருட்களையும் எப்படியோ சமாளித்து வாங்கிப் போட்டுவிடுகிறேன். ஆனால், பொருந்தாத தகவலைத் தவிர்ப்பதற்கு எந்த முயற்சியும் எடுக்காமல் இதையெல்லாம் செய்துகொள்கிறேன். எவ்வாறு? நம்பிக்கையுள்ள நிறுவனங்கள் விற்பனை செய்யும் பொருட்களையே வாங்குகிறேன். என்னுடைய கணினி, மின்னணு புகைப்படக் கருவி,

மைக்ரோ சாஃப்ட் மென்பொருட்கள் எல்லாமே சோனி கம்பெனி நிறுவன பொருட்கள்தாம். என் கணினியில் வலைத்தளத் தேடலுக்காக, கூகுள் நிறுவனத்தைத்தான் பயன்படுத்துகிறேன். பிரிட்டிஷ் விமான சேவை அல்லது 'கே.எல்.எம்.' விமானச் சேவையில்தான் வான்வழியில் பறந்து செல்கிறேன். என் நிசான் நான்கு சக்கர வாகனத்தைப் பராமரிக்க நார்தன் மோட்டார்ஸ் நிறுவனத்தைத் தான் அணுகுகிறேன். டெஸ்கோ நிறுவனத்திடமிருந்தும், மார்க்ஸ் & ஸ்பென்சர் நிறுவனத்திடமிருந்தும் தான் உணவுப் பொருட்களையும் உடைகளையும் வாங்கிக் கொள்கிறேன். (இந்த நிறுவனங்கள் எல்லாம் அரசு கட்டுப்பாட்டின் பொருட்டு செயல்படுவதாக சிலர் கருத வாய்ப்புள்ளது. சுகாதார ஆய்வாளர்களுக்குப் பயப்படுவதால் தான் எனக்கு அழுகிப்போன பழங்களையும் காய்கறிகளையும் டெஸ்கோ நிறுவனம் கொடுக்காமலிருக்கிறது என்ற சந்தேகம் எனக்கு வருகிறது. நான் வாடிக்கையாக அங்கு வாங்குவதை நிறுத்தி விடுவேனோ என்று பயந்துதான் அவர்கள் நல்ல பொருட்களை எனக்கு வழங்குகிறார்கள் என்று நினைக்கிறேன்.) ஏழைப் பெற்றோர்களின் குழந்தைகள் பயில்வதற்கான சிறந்த பள்ளியைத் தெரிவு செய்வது பற்றிய தகவலைத் தெரிந்து கொள் வதில் உண்டாகும் சிக்கலைக் களைவதற்கு, நம்பிக்கையுள்ள நிறுவனங் களின் பொருட்களை வாங்குவது இன்னொரு வழியாகும்.

தங்கள் குழந்தைகளின் கல்விக்காக ஒரு தெளிவான முடிவெடுப்பதில் பெற்றோர்களுக்கு உதவிகரமாக அமையக்கூடிய கல்வி நிறுவனப் பெயர்களைத் தோற்றுவிப்பதில் சந்தைக்கு உதவுவது, கல்விக்கான வெளித் தொடர்புகளுக்கு இன்னொரு சாத்தியக்கூறு உள்ளது; அதாவது, உதவிக் கரம் நீட்டுவோர்களின் பெருந்தன்மை, கல்வியில் செய்யப்படும் முதலீடு, கல்வி நிறுவன நிலைப்பாட்டிற்காக முதலீடு செய்த முதலீட்டாளர்களை மனநிறைவடையச் செய்யத் தேவைப்படும் நிதி, அல்லது கல்வி முனை வோர்க்கு சட்ட ரீதியிலும் பொருளாதார ரீதியிலும் தொழில் நுட்ப உதவி வழங்குவது போன்ற விஷயங்களுக்கு அது ஒரு சாத்தியமான அங்கமாக அமையும். பள்ளியை விரிவு படுத்தும் எண்ணம் உள்ள பள்ளி உரிமையாளர் களுக்குக் கடன் தொகை பெறுவதில் உதவ, முதலீட்டாளர்களுக்கு மேலே கூறியுள்ளபடி இது ஒரு வாய்ப்பு. அல்லது, குறைந்த செலவினத் தொடர் பள்ளிகளை நடத்தி வரும் தனியார் கல்வி நிறுவனங்கள், பங்கு' வழங்குவதற்கு ஒரு சிறப்பு முதலீட்டுத் தொகையை உருவாக்கச் செய்யும் முதலீட்டாளர்களை அயல் நாடுகளிலிருந்து எப்படிப் பெறுவது என்றோ, அல்லது அருகில் உள்ள பங்குச் சந்தைகளைப் பற்றிய பட்டியல்களைத் தெரிந்து கொள்வது என்றோ ஆலோசனை வழங்குவதன் மூலம், முதலீட்டுத் தொகைக்கான செயல் திட்டம் பலனளிக்கக் கூடிய வகையில் நிறைவேற்றப்படும்.

மேலும் ஒரு வாய்ப்பு, முதலீட்டாளர்களை உள்ளூர்க் கல்வி நிறுவனத்தாரோடு ஒரு கூட்டு முயற்சியில், ஒரு கல்விக் குழுமத்தைத் தொடங்குவதற்கு அவர்களை ஆர்வமுடன் ஈடுபடச் செய்கிறது. ஏழைமக்களுக்கான கல்வியின் தரத்தை உருவாக்குவதற்கு ஆரம்பக் கால ஆய்வு மற்றும் வளர்ச்சியில் 'முதலீடு' தேவைப்படுகிறது. தற்போது இருந்து வரும் பள்ளிகளுக்குள்ளேயே இதை மிகச் சிறப்பாக நிறைவேற்றிக் காட்ட வேண்டும். அதன் பிறகு பள்ளிகளே பெற்றோர்களுக்கும், முதலீட்டாளர் களுக்கும், வணிக விற்பனை உரிமம் பெற்றவர்களுக்கும் விளக்கிக் காட்ட வேண்டும். வணிக விற்பனை உரிமம் முறையானதாகக் கருதப்படும் பட்சத்தில், புதிய பள்ளி மேலாளர்களுக்கும், ஆசிரியர்களுக்கும் பயிற்சி கொடுக்க இது பயன்படுத்தப்பட வேண்டும்.

இது போன்ற ஆய்வும், வளர்ச்சியும் சிறந்த எடுத்துக்காட்டான கல்விக்கும், கல்விக் குழும நிறுவனப் பெயர்களுக்கும் தரக்கட்டுப்பாடு, நிதி மற்றும் கட்டுப்பாட்டு விதிமுறைத் தேவைகளுக்குமான தொழில் நுட்பம், பாடப்பகுதி, போதனா முறை, ஆசிரியர் - பயிற்சி ஆகியவைகளை ஆய்ந்து கண்டுபிடிக்க வேண்டும். ஏழை இனத்து மக்களுக்கு சேவை செய்யக்கூடிய, குறைந்த செலவினத் தனியார் பள்ளிக் குழுமம் தொடங்குவது, முதலீட் டாளர்களும், ஏழைப் பங்காளர்களும் அதில் ஈடுபடுவது மிகுந்த மகிழ்ச்சியைத் தரும்.

வணிக விற்பனை உரிமம் பெற்றவர்களாகவோ, அல்லது பள்ளி மேலாளர்களாகவோ, அல்லது பள்ளிகள் குழுமத்தில் பங்குப் பெறவோ, ஏன் தனியார் பள்ளி உரிமையாளர்கள் ஆர்வம் கொள்ள வேண்டும்? போட்டி என்பது ஒரு மாபெரும் தூண்டுகோலாக அமைந்துள்ளது. தனியார் பள்ளி உரிமையாளர்களுக்கு இப்போதுள்ள மாபெரும் பிரச்சனை, தனியார் பள்ளிகளுக்கிடையே நிலவும் கடுமையான போட்டிதான். ஹைதராபாத் நகரில் ஏழு தனியார் பள்ளிகள் என் கண்ணில்பட்டன. அந்தப் பகுதியில் உள்ள குழந்தைகளைத் தங்கள் பள்ளிகளில் சேர்த்துக்கொள்ள அங்குள்ள அத்தனை பள்ளிகளும் போட்டி போட்டுக்கொண்டன. இந்தக் கல்விச் சந்தையில், பள்ளி உரிமையாளர்கள் மற்ற பள்ளி உரிமையாளர் களிடமிருந்து தங்களைச் சிறந்தவர்களாக வேறுபடுத்திக் காட்டிக் கொள்ள விரும்புகிறார்கள்; ஆனால், பெற்றோர்களின் மிக முக்கியமான கவலை, கல்வித் தரம் பற்றியதுதான். நிறுவனப் பெயரை முன்நிறுத்தி, தனியார் பள்ளி மேலாளர்கள், மற்ற பள்ளிப் போட்டியாளர்களைக் காட்டிலும் தாங்கள் சிறந்த கல்வித் தரம் கொடுப்பவர்களாகத் தங்களை காட்டிக் கொள்ள முனைவார்கள். இதன் மூலம் அவர்கள் குழந்தைகளைத் தங்கள் பள்ளிக்கு ஈர்க்க முயற்சி எடுப்பார்கள்.

அனைவரும் அறிந்த பெயர் கொண்ட பள்ளியைத் தேர்வு செய்துதான் பெற்றோர்கள் தங்கள் குழந்தைகளை அனுப்புகிறார்கள். ஏனென்றால், இது போன்ற பள்ளியின் பெயர்தான் தகவல் பெறுவதில் உண்டாகும் சிக்கல்களைத் தெளிவாகத் தீர்த்து வைக்கும். குழந்தைகள்கூட, திருத்தி அமைக்கப்பட்ட பாடத்திட்டம், பாடபோதனை, தொழில் நுட்பம், ஆசிரியர் பயிற்சி போன்றவைகளிலிருந்து பலன் அடையும் பொருட்டு, இது போன்ற பெயர் கொண்ட பள்ளிகளையே தேர்வு செய்ய விரும்பு கிறார்கள். இது போன்ற பரந்து விரிந்துள்ள அமைப்புகளில் குழந்தைகள் பங்கு பெறுவதால், அந்த அமைப்புகள் தயாரித்து வழங்கும் வலை அமைப்புகளிலிருந்தும், அது வழங்கும் இதர வாய்ப்புகளிலிருந்தும் குழந்தைகள் பயன் அடைவார்கள். மேலும் இந்த நிறுவனப் பெயர்கள் அனைவருக்கும் தெரிய வந்தால், உயர்கல்வி நிறுவனங்களும், வேலை வாய்ப்பு வழங்குவோர்களும், குழந்தைகள் பயின்ற பள்ளியில் நிறுவனப் பெயர்கள் மீது நம்பிக்கை வைத்துச் செயல்படுவார்கள். குழந்தைகளுக்கு எதிர்கால வாய்ப்புக்கிட்டும்.

பள்ளிக் குழுமத்தில் பங்கெடுக்காத பள்ளிகள் என்ன ஆவது? சுருக்கமாக சொல்ல வேண்டுமென்றால், அவைகள் மிகுந்த சிரமங்களுக்கு உள்ளாக நேரிடும்; ஒரு வேளை தொழிலை விட்டே அப்பள்ளிகள் வெளியேறக்கூட நேரிடும். ஆனால் பெற்றோர்கள், தங்கள் குழந்தைகளைப் பள்ளியை விட்டு மாற்றும் பட்சத்தில், இந்தப் பள்ளி தரமான கல்வி கொடுக்கும் என்ற கருத்தில் இந்தப் பள்ளியில் குழந்தைகளைச் சேர்த்தால்தான் உண்டு. ஆனால், வலிமையான இந்தக் கல்விச் சந்தையில் இரண்டு காரியங்கள் நடைபெறும். முதல் காரியமாக, தனிப்பட்ட கல்வி நிறுவனத்தினர் தங்கள் பள்ளிக் குழந்தைகளைத் தக்க வைத்துக் கொள்ள, தங்கள் கல்வித் தொழில் நுட்பங்களை மேம்படுத்திக் கொள்ள முயற்சி எடுப்பார்கள்; அல்லது, தங்கள் பள்ளியை விட்டு மாறிச் சென்ற குழந்தைகளைத் திரும்பவும் ஈர்க்க முயற்சி எடுப்பார்கள். இரண்டாவது, ஒரு கல்வி நிறுவனப் பெயர், பொருளாதார ரீதியிலும், கல்வி ரீதியிலும் சாதிக்கக் கூடியது என நிரூபிக்கப்படும் பட்சத்தில், மற்ற நிறுவனங்களும், குறைந்த செலவினங் களில் நிறைந்த கல்வித் தரத்தை வழங்குவதாகச் சொல்லி, போட்டிக்கு புதிய நிறுவனப் பெயர்களைத் தொடங்கி, அவர்களும் கல்விச் சந்தைக்குள் வேக வேகமாக நுழைவார்கள்.

"'ஃபிரெஞ்ச் ஃபிரை' என்று சொல்லக்கூடிய உருளைக்கிழங்கு வறுவல், அதுபோல 'இறைச்சி ரொட்டி' எனப்படும் இன்னொரு வகை உணவைச் சிறப்பாகத் தயாரிக்கக்கூடிய, ஒரு போதும் மாறாத ஒரே மாதிரியான தரம் கொண்ட மெக்டோனால் அவர்களின் உணவுக் குழுமத்தால் ஈர்க்கப் பட்டவர்தான், ஏராளமான ஏழை மக்களுக்கு கண்படல அறுவைச் சிகிச்சை

செய்யும் 'அரவிந்த் கண் பாதுகாப்பு' அமைப்பின் நிறுவனர்" என்று பிரகலாத் குறிப்பிடுகிறார். "அதுபோல நன்கு ஆழமாகப் புரிந்து கொண்டு, அதற்கேற்றாற்போல தரப்படுத்தப்பட்ட கற்றல் கற்பித்தல் முறைகள், ஏராளமான ஏழை மக்களுக்குச் சேவை செய்யும் சிறந்த எடுத்துக்காட்டான தனியார் பள்ளியில் இடம் பெற முடியும்" என்று ஒவ்வொரு காரணமும் எடுத்து கூறுகிறது.

ஏழைகளிடமிருந்துதான் இதை தொடங்க வேண்டுமென்றில்லை. நடுத்தர வர்க்கத்தினருக்காக செயல்படும் தனியார் பள்ளிக் குழுமத்தை சீனாவில் தொடங்கிக் கொண்டிருக்கும் நண்பர் ஒருவர் இருக்கிறார். உயர்ந்த தொழில்நுட்பத்தில் தொடங்கப்பட்ட, எங்கும் பரவலாக அறிமுக மாகியுள்ள, குறைந்த, மிகக் குறைந்த விலையில் வழங்க முடிந்த கைபேசிக் கருவி, மற்றும் கணினி ஆகியவை தொடங்கப்பட்ட உயர்ந்த தொழில் நுட்பம் போல, கல்வி நிறுவனப் பெயர்களும் தொடங்கப்பட வேண்டும் என்று அவர் கூறினார்.

"தேசிய தகவல் தொழில் நுட்ப நிறுவனம்", **(NIIT)** சிலர் பலன் அடையும் பொருட்டு தகவல் தொழில் நுட்பத்தில், ஒரு பயிற்சியைத் தொடங்கி அதை வழங்கியது. பிறகு அந்த நிறுவனம் அதற்கென ஒரு சான்றிதழை, அங்கு பயிற்சி முடித்தவர்களுக்கு வழங்கியது. தேசியத் தகவல் தொழில் நுட்ப நிறுவனத்தில் **(NIIT)** பயிற்சி பெற்ற ஒரு பட்டதாரி, தேசிய அளவில் அங்கீகரிக்கப்பட்ட சான்றிதழ் பெற்றுள்ளவராக அங்கீகரிக்கப் படுகிறார். 'டைம்ஸ் ஆஃப் இந்தியா" பத்திரிக்கையில் வரும் திருமணத் தகவலுக்கான பக்கங்களைத் தேடினால் (பெற்றோர்கள் தங்கள் பிள்ளை களுக்கான திருமண ஜோடிப் பொருத்தங்களைத் தேடும் "தனிமையில் வாடுகின்ற இதயங்கள்" என்னும் பகுதி), மேலை நாடுகளில் தரம் வாய்ந்த தாகக் கருதப்படுகிற, இளங்கலைப் பட்டப் படிப்பு அல்லது அறிவியல் முதுகலைப் பட்டப் படிப்பு போன்ற படிப்புகளைப் பெற்றுள்ளதை விட, தேசியத் தகவல் தொழில் நுட்ப நிறுவனப் பட்டதாரியான மணமகனோ அல்லது மணமகளோதான் சிறந்த தகுதி உள்ளவராக உங்கள் பார்வைக்குப்படும். இந்தத் தகவல் தொழில் நுட்பப் பட்டயப் படிப்பு, முற்றிலும் அரசாங்கத்திற்குச் சார்பில்லாததாக - ஏன் அரசாங்கத்திற்கு எதிரானதாகத் தோன்றினாலும், இந்த நிறுவனப் பெயர் மிக முக்கியத்துவம் வாய்ந்தது. 'தொழில் நுட்பக் கல்விக்கான அகில இந்திய ஆலோசனைக் குழு'வின் துணை இயக்குனர் அலுவலகத்தில், அன்றையப் பிற்பகலில் ஒரு வேதனையான விஷயத்தைச் சந்தித்தேன். எங்கள் பேட்டி இடம் பெற்றுக் கொண்டிருந்த நேரத்தில், ஒரு கொழுத்த, அட்டூழியம் செய்யக்கூடிய எலி, அங்குமிங்கும் அலுவலகத்தைச் சுற்றி ஓடிக் கொண்டிருந்தது. ஒரு கட்டத்தில் எலி என் கால்களுக்கிடையே ஓடியதால், நான் என் கால்களை

மேலே தூக்கி வைத்துக் கொள்ள வேண்டியதாகி விட்டது. அந்தத் துணை இயக்குநர், தன்னுடைய செயலாளரை அழைத்து, பொறி வைத்து அந்த எலியை பிடித்து விடுங்கள் என்று சொன்னார். அந்த எலி, அந்த அலுவல கத்திலேயே தனது நீண்ட பயணத்தைத் தொடர்ந்து செய்து வந்து கொண்டிருந்தபோது, அந்தத் துணை இயக்குநர், "உலகெங்கிலும் துபாய், சௌதி அரேபியா போன்ற நாடுகளின் அமைச்சரகங்களிலிருந்து எனக்குத் தொலைபேசி அழைப்பு வரும். அந்தத் தொலைபேசி அழைப்பு, 'தேசியத் தகவல் தொழில் நுட்ப நிறுவனத்தின்' ***(NIIT)*** தரம் மற்றும் தகுதி பற்றி விசாரித்துத் தெரிந்துகொள்ளும் அழைப்பாகத்தான் இருக்கும்" என்றார்.

தகுதியுள்ள விண்ணப்பதாரர்கள், வேலை கேட்டு அனுப்பும் தங்கள் விண்ணப்பங்களில், தகவல் தொழில் நுட்பத் தகுதியைக் குறிப்பிடு கிறார்கள்; வேலை கொடுக்கும் அதிகாரிகள், அதன் மதிப்பு குறித்து ஆச்சரியப்படுகிறார்கள். "நான் அந்த அமைச்சரங்களுக்கு, அந்தக் கல்வித் தகுதியால் எந்தப் பயனும் இல்லை என்றுதான் சொல்வேன்; ஏனென்றால் இவருடைய அமைப்பால் அந்தப் பட்டப்படிப்பு தர மதிப்பீடுச் சான்றுகளை வழங்கவில்லை" என்றார். எலிகள் சூழ்ந்த இந்த அலுவலகத்தில் அமர்ந்து கொண்டு, அந்தக் கல்வித் தகுதி பற்றி அவர் என்ன நினைக்கிறாரோ, அதுபோல், இந்தியாவெங்கும் வேலை கொடுக்கும் கோடிக்கணக்கான நிறுவனர்கள் தேசியத் தகவல் தொழில் நுட்பக் கல்வி பற்றி நினைப் பதில்லை. இந்த நிறுவனப் பெயர், புகழ் பெற்றதாகவும், போற்றுதற் குரியதாகவும் ஆகிவிட்டது. ஒரு கம்ப்யூட்டர் பயிற்சி பெறுவதென்றால், இந்தியர்கள் 'தேசியத் தகவல் தொழில் நுட்ப நிறுவன'த்தில் பயிற்சி பெறுவது பற்றித்தான் பேசிக் கொள்கிறார்கள்.

உலக அளவிலான கணினிக் கல்வியில் 'தேசியத் தகவல் தொழில் நுட்ப நிறுவனம்' தனக்கென ஒரு பெயரை நிலைநாட்டிக் கொண்டது போல, தரம்மிக்க கல்வியின் அடையாளமாய் அமைகிற உயர்கல்வியில் மாணவர்களுக்கு இடம் கொடுக்கும் அதிகாரிகளுக்கும், வேலை வாய்ப்பு வழங்குவோர்களுக்கும் பயனளிக்கக் கூடிய, குறைந்த செலவினத் தனியார் பள்ளிகளுக்கான நிறுவனப் பெயர்களை உருவாக்கி நிலை நாட்டிக் கொள்வதில், எதிர்காலச் சிந்தனையுள்ள கொடையுள்ளம் கொண்டவர் களின் உதவியுடன் செயல்படும் சில கல்வி முனைவோர்களை யாரும் தடுத்து நிறுத்தி விட முடியாது. தேசியத் தொழில் நுட்ப நிறுவனம் செய்தது போல, ஆர்வலர்கள் சிறிய அளவில் தொடங்கி பெற்றோர்களுக்கு, குழந்தை களுக்கு, முதலாளிகளுக்கு, கல்லூரி மற்றும் பல்கலைக்கழகப் பதிவாளர் களுக்கு எது ஏற்றதாயிருக்கிறது என கல்விச் சந்தையை ஆய்வு செய்து, அவர்கள் வாடிக்கையாளர்களுக்கு எதை வழங்குகிறார்கள் எனக் கண்டறிய வாய்ப்புள்ளது.

தீர்த்து வைக்கக்கூடிய பிரச்சினை

ஏழைகளுக்காகச் செயல்படும் தனியார் பள்ளிகள், வளரும் உலக நாடுகள் எங்கும் வேகமாக வளர்ந்து வந்து கொண்டிருக்கின்றன. பல நாடுகளின் நகர்ப்புறங்களில், இந்த தனியார் பள்ளிகள் ஏழை மக்களுக் காகவே அதிக அளவு பணியாற்றி வருகின்றன. ஏழைகளுக்காகப் பணி யாற்றும் அரசுப் பள்ளிகளின் கல்வித்தரத்தை விட, தனியார் பள்ளிகளின் கல்வித்தரம் மேலோங்கியுள்ளது. தனியார் பள்ளிகள் நிலைத்து நிற்க, பெற்றோர்கள் கொடுக்கும் பள்ளிக்கட்டணத்தையே முதன்மையாக நம்பி இருக்கின்றன. ஆகவே, தனியார் கல்வியினர் நேரிடையாகவே பெற்றோர் களுக்கு பதில் சொல்ல வேண்டிய கடமைப்பட்டுள்ளனர். ஏழை மக்களுக்கு வழங்கக்கூடிய கல்விக்கான ஏதுக்களை எங்ஙனம் விரிவுபடுத்துவது என்று ஈஸ்டர்லி அவர்களைப் போல ஏக்கத்தில் இருந்து வரும் கீழ்த்திசை நாட்டினர், தனியார் கல்வி என்ற துறையை கைக்கொள்வதுதான் முன்னேற்றத்திற்கான வழியாகும். பரம ஏழைப் பெற்றோர்களின் குழந்தை களுக்கு இலவசக் கட்டணம், மானிய விலையில் மாணவர் சேர்க்கை போன்ற, தனியார் பள்ளிகள் ஏற்கனவே வழங்கி வரும் சலுகைகளை அதிகரிப்பதின் மூலம், இலக்கு ரசீதுகள் பெருமளவில் தனியார் கல்வியை மேம்படுத்தும். ஏனென்றால், தனியார் பள்ளிகள், முதலீட்டாளர்களும் பங்குபெற்றுப் பயன் பெறுவதற்கு வாய்ப்பு வழங்குவதால், நியாயமான அளவு இலாபம் ஈட்டுகிற, ஏழைகளுக்காகச் சேவை செய்கின்ற தனியார் பள்ளிகள் ஒரு வகையில் வியாபாரக் கூடமே. சிறு அளவிலான வகையில் கடன் கொடுத்து உதவும் திட்டத்தில் முதலீட்டாளர்கள் கடன் கொடுத்து உதவுவதால், தனியார் பள்ளிகள் தங்களுக்கான உள்கட்டமைப்பு வசதி களைப் பெருக்கிக் கொள்வது முன்னேற்றத்திற்கான ஒரு வழி. பாடத் திட்டத் திலும், கற்பித்தலிலும் புதிய யுக்திகளுக்காக முதலீடு வழங்குவது பயன்தரும் பட்சத்தில், அது வர்த்தக அடிப்படையில் தொடங்கப்படுவது இரண் டாவது வாய்ப்பாக அமையும். முற்றிலும் அர்ப்பணம் செய்கிற கல்வி முதலீட்டுத் தொகை மூலம் முதலீடு செய்வதோ, அல்லது கல்வி முனை வோர்களின் கூட்டு முயற்சி மூலமாக முதலீடு செய்வதோ எதுவாக இருந் தாலும், அது, பெற்றோர்களுக்காக தகவல் பெற்றுக்கொள்வதில் உண்டாகும் குழப்பங்களைக் களைய உதவும்; அத்துடன், அது தற்போது இருந்து வரும் கல்விக்கான வாய்ப்புகளை மேம்படுத்தவும் உதவும். அமரட்ச் என்னும் சிறுமிக்கு கல்வி வழங்குவது என்பது ஒரு தீர்த்து வைக்கக் கூடிய பிரச்சினைதான். ஏழைகளுக்காகச் செயல்படும் தனியார் பள்ளிகளை உருவாக்கிய கல்வி ஆர்வலர்கள், முதலீட்டின் மீது ஒரு தாகம் உள்ள வர்களாக இருக்கிறார்கள். அனைவருக்கும் தரமான கல்வி வழங்குவதில் முதலீட்டாளர்கள், தங்களின் மிக முக்கியமான பங்களிப்பின் மூலம் கல்வி ஆர்வலர்களுக்கு உதவ முடியும்.

இறுதியில் மேலை நாட்டினருக்கு மறைமுகமாகத் தெரிவித்துக் கொள்வது?

மேலை நாட்டுக் கல்விக்கென மறைமுகமாகத் தெரிவித்துக் கொள்ளும் குறிப்பு ஏதேனும் இந்த விவாதத்தில் உள்ளதா? நான் ஏற்கனவே விவாதித்திருந்த உதவி மற்றும் மேம்பாட்டுக்காக மறைமுகமாகத் தெரிவித்துக் கொண்ட குறிப்பைத் தவிர ஏதேனும் அதில் இல்லை யென்றால் அதற்காக நான் கவலைப்படவில்லை. அமெரிக்காவிலும் பிரிட்டனிலும் நான் உரையாற்றும் போதெல்லாம், அந்த மக்களுக்கும், சுமுகமான பார்வையாளர் கூட்டத்திற்கும் இதையே நான் வலியுறுத்திச் சொல்லி வந்திருக்கிறேன். நமக்கு ஏதாவது பலன் இருக்கிறதா? இந்த இறுதி அத்தியாயத்தில், தொடர்புடைய ஆதாரங்கள் கொண்ட, சாத்தியக் கூறுகள் உள்ள இரண்டு வழிகளை நான் குறிப்பிட்டுச் சொல்வேன்.

நீங்கள் தனியார் பள்ளியை நாடினால், நீங்கள் ஒரு வெளி வேடம் போடுபவர் அல்ல

மேலைநாடுகளில், "கவலைப்படும் நடுத்தர வகுப்பினர்" என்று அழைக்கப்படும் மக்களின் கவலையை எவ்வாறு போக்குவது என்பதற்கு இந்நூலில் சமர்ப்பித்துள்ள சான்றாதாரங்கள் நமக்கு உதவக்கூடும் என்று முதலில் நான் எண்ணுகிறேன். இம்மக்களின் குழந்தைகள் பள்ளி செல்லும் வயதை எய்துகிற போது, இந்த நடுத்தர வகுப்பினர் தங்கள் குழந்தைகளைத் தங்களுக்கென உள்ள அரசுப்பள்ளிக்கு அனுப்புவதா, அல்லது அதற்கு மாறாக ஒரு தனியார் பள்ளிக்கு அனுப்புவதா என்ற தேர்வு செய்வதில் ஒரு தடுமாற்றத்தைச் சந்திக்கின்றனர். இவர்களில் பலருக்கு, பெரிய அளவில் இது ஒரு நியாயமான குழப்பத்தை உண்டு பண்ணுகிறது. அப்போதையப் பிரதமரான டோனி பிளேயர் அவர்களின் முன்னாள் ஆலோசகர் ஆலிஸ்டேய்ர் கேம்பெல் அவர்களின் தோழியும், செரி பிளேய்ர் அவர்களின் ஆலோசகருமான ஃபியான மில்லர் என்னும் பெண்மணி, நான்காவது அலைவரிசை வெளியிட்ட ஆவணப்படத்தில், மாணவர்களுக்குத் தேவை யான அனைத்துவகைக் கல்வியையும் வழங்குகின்ற உள்ளூர் அரசுப் பள்ளியைத் தவிர்த்து விட்டு தனியார் பள்ளியை நாடும் நாகரிமற்ற நடுத்தர வர்த்தத்தினர்களால்தான் அரசுக் கல்விக்கு ஆபத்து உள்ளது என்று கடுமை யாகச் சாடினார். ஈயர் ஃபிலிப் பீடில் என்னும் பள்ளியின் ஆசிரியர் **2006**-ல் நான்காம் அலைவரிசை ஒளிபரப்பிய ஓர் ஆவணப்படத்தில் இதே வரியை எடுத்துக் கொண்டு, "எங்களுக்குத் தனியார் கல்வி தேவையில்லை" என்று சொன்னார். என்னுடைய கண்ணோட்டத்தில், அந்த வார்த்தையைக்

கையாளும் போது, சமூக அந்தஸ்த்தில் ஒரு பெரும் புள்ளியாக வளர்ந்து வந்த ஒரு கருப்பினத் தந்தையாரின் கருத்து, பிரிட்டனில் தனியார் பள்ளியின் தரம் அரசுப் பள்ளிகளை விட மிகவும் தாழ்ந்தவை என்பதாக இருந்தது. குறிப்பிட்ட விஷயத்தில் மக்களின் கவனத்திலிருந்து திசை திருப்புவதுபோல ஆக்ஸ்ஃபோர்டு பல்கலைக்கழகப் பேராசிரியர் ஆடம் ஸ்விஃப்ட், குழந்தைகளை தனியார் பள்ளிக்கு அனுப்பும் நடுத்தர வர்க்கப் பெற்றோர்கள்தாம் அரசுப் பள்ளியின் சமத்துவக் கொள்கையை குழி தோண்டிப் புதைக்கிறார்கள் என்றும் "வெளிவேஷம் போடுபவராக இருப்பது எப்படி" என்னும் தன்னுடைய நூலில் தன் கருத்தைக் கூறியுள்ளார்.

அந்நூலின் தலைப்பு, பெற்றோர் சந்திக்கும் குழப்பத்தை தெரியப் படுத்துகிறது. நீங்கள் உங்கள் குழந்தைகளைத் தனியார் பள்ளிகளுக்கு அனுப்புகிறீர்கள் என்றால், அரசுக்கல்விமுறை உங்கள் குழந்தைகளுக்கு உகந்தது அல்ல என்று சொல்கிறீர்கள். ஆனால் அரசுக் கல்வி இலவசக் கல்வியாக இருக்கிறபோது நீங்கள் உங்கள் குழந்தைகளைத் தனியார் பள்ளிக்கு அனுப்புவதாக இருந்தால், தனியார் பள்ளிச் செலவினத்திற் கென்று ஒரு குறிப்பிட்ட தொகையை வேண்டா வெறுப்பாகக் கொடுக்க வேண்டியுள்ளது. ஆனால் இதைச் சொல்லிக் கொண்டு, கல்வியைக் கருத்தில் கொள்கிற நடுத்தரப் பெற்றோராகிய நீங்கள், அரசுக் கல்வியி லிருந்து நீங்களே விலகிக் கொள்கிறீர்கள். அதன் பிறகு மிகச் சாதாரண கல்வி என்ற நிரந்தரச் சிக்கலில் உங்கள் குழந்தைகளைத் தள்ளி விடுகிறீர்கள் என ஸ்விஃப்ட் கூறுகிறார். பெரும்பான்மையான மக்கள் நியாயமான முறையில் சரியாக இருக்குமென்று நம்பிக்கை வைத்துள்ள அரசுப் பள்ளியைத் தேர்வு செய்து உங்கள் குழந்தைகளை அனுப்பினால், உங்கள் அன்புச் செல்வங் களின் எதிர்காலத்தை பாழடிக்கும் ஆபத்தை நீங்களே தேடிக்கொள்கிறீர்கள் என்று ஆகிவிடும். ஆகவே, இப்போது நீங்கள் என்ன முடிவெடுக்கப் போகிறீர்கள்?

நடுத்தர மக்களின் கவலை, பரம ஏழைகள் வாழும் நாடுகளில் உள்ள பெற்றோர்களின் கவலையை ஒப்பிட்டுப் பார்க்கும்போது, அவ்வளவு பெரிய கவலையாகத் தோன்றவில்லை என்பதுதான் ஸ்விஃப்ட் அவர்களின் கருத்து. ஆனால் மிகவும் பாமர ஏழைப் பெற்றோர்கள் எடுக்கும் முடிவு, நடுத்தர பெற்றோர்களின் மனதுக்கும் ஆறுதல் அளிக்கக் கூடியதாக இருக்கும் என்று நான் கருதிகிறேன். ஏராளமான மக்கள், ஏழைகளோ அல்லது பணக்காரர்களோ, முதலில், தங்கள் குழந்தைகள் கல்வியின் மீதுதான் அதிகமான கவலை கொள்கிறார்கள் என்று உலகெங்கிலுமிருந்து திரட்டப்பட்ட சான்றாதாரங்கள் நமக்குக் காட்டுகின்றன. இது நடுத்தர மக்களுக்கு மட்டுமே உள்ள கவலை என்று சொல்ல முடியாது. இரண்டா

வதாக, இது உலகெங்கிலும் உள்ள பெற்றோர்களின் ஒரே மாதிரியான கவலையாக இருப்பதால், தனியார் கல்வி பற்றி அடிப்படையிலான, சமூக ரீதியிலான எந்தப் பிரிவினையும் இதில் ஏற்பட வாய்ப்பில்லை. மேற்கத்திய நாடுகளில் தனியார் பள்ளிகளுக்கு பெருமளவில் ஆதரவு அளித்து வருவது நடுத்தர மக்களும், மேட்டுக்குடியின மக்களுமே என்பதுதான் இன்றைய அளவில் உண்மையாக இருக்கலாம். பல்வேறு காரணங்களுக்காக, நூறு ஆண்டு காலத்திற்கும் மேலாக இருந்து வந்த வலிமையான அரசாங்கத் தலையீட்டையும் சேர்த்து, பல்வேறு காரணங்களுக்காக அந்த மக்கள் இவ்வாறு செய்து வருகிறார்கள். அரசாங்கம் தலையிடுவதற்கு முன்பே (பிரிட்டனில் 1820 ஆம் ஆண்டில்) கல்வியானது நிச்சயமாக தனியார் கல்வியாகவே எங்கும் இருந்து வந்தது.

உண்மையில், எவ்வளவு குறைவான நடுத்தரப் பெற்றோர்கள் தனியார் கல்விக்கு ஆதரவு அளித்து வருகிறார்களோ, அவ்வளவு அதிகமான நடுத்தர மக்களிடையே சமூகப் பிரிவினை ஏற்பட இது வாய்ப்பளிக்கிறது. மாறாக, எவ்வளவு அதிகமான நடுத்தரப் பெற்றோர்கள், கவலையை விடுத்து, தனியார் கல்வியை நாடத் தொடங்குகிறார்களோ, அவ்வளவு தனியார் கல்விக் குழுமம் பெருமளவில் உதயமாவதற்கு இது வாய்ப்பாக அமையும். இதுபோன்ற நிறுவனப் பெயர்கள் எந்த அளவு உதயமாகின்றனவோ, அந்த அளவு ஏராளமான நடுத்தரப் பெற்றோர்கள், விபரம் அறிந்தவர்கள் கொடுக்கும் தகவல்கள் மூலம் தெரிந்துகொண்டு எந்தப் பள்ளியில் கட்டணம் குறைவாக உள்ளதோ, அந்தப் பள்ளிக்கு அதிக அளவிலான குழந்தைகள் செல்ல வாய்ப்புள்ளது. மேலும், ஏராளமான பெற்றோர்கள் தங்கள் குழந்தைகளைத் தனியார் பள்ளிகளில் சேர்க்கும்போது, அரசியல் வாதிகளும் கொள்கை முடிவு எடுப்பவர்களும், பெற்றோர்கள் தங்கள் குழந்தைகளின் படிப்பிற்காக இரண்டு முறை பணம் செலுத்தும் முட்டாள் தனத்தை அதாவது, ஒரு முறை வரியாகவும், இரண்டாவது முறை தனியார் பள்ளிக் கட்டணமாகவும் செலுத்துவதைக் களைய முயற்சி எடுக்க வேண்டும். ஏராளமான கொள்கை முடிவு எடுப்பவர்கள், இந்த இரட்டைக் கட்டணத்தை எதிர்க்க வேண்டுமென்று வலியுறுத்தப்படுகிறார்கள். தாமதமாகவோ, தவணை முறையிலோ பள்ளிக்கட்டணம் செலுத்துவது போலவும், தனியார் கல்விக்கு கட்டணம் செலுத்த முடியாதவர்களுக்கு இலக்கு ரசீது கொடுக்கப்படுவது போலவும், மேலை நாடுகளில் ஏராளமான சீர்திருத்தங்கள் தோன்ற சாத்தியக் கூறுகள் உள்ளன. இதுபோன்ற சீர்த்திருத்தங்கள் வேறு வழியில்லாமல் ஏற்றுக்கொள்ளும் நடுத்தர மக்களின் தாழ்வான மனநிலையை மாற்றி அமைக்கும்.

மிக மிகச் சுமாரான ஒரு திட்டம்

அமெரிக்க நாட்டில், எந்த வகைப் பள்ளியை வேண்டுமானாலும் தேர்வு செய்து கொள்ளலாம் என்ற கருத்தை ஆதரிக்கும் கல்வியாளர்கள், பரிதாபகரமாகச் செயல்பட்டு வரும் அரசுப்பள்ளிகளில் தோன்றும் பிரச்சினைகளுக்குத் தீர்வாக அமையும் 'ரசீது' களை ஆதரித்துப் பேசு கிறார்கள். நாம் ஏற்கனவே விவரித்த 'இலக்கு ரசீது' திட்டம், மில்வோக்கி என்னும் இடத்தில் 20 ஆண்டுக்காலமாகச் செயல்பட்டு வரும் 'ரசீது' திட்டம் போன்று, அமெரிக்க நாட்டில் செயல்பட்டு வரும் இவ்வகையான திட்டங்கள், ஒரு குறிப்பிட்ட நலிவுற்ற ஏழை இனத்துப் பெற்றோர்கள் தங்கள் குழந்தைகளைத் தனியார் பள்ளிக்கு அனுப்ப ஏதுவான திட்டமாக இருந்து வருகின்றது. இருந்தபோதிலும், இவ்வகையான சீர்த்திருத்தங்களின் அடிப்படையில் பெரும்பான்மையான குழந்தைகள் தொடர்ந்து கற்று வருகிற அரசுப்பள்ளிகள், மோசமான பள்ளிகள் என்று கருதி பெற்றோர்கள் தங்கள் குழந்தைகளை வேறு பள்ளிக்கு மாற்றிக் கொண்டதுபோல, அவை அவ்வளவு மோசமான பள்ளிகள் அல்ல.

இருப்பினும், சிலர், அரசுப்பள்ளியோ அல்லது தனியார் பள்ளியோ, தங்களுக்கு விருப்பமான பள்ளிக்குக் குழந்தைகளை அனுப்ப ஏதுவாக உள்ள, உலகெங்கும் பயன்படுத்தி வரும் 'ரசீது' திட்டங்களைச் சிலர் எதிர்த்து வருகிறார்கள். அமெரிக்க நாட்டுக் கல்வி சீர்திருத்தவாதிகளுக்கு கல்வித்தரத்தை மேம்படுத்துவதற்கான ஒரு மிகச் சாதாரண திட்டம் திடீரென மனதில் உதயமாகியிருக்க வேண்டும் என்று இந்த நூலின் சான்றா தாரம் கருதுகிறது. உலகெங்கும் பயன்படுத்தி வரும் ரசீதுகளுக்கு இருந்து வரும் எதிர்ப்புகள், அதன் விமர்சகர்கள் படித்துப் புரிந்து கொண்டதுபோல, அவ்வளவு பலமான சான்றாதாரம் இல்லை என்று இங்கு இடம் பெற்றுள்ள சான்றாதாரம் காட்டுகிறது.

மறைந்த மில்ட்டன் ஃப்ரைடுமேன் என்பவர்தான் 'ரசீது' களின் ஞானத்தந்தை என்று அழைக்கப்பட்டவர். சுமார் 50 ஆண்டுகளுக்கு முன்பு "கல்வியில் அரசாங்கத்தின் பங்கு" என்ற தலைப்பில் ஒரு கட்டுரை எழுதினார். அந்தக் கட்டுரையில் முதல் முறையாக, அவரின் பள்ளி 'ரசீது'த் திட்டத்தைப் பற்றிக் குறிப்பிட்டு எழுதியிருந்தார். அவருடைய மனைவி ரோஸ் என்பவருடன் சேர்ந்து, 1980 ஆம் ஆண்டு, "தேர்வு செய்து கொள் வதில் உள்ள சுதந்திரம்" என்னும் தலைப்பில் அதைப் பற்றி இன்னும் விரிவாக எழுதினார். அந்தக் கட்டுரையிலும் அமெரிக்க நாட்டில் உலகெங்கும் கல்விக்குப் பயன்படுத்தி வரும் ரசீதுகளுக்குக் கிளம்பியுள்ள மிக முக்கியமான, இன்று வரை இருந்து வரும் எதிர்ப்புகளைப் பற்றிக் குறிப் பிட்டு எழுதியுள்ளார். அந்த முக்கியமான சில எதிர்ப்புகளில் ஓர் எதிர்ப்பை,

“புதிய பள்ளிகள் பற்றிய ஐயப்பாடு” என்று ஒரு சில விமர்சகர்கள் வர்ணித்துள்ளனர். தனியார் பள்ளிகள் அப்போது (கிறித்துவ) மதம் சார்ந்த பள்ளிகளாகவோ அல்லது மேட்டுக் குடியினருக்கான பள்ளிகளாகவோ இருந்தன என்பதைக் கவனத்தில் கொள்ளும் போது, இதற்கான ‘மாற்று’ என்பது கட்டாயம் வரும் என்று கருதுவதற்கு, என்ன காரணம் இருந்தது என்று ரசீது திட்ட விமர்சகர்கள் தெரிந்து கொள்ள விரும்பினார்கள். இன்றைக்கு சந்தைகள் இல்லாத ஓர் இடம் பார்த்து அங்கு சந்தையைத் தொடங்கினால் அது வளர வாய்ப்புள்ளது; அத்துடன் அரசுப் பள்ளிகளி லிருந்தும் பிற தொழில் துறைகளிலிருந்தும் அதன் பங்கு பெறுவோர்களை கவர்ந்திழுக்கவேண்டும்” என்று ஃப்ரைடுமேன் தம்பதியினர் ஏற்றுக் கொள்ள வைக்கப்பட்டனர். ரசீது பற்றி பலரிடம் பேசிப் பார்த்த பிறகுதான் இவர் களுக்கு நம்பிக்கை வந்தது. இவர்கள் பலபேரிடம் பேசிப் பார்த்தபோது, அவர்கள் எல்லாரும் இப்படித்தான் சொன்னார்கள்: “பள்ளியில் ஆசிரியப் பணி செய்வதுதான் எனக்கு எப்போதும் பிடித்திருந்தது. (அல்லது ஒரு பள்ளியைத் தொடங்கி நடத்துவதுதான் பிடித்திருந்தது). ஆனால், கல்வி அதிகாரிகளையும், கல்வித்துறை சட்ட திட்டங்களையும் நடைமுறை களையும் (சிவப்பு நாடா), அரசுப் பள்ளிகளின் பொதுவான நிலைப்பாடு களையும் என்னால் தாக்குப்பிடிக்க முடியவில்லை. உங்கள் திட்டத்தின்கீழ் ஒரு பள்ளிக்கூடம் தொடங்க முயற்சி எடுத்துப் பார்ப்பேன்” என்றவாறு பலர் பேசினர்.

வளர்ந்து வரும் நாடுகளிலிருந்து திரட்டப்பட்ட சான்றாதாரங்கள், புதிய பள்ளி தொடங்கி நடத்துவதில் உள்ள நம்பிக்கைக்குத்தான் இன்றைக்கு ஆதரவளிக்கின்றன. கல்வி முனைவோர்கள் கல்விக்கான வாய்ப்புகளை வழங்கவே, அதிலும் ஏழை மக்கள் வாழும் சமுதாயத்தில் கல்வி வாய்ப்புகளை வழங்கவே முன் வருகிறார்கள். கல்வி வாய்ப்புகளை வழங்க முன் வருகிறார்கள் என்றால், பெற்றோர்களும், ஏழ்மைச் சமுதாய மக்களும் கல்வி பற்றித்தான் அதிக அக்கறையும் கவலையும் கொண்டவர் களாக இருக்கிறார்கள். கல்வி என்பது ஓர் அடிப்படை உரிமை. அரசுப் பள்ளிகள் திறமையின் மீதும், அவைகளின் பயன்கள் மீதும் அவர்கள் ஐயப்பாடு கொள்கிறபோது அவர்களாவே கல்விக்கான ஓர் மாற்று ஏற்பாடு செய்து கொள்வார்கள்.

நாங்கள் காட்டும் ஆதாரம், அமெரிக்க நாட்டில் நிலவி வரும் ரசீது களுக்கு எதிரான மறுப்புகளுக்கு அறை கூவல் விடுவதற்கு உதவிகரமாக உள்ளது. அதாவது, வசதி மிக்க குடும்பங்கள், தங்கள் சொந்தப் பணத்தைக் கொண்டு அரசாங்கம் வழங்கும் கல்வியைத் தங்கள் குழந்தைகளின் தேவைக் கேற்றபடி நன்கு நிறைவு செய்து கொள்வார்கள். ஆனால் அதுவே, தங்களிடம் உள்ள வருமானத்தை தங்கள் குழந்தைகளின் கல்விக்காகச்

செலவழிக்க விரும்பாத, அல்லது இயலாத ஏழைப் பெற்றோர்களுக்கு ஒரு பாதிப்பாக அமையும். ஃபிரைடுமேன் தம்பதியினர் இதற்குப் பதில் அளிக்கின்றனர். "இந்தக் கருத்து, ஏழைப் பெற்றோர்களைச் சிறுமைப்படுத்துகிற அறிவுஜீவிகளுடைய மனோபாவங்களின் இன்னொரு உதாரணமாக எங்களுக்குத் தெரிகிறது. மிகுந்த பரம ஏழைப் பெற்றோர்கள் கூட, தற்போதைய அரசுப் பள்ளிச் செலவினங்கள் அனைத்தையும் வேறு பள்ளிக்கு மாற்றிக் கொள்ள முடியாவிட்டாலும், தங்கள் குழந்தைகளின் கல்வி மேம்பாட்டிற்காக குருவி சேர்ப்பது போல, இன்னும் கொஞ்சம் கூடுதல் பணத்தைச் சேர்க்க முடியும் - சேர்த்தும் வருகிறார்கள்". வளர்ந்து வரும் நாடுகளிலிருந்து திரட்டப்பட்ட ஆதாரங்கள் இந்த விவாதத்தை ஆதரிக்கின்றன. இந்தப் பூமியில் வாழும் ஏழைப் பெற்றோர்கள் சிறுகச் சிறுகச் சேமித்துப் பாதுகாத்து வைத்திருந்த பணத்தை, தங்கள் குழந்தைகளின் கல்விக்காகச் செலவிடுகிறார்கள் என்றால், இன்றைக்கு அமெரிக்காவில் வாழும் ஏழை மக்கள், அதாவது மூன்றாவது உலகில் வாழக்கூடிய ஏழை மக்களை விட அதிகச் செல்வம் படைத்தவர்கள், ரசீதுகளை இன்னும் அதிகப்படுத்திக் கொள்ள இயலாது என்பது நம்பத்தகுந்ததா?

இருப்பினும், இதைவிட இன்னும் கூடுதலாகப் பார்க்க வேண்டுமென்று எங்கள் சான்றாதாரங்கள் கருதுகின்றன. உண்மையில், அநேக ஏழைப் பெற்றோர்கள், எந்த விதமான அரசாங்க உதவியுமின்றி, தங்கள் குழந்தைகளுக்கான கல்விச் செலவினங்களைச் செய்து வருகிறார்கள் என்று ஆதாரங்கள் குறிப்பிடுகின்றன. உலகெங்கும் பயன்படுத்தப்பட்டு வந்த ரசீது முறைகளைப் பொருத்த வரை, ஃப்ரைடுமேன் தம்பதியினர் மிக மிக மிதமானவர்களாக இருந்தார்கள் என்ற கருத்தைக் கூறிய நம்ப வைக்கும் இன்னொரு ஆதாரத்தையும், உண்மையில் இம்முறை வரலாற்றிலிருந்து அவர்கள் அறிந்து கொண்டனர்.

கடைசி அத்தியாயத்தில் நாம் சுருக்கமாகக் குறிப்பிட்டிருக்கிற விக்டோரியா அரசி காலத்து இங்கிலாந்து நாட்டுக் கல்வி வரலாற்றையும், அதன் சம காலத்து 19-ஆம் நூற்றாண்டு அமெரிக்க நாட்டு சான்றாதாரத்தையும் மீள்பார்வை செய்து பார்த்து, "மாணவர்கள் அவ்வளவாக வருகை தரும் முன்பே அமெரிக்க ஐக்கிய நாடுகளில் பள்ளிக் கல்வி பெருமளவில் உலகமயமாகி இருந்தது" என்றும், ஆனால் இங்கிலாந்து நாட்டில், "கட்டாய மாணவர் வருகைக்கு முன்போ அல்லது அரசாங்கச் செலவினப் பள்ளிகள் இருப்பதற்கு முன்போ பள்ளிக் கல்வி பெருமளவில் உலகமயமாகி இருந்தது" என்றும் அதற்குள் அவர்கள் உணர்ந்து கொண்டார்கள். எல்லாருக்கும் தேவைப்படுகிற கட்டாயப் பள்ளிக் கல்விச் சட்டதிட்டங்களுக்கு இந்தச் சான்றாதாரம் அறைகூவல் விடுத்தது. ஆகவே, கட்டாயச் சட்டத்திட்டம் அரசு நிதியுதவிக்கான முக்கிய முகாந்தரமாக

இருந்ததால் அது விடுபடத் தொடங்கியது. கல்வி(க்கான) ரசீதை இன்னும் ஒரு பயனுள்ள படிக்கல்லாகப் பார்த்தாலும், 1980 ஆம் ஆண்டிற்குள் ஃபிரைடு மேன் தம்பதியினர் தீவிர மாற்றத்தில் நாட்டம் உடையவர்களாக மாறிவிட்டனர்: "ரசீது முறையை கல்விக்கான தீர்வின் ஓர் அங்கமாக நாங்கள் பார்க்கிறோம். ஏனென்றால், அது பள்ளிக் கல்விக்கான நிதி உதவியையோ, அல்லது கட்டாய மாணவர் வருகைச் சட்ட திட்டங் களையோ பாதிப்பதில்லை. இன்னும் ஆழமாக அதன் செயல்பாட்டை ஆதரிக்கிறோம்" என்றனர் அந்தத் தம்பதியினர். இந்த விவகாரத்தில் "ஞானத்தந்தை" அவர்கள், அனைவரும் விரும்பி உலகெங்கும் பயன்படுத்தி வரும் ரசீது முறைகளிலிருந்து, பரம ஏழைமக்களுக்காக பயன்பாட்டில் உள்ள இலக்கு ரசீதுகளுக்கு மாறினார். "பொருளாதாரப் பற்றாக்குறை காரணமாக, அரசாங்க நிதியுதவி வறியோர் விவகாரத்தில் ஏற்கனவே உள்ள வாறு அப்படியே இருக்க வேண்டும். ஆனால், அரசு நிதியுதவி பெறும் பள்ளிக்குச் செல்லும் குழந்தைகளில் 90 சதவிகிதத்தினரைவிட, 5 முதல் 10 சதவிகிதத்தினர் அதிகமாகப் பொருளாதாரப் பற்றாக் குறையால் வறுமையுற்‌ றோர்களாக இருக்கிறார்கள் என்ற மாபெரும் வித்தியாசமான விஷயம் ஒன்று இருக்கிறது." பள்ளிக் கல்விக்கான கட்டாயச் சட்ட திட்டங்களை அரசாங்கம் கைவிட்டு, பொருளாதாரப் பற்றாக் குறையால் வறுமையுற்ற ஒரு சிறிய அளவிலான சிறுபான்மைப் பெற்றோர்களைத் தவிர, மற்றபடி கல்விக்கு நிதி உதவி அளிப்பதைத் தவிர்த்து, ஃபிரைடுமேன் தம்பதியினர் கல்வியை முற்றிலும் தனியார் மயமாக்குவதை 1980 - வாக்கில் ஆதரித் தனர். "அரசாங்கநிதி உதவி, மற்றும் மாணவர் வருகைச் சட்ட திட்டங்கள் ஆகியவை, ஏராளமான வாசகர்களுக்கு அதிகபட்சமாகத் தெரியும்" என்ற கருத்தை ஏற்றுக் கொண்டு, ஃபிரைடுமேன் தம்பதியினர், கல்வியைத் தனியார் மயமாக்கும் பொருள் பற்றி மேற்கொண்டு விரிவாக எதையும் பேசவில்லை. ஆகவே நடைமுறை உண்மைகளை பின்பற்றி மீண்டும் ரசீது முறைக்கு வருவது, தற்போதைய நடைமுறையிலிருந்து மிக மிக மிதமான முறையில் மாறிவரும் செயல் ஆகும்.

அநேகமாக, இந்நூல் முழுவதும் திரட்டிக் கொடுக்கப்பட்டிருக்கும் சான்றாதாரங்கள், ஃபிரைடுமேன் தம்பதியினரின் அடிப்படை மாற்றம் அமெரிக்க நாட்டினருக்கு ஓர் அறிவார்ந்த அணுகு முறையாக அமைவ தோடு, மற்ற மேற்கத்திய நாடுகளுக்கும் சிறந்த அணுகு முறையாக அமையும் என்ற கருத்தைக் கூறுகின்றன. ஏனென்றால், ஆப்பிரிக்காவிலும் ஆசியாவிலும் இப்போது நடைமுறையில் உள்ள கல்வி, கீழ் மட்ட அளவில் உள்ளவர்களுக்காக தனியார் மயமாக்கப்பட்டது என்பதை நாம் காண் கிறோம். மேற்கத்திய நாடுகளில் வாழ்கின்ற நலிவுற்ற மக்களுக்கு ரசீதுகள் மூலம் உதவ, அரசாங்கத் தலையீடு வேண்டும் என்று எதிர்பார்க்கிற

போதுமட்டும், இந்தச் சான்றாதாரம், முழுமையான மாற்றம் விரும்பும் தீவிரவாதிகளாக இருப்பதை விட முழுமையான எச்சரிக்கை உடையவர்களாக இருக்க வேண்டும் என்பதற்கான வாய்ப்புகளை வலியுறுத்துகிறது. உடமையிழந்தோர் உரிமையிழந்தோர் என்ற பதங்களை பயன்படுத்தி அமெரிக்கநாட்டு நலிவடைந்த மக்களை, அந்த நாட்டு மேட்டுக் குடியினர் குறிப்பிடுவது போல-வெளிநாட்டு முகமைகள் வந்து தங்களுக்கு ஆதரவு தரட்டும் என்றும், அரசாங்கத் தோல்விகளை வேண்டா வெறுப்பாக ஏற்றுக் கொண்டும் ஆசியாவிலும் ஆப்பிரிக்காவிலும் வாழும் நலிவடைந்த மக்கள் சோம்பேறிகளாக இருந்து விடுவதில்லை. இந்த மண்ணின் நலிவடைந்த மக்கள், யாரிடமிருந்தும் எந்த உதவியும் பெறாமல், தாங்களே தங்களுக்கு சுயமாக உதவி செய்து கொள்ள, நேரில் சென்று பள்ளி களை நன்கு அறிந்து கொண்டு அரசுப்பள்ளிகளிலிருந்து தங்கள் குழந்தை களை விடுவித்து, தங்கள் சொந்த இனத்தில் உள்ள கல்வி முனைவோர்கள் தொடங்கிய, தங்கள் குழந்தைகளுக்கான கல்வியைச் சரியான முறையில் கொடுக்கின்ற தனியார் பள்ளிகளில் தங்கள் குழந்தைகளைச் சேர்ந்து விடு கின்றனர். கென்யா, மற்றும் இந்தியா போன்ற இடங்களில் அந்நாட்டு மக்கள் செய்து கொள்வது போல, அமெரிக்காவிலும் மற்ற மேலை நாடுகளிலும் அரசாங்கம் தலையிட்டு ஏழை மக்களுக்கு உதவக்கூடிய கல்வி நிறுவனங்களை எல்லா இடங்களிலும் ஏற்பாடு செய்து கொடுக்க முடியுமா? வளர்ந்து வரும் நாடுகளில் தோன்றியுள்ளதைப் போலவே, சரியான வழியில், உண்மையான தனியார்மயமாக்கப்பட்ட கல்வியாக அது இருக்குமா?

அநேகமாக, மேலை நாடுகளிலும், வளரும் நாடுகளிலும் இந்த முடிவை ஏற்றுக் கொள்ள முடியாத அளவு சூழல்கள் முற்றிலும் வேறுபட்டிருக் கின்றனவா? மேலை நாடுகளில், அரசுக் கல்வியானது தரம் தாழ்ந்திருப்ப தால், அந்தத் தரக் குறைவுக்கு, உலக நாடுகள் அதனைக் கண்டித்தாலும், வளர்ந்து வரும் நாடுகளில் வாழும் ஏழைமக்கள் அன்றாடம் எதிர் கொள்ளும் கல்வியைப் போல அக்கல்வி அவ்வளவு மோசமானதாக இல்லையோ? அதைச் சரி செய்யும் முயற்சி அவ்வளவு பெரிதாகவும் இல்லை; அவ்வளவு தெளிவாகவும் இல்லை.

ஜேம்ஸ் பார்த்தலேமியு, தன்னுடைய "நாங்கள் வாழும், மக்கள் நலம் நாடும் நாடு" என்னும் நூலில், நான் சென்று வந்த நாடுகளில் வாழும் ஏழை மக்கள் தனியார் கல்வியை நாடுவதற்குத் தங்களைத் தயார்படுத்திக் கொண்டதுபோல, மேலைநாட்டினர் தனியார் கல்வியை ஏற்றுக் கொள்ள வில்லை என்று குறிப்பிடுவது , மேலை நாட்டினருக்கு அரசுக் கல்வி மீது ஓர் ஆழமான நம்பிக்கை வேரூன்றிப் போய் விட்டதோ, என்னவோ? இந்தக் கேள்விகளுக்கான பதில் எனக்குத் தெரியவில்லை. அவர்கள் 'ஆம்' என்று ஒத்துக் கொள்ளும் பட்சத்தில், முழுமையான மாற்றம் வேண்டும்

என்கிற இந்தத் தீர்மானம், மேற்கத்திய நாடுகளில் பெரும்பாலும் நீடித்து நிலைத்து நிற்காது. அவர் 'இல்லை' என்று மாறுபடும் பட்சத்தில், ஒரு வேளை இது நிலைத்திருக்கலாம். என்னால் இதை இன்னும் நுணுக்கமாகச் சொல்ல முடியவில்லையே என்று வருத்தப்படுகிறேன். ஆனால், இந்தியா விலும், சீனாவிலும், ஆப்பிரிக்காவிலும் இப்போது என்ன நடைபெற்று வருகிறது என்பதன் மறை பொருளை வாசிக்கின்றபோது, கல்வியை கீழ் மட்ட அளவில் தனியார் மயமாக்குவதை மேற்கத்திய நாடுகளிலும் விலைக்கு வாங்கிக் கொள்ள வேண்டும்.

இந்தியாவால் முடிகிறது என்கிற போது, நம்மால் ஏன் முடியாது?

1980-ஆம் ஆண்டு அமெரிக்க நாட்டு "தேசிய ஒளிபரப்பு நிறுவனம்," 'வெள்ளைத்தாள்' என்னும் செய்திப் பிரிவில் "ஜப்பான் நாட்டினரால் முடிகிற போது, நம்மால் ஏன் முடியாது" என்ற அதிர்ச்சியூட்டும் செய்தியை ஒளிபரப்பியது. இந்நிகழ்ச்சி, தொடக்கத்திலிருந்த தொழில்நுட்பத்தை மறு சீரமைப்புச் செய்து, உலகளாவிய வாகனங்கள் மற்றும் எலக்ட்ரானிக் சாதனங்களுக்கான உலகச் சந்தையை ஜப்பான் எப்படி கைப்பற்றியது என்று வெளியிட்டது. இங்கிலாந்து நாட்டு உற்பத்தித் தொழிற்சாலைகளுக்கு இதுவும் ஓர் எழுச்சி அழைப்பாக ஆகிவிட்டது. இது போன்று 'கல்வியில்' ஓர் எழுச்சி அழைப்பு, இந்தத் தடவை இந்திய நாட்டிலிருந்து, ஜப்பான் நாட்டிலிருந்து அல்ல. சீனாவிலிருந்து ஒரு வேளை நைஜீரியா, கானா மற்றும் கென்யா நாட்டிலிருந்து கூட அழைப்பு வந்தது போல என்னுடைய ஆய்வு என்னை எண்ணத் தூண்டுகிறது..

அரசுக்கல்வியில் ஏற்பட்ட ஒரு அவசர நெருக்கடியால், ஓர் உயிர் துடிப்புள்ள, நம்பிக்கை நிறைந்த கல்வித் தொழிற்சாலை தோன்றத் தொடங்கிவிட்டது. அது ஏழைமக்களுக்கும், அது போலப் பணக்காரர் களுக்கும் சேவை செய்து கொண்டிருக்கிறது. அரசுக் கல்வியில் இருக்கக் கூடிய தரத்தைவிட, அதிகமான தரத்தைக் கொண்டிருக்கிறது. ஆழந்து சிந்தித்து எடுக்கப்பட்ட அரசுக் கல்வி முறையோடு கற்பனை செய்துபார்க்க முடியாத அளவு, எல்லாருடைய தேவைகளையும் நிறைவேற்ற தன்னை ஈடு படுத்திக் கொள்ளும். போட்டிகள் உண்டாவதன் மூலம் கற்றல் கற்பித்தல் செயல்பாடுகளை மேம்படுத்தவற்கு புதுவழி காணத் தன்னை ஈடுபடுத்திக் கொள்ளும்.

இந்த நாடுகளில் பலம் வாய்ந்த குறைந்த கட்டணத் தனியார் பள்ளிகள் தோன்றத் தொடங்கினால், ஒரு வேளை, குறிப்பாக இந்தியாவிலும், சீனாவிலும் உள்ள பொருளாதாரப் புலிகளிடையே அப்பள்ளிகள் தோன்றுமேயானால், இந்தப் பொருளாதாரப் புலிகள் - இராட்சதர்கள்,

மேற்கத்திய நாடுகளில் உள்ள அரசுப் பள்ளிகளின் ஏகபோக உரிமையை இவர்கள் அறை கூவல் விடத் தொடங்குவார்கள். இந்தியாவிலும், குறிப்பாக சீனாவிலும் குறைந்த கட்டணத் தனியார் பள்ளித் தொழிற் சாலைகளினால் உண்டாகும் போட்டியைக் கண்டு அமெரிக்க நாட்டினர் அதிக அளவு பயப்படுவது போல, மேற்கண்ட நாடுகளில் தோன்றும் கல்விக் குழுமத்தினால் உண்டாகும் போட்டி கண்டு அமெரிக்கர்கள் கவலைப் படவும் வாய்ப்புள்ளது.

கல்வியில் வருகின்ற புது முயற்சி, இந்தியாவிலும் சீனாவிலும், ஏன் ஆப்பிரிக்காவிலும் கூட, சரியாக அமையக்கூடியதாக, வெற்றி மேல் வெற்றி பெறக்கூடியதாக என் உள்ளுணர்வின்படி அமையும். இது இந்தியாவில் இவ்வாறு வெற்றி மேல் வெற்றி பெறக்கூடியதாக அமையும் போது, நமக்கு ஏன் இவ்வாறு அமையக்கூடாது? இந்நிகழ்வைப் புரிந்து கொள்வதற்கு, வரலாற்று முன்னுதாரணம் ஒன்று உள்ளது. 19 ஆம் நூற்றாண்டில், கல்விக்கான சாத்தியக் கூறுகளை எவ்வாறு இங்கிலாந்திலும் இதர மேலை நாடுகளிலும் மேம்படுத்துவது என்பதற்கான தீர்வை, இந்தியாவில் உள்ள தனியார் பள்ளிகளில் கையாண்டு வந்த வழிமுறைகளை, அப்படியே அச்சுப் பிசகாமல் பின்பற்றுவது தான் சரியான வழி என்று கண்டு கொள்ளபட்டது. அருட்திரு முனைவர் ஆண்ட்ரூ பெல் அவர்களின் மதராஸ் போதனா முறைகள் மூலமாகவும், அதன் பிறகு ஜோசப் லாங்காஸ்டர் அவர்களின் உத்திகள் மூலமாகவும் இந்தியாவில் நடந்தவைகளை அப்படியே பின்பற்றி, அந்தக் கல்வி அனுபவ அறிவை இங்கு மேம்படுத்தும் முறையில் மாற்றம் செய்து கொள்ளப்பட்டது. வளர்ந்து வரும் உலக நாடுகளில் நாம் காணும் குறைந்த செலவினத் தனியார் பள்ளிகள், கீழ் மட்ட அளவிலான தனியார் மயமாக்கம் ஆகியவை நாம் குழந்தைகளுக்குக் கற்பித்து வரும் கல்விக்கான சாத்தியக் கூறுகளை மேம்படுத்தும் பொருட்டு மாற்றம் செய்யப்பட்டு, இங்கேயும் அக்கல்வி அப்படியே ஒரு வேளை பின்பற்றப்படுமோ?

என்னுடைய மிகச் சிறந்த ஊகம் இது. ஆனால் இது நடைபெறுகிறதோ இல்லையோ, ஆப்பிரிக்காவிலும் ஆசியாவிலும் உள்ள குறைந்த செலவினத் தனியார் பள்ளிகள் இங்கு தோன்றி நிலைத்திருக்கும். ஏழைப் பெற்றோர்கள், தாங்கள் செய்வது இன்னது என்று நன்கு அறிந்திருக்கிறார்கள். அவர்கள் தங்கள் குழந்தைகளுக்குத் தேவையான மிகச் சிறந்தவற்றை விரும்புகிறார் கள். தனியார் பள்ளிகள்தாம் தங்கள் குழந்தைகள் முன்னேற்றத்திற்கு உகந்தது என்று நன்கு அறிந்திருக்கிறார்கள். ஏழைப் பெற்றோர்கள் அவர்களுக்குத் தேவையான அருமருந்தைக் கண்டு கொண்டார்கள். கொள்கை முடிவெடுப் பவர்களும், கருத்து முதல்வர்களும் அந்த இடத்தை எட்டுவதற்கு இதுவே சரியான தருணம்.

கிரகணம்

என்னால் அதை நிச்சயமாகத் திட்டமிட்டுச் செய்ய முடியவில்லை. என்னுடைய ஆய்வுப் பணியின் கடைசி வாரத்தின் போது, ஓர் ஆய்வரங்கில் உரையாற்றி விட்டு, ஏற்றுக் கொண்ட எல்லாவற்றையும் முடித்து விட்டுப் போவதற்காக கானா நாட்டில் தங்கி இருந்தேன். அன்று தான், மீண்டும் நான் இங்கிலாந்து தேசத்திற்குப் பறந்து செல்லவிருந்த, என் பயணத்தின் கடைசி நாளான **2006** ஆம் ஆண்டு மார்ச் மாதம் **29** ஆம் நாள் புதன்கிழமை. அன்றுதான், அங்கே முழுச் சூரிய கிரகணம் வரவிருந்த நாள். பிரேஸில் நாட்டில் தொடங்கி, கானா நாடு வழியாக மேற்கு மங்கோலி யாவில் வரும் சூரிய அஸ்தமனத்தின்போது பூமியின் மேற் பரப்பின் ஒரு குறுகிய பகுதியில்தான் அந்தச் சூரிய கிரகணம் தெரியும்.

2006 ஆம் ஆண்டு மார்ச் மாதம் **25** ஆம் நாள் சனிக்கிழமை, 'டெய்லி கிராஃபிக்' என்னும் இதழில் ஒரே ஒரு வார்த்தையைத் தாங்கிய அட்டைப் படச் செய்தி வெளியாகி இருந்தது. அது தான் "கிரகணம்" என்ற செய்தி. "எதிர்வரும் புதன்கிழமை காலை **8.30**லிருந்து **9.30**க்குள் அந்த நாட்டின் ஆறு மாநிலங்களில் முழுச் சூரிய கிரகணத்தையும் காணலாம்" என்பது தான் அந்தக் கட்டுரையின் உள்ளடக்கச் செய்தி. சுருக்கெழுத்துப் பெயர்கள் தாங்கி நின்ற, அரசாங்கத்தின் எல்லா நிறுவனங்களும் தயார் நிலையில் நிறுத்திக் வைக்கப்பட்டிருந்தன. "செயற்கைக்கோள் பயன்பாடு மற்றும் வரை படத் தகவல் பணி மைய" மேலாண்மைக் குழு இயக்குனர், "கானா நாட்டினர் அனைவரையும் சூரிய கிரகணம் பற்றி விழிப்பாக இருக்குமாறு துரிதப்படுத்தினார்" என்ற செய்தி "டெய்லி கிராஃபிக்" இதழில் ஆர்வத் தைத் தூண்டும் வகையில் வெளிவந்திருந்தது. "சூரிய கிரகணத் தேசியத் திட்டக் குழுத் தலைவர்", "சூரிய கிரகணம் பற்றி சரியான நேரத்தைத் தெரிவிக்கும் பொருட்டு சிறப்பு ஏற்பாடுகள் அனைத்தும் செய்யப்பட்டு வருகின்றன" என்று தெரிவித்தார். மேலும் அவர் "கிறித்தவத் தேவாலயங் களுக்கும் மசூதிகளுக்கும் சென்று, கிரகணம் தோன்றும் நேரத்தை தேவாலய மணியடித்தும், மசூதி ஒலிபெருக்கி மூலமும் தெரியப் படுத்துமாறு கேட்டுக்கொண்டார்.

சுற்றுலாத்துறை அமைச்சகம், தலைநகரை நவீனப்படுத்தும் அமைச்சரக உதவியுடன், தனியார் நிறுவனம் மூலமாக, ஆறு மில்லியன் 'சூரிய கிரகணப் பாதுகாப்புக் கண்ணாடிகள்' ஜெர்மனியிலிருந்து இறக்குமதி செய்யப் பட்டன. "தேசிய பேரிடர் மேலாண்மை நிறுவனம்", "செயற்கைக் கோள் பயன்பாடு மற்றும் வரைப்படத் தகவல் பணி மையத்துடன்" கூட்டுச் சேர்ந்து, முழு சூரிய கிரகணம் தோன்றும் நேரத்தில் ஏற்படும் அபாயத்தை, பொதுமக்கள் கவனத்தில் கொண்டுவரும் பொருட்டு செயல்பட்டு

வருகிறது என்று குறிப்பிட்டிருந்தது. இயற்கைப் பேரிடரின் விளைவுகளிலிருந்து பாதுகாத்துக் கொள்ளவும், அதன் வீரியத்தைக் குறைத்துக் கொள்ளவும், எச்சரிக்கை உணர்வு பெரும் பொருட்டு பொது மக்களுக்கு விழிப்புணர்வு நல்கவும், தேசியப் பேரிடர் மேலாண்மைத் திட்டம் தயாரித்துச் செயல்பட, பிரிவு எண் 517 -ன் கீழ் அதிகாரம் அளிக்கப்பட்டது. அப்படியே செய்து வருவதாக அந்த அமைப்பு, கூடுதல் தகவல் தெரிவித்தது. தேசிய பேரிடர் மேலாண்மையின் மீட்பு, மற்றும் சீரமைப்பு பொறுப்புத் தேசிய உதவி ஒருங்கிணைப்பாளர், "கிரகணத்தின் போது திடீரென இருள் மூடும் சமயத்தில், செல்லப் பிராணிகள், இரவில் திரியும் பறவைகள், மற்றும் பல விலங்குகளின் நடவடிக்கைகளில் மாறுதல் ஏற்படும்" என்று அறிவுறுத்தினார்.

சூரியகிரகணத்தின் முதல் நாளான திங்கட்கிழமை, மீன்பிடி கிராமமான போர்ட்டியனார் என்னும் கிராமத்தில், சுப்ரீம் அக்காடமி பள்ளியின் உரிமையாளரான தியோஃபிலஸ், 'டெய்லி கிராஃபிக்' இதழில் வாசித்த எல்லாவற்றையும், தம் மாணவர்களுக்கு காலை வழிபாட்டுக் கூட்டத்தில் விளக்கமாகச் சொன்னதை நான் கவனித்துக் கேட்டுக்கொண்டிருந்தேன். ஆனால் மாணவர்கள் ஏற்கனவே அதை நன்கு அறிந்திருந்தனர். அந்தக் கிராமம் முழுவதும் அச்சம் கலந்த ஆச்சரியத்தில் மூழ்கியிருக்கிறது. அந்தக் கடற்கரை மணலில், மீன் பிடிக்கச் சென்ற தங்கள் கணவன்மார்கள் வருகைக்காக காத்துக் கொண்டிருந்த பெண்கள், வெளிநாட்டிலிருந்து இறக்குமதி செய்யப்பட்ட சூரியகிரகணப் பாதுகாப்புக் கண்ணாடிகளைத் தங்கள் குழந்தைகளுக்கு கொடுக்குமாறு கேட்டுக்கொண்டார்கள். ஒரு கண்ணாடி 10,000 செடிஸ் வீதம் (ஒரு டாலர்) நகரத்திலிருந்து ஒரு பை நிறைய கண்ணாடிகள் வாங்கி வந்திருந்தேன். கண்ணாடிகளுக்கான தேவை அதிகரிக்க அதிகரிக்க ஒரு கண்ணாடியின் விலை 25000 செடிஸ் (சுமார் 2.50 டாலர்) வரை உயர்ந்துவிட்டது. அதனால் கண்ணாடி தட்டுப்பாடும் ஆகிவிட்டது. நான் வாங்கி வந்திருந்த கண்ணாடிகளை மாணவர்களுக்கு வழங்குவதற்கு மனமுவந்து தியோஃபிலஸ் அவர்களிடம் கொடுத்தேன்.

அடுத்தநாள் செவ்வாய்க்கிழமை ஒரு கருத்தரங்கில் என் ஆய்வுகளைச் சமர்ப்பித்தேன். அடுத்த நாள் புதன்கிழமை காலை, அக்ராவில் நான் தங்கியிருந்த ஈஸ்ட் லெகான் என்னும் விடுதியிலிருந்து மூட்டை முடிச்சுகளைக் கட்டிக் கொண்டேன். அங்கேயே என் காலை உணவை அருந்திவிட்டு காலை, 8.15 மணி அளவில் அந்த விடுதியை விட்டு வெளியே வந்தேன். அடுத்த ஒரு மணி நேரம் முற்றிலும் விசித்திரமான ஒன்று நடைபெறவிருந்தது.

சூரியன் ஒரு மணிநேரத்துக்கும் கூடுதலாக தெரிந்தது; பகற்பொழுது வழக்கம் போல இருந்தது. முதலில் கண்ணுக்குப் புலப்படாத அளவு

இருந்த நிலவு, பிறகு மெல்ல மெல்ல சூரியனுக்கு முன்பாக நகரத் தொடங்கியது. விடுதிச் சிப்பந்திகள் ஒவ்வொருவருவராக வெளியே வரத் தொடங்கி, விடுதிக்கு வெளியே நான் நின்று கொண்டிருந்த இடத்திற்கருகே கூட்டமாக ஒன்று திரண்டு விட்டனர். அந்த ஜெர்மானிய இறக்குமதிக் கண்ணாடிகளை மாற்றி மாற்றிப் போட்டுப் பார்த்துக் கொண்டோம். சூரியனையும், சிறிய புள்ளி போலக் காணப்பட்ட இருண்ட நிலவு மெதுவாக நகர்ந்து செல்வதையும் பார்த்தோம். அந்த விடுதியில் பணி யாற்றும் அழகான கறுப்புநிறக் குட்டைப் பாவாடையும், இளமஞ்சள் நிற மேலாடையும் அணிந்திருந்த இளம் பெண்கள் ஆனந்தத்தில் துள்ளிக் குதித்தனர்; சற்றுமுன் வந்த அறிவிப்பாளர் ஒருவர், தனது தோழியுடன் மகிழ்ச்சியில் துள்ளிக் குதித்து, "கானா தேசம்தான், ஆப்பிரிக்காவின் நுழை வாயில் என்று சி.என்.என். என்னும் அமெரிக்க ஒளிபரப்பு நிறுவனம் கானாவை குறிப்பிடுகிறது" என்று ஆரவாரத்தில் ஆர்ப்பரித்தனர். இரண்டு இளைஞர்கள் குளிர்பானக் கடை நிழலில் சந்திக்கின்றனர். அவர்கள் அறிவியல் பற்றிப் பேசிக் கொள்கிறார்கள். இதை அறிவியல் முன்கூட்டியே சொல்லிவிடுகிறதே? இது எவ்வளவு பெரிய விஷயம்: "இன்றைக்கு கிரகணம் நிகழும் என்று விஞ்ஞானிகளுக்கு எப்படித் தெரியும்? அவர்கள் சொன்னது அப்படியே நிகழ்கிறது, நிகழ்ந்திருக்கிறது" என்று பேசிக் கொண் டனர். மெல்ல மெல்ல இருட்டத் தொடங்கியது. இலேசான குளிர்ந்த காற்றும் வீசத் தொடங்கியது. அந்த இளைஞர்களில் ஒருவர், "மழை வரும் போலத் தெரிகிறது, ஆனால் மேலே மேகம் எதையும் காணோமே" என்றார்.

இருட்டத் தொடங்கியது; எங்கும் குளு குளுவென்று மழைக்காற்று வீசியது. விடுதிப் பணியாளர்களின் மகிழ்ச்சி பெருக்கெடுத்து ஓடியது. "இறைவன் மிகப் பெரியவன். இயேசுவே, உமக்கு நன்றி" என்று எல்லாரும் எண்ணிக்கொண்டிருந்ததையே, சூரியனை உற்றுப் பார்த்துக் கொண் டிருந்த ஒருவர் கூறினார். இதையே எல்லாரும் ஒரே குரலில் கூறினர். கானா, ஒரு கடவுள் நம்பிக்கையுள்ள நாடு. அறிவியல் பற்றி பேசிக் கொண்டிருந்த இரண்டு இளைஞர்களில் ஒருவர், பொதுவாக விஞ்ஞானிகளுக்கு கடவுள் நம்பிக்கை கிடையாது என்று கூறினார். ஆனால் அவரது நண்பர், "சர் ஐசக் நியூட்டன் யார்? நியூட்டன் ஒரு தலை சிறந்த விஞ்ஞானி. ஆனாலும் அவர் ஆழ்ந்த கடவுள் நம்பிக்கை உள்ளவர்தானே" என்று இன்னொருவர் கூறியதை இருவரும் ஏற்றுக்கொண்டனர்.

முழுக் கிரகணத்தால் சூரியன் மறைக்கப்பட்டபோது, பாதுகாப்பு கண்ணாடியின் அவசியமின்றி சூரியனை நேராகப் பார்த்தால், வெறும் இருட்டுதான் தெரிகிறது. மெல்லிய கோடு போன்ற ஒளி மட்டுமே நிலவைச் சுற்றித் தெரிந்தது. விடுதிப் பணியாளர்கள் கட்டுக்கடங்காமல்,

ஆனந்தத்தில் ஆர்ப்பரித்தனர்: "இறைவன் மிகப் பெரியவன். இயேசு கிறிஸ்த்து அற்புதங்கள் நிறைந்தவர். இறைவா, உமக்கு நன்றி" என்று அவர்கள் துள்ளிக் குதித்து நடனம் ஆடினர். ஆனந்தக் கண்ணீர் விட்டனர். செல்லப் பிராணிகள், இரவில் சுற்றித்திரியும் விலங்குகள், பறவைகள், இதர விலங்கினங்கள் மத்தியில் மாற்றம் தெரியவில்லை. ஏனோ தெரியவில்லை, என்னைச் சுற்றியிருந்தவர்களிடம் ஏற்பட்டிருந்த மாற்றத்தால், என்னை யறியாமல் நானும் அழுதுவிட்டேன்.

அங்கே எங்கும் கும்மிருட்டும், அமைதியும் நிலவியது. ஆனால் மக்கள் எல்லாரும் மகிழ்ச்சியின் எல்லைக்கே சென்று விட்டனர். பிறகு எல்லாம் முடிந்துவிட்டது. சில மணித்துளிகளில் எல்லாம் முடிந்துவிட்டது. மீண்டும் வெளிச்சம் பரவத் தொடங்கியது. அந்தக் கண்ணாடியைக் கொண்டு நீங்கள் பார்த்தபோது, சூரியன் மிகச் சிறிய வெண் புள்ளி போன்று தோன்றுவதைத்தான் உங்களால் பார்க்க முடிந்தது. சூரியனின் இந்த ஒரு சிறிய வெண்புள்ளி மீண்டும் உலகிற்கு ஒளியைக் கொடுத்துவிட்டது. இது எப்போதும் நீங்காது நினைவில் இருக்கக் கூடிய ஒரு நிகழ்வு.

இது எல்லாம் முடிந்த அன்றைய தினமே கானாவிலிருந்து, என் நாட்டிற்கு பறந்து செல்லும் அந்த விமானத்தைப் பிடிக்கிறேன். என்னுடைய பயணம் முடிவுக்கு வருகிறது. மீண்டும் சூரிய கிரகணத்தை நினைத்துப் பார்க்கிறேன். விமானப் பயணத்தில், எனக்களித்த உணவை உண்டு மகிழ்ந்து, உணவுடன் வழங்கப்பட்ட மதுவையும் அருந்திக் கொண் டிருந்தபோது, இத்தனை ஆண்டுகளாக செய்த விமானப் பயணத்தில் கண்ட தற்கான ஓர் உருவகம் இருப்பதை என்னால் உணர்ந்து கொள்ளாமல் இருக்க முடியவில்லை. ஆரம்பத்தில் அதை சாதாரணமாகத்தான் எண்ணினேன். சூரியன் அரசுக் கல்வி போன்றது; ஆரம்பத்தில் ஒரு புள்ளிபோல் தோன்றி, மெதுவாக நகர்ந்து நகர்ந்து, இறுதியாக சூரியனை முற்றிலும் மறைத்து பூமியையே கிரகணத்தில் மூழ்கடித்து விடும் சந்திரன், தனியார் கல்வி போன்றது. ஆனால் அது அப்படிச் செய்துவிடாது. ஏனென்றால், சந்திரன் கட்டாயமாக அதைவிட்டு விலகிச் சென்றுவிடுகிறது; மீண்டும் சூரியன் தன் முழுமையான ஆதிக்க சக்தியை அடைந்துவிடுகிறது. இந்த உவமான உருவகம் பொருத்தமானதாகப்படவில்லை. தனியார் கல்வி புத்துயிர் பெற்று, மீண்டும் அரசுக் கல்விக்கு இறுதியாக அது இடமளிக்கும் என்று நான் பார்த்ததாகக் கருதியது அதுவல்ல. மது ஓரளவு உள்ளே போனதும், எனக்குள்ளே ஒரு தெளிவு தோன்றியது: நான் மக்களிடையே கண்ட, தங்களுக்குத் தாங்களே உதவி செய்து கொள்ளும் சக்தி கொண்ட, தனியார் கல்வி தொழில் முனைவோர்களின் ஆற்றல்போல சூரியன் இல்லையா? அது மாதிரி, சூரியனை மறைத்து, உலகெங்கும் ஒளி வெள்ளத்தை மறைத்து விடுவதில் வெற்றியடைகிற சந்திரனைப் போல அரசுக்கல்வி இல்லையா?

அது மறைத்து விடுகிறது; ஆனால், அது மறைப்பது மிக மிகக் குறுகிய தருணமே. இறுதியாக, சூரிய சக்தி, தங்களுக்குத் தாங்களே உதவி செய்து கொள்ளும் சுய சக்தி, தடைகளைத் தாண்டி மீண்டும் ஆளுமைக்கு வந்து விடுகிறது.

வீடு திரும்பும் அந்த விமானப் பயணத்தின்போது இந்த எண்ணங்கள் தாம் என் நினைவெல்லாம் நிறைந்திருந்தன. மீண்டும் நினைத்துப் பார்க்கையில் அவை இனிமையாக இருக்கும் என்ற நம்பிக்கையில், அவைகளை என் குறிப்பேட்டில் எழுதி வைத்தேன். அப்போது அளவோடு மது அருந்தியிருந்தேன். ஆனால் (இப்போதும்) அது மிகச் சரியான ஓர் உருவகம். அரசுக் கல்வி என்பது மனித குல நாகரிகத்தின் காலம் கடந்து நிற்கும் சிறப்புத் தன்மையுடையதாகவும், நிரந்தரத் தன்மை கொண்ட தாகவும் பலருக்குத் தெரிகிறது. ஆனால் அது தற்காலிகமான, ஏற்றுக் கொள்ளப்படாத உண்மை. வளர்ந்து வரும் நாடுகளில் செய்ய வேண்டிய செயல் முறைகளில் ஏற்படும் ஒரு மாற்றம். கல்வித் துறையில், புதிய இலவசக்கல்வித் திட்டத்தின் சக்தியும் வல்லமையும் மீண்டும் வெளிவந்து கொண்டிருக்கின்றன. இறுதியில் அது அரசுக் கல்வியை அப்புறப்படுத்தி விடுமா? அதற்கான வாய்ப்பு இருக்கிறது என்று சான்றாதாரங்கள் கூறு கின்றன என நான் கருதுகிறேன். மீண்டும் நிலவு வந்து சூரியனை மறைத்து கிரகணத்தை ஏற்படுத்துவது போல, மீண்டும் அரசுக் கல்வி வந்து, ஆக்கிரமிப்பு செய்து தனியார் கல்வியை மறைத்து விடுமோ? ஒரு வேளை நடக்கலாம். ஆனால் தனியார் கல்விச் சந்தை பலம் வாய்ந்தது. மத்திய திட்டம் வகுப்பவர்களால் கூடுமானவரை இதைப் பின்பற்ற இயலாமை - ஒவ்வொரு குடும்பத்தாரும் எடுக்கும் கோடிக்கணக்கான முடிவுகளினால் (தனியார் கல்வி நாடி எடுக்கும் முடிவு) கிடைக்கும் பலம் - புதுப்புது யுக்தி களையும், திட்டங்களையும் இடைவிடாது உருவாக்கி வரும் தனியார் கல்வி யாளர்கள் உள்வாங்கிக் கொள்ளும் கோடிக்கணக்கான தகவல்கள் - மக்கள் எதிர்பார்க்கிறதுபோல சிலவற்றை மாற்றி அமைத்து மேம்படுத்துதல் - ஆகிய அனைத்தையும் அடித்தளமாகக் கொண்டு தனியார் கல்வி கட்டி எழுப்பப்பட்டு வருகிறது. கல்வியில், தனியார்கள் தங்களுக்குத் தாங்களே செய்து கொள்ளும் உதவியினால் உண்டாகும் பலம் சக்தி வாய்ந்தது. அதன் பயன்களைப் பார்ப்பதற்கு சிறப்பாகச் செய்யப்பட்ட எந்தக் கண்ணாடி களும் தேவையில்லை.

பின்குறிப்பு

நான் இந்த நூலை எழுதி முடித்துக் கொண்டிருக்கும் சமயம் பார்த்து, "ஃபைனான்ஷியல் டைம்ஸ்" என்ற இதழும், "பன்னாட்டு நிதி நிறுவனமும்" சேர்ந்து "முதலாமாண்டு தனியார் துறை வளர்ச்சிப் போட்டி" என்ற ஒரு நிகழ்ச்சியை நடத்த ஏற்பாடு செய்திருப்பதாகக் கேள்விப்பட்டேன். தனியார் துறையானது, வளர்ச்சிக்கு எவ்வாறு உதவ முடியும் என்பதோடு, தனியார் துறையை, முதலீட்டாளர்களுக்கு சாதகமாகச் செய்ய முடியும் என்று புரிந்து கொள்வதற்கு துணை செய்யக்கூடிய ஓர் ஆய்வின் அடிப்படையில் எழுதப் பட்ட கட்டுரைகள் வரவேற்கப்படுவதாக அறிவித்தனர். மார்ட்டின் உல்ஃப் (உலகமயமாக்கம் ஏன் செயல்புரிகிறது), ஹெர்னாண்டோ டி சோட் டா (தலைநகரின் இரகசியம்), சி.கே. பிரஹலாத் (பிரமிட் அடியில் புதையல்) போன்ற, சிறந்த நூல் ஆசிரியர்களை நடுவர்களாகக் கொண்ட குழுவைக் கூட்டியிருந்தனர். நைஜீரியாவில் என் குழுத் தலைவராக இருந்த லான்ரே என்பவர் எனக்கு இ-மெயில் அனுப் பியதோடு, கட்டாயம் நான் அந்தப் போட்டியில் கலந்து கொள்ளவேண்டும் என்றும் கூறினார். வெற்றி பெறலாம் என்ற சிறிய எதிர்பார்ப்போடு, நானும் முயற்சித்துப் பார்க்கலாமா என்று எண்ணினேன்.

இந்நூலின் கடைசி அத்தியாயத்தையும், என் ஆய்வில் கண்டறிந்த உண்மைகள் சிலவற்றையும் சேர்த்து, அதைச் சுருக்கி "அமரட்ச் என்னும் சிறுமிக்குக் கல்வி புகட்டுவது ஏழைகளுக்காகச் செயல்படும் தனியார் பள்ளிகள்" என்னும்

தலைப்பில் எழுதி அனுப்பினேன். 2006 ஆம் ஆண்டு ஆகஸ்ட் மாதம், நார்தம்பர்லாண்டு என்னும் கிராமத்தில் உள்ள எனது பண்ணை வயலில் விளைந்த உருளைக்கிழங்கு மற்றும் வெங்காயம் ஆகியவைகளை பிடுங்கிக் கொண்டிருந்தபோது, வாஷிங்டனில் உள்ள பன்னாட்டு நிதி நிறுவன அலுவலகத்திலிருந்து எனக்கு ஒரு தொலைபேசி அழைப்பு வந்தது. தாமஸ் தவன்போர்ட் அவர்கள் எனக்கு திருப்பித் திருப்பிச் சொல்லி, நான் புரிந்து கொண்ட அந்தத் தகவலை என்னால் நம்ப முடியவில்லை. ஆம். அந்தக் கட்டுரைக்காக எனக்குத் தங்க மெடல் கிடைத்துள்ளது. மகிழ்ச்சியில் திக்குமுக்காடிப் போனேன். தொடர்ந்து இரண்டு இரவுகள் தூக்கம் வரவில்லை. தனியார் கல்வி மீது நான் கொண்டிருந்த கருத்துகளுக்கு அங்கீகாரம் கிடைத்துவிட்டதில் எனக்கு ஏகப்பட்ட மகிழ்ச்சி. மற்றவர் களிடமிருந்து நான் தனித்து நிற்கிறேன் என்ற எண்ணம் இனிமேல் எனக்குத் தேவை இல்லை.

உலக வங்கி மற்றும் பன்னாட்டு நாணய நிதியம் ஆகிய இரு நிறுவனங்களின் ஆளுநர்கள் ஆண்டுக் கூட்டத்தில் நடைபெற்ற விழாவில் செப்டம்பர் 2006 ஆம் ஆண்டு கடைசி வாரத்தில் அந்தப் பரிசைப் பெற்றுக் கொள்ள சிங்கப்பூர் பறந்து சென்றேன். நடுவர்களைச் சந்தித்து, அவர்களோடு கருத்துப் பரிமாறிப் பேசிக்கொள்ளும் பெருமை பெற்றேன். மற்ற பரிசு பெற்றவர்களைப் பற்றியும் தெரிந்து கொண்டேன். பரிசளிப்பு விழா நடந்த அடுத்தநாள், “ஃபைனான்ஷியல் டைம்ஸ்” என்னும் இதழ் “ஏழைகளுக்காகச் செயல்படும் தனியார் பள்ளிகள் முதலீட்டாளர்களை நாடுகின்றன” என்ற தலைப்பில் என்னுடைய அந்தக் கட்டுரையை வெளியிட்டது. அடுத்த நாள் எனக்கு வந்திருந்த செய்தியை வாசித்தேன்; “பேராசிரியர் டூலி அவர்களே, ‘ஃபைனான்ஷியல் டைம்ஸ்’ இதழில் வெளியாகியிருந்த உங்கள் கட்டுரையை வாசித்தேன். நன்று. நானும் ஒரு முதலீட்டாளர் ஆகிக் கொள்கிறேன்” என்ற ஒரு செய்தி வந்திருக்கிறது. ‘கீழ்த்திசை உலகின் சிங்கப்பூர் தனியார் முதலீட்டு நிறுவனம்’ என்பதன் நிறுவனரான நியூஸிலாந்து நாட்டைச் சேர்ந்த ரிச்சர்டு சாண்ட்லர் என்பவர்தான் அந்த முதலீட்டாளர். அடுத்த இரண்டு மாத காலத்திற்கும் மேலாக, நியூகேஸிலிலும் துபாயிலும், எங்களின் தொலை நோக்குத் திட்டத்தை இணைந்து செயலாற்றும் வழிகளில் எவ்வாறு வாழ்க்கையை மேம்படுத்துவது, சந்தையை அடிப்படையாகக் கொண்டு எடுக்கப்பட்ட தீர்மானங்கள் மூலமாக எவ்வாறு இருக்கின்ற வளங்களை மேம்படுத்திக் கொள்வது என்று சந்தித்து விவாதித்தோம். என்னுடைய பயண காலம் முழுவதும் நான் சேகரித்த அனுபவ அறிவின் அடிப்படையிலான பயனுள்ள காரியங்கள் சிலவற்றைச் செய்ய, அது அப்படி ஓர் அருமையான வாய்ப்பு.

2007 ஆம் ஆண்டு ஏப்ரல் மாதம், கீழ்த்திசை உலக சிங்கப்பூர் நிறுவனம் புதிதாக ஏற்படுத்திய "100 மில்லியன் டாலர் கல்வி நிதித்" திட்டத்தின் தலைவர் பதவியில் பொறுப்பேற்றேன். இதன் நோக்கம், எழுந்து வரும் பொருளாதாரத்தில் தனியார் கல்வியில் முதலீடு செய்வது ஆகும். இந்த நிதியிலிருந்து அநேக நிறுவனங்களுக்கு மானியத் தொகை கொடுக்கப் பட்டது; இந்நூலில் குறிப்பிடப்பட்டுள்ளவர்களுக்குக் கொடுக்கப்பட்டது; நைரோபியின் பாமர மக்கள் வாழும் குடிசைப் பகுதிகளில் பணியாற்றும் புதிய சுதந்திர கென்ய பள்ளிகள் கழகத்திற்கும், ஜியார்ஜ் மிக்வா அவர் களுக்கும், நைஜீரியாவின் புறநகர்ப் பகுதிகளின் குடிசைப்பகுதியில் உள்ள குறைந்த கட்டணத் தனியார் பள்ளிகளுக்குச் சேவையாற்றுகிற "மாபெரும் கல்வி வளர்ச்சிக் கழகம்" என்ற அமைப்பிற்கும், ஜாய் அம்மையாரின் பெற்றோர்கள் வசித்து வந்த புறநகர் குடிசைப் பகுதிகளை முகாபெய்யின் ஆட்கள் எந்திரங்களைக் கொண்டு இடித்துத் தரைமட்டமாக்கிய பிறகு எழுப்பப்பட்ட ஜிம்பாப்வேயில் உள்ள ஜாய் பள்ளிக்கும், சீன நாட்டின் கன்சூ மாநில கடைக்கோடி கிராமத் தனியார் பள்ளிகளுக்குச் சேவையாற்றி வரும் 'கல்வி உதவித் தொகை வழங்கும் திட்டத்திற்கும்' இந்த நிதியிலிருந்து மானியத் தொகை வழங்கப்பட்டது.

குறிப்பிட்டுச் சொல்லும் அளவுக்கு, குறைந்த கட்டணத் தனியார் பள்ளிக் குழுமத்திற்கான அமைப்பை இந்த நிதியத்திலிருந்து தொடங் கினேன். கடைசி அத்தியாயத்தில் உள்ள கருத்துக்களை சரியாகப் பின்பற்றத் தொடங்கினேன். பாடத்திட்டம், தொழில் நுட்பம், கற்பித்தல் முறைகள் ஆகியவைகளுக்கான மேம்பாட்டிற்கும், ஆரம்ப நிலை ஆய்வுக்கும் வழிகாட்டியிருக்கிறேன். மேலும் தொலைநோக்குத் திட்டத்தை நிறை வேற்றுவதற்கான பலமான குழுவை ஏற்படுத்தியுள்ளேன். நான் மிக நன்றாக அறிந்துள்ள கல்வித் தொழில் முனைவோர்கள் ஹைதராபாத் நகரை மைய மாகக் கொண்டு இருந்து வருகிறார்கள். அதனால் என் கடைசி இரண்டு ஆண்டுக் காலம் அதையே குடியிருப்பாகக் கொண்டு வாழ்ந்தேன். அன்வர், வாஜித், ரேஷ்மா மற்றும் 2000-ல் நான் சந்தித்துப் பழகிய மனித மக்களோடு நெருக்கமாகப் பணி செய்து, என் பயணத்தைத் தொடங்கிய அங்கேயே இந்த முடிவுரையை எழுதிக் கொண்டிருக்கிறேன்.

ஆகவே, இந்த அத்தியாயம் தொடங்கிய ஹைதராபாத் நகரில்தான் இந்த அத்தியாயம் முடியவும் செய்கிறது. உலகின் பரம ஏழை மக்களுக்காகச் செயல்படும் தனியார் பள்ளிகளின் கதை ஒரு தொடக்கம் மட்டுமே.

அட்டவணை – 1

கட்டம் -1
நான்காம் வகுப்பு மாணவர்கள் சராசரி எண்ணிக்கை

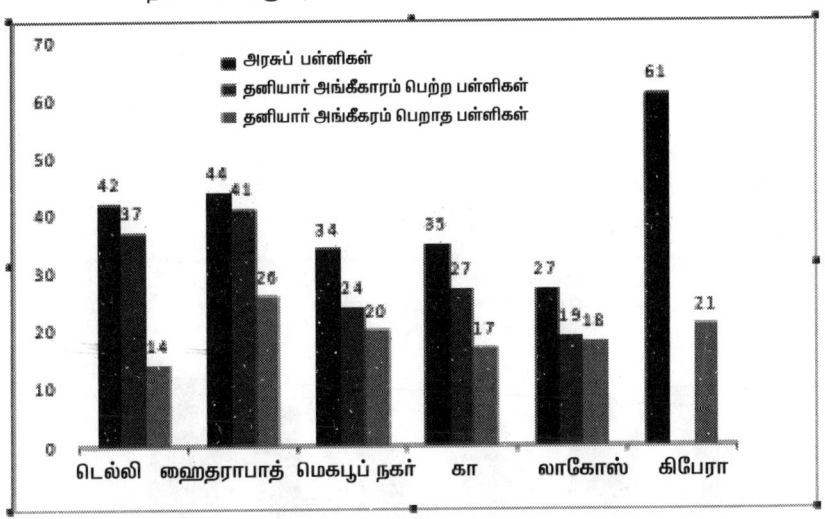

கட்டம் -2
இந்தியா தோராய மதிப்பீடுகள்

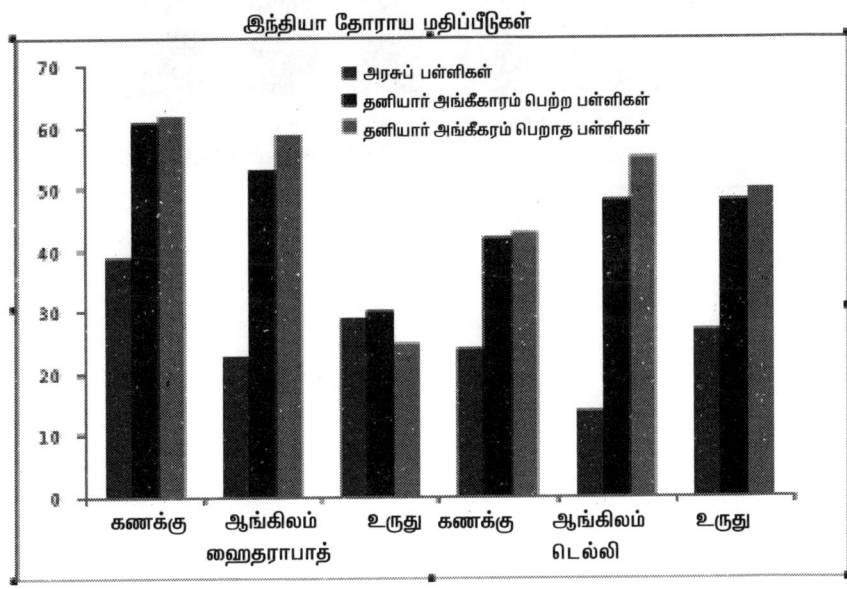

அட்டவணை –2

கட்டம் -3

ஆப்பிரிக்க தோராய மதிப்பீடு

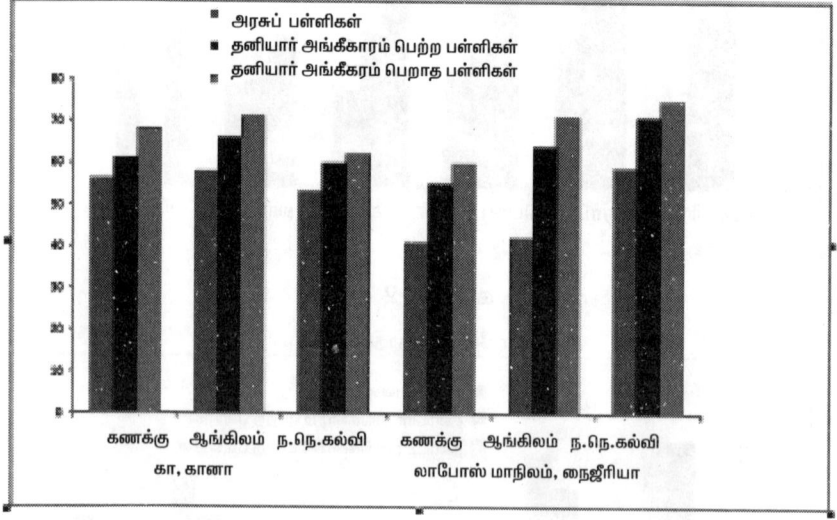

அட்டவணை – 3
கட்டம் –4
ஆசிரியரின் மாத வருமானமும் மாணவ ஆசிரிய செலவினமும்

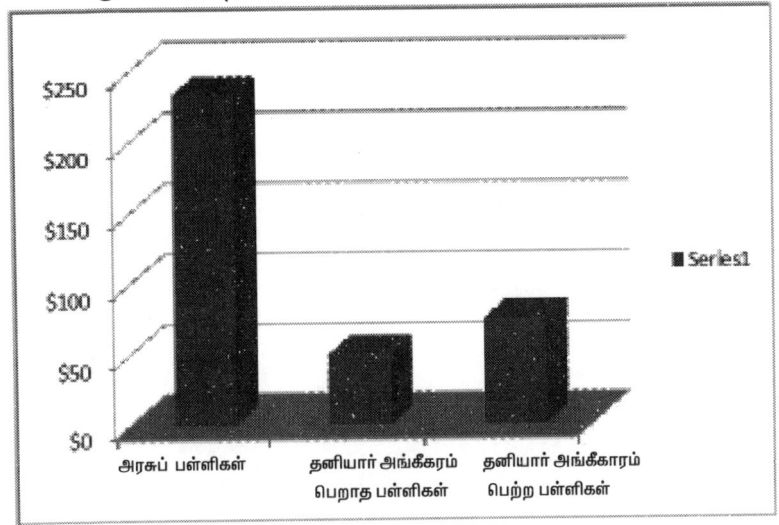

கட்டம் –5
ஆசிரியரின் மாத வருமானமும் மாணவ ஆசிரிய செலவினமும்

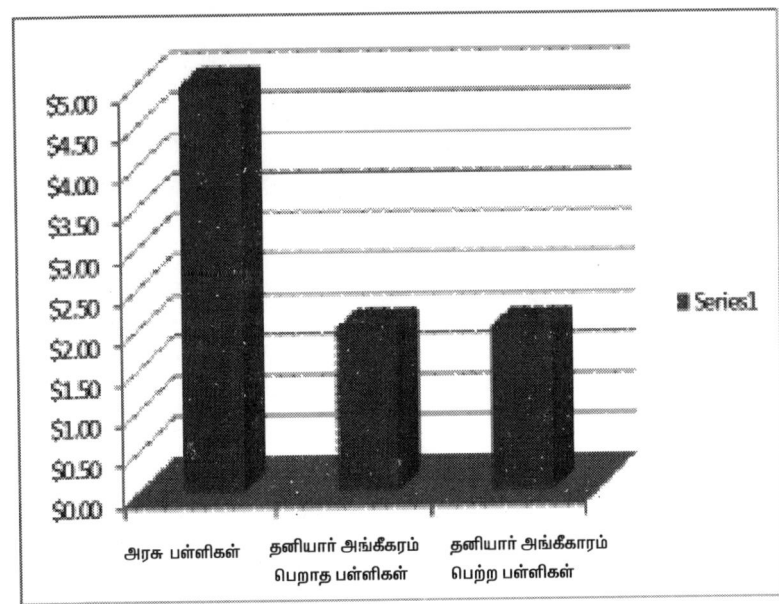